AF761647

ജീവൽഭാഷയുടെ പുസ്തകം

INSIGHT PUBLICA®

Nadakkavu, Kozhikode, Kerala, 673011
www.insightpublica.com
e-mail: insightpublica@gmail.com
Title: **Jeeval Bhashayute Pusthakam**
(Essays on Linguistics/Language Study -Malayalam)
Author: **C.J. George**
Compiled and edited by **Dr. Johney G. Vadakel**
First Edition: February 2021
Second Edition: April 2022
Book Design: kjvj

Printed and Published by
InsightinPublica Printers & Publishers Pvt. Ltd.
ISBN 978-93-90535-07-1
₹ 499

ജീവൽഭാഷയുടെ പുസ്തകം

സി ജെ ജോർജ്ജ്

INSIGHT PUBLICA

സമർപ്പണം

പ്രൊഫ. (ഡോ.) എം. കുഞ്ഞാമന്

സി. ജെ. ജോർജ്ജ്

കോഴിക്കോട് കായണ്ണ സ്വദേശി (1965). കുളത്തുവയൽ സെന്റ് ജോർജ്ജ് ഹൈസ്കൂൾ, കോഴിക്കോട് ദേവഗിരി കോളേജ്, മലബാർ ക്രിസ്ത്യൻ കോളേജ്, കാലിക്കറ്റ് സർവ്വകലാശാലയിലെ മലയാള-കേരളപഠനവിഭാഗം എന്നിവിടങ്ങളിൽ വിദ്യാഭ്യാസം. മലയാളസാഹിത്യത്തിൽ രണ്ടാം റാങ്കോടെ ബി.എ., ഒന്നാം റാങ്കോടെ എം.എ. ബിരുദങ്ങൾ. ഡോ. ജി. ബാലസുബ്രഹ്മണ്യന്റെ മേൽനോട്ടത്തിൽ എം.ഫിൽ.-ന് സാമൂഹികഭാഷാശാസ്ത്രഗവേഷണം. ഡോ. ടി.ബി. വേണുഗോപാലപ്പണിക്കരുടെ മേൽനോട്ടത്തിൽ എം. ഗോവിന്ദന്റെ ധൈഷണികജീവിതത്തെ മുൻനിറുത്തി നടത്തിയ പഠനത്തിന് ഡോക്ടറൽ ബിരുദം. 2009-ൽ പുരോഗമനസാഹിത്യത്തിലെ ധൈഷണികധാരകളെ സംബന്ധിച്ച പഠനത്തിന് യു.ജി.സി. പോസ്റ്റ് ഡോക്ടറൽ റിസർച്ച് അവാർഡ്. 1993-ൽ കാലിക്കറ്റ് സർവ്വകലാശാലയിൽനടന്ന സാഹിത്യസമീപനശില്പശാലയുടെ മുഖ്യസംഘാടകനായി പ്രവർത്തിച്ചു. അതിലവതരിപ്പിച്ച ചർച്ചാപ്രബന്ധങ്ങൾ എഡിറ്റു ചെയ്ത് *ആധുനികാനന്തരസാഹിത്യസമീപനങ്ങൾ* എന്ന പേരിൽ പ്രസിദ്ധപ്പെടുത്തി. കേരളസാഹിത്യ അക്കാദമിയുടെ ഐ സി ചാക്കോ പുരസ്കാരം നേടിയ *വാക്കിന്റെ സാമൂഹികശാസ്ത്രം, ചിഹ്നശാസ്ത്രവും ഘടനാവാദവും, അടവും തുറസ്സും, കവിതയും നവോത്ഥാനവും* (വിവ. സോമനാഥൻ പി.യ്ക്കൊപ്പം), *സമകാലികസാഹിത്യസിദ്ധാന്തങ്ങൾ* (കെ.വി.തോമസ്സിനൊപ്പം), *പുരോഗമനസാഹിതി, ഇംഗ്ലീഷാവിഷ്ടമായ മലയാളം, കുതിരക്കാൽ* എന്നിവ പ്രസിദ്ധീകരിക്കപ്പെട്ട കൃതികൾ. *സ്രഷ്ടാവിന്റെ പരമ്പരയിൽ ഒരാൾ, ആധുനികാനന്തരസാഹിത്യവിമർശനത്തിന് ഒരാമുഖം, ബാലാഭ്യസനം : പാഠവും പരിശോധനയും, അസാധാരണം* എന്നീ കൃതികൾ പ്രസിദ്ധീകരണം കാക്കുന്നു. എം. ഗോവിന്ദന്റെ സമ്പൂർണ്ണലേഖനസമാഹാരമായ *പുതിയ മനുഷ്യൻ പുതിയലോകം,* എം ജി എസ് നാരായണന്റെ *ആത്മകഥയായ ജാലകങ്ങൾ, പ്രബന്ധസമാഹാരമായ കവിത കമ്യൂണിസം വർഗ്ഗീയത* എന്നിവയുടെയും എഡിറ്റർ. തൃശ്ശൂർ സെയ്ന്റ് തോമസ് കോളേജിൽ അദ്ധ്യാപകനായിരുന്നു. തുടർന്ന് കട്ടപ്പന, പേരാമ്പ്ര സി.കെ.ജി., എറണാകുളം മഹാരാജാസ്, കോഴിക്കോട് ആട്സ് ആന്റ് സയൻസ് എന്നീ ഗവൺമെന്റ് കോളേജുകളിൽ ജോലി ചെയ്തു. ഇപ്പോൾ കോഴിക്കോട് ബാലുശ്ശേരിയിലെ ഡോ. ബി. ആർ. അംബേദ്കർ മെമ്മോറിയൽ ഗവ. കോളേജിൽ അസോസിയറ്റ് പ്രൊഫസർ.

വിലാസം: ചീങ്കല്ലേൽ ജോസഫ് ഹൗസ്
മാട്ടനോട് പോസ്റ്റ്, കൂരാച്ചുണ്ട് വഴി, കോഴിക്കോട്.
മൊബൈൽ: 9946963401 email: ccjgeorge@gmail.com

ജോണി ജി. വടക്കേൽ

കോഴിക്കോട് ജില്ലയിൽ കല്ലാനോട് സ്വദേശി (1965-). കല്ലാനോട് സെയ്ന്റ് മേരീസ് സ്കൂൾ, കോഴിക്കോട് ദേവഗിരി കോളേജ്, കണ്ണൂർ സർവ്വകലാശാല എന്നിവിടങ്ങളിൽ വിദ്യാഭ്യാസം. കേരളത്തിലെ സ്കൂൾതല ഇംഗ്ലീഷ് ബോധനവും ജ്ഞാനനിർമ്മിതിവാദസമീപനവും എന്ന വിഷയത്തിൽ നടത്തിയ ഗവേഷണപഠനത്തിന് കണ്ണൂർ സർവ്വകലാശാലയിൽനിന്ന് ഡോക്ടറൽ ബിരുദം. സാമൂതിരി ഗുരുവായൂരപ്പൻ കോളേജ്, കോഴിക്കോട് സാമൂതിരി ഹയർ സെക്കണ്ടറി സ്കൂൾ എന്നിവിടങ്ങളിൽ അദ്ധ്യാപകനായിരുന്നു. ഇപ്പോൾ കോഴിക്കോട് ഗവൺമെന്റ് ആർട്സ് ആന്റ് സയൻസ് കോളേജിലെ ഇംഗ്ലീഷ് വിഭാഗത്തിൽ അദ്ധ്യാപകൻ. വിവർത്തകനും കാർഷിക-പരിസ്ഥിതിപ്രവർത്തകനുമാണ്. *ഇംഗ്ലീഷ് ടീച്ചിങ്: ദ കൺസ്ട്രക്റ്റിവിസ്റ്റ് പാരഡൈം, ദ ഇൻസൈഡ് ലോജിക്ക് ഓഫ് ഇംഗ്ലീഷ് ടീച്ചിങ്* എന്നീ പുസ്തകങ്ങളുടെയും നിരവധി പ്രബന്ധങ്ങളുടെയും കർത്താവ്. സി. ജെ. ജോർജ്ജിന്റെ *ഇംഗ്ലീഷാവിഷ്ടമായ മലയാളം* എന്ന കൃതി *ഇംഗ്ലീഷ് ഇൻഫ്യൂസ്ഡ്* മലയാളം എന്ന പേരിൽ ഇംഗ്ലീഷിലേക്ക് വിവർത്തനം ചെയ്തു.

മുഖവുര

മലയാളഭാഷയെ മുൻനിറുത്തി ചില ലേഖനങ്ങളും പ്രബന്ധങ്ങളും എഴുതാനിടയായത് ഈ ഭാഷയുള്ളതുകൊണ്ടും എനിക്ക് വളരെ ചെറുപ്പംതൊട്ടേ ഇതിനോട് പ്രിയമുള്ളതുകൊണ്ടും പഠനഗവേഷണങ്ങളുടെ ഭാഗമായി അതിനെ അടുത്തറിയാൻ ഇടവന്നതുകൊണ്ടുമാണ്. ഭാഷയെക്കുറിച്ചു പൊതുവായും മലയാളഭാഷയെക്കുറിച്ചു പ്രത്യേകമായിട്ടും ചിന്തിച്ചുപോയിട്ടുണ്ട്. അതിനിടയിൽ മലയാളഭാഷ തീരാൻ പോവുകയാണെന്ന് കമൽറാം സജീവ് കാര്യമായും കളിയായും പറഞ്ഞ് പ്രതിവദിച്ചെഴുതാൻ നിർബ്ബന്ധിച്ചപ്പോൾ എതിർവാദവുമായി ചിലതെഴുതി. "സൃഷ്ടിയാണ് സമരം" എന്ന, സി. ജെ. തോമസ്സിന്റെ വാക്യമാണ് എന്നെ നയിച്ച സിദ്ധാന്തം. അതിനു തുടർച്ചകൾ വേണ്ടിവന്നു. സെമിനാറുകളിലും മറ്റും അവതരിപ്പിക്കാനായി പഠിച്ചും ചിന്തിച്ചും എഴുതിയതാണ് ചിലത്. മറ്റുചിലത് അക്കാദമികസുഹൃത്തുക്കളുടെ താല്പര്യപ്രകാരം എഴുതി. ഇങ്ങനെ ഈ പുസ്തകത്തിലെ മിക്കവാറും ലേഖനങ്ങൾ എഴുതിക്കപ്പെട്ടതാണ്. കർത്താവല്ല കർമ്മമാണ് ഞാൻ. പുസ്തകമാകുന്നതും അങ്ങനെത്തന്നെ. ഇതിൽ എസ്. കൃഷ്ണകുമാറിനാണ് പ്രാഥമികമായ ഉത്തരവാദിത്തം. നാലഞ്ചുവർഷം മുമ്പ് അദ്ദേഹം സമാഹാരത്തിന്റെ പണി തുടങ്ങിവെവെച്ചു. എന്റെ ഉദാസീനതകളാൽ മുന്നോട്ടുപോയില്ല. ദിലീപ് രാജും ജോണി ജി. വടക്കേലുമാണ് ഇപ്പോഴിത് വെളിച്ചത്തുവരാൻ ഇടയാക്കിയത്. ഘനശ്യാമും വി. എം. മനോജും സഹായിച്ചു. രചനയുടെയും പുസ്തകത്തിന്റെയും പ്രേരകരായ എല്ലാവർക്കും ആദരം. പ്രസാധനം ഏറ്റെടുത്ത ഇൻസൈറ്റ് പബ്ലിക്കയ്ക്ക് നന്ദി. ഈ പുസ്തകത്തിന് കെട്ടും മട്ടും ആമുഖവും നൽകിയ ഡോ. ജോണി ജി. വടക്കേലിന് പ്രത്യേക പരാമർശം. കൃതജ്ഞത.

സി. ജെ. ജോർജ്ജ്

ആമുഖം

ഭാഷയെ സംബന്ധിച്ച ചിന്തകൾ മലയാളത്തിൽ വളരെ സജീവമായി മാറിയിട്ടുണ്ട്. മണിപ്രവാളസാഹിത്യം വികസിച്ചുവന്നകാലംമുതൽക്കുതന്നെ കേരളക്കരയിൽ സജീവമായ ഭാഷാസംവാദങ്ങൾ ഉണ്ടായിരുന്നിരിക്കണം. *ലീലാതിലക*ത്തിൽ അതിന്റെ സൂചനകളുണ്ട്. *കേരളപാണിനീയ*ത്തിലാരംഭിച്ച നവീനവ്യാകരണസംവാദം പോലും അതിൽനിന്ന് ഊർജ്ജം കൈവരിക്കുകയുണ്ടായി. വിവിധ കാഴ്ചപ്പാടുകളോടെയും വിവിധ തലങ്ങളിലും നടക്കുന്ന ചർച്ചകൾ ആശയവ്യക്തത കൈവരുന്നതിനുമാത്രമല്ല, ഭാഷയുടെ വികാസത്തിനു തന്നെയും വളരെയധികം പ്രയോജനകരമായിത്തീരും. ഭരണതലത്തിലും വിദ്യാഭ്യാസമേഖലയിലും മലയാളഭാഷ ആദരവും അംഗീകാരവും ആവശ്യപ്പെടുന്ന സമകാലത്ത് ഭാഷയുടെ വിവിധമാനങ്ങളിലുള്ള വികാസവും ഉറപ്പുവരുത്തേണ്ടതുണ്ട്. അതിനുതകുന്ന തരത്തിൽ മലയാളത്തിൽ ഭാഷാസംബന്ധിയായ ആശയസംവാദം സമീപകാലത്ത് ശക്തിപ്പെട്ടുവരുന്നുണ്ട്. സന്തോഷകരമാണിത്.

മിഷണറിവ്യാകരണകാരന്മാരുടെ മുൻകൈയിൽ പതിനെട്ടാം നൂറ്റാണ്ടിന്റെ രണ്ടാം പകുതിയോടെ മലയാളത്തിൽ മികച്ച വ്യാകരണപരിശ്രമങ്ങൾ ഉണ്ടായി. മലയാളഭാഷയിൽ അറിവും അനുഭൂതിയും ആവിഷ്കരിക്കുവാൻ പരിശ്രമിക്കേണ്ടതിനെക്കുറിച്ചുള്ള പര്യാലോചനകളും ഉണ്ടായി. റവ. ജോർജ്ജ് മാത്തന്റെ, *ബാലാഭ്യസനം* എന്ന പേരിൽ പ്രസിദ്ധമായ പ്രസംഗം ഒരു ഉദാഹരണം. മലയാള ഭാഷയുടെ ആരോഹണവേളയിലെ ഉദ്ഘാടനപ്രസംഗമായിരുന്നു അത്. അതിന് കേരളവർമ്മയിലൂടെയും രാജരാജവർമ്മയിലൂടെയും ഉള്ളൂരിലൂടെയും മറ്റുമായി തുടർച്ചയുണ്ടായി. നിരവധിയായ സർഗ്ഗാത്മകസാഹിത്യരചനകളിലൂടെ മലയാളഭാഷ വളർന്നു വികസിച്ചുകൊണ്ടിരിക്കുന്നു.

വൈജ്ഞാനികവിഷയങ്ങളും സാമൂഹികശാസ്ത്രവിചിന്തനങ്ങളുമൊക്കെ പതുക്കെയാണെങ്കിലും ഭാഷയിൽ രൂപപ്പെട്ടുവരുന്നുണ്ട്. ഭാഷാപഠിതാക്കളോടൊപ്പം ചരിത്രവിദ്യാർത്ഥികളും ശാസ്ത്ര-സാങ്കേതികപഠിതാക്കളുമൊക്കെ അതിൽ പങ്കാളികളാവുന്നു.

ഭാഷാപഠനവും പുതിയപുതിയ തലങ്ങളിലേക്ക് വളരുകയാണ്. വ്യാകരണം, ഭാഷാശാസ്ത്രം എന്നീ വിഷയങ്ങളിലുള്ള സാമാന്യപഠനം എന്ന നിലയിൽ ഒതുങ്ങിനിൽക്കാനുള്ള പ്രവണത കുറഞ്ഞുവരികയാണ്. വിവിധ ശാഖകളിലായി വിവിധ ഭാഷകളിൽ ഉണ്ടായിക്കൊണ്ടിരിക്കുന്ന നൂതനാശയങ്ങളുമായി സംവദിച്ചുകൊണ്ടും ഭാഷയുടെ വികാസരംഗത്ത് നേരിടുന്ന സമകാല വെല്ലുവിളികളെ അഭിമുഖീകരിച്ചുകൊണ്ടും നവീനമായ ചിന്തകൾ ആവിഷ്കരിക്കുവാനാണ് യുവഗവേഷകർ ശ്രമിക്കുന്നത്. അക്കൂട്ടത്തിൽ, വേറിട്ട സമീപനവും മൗലികമായ ചിന്തകളും അവതരിപ്പിക്കുന്ന ആളാണ് സി. ജെ. ജോർജ്ജ്. ഭാഷയെ സംബന്ധിച്ച പരമ്പരാഗതവും പ്രാമാണികവുമായ വീക്ഷണങ്ങളെ വിമർശനവിധേയമാക്കുന്ന അദ്ദേഹത്തിന്റെ ചെറുതും വലുതുമായ ഇരുപത്തൊന്ന് ലേഖനങ്ങളാണ് ഈ പുസ്തകത്തിന്റെ ഉള്ളടക്കം.

ഭാഷയെന്ന പ്രതിഭാസത്തെ വിസ്മയത്തോടെ കാണാനും അനുഭവിക്കാനും ക്ഷണിക്കുന്നതാണ് ഈ പുസ്തകം. സ്വതന്ത്രചിന്തയുടെ വെളിച്ചം പ്രസരിപ്പിക്കുന്ന ഈ ആലോചനകൾ ഭാഷാസൂത്രണം, വ്യാകരണവിമർശനം, ഭാഷാശാസ്ത്രചരിത്രം, ഭാഷാപഠനവിമർശനം തുടങ്ങിയ മേഖലകളിൽ വരുന്നു. ഇവയിൽ ചിലത് ഓരോരോ സന്ദർഭങ്ങളിൽ എഴുതി ആനുകാലികങ്ങളിൽ പ്രസിദ്ധപ്പെടുത്തിയവയാണ്. ചിലത് സെമിനാറുകളിൽ അവതരിപ്പിച്ച പ്രബന്ധങ്ങളാണ്. ചിലത് ഗവേഷണപ്രസിദ്ധീകരണങ്ങളിലും പുസ്തകങ്ങളായും മുമ്പുതന്നെ വെളിച്ചം കണ്ടവയാണ്. ഉദാഹരണത്തിന് ഇംഗ്ലീഷാവിഷ്ടമായ മലയാളം എന്ന ദീർഘപ്രബന്ധം. അത് 'കേരള സൊസൈറ്റി ഫോർ ലിംഗ്വിസ്റ്റിക് റിസർച്ച്' എന്ന അക്കാദമികസംഘവും ചങ്ങനാശ്ശേരി എസ്. ബി. കോളേജിലെ 'ബർക്ക്മാൻ പ്രസ്സും' ചേർന്ന് പ്രസിദ്ധീകരിക്കുകയും വളരെയധികം ചർച്ചകൾക്ക് കാരണമായിത്തീരുകയും ചെയ്തു ഒന്നാണ്. ഈ സമാഹാരത്തിന്റെ പൂർണ്ണതയ്ക്കായി അതുൾപ്പെടെയുള്ള മിക്ക ലേഖനങ്ങളും ഇവിടെ ഉൾപ്പെടുത്തിയിട്ടുണ്ട്.

ഭാഷാഗവേഷകൻ, കോളേജ് അദ്ധ്യാപകൻ എന്നീ നിലകളിൽ സി. ജെ. ജോർജ്ജ് മുപ്പതോളം വർഷങ്ങളായി കേരളത്തിലെ വിവിധ കലാശാലകളിലായി ജോലി ചെയ്യുന്നു. അതിന്റെ ഭാഗമായി തന്റെ കർമ്മമേഖലയായ ഭാഷാ-സാഹിത്യപഠനരംഗങ്ങളിൽ അക്കാദമികമായി

അദ്ദേഹം സജീവമായ ഇടപെടലുകൾ നടത്തിയിട്ടുണ്ട്. അതിന്റെ പൂർത്തീകരണത്തിൽ കോളേജ് അധ്യാപനരംഗത്തുനിന്ന് വിരമിക്കുന്ന വേളയിലാണ് ഈ സമാഹരണവും പ്രസിദ്ധീകരണവും നടക്കുന്നത്. ആ നിലയിൽ ഇത് ഭാഷയ്ക്കും അദ്ദേഹത്തിനുമുള്ള ഉപഹാരഗ്രന്ഥം കൂടിയാണ്. അദ്ധ്യാപനകാലയളവിൽ തന്റെ പഠനവിഷയത്തോടു പുലർത്തിയ ആദരവിനെയും പ്രതിബദ്ധതയെയും രേഖപ്പെടുത്തുന്ന നിലയിലാണ് ഈ സമാഹരണം നടത്തിയിട്ടുള്ളത്.

വ്യത്യസ്തമായ ചിന്തകളാൽ അനുഗ്രഹീതമായ ഈ ലേഖനങ്ങൾക്ക് പരസ്പരം കൊണ്ടും കൊടുത്തും നിൽക്കുന്ന ഒരു തലമുണ്ട്. സാമ്പ്രദായികമായ ഉപന്യാസരചനയല്ല, ഭാഷയെക്കുറിച്ചു ചിന്തിച്ചും പറഞ്ഞും വിസ്തരിച്ചു പടർന്നുപോകുന്ന എഴുത്താണ് ലേഖനങ്ങളിലുള്ളത്. അവ പലപ്പോഴും ഇടകലരുന്നതു നാം കാണും. മനുഷ്യരിലൂടെ ജീവിച്ചു കൊണ്ടിരിക്കുന്ന ഭാഷയെയാണ് അവ ഉറ്റുനോക്കുന്നത്. ഒരുതരം പ്രസംഗം പറച്ചിൽ സ്വഭാവം ഈ രചനകൾക്ക് ചടുലത പകരുന്നു. അതിലൂടെ കടന്നുവരുന്ന ആശയപരമായ ഊർജ്ജപ്രവാഹത്തിൽ മൗലികമായ ഒരു ഭാഷാസമീപനവും, സംസാരഭാഷയോട് ചേർന്ന പുതിയൊരു മാനകഭാഷയും വെളിപ്പെട്ടുവരുന്നുണ്ട്. മനുഷ്യരുടെ ജീവിതത്തോട് ചേർന്നുനിന്നാണ് ഇവിടെ ഭാഷയെ സമീപിക്കുന്നത്. പ്രാണവായുപോലെ ഭാഷ മനുഷ്യനെ പൊതിഞ്ഞുകാക്കുന്നതും പുണർന്നുനിൽക്കുന്നതും ആനന്ദിപ്പിക്കുന്നതും വേദനിപ്പിക്കുന്നതുമൊക്കെ കാണുന്ന ഒരു ഭാവനാത്മകസമീപനത്തിൽ നാം പരിചയിച്ച ഭാഷാ ചർച്ചകളുടെ രീതിയെ പലപ്പോഴും മുറിച്ചുകടന്ന് ഭാഷയുടെ അനുഭവതലങ്ങളിലേക്ക് പോകുന്നു. അതിന് ഒരുതരം അരാജകമായ രാഷ്ട്രീയവും സൌന്ദര്യവുമുണ്ട്.

ഭാഷയുടെ ഘടനാപരമായ വശങ്ങളെയല്ല, പ്രയോഗത്തിൽ കണ്ടെടുക്കാൻ കഴിയുന്ന ധർമ്മങ്ങളെയാണ് ശ്രദ്ധിക്കുന്നത്. ഭാഷ പ്രദാനം ചെയ്യുന്ന ആനന്ദത്തിലോ സ്വാതന്ത്ര്യത്തിലോ വിലക്കുകളിലോ, ഗൂഢമായ പക്ഷപാതങ്ങളിലോ ഒക്കെയാണ് ശ്രദ്ധ പതിയുന്നത്. ചില ലേഖനങ്ങളിൽ സൂചിപ്പിച്ചു കാണുന്ന തരത്തിൽ, ചിന്തയെയും ഭാവനയെയും മുൻനിർത്തി ഭാഷയെ സമീപിക്കുന്നതിന്റെ ഫലമാണിത്. ഭാഷയെക്കുറിച്ചുള്ള ഈ ആലോചനകൾക്ക് പൊതുവെ മുൻമാതൃകകളോ ഉദ്ധരണികളുടെ പിൻബലമോ കുറവാണ്. കണ്ണുതുറന്നു കാണലാണ് ഇവിടുത്തെ പ്രധാന സിദ്ധാന്തം. കാണുക എന്നാണ് തിയറിയുടെ മൗലികമായ അർത്ഥമെന്ന കാര്യം ഓർക്കാം. ആലോചനയാണ് എഴുത്തിന് അടിസ്ഥാനമാകുന്നത്. സത്യത്തിൽ

ആലോചനയെന്ന വാക്കും തിയറിക്ക് പകരം വെയ്ക്കാവുന്നതാണ്. ശുദ്ധമായി ഭാഷാശാസ്ത്രവും വ്യാകരണവും ചർച്ച ചെയ്യപ്പെടുന്ന ലേഖനങ്ങളിൽപ്പോലും ഈയൊരു സമീപനരീതി കാണാം. ഭാഷയുടെ ഉള്ളുകള്ളികളെക്കുറിച്ചും വടംവലികളെക്കുറിച്ചുമുള്ള തിരിച്ചറിവും അവയോടുള്ള കലഹവും ജോർജ്ജിന്റെ ചിന്തകളിൽ അന്തർധാരയായി പ്രവർത്തിക്കുന്നുണ്ട്.

ഭാഷയെന്ന സാമൂഹിക-സാംസ്കാരിക-ധൈഷണികപ്രതിഭാസത്തെക്കുറിച്ച് പഠിക്കുകയും ചിന്തിക്കുകയും ചെയ്യുന്ന മലയാളികൾക്ക് ഈ പുസ്തകത്തിൽ അവതരിപ്പിച്ച വിമർശനാത്മകചിന്തകൾ ഉത്തേജകമായിത്തീരും. നാട്ടിലെ ഭാഷയായാലും അന്യഭാഷയായാലും മുമ്പു കണ്ട രീതിയിലും, മുമ്പു നിർവ്വചിച്ച തരത്തിലും കണ്ടാൽപോര എന്നു മനസ്സിലാക്കാനും ആലോചിക്കാനും ഈ പുസ്തകത്തിന്റെ വായന ഉപകരിക്കുമെന്നുറപ്പാണ്. കേരളഭാഷാ ഇൻസ്റ്റിറ്റ്യൂട്ടിന്റെ അസി. ഡയറക്ടറായിരുന്ന എസ്. കൃഷ്ണകുമാറാണ് ഇങ്ങനെയൊരു പുസ്തകത്തെക്കുറിച്ച് ആദ്യം ആലോചിച്ചത്. അദ്ദേഹത്തിന്റെ നീക്കം പൂർത്തീകരിക്കാൻ അവസരം എനിക്കു കിട്ടി. ജോർജ്ജ് മാത്തനെക്കുറിച്ച് *മാതൃഭൂമി ആഴ്ചപ്പതിപ്പിൽ* പ്രസിദ്ധപ്പെടുത്തിയ ലേഖനം വിവർത്തനം ചെയ്തതു വഴിക്കാണ് ഈ പുസ്തകത്തിന്റെ രൂപീകരണത്തിലേക്ക് എത്തിച്ചേരാൻ അവസരമുണ്ടായത്. ഇതിൽ പങ്കുചേരാനായതിൽ ഏറെ സന്തോഷമുണ്ട്. ഭാഷാചിന്തയുടെ മനോഹാരിതകളിലൂടെ സഞ്ചരിക്കാൻ ഈ അനുഭവം സഹായകമായി. പുസ്തകത്തിന്റെ പ്രാധാന്യവും പ്രസക്തിയും മനസ്സിലാക്കി പ്രസിദ്ധീകരണത്തിനു തയ്യാറായ ഇൻസൈറ്റ് പബ്ലിക്കയ്ക്കു നന്ദി.

എഡിറ്റർ

ഡോ. ജോണി ജി. വടക്കേൽ

ഉള്ളടക്കം

ഭാഷാപഠനവും മലയാളമനസ്സും

കേരളത്തിലെ ജനകോടികൾ സംസാരിക്കുകയും വായിക്കുകയും എഴുതുകയും ചെയ്തുപോരുന്ന മലയാളഭാഷയുടെ ഭാവിയെക്കുറിച്ചുള്ള ഉൽക്കണ്ഠകൾ മലയാളികളിൽ ജ്വലിച്ചുകൊണ്ടിരിക്കുന്ന ഒരു കാലത്താണ് നാം ജീവിക്കുന്നത്. മാതൃഭാഷയോടുള്ള വൈകാരികമായ ആഭിമുഖ്യമാണ് ഇത്തരം ചിന്തകളുടെ അടിപ്പടവ്. ഇംഗ്ലീഷ് ഭാഷയുമായുള്ള അതിരുകവിഞ്ഞ സമ്പർക്കത്തിന്റെ ഫലമായി സംഭവിച്ച 'വികലീകരണം' ഒരു ഭാഷാപ്രശ്നം എന്നതിനപ്പുറത്ത് ഒരു രാഷ്ട്രീയ പ്രശ്നമായി ഉന്നയിക്കപ്പെടുന്നു. ഭാഷയുടെ തനിമ നഷ്ടപ്പെടുത്തുന്ന രീതിയിൽ ഇംഗ്ലീഷ് അധിനിവേശപരമായ ആധിപത്യമുറപ്പിച്ചിരിക്കുന്നു എന്നതിനോടുള്ള പ്രതിഷേധവും പ്രതിരോധാത്മകചിന്തയും ഇത്തരം ആലോചനകളുടെയും ആവിഷ്കാരങ്ങളുടെയും ഉള്ളടക്കമാണ്. ഇംഗ്ലീഷ് എന്ന അന്യഭാഷയ്ക്കു പഠനമുൾപ്പെടെയുള്ള സന്ദർഭങ്ങളിൽ പ്രാഥമ്യം കല്പിക്കപ്പെടുന്നതിലുള്ള അസ്വസ്ഥതയും വിചിന്തനവിഷയമാണ്. മലയാളം അപകൃഷ്ടമാണെന്ന തോന്നൽ ഉല്പാദിപ്പിക്കപ്പെട്ടു വിതരണം ചെയ്യുന്ന സമകാലികഭാഷാവസ്ഥയിലേക്ക് പലരും വിരൽചൂണ്ടുന്നു. മലയാളം കമ്പ്യൂട്ടിംഗുമായി ബന്ധപ്പെട്ടുളവായിട്ടുള്ള സാങ്കേതികപ്രശ്നങ്ങൾ പരിഹരിക്കേണ്ടതിന്റെ അടിയന്തിരപ്രാധാന്യം ചൂണ്ടിക്കാണിക്കുന്ന പഠനങ്ങളും ഭാഷയുടെ ഭാവിയെക്കുറിച്ചുള്ള കരുതലുള്ളതുതന്നെ.

കേരളജനതയുടെ വൈകാരികവും വൈചാരികവുമായ വിനിമയാവശ്യങ്ങളെയാകെ നിറവേറ്റാൻ പാകത്തിൽ ഭാഷയുടെ നിലയും നിലനില്പും ഉറപ്പുവരുത്തുന്നതിന് മലയാളം ഇനിയും സജ്ജമാകേണ്ടിയാണിരിക്കുന്നത് എന്ന ആശയം ഈ ആലോചനകളെല്ലാംതന്നെ പങ്കുവയ്ക്കുന്നു. അതിനുവേണ്ടി ഗവൺമെന്റ് തലത്തിൽ ചെയ്യേണ്ട കാര്യങ്ങളും

പണ്ഡിതൻമാർ ചെയ്യേണ്ടകാര്യങ്ങളും സമൂഹമൊന്നാകെ ചേർന്ന് പ്രയോഗത്തിൽ വരുത്തേണ്ട കാര്യങ്ങളും പലരും നിർദ്ദേശിച്ചിട്ടുണ്ട്. എന്തായാലും, വൈവിധ്യപൂർണമായ മലയാളം ഉണ്ടായിവരികയാണ് നമ്മെ സംബന്ധിച്ചിടത്തോളം ആവശ്യം. ശാസ്ത്രപഠനവും തത്വചിന്തയും പ്രബന്ധരചനയും കത്തെഴുത്തും വിവർത്തനവും ഒക്കെ നടത്തുവാൻ പര്യാപ്തമായ മലയാളഭേദങ്ങളാണ് വളർന്നുവരേണ്ടത്. ഇക്കാര്യത്തിൽ യോജിക്കാത്തവരുണ്ടാകില്ല. നമ്മുടെ ബുദ്ധിപരമായ പ്രയോഗങ്ങൾ ഇങ്ങനെയൊരു ലക്ഷ്യബോധം പ്രകടമാക്കുന്നില്ല എന്നതാണ് നാം അഭിമുഖീകരിക്കുന്ന പ്രശ്നം. സ്കൂൾതലം മുതൽ സർവ്വകലാശാലകൾവരെ നടത്തുന്ന വിദ്യാഭ്യാസപ്രവർത്തനങ്ങൾ മലയാളത്തെ സജീവമാക്കാൻ പര്യാപ്തമാകുന്നില്ല എന്നതാണ് നമ്മുടെ അനുഭവം.

ഇതിനെ മറികടന്ന് ഭാഷയുടെ വികാസം സാധ്യമാക്കാനുള്ള നടപടികളുടെ ഭാഗമായി മലയാളം നിർബന്ധിതവിഷയമാക്കണമെന്ന നിർദ്ദേശം സജീവമായി ചർച്ച ചെയ്യപ്പെട്ടുകൊണ്ടിരിക്കുന്നു. ഭരണഭാഷയായി മലയാളത്തെ തത്വത്തിൽ സ്വീകരിച്ചുകഴിഞ്ഞു. മലയാളത്തിനായി ഒരു സർവ്വകലാശാല സ്ഥാപിക്കാനുള്ള ആലോചനകൾ നടക്കുന്നുണ്ട്. ഇതൊക്കെ വിജയിച്ച ഫലപ്രാപ്തിയിലെത്തണമെന്ന് മോഹിക്കുമ്പോഴും അതിനുകുറുകെ നിൽക്കുന്ന ചില യാഥാർത്ഥ്യങ്ങളുണ്ട്. മലയാളി മലയാളത്തെ അപമാനകരമായി കാണുന്നു എന്നതാണ് അതിൽ പ്രധാനം. ഈ സാംസ്കാരിക(ഭീതി)ധാരണ നമ്മുടെ ഭാഷയുടെ നിഴലെന്നോണം നിലനിൽക്കുന്നു. കൊളോണിയൽ ദാസ്യം, മാനസികമായ അടിമത്തം എന്നിങ്ങനെ വിലയിരുത്തുവാനും വിമർശിക്കാനും കഴിഞ്ഞേക്കും. എന്നാൽ ഈ വീക്ഷണം നമ്മുടെ ജനതയുടെ ഭാഷാമനോഭാവത്തിന്റെ തിരികുറ്റിയാണ് എന്ന യാഥാർത്ഥ്യത്തെ അവഗണിക്കാനാവില്ല. മാതൃഭാഷയായ മലയാളം പരാധീനതയായും അന്യഭാഷയായ ഇംഗ്ലീഷ് സ്വാതന്ത്ര്യമായും അനുഭവപ്പെടുന്നു എന്നതാണ് മലയാളിയുടെ യാഥാർത്ഥ്യം. മലയാളത്തെയും ഇംഗ്ലീഷിനെയും അഭിമുഖീകരിക്കുകയും ശുശ്രൂഷിക്കുകയും ചെയ്യുന്നു എന്ന നിലയിൽ ഭാഷാപരമായ ഉഭയജീവിതമാണ് സമകാലത്തെ മലയാളിയുടേത് എന്നു പറയാവുന്നതാണ് (സംസ്കൃതമെന്ന മൂന്നാമതൊരു ഘടകവും മറവിൽ പ്രവർത്തിച്ചുകൊണ്ടിരിക്കുന്നുണ്ട്) ഇംഗ്ലീഷ് ബാന്ധവത്തിനു പ്രഭവവും പ്രചോദനവുമാകുന്ന ചരിത്ര - ഭൗതിക - ആശയസാഹചര്യങ്ങളെ പരിഗണിക്കുമ്പോൾ, ചില മേഖലകളിലെങ്കിലും, നമ്മുടെ ഭാഷയുടെ വികാസത്തെ ഉറപ്പുവരുത്താൻ വലിയ പ്രയാസം തന്നെയായിരിക്കുമെന്നാണ് മനസ്സിലാക്കാൻ കഴിയുന്നത്.

ഗവൺമെന്റ് ഉത്തരവുകൾ അനുസരിക്കപ്പെട്ടുമെന്നു വിചാരിക്കാം. എന്നാൽ ഉന്നതവിദ്യാഭ്യാസരംഗത്ത് പഠനമാധ്യമമായി മലയാളത്തെ പ്രതിഷ്ഠിക്കാവുന്ന നില ഭാഷ കൈവരിച്ചിട്ടില്ലെന്ന യാഥാർഥ്യത്തെ അവഗണിക്കാനാവുമോ? മലയാളം മാത്രം പഠിപ്പിക്കുന്ന സർവ്വകലാശാല സ്ഥാപിച്ചാൽ അതിനെ രണ്ടാംകിട സർവകലാശാലയായി മുദ്രകുത്തുന്നതിലേക്കാവില്ലേ എത്തിപ്പെടുക എന്നൊക്കെ ആളുകൾക്ക് സംശയക്കേണ്ടിവരുന്നു. എല്ലാ വിഷയങ്ങളും മലയാളത്തിൽ പഠിപ്പിക്കാവുന്ന മട്ടിൽ നമ്മുടെ മലയാളം വികസിച്ചുകഴിഞ്ഞുവോ എന്ന് ആലോചിക്കുന്നതിനൊപ്പം, അങ്ങനെ വികസിച്ചുകഴിഞ്ഞിട്ടുമാത്രമേ ഈ ഭാഷയിൽ എന്തെങ്കിലും ചെയ്യാവൂ എന്ന നിഷേധാത്മകതയുണ്ട്. അത്തരം വികാസം ഉണ്ടാക്കാനുള്ള, അല്ലെങ്കിൽ ത്വരിതപ്പെടുത്താനുള്ള വേദി എന്ന നിലയിൽക്കൂടിയാണ് സർവ്വകലാശാല ഉണ്ടാകുന്നതെങ്കിൽ ഭാഷാപരമായിത്തന്നെ പ്രയോജനപ്രദമാകുമല്ലോ? പക്ഷേ, ഇന്നത്തെ നിലയിൽ അത് നമ്മുടെ ഭാഷാപരിസരത്തുള്ള ഇംഗ്ലീഷിനെ അഭിമുഖീകരിച്ചുകൊണ്ടേ സാധ്യമാവുകയുള്ളൂ എന്നാണ് തോന്നുന്നത്. വാസ്തവത്തിൽ, ഇംഗ്ലീഷ് നമ്മുടെ സന്നിഹിതസാഹചര്യമാണ്. അതിനെ സംവാദാത്മകമായി അഭിമുഖീകരിക്കുന്നതിനുപകരം അപരമായും എതിർധ്രുവമായും കണ്ടുകൊണ്ടുള്ള പരിഷ്കാരയത്നങ്ങളാണ് നമ്മുടെ ഭാഷയുടെ ചില പ്രധാനപ്പെട്ട മേഖലകളിലുള്ള അവികസിതാവസ്ഥയ്ക്കും ഒഴിയാബാധയായ അപകർഷബോധത്തിനും അടിസ്ഥാനമായിരിക്കുന്ന ഒരു സംഗതി.

മലയാളഭാഷയുടെ ചരിത്രം പരിശോധിച്ചാൽ അത് നാളിതുവരെ കൈവരിച്ചിട്ടുള്ള വികാസത്തിൽ സംവാദത്തിന്റെയും സമന്വയത്തിന്റേതുമായ പ്രവർത്തനക്രമമുണ്ടെന്നു കാണാം. ആ ക്രമത്തിലുള്ള സർഗാത്മകമായ നീക്കം സ്വാതന്ത്ര്യാനന്തരകാലത്ത് സ്ഥാപനങ്ങളിലൂടെ തടയപ്പെട്ടതിനാലാണ് വിജ്ഞാനവിനിമയത്തിനുള്ള ഭാഷ എന്ന നിലയിലേക്കുള്ള വികാസം തടസ്സപ്പെട്ടത് എന്നു കാണേണ്ടിവരും. കൊളോണിയൻ കാലത്ത് ഉല്പാദിപ്പിക്കപ്പെട്ട ധാരണകളേക്കാൾ സ്വാതന്ത്ര്യാനന്തരകാലത്തെ അനുഭവയാഥാർഥ്യങ്ങളാണ് മലയാളത്തെ അപകർഷപ്പെടുത്തിയത്. മലയാളത്തിന്റെ വികാസത്തെ പ്രതികൂലമായി ബാധിക്കുന്ന തരത്തിൽ വിദ്യാഭ്യാസത്തിന്റെയും ഭാഷാസൂത്രണത്തിന്റെയും ഭരണത്തിന്റെയും മേഖലകളിൽ നടന്ന നീക്കങ്ങൾ, അക്കാലത്തോളം കേരളത്തിൽ ഭാഷാപ്രവർത്തനം നടത്തിയ ആളുകളിലൂടെ മുന്നേറിയ ഭാഷാസമന്വയപ്രക്രിയയെ വലിയൊരളവ് തടസ്സപ്പെടുത്തുകയായിരുന്നു ചെയ്തത്. മലയാളം അപര്യാപ്തമായ ഭാഷയാണെന്ന

ബോധം ജനങ്ങളിൽ ഉറയ്ക്കുവാൻ ഇടയാക്കിയത് ഇതാണ്. അതിനെ മറികടക്കുകയും മലയാളിക്ക് ശരണം പ്രാപിക്കാവുന്ന തരത്തിൽ സമ്പന്നതയുള്ള ഭാഷയായി പരിണമിക്കുകയും ചെയ്താൽ മാത്രമേ മലയാളത്തെ ആധുനികമായ ഒരു ഭാഷയായി കാണാനും ഉൽക്കർഷത്തിന്റെ ഭാഷയായിക്കണ്ടു സ്വീകരിക്കാനും മലയാളസമൂഹം തയ്യാറാവുകയുള്ളൂ.

കേരളനാട്ടിലെ ജനങ്ങൾ സംസാരിച്ചുവന്ന വാമൊഴിവഴക്കങ്ങൾ ചരിത്രപരമായ സാഹചര്യങ്ങളിൽ സംവാദത്തിലാവുകയും മാനകീകരിക്കപ്പെട്ട് പൊതുവായ വിശേഷഭാഷ ഉരുത്തിരിയുകയും ചെയ്യുന്ന പ്രക്രിയ അനുസ്യൂതം നടന്നതിന്റെ ഫലമായാണ് ഇന്നുനാം മലയാളം എന്ന വാക്കുകൊണ്ടു സൂചിപ്പിക്കുന്ന ഭാഷയുടെ രൂപഭാവങ്ങൾ നിർണയിക്കപ്പെട്ടത്. മിശ്രണത്തിന്റെയും ഉപേക്ഷകളുടെയും ചരിത്രം അതിലുണ്ട്. ഇന്നത്തെ മലയാളഭാഷയുടെ ഉപരിതലത്തിലുള്ള വൈവിധ്യങ്ങളെ അടയാളമായെടുത്ത് അപഗ്രഥിക്കുന്നതിലൂടെ ഈ സങ്കീർണ്ണപ്രക്രിയയെ ഒരു പരിധിവരേക്കെങ്കിലും മനസ്സിലാക്കാൻ കഴിയുന്നുണ്ട്. ഇതരഭാഷകളുമായി വിവിധ തലങ്ങളിൽ വിവിധ കാലഘട്ടങ്ങളിലുണ്ടായ സംബന്ധങ്ങളും ഈ ഘട്ടങ്ങൾ ഉല്പാദിപ്പിച്ച മാനാഭിമാനവിചാരങ്ങളും മനോവേദനകളും ചേർന്നാണ് മലയാളം എന്ന ഭാഷണരീതിയും അതിന്റെ അടിത്തറയായ മലയാളമനസ്സുകളും രൂപപ്പെട്ടത്. സംസ്കൃതം, ഇംഗ്ലീഷ് എന്നീ ഭാഷകളുമായി താരതമ്യം ചെയ്തുകൊണ്ടുളവായിട്ടുള്ള രൂഢധാരണകളുണ്ട് അതിൽ. മാനകമലയാളത്തെക്കുറിച്ചുള്ള സങ്കല്പങ്ങളും വ്യത്യസ്ത പ്രയോഗമേഖലകളുമായി ബന്ധപ്പെട്ട് നിലവിൽ വന്നിട്ടുള്ള ധാരണകളുമുണ്ട്. ഇവയെല്ലാം മലയാളത്തിന്റെ പ്രയോഗത്തെ നിർണ്ണയിക്കുന്ന ഭാഷാബോധമായി, ഭാഷാവ്യവസ്ഥയുടെ അബോധമായി നിലനിൽക്കുന്നു. ഈ ധാരണാസമുച്ചയം ഭാഷയുടെ പുറത്തല്ല. ഇതെല്ലാം ഭാഷയുടെ അവിഭാജ്യമായ ഭാഗങ്ങളാണ്. വീട്ടില്പറയാവുന്നത്, നാട്ടില്പറയാവുന്നത്, മാന്യതയുള്ളത്, ശക്തിയുള്ളത്, സ്വീകാര്യമായത്, അരുതാത്തത് എന്നിങ്ങനെ ഭാഷയെ പലതരത്തിൽ വിലയിരുത്തുവാനും പ്രയോഗത്തെ നിർണയിക്കാനും കരുത്തുള്ളതാണ് ഭാഷാധാരണകളുടേതായ ഈ അടിപ്പടവ്. ഭാഷാമനോഭാവം എന്ന ഒരൊറ്റ വാക്കിൽ സൂചിപ്പിക്കാവുന്ന ഈ സാംസ്കാരികാടിത്തറയെ അവഗണിച്ചുകൊണ്ട് കേവലം പദകോശപരവും വ്യാകരണപരവുമായ ഒരു വ്യവസ്ഥ മാത്രമായി ഭാഷയെ പരിഗണിക്കുന്നത് അയുക്തികമായിരിക്കും.

ഏതൊരു ഭാഷയ്ക്കും കൂടിയോ കുറഞ്ഞോ ഉള്ള സവിശേഷതയാണ് സംവാദസന്നദ്ധത. തമിഴ് പോലുള്ള ഭാഷകളുമായി താരതമ്യം

ചെയ്താൽ 'തനതായ', രീതികളെ കൈവെടിയാനും അന്യമായ രീതികളെ സ്വീകരിച്ചുപ്രതിഷ്ഠിക്കാനുമുള്ള ഈ സന്നദ്ധത മലയാളത്തിന് കൂടിയ അളവിലുണ്ടായിരുന്നു. ഇത് തനതായ ശേഷികളെ തകർത്തുകളയുന്നതാണെന്നും ഉപരിപ്ലവമായ ഭ്രമമാണെന്നും വാദിക്കുക എളുപ്പമാണ്. എന്നാൽ, അതുകൊണ്ട് ഈ വസ്തുതയോ അതിനാധാരമായ വസ്തുനിഷ്ഠസാഹചര്യമോ ഇല്ലാതാവുകയില്ല. ഏതൊക്കെയോ വേവലാതികളെ, അവ ചരിത്രസാഹചര്യങ്ങളിൽനിന്നുളവായതാകാം, ശമിപ്പിക്കുന്നതായിരുന്നു ഈ 'ഭ്രമം'. പഴയ സ്വത്വബോധത്തെ നിഷേധിക്കുന്ന തരത്തിലുള്ള ഈ സ്വീകാരമനോഭാവത്തിന്റെ വസ്തുനിഷ്ഠമായ അധിഷ്ഠാനം, കേരളജനതയുടെ ഭാഷാലോകം സ്വയംപര്യാപ്തമല്ലെന്ന (ആത്മനിന്ദാപരമായ)അനുഭവം പ്രദാനം ചെയ്യുന്ന സാഹചര്യങ്ങളാണെന്നുവേണം കരുതാൻ. നമ്മുടെ ഭാഷയിലില്ലാത്തതും മികവേറിയതുമായ വിഭാവനങ്ങളും വിജ്ഞാനങ്ങളും വിശേഷാധികാരങ്ങളുമുള്ള ഭാഷകളുടെ സാന്നിദ്ധ്യമാണ് ഈ അനുഭവത്തിനു കാരണമായ ഭൗതികസാഹചര്യം ഉളവാക്കിയത്. സംസ്കൃതവും തമിഴും ഇംഗ്ലീഷും മറ്റു പല ഭാഷകളും നമ്മുടെ ഭാഷാചരിത്രജീവിതത്തെ വിഭ്രമിപ്പിച്ചുപോന്നു. അവയിൽനിന്നൊക്കെയുള്ള പലതരം സ്വീകാരസമന്വയങ്ങളിലൂടെ ഈ കുറവിനെ നാം പരിഹരിച്ചുകൊണ്ടിരുന്നു.

ഒരു ദേശീയജനവിഭാഗം എന്ന നിലയിൽ കേരളത്തിലെ നിവാസികൾ രൂപപ്പെടുന്നതിന്റെ ചരിത്രം നോക്കേണ്ടതുണ്ട്. പല തരംഗങ്ങളായി ജനതകൾ വന്നു ലയിച്ച ഇടമാണ് കേരളം. ഇതൊരു പ്രാചീനമായ പ്രവാസകേന്ദ്രമാണ്. ഭൗതികസാഹചര്യങ്ങളിലും സാംസ്കാരികസാഹചര്യങ്ങളിലും മുൻപന്തിയിലുള്ളവരാണ് ഇവിടേക്ക് വന്നുചേർന്നുകൊണ്ടിരുന്നത്. പെറുക്കിത്തിന്നു നടന്നവരുടെ ഇടയിലേക്ക് ഇരുമ്പായുധം ഉള്ളവരും, വാളുള്ളവരുടെ അടുത്തേക്ക് തോക്കുള്ളവരും, ആദിമനിവാസികളുടെ ലോകത്തേക്ക് പരിഷ്കാരികളും, കൗപീനധാരികളുടെ ഇടയിലേക്ക് മുണ്ടുടുത്തവരും, അവരുടെ ഇടയിലേക്ക് കൂടുതൽ പരിഷ്കൃതമായ, അതായത് കൂടുതൽ മാനുഷികമായ ഇടപെടലുകളും പ്രോസസുകളും നടന്നിട്ടുള്ള പുതുവസ്ത്രധാരികളും, എഴുത്തില്ലാത്തിടത്തേക്ക് എഴുത്തുള്ളവരും, ഫോക് കലകളുടെ ലോകത്തേയ്ക്ക് ചിട്ടപ്പെട്ട സാഹിത്യവും ആരാധനാരീതികളും ഒക്കെയുള്ള ജനതകളും വന്നുചേരുകയായിരുന്നു. അന്ധാളിച്ചും അത്ഭുതപ്പെട്ടും കുനിഞ്ഞും അനുഗമിച്ചുമുള്ള ഒരു നില കൈക്കൊള്ളുവാനായിരുന്നു ഈ സന്ദർഭങ്ങൾ ഇടയാക്കിയത്. ദാരികൻ കാളിയുടെ ഇരുമ്പിനുമുന്നിൽ നിസ്തേജനാവുന്നതുപോലെ, പിൽക്കാലത്ത്, മലബാറിലെ സവർണ്ണജന്മിമാർ ടിപ്പുവിന്റെ

പടയോട്ടത്തിനു മുമ്പിൽ പരിഹാസ്യരായതുപോലെ ഇതരഭാഷാസാന്നിദ്ധ്യത്തിൽ മലയാളഭാഷയും പതറിനിന്നു; ജനതയും.

സാംസ്കാരികത്തനിമകളും പോരിമയും തകരുന്ന സമന്വയപ്രക്രിയയാണ് ചരിത്രത്തിലുള്ളത് എന്നുകാണിക്കുവാൻ മാത്രമാണ് ഇതൊക്കെ ഇവിടെ പറഞ്ഞത്. ഈ സാംസ്കാരികസങ്കലനപ്രക്രിയ സംഘർഷങ്ങൾ നിറഞ്ഞതായിരുന്നു. സ്വത്വബോധവും അപരബോധവും ചേർന്നുണ്ടാക്കുന്ന പ്രതിസന്ധികൾ. താരതമ്യവിചാരങ്ങളാൽ അപകർഷബോധം പഴയ ജനതയെ ആവേശിച്ചിരുന്നിരിക്കണം. ഇത് വാസ്തവത്തിൽ, പരിമിതികളെക്കുറിച്ചുള്ള ബോധമാണ്. പുതുമകളുടെ സ്വീകാരത്തെ പ്രോൽസാഹിപ്പിച്ച ഒരു പ്രധാന ഘടകം ഈ അപകർഷബോധത്തെ മറികടക്കുവാനുള്ള ഇച്ഛ കൂടിയായിരിക്കണം. എഴുത്തച്ഛനിൽ പ്രവർത്തിച്ച ഇച്ഛ ഈ വിധത്തിലുള്ളതായിരുന്നുവെന്ന് അദ്ദേഹത്തെക്കുറിച്ചുള്ള മിത്തുകളിലുണ്ട്. എന്തായാലും ഓരോ സാംസ്കാരികസമാഗമവും പരിഷ്കാരത്തിന്റെ ഉയർന്ന പടികളിലേക്കായിരുന്നു നയിച്ചത്. പൂർവ്വനിർണ്ണീതമായ സ്വത്വബോധത്തിലേക്ക് കുറുകുവാനും ചുരുങ്ങിക്കൂടുവാനുമല്ല, പരിമിതികളെ മറികടക്കുവാനാണ് ശ്രമമുണ്ടായത്.

ഇത്തരം ശ്രമങ്ങൾ വ്യാപകമായ ഒരു നീക്കമായിത്തീർന്നത് സംസ്കൃതവുമായുള്ള അഭിമുഖീകരണഘട്ടത്തിലായിരുന്നു. ഇതാണ് നമ്മുടെ ചരിത്രത്തിലെ ഒന്നാം നവോത്ഥാനത്തിനു കളമൊരുക്കിയത്. തമിഴ് സാഹിത്യപാരമ്പര്യത്തിൽനിന്ന് കുതറിമാറാൻ ഭാഷയെ നിർബന്ധിതമാക്കുന്ന മട്ടിൽ (എഴുത്തും വായനയും സാഹിതീയസമ്പർക്കവുമുള്ള ജനവിഭാഗങ്ങളിലെങ്കിലും) സംസ്കൃതത്തിന്റെ പ്രഭാവം പ്രവർത്തിച്ചുവന്നു. ആ പ്രേരണയിലാണ് പാട്ടുകെട്ടുന്നതിലുണ്ടായിരുന്ന ദ്രമിഡസംഘാതക്രമത്തെയും മറ്റു നിയമങ്ങളെയും ഉപേക്ഷിക്കുന്ന സാഹിതീയപരിണാമങ്ങൾ നടന്നത്. സമ്പന്നമെന്നുകണ്ട സംസ്കൃതത്തെ അവർ സ്വീകരിക്കാവുന്നത്ര സ്വീകരിച്ചു. അതിഖരവും മൃദുവും ഘോഷവും ഭാഷയുടേതായി. വാമൊഴിയിൽ സംഭവിച്ചുകൊണ്ടിരുന്ന ഈ മാറ്റത്തെ വരമൊഴിയും പിന്തുടർന്നു. സംസ്കൃതം കലർന്ന മിശ്രഭാഷാരീതികളുണ്ടായി. സാഹിത്യചരിത്രകാരന്മാർ സൂചിപ്പിക്കുന്നതുപോലെ, കൂത്തിലാണ് അതിനുതുടക്കമെന്നു തോന്നുന്നു. ഈ മിശ്രണത്തിന്റെ വഴിയിലൂടെയാണ് മലയാളം സഞ്ചരിച്ചത്.

പ്രാദേശികമായ വാമൊഴികളുടെയും മിത്തോളജിക്കുംമേൽ കേരളത്തോളം വളർന്ന മാനകമലയാളവും ഐതിഹാസികമായ മിത്തോളജിയും വിന്യസിച്ചുകൊണ്ട് മലയാളിക്കു പുതിയ മനോമണ്ഡലം തീർത്ത

ഈ പ്രക്രിയയെ നവോത്ഥാനമെന്നു വിളിക്കുന്നതിൽ അപാകതയില്ല. കാരണം കേവലമായ പരിഷ്കാരത്തിനപ്പുറത്ത് സാംസ്കാരികമായ സിന്തസിസിൽ എത്തിപ്പെട്ട സങ്കലനമായിരുന്നു അവിടെ സംഭവിച്ചത്. പുതിയ സംസ്കാരത്തിന്റെ സൃഷ്ടിയാണ് ഈ പ്രക്രിയയിൽ അന്തർഭ വിച്ചത്. യൂറോപ്പിലെ നവോത്ഥാനത്തിൽ പ്രാദേശികഭാഷകൾ ദേശീ യസംസ്കാരത്തിന്റെ അടിത്തറയായി പരിണമിച്ചതിനു സമാനമായ കാര്യങ്ങളാണ് ഇവിടെയുണ്ടായത്. യൂറോപ്പിൽ നടന്ന നവോത്ഥാനം മാനവികവിജ്ഞാനത്തിന്റെയും കലയുടെയും വികാസമായിരുന്നു. ഗ്രീക്ക് വിജ്ഞാനത്തിന്റെയും മിത്തോളജിയുടെയും സ്വീകാരവും അതിൽ അന്തർഭവിച്ചിരിക്കുന്നു. ഇതൊക്കെച്ചേർന്ന് പ്രാദേശികഭാ ഷകളുടെ വികാസവും സംഭവിച്ചു. ഇവിടെ ഐതിഹാസികപാരമ്പ ര്യത്തെ ആത്മീയമായ പരിവേഷത്തോടെ സ്വീകരിക്കലായി എന്ന വ്യത്യാസമുണ്ട്. വ്യത്യാസങ്ങൾ പരിഗണിച്ച്, ഇവിടെയുണ്ടായ പരിവർ ത്തനത്തെ നവോത്ഥാനം എന്നു വിശേഷിപ്പിക്കാൻ പാടില്ല എന്നു വാദിക്കുന്നവരുണ്ടാകാം. അതു റിനൈസൻസ്, ഇതു നവോത്ഥാനം എന്നു പറയുകയേ നിർവ്വാഹമുള്ളൂ. രണ്ടിനും പൊതുവായ ചിലതുണ്ട് എന്നുമാത്രം; നവീനതയും ജനതകളുടെ ഉത്ഥാനവും.

ഇതിഹാസപുനരാഖ്യാനം നടത്തിയ കവികളായിരുന്നു ഈ നവോ ത്ഥാനത്തെ നയിച്ചത്. ദേശീയോദ്ഗ്രഥനത്തിന്റെ ആദിമനായകന്മാ രായി അവർ. ദ്രാവിഡമായ വാമൊഴിഭേദങ്ങൾ, ഫോക് സ്മരണകൾ, ദേവതകൾ, ഐതിഹ്യങ്ങൾ, ആചാരാനുഷ്ഠാനങ്ങൾ തുടങ്ങിയ ഉദ്ഗ്രഥ നവിഭവങ്ങൾകൊണ്ട് ചെറുകൂട്ടായ്മകളായി അതിരിട്ടുനിന്ന ജനതകളെ സംസ്കൃതത്തെ മുൻനിർത്തി മാനകീകരിക്കുകയും പ്രാദേശികഗാനപാ രമ്പര്യങ്ങളിലൂന്നി ഇതിഹാസമിത്തോളജിയിലേക്ക് കുത്തനെ ഉയർത്തു കയുമാണ് ചെയ്തതെന്ന് ഈ കവികളുടെ സഫലമായ യത്നങ്ങളെ മുൻനിർത്തി വിചാരിക്കാവുന്നതാണ്. വാമൊഴിപ്രാദേശികതയിൽനി ന്ന് ഭാഷാദേശീയതയിലേക്കും സാംസ്കാരികദേശീയതയിലേക്കും ജനതകൾ കൂട്ടിയിണക്കപ്പെട്ടു. കേരളം ഇന്ത്യയിൽ ചേർക്കപ്പെട്ടു. കേരളം മാത്രമല്ല, ഇന്ത്യയിലെ പ്രദേശങ്ങളെയാകെ കൂട്ടിക്കെട്ടിയ ഒരു പ്രോസസ്സായിരുന്നു അക്കാലത്തുണ്ടായത്.

മലയാളത്തെ സംബന്ധിച്ചിടത്തോളം ഫലപ്രദമായി ആശയവിനി മയം നടത്താൻ പര്യാപ്തമായ ഒരു മാനകഭാഷയുടെ അടിത്തറ ഈ ഘട്ട ത്തിലെ വിശേഷഭാഷാവ്യവഹാരങ്ങളിലൂടെ രൂപപ്പെട്ടുവന്നു. സംസ്കൃത ത്തിനു മുമ്പിൽ അപകർഷമെന്ന പ്രതീതിയുണ്ടായ, അസഭ്യവും അശ്ലീല വുമായി അവമതിക്കപ്പെട്ട പദാംശങ്ങളെയാകെ പുറന്തള്ളിയുണ്ടാക്കിയ

ഈ ഭാഷ സഭ്യവും മാന്യവും ആധികാരികവുമായി മലയാളിക്ക് അനുഭവപ്പെട്ടു. നമുക്കെഴുത്തച്ഛനെടുത്ത ഭാഷാക്രമക്കണക്കേ ശരണം എന്ന, കുഞ്ഞിക്കുട്ടൻ തമ്പുരാൻ വക പ്രകീർത്തനത്തിൽ എഴുത്തച്ഛനിൽ സഫലമായ ഭാഷയുടെ ഇത്തരം മാനങ്ങളൊക്കെ ആദരിക്കപ്പെടുന്നുണ്ട്. ഇങ്ങനെ സാമാന്യമായി പറയാമെങ്കിലും ഈ പുതുക്കിയ ഭാഷ എന്തിനും പോരുമെന്ന വിശ്വാസം എഴുത്തച്ഛനുപോലും ഇല്ലായിരുന്നു. തത്വചിന്താപരമായ ഭഗവത്ഗീതയെ വിശദമായി ആഖ്യാനം ചെയ്യാൻ മടിച്ചതിനുപിന്നിൽ ഈ മനസ്സു പ്രവർത്തിച്ചിരുന്നുവോ എന്നു സംശയിക്കണം. കേരളഭാഷാഭിമാനിയെന്ന് വാഴ്ത്തപ്പെടാറുള്ള ആചാര്യന്റെ *ലീലാതിലകം* എന്ന ശാസ്ത്രകൃതി സംസ്കൃതത്തിലാണ് രചിക്കപ്പെട്ടത് എന്നതും ഓർക്കുക. ഇതൊക്കെ നമ്മുടെ ഭാഷയുടെ വല്ലായ്മകളുടെ സാക്ഷ്യങ്ങളായി തുടരുന്നുണ്ട്.

ഒന്നാം നവോത്ഥാനമെന്ന് ഇവിടെ വിശേഷിപ്പിക്കുന്ന ആവിഷ്കാരചലനങ്ങളിലൂടെ ഉണ്ടായിവന്നത് ഭാവനയ്ക്കും തത്വവിചാരത്തിനും സഞ്ചരിക്കാൻ പര്യാപ്തമായ ഭാഷയാണ് എന്നു പറയാം. അതിനെ അടിത്തറയാക്കി ശാസ്ത്രത്തിന്റെയും തത്വചിന്തയുടെയും സംവാദങ്ങൾ ഇവിടെ ഉണ്ടാകേണ്ടിയിരുന്നു. ഉള്ളു നിർമ്മിക്കാനും ഉള്ളു കാട്ടാനും അതിചിന്ത വഹിക്കുവാനും വിജ്ഞാനവിനിമയം ചെയ്യാനും കൊള്ളാമെന്നു തോന്നിക്കുന്ന, ആധുനികമായ ഒരു ഭാഷ എന്ന നിലയിൽ അഭിമാനത്തോടെ സ്വീകരിക്കാൻ പര്യാപ്തമാകണമെങ്കിൽ ഇത്തരമൊരു പരിവർത്തനം അനിവാര്യമായിരുന്നു. എന്നാൽ അതു പൂർണ്ണമായ അർത്ഥത്തിൽ ഉണ്ടായില്ല. അതൊരു തരക്കേടായി നിന്നിട്ടാണ് ഭാഷയുടെ പരാധീനതാസംവാദങ്ങൾക്ക് ഇട നൽകുന്നത്.

ശാസ്ത്രത്തിന്റെയും ആധുനികവിജ്ഞാനത്തിന്റെയും ഭാഷയായിട്ടായിരുന്നു പിൽക്കാലത്ത് ഇംഗ്ലീഷ് കടന്നുവന്നത്. കോളണീകരണത്തിന്റെയും ഭാഷയായിരുന്നുവെങ്കിലും അതിന്റെ വിജ്ഞാനപാരമ്പര്യത്തെ മലയാളി ആദരവോടെ കണ്ടു. ആധികാരികതയെ അനുഭവിച്ചു. രാജാറാം മോഹൻ എന്ന ബംഗാളി നിരൂപിച്ചതുപോലെ ആധുനികതയിലേക്കുള്ള പ്രവേശനം (വിമോചനം) ഇംഗ്ലീഷിലൂടെയാണെന്ന് മലയാളിയും കണ്ടു. വിജ്ഞാനത്തിന്റെയും വിമോചനത്തിന്റെയും സ്വാതന്ത്ര്യത്തിന്റെയും ഭാഷയായാണ് മലയാളസമൂഹം ഇംഗ്ലീഷിനെ അനുഭവിച്ചത്. ആധുനികതയിലേക്ക് പ്രവേശിക്കുവാൻ, അന്തർദേശീയതയിലേക്ക് പ്രവേശിക്കുവാൻ നമുക്കു വിധി വച്ചുനീട്ടിയ അവസരമായിരുന്നു അത്. ഈ വസ്തുതയാണ് ഇംഗ്ലീഷിനോടുള്ള ആഭിമുഖ്യത്തിനു മുഖ്യമായ നിദാനം. ഇത് പലപാട് വികസിച്ച് മലയാളികളെ മലയാളവിരുദ്ധരാക്കിത്തീർക്കുന്ന

ഒരു സ്ഥിതിവിശേഷത്തിലേക്ക് എത്തിച്ചിരിക്കുന്നു എന്നതാണ് ശ്രദ്ധിക്കേണ്ട സംഗതി. മലയാളം വേണം എന്നുപറയുമ്പോഴും ഇംഗ്ലീഷ് ശരണമെന്നു മലയാളിയുടെ മനസ്സ് പറയുന്നു.

അച്യുത്ശങ്കറിനെപ്പോലെ മലയാളത്തെ സ്നേഹിക്കുന്ന, മലയാളത്തിന്റെ ഭാവിയിൽ ഉൽക്കണ്ഠപ്പെടുന്ന ആളുകൾ പോലും ഇക്കാര്യം തുറന്നു രേഖപ്പെടുത്തുന്നുണ്ട്. മലയാളത്തിന്റെ രൂപം മാറുന്നതിനെക്കുറിച്ച് അപ്പോഴും അദ്ദേഹം വേവലാതിപ്പെടുകയും ചെയ്യുന്നു. ഈ ഉഭയഭാവം മലയാളിയെ കുഴക്കുന്നു. രൂപവും ഭാവവും മാറാതെ ഈ ഭാഷയ്ക്കു മുന്നോട്ടുപോകാനാവില്ല. ഇതിനർഥം മലയാളം മരിക്കുമെന്നല്ല, മാധ്യമങ്ങളും എഴുത്തുകാരും പ്രസാധകരും രാഷ്ട്രീയപ്രവർത്തകരും സാംസ്കാരികപ്രവർത്തകരും ആത്മീയപ്രവർത്തകരും ചേർന്നു മലയാളത്തെ നിലനിർത്തുക തന്നെ ചെയ്യും. അതിൽ സാധ്യമായ കാര്യങ്ങൾ നടന്നുകൊണ്ടിരിക്കും. എന്നാൽ ഈ തുമ്പിയെക്കൊണ്ട് ശാസ്ത്രത്തിന്റെയും തത്വചിന്തയുടെയും ഭാരം ചുമപ്പിക്കാൻ കഴിയുകയില്ലെന്നുമാത്രം. ശാസ്ത്രത്തിനും അക്കാദമിക് വ്യവഹാരത്തിനും ഉതകുന്ന മട്ടിൽ ഭാഷ സമ്പന്നമാകുന്ന തരത്തിൽ സർഗാത്മകയത്നങ്ങൾ ഉണ്ടായാലേ അതു സാധിക്കുകയുള്ളൂ. അതിനുള്ള അന്തരീക്ഷം പ്രദാനം ചെയ്യുകയാണ് ആവശ്യം. പകരം നമ്മുടെ ഭാഷ എന്തിനും പോരുന്നതാണെന്നു ചിന്തിക്കുന്നതിൽ കഴമ്പില്ല. ശാസ്ത്രസാങ്കേതികവിഷയങ്ങൾ പഠിക്കാനും പഠിപ്പിക്കാനും ഉതകുന്ന ഭാഷാരീതിയും ഉള്ളടക്കവും ഉണ്ടാക്കുന്ന പ്രവർത്തനങ്ങൾ നടക്കേണ്ടിയിരിക്കുന്നു. രാജരാജവർമ്മ നിർദ്ദേശിച്ചതുപോലെ ശാസ്ത്രജ്ഞന്മാർ ഭാഷയിൽ തങ്ങൾക്കറിയാവുന്ന വിഷയങ്ങൾ കൈകാര്യം ചെയ്യുകയും ജനങ്ങൾക്കും വിദ്യാതല്പരന്മാർക്കും സ്വീകാര്യമായ ശാസ്ത്രഭാഷ സൃഷ്ടിക്കുകയും ചെയ്യണം.

ശാസ്ത്രഭാഷ രൂപപ്പെടണമെങ്കിൽ നമ്മുടെ വാമൊഴിയിലുണ്ടായ പരിണാമത്തെ പിന്തുടരുകയായിരുന്നു വേണ്ടത്. കാരണം, അത് നമ്മുടെ ഭാഷാമനോഭാവത്തിനനുസൃതമായാണ് വളർന്നുവരുന്നത് എന്നതുതന്നെ. ഇംഗ്ലീഷിനെ അന്യമായി കാണുന്നതിനുപകരം പ്രചോദനവും ശക്തിദായകമായ പ്രഭവവുമായി കാണുകയായിരുന്നു അവിടെ. എന്നാൽ ഇതൊന്നും സംഭവിച്ചില്ല. ശാസ്ത്രം പഠിക്കുകയും പഠിപ്പിക്കുകയും ചെയ്തുപോരുന്നവരാരുംതന്നെ ശാസ്ത്രപ്രതിപാദനത്തിനു മലയാളത്തെ ഉപയോഗപ്പെടുത്തുകപോലും ചെയ്യുന്നില്ല. ശാസ്ത്രം നമ്മുടെ ഭാഷയിലെ ഒരു വ്യവഹാരമായി വന്നതേയില്ല എന്നതാണ് യാഥാർത്ഥ്യം. മലയാളം ആധുനികമായ ഒരു ഭാഷയല്ലെന്നു കരുതുവാൻ പ്രേരിതമാവുന്നതിന്റെ അടിസ്ഥാനമിതാണ്. സംസ്കൃതത്തിലെഴുതുവാൻ

കഴിയുമ്പോഴും, അരക്കവിയായി ഇരുന്നുകൊള്ളാമെന്നു കരുതി അല്പം ഭാഷ പ്രയോഗിച്ച പൂനം നമ്പൂതിരിയും, ഭാഷാമിശ്രമിതെന്റികഴാതെ എന്നു ഖേദിച്ചുകൊണ്ട് മിശ്രഭാഷയിലെഴുതാൻ തയ്യാറായ കണ്ണശ്ശനും നടത്തിയ മട്ടിലുള്ള സാഹസികയാത്രകൾ ഉണ്ടായില്ല. എന്നിട്ടുവേണ്ടേ ശാസ്ത്രത്തിന്റെ എഴുത്തച്ഛന്മാരുണ്ടാകാൻ?

ഇംഗ്ലീഷ് നമ്മുടെ ഭാഷയുമായി സമ്പർക്കത്തിലായ കാലത്ത് സർഗ്ഗാത്മകമായ ചുവടുവെയ്പുകൾ ഉണ്ടായിവന്നിരുന്നു. നമ്മുടെ ആദ്യകാലപത്രങ്ങൾ പരിശോധിച്ചാൽ മലയാളഭാഷയുടെ ശാസ്ത്രവൽക്കരണത്തിനു വലിയ ഊന്നൽ നൽകിയിരുന്നു എന്നു കാണാൻ കഴിയും. മലയാളത്തിൽ പ്രതിപാദിക്കാനായിരുന്നു അന്നുനടന്ന പരിശ്രമങ്ങൾ. നമ്മുടെ അനുഭവപരിസരത്തേക്ക് ആധുനികവിജ്ഞാനം കൊണ്ടുനിർത്തുന്നതിനായിരുന്നു ഈ നീക്കം. എന്നാൽ പിന്നീട് സർക്കാർ സ്ഥാപനങ്ങളുടെ മേൽനോട്ടത്തിൽ നടന്ന യത്നങ്ങൾ ആ വഴിയിൽനിന്നു വ്യതിചലിക്കുകയാണുണ്ടായത്. പാശ്ചാത്യഭാഷയെയും സംസ്കാരത്തെയും വാമൊഴിയിലും സാധാരണജീവിതത്തിലും സ്വാംശീകരിക്കുന്ന രീതി ശ്രദ്ധിച്ചിരുന്നുവെങ്കിൽ അതിനനുസൃതമായ ഒരു രീതി കരുപ്പിടിപ്പിച്ചുകൊണ്ട് പാശ്ചാത്യമായ വൈജ്ഞാനികസംസ്കാരത്തെ നമ്മുടെ ഭാഷയിലേക്ക് സമന്വയിക്കാൻ കഴിയുമായിരുന്നു. അതുകൊണ്ടായില്ല. പകരം, അപരമായും അന്യമായും ഇംഗ്ലീഷിനെ കണ്ടും ആധുനികശാസ്ത്രാടിസ്ഥാനമില്ലാത്ത സംസ്കൃതത്തെ മുന്നിൽക്കണ്ടുമുള്ള നീക്കമാണ് ഉണ്ടായത്. തങ്ങളെ തൊട്ടുതലോടിനിൽക്കുന്ന ഇംഗ്ലീഷിൽനിന്ന് ഭൂതകാലയാഥാർത്ഥ്യമായ സംസ്കൃതത്തിലേക്ക് സഞ്ചരിക്കാനാണ് പണ്ഡിതന്മാർ തുനിഞ്ഞത്. നമ്മുടെ സാങ്കേതികപദകോശത്തിലേക്ക് ചേർത്ത പദങ്ങൾ നോക്കിയാൽ ഇതു മനസ്സിലാകും. സംസ്കൃതത്തിന്റെ ആധികാരികസ്ഥാനം ഇംഗ്ലീഷ് കൈവശപ്പെടുത്തിയ കാലത്ത് നടത്തിയ ഈ പരിപാടി ഒട്ടുംതന്നെ കാലോചിതമല്ലെന്ന് ഭാഷാസൂത്രകർ മനസ്സിലാക്കിയില്ല. വാസ്തവത്തിൽ പരിചിതമായ മലയാളപദമോ ഇംഗ്ലീഷ് സാങ്കേതികപദം അങ്ങനെതന്നെയോ സ്വീകരിക്കുകയായിരുന്നു ഉചിതം. വാമൊഴിയിൽ അങ്ങനെയാണ് സംഭവിക്കുന്നതെന്നോർക്കുക. അവയുടെ രൂപാന്തരങ്ങൾ സൃഷ്ടിക്കുവാൻ വിഷമമാണെന്നു ചില ഭാഷാപണ്ഡിതന്മാർ ചൂണ്ടിക്കാട്ടാറുണ്ട്. രൂപാന്തരങ്ങൾ സഹിതം സ്വീകരിക്കുന്നതിൽ യാതൊരു തകരാറുമില്ല എന്നു നമ്മുടെ ശാസ്ത്രവാമൊഴി (ശാസ്ത്രജ്ഞർ ഉൾപ്പെടെയുള്ള ആളുകൾ ശാസ്ത്രവിഷയങ്ങൾ സംസാരിക്കുന്ന സന്ദർഭത്തിൽ ഉപയോഗിക്കുന്ന ഇംഗ്ലീഷ് പദങ്ങൾ ധാരാളമായി സ്വീകരിച്ചുള്ള ഭാഷാരീതി) കാണിച്ചുതരുന്നുണ്ട് എന്ന യാഥാർത്ഥ്യമാണ് അവരെ ഓർമിപ്പിക്കുവാനുള്ളത്.

വൈജ്ഞാനികമായി മലയാളം ദരിദ്രമായി തുടരുവാനാണ് ഭാഷയെ സംബന്ധിച്ച യാഥാർത്ഥ്യബോധമില്ലാത്ത പരിശ്രമങ്ങൾ സഹായിച്ചത്. അതുകൊണ്ട് ശാസ്ത്രീയമായ കാര്യങ്ങൾ കൈകാര്യം ചെയ്യാവുന്ന ഒരു 'രജിസ്റ്റർ' ഉണ്ടായിവന്നില്ല. ഈ പരിമിതിയെ മറികടക്കാനും ഭാഷയെ സമ്പന്നമാക്കാനും കഴിയുമ്പോൾ മാത്രമേ മലയാളം മലയാളിക്ക് അഭിമാനകരമായ ഒരു നില കൈവരിക്കുകയുള്ളൂ. ഇത് എളുപ്പമുള്ള കാര്യമല്ല കാരണം, നമ്മുടെ വിശേഷവിനിമയമേഖലകളിൽ ഇംഗ്ലീഷ് ഇരിപ്പുറപ്പിച്ചുകഴിഞ്ഞിരിക്കുകയാണ്. കഴിഞ്ഞ അമ്പതുവർഷക്കാലം അക്കാദമികമായ മേഖലകളിൽ ഇംഗ്ലീഷിന് ഒരുക്കിക്കൊടുത്ത അനുകൂലസൗകര്യങ്ങൾ നമ്മുടെ സകല വിനിയമങ്ങളെയും പിടിമുറുക്കിക്കഴിഞ്ഞിരുന്നു. ഇങ്ങനെ സംഭവിച്ചതുകൊണ്ട് മലയാളഭാഷ മലയാളമനസ്സിലെന്നപോലെ മലയാളനാട്ടിലും മാർജിനലൈസ് ചെയ്യപ്പെട്ടു. സർഗസാഹിത്യത്തിന്റെ മേഖലയിലും ഇംഗ്ലീഷ് അതിന്റെ പ്രഭാവം കാണിച്ചുതുടങ്ങിയിരിക്കുന്നു. എന്നാൽ, ഇതെല്ലാം ഒരു ജനത എന്ന നിലയിൽ നമുക്കു പരിമിതികൾ ഉണ്ടാക്കുന്നുണ്ടെന്നു കരുതാൻ ന്യായമില്ല. കാരണം അത്രത്തോളം ഇംഗ്ലീഷ് നമ്മുടെ ഭാഷാസാഹചര്യമായി മാറിക്കഴിഞ്ഞു.

ഒരു പരിധിവരെ, മലയാളി മറക്കാനും മറയ്ക്കാനുമാഗ്രഹിക്കുന്ന ഒരു സ്വത്വബോധത്തിന്റെ പേരാകുന്നു മലയാളം. ഇത് ജനതയുടെ കുറ്റമല്ല. ഭാഷാസാഹചര്യം വസ്തുയാഥാർത്ഥ്യമെന്ന നിലയിൽ സൃഷ്ടിക്കുന്ന പ്രതീതികളും ധാരണകളുമാണ് അതിനടിയിലുള്ളത്. ചരിത്രവും വർത്തമാനവുമാണ് ഈ മനോനിലയെ അനിവാര്യമാക്കുന്നത്. മലയാളത്തെ പ്രകീർത്തിക്കുവാനും ഇംഗ്ലീഷിനെ പ്രണയിക്കാനുമാണ് നമുക്കു നിയോഗം. ഈ പാപബോധസങ്കുലമായ മനോഭാവം ഒട്ടും ആരോഗ്യകരമല്ല. അച്യുത്ശങ്കർ തുറന്നുപറഞ്ഞ മട്ടിലുള്ള ഉഭയജീവിതത്തിൽനിന്ന് വിമുക്തരായി, ഭാഷയെക്കുറിച്ചുള്ള ആധികളിൽനിന്നു വിമുക്തമായി നമുക്കു സ്വാതന്ത്ര്യത്തോടെ ജീവിക്കാം. അതാണ് നമ്മുടെ ഭാഷാബോധം നമ്മോട് ആവശ്യപ്പെടുന്നത്. അതല്ല, വികസിതമായ ഒരു ഭാഷാദേശീയതയായി വളരണമെന്നുണ്ടെങ്കിൽ നമ്മുടെ ഭാഷാസാഹചര്യത്തെ പരിവർത്തിപ്പിക്കുവാൻ കഴിയണം. അതിൽ ആദ്യത്തേത് ഭരണഭാഷയുടെ മേഖലയാണ്. മലയാളമനസ്സ് മലയാളത്തെ പ്രതീക്ഷിക്കുകയും ആഗ്രഹിക്കുകയും ചെയ്യുന്ന ഇടമാണത്. ഇംഗ്ലീഷിനെ അധികാരത്തിന്റെ ഏകഭാഷ എന്ന നിലയിൽനിന്നു പടിയിറക്കുവാൻ കഴിയണം. എന്നാൽ അതിനുപയോഗിക്കുന്ന ഭാഷാരീതികളിലും മുമ്പു പറഞ്ഞ മട്ടിലുള്ള അനുചിതമായ പ്രവണതകൾക്കാണ് മുൻതൂക്കം.

ഇംഗ്ലീഷ് പദാംശങ്ങളുടെ സ്ഥാനത്ത് നിഘണ്ടുവിൽ മാത്രം ജീവിക്കുന്ന സംസ്കൃതപദങ്ങളാണ് എടുത്തുവയ്ക്കുന്നത്. നിത്യവ്യവഹാരത്തിലുള്ള മലയാളപദങ്ങളുപയോഗിച്ചുള്ള ഒരു ശൈലി രൂപപ്പെടുത്താൻ ഈ രംഗത്തു പ്രവർത്തിക്കുന്നവർ മുൻകൈയെടുക്കേണ്ടിയിരിക്കുന്നു. പരിചിതമായ ഇംഗ്ലീഷ് പദങ്ങൾ അതേപടി സ്വീകരിക്കുവാനും മടിച്ചുകൂടാ. ഭാഷയുടെ ആധുനികീകരണവിഷയത്തിൽ പരിചിതമായ ഇംഗ്ലീഷിനെത്തന്നെയാണ് പ്രയോജനപ്പെടുത്തേണ്ടത്. കേൾവിയിൽ മലയാളമെന്ന പ്രതീതിയും ആംഗലത്തിന്റെ വൈജ്ഞാനികസംസ്കാരം സന്നിഹിതവുമായ ഒരു പുതുമലയാണ്മയുടെ സാക്ഷാത്കാരമാകണം ലക്ഷ്യം. ഈ ദൗത്യം ഏറ്റെടുത്തുനിർവ്വഹിക്കാൻ മലയാളഭാഷയെ സംബന്ധിച്ചിടത്തോളം ആളുകളുണ്ടാവുമോ എന്നതാണ് ചോദ്യം. അതുണ്ടായാൽ മാത്രമേ വൈജ്ഞാനികമാധ്യമമെന്ന നിലയിൽ മലയാളത്തിനു പ്രസക്തിയും ഭാവിയുമുണ്ടാവുകയുള്ളൂ. ഈ വെല്ലുവിളി ഏറ്റെടുക്കേണ്ടത് മുഖ്യമായും നമ്മുടെ ശാസ്ത്രസാങ്കേതികരംഗങ്ങളിൽ പ്രവർത്തിക്കുന്നവരാണ്. അവർ മലയാളത്തിൽ സജീവമായി വിനിമയമാരംഭിക്കുന്നതോടെ അടിച്ചേല്പിക്കൽ കൂടാതെതന്നെ മലയാളി മലയാളത്തിലേക്കു മടങ്ങിവന്നേക്കും. കമ്പ്യൂട്ടർ സാങ്കേതികവിദ്യ ഉപയോഗപ്പെടുത്തി ഭാഷ കൈകാര്യം ചെയ്യുന്നവർ ഇക്കാര്യത്തിൽ മുന്നിൽ നടക്കുന്നുണ്ട്. ശുദ്ധിവാദത്തിന്റെയും തനിമാസങ്കല്പങ്ങളുടെയും കുരുക്കില്പെടാതെ സ്വാതന്ത്ര്യബോധത്തോടെ അവർ ഭാഷ കൈകാര്യം ചെയ്യുന്നു. മലയാളത്തിന്റെ ആധുനികീകരണത്തെ വിപ്ലവകരമായ പരിപൂർത്തിയിലെത്തിക്കുക അവരുടെ പിൻമുറക്കാരാകും.

(ആലുവ യു സി കോളേജിലെ മലയാളവിഭാഗം സംഘടിപ്പിച്ച 'ഭാഷാപഠനം നവീനവഴികൾ' എന്ന സെമിനാറിൽ അവതരിപ്പിച്ച പ്രബന്ധം. 2010 ലെ *ഭൂമിമലയാളം* റിസർച്ച് ജേണലിൽ പ്രസിദ്ധീകരിച്ചത്)

എഴുത്തച്ഛൻ പിറന്ന നാട്ടിൽ

എഴുത്തിന്റെ സാംസ്കാരികമൂല്യവും വിവക്ഷകളും അവഗണിക്കപ്പെടുകയും അവഹേളിക്കപ്പെടുകയും ചെയ്യുന്നതാണ് കേരളത്തിലെ അക്കാദമികരംഗത്ത് പുഷ്ടിപ്പെട്ടുകൊണ്ടിരിക്കുന്ന ഭാഷാസമീപനത്തിൽ കാണാവുന്നത്. ഈ സാഹചര്യത്തിൽ എഴുത്തച്ഛൻ എന്ന സംജ്ഞ ആവാഹിക്കുന്ന വിവക്ഷകളെ പ്രവേശകമായി സ്വീകരിച്ചുകൊണ്ട് സമകാലഭാഷാശിക്ഷണസമീപനത്തെക്കുറിച്ചു ചില ആലോചനകളും വിമർശനങ്ങളും മുന്നോട്ടുവെയ്ക്കുവനാണ് ഇവിടെ ശ്രമിക്കുന്നത്. എഴുത്തിനെ അവമതിക്കുന്ന വീക്ഷണം അടിസ്ഥാനപരമായി മാനവികസംസ്കാരത്തിനെതിരായ സമീപനമാണെന്നും, അത് ഭാഷാപിതാവിനെക്കുറിച്ചുള്ള സങ്കല്പവുമായി എഴുത്തിനെ ഇണക്കിനിർത്തുന്നതിലൂടെ എഴുത്തിനെക്കുറിച്ചുള്ള ആഴത്തിലുള്ള അവബോധം പ്രകാശിപ്പിച്ച മലയാളമനസ്സ്നെ അനുസരിക്കുന്നതല്ലെന്നുമാണ് ഇവിടെ പുലർത്തുന്ന കാഴ്ചപ്പാട്.

മലയാളഭാഷയുടെ പിതാവായി എഴുത്തച്ഛനെന്ന കവിയെ സങ്കല്പിക്കുന്നതിന്റെ പൊരുളിനെക്കുറിച്ച് ആലോചിച്ചാൽ പല യുക്തികളും അയുക്തികളും നമുക്കു കണ്ടെത്താനാവും. ഭാഷയ്ക്കും പിതാവോ എന്ന ചോദ്യം ഉയർന്നുവരിക സ്വാഭാവികം. എഴുത്തച്ഛനു മുമ്പേയുള്ളതല്ലേ മലയാളഭാഷ എന്ന ചോദ്യവും പ്രസക്തമാണ്. ഇനി ഒരു കവിയെ വേണം പിതാവായി കല്പിക്കാൻ എന്നു വെച്ചിട്ടാണെങ്കിൽ, ചെറുശ്ശേരിക്കെന്തേ പതിതത്വം കല്പിക്കുവാൻ എന്നും മറ്റുമുള്ള ചോദ്യങ്ങൾ വരാം. ഇതിനൊക്കെ സർവസമ്മതിയുള്ള ഉത്തരങ്ങൾ നൽകുവാൻ കഴിയുമെന്നു തോന്നുന്നില്ല. എന്തായാലും ഇങ്ങനെയൊരു മിത്തിന് നമ്മുടെ നാട്ടിൽ വലിയ പ്രാഭവമുണ്ടായി എന്ന കാര്യത്തെ അവഗണിക്കാനാവുകയില്ല. മലയാളികളുടെ പ്രാദേശികവും സാമുദായികവുമായ

അതിരുകളെ അതിലംഘിച്ചുനിൽക്കുന്ന ഒന്നാണ് ഈ മിത്ത്, മുക ളില്പറഞ്ഞ മട്ടിലുള്ള ചോദ്യങ്ങളും ഉത്തരങ്ങളും ചേർന്നുണ്ടാകുന്ന സംവാദങ്ങൾ മാത്രമല്ല എഴുത്തച്ഛന്റെ ജാതിനിർണയം നടത്താനായി ശ്രമിക്കുന്നവരുടെ ആലോചനകൾ പോലും ഈ മിത്തിനെ മലയാള മനസ്സിൽ റിഫ്രഷ് ചെയ്തു നിലനിർത്താനും ദൃഢീകരിക്കുവാനുമാണ് പ്രയോജനപ്പെടുന്നത്.

ഭാഷയുടെ പിതാവായി കല്പിക്കപ്പെട്ട കവിയുടെ നാമത്തിൽ എഴുത്ത് എന്ന ശബ്ദം വന്നുചേർന്നതിൽ ഒരു സാംസ്കാരികനീതി പ്ര വർത്തിച്ചിട്ടുണ്ട് എന്ന് ഈ ലേഖകൻ കരുതുന്നു. ഭാഷയെ എഴുത്തിന്റെ മണ്ഡലത്തിൽ വ്യവസ്ഥാപനം ചെയ്ത ഒരു മഹാനായാണു മലയാളികൾ എഴുത്തച്ഛനെ മനസ്സിലാക്കിയതെന്നു തോന്നുന്നു. മലയാളലിപികളെ നിജപ്പെടുത്തി എന്ന, ചരിത്രപരമായി ശരിയല്ലാത്ത, ക്വാളിഫിക്കേഷൻ എഴുത്തച്ഛനു നൽകിയതിന്റെ സാംഗത്യം ഈ മനസ്സിലാക്കലുമായി ചേർന്നുനിൽക്കുന്നതാണ്. ചുരുക്കിപ്പറയാം. എഴുത്തിന്റെ അച്ഛനാ യാണ് എഴുത്തച്ഛനെ മലയാളികൾ കണ്ടത്. ഭാഷാപിതാവ് എന്നതിലെ ഭാഷ എന്ന ഭാഗം വാചികരൂപത്തിലുള്ള ഭാഷയെ എന്നതിനേക്കാൾ എഴുത്തുരൂപത്തിലുള്ള ഭാഷയെയാണ് (എഴുത്ത് = ലിഖിതഭാഷ) സൂചി പ്പിക്കുന്നത്. അങ്ങനെ കണ്ടാൽ, എഴുത്തച്ഛൻ എന്നതിന്റെ സംസ്കൃ തപരിഭാഷയാണ് ഭാഷാപിതാവ് എന്ന പ്രയോഗം (എഴുത്ത് = ഭാഷ, അച്ഛൻ = പിതാവ്) എന്ന് വരും.

എഴുത്തുഭാഷയുടെ സവിശേഷമായ അന്തസ്സ് പ്രാദേശികാതിർത്തി കളെ ലംഘിച്ചുകൊണ്ട് മലയാളികളെ ഒന്നാകെ അനുഭവപ്പെടുത്തിയ മഹാകവിയായി എഴുത്തച്ഛൻ. എഴുത്തിനിരുത്തുക എന്ന ചടങ്ങിന് ആദരം നൽകിക്കൊണ്ടും എഴുത്താണിക്ക് ആദരം നൽകിക്കൊണ്ടുമൊ ക്കെ എഴുത്ത് എന്ന പ്രക്രിയയുടെ സാംസ്കാരികമാഹാത്മ്യത്തെക്കുറി ച്ചുള്ള ബോധ്യം മലയാളമനസ്സിൽ ആഴത്തിൽ ലേഖനം ചെയ്യാനും ആ കവിക്കു സാധിച്ചു. വാമൊഴിയുടെ പാരമ്പര്യത്തെ എല്ലാ അർത്ഥത്തിലും വരമൊഴിയുടെ സമുന്നതപാരമ്പര്യത്തിലേക്ക് ഉയർത്തി പ്രതിഷ്ഠിക്കാൻ അദ്ദേഹത്തിനു കഴിഞ്ഞു. വിപുലമായ ഇതിഹാസകഥകൾ കേൾക്കുവാ നായി കാതുകുർപ്പിക്കുകയും (കാകുൽസ്ഥലീലകൾ കേട്ടാലും കേട്ടാലും മതിവരാത്തവൻ, വചനത്തിന്റെ കവിയല്ലയാൾ, കേൾവിതൻ കവി) കാതും ഉള്ളും കുളുർക്കുമാറനുഭവിച്ച് ഓലയിൽ ആലേഖനം ചെയ്ത കവഴിയാണ് ഇതു സാധിച്ചെടുത്തത്. മലയാളമനസ്സായിരുന്നു ആ ഓല. മലയാളമനസ്സ് ചക്രവാളങ്ങളോളം വികസിച്ചതും ഭാഷയുടെ (വിചാരങ്ങളുടെയും) സാഹിതീയമായ അസാധാരണത്വം അറിഞ്ഞതും

ആവിഷ്കരിച്ചതും ഈ ആലേഖനപ്രക്രിയയെ പിൻതുടർന്നായിരുന്നു.

എഴുത്തച്ഛന്റെഴുത്തുകൾ വായിക്കുകയും പഠിക്കുകയും ചെയ്യുന്നതിലൂടെ, എഴുത്താണിയെഴുന്നള്ളിക്കുകയും എഴുത്തിനിരുത്തുകയും മറ്റും ചെയ്യുന്നതിലൂടെ, നാം ഇതൊക്കെ അനുസ്മരിച്ചുപോകുന്നു എന്നാണ് തോന്നുക. എന്നാൽ വേണ്ടമട്ടിൽ അറിഞ്ഞിട്ടാണോ ഇന്ന് ഈ അനുസ്മരണകൾ നടത്തിപ്പോരുന്നത്? സംശയമാണ്. എഴുത്തിനെക്കുറിച്ചുള്ള അവബോധമുള്ള ഒരു ജനതയ്ക്ക് അനുവദിക്കാനാകാത്ത തരത്തിലുള്ള പരിഷ്ക്കാരങ്ങളുമായി നമ്മുടെ ഭാഷാപഠനത്തിന്റെ ആസൂത്രകന്മാർ നീങ്ങുമ്പോൾ നിശ്ശബ്ദരായിരിക്കുവാൻ നമുക്കു കഴിയുന്നു എന്നത് ഈ അറിയായ്മയുടെ (അതോ മറവിയുടെയോ?) അടയാളമല്ലാതെ മറ്റെന്താണ്?

പഠനത്തെ എഴുത്തിന്റെ ലോകത്തേക്കുള്ള പ്രവേശനമായാണ് സമീപകാലം വരെ കണ്ടുപോന്നിരുന്നത്. നമ്മുടെ നാട്ടിൽ ഔപചാരികവിദ്യാഭ്യാസത്തിന്റെ തുടക്കത്തിന് പേരുപറഞ്ഞതുതന്നെ എഴുത്തിനിരുത്തുക എന്നാണല്ലോ. വാമൊഴിയിൽനിന്ന് വരമൊഴിയിലേക്കുള്ള പ്രവേശനമാണ് വിദ്യാരംഭത്തോടെ സംഭവിക്കുന്നത്. വാമൊഴി ആർജ്ജിക്കുന്നത് (acquiring) ആണ്. ചെടികൾ വെള്ളവും വളവും വലിച്ചെടുക്കുന്നതുപോലുള്ള, അല്ലെങ്കിൽ സൂര്യപ്രകാശത്തിൽനിന്ന് ഊർജ്ജം സ്വീകരിക്കുന്നതുപോലുള്ള ഒരു സ്വാഭാവികപ്രക്രിയയാണത്. വിദ്യാഭ്യാസത്തിൽ മുഖ്യമായി അന്തർഭവിക്കുന്നത് പഠനമാണ്. ആർജ്ജനമല്ല. പഠനത്തിനുള്ള ഇടമായി സൃഷ്ടിച്ചിരിക്കുന്ന വിദ്യാഭ്യാസസ്ഥാപനങ്ങളുടെ വാതിൽ കടക്കുന്നതിനുമുമ്പുതന്നെ കുട്ടികൾ ഭാഷ ആർജ്ജിക്കുന്ന പ്രക്രിയ മിക്കവാറും പൂർത്തിയാക്കുന്നുണ്ട്. പിന്നീടങ്ങോട്ട് പഠിക്കുകയാണ് ചെയ്യുന്നത്. ആർജ്ജിക്കുക എന്ന പ്രക്രിയ തീരെ അസ്തമിച്ചുപോകുന്നു എന്ന് അർത്ഥമാക്കുന്നില്ല. സ്കൂളിലും പരിസരത്തും മറ്റുമുണ്ടാകുന്ന പലതരം അനുഭവങ്ങളിൽനിന്ന് ഭാഷയുടെ വൈവിദ്ധ്യങ്ങളെക്കുറിച്ചുള്ള ധാരണകളും ആർജ്ജിച്ചെടുക്കുന്നുണ്ട്. എന്നാൽ വാമൊഴി ആർജ്ജിക്കുന്നതുപോലെയല്ല അവിടെ കാര്യങ്ങൾ. വരമൊഴിയിലുള്ള ആവിഷ്ക്കാരങ്ങൾ പരിചയിക്കുക, ആസ്വദിക്കുക, വിശകലനം ചെയ്യുക, പരിശീലിക്കുക എന്നിവ വഴിക്കാണ് വരമൊഴി സ്വായത്തമാക്കുന്നത്. ആർജ്ജനമെന്ന പ്രക്രിയയെക്കാൾ ബോധപൂർവകമായ പ്രവർത്തനമാണത്. ലക്ഷ്യബോധത്തോടെ ആസൂത്രണംചെയ്യപ്പെട്ടാണ് അതു നടക്കുന്നത് പഠനം എന്ന വാക്ക് ഉപയോഗിക്കേണ്ടിവരുന്നത് ഈ വ്യത്യാസങ്ങളെക്കൂടി പരിഗണിച്ചാണ്.

വാമൊഴി താൽക്കാലികമാണ്. നേരെമറിച്ച് വരമൊഴി താൽക്കാലികതയെ അതിലംഘിക്കുന്നതാണ്. എഴുത്തിനുള്ള ഈ സിദ്ധിയെ മുൻനിർത്തിയാണ് അക്ഷരം അനശ്വരമാണ് എന്ന സങ്കല്പമൊക്കെ ഉണ്ടായിട്ടുള്ളത്. മനുഷ്യന്റെ സാംസ്കാരികചരിത്രം പരിശോധിക്കുമ്പോൾ വാമൊഴിയും വരമൊഴിയും രണ്ടു സാംസ്കാരികഘട്ടങ്ങളെ കുറിക്കുന്നതാണെന്നും മനസ്സിലാകും. ഇക്കാര്യങ്ങൾ കണക്കിലെടുക്കുമ്പോൾ എഴുത്തിനിരിക്കുക എന്നതിനെ സാംസ്കാരികമായ സവിശേഷമേഖലയിലേക്കുള്ള പ്രവേശനമായും മനസ്സിലാക്കേണ്ടിവരും. സാക്ഷരത എന്നത് കൊണ്ടാടേണ്ട കാര്യമായിരിക്കുന്നത് ഇതുകൊണ്ടുകൂടിയാണ്.

എഴുത്തിന്റെ ലോകത്തേക്കുള്ള പ്രവേശനമാകട്ടെ പുസ്തകത്തിന്റെ ലോകത്തേക്കുള്ള പ്രവേശനം കൂടിയാണ്. ഔപചാരികവിദ്യാഭ്യാസം പുസ്തകത്തെ അടിസ്ഥാനമാക്കുന്നു. സ്വാഭാവികപരിസരത്തുനിന്നുള്ള ജ്ഞാനാർജ്ജനത്തിന് അപ്പുറത്തേക്ക് പുസ്തകങ്ങൾ നമ്മെ നയിക്കുന്നു. ഗ്രന്ഥങ്ങൾ അനുഭവഗ്രന്ഥികൾ. നൂറ്റാണ്ടുകളിലൂടെ മനുഷ്യൻ നേടിയെടുത്ത അറിവും അനുഭവവും ഗ്രന്ഥങ്ങളിലൂടെ നാമേറ്റെടുക്കുന്നു. 'കഥകൊണ്ടു നാമാടി പലജന്മമൊന്നിൽ' എന്ന് കഥനം എന്ന കവിതയിൽ കെ. ജി. ശങ്കരപ്പിള്ള പാടുമ്പോൾ ഈ കാര്യം കൂടിയാണ് ആഘോഷിക്കുന്നത്. നോവലോ കഥയോ ശാസ്ത്രഗ്രന്ഥമോ വായിക്കുന്നതിലൂടെ വലിയ ലോക(കാല) സഞ്ചാരങ്ങളിൽ ഏർപ്പെടുന്നതിന്റെ ഫലമായി മാത്രം സമ്പാദിക്കാവുന്ന അറിവും അനുഭവവും സ്വന്തമാകുന്നു. പഠനവും ആർജ്ജനവും ഒന്നിക്കുന്ന സമീകൃതാനുഭവമണ്ഡലമാണ് സാഹിത്യത്തിന്റേത്. മനുഷ്യനെ 'സംസ്കാരസമ്പന്നൻ' ആക്കുന്നത് അറിവും അനുഭവവുമാണ്. എഴുത്തിലൂടെ ചിട്ടപ്പെടുത്തപ്പെട്ട അനുഭവങ്ങൾ കൂടിയ സാംസ്കാരികസമ്പന്നതയ്ക്ക് കാരണമാകുന്നു. മാനവികമായി ഉയർത്തുന്നു എന്നു വേറൊരു തരത്തിൽ പറയാം. ഗ്രന്ഥങ്ങൾ അമൂല്യവും അനശ്വരവുമായി വാഴ്ത്തപ്പെടുന്ന എത്രയോ എഴുത്തുകൾ നാം കാണേണ്ടിവരുന്നത് ഈ വസ്തുത മനസ്സിലാക്കിയവർ ഉണ്ടായിരുന്നതുകൊണ്ടാണ്.

ശബ്ദമാകുന്ന ദീപമുണ്ടായിരുന്നില്ലെങ്കിൽ മുപ്പാരും ഇരുണ്ടുപോകുമായിരുന്നു എന്നു പറഞ്ഞ ആചാര്യനും എഴുത്തുഭാഷയെ, വരമൊഴിയെ മുൻനിർത്തിയാകണം സംസാരിച്ചത്. വാമൊഴിയെ അതിലംഘിച്ച് അനശ്വരമാകുന്ന ഭാഷാപ്രയോഗമാണ് എഴുത്ത് എന്ന് ഓർക്കുക. എഴുത്തിന്റെ ലോകത്തേക്കുള്ള പ്രവേശനത്തിലൂടെ, നിത്യനിദാന കാര്യങ്ങളുടെ വാമൊഴിവട്ടത്തിൽ ഒതുങ്ങാത്ത, വർത്തമാനത്തിൽ

പരിമിതപ്പെടാത്ത കാര്യങ്ങളുമായി സംവദിക്കുന്നതിലൂടെ ഉദാരതയുടെ ലോകത്തേക്ക് കടക്കുന്നതിനുള്ള ക്രമീകരണമാണ് വിദ്യാഭ്യാസസ്ഥാപനങ്ങളിലുള്ളത്. വാമൊഴികൊണ്ടു നിർവ്വഹിക്കാവുന്ന ആശയവിനിമയത്തിനപ്പുറത്ത് വരമൊഴികൊണ്ടു നിർവ്വഹിക്കേണ്ടുന്ന സംസ്കൃതമായ ആശയവിനിമയത്തിന്റെ ലോകമാണ് അത് തുറന്നുവെക്കുന്നത്. ഭാഷയുടെ വിശേഷവ്യവഹാരങ്ങളുടെ ലോകമാണ് അക്കാദമിക് ലോകം. അക്ഷരത്തെ, പുസ്തകത്തെ മുഖ്യമായ ഉപാധിയായി സ്വീകരിച്ചുകൊണ്ടാണ് അവിടെ ഔപചാരികവിദ്യാഭ്യാസം സംഘടിപ്പിക്കപ്പെട്ടിരിക്കുന്നത്.

സാമാന്യമായ ആശയവിനിമയത്തിന് ഇത്തരം സ്ഥാപനങ്ങളിലൂടെ കടന്നുപോകേണ്ടതില്ല. സാമാന്യഭാഷയിൽ ഉരുത്തിരിയുകയും ചിട്ടപ്പെട്ട് സവിശേഷമാവുകയും ചെയ്യുന്ന ഭാഷ അസാധാരണമായ ജീവിതത്തിനാണ് ഉതകുന്നത്. സാധാരണ ജീവിതത്തിനല്ല, സവിശേഷജീവിതത്തിനാണ് അക്കാദമിക് ലോകം ലക്ഷ്യമാക്കുന്നതെന്നും ഈ ചിന്തയെ നീട്ടാവുന്നതാണ്. സാംസ്കാരികമായി ഉയർന്ന ജീവിതമാണ് വിദ്യാഭ്യാസത്തിന്റെ ലക്ഷ്യം. എല്ലാവർക്കും സമ്മതമുള്ള കാര്യമാണിത്. സംസ്കാരം സാമാന്യമല്ല, സവിശേഷമാണ് എന്ന് തോമസ് ദോക്കാർത്തി (ഏയ്സ്തെറ്റിക് ഡമോക്രസി). (സാധാരണമായത് സംസ്കാരം എന്ന റെയ്മണ്ട് വില്യംസിന്റെ രാഷ്ട്രീയസൗന്ദര്യശാസ്ത്രവിവേകവുമായി ഇത് പ്രത്യക്ഷത്തിൽ പൊരുത്തപ്പെടുന്നില്ല എന്നു തോന്നാം. വിശേഷം എന്നത് ആഡംബരം എന്ന മട്ടിൽ മനസ്സിലാക്കാതിരുന്നാൽ ഈ വൈരുദ്ധ്യം അപ്രത്യക്ഷമാകും. സാമാന്യമായത് ആഡംബരവും കാപട്യവുമാകുന്നിടത്ത് സാധാരണമാണ് അസാധാരണമെന്നും മനസ്സിലാക്കാം. ഗാന്ധി തികഞ്ഞ സാധാരണക്കാരുടെ വസ്ത്രത്തിൽ നടപ്പിൽ യാത്രയിൽ സൗന്ദര്യരാഷ്ട്രീയം പയറ്റുകയായിരുന്നു. പുഞ്ചിരി ഹാ കുലീനമാം കള്ളം എന്ന കവിവാക്യത്തെ എന്നപോലെ വിശേഷമായി മനസ്സിലാക്കേണ്ടതുണ്ട് റെയ്മണ്ട് വില്യംസിന്റെ നിരീക്ഷണത്തെയും.)

സംസ്കാരത്തെ സവിശേഷമായ ജീവിതമെന്നും എഴുത്തിന്റെ വെളിച്ചമുള്ള, ചിന്തയുടെ തെളിച്ചമുള്ള ജീവിതമെന്നും വിവരിക്കാം. അറിവിന്റെ ഉദാരതകളുള്ള ജീവിതമെന്നും കലാപരമായ ജീവിതമെന്നും രാഷ്ട്രീയവിവേകമുള്ള ജീവിതമെന്നുമൊക്കെ വിശേഷിപ്പിച്ചാലും തെറ്റാവുകയില്ല. അത് വാസ്തവത്തിൽ എളുപ്പം ഗ്രഹിക്കാവുന്നതുമല്ല. നേരാണത്, പക്ഷേ, നേരെ ഗ്രഹിക്കാവുന്നതല്ല. ആ അർത്ഥത്തിൽ അത് അസാധാരണമാണ്. ആധുനികവിദ്യാഭ്യാസത്തിന് ഇങ്ങനെ ഒരു ലക്ഷ്യമുണ്ടായിരുന്നു.

സാമാന്യമായ വാമൊഴി കുറിക്കുന്ന ഒരു ജീവിതാവസ്ഥയിൽനിന്ന് അസാധാരണമായ ഗ്രഹണം സാദ്ധ്യമാക്കുന്ന വരമൊഴി പ്രദാനംചെയ്യുന്ന വ്യത്യസ്തമായ ഒരു ജീവിതാവസ്ഥയിലേക്ക് പരിവർത്തിപ്പിക്കുന്ന വിദ്യാഭ്യാസം. റിഫൈൻ ചെയ്ത ഭാഷയും (വരമൊഴി) റിഫൈൻ ചെയ്ത ജീവിതവും ചിന്തയും (സംസ്കാരം) തമ്മിൽ പാരസ്പര്യമുണ്ടെന്നാണ് സൂചിപ്പിക്കുന്നത്. പ്രത്യക്ഷമിനുസങ്ങളും ലളിതമായ ധാരണകളും അവിടെ തിരുത്തപ്പെടുന്നു. ലാളിത്യം എന്നത് ലളിതമായ ധാരണയല്ല എന്നും ഇവിടെ ഓർക്കേണ്ടതുണ്ട്.

യൂറോപ്പിലെ സെമിനാരികളിൽ മതവിദ്യാഭ്യാസത്തിനുവേണ്ടി എഴുത്തിനേയും വായനയേയും ക്ലാസ്സ്മുറിയേയും പുസ്തകത്തേയും എല്ലാം അടിസ്ഥാനപ്പെടുത്തി രൂപപ്പെടുത്തിയെടുത്ത വിദ്യാഭ്യാസസമ്പ്രദായത്തിലായിരിക്കും നമ്മുടെ ആധുനിക വിദ്യാഭ്യാസരീതിയുടെ വേരുകൾ അന്വേഷിച്ചാലെത്തിച്ചേരുക. ഡിവനിതാസ് (ദൈവവിജ്ഞാനീയം) ആയിരുന്നു അവിടെ പഠനവിഷയം. അതിന്റെ സമ്പാദനത്തിനുവേണ്ടി കർശനമായ ഭാഷാപഠനസമ്പ്രദായങ്ങളും ആവിഷ്ക്കരിക്കപ്പെട്ടിരുന്നു. മതഗ്രന്ഥങ്ങൾ വ്യാഖ്യാനിച്ചാലും വ്യാഖ്യാനിച്ചാലും മതിവരാത്ത സാഹിത്യവുംകൂടിയായിരുന്നു. ദൈവം നേരിട്ടോ ഭാവനയുടെ രൂപത്തിൽ ആവേശിച്ചോ എഴുതിച്ച കൃതികൾ. മനുഷ്യാനുഭവങ്ങളുടെ സങ്കീർണ്ണസമസ്യകൾ ഇഴതിരിയുകയും കുഴമറിയുകയും ചെയ്തിട്ടുള്ള ആഖ്യാനങ്ങൾ, ഗീതങ്ങൾ. അവയെ ചിട്ടയായി പഠിക്കുന്നതിന്റെ ഭാഗമായി വരമൊഴിയുടെ വ്യാകരണവും നിഘണ്ടുവും എല്ലാം ഉണ്ടായിവന്നു. നീതിവിചാരവും തത്വവിചാരവും ഉണ്ടായിവന്നു. മിത്തുകളുടെ പുനരാവിഷ്ക്കരണങ്ങളിലൂടെ കലാരൂപങ്ങൾ പലതുണ്ടായിവന്നത് സെമിനാരിയുടെയും ആരാധനാലയങ്ങളുടെയും ചുവരുകളിലും ചുറ്റുവട്ടത്തിലുമായിരുന്നു. അവയുടെ പഠനം മിക്കവാറും ക്ലാസ്സ്മുറിയിലേക്കു കയറിവന്നില്ല. ഗുരുവിൽനിന്ന് ശിഷ്യനിലേക്ക് പകരുന്ന പാരമ്പര്യവിജ്ഞാനമായി അത് അക്കാദമികപഠനത്തിന് പുറത്തുനിന്നു. മതേതരവിജ്ഞാനവും ഈ മട്ടിൽ കുലവൃത്തിയെന്നോണം പാരമ്പര്യമായി കൈമാറ്റം ചെയ്യപ്പെട്ടു.

നവോത്ഥാനകാലത്തോടെ ഉരുത്തിരിഞ്ഞുവന്ന സ്കൂളുകളിലും സർവ്വകലാശാലകളിലും മതവിജ്ഞാനം മതേതരവിജ്ഞാനംകൊണ്ടും മതേതരസാഹിത്യംകൊണ്ടും പകരംവെയ്ക്കപ്പെട്ടു. ചുരുക്കമായിരുന്ന സെമിനാരികളുടെ സ്ഥാനത്ത് പുതിയ യുഗത്തിന്റെ നിരവധി വിജ്ഞാനകേന്ദ്രങ്ങൾ കിളിർത്തുവന്നു. ദേവാലയങ്ങളുടെ സ്ഥാനത്ത് കലാശാലകളുണ്ടായിവന്നു. സർവ്വകലാശാലകളുമുണ്ടായിവന്നു. പുരോഹിതന്റെ സാമൂഹികസ്ഥാനത്ത് പുതിയ ബൂർഷ്വാവർഗ്ഗത്തിന്റെ ബുദ്ധിജീവികളും

ഉണ്ടായിവന്നു. അതോടെ പഠനവസ്തുക്കൾ ആധുനികബൂർഷ്വാവിജ്ഞാനമായി. കലയും (മുഖ്യമായി സാഹിത്യം) മാനവികവിഷയങ്ങളും ശാസ്ത്രവുമായിരുന്നു അവ.

ആധുനികത ശാസ്ത്രത്തിന്റെ എന്ന പോലെ കലയുടെയും ഉയർത്തെണീല്പായിരുന്നു. എന്നാൽ, അതിനപ്പുറത്ത് ശാസ്ത്രത്തെപ്പോലും കലയുടെ ഉപവിഭാഗമായി മനസ്സിലാക്കുന്ന ഒരു മനസ്സ് അന്നു പ്രവർത്തിച്ചുവന്നു എന്നിടത്താണ് ഇന്ന് വിസ്മയത്തോടെ നോക്കേണ്ടിവരുന്നത്.

കലാലയങ്ങൾ എന്നു നാം വിളിക്കുന്ന കോളേജുകളിൽനിന്ന് (കലയുടെ ആലയമെന്ന് കോളേജ് എന്ന പദത്തിന് വിവക്ഷയുണ്ടോ എന്നറിയില്ല. ഉണ്ടായാലും ഇല്ലെങ്കിലും വേണ്ടില്ല.) ശാസ്ത്രവിഷയങ്ങളിൽ ബിരുദമെടുക്കുന്നവർ പോലും ആർട്സ് ബിരുദം കൊടുത്ത് ആദരിക്കപ്പെട്ടു. അറിവുള്ളവർ കലാതത്ത്വവേദികളായി എന്നർത്ഥം. ഇതിന്റെ വിപുലമായ വിവക്ഷയെ പിന്തുടർന്ന കലയായിരുന്നു ആധുനികവിദ്യാഭ്യാസത്തിന്റെ പഠനവിഷയം എന്നു പറഞ്ഞുകൂടേ? പറയാമെന്ന് വിചാരിക്കുന്നു. ഇതിന് ഉദ്ധരണികളുടെ പിൻബലമില്ല. ചില തിരശ്ചീനമായ (സിന്റാഗ്മാറ്റിക്കായ) ബലങ്ങൾ കൊടുക്കാൻ മാത്രം ശ്രമിക്കാം. നമ്മളിന്ത്യക്കാർ, സകലവിദ്യകളെയും കലകളെന്നു വിശേഷിപ്പിച്ച പാരമ്പര്യമുള്ളവരാണ്. വലിയ വിജ്ഞാനകേന്ദ്രങ്ങളെ സർവ്വകലാശാലകളെന്ന് (തമിഴിൽ പലകലൈക്കഴകമെന്ന്) വിളിച്ചവരാണ്. വിദ്യകളിൽ കഴിവു തെളിയിക്കുന്നവരെ 'പ്രവീണർ' എന്ന് വിശേഷിപ്പിച്ചവരാണ്. കലാപരമായ ഒരു തലത്തിലെത്തിച്ചേർന്നുകൊണ്ടാണ് വിജ്ഞാനം വികസിക്കുന്നതെന്നും അതിനപ്പുറത്തെത്തുമ്പോൾ വിജ്ഞാനം താത്വികമായ ഒരു നിലയെ പ്രാപിക്കുമെന്നും പഴയ വിദ്യാഭ്യാസവിചക്ഷണന്മാർ കണ്ടറിഞ്ഞിരുന്നു. ഉന്നതപഠനത്തിന് ചാർത്തിക്കിട്ടുന്ന ഫിലോസഫി ബിരുദത്തെക്കൂടി കണക്കിലെടുത്താണ് ഇങ്ങനെ പറയുന്നത്. ചിലപ്പോൾ അതിവാദമാണെന്നു തോന്നിയേക്കാം. എങ്കിലും ആലോചിച്ചു നോക്കുക. ഒരു രസത്തിനുവേണ്ടിയെങ്കിലും.

ശാസ്ത്രത്തിന്റെ, യുക്തിചിന്തയുടെ, അതിനപ്പുറം യന്ത്രങ്ങളുടെയും കരിമ്പുകയുടെയും അധിനിവേശത്തിന്റെയും ചൂഷണത്തിന്റെയും യുഗമാണ് ആധുനികത എന്നു വിചാരിക്കാനാണ് നമുക്ക് പ്രിയം. എന്നാൽ അത് ഉദാരചിന്തയുടെയും കലയുടെയും ജനാധിപത്യത്തിന്റെയും വലിയൊരു പരിധിവരെ വിമോചനത്തിന്റെയും യുഗംകൂടിയാണെന്ന കാര്യം മറന്നുകൂട. അതാവും കാലാന്തരത്തിൽ ആ യുഗത്തിന്റെ ശേഷിപ്പായി ഭാവിചരിത്രം ഓർത്തുവെക്കുക. ആ യുഗം അവതരിപ്പിച്ച മാനവതാവാദത്തിന് അന്ധത ബാധിച്ച ഭാഷ്യങ്ങളുണ്ടായി എന്നത് ശരിയാണ്. എന്നാൽ

മാനുഷികമൂല്യങ്ങളെ മുൻനിർത്തുന്ന അതിന്റെ വിചാരപരമായ നവോത്ഥാനശക്തിയെ കുറച്ചുകണ്ടുകൂടാ. ആധുനികത രൂപപ്പെടുത്തിയ വിദ്യാഭ്യാസത്തിൽ നാം കാണുന്നത് അതാണ്. ശാസ്ത്രദൈവത്തെ ആരാധിച്ച രണ്ടാംകിട ബുദ്ധിജീവികളോ ക്ഷുദ്രയുക്തിവാദികളോ ധനദേവതയുടെ ഉപാസകരായ കച്ചവടക്കാരോ ആയിരുന്നില്ല, വിജ്ഞാനത്തിന്റെ കലാപരതയെയും ഉദാരതയെയും ഗ്രഹിക്കുകയും ആഗ്രഹിക്കുകയും ചെയ്ത സ്കോളർമാരായിരുന്ന ആധുനികവിദ്യാഭ്യാസത്തെ വിഭാവനം ചെയ്തത്. കലയ്ക്കും മറ്റു മാനുഷികമൂല്യങ്ങൾക്കും നൽകിയ സവിശേഷാദരം അതാണ് കാണിക്കുന്നത്.

കലാലയവിദ്യാഭ്യാസത്തിൽ ശാസ്ത്രവിജ്ഞാനത്തിനു പ്രാധാന്യം കൊടുക്കുമ്പോൾത്തന്നെ മാനവികവിഷയങ്ങൾക്കും സാഹിത്യത്തിനും വലിയ പദവി കല്പിക്കപ്പെട്ടു. ഭാഷാപഠനമെന്നാൽ സാഹിത്യപഠനം തന്നെയായിരുന്നു. സാഹിത്യം പഠിക്കുമ്പോൾ അതിനു ഉപാധിയായിരിക്കുന്ന ഭാഷയെയും വിശകലനംചെയ്തു പഠിക്കുന്നുവെന്നു മാത്രം. ഉത്തമകൃതികളെന്ന് ഉത്തമരായ മനീഷികൾ തിരിച്ചറിഞ്ഞ സാഹിത്യകൃതികളെ പഠനവസ്തുവായി സ്വീകരിച്ചുകൊണ്ടായിരുന്നു ഭാഷാപഠനം ആസൂത്രണം ചെയ്തിരുന്നത്. ചിന്തയാലും ഭാവനയാലും സാർത്ഥകമായ ഭാഷയുടെ അസാധാരണമായ മാതൃകകളെ കണ്ടറിയുക, അനുഭവങ്ങളുടെ വൈപുല്യത്തെ ഉൾക്കൊള്ളുക അഥവാ ആസ്വദിക്കുക, മാനുഷികമൂല്യോന്മുഖമായി വ്യാഖ്യാനിക്കുക, ചിന്തയും ഭാവനയും പ്രവർത്തനക്ഷമമാകുന്ന വരമൊഴി സ്വായത്തമാക്കുക, അത് വിശകലനാത്മകമായി പ്രയോഗിക്കുക, അങ്ങനെ ആഡംബരരഹിതരായ അസാധാരണക്കാരാവുക-ഇങ്ങനെ പരസ്പരപൂരകമായ ലക്ഷ്യങ്ങൾ നിറവേറ്റുന്ന സാഹിത്യപഠനമാണ് ഭാഷാപഠനത്തിൽ അന്തർഭവിച്ചിരുന്നത്. അസാധാരണമായ ജീവിതാവബോധമുള്ള ജനതയെ രൂപീകരിക്കുകയെന്ന ലക്ഷ്യം വെക്കുന്നതുകൊണ്ടാണ് അസാധാരണമായ ഭാഷാപ്രയോഗം എന്നു വിശേഷിപ്പിക്കാവുന്ന വരമൊഴിയെ അഥവാ സാഹിത്യത്തെ പഠനവസ്തുവാക്കുന്നത്. സംസ്കാരം അസാധാരണമാണ്. കല അസാധാരണമാണ് എന്നു പറയുന്ന തോമസ് ദോക്കോർത്തി. സംസ്കാരം അസാധാരമമാണ്, സാധാരണത്വം അസാധാരണമാണ് എന്നിങ്ങനെ ഇവിടെ കൂട്ടിച്ചേർക്കുന്നു. (അസാധാരണം എന്നതിന് കൃത്രിമമെന്നോ ആഡംബരമെന്നോ അല്ല വിവക്ഷ. വിശേഷമായത് എന്നു മാത്രമാണതിനർത്ഥം.)

വരമൊഴിയെ, പുസ്തകത്തെ, സാഹിത്യകലയെ ഉപാധിയാക്കി നടത്തിയിരുന്ന ഭാഷാവിദ്യാഭ്യാസത്തെയാണ് സർവകലാശാലാതലത്തിൽ ഇന്നു കയ്യൊഴിയാൻ തയ്യാറായിരിക്കുന്നത്. ബിരുദതലത്തിലുള്ള

പഠനത്തിൽ മറ്റുവിഷയങ്ങൾ മുഖ്യമായെടുത്ത് പഠിക്കുമ്പോൾ ഒന്നാംഭാഷയായും രണ്ടാംഭാഷയായും ഉള്ള ഭാഷാപഠനം അനാവശ്യമാണെന്ന ഒരു വാദം മുമ്പുതന്നെ ഉന്നയിക്കപ്പെട്ടിട്ടുണ്ട്. ഇ. എം. എസ്. ഈ സമീപനത്തിന്റെ വക്താവായിരുന്നു. ബിരുദതലത്തിനുമുമ്പുള്ള വിദ്യാഭ്യാസംകൊണ്ട് നേടുന്ന ഭാഷാസാഹിത്യപരിശീലനം സാഹിത്യവുമായി വിദ്യാർത്ഥികളെ അടുപ്പിച്ചിട്ടുണ്ടാകും. വ്യക്തിപരമായി അത് തുടരാൻ ലൈബ്രറിസൗകര്യവും മറ്റും ഉണ്ടായാൽ മതി എന്നു വെച്ചിട്ടാണെങ്കിൽ ഈ നേരും നെറിയുമുള്ള കാഴ്ചപ്പാട് പരിഗണിക്കപ്പെടേണ്ടതുതന്നെ. ബിരുദതലത്തിൽ നിർബ്ബന്ധിതമായുള്ള ഭാഷാസാഹിത്യപഠനം വേണ്ടെന്നുവെക്കാം. എന്നാൽ ഇത്തരം ശക്തമായ നിലപാടുകൾ കൈക്കൊള്ളാൻ ഭയന്നിട്ട് വളഞ്ഞവഴിയിൽ ഭാഷാപഠനത്തിന്റെ മൗലികതാല്പര്യങ്ങൾ തകർക്കുന്ന സമീപനമാണ് ഉത്തരവാദപ്പെട്ട അക്കാദമിക് സമിതികൾ കൈക്കൊണ്ടിരിക്കുന്നത്.

വാസ്തവത്തിൽ മാനുഷികമൂല്യങ്ങൾക്കെതിരായ സമീപനമാണ് ഇതിൽ അന്തർഭവിച്ചിരിക്കുന്നത്. സാംസ്കാരികമായി മൂല്യമുള്ള സകലതിനെയും പൊളിച്ചടക്കുകയാണ്, അല്ലെങ്കിൽ അപഹാസ്യമാക്കിത്തീർക്കുകയാണ്. ഭാഷാമാനകീകരണം[1] സാംസ്കാരികഹത്യയാണെന്നു വാദിക്കുന്നു. പുസ്തകത്തെ ഉപയോഗപ്പെടുത്തിയുള്ള വിജ്ഞാനാർജ്ജനത്തിൽ കഴമ്പില്ലെന്നു പ്രചരിപ്പിക്കുന്നു. വരമൊഴി കൃത്രിമവും അപഹാസ്യവുമാണെന്നു ധ്വനിപ്പിക്കപ്പെടുന്നു. സാഹിത്യപഠനമല്ല ആശയവിനിമയത്തിനുതകുന്ന വാമൊഴിതലത്തിലുള്ള ഭാഷാഭ്യസനമാണു പ്രധാനം എന്നു വാദിക്കുന്നു. ക്ലാസ്സുറിയിലെ പഠനത്തിൽ കാര്യമില്ലെന്നും, നേരിട്ടു പഠിക്കുന്നതിലേ കാര്യമുള്ളൂ എന്നും ഉദ്ബോധിപ്പിക്കുന്നു. ഒപ്പം, സാഹിത്യത്തിന്റെ മേഖലയിലേക്ക് കേവലം വിവരങ്ങൾ മാത്രമായ സാമൂഹികശാസ്ത്രവും ചരിത്രവും മറ്റു രാഷ്ട്രവ്യവഹാരങ്ങളും അധിനിവേശം നടത്തുന്നു. ചരിത്രത്തിന്റെയും സാമൂഹികശാസ്ത്രത്തിന്റെയും പഠനമേഖലകളിൽ അലങ്കാരശാസ്ത്രവും വൃത്തശാസ്ത്രവും കടന്നുകേറുമ്പോലെയാണിത്. വിശേഷമായ സാഹിത്യകൃതികൾ ഇരിക്കേണ്ട സ്ഥാനങ്ങളിലേക്ക്, വർത്തമാനത്തിലെ ചർച്ചകളിൽ അവസാനിച്ചുപോകാവുന്ന, ഉപരിപ്ലവപ്രചാരണസാഹിത്യകൃതികൾ കയറിക്കൂടുന്നതിനെയും ഇപ്പറഞ്ഞ മാറ്റത്തിന്റെ ഭാഗമായി

1. മാനകീകരണം സ്വാഭാവികവും നിഷ്കളങ്കവുമായ ഒരു വൃത്തിയാണെന്ന് ഇവിടെ വിവക്ഷയില്ല. മാനകീകരണത്തിലെ ബലതന്ത്രങ്ങളെ അപനിർമ്മിക്കാനും ബദലുണ്ടാക്കി പുതുമാനകീകരണം നടത്താനും കഴിയണം. ഭാഷാചരിത്രം കാണിച്ചുതരുന്ന പാഠം മറ്റൊന്നല്ല. അവിടെ വാമൊഴിബന്ധമൊക്കെ പ്രയോജനപ്പെടുത്തുകയും വേണം.

മനസ്സിലാക്കേണ്ടതാണ്. ചിന്താപരവും ഭാവനാപരവുമായ നൂതനമൂല്യം (ഇതുതന്നെ കലാമൂല്യം) അല്ല, ഏതെങ്കിലും തരത്തിലുള്ള സാമ്പ്രദായികതയെ ആചരിക്കുന്നതിന്റെ പ്രസക്തി മാത്രമാണ് പരിഗണനാവിഷയമെന്നുവരുന്നു.

വാമൊഴിക്കുവേണ്ടിയുള്ള വാദമൊക്കെ വലിയ സൈദ്ധാന്തികപിൻബലത്തോടെയാണ് അവതരിക്കുന്നത്. മുമ്പ് വൈക്കം മുഹമ്മദ്ബഷീറിന്റെ ചില മൊഴിമുത്തുകളായിരുന്നു പിൻബലം. ഇപ്പോൾ ബ്ലൂംഫീൽഡും മറ്റുമാണ് ഉദ്ധരിക്കപ്പെടുന്നത്. വാമൊഴിയാണ് പ്രാഥമികമെന്ന് ആധുനികഭാഷാശാസ്ത്രജ്ഞന്മാർ വ്യക്തമാക്കിയിട്ടുണ്ടത്രേ. വാമൊഴിക്കാണ് സ്വാഭാവികതയുള്ളതെന്ന കാര്യം ചൂണ്ടിക്കാണിക്കുകയും ചെയ്യും. ഇതു പറയുമ്പോൾ സ്വാഭാവികത സാമ്പ്രദായികമാണെന്ന വസ്തുത മറക്കുന്നു. സൂക്ഷ്മമായി ചിന്തിച്ചാൽ വാമൊഴിസാഹിത്യം പോലും അസാധാരണവും വിശേഷവുമാണ്.

വാമൊഴിയെ മഹത്ത്വവൽക്കരിക്കുന്നത് വരമൊഴിയെ നിരാകരിക്കാൻ വേണ്ടിയാണ്. ഇവിടെ ഭാഷാശാസ്ത്രത്തെ കൂട്ടുപിടിക്കുന്നതിലൊന്നും യാതൊരു അർഥവുമില്ല. വാമൊഴിയാണ് പ്രാഥമികം എന്ന ബ്ലൂംഫീൽഡിന്റെ നിരീക്ഷണം, വാമൊഴി മാത്രം ഉണ്ടായിരുന്ന, ആ അർഥത്തിൽ സാംസ്കാരികമായ വികാസത്തിന്റെ പ്രാഥമികപടവുകളിൽ കുടുങ്ങിപ്പോയ ജനവിഭാഗങ്ങളുടെ ഭാഷയെ പഠിക്കുന്ന സന്ദർഭത്തിൽ, നരവംശശാസ്ത്രപരമായ ഒരു ഭാഷാസമീപനത്തിന്റെ തുടർച്ചയിൽ ഉണ്ടായതാണ്. അതേതു സന്ദർഭത്തിലും പ്രത്യക്ഷാർത്ഥത്തിൽ സ്വീകരിക്കാവുന്ന പ്രമാണമല്ല. വാമൊഴി മാത്രമുള്ള ജനതകൾക്ക് വരമൊഴി സൃഷ്ടിക്കാനാണ് ലോകത്തെല്ലായിടത്തും ശ്രമങ്ങളുണ്ടായതെന്ന് ഓർക്കുകയും വേണം.

വാമൊഴിയിൽനിന്നുരുത്തിരിയുന്നതാണ് എന്ന നിലയിൽ രണ്ടാമതു വരുന്നതാണ് വരമൊഴി. എന്നാൽ, അതിനെ അപ്രധാനമെന്നു വിലയിരുത്തുന്നതിൽ സാംസ്കാരികമായ നിരക്ഷരതയുണ്ട്. സംസ്കാരത്തിൽ വരമൊഴി അത്യന്തം പ്രധാനം തന്നെയാണ്. ഭാഷ സാമാന്യവ്യവഹാരത്തെ മറികടന്ന് ആഖ്യാനത്തിന്റെ വിവിധരീതികളിലൂടെ ഉയർന്ന വിതാനങ്ങളെ പ്രാപിക്കുന്നതിന് എഴുത്തുഭാഷ ചെയ്യുന്ന സഹായം വളരെ വലുതാണ്. എഴുത്തില്ലാത്ത ഭാഷകൾ ചെറിയ ഭാഷാലോകങ്ങളായി മുരടിച്ചുപോകുന്നതായാണ് കാണുന്നത്. ജനതകൾക്ക് അഭിമാനവും ആത്മവിശ്വാസവും നൽകുന്നത് എഴുത്തിലൂടെ ആവിഷ്കാരത്തിന്റെ വിപുലമായ ലോകങ്ങൾ സാക്ഷാത്കരിച്ച ഭാഷകളാണ്. ആ നിലയിൽ എഴുത്തിനെ അവമതിച്ചുകാണുന്ന വീക്ഷണം അസ്വീകാര്യമാണ്.

ഇക്കാര്യം ഉറപ്പിച്ചുപറയാൻ ഭാഷാധ്യാപകർക്കുപോലും കഴിയുന്നില്ല എന്നതാണ് നാം അഭിമുഖീകരിക്കുന്ന വെല്ലുവിളികളിൽ ഒന്ന്.

ഭാഷാശാസ്ത്രത്തിന്റെ കാഴ്ചപ്പാടനുസരിച്ച് ശരിതെറ്റുകളുടെ പ്രശ്നമേയില്ലെന്നും അത്തരം വാദങ്ങളെല്ലാം വ്യാകരണകാരന്മാരുടെ കടുംപിടുത്തമാണെന്നും അതിനു വില കല്പിക്കേണ്ടതില്ലെന്നുമൊക്കെ വാദങ്ങൾ വളരുന്നുണ്ട്. ഏതെങ്കിലും ഭാഷാശാസ്ത്രജ്ഞൻ വ്യാകരണപരമായി ശരിയല്ലാത്ത വാക്യങ്ങൾ എഴുതിവിടുന്നില്ലെന്ന ഒറ്റക്കാര്യം ശ്രദ്ധിച്ചാൽ ഇത്തരം പ്രസ്താവനകൾക്ക് സാന്ദർഭികമായ ചില വിവക്ഷകളാണുള്ളതെന്നു മനസ്സിലാക്കാൻ കഴിയും. അതിനു പകരം സാമാന്യമായ നിയമമായി സാന്ദർഭികനിരീക്ഷണങ്ങളെ സ്വീകരിക്കുകയും പ്രചരിപ്പിക്കുകയും ചെയ്യുന്ന സൈദ്ധാന്തികരാണ് സ്കൂൾക്ലാസ്സുകളിൽ എഴുത്തുപരിശീലനം നടത്തുന്നതിൽ കാര്യമായി ശ്രദ്ധിക്കേണ്ടതില്ലെന്നും മറ്റുമുള്ള ധാരണകളിലേക്ക് നമ്മുടെ അധ്യാപകസമൂഹത്തെ ഇടക്കാലത്തു തള്ളിവിട്ടത്. പുസ്തകവിജ്ഞാനത്തെയും ഔപചാരികവിദ്യാഭ്യാസത്തെയും ഇകഴ്ത്തിക്കാണുന്നതിലും ഇതേ മട്ടിലുള്ള സാംസ്കാരികവിരുദ്ധ വീക്ഷണമാണുള്ളത്. നേരിട്ടുള്ള അനുഭവങ്ങൾ പരമപ്രധാനമാണെന്നതു ശരിതന്നെ. അതുപോലെതന്നെ പ്രധാനപ്പെട്ടതാണു പുസ്തകത്തിന്റെ സഹായത്തോടെ സമ്പാദിക്കുന്ന അനുഭവങ്ങളും.

കുഞ്ഞുങ്ങൾ ഭാഷ സ്വായത്തമാക്കുന്നതിനെ സംബന്ധിച്ച ചോംസ്കിയൻ നിരീക്ഷണങ്ങളെ ഉപയോഗപ്പെടുത്തി സ്കൂൾതലത്തിലെ ഭാഷാപഠനത്തെ ആസൂത്രണം ചെയ്യാൻ മെനക്കെടുന്നവരും അനൗപചാരികവിദ്യാഭ്യാസത്തെക്കുറിച്ചുള്ള പൗലോ ഫ്രെയറുടെ ആലോചനകളെ ഔപചാരികവിദ്യാഭ്യാസവിചിന്തനത്തിൽ കൂട്ടുപിടിക്കുന്നവരും മറ്റും വരുത്തുന്ന വീഴ്ചകളും ഇവിടെ ഓർത്തു പോകുന്നു. പാതിവെന്ത സിദ്ധാന്തങ്ങളുടെ പെരുമഴയിൽ നമ്മുടെ പള്ളിക്കൂടങ്ങൾ ഒലിച്ചുപോവുകയാണ്. പൊതുവിദ്യാഭ്യാസത്തെക്കുറിച്ചു നിലവിളിക്കുന്നവർ തന്നെയാണ് ഈ മഴ പെയ്യിക്കുന്നതും! ഇത് വിചിത്രമായിരിക്കുന്നു.

ഒരു കാലത്ത് കോളേജുതലത്തിൽ നടപ്പിലാക്കിയ പരിഷ്കരണങ്ങളിൽ സംഭവിച്ചത്, പലരും ചൂണ്ടിക്കാട്ടിയിട്ടുള്ളതുപോലെ, സാഹിത്യത്തിനു പ്രാധാന്യം കുറച്ചുകൊണ്ടുവരിക എന്നതായിരുന്നു. ഉപഭാഷാപഠനത്തിലുണ്ടായ മാറ്റത്തിൽ ഇതു വളരെ പ്രകടമാണ്. സാഹിത്യം ഒഴിവാകുന്ന മുറയ്ക്ക് സാംസ്കാരികപഠനം എന്ന പേരിൽ ഉപരിപ്ലവമായ പാഠഭാഗങ്ങൾ ഉൾപ്പെടുത്തുന്നതും കാണാം. ജീവിതാനുഭവങ്ങളുടെയും

അനുഭൂതികളുടെയും (അതുതന്നെ സൗന്ദര്യം) ആവിഷ്കാരമേഖലകളെ പുറംതള്ളുന്നു. ഉപഭാഷാപഠനത്തെ ശുഷ്കമായ ഒരേർപ്പാടാക്കിത്തീർക്കുകയാണ് ഫലത്തിൽ ചെയ്യുന്നത്. ഇതൊക്കെ വെറുതെ പറയുന്നതാണെന്നു വാദിക്കുന്നവർ ഉണ്ടാകാം. ഒന്നാംഭാഷയായി പഠിച്ചുവരുന്ന ഇംഗ്ലീഷിന്റെ കാര്യത്തിൽ അതിനും പഴുതു കാണുന്നില്ല. സാഹിത്യം സമ്പൂർണമായി തിരസ്കൃതമായിരിക്കുന്നു. സാഹിത്യവുമായി ബന്ധമില്ലാത്ത ഈ ഭാഷാപഠനത്തിൽ സാഹിത്യത്തിനെതിരായി, കലയ്ക്കെതിരായി, മാനുഷിക മൂല്യങ്ങൾക്കെതിരായ മനസ്സ് വിശ്വരൂപം കാണിക്കുന്നു. ഇവിടെ കമ്യൂണിക്കേറ്റീവ് ഭാഷാപഠനമാണ് പകരം വെയ്ക്കുന്ന ഒരിനം. ഭരണഘടന തുടങ്ങി മറ്റു പലതുമുണ്ട്. ഭാഷാപഠനത്തെ വാമൊഴിതലത്തിൽ തളച്ചിടേണ്ടതാണെന്ന വിചാരമാണ് കമ്യൂണിക്കേറ്റീവ് ഇംഗ്ലീഷ് പഠനത്തിലൂടെ സാക്ഷാൽക്കരിക്കപ്പെടുന്നത്. അതും ആവശ്യമാണെന്നതു വിസ്മരിക്കാതെതന്നെ അതു മാത്രമാണ് ഭാഷയിലൂടെയുള്ള കമ്യൂണിക്കേഷൻ എന്നു നിനയ്ക്കുന്നതിൽ പന്തികേടുണ്ടെന്നു പറയാതെ വയ്യ. ഭാഷയുടെ സാംസ്കാരികമായ ധർമങ്ങളെയാണ് അവിടെയെല്ലാം കാണാതെ പോകുന്നത്.

സാഹിത്യംതന്നെ ഐച്ഛികമായി എടുത്തു പഠിക്കാൻ ശ്രമിക്കുന്നിടത്തു കാണുന്നതും ഇത്തരം സമീപനം തന്നെയാണ്. സാംസ്കാരികപഠനമാണ് സാഹിത്യപഠനമെന്നു സ്ഥാപിച്ചുകൊണ്ട് സാഹിത്യത്തിന്റെ സൗന്ദര്യാത്മകതലത്തെ നിഴലിലാക്കുന്ന രീതിയാണ് അവിടെയുള്ളത്. ഭാഷയുടെയും സാഹിത്യകലയുടെയും രീതിശാസ്ത്രങ്ങൾ സാമൂഹികശാസ്ത്രരീതികൾക്കു വഴിമാറുകയാണ്. ഇത് ഒരു വിഷയമെന്ന നിലയിൽ സാഹിത്യപഠനത്തിനുള്ള ഒട്ടോണമിയെയാണ് നിഷേധിക്കുന്നതെന്ന കാര്യം സാഹിത്യാധ്യാപകർക്കെങ്കിലും മനസ്സിലാവേണ്ടതുണ്ട്. സാഹിത്യം രാഷ്ട്രീയത്തിന്റെ ഉപപ്രതിഭാസമാണ് എന്നു ധരിക്കുന്ന ചില സാഹിത്യചിന്താപദ്ധതികളുടെ തുടർച്ചയാണിതെന്നു കരുതേണ്ടിയിരിക്കുന്നു. ഭാഷാസാഹിത്യപഠനങ്ങൾ സാമൂഹികശാസ്ത്രത്തിന്റെയെന്നല്ല തത്വചിന്തയുടെയും മനോവിജ്ഞാനീയത്തിന്റെയും പ്രകൃതിശാസ്ത്രത്തിന്റെയുമൊക്കെ മേഖലകളിൽ ഉരുത്തിരിയുന്ന ഉപദർശനങ്ങളെ അതിരിട്ടു നിരാകരിക്കണമെന്നു കരുതുന്നില്ല. അവയൊക്കെ സാഹിത്യത്തിൽ പ്രസക്തമായ കാര്യങ്ങളുമായി ബന്ധപ്പെടുന്നുണ്ട്. പക്ഷേ, അപ്പോഴും സാഹിത്യത്തിന്റെ മൗലികമായ തലം കുടികൊള്ളുന്നത് സൗന്ദര്യപരമായ സവിശേഷതയിലാണ് എന്ന കാര്യം മറക്കാതിരിക്കണം. അത് അതായിത്തന്നെ രാഷ്ട്രീയവുമാണ്. രാഷ്ട്രീയകക്ഷിപക്ഷപാതമാണ് കലയുടെ രാഷ്ട്രീയം എന്ന സാമാന്യചിന്തയെ താലോലിച്ചാൽ ഇതു മനസ്സിലാകില്ല. ഇത്തരം ജാഗ്രതയുടെ അഭാവം നമ്മുടെ

സാഹിത്യചിന്തയെയും സാഹിത്യപഠനരംഗത്തെയും ദരിദ്രമാക്കും. ഇത് അരാഷ്ട്രീയചിന്തയാണെന്നൊക്കെ മുദ്രയടിച്ചുവിടാൻ പറ്റും. എന്നാൽ, യാന്ത്രികവും ഉപരിപ്ലവവുമായ രാഷ്ട്രീയത്തെക്കാൾ അരാഷ്ട്രീയമായി മറ്റൊന്നുമില്ല എന്നതല്ലേ യാഥാർത്ഥ്യം?

കലയും സൗന്ദര്യാനുഭവവുമാണ് സാമൂഹികവും രാഷ്ട്രീയവുമായ ഒരു ജനാധിപത്യസാഹചര്യം ഉറപ്പുവരുത്തുന്നതിന് അടിസ്ഥാനമായിരിക്കുന്നതെന്നു മുമ്പു പരാമർശിച്ച എയ്സ്തെറ്റിക് ഡെമോക്രസി എന്ന പുസ്തകത്തിൽ തൽക്കർത്താവായ തോമസ് ദോക്കോർത്തി സൂചിപ്പിക്കുന്നുണ്ട്. അതിൽ വാസ്തവമുണ്ട്. ആ നിലയിൽ കലയ്ക്കും സൗന്ദര്യാനുഭൂതിക്കും വേണ്ടിയുള്ള ഈ വാദം രാഷ്ട്രീയമായ അർഥധ്വനികളുള്ളതാണെന്നു ബോധ്യമാകും. കല കലയ്ക്കുവേണ്ടിയും മനുഷ്യനു (സാമൂഹികമായ അസ്തിത്വമുള്ള മനുഷ്യന്) വേണ്ടിയും ആവശ്യമായിരിക്കുന്നു. ഈ യാഥാർത്ഥ്യം ഉൾക്കൊള്ളാനും കലാപഠനത്തിന്, വിശേഷിച്ച്, സാഹിത്യപഠനത്തിനു പ്രാധാന്യം കൊടുക്കാനുമാണ് സർഗാത്മകതയുള്ള സാംസ്കാരികവിമർശകനെന്ന നിലയിൽ പ്രസിദ്ധനായ ഹേബർമാസിനെപ്പോലുള്ള ചിന്തകർ ആഹ്വാനം ചെയ്തിട്ടുള്ളതെന്ന കാര്യവും സ്മരിക്കുക. അവികസിതമായ (സമഗ്രാധിപത്യപ്രവണതകളുള്ള, നിർണയവാദപരമായ, യാന്ത്രികമായ) രാഷ്ട്രീയചിന്തകളിലധിഷ്ഠിതമായ സാംസ്കാരികവിമർശനത്തെ തള്ളിക്കളയുകയും സൗന്ദര്യത്തിൽ അധിഷ്ഠിതമായ ഒരു സാംസ്കാരികവിമർശനത്തെ തൽസ്ഥാനത്തു പ്രതിഷ്ഠിക്കുകയും ചെയ്യുക എന്ന വെല്ലുവിളിയാണ് ഇവിടെ നാം അഭിമുഖീകരിക്കുന്നത്. അതിന് വിവേചനശേഷിയും, സൂക്ഷ്മമായ രാഷ്ട്രീയബോധവും അനിവാര്യമാണ്. മുദ്രാവാക്യങ്ങളിൽ ഒതുങ്ങുന്ന സാമൂഹികബോധവും രാഷ്ട്രീയവും കൊണ്ടുനടക്കുന്നവരെ സംബന്ധിച്ചിടത്തോളം ഇതൊക്കെ ശ്രദ്ധ അസംബന്ധമായിത്തോന്നും. അവർ ഭാഗ്യവാന്മാരാകുന്നു.

(*ഭാഷാപോഷിണി*യിൽ (42,49/2011) 'പള്ളിക്കൂടങ്ങൾ ഒലിച്ചുപോകുന്നത്' എന്ന തലക്കെട്ടോടെ പ്രസിദ്ധീകരിച്ച ലേഖനം ചെറിയ മാറ്റങ്ങളോടെ)

മാറുന്ന മലയാളം, മരിക്കുകില്ലാ

മലയാളഭാഷയുടെ ഭാവി ഇരുളടഞ്ഞതാണെന്ന വീക്ഷണം ഉയർന്നുകേട്ടുകൊണ്ടിരിക്കുന്ന ഒരു കാലഘട്ടമാണിത്. ലോകത്തെമ്പാടുമുള്ള ഒട്ടേറെ ഭാഷകൾ കാലയവനികയ്ക്കുടിപ്പെട്ടുകൊണ്ടിരിക്കുന്നതിനെക്കുറിച്ചുള്ള റിപ്പോർട്ടുകളും സാമൂഹിക-നരവംശശാസ്ത്ര-ഭാഷാപണ്ഡിതരുടെ പഠനങ്ങളും ഈ ദിശയിലുള്ള വേവലാതികളെ തീവ്രതരമാക്കുന്നുണ്ട്. ഭാഷയുടെ തിരോധാനം ജനതകളുടെ സ്വത്വനഷ്ടമായി വിവരിക്കപ്പെടുന്ന വിമർശനാത്മകചിന്തകൾ ഇതിന് എണ്ണപകരുന്നു. ഇതൊക്കെയുണ്ടാക്കുന്ന ഭാഷാപരവും സാംസ്കാരികവുമായ ആധി വളരെ കടുത്തതാണ്. ഭാഷകളുടെ നാശം എന്നത് ഭാഷാപരമായ ഒരു ശൂന്യതയിലേക്കുള്ള സഞ്ചാരമാണെന്ന മട്ടിൽ വേദിക്കുന്ന സാംസ്കാരികപ്രഭാഷണങ്ങളും കേട്ടുപോരുന്നതിന്റെ വെളിച്ചത്തിലാണിതു പറയുന്നത്. വൈകാരികമായ ഉത്കണ്ഠകൾ ഉളവാക്കുന്ന ഇത്തരം ഭാഷാഭിമാന-സ്വത്വാഭിമാനചിന്തകൾക്ക് എന്തെങ്കിലും പ്രസക്തിയുണ്ടോ എന്ന കാര്യം ആലോചനാവിധേയമാക്കേണ്ടതുണ്ട്.

ആഫ്രിക്കയിലും അമേരിക്കയിലും ഇന്ത്യയിലുമൊക്കെയുള്ള അനേകം ഭാഷകൾ പ്രചാരലോപം വന്ന് അപ്രത്യക്ഷമായിക്കൊണ്ടിരിക്കുകയാണ് എന്നത് അനിഷേധ്യമായ വസ്തുതയാണ്. ഇതിന്റെ അടിസ്ഥാനത്തിൽ ലോകത്തിലെ ഭാഷാവൈവിദ്ധ്യം അത്രകണ്ട് കുറഞ്ഞുപോകുന്നുവെന്നു പറയാം. ആശയവിനിമയമെന്ന ഭാഷയുടെ പ്രാഥമികധർമ്മത്തിനപ്പുറത്ത് ചിന്തയുടെയും ഭാവനയുടെയും പ്രവർത്തനങ്ങൾക്കുതകി എഴുത്തിന്റെ മണ്ഡലത്തിലേക്ക് വികസിക്കാതെ, സ്വയം വൈവിദ്ധ്യപൂർണ്ണമാകാതെ പോയ ഭാഷകളാണ്

അസ്തമിച്ചുപോകുന്നത്. അതതു ജനതകളുടെ സ്വപ്നങ്ങളെ പൂർത്തീകരിക്കാൻ പ്രാപ്തമാകാത്ത സാഹചര്യമാണ് അവയെ ഈ ഗതിയിലേക്ക് തള്ളിവിടുന്നത്. എഴുത്ത്, അച്ചടി തുടങ്ങിയ സാങ്കേതികതകളിലേക്കും സാഹിത്യചിന്താജനുസ്സുകളിലേക്കും പടർന്നുവികസിച്ചിരുന്നുവെങ്കിൽ അവയ്ക്ക് ഈ ഗതി വരുമായിരുന്നില്ല.

വേറൊരു തരത്തിലുള്ള ഭാഷാമരണവുമുണ്ട്. സംസ്കൃതം, ലാറ്റിൻ, ഗ്രീക്ക് തുടങ്ങിയ ക്ലാസ്സിക്കൽ ഭാഷകളുടെ മരണം. ഈ ഭാഷകളെ മൃതഭാഷകളെന്ന് ഭാഷാശാസ്ത്രപഠിതാക്കൾ വിവരിക്കുന്നതുകാണാം. അവയാകട്ടെ ചിന്തയുടെയും ഭാവനയുടെയും മഹാപ്രയാണങ്ങൾ നടന്ന ഭാഷകളാണ്. അവ മൃതിപ്പെട്ടുവെന്നാണ് വെപ്പ്. വാമൊഴിതലത്തിൽ അവ ഉപയോഗിക്കപ്പെടാതായി എന്നേ ഇപ്പറഞ്ഞതിനു വിവക്ഷയുള്ളൂ. മരിക്കാത്ത ഭാഷകളായി അവ മരണാനന്തരജീവിതം ജീവിച്ചുകൊണ്ടേയിരിക്കുന്നു. ആ നിലയിൽ അവ അമരത്വം പ്രാപിച്ച ഭാഷകളാണ്. ജനസമൂഹങ്ങളുടെ നിത്യജീവിതവുമായും നിത്യവ്യവഹാരഭാഷണവുമായുമുള്ള ബന്ധമറ്റതുകൊണ്ടാണ് അവ 'അമരഭാഷ'യായി മാറിയത്. വരമൊഴി വാമൊഴിയുമായി ബന്ധപ്പെടാതെ, കർക്കശമായ നിയമങ്ങളുമായി വേറിട്ടു സഞ്ചരിക്കുമ്പോൾ സംഭവിക്കുന്നതാണിത്. നവീനചിന്തയ്ക്കും ഉപയോഗത്തിനും തയ്യാറാകാതെ, പരിണാമമറ്റ്, നിശ്ചലമായിത്തീരുകയാണവ. സ്വന്തം ശരീരഭാരത്താൽ തകർന്നുപോയ (എന്നു കരുതപ്പെടുന്ന) പൗരാണികമൃഗജാതികളെപ്പോലെ അവ വംശീയദുരന്തം ഏറ്റുവാങ്ങുന്നു. എക്സ്റ്റിങ്ഷൻ. സഫലമായ മരണമാണ് അവയ്ക്കുണ്ടായതെന്ന് നമുക്ക് അനുസ്മരിക്കാം. അവ സാക്ഷാൽക്കരിച്ച ഭാവനാലോകങ്ങളും ആശയലോകങ്ങളും അവയ്ക്ക് അധിഷ്ഠാനമായിരുന്ന ജനതകളുടെ വാമൊഴികളിൽനിന്ന് രൂപപ്പെട്ടുവന്ന പുതുഭാഷകളിൽ മാത്രമല്ല ഇതരജനതകളുടെ ഭാഷകളിൽപോലും പുനർജനിക്കുകയും പ്രഭാവം ചെലുത്തുകയും ചെയ്യുന്നു. മുമ്പ് സൂചിപ്പിച്ച, നാമാവശേഷമായ ഗോത്രഭാഷകൾക്ക് പൊതുവെ അത്തരം ഒരതിജീവനം ഉണ്ടാവുന്നില്ലെന്നു തോന്നുന്നു. അങ്ങനെയെങ്കിൽ അവ സഫലമാകാത്ത ജന്മങ്ങളായിപ്പോകുന്നുവെന്നു പറയേണ്ടിവരുന്നു. അവ ജന്മം കൊടുത്ത സങ്കല്പനങ്ങളും അറിവുകളും ഭാവനകളും ഒക്കെ മിക്കവാറും എന്നേയ്ക്കുമായി തിരോഭവിക്കുന്നു.

ഏതുവിധത്തിലായാലും ശരി, വാമൊഴിതലത്തിൽ തിരോഭവിക്കുന്ന ഭാഷകളുമായി ജീവിച്ചുപോന്ന ജനതകൾ എന്തുചെയ്യുന്നു എന്നതാണ് ഇവിടെ ശ്രദ്ധിക്കേണ്ട ഒരു കാര്യം. അവർ ഭാഷയില്ലാത്ത ഒരു നരകത്തെ അഭിമുഖീകരിക്കുകയാണോ? അല്ല എന്നതാണ് വാസ്തവം.

അവർ അവരുടെ ഭാഷാപാരമ്പര്യത്തിൽനിന്നുതന്നെ രൂപമെടുത്തതോ സമ്പർക്കത്തിൽവന്ന മറ്റു ഭാഷാസമൂഹങ്ങളുടേതോ ആയ പുതുഭാഷയിൽ അവരുടെ ആശയവിനിമയപ്രക്രിയകളും ആവിഷ്കാരക്രിയകളും നടത്തി മുന്നോട്ടുപോവുകയാണ് ചെയ്യുന്നത്. ഭാഷാരഹിതമായ ഒരു ലോകത്തേക്ക് അവർ തള്ളിയിടപ്പെടുന്നില്ല. ഭാഷയുടെ തിരോധാനം എന്നതിന് ഭാഷാമാറ്റം എന്ന വിവക്ഷയേയുള്ളൂവെന്നു സാരം. ഇതിൽ ഖേദിക്കാനെന്തെങ്കിലുമുണ്ടോ? മാറ്റം എന്നത് ഭാഷയുടെ മൗലികസ്വഭാവമാണെന്ന് മനസ്സിലാക്കുമ്പോൾ പ്രത്യേകിച്ചും ഒരു ജനത മറ്റെല്ലാ ജീവിതമേഖലകളിലുമെന്നതുപോലെ, ഭാഷയിലും പരിണമിച്ചുകൊണ്ടിരിക്കുന്നു എന്നത് അത് സചേതനമായി നിലകൊള്ളുന്നു എന്നല്ലേ സൂചിപ്പിക്കുന്നത്? ഭാഷാനാശവുമായി ബന്ധപ്പെട്ട ഭീതികൾ സ്വത്വം എന്നതിനെ ഭൂതകാലബന്ധിയായി മനസ്സിലാക്കുന്നതിൽനിന്ന് ഉളവാകുന്നതല്ലേ? ആ തലത്തിൽ ഭാഷാനഷ്ടത്തെക്കുറിച്ചുള്ള ആധികൾ മൗലികവാദപരമായ ചിന്തകളോട് സാഹോദര്യമുള്ളതല്ലെ? ചിന്തിക്കേണ്ടതുണ്ട്.

ജനതകളുടെ ഭാഷാജീവിതത്തെ സാമാന്യമായി ഇത്തരം ഭീതിദർശനങ്ങളൊന്നും അലോസരപ്പെടുത്തുന്നതായി കാണുന്നില്ല. മാറുന്ന ജീവിതസാഹചര്യങ്ങൾക്കനുസരിച്ച് കിട്ടാവുന്ന ഭാഷാംശങ്ങളെ സ്വീകരിക്കുകയും സൃഷ്ടിക്കുകയും ചെയ്തുകൊണ്ട് അവർ ഭാഷയെ സ്വതന്ത്ര്യത്തിന്റെ ഉൽസവപ്പറമ്പാക്കുകയാണ്. കേരളജനതയുടെ ഭാഷാജീവിതത്തെ പരിശോധിച്ചാലും ഇതുതന്നെയാണ് കാണുന്നത്. മലയാളം വളരെ ഉൽസാഹത്തോടെ ചടുലമായി വികസിച്ചുകൊണ്ടിരിക്കുകയാണ്. ജനതയുടെ വൈചാരികവും വൈകാരികവുമായ വിനിമയാവശ്യങ്ങൾക്ക് ഉതകുന്നതരത്തിലുള്ള ഒരു ഭാഷാസമീപനം കേരളീയർ വച്ചുപുലർത്തുന്നുണ്ട്. അതുകൊണ്ടുതന്നെ വൈവിധ്യപൂർണമായ മലയാളഭേദങ്ങൾ നാമ്പിട്ടുകൊണ്ടേയിരിക്കുന്നു. അതോടൊപ്പം ഈ ഭാഷയുടെ, ഈ ജനതയുടെ പാരമ്പര്യത്തിൽ ശക്തിപ്പെടാതെപോയ മേഖലകളിൽ യാതൊരു അയിത്തബോധവും കൂടാതെ സംസ്കൃതത്തിന്റെയും ഇംഗ്ലീഷിന്റെയുമൊക്കെ ഭാഷാംശങ്ങളെ സ്വീകരിച്ച് തങ്ങളുടെ ഭാഷാജീവിതത്തെ വിപുലീകരിക്കുകയും ചെയ്യുന്നു. ചില മണ്ഡലങ്ങളിൽ സൗകര്യപ്രദമെന്നു കണ്ട് ഇംഗ്ലീഷിനെ അതേപടി സ്വീകരിക്കാൻ പോലും മലയാളികൾക്കു മനഃപ്രയാസമില്ല. അതിനെ അന്യമെന്നു കാണുന്നേയില്ല. ഭാഷയേയും മറ്റു സാംസ്കാരികനിർമിതികളെയുമൊക്കെ മനുഷ്യവംശത്തിന്റെ പൊതുവായ പൈതൃകമായി കാണുന്ന ഒരു ദർശനം നമുക്കുണ്ട് എന്നതിന്റെ തെളിവായിവേണം ഇതിനെ കാണാൻ. മറ്റു ജനതകളിൽനിന്ന് നമ്മെ വേർതിരിക്കുന്ന ഒരു

പ്രവണതയാണ് ഇതെങ്കിൽ ഈ സ്വത്വത്തിൽ നാം അഭിമാനിക്കേണ്ട തുണ്ട്. താരതമ്യേന അയഞ്ഞ സ്വത്വബോധവും ഹൃദയവികാസവുമൊക്കെയായി അതിനെ മനസ്സിലാക്കാവുന്നതാണ്.

ആസന്നമരണഭാഷാചിന്തകളുമായി ബന്ധപ്പെട്ടിരിക്കുന്ന ഭാഷാസ്വത്വചിന്തകളൊന്നുംതന്നെ മലയാളികൾ സാമാന്യമായി ഏറ്റെടുത്തുകാണുന്നില്ല. ഇതരഭാഷകളെ തുറന്ന മനസ്സോടെ കാണാനും ജീവിതത്തോടു ചേർത്തുനിർത്താനുമുള്ള ഈ സംവാദാത്മകവും സർഗാത്മകവുമായ പ്രവണതയെ ഒരു മഹാദൂഷ്യമായി ചിത്രീകരിക്കുകയാണ്, മലയാളത്തനിമാവാദികൾ അറിഞ്ഞോ അറിയാതെയോ ചെയ്തുപോരുന്നത്. ഭാഷയെക്കുറിച്ചുതന്നെയുള്ള ആലോചനക്കുറവിനെയാണ് ഇതു പ്രകടമാക്കുന്നത്. വാസ്തവത്തിൽ, മനുഷ്യൻ ഭാഷ സ്വായത്തമാക്കുന്നതിൽത്തന്നെ അന്യത്തെ ഹാർദമായി സ്വീകരിക്കുന്നതിന്റെ, സ്വത്വത്തെ അപനിർമ്മിക്കുന്നതിന്റെ ബാലപാഠമുണ്ട്.

കുട്ടികൾ തനതായ ഒരു ഭാഷയുമായല്ല ജനിച്ചുവീഴുന്നത്. ഗർഭസ്ഥശിശു അമ്മയുടെ ഭാഷയോട് പ്രതികരിക്കുന്നുണ്ടെന്നുള്ള നിഗമനങ്ങളെ മറന്നുകൊണ്ടല്ല ഇതു പറയുന്നത്. അത്തരം പ്രതികരണങ്ങൾ അമ്മയുടെ ഭാഷയുടെ ബാഹ്യസ്വരൂപവുമായല്ല. മറിച്ച് അമ്മയുടെ ഭാഷ മറ്റു ഭാഷകളോടൊപ്പം പൊതുവായി പങ്കിടുന്ന, ഭാഷാത്വം എന്നെങ്ങാൻ വിശേഷിപ്പിക്കാവുന്ന ഒരു ഗഹനതലവുമായുള്ളതാവാനേ വഴിയുള്ളൂ. അങ്ങനെയുള്ള പ്രതികരണത്തിന് സഹായിക്കുന്ന ഒരു ഭാഷാജന്മസിദ്ധി മനുഷ്യശിശുവിനുണ്ട്. അതിനാൽ മനുഷ്യശിശുക്കൾ ഭാഷാരഹിതമായ ഒരു സാഹചര്യത്തിൽ വളരാനിടയായാൽ അവർ ഒരു ഭാഷയ്ക്ക് ജന്മം കൊടുക്കുമെന്നുപോലും കരുതേണ്ടിയിരിക്കുന്നു. ആ ഭാഷ പെറ്റ അമ്മയുടെ ഭാഷയോ മറ്റേതെങ്കിലും ഭാഷയോ ആയിരിക്കില്ല. പുതിയ ഒന്നായിരിക്കും. തലമുറകളിലൂടെ ജനതയുടെ ജീവിതസങ്കീർണതകളുമായി ബന്ധപ്പെട്ട് വികസിച്ചുവന്നിട്ടുള്ള മറ്റു ഭാഷകളുമായി താരതമ്യപ്പെടുത്തിയാൽ ഒന്നുമല്ലാത്ത ഒരു ചെറിയ ഭാഷാവ്യവസ്ഥയായിരിക്കും അവരുണ്ടാക്കിയെടുക്കുക. അവരുടെ ചിന്താഭാവനാലോകങ്ങളും അതിനനുസൃതമായി ചെറുതായിരിക്കും.

വികസിച്ച ഒരു ഭാഷാസാഹചര്യത്തിലേക്ക് പിറന്നുവീഴുന്ന ശിശുവിന് കഷ്ടപ്പെട്ട് പുതിയ ഭാഷ സൃഷ്ടിച്ചെടുക്കേണ്ടിവരുന്നില്ല. ജനിക്കുമ്പോൾതന്നെ വലിയൊരു ഭാഷാസാമ്രാജ്യത്തിന്റെ നേരവകാശിയാണ് അയാൾ. എന്നാൽ ഒരു കാര്യമോർക്കണം. തന്റേതെന്നു പറയാൻ കഴിയാത്ത, തനിക്കു മുമ്പേയുള്ള ഒരു അന്യഭാഷയെയാണ് അയാൾ അഭിമുഖീകരിക്കുന്നത്. ആ അന്യഭാഷയെയാണ് സ്വാംശീകരിക്കുന്നത്. അതുവഴി

അയാൾ ആ ഭാഷയുടെ പ്രജയായിത്തീരുന്നു. ഇതിനെ ഭാഷയുടെ കീഴ്പ്പെടുത്തൽ എന്നു വിവരിക്കുന്നതിൽ കുഴപ്പമില്ല. എന്നാൽ, ലഭ്യമായ ഭാഷയെ ശിശു അതേപടി പുനവതരിപ്പിക്കുകയല്ല ചെയ്യുന്നത്. അയാൾ വെറും പ്രജയായിത്തീരുന്നില്ല എന്നർഥം. ആ ഭാഷയിൽ ക്രിയ ചെയ്യാൻ ആരംഭിക്കുക വഴി അയാൾ സർഗാത്മകമായി ഇടപെടുന്ന കർത്താവാകുന്നു. (യാന്ത്രിക ഘടനാവാദത്തിന്റെ ഇരയായിത്തീർന്നാൽ ഈ കർതൃനിർവ്വാഹകത്വത്തെ അവഗണിക്കുന്നതിലേക്കെത്തിപ്പെടും.)

ശിശുവിനു ലഭിക്കുന്ന ഭാഷ വൈവിധ്യപൂർണമായ അടരുകളോടു കൂടിയ ഒരു ഭാഷാലോകമാണ്. ഭാഷയെന്നും ജന്മഭാഷയെന്നും മാതൃഭാഷയെന്നുമൊക്കെ പറയുമ്പോൾ ഇത്തരം സങ്കീർണതകളൊന്നും നമ്മൾ ഓർക്കാറില്ല. ഭാഷതന്നെയും ഭാഷാവൈവിധ്യങ്ങളുടേതായ ഒരു ലോകമാണ് എന്ന വസ്തുത മനസ്സിലാക്കുമ്പോൾ ഭാഷയിലെ ശുദ്ധിവാദങ്ങൾക്കും തനിമാവാദങ്ങൾക്കും ഉറപ്പുള്ള അടിസ്ഥാനമൊന്നുമില്ലെന്ന് വ്യക്തമാകും. ചുറ്റുപാടുള്ള ഭാഷാലോകത്തു നിന്നുതന്നെ അനവധിയായ ഭാഷാപ്രയോഗരീതികളുടെ ഉചിതമായ പ്രയോഗസാധ്യതകളെക്കുറിച്ചുള്ള തിരിച്ചറിവും ശിശുവിനു ലഭിക്കുന്നുണ്ട്. അതൊക്കെ സ്വീകരിച്ച് യാന്ത്രികമായി പ്രയോഗിക്കുകയല്ല, സർഗാത്മകമായി ഇടപെടുകയും സൃഷ്ടി നടത്തുകയുമാണ് മനുഷ്യൻ ചെയ്യുന്നത്. അതിലൂടെ ഭാഷയും അയാളും പരിണമിക്കുന്നു. പുതിയ പുതിയ സ്വത്വങ്ങളിലേക്ക് കുടിയേറുന്നു, മാറുന്നു.

മാതൃഭാഷയുടെ സ്വാംശീകരണത്തിൽതന്നെ അന്യമായ ഒരു ഭാഷയുമായുള്ള സംവാദം അന്തർഭവിക്കുന്നുണ്ട് എന്നാണ് പറഞ്ഞുവരുന്നത്. ഇത് സൃഷ്ടിക്ക് കളമൊരുക്കുന്നതുമാണ്. പുതുവാക്യങ്ങളുടെയും പുത്തൻ ആശയങ്ങളുടെയും സൃഷ്ടി. ഇതിന്റെ തുടർച്ചയാണ് ഇതരഭാഷകളുമായി സമ്പർക്കത്തിലാകുമ്പോൾ സംഭവിക്കുന്നത്. ആദ്യം ലഭിച്ച ഭാഷാഭേദത്തിന്റെ സാധ്യതകൾക്കപ്പുറത്തേക്ക് സഞ്ചരിക്കാൻ സഹായിക്കുന്ന മാനകഭാഷാഭേദം ഉൾപ്പെടെയുള്ള ഭാഷാരീതികളെ ഏതുരീതിയിൽ സ്വീകരിക്കുമോ അതേ സ്വാഭാവികതയോടെ ഇതരഭാഷകളെയും മനുഷ്യൻ സ്വീകരിക്കും. ഭാഷകളെക്കുറിച്ച് സാഹചര്യപരമായ കാരണങ്ങളാൽ വന്നുചേർന്നിട്ടുള്ള (ശ്രേഷ്ഠം, അധമം, അശ്ലീലം, സഭ്യം, ശുദ്ധം, മാനകം തുടങ്ങിയ) ധാരണകളൊക്കെ ഈ സ്വീകാരത്തെ നിർണയിക്കുന്നതിൽ പങ്കുചേരുന്നുണ്ടാവാം. എന്നുവെച്ച് ഈ സ്വീകാരത്തെ പാപമോ അപകടമോ ആയി കാണുന്നതിൽ കാര്യമുണ്ടെന്നു തോന്നുന്നില്ല.

മലയാളഭാഷയുടെ ചരിത്രം പരിശോധിച്ചാൽ ഇതരഭാഷകളുമായുണ്ടായ സമ്പർക്കസംവാദങ്ങളിലൂടെ നമ്മുടെ ജനത രൂപാന്തരപ്പെട്ടതിന്റെ കഥയാവും ലഭിക്കുക. ഇതരദേശഭാഷാസംവാദങ്ങളിലൂടെയാണ് ഈ നാട്ടിലെ ഭാഷാലോകം വികസിച്ച് ആധുനികലോകത്തെ അഭിമുഖീകരിക്കാനും ആവിഷ്കരിക്കാനുമുള്ള കരുത്ത് സമ്പാദിച്ചത്. ഇതിനർഥം സമസ്ത വ്യവഹാരമേഖലകളിലും സമ്പന്നമായ സാംസ്കാരികമൂലധനമാർജിക്കാൻ മലയാളഭാഷയ്ക്ക് കഴിഞ്ഞിട്ടുണ്ട് എന്നല്ല. മുമ്പ് പരാമർശിച്ച തരത്തിലുള്ള ക്ലാസിക് ഭാഷകളെപ്പോലെ ക്ലാസിക് സമ്പാദ്യങ്ങൾ വേണ്ടത്ര ലഭിച്ചുകഴിഞ്ഞു. ഇനി മരിക്കാവുന്നതാണ് എന്നൊരു നിലയിലേക്ക് ഈ ഭാഷ വളർന്നുകഴിഞ്ഞിട്ടുണ്ട് എന്നു പറഞ്ഞുകൂടാ. സാഹിത്യത്തിന്റെ മേഖലയിൽ, ഒരുപക്ഷേ, ഈ ഭാഷ മികച്ച നിലയിലെത്തിയിട്ടുണ്ട് എന്നു കരുതാം. നമ്മുടെ എഴുത്തുകാർക്കു കിട്ടിയ ജ്ഞാനപീഠങ്ങളുടെ ബലത്തിലല്ല പറയുന്നത്. എഴുത്തച്ഛനെയും നമ്പ്യാരെയും ഉണ്ണായിവാര്യരെയും ആശാനെയുംപോലുള്ള കവികളെയും ആധുനിക ആഖ്യായികാകാരന്മാരെയും ഒക്കെ അനുസ്മരിച്ചുകൊണ്ട് പറയുന്നതാണ്.

തത്വചിന്തയുടെയും ശാസ്ത്രചിന്തയുടെയുമൊക്കെ മണ്ഡലങ്ങളിൽ ക്ലാസിക്കെന്നു വിശേഷിപ്പിക്കാവുന്ന ആവിഷ്കാരങ്ങൾ ഉണ്ടായിട്ടില്ലാത്തതുകൊണ്ട് ആ മേഖലകൾ ഏറെക്കുറെ വന്ധ്യമായി തുടരുന്നു. (ഒറ്റപ്പെട്ട നേട്ടങ്ങൾ തർക്കത്തിനുവേണ്ടി ചൂണ്ടിക്കാണിക്കാനുണ്ടാകും.) സാമാന്യമായിപ്പറഞ്ഞാൽ, മേൽ സൂചിപ്പിച്ച തരത്തിലുള്ള അപര്യാപ്തതകളാണ് ഈ ഭാഷയുടെ ഭാവിയെക്കുറിച്ച് സംശയം ജനിപ്പിക്കുന്നത്. എന്നാൽ ഇതിനെയൊക്കെ ഏതെങ്കിലും തരത്തിൽ ഭീതിപ്പെടേണ്ട ഒരു സാഹചര്യമായി വിലയിരുത്തേണ്ടതാണെന്നു തോന്നുന്നുമില്ല. തത്വചിന്തയുടെയും ശാസ്ത്രത്തിന്റെയും അതുപോലുള്ള മറ്റു മേഖലകളിലുള്ള അറിവിനും അന്വേഷണത്തിനും ആവിഷ്കാരത്തിനുമുള്ള ഭാഷയായി നമ്മുടെ ഭാഷാജീവിതത്തിന്റെ ഭാഗമായി, ഇംഗ്ലീഷിനെ കൂടെപ്പൊറുപ്പിക്കാൻ നമുക്ക് കഴിയുന്നുണ്ട്. അന്യന്റെ അടുപ്പത്തെ കത്തിവെക്കലായി ഈ ഭാഷാസഹജീവിതത്തെ കാണേണ്ടതില്ല. ഇംഗ്ലീഷിനും ഇടമുള്ള ഒരു ഭാഷാസമ്മേളനസ്ഥലമായി മലയാളിയുടെ ഭാഷാലോകത്തെ കണക്കാക്കുന്നതാകും സമകാലത്ത് ശരിയാവുക. നമ്മുടെ ഭാഷായാഥാർഥ്യത്തെ അറിഞ്ഞാദരിക്കുന്ന സമീപനം ഇതായിരിക്കും. നമ്മുടെ സമൂഹഭാഷാമനോഭാവം അതിനനുസൃതമായാണ് രൂപപ്പെട്ടിട്ടുള്ളത്. അതിനെ അവഗണിച്ചുകൊണ്ടുള്ള ഏകഭാഷാവാദങ്ങൾ നമ്മെ കാലഹരണപ്പെട്ട സ്വത്വബോധങ്ങളിൽ തളച്ചിടാൻമാത്രമേ പര്യാപ്തമാവുകയുള്ളൂ.

ഇംഗ്ലീഷ് ഭാഷയുമായുള്ള ചരിത്രപരമായ സമാഗമം ചിന്താപരമായ വ്യവഹാരങ്ങളുടെ ഒരു തനതുധാരയെ സൃഷ്ടിച്ചെടുക്കാനുള്ള സാഹചര്യം നമുക്ക് പ്രദാനം ചെയ്തിരുന്നു. അതിനെ വേണ്ടത്ര പ്രയോജനപ്പെടുത്താൻ നമുക്ക് കഴിഞ്ഞില്ല. ഇംഗ്ലീഷിനെ അഭിമുഖീകരിച്ചുകൊണ്ട് ഉണ്ടായ ഭാഷാസംവാദം നമ്മുടെ ഭാഷയിൽ സൃഷ്ടിച്ച ഉറവുകളെ പിന്തുടരാനും അവയുടെ സ്വാഭാവികഗതിക്രമത്തെ ഉൾക്കൊണ്ട് വികസിപ്പിക്കാനും കഴിവുള്ള സർഗപ്രതിഭകൾ ഉണ്ടാകാതെപോയി. യാന്ത്രികമായ യത്നങ്ങൾ ഭരണകൂടത്തിന്റെ ഒത്താശയോടെ ഉണ്ടാവുകയും ചെയ്തു. നമ്മുടെ ഭാഷയിൽ, ഭാഷാസൂത്രണത്തിൽ, സംഭവിച്ച ചരിത്രപരമായ ഒരു ദുരന്തമായി ഇതിനെ മനസ്സിലാക്കുകയേ നിർവാഹമുള്ളൂ.

മലയാളഭാഷയുടെ വികാസത്തിൽ സംവാദത്തിനൊപ്പം സമന്വയത്തിന്റേതുമായ ഒരു ഗതിക്രമം അന്തർഭവിച്ചിട്ടുണ്ട്, ക്ലാസിക്കൽ തമിഴുമായുള്ള നാഭീനാളബന്ധം ഉലഞ്ഞതോടുകൂടി മലയാളികളുടെ വാമൊഴികൾക്കിണങ്ങിയ ഒരു സാംസ്കാരികഭാഷയ്ക്കായുള്ള അന്വേഷണവും ആരംഭിച്ചിരുന്നു. സംസ്കൃതത്തെ അഭിമുഖീകരിച്ചും ആശ്രയിച്ചും ഉണ്ടായ ഈ നീക്കമായിരുന്നു മലയാളികളുടെ ഭാഷാപരമായ സ്വത്വബോധത്തിന് അടിത്തറ പാകിയത്. ഈ നീക്കത്തിലായിരുന്നു പാട്ടുസാഹിത്യരചനകൾ ചമയ്ക്കുന്നതിനുള്ള ദ്രമിഡസംഘാതത്തെയും മറ്റു ബാധ്യതകളെയും ഉപേക്ഷിക്കുന്ന സാഹിതീയപരിണാമങ്ങളുണ്ടായത്. ഈ സാഹിത്യചരിത്രസന്ദർഭത്തിൽ, സമ്പന്നമായ സംസ്കൃതസാഹിത്യപാരമ്പര്യത്തെ ഭാഷാപരമായ അയിത്തബോധസ്പർശമില്ലാതെ സർഗചിത്തരായ ആളുകൾ ഭാഷയിലേക്ക് ആവാഹിച്ചു. സാഹിത്യചരിത്രകാരന്മാർ സൂചിപ്പിക്കുമ്പോലെ കൂത്തിലായിരിക്കാം അതിന്റെ ആദിമപരീക്ഷണങ്ങൾ നടന്നത്. ഭാഷകൾ ഇടകലർത്തുന്ന ആ ഏർപ്പാടിനെ മോശപ്പെട്ട ഒരേർപ്പാടായി കണ്ട് കളിയാക്കിയ കാലമുണ്ടായിരുന്നു. ഭാഷയുടെ തന്മ നശിപ്പിക്കുന്നെന്നു പറഞ്ഞ് ഇംഗ്ലീഷ് മിശ്രണത്തെ ഇക്കാലത്ത് അപഹസിക്കുന്നതുപോലെ. പക്ഷേ, ഭാഷയുടെ ചരിത്രം ഈ മിശ്രണത്തിന്റെ വഴിയിലൂടെയാണ് സഞ്ചരിച്ചത്. കവികൾ, ഖേദിച്ചുകൊണ്ടാണെങ്കിലും ആ വഴിയിലൂടെ മുന്നോട്ടുപോയി. വാക്കിലും ഉള്ളടക്കത്തിലും ഒരു സിന്തസിസിൽ എത്തിച്ചേർന്നു. അത് പൂർത്തിയായത് ചെറുശ്ശേരിയിലും എഴുത്തച്ഛനിലും നമ്പ്യാരിലുമൊക്കെയായിരുന്നു. മലയാളഭാഷയുടെ ആദിമനവോത്ഥാനനായകന്മാരായി അവർ.

പ്രാദേശികവും സാമുദായികവുമായ വാമൊഴികളുടെയും മിത്തുകളുടെയും മീതെ കേരളത്തോളം വളർന്ന കാവ്യമലയാളവും ഐതിഹാസികമായ മിത്തോളജിയും വിന്യസിച്ചുകൊണ്ട് മലയാളിക്ക് ഭാരതീയമായ

ഒരു മനോമണ്ഡലം തീർത്ത നവോത്ഥാനമായിരുന്നു അവരെല്ലാം ചേർന്ന് സാദ്ധ്യമാക്കിയത്. പുതിയൊരു സംസ്കാരത്തിന്റെ സൃഷ്ടി നടന്നു. വലിയൊരു പരിധിവരെ, ജനതയുടെ മനോമണ്ഡലം അഴിച്ചുപണിയാൻ കവികൾക്ക് കഴിഞ്ഞു. മലയാളം ഒരു സാംസ്കാരികമേഖലയായി, ഭാഷാദേശീയതയായി പുതിയ സ്വത്വമണ്ഡലമായി പരിണമിക്കാൻ അത് ഇടയാക്കി. യൂറോപ്പിലെ നവോത്ഥാനത്തിൽ പ്രാദേശികഭാഷകൾ ദേശീയസംസ്കാരത്തിന്റെ അടിത്തറയായി പരിണമിച്ചതിനു സമാനമാണ് ഇവിടെ സംഭവിച്ച കാര്യങ്ങൾ.

സർഗധനരായ കവികളായിരുന്നു ഈ നവോത്ഥാനത്തെ നയിച്ചത്. അവരുടെ ആവിഷ്കാരങ്ങളിലൂടെ അസാധാരണത്വമുള്ള ഒരു കാവ്യഭാഷയുടെ അടിത്തറ രൂപപ്പെട്ടുവന്നു. കേരളത്തിലെ നിത്യവ്യവഹാര ഭാഷാരീതികളുമായി ബന്ധപ്പെട്ടു നില്ക്കുമ്പോൾതന്നെ അതിലെ തനതായ പദാംശങ്ങളെ മടികൂടാതെ കൈയൊഴിഞ്ഞും പകരം സംസ്കൃതപദാംശങ്ങളെ കുടിയിരുത്തിയും രൂപവൽക്കരിക്കപ്പെട്ട ഈ പുതുമലയാണ്മ സഭ്യവും മാന്യവും അധികാരികവുമായി മലയാളിക്ക് അനുഭവപ്പെട്ടു. ഇതിന്റെ ഏറ്റവും ആധികാരികമായ സ്വരം എഴുത്തച്ഛനിലൂടെയാണ് മലയാളി ശ്രവിച്ചത്. മലയാളഭാവനയ്ക്കും ചിന്തയ്ക്കും സഞ്ചരിക്കാൻ പര്യാപ്തമായ ഒരു ഭാഷാരീതി അങ്ങനെ നടപ്പിൽവന്നു. ഈ ഭാഷാരീതിയെ അടിത്തറയാക്കി തത്വചിന്തയുടേതായ ഒരു വ്യവഹാരമണ്ഡലം ഉരുത്തിരിഞ്ഞുവരേണ്ടതായിരുന്നു. ചിന്തയുടെ മണ്ഡലത്തിൽ പാരമ്പര്യമൂലധനം അപര്യാപ്തമായിരുന്നതുകൊണ്ടായിരിക്കണം അതുണ്ടായില്ല. പിൽക്കാലത്ത് നാരായണഗുരുവിനെപ്പോലുള്ള ചിന്തകർപോലും മലയാളഭാഷയിൽ ഭാഗികമായി മാത്രമേ താത്വികവ്യവഹാരങ്ങൾക്ക് തുനിഞ്ഞുള്ളൂ എന്നതും ഇവിടെ ഓർക്കേണ്ടതാണ്.

വർത്തമാനസാഹചര്യത്തിൽ മലയാളഭാഷയുടെ അപര്യാപ്തത ഏറ്റവും പ്രകടമായിരിക്കുന്നത് വൈജ്ഞാനികമേഖലയിലാണ്. ആധുനികവിജ്ഞാനത്തിന്റേതായ മൂലധനം സമാഹരിക്കുന്നതിൽ മലയാളഭാഷ അമ്പേ പരാജയപ്പെട്ട നിലയിലാണുള്ളത്. കോളണീകരണത്തിന്റെ ഭാഗമായിട്ടാണെങ്കിലും ആധുനികവിജ്ഞാന പാരമ്പര്യവുമായി കടന്നുവന്ന ഇംഗ്ലീഷുമായുള്ള സംവാദത്തിലൂടെ അത് സംഭവിക്കേണ്ടതായിരുന്നു. അതുവഴി ഒരു ശാസ്ത്രഭാഷാഭേദവും ഉരുത്തിരിയേണ്ടതായിരുന്നു. ധാരാളം സാഹിത്യജനുസ്സുകൾക്ക് ജന്മം നൽകിക്കൊണ്ട് മലയാളഭാഷയുടെ സാഹിതീയധാരയിൽ ശക്തമായ പ്രഭാവംചെലുത്താൻ ഇംഗ്ലീഷിനു സാധിച്ചുവെങ്കിലും

ഒരു ശാസ്ത്രവ്യവഹാരപാരമ്പര്യത്തെ ഉല്പാദിപ്പിച്ചുറപ്പിക്കാൻ അതിനു കഴിഞ്ഞില്ല. ഇക്കാര്യത്തിലും നമ്മുടെ ഭാഷയുടെ പാരമ്പര്യത്തിലെ സാമാന്യമായ ശൂന്യതയാവണം, തുടർച്ചയില്ലായ്മയാകണം, നമ്മെ തടസ്സപ്പെടുത്തിയത്.

ഭാഷയുടെ ശാസ്ത്രവൽക്കരണത്തിനുള്ള സർഗ്ഗാത്മകയത്നങ്ങൾ കൊളോണിയൽ കാലത്ത് കുറേയധികം നടന്നിരുന്നു. ആദ്യകാലപത്രങ്ങൾ പരിശോധിച്ചാൽ ഇതിന്റെ തുടക്കം കാണാം. മലയാളത്തിലെ നിത്യവ്യവഹാരഭാഷയോടു നിരക്കുന്ന ഗദ്യത്തിൽ ശാസ്ത്രീയമായ വിഷയങ്ങൾ പ്രതിപാദിക്കാനായിരുന്നു ശ്രമം. കേരളീയരുടെ അനുഭവപരിസരങ്ങളിലേക്ക് ആധുനികവിജ്ഞാനത്തെ അടുപ്പിക്കാനുള്ള ഈ നീക്കം ഇന്നും തുടരുന്നുണ്ടെങ്കിലും സമൃദ്ധമായ ഒരു വ്യവഹാരമണ്ഡലമായി കരുത്താർജിക്കാൻ അതിനൊന്നും കഴിഞ്ഞിട്ടില്ല. സർക്കാർസ്ഥാപനങ്ങളുടെ മേൽനോട്ടത്തിൽ നടന്ന യത്നങ്ങൾ അവയുടെ യാന്ത്രികമായ സമീപനത്താൽ ലക്ഷ്യസാക്ഷാത്കാരത്തിന് ഉതകിയുമില്ല. ആധുനിക (ഇംഗ്ലീഷ്) വിജ്ഞാനത്തെ, ഗ്രന്ഥങ്ങളിൽ വസിക്കുന്നതും പൂർവാധുനികവുമായ സംസ്കൃതപദങ്ങളുപയോഗിച്ച് ഒപ്പിയെടുക്കാനായിരുന്നു മലയാള പണ്ഡിതന്മാരുടെ ശ്രമം. ഇങ്ങനെ വിവർത്തനം ചെയ്യുന്നതിനു പകരം, നമ്മുടെ സാമാന്യവ്യവഹാരത്തിലും ജീവിതത്തിലും ഇംഗ്ലീഷ് സ്വാംശീകരിക്കുന്ന രീതിയെ ശ്രദ്ധിക്കുകയും അതിനനുസൃതമായ ഭാഷാശൈലിയിൽ ശാസ്ത്രജ്ഞാനത്തെ ആവിഷ്കരിക്കുകയും ചെയ്തിരുന്നെങ്കിൽ ഭാഷാ ഇൻസ്റ്റിറ്റ്യൂട്ട് ഉൾപ്പെടെയുള്ള കേന്ദ്രങ്ങളിൽനിന്നു പുറപ്പെട്ട വൈജ്ഞാനികഗ്രന്ഥങ്ങൾ നമ്മുടെ ശാസ്ത്രപഠിതാക്കൾ തൊട്ടുനോക്കുകയെങ്കിലും ചെയ്യുമായിരുന്നു. എന്തു ചെയ്യാം, നമ്മുടെ പണ്ഡിതന്മാർ ഗ്രന്ഥങ്ങളിൽ നോക്കിയാൽ കണ്ണുകൾ അവിടെത്തന്നെ അമർന്നുപോകുന്നു. ചുറ്റുവട്ടത്തിലുള്ള ഭാഷാജീവിതയാഥാർഥ്യങ്ങളെ അഭിസംബോധന ചെയ്യാൻ അവർക്ക് കഴിയാതെയും പോയി. അതിനൊക്കെ ഭാഷാസൂത്രണപരമായി അന്നുണ്ടായിരുന്ന രാഷ്ട്രീയ-ദേശീയപദ്ധതിയുടെ പരിമിതികളാവാം കാരണമായത്. എന്തായാലും ഇത്തരം ആസൂത്രണത്തിലൂടെ വൈജ്ഞാനികമായ ഭാഷയ്ക്ക് ഗുണകരമായ വിധത്തിലുള്ള വികാസമുണ്ടാകാൻ ഇടയില്ലെന്ന് സന്ദേഹിക്കേണ്ടി വരുന്നു.

മലയാളഭാഷ മരിച്ചുമണ്ണടിയാൻ പോകുന്നു എന്നല്ല വാദിക്കുന്നത്. അത് നമ്മുടെ കൂട്ടപ്രാർത്ഥനകളിലൂടെ, മുദ്രാവാക്യങ്ങളിലൂടെ, വഴിയോരപ്രസംഗങ്ങളിലൂടെ, സിനിമകളിലൂടെ, സിനിമാലകളിലൂടെ, സാഹിത്യജനുസ്സുകളിലൂടെ, പത്രാദിമാധ്യമങ്ങളിലൂടെ നിലനിൽക്കുകയും

മലയാളികളുടെ ഭാഷാജീവിതത്തെ പോഷിപ്പിച്ച് വികസിക്കുകയും ചെയ്യും. സമകാലജീവിതത്തിൽ അനിവാര്യമായിത്തീരുന്ന മേഖലകളുമായി ബന്ധപ്പെട്ട് ഉരുത്തിരിഞ്ഞുകൊണ്ടിരിക്കുന്ന ഭാഷാപ്രയോഗ വിപ്ലവം ഇത്തരമൊരു പ്രതീക്ഷയ്ക്ക് വകനൽകുന്നതാണ്. ടി.വി.യിലും ഇന്റർനെറ്റിലും പത്രമാധ്യമങ്ങളിലുമൊക്കെ വലിയ പരിവർത്തനമാണ് നടന്നുകൊണ്ടിരിക്കുന്നത്. പുതിയ വിവരമേഖലകൾക്കായി പ്രത്യേക പ്രസിദ്ധീകരണങ്ങളും ഉടലെടുക്കുന്നു. സ്പോർട്സ്, വാഹനം, പരസ്യം തുടങ്ങിയവയുമായി ബന്ധപ്പെട്ട പ്രസിദ്ധീകരണങ്ങളിലെ ഭാഷാരീതികൾ ഈ മട്ടിൽ ശ്രദ്ധേയമാണ്. സമാനമാണ് എഫ്. എം. റേഡിയോകളിലൂടെ സംഭവിച്ചുകൊണ്ടിരിക്കുന്ന ആംഗ്ലോമലയാള വാമൊഴിവിപ്ലവം. ഭാഷാശുദ്ധിവിചാരങ്ങളുടെ കൊളുത്തുകളിൽ കുരുങ്ങാതെ ആശയാവിഷ്കാരം നടത്തുന്ന പുതിയ തലമുറയുടെ നിരങ്കുശത തികച്ചും സ്വാഗതാർഹവും ശുഭകരവുമാണെന്നു പറയാതെവയ്യ. നിത്യവ്യവഹാരഭാഷയുടെ സ്വാഭാവികഗതിക്രമത്തെ പിൻതുടർന്ന് സംസ്കരിക്കാനുള്ള യത്നമാണ് അവിടെയെല്ലാം കാണാൻ കഴിയുന്നത്. അതീവ ജാഗ്രതയോടെയുള്ള ഒരു ഭാഷാസൂത്രണമാണ് ആഗോളീകരണകാലത്തെ 'കച്ചവട'മാധ്യമപ്രവർത്തകർ നിർവ്വഹിച്ചുകൊണ്ടിരിക്കുന്നത്. അവർ ഭാഷയെ സർഗാത്മകമായി രൂപാന്തരപ്പെടുത്തുന്നു. അറിയാനും അറിയിക്കാനും മാത്രമല്ല ആവിഷ്കരിക്കാനും ആഹ്ലാദിക്കാനുമുള്ള പുതിയ ഭാഷാലോകം വിടർത്തിയെടുക്കുന്നു. ഭാഷ തടവറയല്ല സ്വാതന്ത്ര്യത്തോടെ ചരിക്കാനുള്ള വിശാലതയാണെന്ന് നമ്മെ ബോധ്യപ്പെടുത്തുന്നു. അങ്ങനെ ഭാഷയെ അതിജീവനത്തിനു സജ്ജമാക്കുന്നു. നോവൽഭാഷയിലും കാവ്യഭാഷയിലുമൊക്കെ ഇതിന്റെ അനുരണനങ്ങളുണ്ട്. മാറുകയാണ് മലയാളം. മാറുന്ന ഭാഷകൾ വളരുകയാണ്.

ശാസ്ത്രവിജ്ഞാനത്തെ ഭാഷയിലേക്ക് ആവാഹിക്കാൻ ശ്രമിച്ച യുഗത്തിൽ ഇത്തരമൊരു കൂസലില്ലാത്ത ഇടപെടൽ ഉണ്ടായില്ല എന്നതാണ് ഇന്ന് നാം തിരിച്ചറിയേണ്ടി വരുന്നത്. ഇംഗ്ലീഷ് മലയാളത്തിൽ കലരുന്നതിനെ ഭീതിയോടെ കണ്ടു. വാമൊഴി മാനകഭാഷയിലേക്കു കടന്നുവരുന്നതും ഭീതിയോടെ കണ്ടു. ഇതൊക്കെ ശാസ്ത്ര-വൈജ്ഞാനികതയെ ആവാഹിക്കുന്നതിനും ചടുലമായ ആവിഷ്കാരരീതികൾ ഉണ്ടായിവരുന്നതിനും തടസ്സമുണ്ടാക്കി. ഫലമോ? ഇംഗ്ലീഷിന് മലയാളമനസ്സിൽ വിശേഷപദവിയുറച്ചു. ആധികാരികതയുറച്ചു. എന്നാൽ, അതിലും ഖേദിക്കേണ്ട കാര്യമില്ല. മലയാളമെന്ന ഭാഷാഭേദസമുച്ചയത്തിന് താങ്ങാനാവാത്ത മേഖലകളിൽ ഇംഗ്ലീഷിനെയും ഹിന്ദിയെയും

ഉറുദുവിനെയും അറബിയെയുമൊക്കെ ചേർത്തുനിർത്തിക്കൊണ്ട് മലയാളികളുടെ ഭാഷാജീവിതം പൂർണത തേടുന്നു. ഈ ബഹുഭാഷാ യാഥാർത്ഥ്യത്തെ അംഗീകരിച്ചുകൊണ്ടേ നമുക്ക് മുന്നോട്ടുപോകാൻ കഴിയൂ. മലയാളത്തിന്റെ വികാസത്തിനായി നടത്തുന്ന ആസൂത്രണങ്ങളിൽപോലും ഇത് പ്രസക്തമാണ്. മറിച്ചുള്ള ഭാഷാവീക്ഷണങ്ങൾ ഏട്ടിൽ മേയാനേ സാധ്യതയുള്ളൂ.

(*മാതൃഭൂമി ആഴ്ചപ്പതിപ്പിൽ* (89,8/ 2011) പ്രസിദ്ധീകരിച്ച ലേഖനം)

ഭാഷകൾക്ക് അതിരും എതിരും വേണ്ട![1]

1

വർത്തിരുപത്തു കൊല്ലം മുൻപാണ്. ജെയിംസ് മാത്യു എന്ന ഉത്സാഹിയായ വിദ്യാർത്ഥിയാണ് മലബാർ ക്രിസ്റ്റ്യൻ കോളേജിലെ മലയാളം അസോസിയേഷൻ സെക്രട്ടറി. അവന്റെ മുൻകൈയിൽ കോവിലൻ കോളേജിലെത്തി. മണ്ണിന്റെയും മനുഷ്യന്റെയും തോറ്റം പാട്ടുകാരനായ അദ്ദേഹം പ്രസംഗം തുടങ്ങി കുറച്ചു കഴിഞ്ഞപ്പോൾ ഉണ്ണിമോളെക്കുറിച്ച് പറഞ്ഞ് വികാരാധീനനായി. അതിനിടയിൽ മണ്ണിനെക്കുറിച്ചും ഭൂമിയെക്കുറിച്ചും പറഞ്ഞു. ഒ.എൻ.വിയുടെ 'ഭൂമിക്കൊരു ചരമഗീതം' എന്ന കവിതയെ സ്പർശിച്ചു. എന്നിട്ട് നമ്മുടെയൊരു കവി ഭൂമിയുടെ മരണത്തെക്കുറിച്ചെഴുതിയത് തെറ്റായിപ്പോയെന്ന് വേദനയോടെ പറഞ്ഞു. ഇനിയും മരിക്കാത്ത എന്ന പ്രയോഗം, 'എന്തേ ഇനിയും മരിക്കാത്തത്' എന്ന ദുർധ്വനി പടർത്തുന്നതായാണത്രേ അദ്ദേഹത്തിനനുഭവപ്പെട്ടത്. ആ അലോസരമാണ് അദ്ദേഹം പങ്കുവെച്ചത്. കുറച്ചുകാലം കഴിഞ്ഞു. ഒ.എൻ.വിയുടെ ക്ലാസ്സിലിരുന്നു പഠിക്കാൻ യോഗമുണ്ടായി. നളിനിയും കളിയച്ഛനും ഓണപ്പാട്ടുകാരും മനസ്വിനിയും ഐ. എ. റിച്ചാർഡ്സും ടി. എസ്. എലിയറ്റുമൊക്കെ അദ്ദേഹത്തിന്റെ മിതമായ വാക്കുകൾ തുറന്നിട്ട സ്നേഹസുന്ദരപാതയിലൂടെ ഞങ്ങളുടെ ക്ലാസ് മുറിയിൽ വിരുന്നുവന്നു - കവിയെ കവിഞ്ഞുനിൽക്കും ഒ.എൻ. വിയിലെ അദ്ധ്യാപകകലാകാരൻ. അധികകാലമുണ്ടായില്ല. അടുത്തുചെല്ലാനൊക്കെ ധൈര്യം വരുംമുമ്പേ അദ്ദേഹത്തിന് സ്ഥലം വിടേണ്ടിവന്നു.

---

1 'മാറുന്ന മലയാളം മരിക്കുകില്ലാ... ' എന്ന പേരിലുള്ള മുൻലേഖനത്തിനുണ്ടായ പ്രതികരണങ്ങളെത്തുടർന്ന് എഴുതിയ അനുബന്ധലേഖനമാണിത്.

സുകുമാർ അഴീക്കോടിനു വേദനയും ക്ഷോഭവുമുണ്ടാക്കിയ ഏതോ സർവ്വകലാശാലാതീരുമാനത്തിൽ കൂടെപ്പൊലിഞ്ഞവസാനിച്ചതാണ് ആ അദ്ധ്യാപനകാണ്ഡം.

പിന്നെയും ഒന്നുരണ്ടുവർഷം കഴിഞ്ഞു. സർവകലാശാലയിൽ ഇംഗ്ലീഷ് അദ്ധ്യാപകനായിരുന്ന പ്രൊഫ. എസ്. വേലായുധന്റെ ചരമവാർഷികച്ചടങ്ങിൽ പങ്കെടുക്കാനായി കോഴിക്കോട്ടെ എൻ.ബി എസ്സിനു മുകളിലുള്ള ഒരു ചെറിയ ഓഡിറ്റോറിയത്തിൽ അദ്ദേഹം വരുന്നതായി അറിഞ്ഞ് സ്നേഹിതനായ സോമനാഥനെയും കൂട്ടി ചെന്നു. മാഷുടെ ഭാര്യയുടെ സഹപാഠിയും സ്നേഹിതനുമായിരുന്ന വേലായുധൻ മാഷ്. അദ്ദേഹത്തെ ഞാൻ കണ്ടിട്ടില്ല. പക്ഷേ കവി വാക്കുകളിൽ വരച്ചെടുത്ത ചലനചിത്രത്തിൽ മാഷ് മുൻപിൽ വന്നു നിന്നു. ചടങ്ങു കഴിഞ്ഞു. പുറത്തിറങ്ങി. പുസ്തകശാലയുടെ മുന്നിൽ വർത്തമാനം പറഞ്ഞുനിൽക്കുകയാണ് ഞങ്ങൾ. ഡോ. എം. എം. ബഷീറിന്റെയും ശ്രീധരേട്ടന്റെയും കൂടെ കവി അവിടേക്കു വന്നു. എന്നെ നോക്കി. കൈകാട്ടിവിളിച്ച് അദ്ദേഹം ചോദിച്ചു: ''എന്റെ സ്റ്റുഡന്റല്ലേ. വാ''. ഞങ്ങളെയും കൂട്ടി അദ്ദേഹം, അളകാപുരിയിലാണെന്നു തോന്നുന്നു, ലോഡ്ജ് മുറിയിലേക്കു നീങ്ങി. അടുത്ത സുഹൃത്തുക്കളോടെന്നപോലെ പലതും സംസാരിച്ചു.

കവികളും മനുഷ്യരാണ്. അവരോടും മനുഷ്യരോടെന്നപോലെ പെരുമാറാം, സംസാരിക്കാം എന്നൊക്കെയുള്ള ഒരു ധൈര്യം വന്നതുകൊണ്ടാകണം, പറഞ്ഞ കൂട്ടത്തിൽ, 'ഇനിയും മരിക്കാത്ത ഭൂമി' എന്ന പ്രയോഗത്തിൽ ചിലർക്കെങ്കിലും ഒരു ദുർധ്വനി വായിക്കാനുള്ള ഇടം കിടപ്പില്ലേ എന്ന സംശയം ചോദിച്ചു. അനുദാരമായ തെറ്റിവായനയാണതെന്ന വിചാരത്തോടെയാണ് ചോദിച്ചതൊക്കെ. അദ്ദേഹം ആലോചനയോടെ തിരികെ ചോദിച്ചു; 'സ്റ്റിൽ എലൈവ്' എന്ന ആശയം ഇങ്ങനെയല്ലാതെ, എങ്ങനെയാ ഞാൻ ഭാഷയിൽ ആവിഷ്കരിക്കുക?

'സ്റ്റിൽ എലൈവ്' എന്ന ഉന്മേഷകരമായ പ്രയോഗത്തിന്റെ സ്ഥാനത്ത് മുനയുള്ള ഒരു പദസംഹിത മലയാളത്തിൽ അവതരിപ്പിക്കുന്നതിന്റെ യുക്തിയെന്ത്? അന്നും ഇന്നും മനസ്സിലായിട്ടില്ല. ഭാഷയുടെ അപൂർണ്ണതയെക്കുറിച്ച്, അപൂർവ്വതയെക്കുറിച്ച്, അതിലുപരിയായി ഭാഷകളുടെ പാരസ്പര്യത്തെക്കുറിച്ച് ആലോചിക്കുമ്പോഴൊക്കെ ഈ സന്ദർഭം കൂടെ നിന്നു. മലയാളത്തിൽ പിറന്നുവീണ ഒരു പ്രയോഗത്തിന്റെ വിവക്ഷിതം സ്പഷ്ടമാക്കുവാൻ ഇംഗ്ലീഷ് കൈനീട്ടുന്ന കാഴ്ച കണ്ടു.

ഇവിടെ പല പാപചിന്തകൾക്കും ഇടമുണ്ട്. ഇംഗ്ലീഷിൽ ചിന്തിച്ച ശേഷമാണോ കവി മലയാളത്തിലും എഴുതാനിരിക്കുന്നത് ? മലയാളിയുടെ ഭാവനയുടെ ഭാഷയായി ഇംഗ്ലീഷ് മാറിയതിന്റെ അടയാളമായി ഇതിനെ വ്യാഖ്യാനിക്കാമോ? ആംഗലസാഹിത്യത്തിൽനിന്ന് സ്വാംശീകരിക്കുന്ന ബോധരൂപങ്ങളുടെ വിവർത്തനമാണോ മൗലികമെന്നു നാം വിചാരിക്കുന്ന കവിതാവരികൾ? -ഉദാരതയില്ലാത്ത ഈ ചിന്തകൾക്ക് സാംഗത്യമുണ്ടായിരിക്കാം. എന്നാൽ ഭാഷകളുടെ സർഗാത്മകമായ സഹവർത്തനത്തെ വിരോധിക്കുന്നതിലും വിരോധികളായി കാണുന്നതിലും എന്തർഥമാണുള്ളത്? ഭാഷകൾ സമ്മേളിക്കുന്നത്, ചിന്താപരമായും ഭാവനാപരമായും സർഗാത്മകതയ്ക്കു കളമൊരുക്കുന്ന കാര്യമാണ് എന്നല്ലേ ഇവിടെ മനസ്സിലാക്കേണ്ടത്? ഇതരഭാഷകളെ അന്യം-മലിനം എന്ന മട്ടിൽ കാണുന്നതൊക്കെ എത്ര നിരർഥകമാണ്? അന്യനെ, അന്യഭാഷകളെ അഭിമുഖീകരിച്ചും അല്ലാതെയുമൊക്കെ വൈവിധ്യപൂർണമായിത്തീരുന്നതിലല്ലേ ഭാഷയുടെ വികാസരഹസ്യം കിടക്കുന്നത്.

അക്കാദമികരംഗങ്ങളിൽ തുറന്നതും ഭാഷകളെ നിർശ്രേണീകരിക്കുന്നതുമായ ഒരു ഭാഷാസമീപനത്തിന്റെ അനിവാര്യതയുണ്ടെന്ന നിഗമനങ്ങളിലേക്കാണ് ഈ വഴിക്കുള്ള വിചാരങ്ങൾ നയിച്ചിട്ടുള്ളത്. മലയാളഭാഷയുടെ ഭാവിയെക്കുറിച്ചുള്ള ഒരു ചർച്ചയിൽ പങ്കെടുത്ത്, 'മാറുന്ന മലയാളം മരിക്കുകില്ലാ' എന്ന ഭാഷാഭിമാനപൂരിതമായ ലേഖനം എഴുതുമ്പോൾ മുന്നിൽ വന്നത് ഇത്തരം ചിന്തകളായിരുന്നു. ആ ലേഖനത്തിന്റെ ഒരു പൂരണമാണ് ഈ നീണ്ട കുറിപ്പ്. പ്രസ്തുത ലേഖനത്തോടൊപ്പം *മാതൃഭൂമി ആഴ്ചപ്പതിപ്പിൽ* വന്ന ഡോ. ടി. ബി. വേണുഗോപാലപ്പണിക്കരുമായുള്ള ഇന്റർവ്യൂവിനെയും തുടർന്ന് ഭാഷാസമിതി ഖജാൻജി നന്ദകുമാർ ക്ഷോഭിച്ച് എഴുതിയ പ്രതികരണത്തെയും, സുകുമാർ അഴീക്കോടിന്റെ ഭാഷാഭിമാനവിജൃംഭിതമായ ഒരു പ്രഭാഷണത്തെയും, പി. പവിത്രന്റെ കേസരി[2]യെ ആശ്രയിച്ചുള്ള ഭാഷാസാഹിത്യചിന്തയെയും പിന്നാലെ വന്ന ഐക്യമലയാളപ്രസ്ഥാനത്തിന്റെ മലയാളസർവകലാശാലാരൂപരേഖയെയും ഒക്കെ അഭിമുഖീകരിച്ചുകൊണ്ടാണ് ഇതു രൂപപ്പെടുന്നത്.

2. നവലോകസൃഷ്ടിയിലെ പ്രതിബന്ധങ്ങളിൽ പ്രധാനപ്പെട്ട ഒന്ന് ഇംഗ്ലീഷ് പരിജ്ഞാനക്കുറവാണെന്നു സ്പഷ്ടമായി രേഖപ്പെടുത്തിയ കേരളീയചിന്തകനാണ് കേസരി. കാണുക: *കേസരിയുടെ സാഹിത്യവിമർശനങ്ങൾ* (എൻ.ബി.എസ്. 1984, പുറം.37-38)

2

ഭാഷയെ വിവിധതലങ്ങളിൽ സജീവമായി പ്രയോഗിച്ചു കൊണ്ടിരിക്കുകയും സർഗാത്മകമായി രൂപാന്തരപ്പെടുത്തുകയും ചെയ്യുന്ന ഭാഷാപ്രയോക്താക്കളിലൂടെയാണ് ഭാഷയുടെ നിലനില്പും വികാസവും യാഥാർത്ഥ്യമാവുകയെന്ന ലളിതമായ കാര്യം വ്യക്തമാക്കാനായിരുന്നു ആ പഴയ ലേഖനത്തിൽ ശ്രമിച്ചത്. വള്ളത്തോളിന്റെ പ്രസിദ്ധമായ ഭാഷാഭിമാനകവിത ("എന്റെ ഭാഷ") യാണ് എന്റെ വിദൂരപ്രചോദനങ്ങളിലൊന്നെന്നു തോന്നുന്നു. മലയാളഭാഷ അതിന്റെ വർത്തമാനതലങ്ങളിൽ ശക്തമാണെന്നും അഭിമാനകരമാണെന്നും എന്നാൽ ഇതര ഭാഷകളെ ആവുന്നത്ര ആഗിരണം ചെയ്തും ആത്മാവിൽ ലയിപ്പിച്ചും മാത്രമേ ശുഭകരമായ ഒരു ഭാവിയിലേക്ക് വളർന്നെത്തൂ എന്നുമായിരുന്നല്ലോ പ്രസ്തുത കവിത പ്രകടിപ്പിച്ച വിചാരങ്ങൾ.[3]

പരിമിതികളും പരാധീനതകളും ഉണ്ടെന്നിരിക്കിലും ഒട്ടും മോശമല്ലാത്ത ഒരു വർത്തമാനം നമ്മുടെ ഭാഷയ്ക്കുണ്ട്. അതിന്റെ ചരിത്രപരമായ റെക്കോഡും മോശമല്ല. ഏതാണ്ട് ഒരെട്ടു നൂറ്റാണ്ടുകാലം കൊണ്ട് ഈ ഭാഷയിലുണ്ടായിട്ടുള്ള വരമൊഴിസമ്പാദ്യം, ലോകത്ത് ഏതൊരു ഭാഷാസമൂഹത്തെയും അസൂയപ്പെടുത്തുന്ന തരത്തിൽ മികച്ചതാണെന്നുതന്നെ കരുതേണ്ടിയിരിക്കുന്നു. നളചരിതം ആട്ടക്കഥയും ലീലാകാവ്യവും സുന്ദരികളും സുന്ദരന്മാരും സ്മാരകശിലകളുമൊക്കെയുണ്ടായ ഭാഷയാണിത്. ഈ ഭാഷ സചേതനമായി നവീനമായ തളിരുകളോടെ വളരുകയാണ്. ഇവയെ തിരിച്ചറിയുന്ന വിചാരത്തിന്റെയും സദാചാരത്തിന്റെയും ഭാഗമായിട്ടാണ് സജീവവും ചടുലവുമായിരിക്കുന്ന മലയാളഭാഷാ ജീവിതശാഖകളെ മോശമെന്നോ ശ്രേഷ്ഠമെന്നോ ഉള്ള മൂല്യകല്പനകൾ കൂടാതെ ചൂണ്ടിക്കാണിച്ചത്. ഭാഷയെ ഡിജിറ്റൽ ലോകത്ത് വളർത്തുന്നവരും മാധ്യമരംഗത്തു ഭാഷാപരീക്ഷണങ്ങൾ നടത്തി പുത്തൻ ബ്ലെന്റുകൾ നിർമിക്കുന്നവരുമൊക്കെ പാപമൊന്നുമല്ല ചെയ്യുന്നതെന്നു സൂചിപ്പിച്ചതും അതിന്റെ ഭാഗംതന്നെ. അവരൊക്കെ ആവിഷ്കരിക്കുന്ന രീതികൾ

3. ബാലാഭ്യസനം എന്ന പ്രസിദ്ധമായ പ്രസംഗത്തിലൂടെ ജന്മഭാഷയിൽ വിദ്യാഭ്യാസം ചെയ്യുന്നതിനുള്ള പ്രാധാന്യം ഉന്നയിച്ച ജോർജ്ജ് മാത്തനും ഇംഗ്ലീഷ് പഠനം നമ്മുടെ ഭാഷാവികാസത്തിനുതന്നെ പ്രയോജനകരമാണെന്നല്ല അനിവാര്യമാണെന്നു വ്യക്തമാക്കുന്നുണ്ട്. ഇംഗ്ലീഷ് പഠനം ഗുണകരമാണെന്നും ഭാവിയിൽ അതിൽ വിശേഷശ്രദ്ധ പുലർത്തണമെന്ന് ഉദ്ബോധിപ്പിച്ച ശ്രീനാരായണഗുരു പുലർത്തിയ കാഴ്ചപ്പാടിലും ഒത്തുപോകുന്ന വീക്ഷണം കാണാം. നമ്മുടെ ഭാഷയ്ക്ക് സംഭാവന നൽകിയ ആധുനികകവികളും ചിന്തകരും എഴുത്തുകാരും രാഷ്ട്രീയപ്രവർത്തകരും ജീവിതംകൊണ്ട് ഉദാഹരിക്കുന്നതും ഒന്നിലധികം ഭാഷകളിലുള്ള പരിജ്ഞാനം വികസിതമായ അറിവിനും ലോകബോധത്തിനും ഗുണം ചെയ്യുന്നുണ്ട് എന്നുതന്നെയാണ്.

അല്പായുസ്സുകൾ പോലുമായേക്കാം. വികലമെന്ന് ആഢ്യന്മാരായ ഭാഷാസൂത്രകന്മാർക്കു തോന്നിയേക്കാം. പക്ഷേ, ഈ കന്നിഭാഷാരീതികളെ നമ്മുടെ ഭാഷാജീവിതം സ്പന്ദിക്കുന്നതിന്റെ തെളിവുകളായി കാണാതിരിക്കാനാവുമോ?

കൂട്ടപ്രാർഥനയും തെരുവോരത്തെ പ്രസംഗവും പ്രകടനങ്ങളിലെ മുദ്രാവാക്യങ്ങളുമൊക്കെ ഭാഷാപ്രയോഗങ്ങളാണെന്നു മാത്രമല്ല, അവ പൊതുവിൽ ജനകീയമായ ഭാഷാപ്രയോഗങ്ങളുമാണ്. ആ നിലയിൽ അവ ഭാഷയുടെ നിലനില്പ് ഉറപ്പുവരുത്തുന്ന വ്യവഹാരങ്ങളുടെ കൂട്ടത്തിൽ വരുന്നതുമാണ്. ഭാഷാസംബന്ധിയായ ഒരു ചർച്ചയിൽ അവയെ പരാമർശിക്കുന്നതുകണ്ട് ചിലരെങ്കിലും പൊള്ളുകയും വികാരഭരിതമായി പ്രതികരിക്കുകയും ചെയ്യുന്നത് എന്തുകൊണ്ടായിരിക്കും? വിചാരപരമായ ദാരിദ്ര്യത്തിന്റെയും ബാലിശത്വത്തിന്റെയും അടയാളമായി അതിനെ മനസ്സിലാക്കാനേ സാധിക്കുന്നുള്ളൂ. അത്തരക്കാരുടെ ക്ഷോഭമലയാളമുൾപ്പെടെയുള്ള ഭാഷാവൈവിധ്യങ്ങളെ, ഭാഷാചിന്തയുടെയും വിശകലനത്തിന്റെയും വേളകളിലെങ്കിലും, സമചിത്തതയോടെയും സമഭാവനയോടെയും കാണാനാണ് ശ്രമിക്കുന്നത്.

വൈകാരികമായ ഭാഷാസ്നേഹസമീപനം ഭാഷയെ സംബന്ധിച്ച് ഒരു ഉൾക്കാഴ്ചയും നൽകുമെന്നു തോന്നുന്നില്ല. മാതൃഭാഷയിലൂടെ മാത്രമേ ആശയങ്ങൾ ഹൃദയത്തിലേക്കു പ്രവേശിക്കൂ എന്നു പറയുന്നവരുണ്ട്. ആശയങ്ങൾ ഹൃദയത്തിലേക്ക് പ്രവേശിക്കുന്നതിനേക്കാൾ തലയിലേക്കു പ്രവേശിക്കുന്നതാണ് ഉചിതം എന്നു തർക്കം പറയാൻ തോന്നിപ്പോകും. ക്ഷമയോടെ ഭാഷയെ, ഭാഷയെന്ന മഹാപ്രതിഭാസത്തെ, മനസ്സിലാക്കാൻ ഈ തിരിച്ചറിവാകും സഹായകമാവുക എന്നും തോന്നുന്നു. ക്ഷമയോടെയുള്ള പഠനമാണ് ഡിസിപ്ലിനെയും, ഒപ്പം മനുഷ്യനെയും രൂപപ്പെടുത്തുന്നത്. അല്ലാത്ത പഠനം തത്തപഠിക്കുംപോലുള്ള പഠനം മാത്രം. അത് മാനുഷികമായ തലത്തിൽ പഠനം എന്നു വിശേഷിപ്പിക്കാൻപോലും യോഗ്യമല്ല. മനുഷ്യന്റെ ഭാഷാസ്വാംശീകരണം പോലും നവീനതയിലേക്കു നയിക്കുന്നതും ആ നിലയ്ക്ക് തത്തയുടെ പഠനത്തിൽ നിന്ന് മുന്നേറിയ ഒരു നിലയെ കുറിക്കുന്നതുമാണ്. ഇന്നലത്തേതിൽനിന്നു പഠിക്കുകയും നാളെയെ സൃഷ്ടിക്കുകയും ചെയ്യുന്ന മനുഷ്യരുടെ ക്ലാസ്മുറിയിലെ പഠനത്തിൽ ഇപ്പറഞ്ഞ സ്വാംശീകരണത്തിന്റെ തലംപോലും കാര്യമായി പ്രസക്തമല്ല.

ഭാഷ പഠിക്കലും ഭാഷയെ പഠിക്കലും രണ്ടു കാര്യങ്ങളാണ് എന്നാണ് പറഞ്ഞുവരുന്നത്. ഭാഷാചിന്തകനായ വേണുഗോപാലപ്പണിക്കർ, തന്നെ ഇന്റർവ്യൂ ചെയ്ത അബ്ദുൾ ഹക്കിമിനോടു പറഞ്ഞതും "ഭാഷയെ

പഠിക്കണം'' എന്നായിരുന്നു. ക്ലാസ്മുറിയിൽ മലയാളം പഠിക്കുമ്പോൾ, മലയാളത്തെ അനേകമാനങ്ങളും അടരുകളും നിയമങ്ങളുമുള്ള സങ്കീർണ്ണപ്രതിഭാസമെന്ന നിലയിൽ മനസിലാക്കണമെന്നാണ് അദ്ദേഹം സൂചിപ്പിക്കുന്നതെന്ന് ഞാൻ കരുതുന്നു. പൂർവികർ ഭാഷയെ അപഗ്രഥിച്ച് മനസിലാക്കിയിട്ടുള്ളതിനെ പിന്തുടർന്ന് നിരൂപിച്ച് മനസിലാക്കുകയാണ് പഠനം എന്നതിനർഥം. കെമിസ്ട്രിയും ഫിസിക്സുമൊക്കെ പഠിക്കുന്നതുപോലെ ക്ലാസിൽ ഭാഷയും പഠിക്കപ്പെടണമെന്ന അദ്ദേഹത്തിന്റെ വീക്ഷണത്തെ പിന്തുടർന്നാൽ അങ്ങനെയാണ് മനസ്സിലാക്കാനാവുന്നത്. വ്യാകരണപഠനത്തിനുള്ള പ്രാധാന്യത്തെ വേണുഗോപാലപ്പണിക്കർ എടുത്തുകാണിക്കുന്നതും ശ്രദ്ധിക്കേണ്ടതുണ്ട്. പറയുന്ന കൂട്ടത്തിൽ അദ്ദേഹം, നമ്മുടെ നാട്ടിൽ ജീവിച്ചുപോരുന്നവർക്ക് മലയാളത്തിൽ സംസാരിക്കാൻ മാത്രമല്ല മലയാളം എഴുത്തുഭാഷാരീതികളെക്കുറിച്ചും അതിലുണ്ടായിട്ടുള്ള മികച്ച എഴുത്തുകളെക്കുറിച്ചുമുള്ള ധാരണയുണ്ടാകണമെന്നും ആവിഷ്കരണസിദ്ധി ഉണ്ടായിത്തീരണമെന്നും ആശിക്കുന്നു. ഇതും ശ്രദ്ധേയമാണ്.

മലയാളജീവിതങ്ങളോടിണങ്ങിയും പിണങ്ങിയും അവരുടെ സ്വപ്നത്തിനും യാഥാർഥ്യത്തിനും നിറംകൊടുത്തും മലയാളം എന്ന ഭാഷ പെരുമാറുന്നതെങ്ങനെയാണെന്നു പഠിക്കാൻ കഴിയണം. ഇതെല്ലാം പ്രയാസമുള്ള സംഗതികളാണ്. ആ പ്രയാസം ഏറ്റെടുക്കണമെന്നാണ് ''പഠിക്കുകതന്നെ വേണം'' എന്ന അദ്ദേഹത്തിന്റെ അമർത്തിപ്പറച്ചിലിൽ സൂചിതമായിരിക്കുന്നത്. ഇതൊന്നും മനസ്സിലാക്കാൻ ക്ഷമ കാണിക്കാതെ ഭാഷയെ മുലപ്പാലും മധുരവുമാക്കി കല്പിച്ച് ഭാഷാസ്നേഹഗാനം പാടിയതുകൊണ്ടോ ചരമഗീതം പാടിയതുകൊണ്ടോ എന്തെങ്കിലും ഗുണമുണ്ടാകുമോ? കേരളീയസംസ്കൃതപാരമ്പര്യത്തിന്റെ കണ്ണിയായ സംഗമഗ്രാമമാധവനെ അനുസ്മരിച്ച് തനിമലയാളഭാഷ ഘോഷണം നടത്തിയിട്ട് കാര്യമുണ്ടോ?

മലയാളഭാഷയുടെ തനിമയെക്കുറിച്ച് പറയുമ്പോൾ കേരളീയമായ പലതും പുറത്തുപോകുമെന്ന വസ്തുതയാണ് മനസിലാക്കേണ്ട ഒരു കാര്യം. 15-16 നൂറ്റാണ്ടുകളിലെ കേരളീയനവോത്ഥാന കാവ്യകാലത്തുതന്നെ ഉണ്ടായ ജ്യോതിശ്ശാസ്ത്രപ്പെരുമയെക്കുറിച്ച് പഠിക്കുന്നത് നല്ലതാണ്. ഭാഷാസംഗമവും സംവാദവുമാണ് ഭാഷയെയും ജനതയെയും മുന്നോട്ടു നയിക്കുക എന്ന നിഗമനത്തിനാവും അത് അടിവരയിടുക. ജ്യേഷ്ഠദേവന്റെ *യുക്തിഭാഷ* എന്ന ഒറ്റപ്പെട്ട മലയാളഗണിതകൃതിയും കുറേ മലയാളവ്യാഖ്യാനങ്ങളും ആ ധാരയിലുണ്ടായി. ആ ധൈഷണികധാര അന്തർധാനം ചെയ്തതെന്തുകൊണ്ടാണെന്നൊക്കെ ചിന്തിക്കുന്നതും പഠിക്കുന്നതും

നമുക്ക് ഗുണം ചെയ്തേക്കും. സംസ്കൃതഭാഷയോടും അതിലെ ജ്യോതിശാസ്ത്രപരമായ ഗണിതപാരമ്പര്യത്തോടും ബന്ധപ്പെട്ടാണ് സംഗമഗ്രാമത്തിലെ ഗണിതചിന്തകരുടെ ലോകോത്തരമായ സംഭാവനകൾ ഉണ്ടാകുന്നത്. അത് മലയാളത്തിന് അഭിമാനകരമാണ് എന്ന വാസ്തവമിരിക്കുമ്പോൾത്തന്നെ, ഭാഷകൾ തമ്മിലും സംസ്കാരങ്ങൾ തമ്മിലും വിജ്ഞാനശാഖകൾ തമ്മിലും ഭാഷാന്തരീയസംവാദങ്ങൾ സാദ്ധ്യമാകുമ്പോഴാണ് നവോത്ഥാനം സംഭവിക്കാറുള്ളത് എന്ന വസ്തുത കൂടി ഇവിടെ സൂചിതമാകുന്നുണ്ട്. ആക്കാര്യം മറച്ചുവെക്കേണ്ടതാണോ?

3

പത്തുപന്ത്രണ്ട് കൊല്ലക്കാലം പഠിച്ചിട്ടും നമ്മുടെ നാട്ടിലെ കുട്ടികൾക്ക് കൊള്ളാവുന്ന മലയാളത്തിൽ സാമാന്യമായ കാര്യങ്ങളെങ്കിലും എഴുതി ഫലിപ്പിക്കാവുന്ന അവസ്ഥ ഉണ്ടാവുന്നില്ലെന്ന് ഈ മേഖലയിൽ പഠനം നടത്തിയിട്ടുള്ളവർ ചൂണ്ടിക്കാണിച്ചിട്ടുണ്ട്. ഇങ്ങനെയൊരു കാര്യം, നമ്മുടെ പഠിക്കലിനും പഠിപ്പിക്കലിനും ലക്ഷ്യമായിപ്പോലും വരുന്നമില്ല. ഇതിലൊന്നും ഖേദം തോന്നാത്തവരാണ് നമ്മുടെ ഭാഷാസൂത്രകന്മാർ. ഭാഷാപഠനത്തിന്റെ ഭാഷാ-സാഹിത്യകേന്ദ്രിതമായ ക്ലാസിക് രീതികളെ തുരത്തിയോടിച്ച് തൽസ്ഥാനത്ത് ഭരണഘടനാപഠനവും[4] സന്ദർഭബന്ധങ്ങളിൽനിന്നു വിച്ഛേദിക്കപ്പെട്ട നിലയിൽ താക്കോൽ പദപരിചയവും മറ്റും അടിച്ചേല്പിക്കുമ്പോൾ നിശ്ശബ്ദരായിരിക്കുന്ന ഭാഷാസ്നേഹപ്രവാചകർക്ക് 'പഠിക്കണം' എന്നു പറയുന്നതിന്റെ ആഴം എങ്ങനെ മനസ്സിലാകും? പേര് ഭാഷാധ്യാപകനെന്ന്. പണി സാമൂഹികപാഠം പഠിപ്പിക്കൽ. ഈ ദുരവസ്ഥയൊക്കെ നിശ്ശബ്ദമായി അനുവദിക്കുന്നവരുടെ ഭാഷാവികാരസന്തർപ്പണം ഭാഷയ്ക്ക് ഒരു സംഭാവനയും ചെയ്യാനിടയില്ല.

4

മറ്റ് ഭാഷകൾ, പ്രത്യേകിച്ച് ഇംഗ്ലീഷ് പഠിക്കാനും പഠിപ്പിക്കാനുമുള്ള ഉത്സാഹം സാമൂഹികമായി അനിവാര്യമായിരിക്കുകയാണെന്ന ബോധം വേണുഗോപാലപ്പണിക്കർ കൈവിടുന്നില്ല. ഇതും ശ്രദ്ധിക്കേണ്ട കാര്യമാണ്. എല്ലാം മലയാളത്തിൽ പഠിക്കേണ്ടതാണെന്ന മട്ടിലുള്ള തീവ്രവാദങ്ങളും അദ്ദേഹത്തെ ഭരിക്കുന്നതായി കാണുന്നില്ല. ഇതൊക്കെ ഭാഷയെ പഠിക്കുന്നതിലൂടെ കൈവരിച്ച സന്തുലിതബോധത്തിന്റെ

4. ഭരണഘടന പഠിക്കുന്നത് തികച്ചും നല്ലതാണ്, പഠിക്കേണ്ടതുതന്നെയുമാണ്. ഒരു ചിന്താപുസ്തകമെന്ന നിലയിൽത്തന്നെ അതിന് പ്രാധാന്യമുണ്ട്. പക്ഷേ, സാഹിത്യത്തെ തള്ളിപ്പുറത്താക്കാനായി അതു വെയ്ക്കുന്നതിൽ പ്രശ്നമുണ്ട് എന്നു മാത്രമാണ് ചൂണ്ടിക്കാണിക്കുന്നത്.

അടയാളങ്ങളായി മനസ്സിലാക്കേണ്ടതാണ്. എന്നാൽ, ചർച്ചയുടെ ഭാഗമായി, അറിഞ്ഞോ അറിയാതെയോ, അദ്ദേഹത്തിന്റെ വാക്കുകളും ചിലപ്പോഴൊക്കെ ലളിതമായ ധാരണകളിലേക്കും കൃത്രിമമായ ഉദാഹരണങ്ങളിലേക്കും നയിക്കുന്നുണ്ട്. 'ഉപവിഷ്ടരായി' എന്നു പറയുന്നതിനേക്കാൾ 'ഇരുന്നു' എന്നു പറയുന്നതല്ലേ ഉചിതമെന്ന് അദ്ദേഹം ചോദിക്കുന്നു. ഇരുന്നു എന്നു പറയുന്നത് ഉചിതമായിരിക്കുന്നിടത്ത് ഉപവിഷ്ടരായി എന്നു പറഞ്ഞാൽ ശരിയാവുകയില്ല എന്നായിരിക്കാം അദ്ദേഹം ഉദ്ദേശിച്ചത്. അത്രത്തോളം അതു ശരിതന്നെയാണ്. പക്ഷേ, ഉപവിഷ്ടരായി പോലുള്ള സ്വീകൃതപദങ്ങൾ വിലക്കപ്പെടേണ്ടതാണെന്ന മട്ടിലുള്ള ധാരണകൾക്ക് ഇട നൽകുന്നതാണ് ഈ സാന്ദർഭികപരാമർശം. വാസ്തവമെന്താണ്? ഉപവിഷ്ടരായി എന്ന് പറയേണ്ടിടത്ത് ഉപവിഷ്ടരായി എന്നുതന്നെ പറയേണ്ടേ? സംസ്കൃതത്തിൽനിന്നുള്ള വിവർത്തനത്തിലോ ഔപചാരികഭാഷണത്തിലോ തമാശയിലോ ഉപവിഷ്ടരായി എന്ന് ഉയോഗിക്കേണ്ടിവന്നാൽ അത് തെറ്റായ ഒരു കാര്യമാകില്ലല്ലോ. അവിടെയൊക്കെ ഇരുന്നു എന്ന പ്രയോഗമാവും അനുചിതം. സി. ജെ. തോമസിന്റെ *ക്രൈം* നാടകത്തിലെ ശാസ്ത്രിയെപ്പോലൊരു പോയത്തക്കാരനെ ചിത്രീകരിക്കേണ്ടിവരുമ്പോൾ ഇമ്മട്ടിലുള്ള വാക്കുകൾതന്നെ വേണ്ടിവരും. ഇപ്പറഞ്ഞ തരത്തിലൊക്കെയല്ലാതെ ബോധമുള്ള ആരെങ്കിലും ഉപവിഷ്ടരായി എന്നു പറയുമെന്നും തോന്നുന്നില്ല. പറഞ്ഞാൽ ആ കഥപാത്രത്തെ മനസ്സിലാക്കാൻ ഒരവസരമായി എന്നു നിനയ്ക്കാനേ വഴിയുള്ളൂ.

പദപ്രയോഗങ്ങളെ സംബന്ധിച്ചിടത്തോളം ഔചിത്യമാണ് പ്രധാനമായ ഒരു കാര്യം. ക്വാചിൽക്കമായും കദാചിൽക്കമായും എന്നൊക്കെ സുകുമാർ അഴീക്കോട് പ്രഭാഷണത്തിലോ എഴുത്തിലോ പറഞ്ഞാൽ അതിൽ അനൗചിത്യമൊന്നുമില്ല. കാരണമെന്താണ്? അഴീക്കോടിന്റെ വ്യക്തിഭാഷാശൈലി നമുക്കറിവുള്ളതാണ്. അതിനകത്ത് ക്വാചിൽക്കവും കദാചിൽക്കവുമെല്ലാം മുയൽക്കുട്ടികളെപ്പോലെ മെരുങ്ങിനിൽക്കും. അർഥമറിഞ്ഞില്ലെങ്കിലും അതൊക്കെ നാം രസത്തോടെ കേൾക്കുകയും കൈയടിക്കുകയും ചെയ്യും. അതുണ്ടാക്കുന്ന ആഹ്ലാദത്തിൽ അദ്ദേഹം പലതും പറയും. *തത്വമസി*യും *മഹാത്മാവിന്റെ മാർഗ*വും *ഗുരുവിന്റെ ദുഃഖ*വുമെല്ലാം നമുക്കുതന്ന അഴീക്കോടിന് അങ്ങനെയൊക്കെ പറയാൻ അധികാരമുണ്ട്. അത് പ്രഭാഷണകലയിലൂടെ അദ്ദേഹം കൈവരിച്ചതാണ്. എന്നാൽ, അദ്ദേഹം പറയുന്നതെല്ലാം വേദപ്രമാണമായി സ്വീകരിക്കുന്നത് അബദ്ധമാകും. ഈയിടെ, നടത്തിയ ഒരു പ്രസംഗത്തിൽ ഭാഷാഭിമാനബോധം പ്രകടിപ്പിക്കാൻ അദ്ദേഹം പറഞ്ഞു : "ഇംഗ്ലീഷിൽ വിഷ് ചെയ്യുന്നവനെ പണിഷ് ചെയ്യ"ണമെന്ന്. തമാശയാണത്. വിഷ്വും

പണിഷം ചേർത്തുപറയുന്നതിലെ ഒരു പ്രാസക്കളി. അതാസ്വദിച്ച് നമ്മളറിയാതെ കൈയടിക്കും. പക്ഷേ, ഇപ്പറയുന്ന ആശയം തികച്ചും സ്വീകാര്യമായ ഒന്നാണെന്നു പറയാമോ?

പൊതുവിൽ, സ്പഷ്ടമായി വിഷ് ചെയ്യുന്ന രീതിയോ അതിനുള്ള ഭാഷാരൂപങ്ങളോ ഒന്നും തനിമലയാളത്തിൽ ഇല്ലെന്നതല്ലേ അടിസ്ഥാനപരമായ കാര്യം? ങ്അ, ങ്ു, ങ്ങാട്ടാ, ഏടട്ക്കാ എന്നൊക്കെയാണ് നമ്മുടെ വാമൊഴിജീവിതത്തിലെ വിഷ് ചെയ്യൽ. തലകുലുക്കിയോ തോൾ വെട്ടിച്ചോ ഒക്കെ വിഷ് ചെയ്യുന്ന രീതിയുമുണ്ട്. ഇതിനൊക്കെ വലിയ പാരമ്പര്യമുണ്ടോ എന്ന കാര്യംപോലും പഠിക്കേണ്ട വിഷയമാണ്. എന്തായാലും ഈ ഭാഷാലോകത്തേക്ക് യൂറോപ്യൻ സ്വഭാവമുള്ള സ്ഥാപനങ്ങളും സാഹചര്യങ്ങളും കടന്നുവന്നു. കൊളോണിയൽ അധിനിവേശംതന്നെ. പക്ഷേ, അതിന്റെയെല്ലാം ഭാഗമായാണ് നാം ക്ലർക്കും പോലീസും കണ്ടക്ടറും ലക്ചററും പ്രൊഫസറും ഡോക്ടറും ഡ്രൈവറുമൊക്കെയായി രൂപാന്തരപ്പെട്ടത്. അങ്ങനെയൊക്കെയാണ് നമ്മൾ ജീവിക്കുന്നത്. ഇതൊന്നും തിരസ്കരിക്കാതെ ഈ സാഹചര്യങ്ങളുടെ ഭാഗമായി കടന്നുവരുന്നതും പ്രയോജനപ്രദവുമായ പദങ്ങളോടു മല്ലടിക്കുന്നതിൽ കഥയുണ്ടോ കാര്യമുണ്ടോ? സുപ്രഭാതമാണോ കുപ്രഭാതമാണോ എന്നൊക്കെ ചിന്തിച്ചോ നിരുക്തം പരിശോധിച്ചോ അല്ല ആരും ഗുഡ്മോണിങ്ങെന്നു പറയുന്നത്. നിരുക്താർഥം മാത്രമല്ല അർഥമെന്ന് അഴീക്കോടിന് അറിയാത്തതുമല്ല. ആളുകൾ നിരുക്തവും നിഘണ്ടുവുമല്ല, ഭാഷ പ്രയോഗിക്കുകയാണ് ചെയ്യുന്നത്. പ്രവർത്തനക്ഷമമായ ഭാഷയാണ്, ജീവിതസന്ദർഭത്തിൽനിന്നു വലിച്ചൂരിയെടുത്ത വാക്യമാണ് പ്രയോഗത്തിലെ ഭാഷ. അതൊക്കെ അഴീക്കോടിന് അറിയാം. പ്രസംഗിക്കുമ്പോൾ എല്ലാവരെയുംപോലെ, അദ്ദേഹവും അത് 'സന്ദർഭോചിതമായി' വിട്ടുപോകുന്നു എന്നേയുള്ളു.

വിദ്യാലയങ്ങളിൽ നിർബന്ധിതവിഷയമായി മലയാളം പഠിക്കണോ വേണ്ടയോ? എല്ലാ വിഷയങ്ങളും മലയാളത്തിൽത്തന്നെ പഠിക്കേണ്ടതുണ്ടോ? എല്ലാവരും ഒരേ ഭാഷയിൽത്തന്നെ പഠിക്കേണ്ടതുണ്ടോ? ഒന്നാംഭാഷയെന്നു വിളിക്കണോ മാതൃഭാഷയെന്നു വിളിക്കണോ? ചില ഭാഷാസമിതിക്കാരും മലയാളൈകവാദികളും ഇംഗ്ലീഷ് മൗലികവാദികളെ അറിഞ്ഞോ അറിയാതെയോ അനുകരിച്ച് പ്രചരിപ്പിക്കുന്ന തരത്തിൽ ഉരുക്കുമുഷ്ടിയുപയോഗിച്ചും പിഴ വിധിച്ചുമൊക്കെ മലയാളത്തെ അടിച്ചേല്പിക്കേണ്ടതുണ്ടോ, അടിച്ചേല്പിക്കുവാനായി പ്രത്യേകമായി അവകാശമുള്ള ഭാഷ എന്നാണോ മാതൃഭാഷ എന്നതിന്റെ വിവക്ഷ? മൂന്ന് പിരീഡുള്ള സെക്കന്റ് ലാംഗ്വേജ് എന്നാണോ

ഒന്നാംഭാഷ എന്നതിന് അർഥം? മലയാളികൾ ഭാഷാവിഷയമായ സമീപനത്തിൽ മറ്റുള്ളവരെക്കണ്ടു പഠിക്കുകയാണോ അതോ മറ്റുള്ളവർ നമ്മെക്കണ്ടു പഠിക്കുകയാണോ വേണ്ടത്-ഇതൊക്കെ വളരെ വിശദമായി ചർച്ച ചെയ്യേണ്ട വിഷയങ്ങളാണ്. ഇത്രമാത്രം പറയാം. ഒന്നും അടിച്ചേല്പിക്കുകയല്ല. വൈവിധ്യപൂർണമായ അവസരങ്ങൾ തുറന്നിടുക എന്നതായിരിക്കും അഭിലഷണീയമായ മാർഗം. അതായിരിക്കും ഉദാരവും ജനാധിപത്യപരവുമായ തീർപ്പുകളിലേക്ക് നയിക്കുക.

5

എന്റെ തൊഴിൽ എന്റെ മതമാണ് എന്നു കരുതുന്ന കൂട്ടായ്മകളെയും, കവിതയെന്ന നിലയിൽ വലിയ മഹത്വമൊന്നുമില്ലാത്ത മാതൃഭാഷാപ്രകീർത്തന-തറവാടിത്തഘോഷണരചനകളെ ആധാരമാക്കി മൗലികവാദപ്രവണതകളുള്ള സമീപനം വളർത്തിക്കൊണ്ടിരിക്കുന്നവരെയും ആശ്രയിച്ചുകൊണ്ട് ഭാഷാചിന്തകളും സർവ്വകലാശാലപോലുള്ള സ്ഥാപനങ്ങളുടെ ആസൂത്രണങ്ങളും നടക്കുന്നത് ആപൽക്കരമാകാനാണ് ഇട. അവിടെയൊക്കെ ഒറ്റ ശരിയെക്കുറിച്ചുള്ള വിശ്വാസമുണ്ട്. ഏകപക്ഷീയതയുണ്ട്. അതിലുള്ള അതിരുകവിഞ്ഞ ആത്മവിശ്വാസമുണ്ട്. അത് കവിഞ്ഞൊഴുകി അന്യരുടെമേൽ ആധിപത്യം ചെലുത്താൻ വെമ്പുന്നുണ്ട്. ഇത് അധികാരപ്രയോഗത്തിന്റെ സ്വരമുള്ള വീക്ഷണമാണെന്നർഥം. പരക്കെ പ്രചാരമുള്ള ഒരു മലയാളശൈലിയുപയോഗിച്ചു പറഞ്ഞാൽ, ഫാസിസത്തോടാണ് അതിനു ചാർച്ചയുള്ളത്.

ഭാഷയെക്കുറിച്ച് ക്ഷമയോടെ പഠിക്കുവാനും നിരീക്ഷണത്തിന്റെയും ആലോചനയുടെയും പിന്തുണയോടെ മനസിലാക്കാനുമുള്ള യാതൊരു ശ്രമവും നടത്താതെ ഭാഷയെ മുണ്ഡിതശിരസ്കയായ, പീഡിതയായ, ഒരു അവശകലാകാരിയായി സ്ഥാനപ്പെടുത്തുകയാണ് പൊതുവിൽ ഭാഷാ-ആക്ടിവിസ്റ്റുകൾ ചെയ്യുന്നത്. വാസ്തവത്തിൽ ഇത് നമ്മുടെ ഭാഷയെക്കുറിച്ച് ചരിത്രപരമായ കാരണങ്ങളാൽ രൂപപ്പെട്ട ആത്മനിന്ദാപരമായ ധാരണകളെ തിടം വെപ്പിക്കാനാണ് ഉപകരിക്കുന്നത്. ഇത്തരം വിലാപവൃത്തികളിലേർപ്പെടാതെ, ഈ ഭാഷയിലും ഇതരഭാഷകളിലും കഴിയുന്നത്ര അറിവു സമ്പാദിച്ചും ചിന്തിച്ചും സർഗ്ഗാത്മകവൃത്തികളിലേർപ്പെടുന്നവരാണ് ഭാഷയ്ക്ക് സജീവതയും അന്തസ്സും പ്രദാനം ചെയ്തുപോരുന്നത്.

വാസ്തവത്തിൽ, നമ്മുടെ ഭാഷാവിഷയകമായ നിലപാട് കുറേക്കൂടി യാഥാർഥ്യബോധവും ഉദാരതയും ഉള്ളതാവേണ്ടതുണ്ട്. മലയാളത്തിനെന്നപോലെ ഇംഗ്ലീഷിനും വലിയ ഊന്നൽകൊടുക്കുന്ന, അവയെ തരാതരംപോലെയും ഇഷ്ടംപോലെയും ഉപജീവിക്കുവാൻ കുട്ടികളെ

കരുത്തരാക്കുന്ന അഭ്യസനമാണ് നമ്മുടെ വിദ്യാലയങ്ങളിൽ ആസൂത്രണം ചെയ്ത് നടപ്പാക്കേണ്ടത്. ഇത് മാതൃമലയാളത്തോടുള്ള സ്നേഹക്കുറവാണ്. മദാമ്മയിംഗ്ലീഷിനോടുള്ള അനുരാഗമാണ്, വിധേയത്തമാണ് എന്നൊക്കെ സംഗ്രഹിച്ച് മനസ്സിലാക്കാനും കളിയാക്കാനും പറ്റും. അന്യദേശത്തുനിന്നുള്ള അരി കിട്ടുമ്പോഴും പച്ചക്കറി കിട്ടുമ്പോഴും തുണി കിട്ടുമ്പോഴും ഉദ്ധരണികളുടെ പിൻബലം കിട്ടുമ്പോഴും ഇതേ സന്തോഷമല്ലേ നാമനുഭവിച്ചുപോരുന്നതെന്ന കാര്യവും ആലോചിക്കേണ്ടതാണ്.

ഇന്നാട്ടിലെ ഇംഗ്ലീഷ് പൊങ്ങച്ചത്തെ വകവെച്ചുകൊടുക്കണമെന്ന വിചാരത്തോടെയല്ല ഇതൊന്നും പറയുന്നത്. വേണുഗോപാലപ്പണിക്കർ ചൂണ്ടിക്കാണിച്ചിട്ടുള്ളതുപോലെ ഇംഗ്ലീഷിനെ അഹങ്കാരത്തിന്റെ/അധികാരത്തിന്റെ ഭാഷയെന്ന നിലയിൽനിന്ന് താഴെയിറക്കാനുള്ള വഴി തേടിയേ മതിയാകൂ. അത് ഇന്നത്തേതുപോലെ നഗരവാസിക്കും വെണ്ണപ്പാളിക്കും മാത്രമായി സംവരണം ചെയ്യപ്പെട്ടുകൂടാ. ഗ്രാമവാസികൾക്കും അരിക്കാക്കപ്പെട്ടവർക്കും അത് ലഭ്യമാകുന്ന സാഹചര്യമൊരുക്കുക എന്നതു തന്നെയാണ് അതിനെ വരുതിക്ക് നിർത്തുവാനുള്ള വഴി. ഇതനുവദിക്കാത, ഗ്രാമവാസിക്ക് ഗോത്രഭാഷയും മലയാളവും സംവരണം ചെയ്യണമെന്നു കരുതുന്നവർ രക്ഷകവേഷത്തിനകത്തുനിന്നുകൊണ്ട് മലയാളിയെ രണ്ടാംതരക്കാരായി നിലനിർത്താനുള്ള കെണിക്കൂട്ടുകയല്ലേ ചെയ്യുന്നത്? ആലോചിക്കേണ്ടതുണ്ട്. മലയാളം അധ്യാപകരെ, അവരുടെ പണി പോകാൻ പോകുന്നു എന്നു പേടിപ്പിച്ച് സംഘടിപ്പിച്ച് രൂപപ്പെടുത്തിയിട്ടുള്ള തൊഴിലുറപ്പുപ്രസ്ഥാനങ്ങൾ അറിഞ്ഞോ അറിയാതെയോ ഒരുക്കുന്ന ഈ കെണിയിൽ നമ്മുടെ നാട്ടുകാർ കുടുങ്ങാതിരിക്കട്ടെ.

നമ്മുടെ നാട്ടിലെ ഭാഷായാഥാർഥ്യത്തെയും ഭാഷാപരമായ ആവശ്യങ്ങളെയും പരിഗണിച്ചാൽ രണ്ടു കാര്യങ്ങളാണ് നടപ്പിലാവേണ്ടത്. നമ്മുടെ ജനത ആഗ്രഹിക്കുന്നതും ഭരണകൂടം മടിക്കുന്നതുമായ രണ്ടു കാര്യങ്ങൾ. ഒന്ന്, ഇംഗ്ലീഷിനെ നഗരവാസികളുടെയും പണ്ഡിതവരേണ്യന്മാരുടെയുമൊക്കെ കുത്തകയാക്കിവെച്ചിരിക്കുന്ന നിലയിൽനിന്ന് ഗ്രാമവാസികളുടെയും മർദ്ദിത ജനവിഭാഗങ്ങളുടെയും കൈയിലെത്തിക്കുക. അതിനായി ഇംഗ്ലീഷിനെ വിദ്യാലയങ്ങളിൽ സാർവത്രികമാക്കണം. മാതൃഭാഷയിൽ പഠിക്കുന്ന അതേയളവിലോ അല്പം കൂടിയ അളവിലോ അവർ ഇംഗ്ലീഷിൽ പഠിക്കണം. വിഷയങ്ങൾ ഇരുഭാഷകളിൽ പഠിക്കുന്നതുപോലും നന്നായിരിക്കും. ഗ്രാമങ്ങളിലെ പള്ളിക്കൂടങ്ങളിൽ അതിനുള്ള ഏർപ്പാടുകൾ സർക്കാർ മുൻകൈയെടുത്ത് ഒരുക്കണം.

അവിടത്തെ കുട്ടികൾക്ക് ഇരുഭാഷകളിലും പറയാനും വായിക്കാനും എഴുതാനുമുള്ള പ്രാവീണ്യം കൈവരണം. നമ്മുടെ സാഹചര്യത്തിൽ വന്നുപെട്ട പ്രയോജനകരമായ ഈ ഭാഷാസാന്നിധ്യത്തെ പൊതുവായി പ്രയോജനപ്പെടുത്തണമെന്ന് സാരം. അത് ചുരുക്കം ചിലരുടെ കുത്തകയാക്കി മാറ്റാനും അതുവഴി സാമൂഹികശ്രേണീകരണത്തെ ദൃഢീകരിക്കാനും അനുവദിച്ചുകൂടാത്തതാണ്.

ഭരണഭാഷ മലയാളമാക്കുക എന്ന ദൗത്യം പൂർത്തീകരിക്കുക എന്നതാണ് രണ്ടാമത്തെ കാര്യം. ഏതു ഭരണകാര്യവും മലയാളത്തിൽ കൈകാര്യം ചെയ്യാമെന്ന് ഉറപ്പുവരുത്തേണ്ടതുണ്ട്. ഇതിനൊപ്പം അക്കാദമികവും സാമൂഹികവുമായ ചില മലയാളലക്ഷ്യങ്ങൾകൂടി സാധ്യമാകും. ഭരണഭാഷ മലയാളമാക്കുന്നതിന്റെ ഭാഗമായി, ഭരണകൂടത്തിന്റെ ഭാഗമായ ഉദ്യോഗസ്ഥപ്രഭൃതികൾക്ക് മലയാള എഴുത്തും വായനയും സാമാന്യം നന്നായി കൈകാര്യം ചെയ്യാനുള്ള കഴിവുമുണ്ടായിരിക്കണമെന്നും അവർ അതു തെളിയിക്കാനുള്ള പരീക്ഷകൾ പാസ്സാകേണ്ടതാണെന്നുമുള്ള ഒരു തീർപ്പുവെക്കണം. അതു മതി നമ്മുടെ ആളുകൾക്ക് മലയാളഭാഷ കൊള്ളാവുന്നതും ആവശ്യമുള്ളതുമായ ഭാഷയാണെന്ന തിരിച്ചറിവുണ്ടാകാൻ. പിന്നെ നിർബന്ധിതമായ പഠിപ്പിക്കലിന്റെയൊന്നും ആവശ്യം വരില്ല. മലയാളം അറിയില്ലെന്നത് ഒരു യോഗ്യതയാണെന്ന വിചാരം മാറും. ആളുകൾ സ്വയം സന്നദ്ധരായി മലയാളപഠനത്തിനു താല്പര്യമെടുക്കുന്ന സ്ഥിതി വരും. ഇത്തരത്തിൽ ഭാഷയ്ക്ക് ആധികാരികതയും പരിഗണനയും കൈവരുന്ന സാഹചര്യങ്ങളൊരുക്കുകയും ഭാഷയെ വിവിധ മണ്ഡലങ്ങളിലുള്ള സർക്കാർ വ്യവഹാരങ്ങൾക്കാവശ്യമായതുൾപ്പെടെയുള്ള സൃഷ്ടികളാൽ സമ്പന്നമാക്കുകയും ചെയ്യുകയാണ് ഭാഷാസ്നേഹികൾ ചെയ്യേണ്ടത്.

അതിനുപകരം വികാരവത്ക്കരണത്തിന്റെയും അടിച്ചേല്പിക്കലിന്റെയും മാർഗ്ഗം തേടുന്ന മലയാളമാത്രവാദികളുടെ പ്രണയം ഭാഷയോടാണെന്നു വിശ്വസിക്കാനാവുന്നില്ല. മലയാളഭാഷയെ 'എ പ്ലസ്' ഭാഷയാക്കലല്ല, പീരിയഡും തസ്തികയുമേറിയ ഒന്നാംഭാഷയാക്കലാണ് അവരുടെ ചിന്തയെന്ന് വ്യക്തമായിക്കഴിഞ്ഞിട്ടുള്ളതാണ്. മലയാളത്തെ ഒന്നാംകിട ഭാഷയാക്കുന്നതിനെക്കുറിച്ച് അവർ ചിന്തിക്കുന്നില്ല. ഇപ്പോഴുള്ള സർവകലാശാലകളെ അതിന്റെ ഇംഗ്ലീഷ് ഗർവ് നിലനിർത്തി മുന്നോട്ടുപോകാൻ അനുവദിച്ചുകൊണ്ടുതന്നെ പുറത്ത് മാതൃഭാഷയ്ക്ക് കുരകെട്ടാൻ പോവുന്ന ആത്മഹത്യാപരമായ നടപടി വ്യക്തമാക്കുന്നതും മറ്റൊന്നല്ല. തങ്ങളുടെ പ്രിയഭാഷയെ എക്കാലത്തേക്കും രണ്ടാംകിടയാക്കി, അവഹേളനത്തിന് ഇരയാക്കാനുള്ള സ്വപ്നപദ്ധതിയല്ലേ അവർ

അറിഞ്ഞോ അറിയാതെയോ മുന്നോട്ടുവെക്കുന്നത്? ദരിദ്രവർഗത്തെ തുലയ്ക്കാൻ, അവരെ എക്കാലവും കുരുക്കിയിടാൻ ഒരു മലയാളം സർവ കലാശാല. ആഢ്യന്മാർക്കായി മറ്റ് സർവകലാശാലകളും!

6

എല്ലാം മലയാളത്തിൽ പഠിക്കുകയും പഠിപ്പിക്കുകയും ചെയ്യുന്ന മലയാളം സർവ്വകലാശാലയ്ക്കായി വാദിച്ചുപോന്നവർ അതിനെ ഒരു ബഹുഭാഷാസർവകലാശാലയായി സങ്കല്പിക്കാനും ഏതു ഭാഷാലോകവും അവിടെ സംഗതമാണെന്നു കാണാനും തയ്യാറായിക്കാണുന്നു. ഇത് ശുഭകരമായ കാര്യമാണ്. സ്വാഗതാർഹമാണിത്. ഭാഷകൾ മനുഷ്യവംശത്തിന്റെ പൊതുവായ പൈതൃകമാണെന്ന ചിന്തയെ അനുവദിക്കുന്നതിന്റെ അടയാളമാണിത്. അത്രത്തോളം നന്ന്. പക്ഷേ, അതൊക്കെ ആത്മാർഥതയുള്ളതാണെന്നു കരുതാൻ ന്യായം കാണുന്നില്ല. അന്യഭാഷകളെ എൻഡോസൾഫാനായും മുറ്റത്തെ സിമന്റുതറയായും സമീകരിക്കാൻ കഴിയുന്നു എന്നത് വ്യക്തമാക്കുന്നത് അതാണ്.

ഭാഷകളെ എതിരുകളായും അതിരുകളായും തിരിച്ചറിയുന്നതിന്റെ രാഷ്ട്രീയം മനുഷ്യകുലത്തിനെതിരായ രാഷ്ട്രീയമാണ്. വാസ്തവത്തിൽ, ഭാഷയുടെയും സംസ്കാരത്തിന്റെയും കലയുടെയും രാഷ്ട്രീയം, രാഷ്ട്രത്തെയും ഭരണകൂടത്തെയും ചുറ്റി ഭ്രമണം ചെയ്യുന്ന നിഴൽരാഷ്ട്രീയത്തിന് പ്രതികൂലമാണ് (കലയും സംസ്കാരവും പവർ രാഷ്ട്രീയവുമായി കൂടെപ്പൊറുതി തുടങ്ങുമ്പോൾ അതിന്റെ മൗലികമായ രാഷ്ട്രീയം വെടിയുകയാണ് ചെയ്യുന്നത്). ഈ തിരിച്ചറിവുണ്ടായ സൗന്ദര്യമർമജ്ഞനും രാഷ്ട്രീയമർമജ്ഞനുമായിരുന്നല്ലോ പ്ലേറ്റോയെന്ന യവനൻ. അദ്ദേഹം രാഷ്ട്രകേന്ദ്രിതമായ ഭരണരാഷ്ട്രീയത്തോടൊപ്പമായിരുന്നു നിലകൊണ്ടത്. കല പോയി രാഷ്ട്രം വരട്ടെ എന്നതായിരുന്നു അദ്ദേഹത്തിന്റെ ചിന്ത. നേരെ മറിച്ച്, കലാരാഷ്ട്രീയപക്ഷത്തായിരുന്നു അരിസ്റ്റോട്ടിലെന്ന അയാളുടെ ശിഷ്യൻ. സർഗ്ഗാത്മകമായ കലയുടെയും ചിന്തയുടെയും മേഖലയിൽ നിൽക്കുന്നവർ ആ പക്ഷത്താകും നിലയുറപ്പിക്കുക.

ഈ കലാരാഷ്ട്രീയപക്ഷപാതിത്വത്തെ, സ്വതന്ത്രചിന്തയെ, ഭരണകൂടകേന്ദ്രിതസമീപനവിരുദ്ധതയെ അരാഷ്ട്രീയമെന്നു വിളിക്കാമെങ്കിൽ അരാഷ്ട്രീയമാണ് മഹത്തരം എന്നു കാണേണ്ടിവരും. അക്കാദമിഷരുടെയും ചിന്തകരുടെയും രാഷ്ട്രീയം ഇതാണ്. വിശിഷ്ടമായ ഈ അരാഷ്ട്രീയതയുടെ പക്ഷത്തു നിൽക്കുമ്പോൾ പവർപൊളിറ്റിക്സിലെ തലകീഴ്ക്കാഴ്ചകളെല്ലാം പ്രത്യയശാസ്ത്രഛായാഗ്രഹിണികളാൽ സൃഷ്ടിക്കപ്പെട്ടതാണെന്ന് മനസ്സിലാക്കേണ്ടിവരും. അപ്പോൾ, ഭാഷകൾ

അതിരോ എതിരോ അല്ലെന്നും മറിച്ച്, ആശയങ്ങളുടെയും ഭാവനകളുടെയും കൃഷിയിടങ്ങളാണെന്നും സ്പഷ്ടമാകും. അവിടേക്ക് കണക്കില്ലാതെ വാരിത്തൂവുന്ന 'സമരോത്സുകസമര' ചിന്തകളാണ് എൻഡോസൾഫാനോട് സമീകരിക്കാൻ യോഗ്യമെന്നും മനസ്സിലാവും.

7

ഭരണകൂടനിഷ്ഠമായി ചിന്തിക്കുന്നതിനു വിധിക്കപ്പെട്ട രാഷ്ട്രീയചിന്തകരെ സംബന്ധിച്ചിടത്തോളം ഭാഷ രാഷ്ട്രത്തിന്റെ അതിർത്തി നിർണയിച്ചെടുക്കുന്നതിനുപകരിക്കുന്ന ഒരു സ്വത്വയാഥാർത്ഥ്യമാണ്. ഗാഢതയേറിയാൽ തനി വിഷമായിത്തീരുന്ന ദേശീയതയെന്ന വികാരത്തെ പുൽകി വളരുന്നതാണ് വാസ്തവത്തിൽ മാതൃഭാഷാവാദങ്ങൾ. പുറന്തള്ളൽ മനോഭാവം അതിന്റെ കൂടെപ്പിറപ്പാണ്. ഫാസിസത്തിലേക്കുള്ള മികച്ച വഴികളിലൊന്നാണ് അത്. ഭാഷാനിഷ്ഠമായ പൗരത്വം അത് വിഭാവനം ചെയ്യുന്നുണ്ട്. ഭാഷയെ ദേശരാഷ്ട്രനിർമ്മാണത്തിന്റെ യുക്തിയിലല്ല മറിച്ച് അതിന്റെ മനുഷ്യനെ മനുഷ്യനാക്കുന്ന കലാപരവും ചിന്താപരവുമായ ധർമ്മങ്ങളെ മുൻനിറുത്തിവേണം കലാശാലാചിന്തകളിലേർപ്പെടുന്നവരെങ്കിലും മനസ്സിലാക്കാൻ.

ഭാഷയല്ല, അതിലൂടെ ഉല്പന്നമാകുന്ന സൃഷ്ടികളാണ് സംസ്കാരപരിഗണനകളിൽ പ്രധാനപ്പെട്ടത്. കവികൾ, ശാസ്ത്രജ്ഞർ, ചിന്തകർ അവരെല്ലാം അവരുടെ ഭാഷയെയും ഭാഷയാലെഴുതിയ സ്വത്വത്തെയും അതിർത്തികളെയും കവിഞ്ഞുപോകുന്നു. കാലത്തെയും കടന്നുപോകുന്നു. മാർക്കേസിനെയും മാർക്കേസെഴുതിയ കൃതികളേയുമല്ലാതെ അദ്ദേഹത്തിന്റെ ഭാഷയെ ആരോർക്കുന്നു? മാർക്സിനെയും മാർക്സെഴുതിയ കൃതികളെയുമല്ലാതെ അദ്ദേഹമെഴുതിയ ഭാഷയെ ആരോർക്കുന്നു? ചിലപ്പതികാരം തമിഴിനെ അതിശയിക്കുന്നില്ലേ? ഗീതാഞ്ജലി ബംഗാളിനെയും ബംഗാളിയെയും കവിഞ്ഞല്ലേ നിലകൊള്ളുന്നത്? മാക്ബത്ത് ഇംഗ്ലണ്ടിനെ കവിഞ്ഞുപോകുന്നു. അത്തരത്തിൽ മലയാളത്തെ കവിഞ്ഞുനിൽക്കുന്ന മലയാളികൾ/മലയാളകൃതികൾ ഉണ്ടോ? ഉണ്ടെങ്കിൽ അവരെ നാം മലയാളികളെങ്കിലും തിരിച്ചറിയുന്നുണ്ടോ എന്ന ആലോചനയും ഗുണം ചെയ്യും. ക്ലാസ്സിക് പദവിക്കായി രേഖകൾ സംഘടിപ്പിക്കുന്നതിനായി പാഞ്ഞുനടക്കുന്നവർ തീർച്ചയായും ആലോചിക്കേണ്ട ഒരു സംഗതിയാണിത്.

ഈ വിചാരഗതിയിൽ, ചിന്തകർക്കും ഭാവനാശാലികൾക്കും ജന്മം നൽകാനുള്ള പരിസരത്തിന്റെ പേരാണ് ഭാഷ. കുട്ടികൾ നമ്മിലൂടെ വന്നുവെന്നേയുള്ളൂ, അവർ നമ്മുടേതല്ല എന്നു പറയുന്നതുപോലെ ആശയങ്ങളും അറിവുകളും ഭാവനകളും ഭാഷയിലൂടെ വരുന്നുവെന്നേയുള്ളൂ.

അത് ആത്യന്തികമായി ഏതെങ്കിലും ഭാഷയുടെ സ്വകാര്യസ്വത്തായി കണക്കാക്കേണ്ടതല്ല. മനുഷ്യവംശത്തിന്റെ പൊതുവായ പൈതൃകമെന്ന് വിശേഷിപ്പിക്കാവുന്ന ഈ സൃഷ്ടികളുടെ വിനിമയമാണ് സർവ്വകലാശാലകളിൽ നടക്കേണ്ടത്. അതൊരു ഭാഷാ-ധൈഷണികസംഗമഗ്രാമമാകേണ്ടതുണ്ട്. ഈ വിചാരത്തോടെയാണ് ബഹുഭാഷാത്വത്തെ ആദരിക്കുന്ന വിദ്യാഭ്യാസത്തെയും കലാലയങ്ങളെയും സ്വപ്നം കാണാൻ കഴിയണമെന്നു വാദിക്കുന്നത്.

8

മലയാളത്തിന്റെ പഠനത്തിലും വികാസത്തിലും സഹായിക്കുന്ന ഒരു സർവ്വകലാശാലയുടെ പിറവിപ്രഖ്യാപനം വന്നുകഴിഞ്ഞിരിക്കുകയാണ്. അതിന് എഴുത്തച്ഛന്റെ പേരാണത്രേ നൽകാൻ പോകുന്നത്. ബഹുഭാഷാജ്ഞാനിയായ എഴുത്തച്ഛനെയും അദ്ദേഹം പ്രതിനിധാനം ചെയ്യുന്ന മലയാളത്തിന്റെ സർഗ്ഗപാരമ്പര്യത്തെയും ആദരിക്കുന്നുണ്ടെങ്കിൽ ആ സർവ്വകലാശാല തുറന്ന ഭാഷാദർശനത്തിന് അനുഗുണമാകാതെ വയ്യ. അത് മലയാളികളുടെ ഭാഷാജീവിത-യത്നങ്ങളെ ഉയർന്ന ചിന്തയോടെ പഠിക്കാനുള്ള ഒരു ഇടമായിത്തീരേണ്ടതുണ്ട്. അല്ലാതെ, മറ്റു സർവ്വകലാശാലകളിൽ നടക്കുന്ന പ്രവർത്തനങ്ങളുടെയും ബിരുദദാനത്തിന്റെയും തനിയാവർത്തനം നിർവഹിക്കുന്ന ഒരിടമായാണ് അതുണ്ടാകുന്നതെങ്കിൽ ഭാഷയ്ക്കും ജനതയ്ക്കും ഗുണമൊന്നുമുണ്ടാവാനിടയില്ല. എല്ലാ വിഷയങ്ങളും മലയാളത്തിൽ പഠിപ്പിച്ച് ബിരുദവും ബിരുദാനന്തരബിരുദവും കൊടുക്കുന്ന സർവ്വകലാശാലയെ സങ്കല്പിക്കുന്നതിൽ നിലവിലുള്ള സർവ്വകലാശാലകളുടെ നിഴൽരൂപം തീർക്കുവാനുള്ള ഉത്സാഹമാണ് കാണാനാവുന്നത്. അത് മലയാളത്തിന് രണ്ടാംതര ഭാഷാപദവിയെ ഉറപ്പുവരുത്തി നിലവിലുള്ള ഭാഷാതരതമബോധം നിലനിർത്തുന്നതിനാകും സഹായിക്കുക.

ഭാഷകളെ അതിർത്തികളായെടുക്കാത്ത ഒരു വിശാലവീക്ഷണം നമ്മുടെ പാരമ്പര്യത്തിലുണ്ട്. അത് ശക്തിപ്പെട്ടുവരേണ്ടതുമാണ്-ചുരുങ്ങിയപക്ഷം അക്കാദമികമായ ആലോചനകളിലെങ്കിലും. ഭാഷകൾ രാഷ്ട്രത്തിന്നാധാരമായ സ്വത്വമേഖലകൾ നിർമ്മിക്കുന്നുണ്ടാകാം. എന്നാൽ ഇക്കാര്യത്തെ രാഷ്ട്രീയത്തിൽ (രാഷ്ട്രവിചാരത്തിൽ) ഒതുക്കി നിർത്തുകയാവും നന്നാവുക. അതുപോലും ഉചിതമാണെന്നു കരുതിക്കൂട എന്നതാണ് യാഥാർത്ഥ്യം. സംസ്കാരത്തിൽ, ചിന്തയിൽ, അതിന്റെ ഈറ്ററകളാകേണ്ട സർവ്വകലാശാലകളിൽ ദേശീയസ്വത്വബോധമല്ല, 'വിശ്വമാനവനെ' സൃഷ്ടിക്കുന്ന സാർവ്വലൗകികവീക്ഷണമാണ് മുന്നിട്ടു നിൽക്കേണ്ടത്. ഭാഷ ലോകഭാഷയാകുന്നതിന് ഇത് അനിവാര്യമാണ്.

ഭരണകൂടരാഷ്ട്രീയത്തിൽനിന്നു വിമുക്തമായ സാംസ്കാരികസമൂഹം നിലനിൽക്കുന്നതിനും അത് അനിവാര്യമാണ്. ഭരണകൂടങ്ങളും ഭരണകൂടമാകാൻ ഇച്ഛിക്കുന്ന കക്ഷികളും ഇതനുവദിക്കുകയില്ല. പക്ഷേ, അക്കാദമിക്കുകൾതന്നെ ഇതേ വിചാരഗതിയിൽ ചരിക്കുന്നത് കഷ്ടമാണ്. അക്കാദമിക്കുകളുടെയും ചിന്തകരുടെയും കലാകാരരുടെയും രാഷ്ട്രീയം അതിന്റെ സവിശേഷമണ്ഡലങ്ങളുടെ വിശേഷമായ ദൗത്യത്തെ തിരിച്ചറിയുന്നതാകണം. അത് മറ്റൊന്നിന്റെ പിന്നിൽ നടക്കുന്നതായിക്കൂട. മുന്നിൽനിന്നു നയിക്കേണ്ട അറിവിന്റെയും ആശയങ്ങളുടെയും സ്രഷ്ടാക്കളുടെ രാഷ്ട്രീയമാണത്. വാസ്തവത്തിൽ അവരിൽനിന്നു പഠിക്കേണ്ടതും നവീകരിക്കേണ്ടതുമാണ് സാമൂഹികരാഷ്ട്രീയം. മഹത്തായ വിപ്ലവങ്ങളുടെ ചരിത്രം പരിശോധിച്ചാൽ ഇങ്ങനെയൊരു ക്രമം കാണാനും കഴിയും.

ഭരണകൂടകേന്ദ്രിതചിന്തയും സർഗാത്മകതയെ ആദരിക്കുന്ന ആലോചനകളും തമ്മിലുള്ളതാണ് ഈ സംവാദത്തിൽ, ആഴത്തിൽ ഒളിഞ്ഞിരിക്കുന്ന വാദവൈരുധ്യം. ഈ അന്തരം മനസ്സിലാക്കാൻ സംസ്കാരത്തിന്റെ ലോകത്ത് പ്രവർത്തിക്കുന്നവരെങ്കിലും തയാറാകേണ്ടതുണ്ട്. ദേശീയാതിർത്തിക്കുള്ളിൽ പൗരനെ തളയ്ക്കുന്ന റിപ്പബ്ലിക്കാണോ സംസ്കാരത്തിന്റെ സാർവ്വലൗകികതയെ ആദരിക്കുന്ന സർവ്വകലാശാലയെയാണോ നിങ്ങൾ പിന്തുണയ്ക്കുന്നത് എന്ന ചോദ്യത്തെ അഭിമുഖീകരിക്കാൻ ഭാഷയെക്കുറിച്ചും സംസ്കാരത്തെക്കുറിച്ചും പ്രസംഗിക്കുന്നവർക്കെങ്കിലും കഴിയേണ്ടതുണ്ട്. പാതിവെന്ത ചിന്തകളുടെയും തരളിതമായ ചില മുദ്രാവാക്യങ്ങളുടെയും അടിസ്ഥാനത്തിലുള്ള സർവ്വകലാശാലാവാദവും അതിന്റെ ചിന്താപരമായ ദയനീയത വെളിവാക്കുന്ന സർവ്വകലാശാലാരൂപരേഖയും വിമർശനരഹിതമായി, ബദൽ ആലോചനകളൊന്നുമില്ലാതെ കടന്നുപോകുന്നത് കഷ്ടംതന്നെ.

ഡോ. സി. രാജേന്ദ്രൻ ഈയിടെ ഒരു പ്രസംഗത്തിൽ ആനുഷംഗികമായി ചൂണ്ടിക്കാണിച്ചതുപോലെ, നിലവിലുള്ള സർവ്വകലാശാലകളിൽനിന്ന് തികച്ചും വ്യത്യസ്തമായി മലയാളത്തിനു ഗുണം ചെയ്യുന്ന ഉന്നതഗവേഷണകേന്ദ്രത്തിനുള്ള പ്രസക്തിയുണ്ട്. ഫിഷറീസ് യൂണിവേഴ്സിറ്റി, മാരിടൈം യൂണിവേഴ്സിറ്റി എന്നൊക്കെ പറയുന്ന കൂട്ടത്തിൽ അതിനെ ഔപചാരികമായി സർവ്വകലാശാല എന്നു വിളിക്കാമായിരിക്കും. നിലവിലുള്ള സാംസ്കാരികസ്ഥാപനങ്ങളെ കൂട്ടിയിണക്കി പ്രയോജനപ്പെടുത്തുന്നതും മലയാളത്തിന്റെ വൈജ്ഞാനികസമ്പന്നതയ്ക്കാവശ്യമായ ഗവേഷണങ്ങളും പഠനങ്ങളും പ്രസിദ്ധീകരണങ്ങളും പ്രോജക്ടുകളും കണ്ടെത്തി ആസൂത്രണം ചെയ്ത് സമയബന്ധിതമായി

നിർവ്വഹിക്കുന്നതുമായ ഒരു ഉന്നത അക്കാദമികസ്ഥാപനമായി അതിനെ വിഭാവനം ചെയ്യുന്നതാകും ഉചിതമാവുക. സിംലയിലെ ഇന്ത്യൻ ഇൻസ്റ്റിറ്റ്യൂട്ട് ഓഫ് അഡ്വാൻസ്ഡ് സ്റ്റഡീസ് പോലൊന്ന്. നിർദ്ദിഷ്ട പ്രോജക്ടുകളിൽ, അതിന്റെ കാലാവധിതീരുംവരേക്കു മാത്രമായി അധ്യാപകരും ഗവേഷകരും വന്നു പ്രവർത്തിച്ച് തിരിച്ചു പോകുന്ന തരത്തിലാകാം അതിലെ സംവിധാനം. (ഇതരസർവകലാശാലകളിലെ വിവിധ പഠനവകുപ്പുകളിലെ പണ്ഡിതരുടെ സഹകരണം ഉറപ്പുവരുത്തിക്കൊണ്ട്, നമ്മുടെ ഉന്നതവിദ്യാഭ്യാസരംഗത്തെ അക്കാദമിക് സമൂഹത്തെയാകെ മലയാളഭാഷയുടെ ഉന്നമനത്തിനായി ഉപയോഗപ്പെടുത്തുന്ന ഒരു സംവിധാനമുണ്ടായാൽ അത് നേട്ടങ്ങളുളവാക്കിയേക്കും.) ഇരുന്നു നരയ്ക്കാനുള്ള തസ്തികകളും പദവികളും സൃഷ്ടിക്കലായിക്കൂടാ അതിന്റെ ലക്ഷ്യം. തമിഴ് സർവകലാശാലയോ ഹീബ്രു സർവകലാശാലയോ നമുക്കു മാതൃകയായിക്കൂടാ. ആ ജനതകളുടെ 'മാനസിക'സാഹചര്യങ്ങളല്ല, ചരിത്രവഴികളുമല്ല നമ്മുടേത്.

9

മലയാളത്തിലായാലും ഇംഗ്ലീഷിലായാലും ബിരുദപഠനവും ഉന്നത ബിരുദപഠനവും, നിർവ്വഹിക്കുവാനുള്ള ഇടമായിരിക്കേണ്ടത് നിലവിലുള്ള സർവ്വകലാശാലകൾ തന്നെയാവണം. മലയാളത്തെ എല്ലാ മേഖലകളിലും അന്തസ്സുറ്റ മാധ്യമമായി വികസിപ്പിക്കുവാനുള്ള മൗലികമായ ഉത്തരവാദിത്തം അവയ്ക്കുതന്നെയുണ്ട്. അതിൽനിന്ന് ആ സർവ്വകലാശാലകളെ ഒഴിവാക്കുന്നതിൽ എന്തു ഭാഷാസമരമാണുള്ളത്? എന്തു സ്വാതന്ത്ര്യസമരമാണുള്ളത്? ഒളിച്ചോട്ടമല്ലാതെ? (മലയാളത്തിൽ സാക്ഷിപറയാൻ മാത്രമല്ല. വാദിക്കാനും ഉത്തരവുണ്ടാകാനുമൊക്കെ സാധ്യമാകുന്ന തരത്തിൽ കോടതിയിൽ ഭാഷാസ്വാതന്ത്ര്യം ഉണ്ടാവണമെന്നു ശരിയായി വാദിക്കുന്നതിനു പകരം മലയാളക്കോടതികൾ വേറെ ഉണ്ടാക്കണം എന്നാവശ്യപ്പെടുന്നതുപോലെയാണിത്).

ചെറിയചെറിയ നടപടികളിലൂടെ നിലവിലുള്ള നമ്മുടെ സർവ്വകലാശാലകളെ മലയാളത്തിന് ആദരമുള്ള ദ്വിഭാഷാസർവ്വകലാശാലയെങ്കിലും ആക്കി രൂപാന്തരപ്പെടുത്താൻ ശ്രമിക്കുന്നതിനു പകരം ചൊടിച്ചിറങ്ങിപ്പോയി പുറമ്പോക്കിൽ കുരകെട്ടുന്നത് സ്വാതന്ത്ര്യസമരമല്ല, സമരോത്സുകസമരമാണ് എന്നു പറയാതെവയ്യ. അത്, സ്വയം ഇറക്കിവിടലാണ്, അവിവേകമാണ്. ഇത്തരം സ്വാതന്ത്ര്യസമരങ്ങൾ മാതൃകയാക്കിയിരുന്നുവെങ്കിൽ നമ്മുടെ ദേശീയസ്വാതന്ത്ര്യസമരം എന്തായിരുന്നു എന്നാലോചിച്ചുനോക്കുക.

ച്ചുരുക്കമിതാണ്. ഭാഷകളെ ശ്രേണീകരിക്കുന്ന തരത്തിലുള്ള അവസ്ഥയ്ക്കു പരിഹാരമുണ്ടാവുകയാണ് ആവശ്യം. നിലവിലുള്ള സർവ്വകലാശാലകളിൽ മലയാളത്തിലും വിവിധവിഷയങ്ങൾ കൈകാര്യം ചെയ്യുന്നതിനാവശ്യമായ ആത്മവിശ്വാസം കൈവരിക്കാനുള്ള സാഹചര്യമൊരുക്കണം. പഠനഗവേഷണഫലങ്ങൾ മലയാളത്തിൽ പുറത്തുവരുന്ന സ്ഥിതിയുണ്ടാക്കണം. ഭാഷയെ നവീകരിക്കുന്ന സർഗ്ഗാത്മകയത്നങ്ങളുണ്ടാവണം. ശാസ്ത്രജ്ഞന്മാരും പണ്ഡിതന്മാരും മലയാളത്തിൽ ആശയാവിഷ്കാരം നടത്തുന്നതിൽ ആഹ്ലാദം അനുഭവിക്കുന്ന അവസ്ഥ സംജാതമാകണം. അങ്ങനെ ആഹ്ലാദിക്കുന്ന വിവേകികൾ ആദരിക്കപ്പെടുകയും ചെയ്യണം.

വീട്ടുഭാഷയിലും നാട്ടുഭാഷയിലും സംസാരിക്കുന്നതിലും എഴുതുന്നതിലും പ്രയാസമില്ലെന്നത്, പണ്ഡിതന്മാർക്കു വിവരം മാത്രമല്ല വിവേകവുമുണ്ടെന്നതിന്റെ അടയാളമാണെന്ന് അല്പം ശ്രദ്ധിച്ചാൽ മനസ്സിലാകും. ചായപ്പീടികയിൽപോകുമ്പോഴും മലയാളം വർജ്ജിക്കേണ്ടതാണെന്നു കരുതുന്ന പണ്ഡിതരുണ്ടോ നമ്മുടെ നാട്ടിൽ? (ഉണ്ടെങ്കിൽ മോരിന് ഇംഗ്ലീഷിൽ എന്താ പറയ്യാച്ചാൽ അതൊരു കോപ്പ എന്നു പറഞ്ഞ വി.കെ.എൻ. കഥാപാത്രത്തിന്റെ ഇംഗ്ലീഷ് പഠിച്ച സഹോദരരാണവരെന്നു വെക്കണം.) ഭാഷയെ സാമൂഹികശ്രേണീഭാവത്തിന്റെ കൊടിക്കുറയായെടുക്കുന്നവർ. മലയാളവുംകൊണ്ട് 'ആയിരമേക്ര'യിലേക്ക് ഒളിച്ചോടാൻ രൂപരേഖ തയ്യാറാക്കിയ ഭാഷാപ്രതിബദ്ധചിന്തകർ യഥാർഥത്തിൽ അത്തരക്കാരെ സംരക്ഷിക്കുന്ന, നിലവിലുള്ള സർവ്വകലാശാലകളെ അവർക്കായി തീറെഴുതിക്കൊടുക്കുന്ന വാദമാണ് മുന്നോട്ടുവെച്ചിട്ടുള്ളത്. സർവ്വകലാശാല വരുന്നുണ്ടെങ്കിൽ അതിന്റെ ആസ്ഥാനം 'എന്റെ വള്ളുവനാടാണ്, അല്ല എന്റെ ചിറ്റൂരാണ്' എന്നെല്ലാം തർക്കിക്കുന്ന ഭാഷാ-മുലപ്പാൽ ചിന്തകരുടെ ചിന്താസാരള്യംതന്നെയാണ് പൊതുവിൽ അവർക്കുമുള്ളത്. അതുകൊണ്ടുതന്നെ സ്വയം തോല്പിക്കുന്ന ആസൂത്രണവിപര്യയം സ്വാഭാവികം. പക്ഷേ, 'രൂപരേഖ'യുടെ സൂക്ഷ്മപരിശോധകനായ ഒ.എൻ.വി.ക്കുപോലും അതിലൊളിച്ചിരിപ്പുള്ള കെണികൾ മനസ്സിലാകാതെ (?) പോകുന്നത് കഷ്ടമാണ്-കഷ്ടമാണ് കാര്യങ്ങൾ.

(ഭാഷകൾക്ക് അതിരും എതിരും ഇല്ല എന്ന തലക്കെട്ടിൽ *മാതൃഭൂമി ആഴ്ചപ്പതിപ്പിൽ* (89,31/ 2011) പ്രസിദ്ധീകരിച്ച ലേഖനം)

സൃഷ്ടിയാണ് സമരം

ഭൂമുഖത്ത് 7.5 ബില്യൻ വരുന്ന മനുഷ്യർ. ഏഴായിരത്തിലധികം ഭാഷകൾ. ഈ ഭാഷകളിൽ കുറെയെണ്ണം വിനിമയമാധ്യമമെന്ന നിലയിൽ വിപുലമായി ഉപയോഗിക്കപ്പെട്ടുപോരുന്നവയാണ്. വാമൊഴിയായും വരമൊഴിയായും തിരമൊഴിയായും അവ പ്രയോഗിക്കപ്പെട്ടുകൊണ്ടിരിക്കുന്നു. ചിന്തയെയും ഭാവനാസഞ്ചാരങ്ങളെയും സാധ്യമാക്കുന്ന മാധ്യമസാന്നിധ്യമായി അവ നിലകൊള്ളുന്നു. പാരമ്പര്യ-ശാസ്ത്ര-വൈജ്ഞാനിക ആശയങ്ങളുടെ ആവിഷ്കാരത്തിനും സൂക്ഷിപ്പിനുമുള്ള ഉപായങ്ങളായും അവ ധർമം ചെയ്യുന്നു. വികസിതഭാഷകളെന്ന് അവയെ വിശേഷിപ്പിക്കാം. അത്തരം ഭാഷകൾ കൈകാര്യം ചെയ്യുന്നവർ ഭാഗ്യമുള്ളവർ. കാരണം, സംസ്കാരികമായ ആത്മവിശ്വാസം പ്രദാനം ചെയ്യുന്ന ഭാഷാപരിസരം അവരെ ആത്മബലമുള്ളവരാക്കുന്നു. സമ്പന്നമാണ് അവരുടെ ഭാഷാലോകം. സമ്പന്നമായ ഒരു ഭാഷാജീവിതസാധ്യതയിലാണ് അവരുള്ളത്.

ഇങ്ങനെ ആത്മവിശ്വാസവും ആത്മബലവും പ്രദാനം ചെയ്യാൻ ത്രാണിയില്ലാത്ത ഭാഷകളുമായി ജീവിക്കുന്ന ജനസമൂഹങ്ങളുണ്ട്. അവരുടെ മുന്നിൽ വികസിതഭാഷകളുടെ സാന്നിധ്യമുണ്ടാകുന്ന സാഹചര്യങ്ങളാണ് ഭീകരം. ഭാഷാപരമായ ഒരു ഭീതി അവരെ ചൂഴുന്നു. ഭാഷാപരമായ ചാഞ്ചല്യം അവരുടെ ജീവിതത്തിന്റെ ഭാഗമാകുന്നു. വാണിജ്യം, മതപ്രചാരണം, വിദ്യാഭ്യാസം, അധിനിവേശം, അധിനിവേശാനന്തരം തുടങ്ങിയ സാഹചര്യങ്ങളിൽ സ്വന്തം ഭാഷ അതുപയോഗിക്കുന്നവരുടെ വല്ലായ്മക്കു കാരണമായിത്തീരുന്നു. ഭാഷാപരമായ അരക്ഷിതത്വം അനുഭവിക്കുന്ന ഒരവസ്ഥ അതു സൃഷ്ടിച്ചേക്കാം. ഇത്തരം സാഹചര്യങ്ങളിൽ, ഇരയാകുന്ന സമൂഹം സ്വഭാഷയെ ഉപേക്ഷിച്ച് ഇതരഭാഷയെ ആത്മാവോടു ചേർക്കാം. മറിച്ച്, സ്വഭാഷയെ മുറുകെപിടിക്കാനുള്ള

ശ്രമവുമുണ്ടാകാം. സ്വഭാഷയെ നവീകരിച്ചുപയോഗിക്കുക എന്ന മൂന്നാം വഴിയുമുണ്ട്. ഈ വഴികളിലേതു തിരഞ്ഞെടുക്കുന്നു എന്നതും ഏതേതു ന്യായങ്ങൾ രൂപീകരിക്കുന്നു എന്നതുമൊക്കെ പല കാര്യങ്ങളെ ആശ്രയിച്ചിരിക്കുന്നു. അതിൽ എഴുത്തും നവീനരീതികളുടെ വൈവിധ്യവും വൈജ്ഞാനികനിലയും ഒക്കെ പ്രധാനമാണ്. അതോടൊപ്പം ആ ജനതയുടെ സാംസ്കാരികവും സാമ്പത്തികവുമായ വികസിതനിലയും ഒക്കെ വരും. തികച്ചും അവികസിതാവസ്ഥയിലുള്ള സമൂഹമാണ് എങ്കിൽ സ്വഭാഷയെയും സ്വന്തം ജീവിതത്തെയും ഒളിപ്പിച്ച് ഓരങ്ങളിലേക്ക് അവർ സ്വയം ഒതുങ്ങിക്കൂടിയേക്കാം. സാംസ്കാരികമായ കോയ്മകളുടെ സംഘർഷഭൂമിയാണ് ഭാഷാ-സാമൂഹിക-സാംസ്കാരികസമ്പർക്കസാഹചര്യങ്ങൾ.

അല്പവികസിതഭാഷാസമൂഹങ്ങളിൽ സങ്കീർണ്ണമായ പ്രക്രിയകളാണ് അരങ്ങേറുക. ആ ജനതയിൽ തന്നെ വിഭിന്നവർഗങ്ങൾ വിഭിന്നവീക്ഷണങ്ങളാകും കരുപ്പിടിപ്പിക്കുക. വ്യക്തിപരമായ ഭിന്നതകൾ പോലും ഭാഷാസമീപനത്തെ നിശ്ചയിക്കുന്നതിൽ നിർണ്ണായകമായിത്തീരാവുന്നതാണ്. സാമൂഹികശൈഥില്യത്തിനു പോലും ഇതരഭാഷാസാന്നിധ്യം വഴിവെച്ചേക്കാം. സമൂഹത്തിൽ മേൽക്കൈയുള്ള അടരുകളുടെ പൊതുവികാരവും പൊതുവിചാരവുമാകാം ഈ ശൈഥില്യപ്രക്രിയയെ തടഞ്ഞ് ദിശാനിർണയം ചെയ്തേക്കുക. ഇനിയും സാധ്യതകളുണ്ട്. വളരെ ക്രിയേറ്റീവായ സംവാദത്തിനും അതുവഴി നവോത്ഥാനത്തിനുമുള്ള അവസരമായി ഇത്തരം സാഹചര്യങ്ങൾ പ്രയോജനപ്പെടുത്താം. അത്തരത്തിൽ ഭാഷാസമാഗമവേളകളെ പ്രയോജനപ്പെടുത്തുന്നിടത്ത് ഭാഷകൾ പുതിയ വിതാനങ്ങളിലേക്ക് പരിവർത്തിക്കപ്പെടുന്നു. സൃഷ്ടികൾ നടക്കുന്നു. ആധുനികഭാഷകളുടെ വികാസത്തെ ശ്രദ്ധിക്കുമ്പോൾ ഇത്തരം ചലനങ്ങളാണ് ആ ഭാഷകളുടെ വളർച്ചക്ക് പ്രയോജനപ്പെട്ടിട്ടുള്ളതെന്നു വ്യക്തമാകും. ഇങ്ങനെ ചലനങ്ങൾക്ക് ഇടമില്ലാതിരിക്കുകയോ ഇടമുണ്ടാക്കാനുള്ള ആളുകൾ ഉണ്ടാകാതെ പോവുകയോ ചെയ്യുമ്പോൾ ആ ഭാഷകൾ നാശഭീഷണിയിലേക്ക് വീണുപോകും. മൂവായിരത്തിലധികം ഭാഷകൾ ഭൂമുഖത്ത് നാശത്തിന്റെ തുറുകണ്ണുകളെ അഭിമുഖീകരിക്കുകയാണെന്നു റിപ്പോർട്ടുകൾ സൂചിപ്പിക്കുന്നു. കടുപ്പമാണിത്.

ഇതിൽ വിലപിച്ചതുകൊണ്ടു കാര്യമില്ല. എന്തുകൊണ്ടാണ് ഇങ്ങനെ സംഭവിക്കുന്നത് എന്നു പരിശോധിക്കാനും മനസ്സിലാക്കാനും ശ്രമിക്കുകയാണ് ഭാഷാപഠിതാക്കളെ സംബന്ധിച്ചിടത്തോളം ചെയ്യാവുന്ന പ്രധാനകാര്യം. എഴുത്തിലേക്കും വിശേഷവ്യവഹാരങ്ങളിലേക്കും വളരാത്ത,

മുന്നിൽ വിരിച്ചിട്ട പൂഴിയെ പൂഴിപ്പരപ്പായി മാത്രം കാണുന്ന ആളുകളുടെ മാത്രം സാന്നിധ്യത്തിൽ ഭാഷകൾ നാശത്തിന് ഇരയായിത്തീരുകതന്നെ ചെയ്യും. വിവിധങ്ങളായ വ്യവഹാരങ്ങൾ രൂപപ്പെടുന്നുവെന്നതാണ് ജീവൽഭാഷയുടെ ലക്ഷണം. എഴുത്തിലേക്കും പുതിയ പുതിയ സാങ്കേതികസംവിധാനങ്ങളിലേക്കും പടർന്നേറിക്കൊണ്ടേ ഭാഷകൾക്ക് പ്രസക്തിയും പ്രാധാന്യവും ഉറപ്പിച്ചെടുക്കാൻ കഴിയുകയുള്ളൂ. വാമൊഴിയായി മാത്രം നിലനിന്നാൽ ആ ഭാഷകൾ അതിന്റെ പേച്ചവസ്ഥയിൽ കുരുങ്ങിക്കിടന്നു മുരടിച്ചുപോവും. വാമൊഴികൾകൊണ്ടു സാദ്ധ്യമാകുന്ന കാര്യങ്ങളേ അതിൽ നടക്കൂ എന്നു വരും. എഴുത്തും വികാസവുമുള്ള ഭാഷകളുടെ സാമീപ്യത്തിൽ അവ അവമാനത്തിനിരയായി തകർച്ചയെ നേരിടാൻ സാദ്ധ്യത കൂടും. വാമൊഴിരൂപത്തിൽ മാത്രം നിലനിന്നിരുന്ന അമേരിക്കൻ ഗോത്രഭാഷകളെ ശ്രദ്ധിച്ച നരവംശശാസ്ത്രജ്ഞൻമാർ ആ ഭാഷകളെ എഴുത്തിലേക്ക് നയിക്കാൻ ശ്രമിച്ചിരുന്നു. ആ ഭാഷകളുടെ അതിജീവനത്തിനും വികാസത്തിനും എഴുത്തധികാരത്തിലേക്കുള്ള പ്രവേശനം അനിവാര്യമാണ് എന്ന് അവർ ചിന്തിച്ചിരുന്നുവെന്ന് അനുമാനിക്കാൻ കഴിയുന്നുണ്ട്. എഴുത്ത് ഭാഷയുടെ ആദർശമാകുന്നു; മൊഴിയെ, പേച്ചിനെ നോക്കിപ്പേടിപ്പിക്കാതിരിക്കുവോളം.

എഴുത്തധികാരത്തിനും പദവികൾക്കും ഭാഷയുടെ ആത്മബലം വർധിപ്പിക്കാനുള്ള ശേഷിയുണ്ട്. പദവികൾ, സ്ഥാപനങ്ങൾ ഇവയൊക്കെ ഭാഷകൾക്ക് താങ്ങായിത്തീരാം. നിലനില്പിന് സഹായകമാകും. ആ വഴിക്ക് ആലോചിച്ചാൽ ശ്രേഷ്ഠഭാഷാപദവിയും സർവ്വകലാശാലയുമൊക്കെ നമ്മുടെ ഭാഷക്ക് ഗുണം ചെയ്യുമായിരിക്കും. അതിനു വേണ്ടിയുള്ള ആഹ്വാനപ്രവർത്തനങ്ങളെയും സമരങ്ങളെയും വിലമതിക്കുകതന്നെ വേണം. അതൊക്കെ നടക്കണം. നടത്തണം. ഭാഷയ്ക്കു മാത്രമല്ല, ഭാഷകർക്കും പദവികളും പുരസ്കാരങ്ങളും ആശ്വാസവും ആത്മബലവും പ്രദാനം ചെയ്തേക്കും. പക്ഷേ അതൊക്കെയാണോ ഒരു ഭാഷയുടെ വികാസത്തെ ഉറപ്പു വരുത്തുക? സംശയമാണ്. ചരിത്രം നൽകുന്ന പാഠം അതല്ല. ധാരാളം എഴുത്തുകളുണ്ടാവുക, സാഹിത്യമുണ്ടാവുക, പല സാഹിത്യജനുസ്സുകളുണ്ടാവുക, വ്യവഹാരരീതികളുണ്ടാവുക. ശാസ്ത്ര-തത്വവിചാരങ്ങളുണ്ടാവുക. ചിന്തയ്ക്കും ഭാവനയ്ക്കുമുള്ള ഉപാധിയാവുക. ഇതൊക്കെയാണ് ഭാഷയെ സമ്പന്നവും ആധികാരികവും അഭിമാനകരവുമാക്കിത്തീർക്കുന്നത്. ഭാഷാഭേദങ്ങൾക്ക് സാഹിത്യത്തിലും സിനിമയിലുമൊക്കെ പ്രവേശനം ലഭിക്കുമ്പോൾ പ്രസ്തുത ഭാഷാഭേദത്തിന്റെ ഭാഷകസമൂഹത്തിന് ലഭിക്കുന്ന സന്തോഷം നാം കാണുന്നില്ലേ. ഒരു തരം ആത്മവിശ്വാസം അവർക്ക് ലഭിക്കുന്നതിന്റെ തെളിവായിട്ടുവേണം അതിനെ മനസ്സിലാക്കാൻ.

ഇങ്ങനെ ആത്മവിശ്വാസവും വിശ്വാസവും ആർജ്ജിക്കാനുതകുന്ന ഏതൊരു ഇടപെടലിനെയും സർഗ്ഗാത്മകമെന്നു വിശേഷിപ്പിക്കാവുന്നതാണ്. വാസ്തവത്തിൽ അവയെ സമരമെന്നു വിശേഷിപ്പിക്കേണ്ടതുണ്ട്. സൃഷ്ടിയുടെ, ആവിഷ്കാരത്തിന്റെ നോവുകൾ പേറുന്ന ധർമസമരം. ഇത്തരം സമരങ്ങളാണ് ഏതൊരു വികസിതഭാഷയുടെയും ചരിത്രത്തിൽ കാണാനാവുക. പലതും മുകളിൽ സൂചിപ്പിച്ച തരത്തിലുള്ള ഇതരഭാഷാസാന്നിധ്യമുളവാക്കുന്ന വെല്ലുവിളികളുടെ അഥവാ പ്രതിസന്ധികളുടെ സന്ദർഭങ്ങളിൽ രൂപപ്പെട്ടതാകും. ചിലത് ഭാഷയുടെ അകത്തുതന്നെ നടക്കുന്ന ആശയസംഘർഷങ്ങളുടെ സന്ദർഭങ്ങളിൽ ഉടലെടുത്തതാകും. ഭിന്നതയും അതുളവാക്കുന്ന സംവാദവുമാണ് സമൂഹത്തിനും സംസ്കാരത്തിനും ചലനാത്മകത പ്രദാനം ചെയ്യുന്നതെന്ന്, പ്രചോദനമാകുന്നതെന്ന് പറയാം. പുതിയതിന്റെ, പുതിയ ആശയത്തിന്റെ, പുതിയ ഭാവനയുടെ സൃഷ്ടിയാണ് അതിന്റെ സദ്ഫലങ്ങൾ. സാഹിത്യചരിത്രവും ശാസ്ത്രചരിത്രവും സംസ്കാരത്തിന്റെ ചരിത്രവും അതാണ് കാണിച്ചുതരുന്നത്. ഉജ്ജ്വലമായ സൃഷ്ടികളുടെ സാന്നിദ്ധ്യമാണ് ഭാഷകളെ പ്രസക്തവും കാമ്യവും ആധികാരികവും ആത്മാഭിമാനകരവും ശ്രേഷ്ഠവുമാക്കുന്നത്. ഭാഷകളെ അതിജീവനത്തിനു പര്യാപ്തമാക്കുന്നതും മറ്റൊന്നല്ല. സൃഷ്ടിയാണ് സമരം എന്ന് ഇവയെല്ലാം തെളിയിച്ചു കൊണ്ടേയിരിക്കുന്നു.

(കോഴിക്കോട് ഗവ. ആർട്സ് ആന്റ് സയൻസ് കോളേജിൽ മലയാളവിഭാഗം 2014 നവംബർ 5,6,7 തിയ്യതികളിലായി സംഘടിപ്പിച്ച ഭാഷാസെമിനാറിൽ പ്രബന്ധാവതരണത്തിന് അവലംബിച്ച കുറിപ്പ്. രണ്ടു ഭാഷാപിതാക്കന്മാർ എന്ന ലേഖനവുമായി ചേർത്ത് ജോസഫ് സ്കറിയ എഡിറ്റ് ചെയ്ത ഭാഷാപഠനസമാഹാരത്തിൽ കൊടുത്തിട്ടുണ്ട്.)

രണ്ടു ഭാഷാപിതാക്കൻമാർ[1]

കറൻസി നഷ്ടപ്പെട്ട വസ്തുക്കൾ പതുക്കെപ്പതുക്കെ ആർക്കൈവൽ മൂല്യം കൈവരിക്കുന്നു. അവ തേടി നടക്കുന്നവരുണ്ടാകുന്നു. അവരുടെ കൗതുകം വെറും കൗതുകമല്ല. ചിപ്പിക്കുള്ളിലെ നാദപ്രപഞ്ചത്തെ പിടിച്ചെടുക്കാനുള്ള ഉൾവിളിയുടെ ഇരമ്പമുണ്ട് അതിൽ, വന്ന വഴികളെ, ഭൂതകാലത്തെ,ചരിത്രത്തെ കാതോർക്കാനുള്ള സവിശേഷമായ ആഗ്രഹത്തിന്റെ ഇരകളാണ് ഈ ആധ്യാത്മികാന്വേഷകർ. അവരുടെ യത്നത്തെ പാഴ്‌വേലയെന്നു വിളിക്കാവുന്നതല്ല. ഗൃഹാതുരത്വം പോലുള്ള ബോറും ക്ലീഷേയുമായി മാറിയ പദപ്രയോഗങ്ങൾകൊണ്ട് അതിനെ അലങ്കരിക്കാനുള്ള ശ്രമമാണ് വാസ്തവത്തിൽ പാഴ്‌വേല. പഴയ നാണയങ്ങൾ പരതിനടക്കുന്നവരും പുസ്തകങ്ങൾ തേടിനടക്കുന്നവരും താനെടുത്ത പടത്തിന്റെ ഫിലിം സ്പൂളുകൾ തിരഞ്ഞലയുന്നവരുമൊക്കെ അന്വേഷണകരുടെ പരമ്പരയിൽ സ്ഥാനമുള്ളവരല്ലേ? അവർ തെളിച്ചെടുക്കുന്ന കാഴ്ചകൾ യഥാർഥത്തിൽ അവരെത്തന്നെയല്ലേ തെളിച്ചെടുക്കുന്നത് ? ആത്മാന്വേഷകരല്ലേ അവർ?

എന്തായാലും അത്തരം ആളുകൾ നമ്മിൽ കൗതുകമുണർത്തുന്നു. നഗരമായി രൂപാന്തരപ്പെട്ട സ്വന്തം ഗ്രാമത്തിൽ, പഴയ കൗതുകവസ്തുക്കൾ തേടി നടക്കുന്ന പരദേശിയായി 'ദേശത്തിന്റെ കഥ'യുടെ ഒടുക്കത്തിൽ പ്രത്യക്ഷപ്പെടുന്ന ശ്രീധരനെയോർക്കുക. അദ്ദേഹത്തെപ്പോലൊരാൾ വിഖ്യാത ഗ്രീക്ക് സിനിമാകാരൻ തിയോ ആഞ്ചലോ പൗലോയുടെ ഒരു സിനിമയിലാണെന്നു തോന്നുന്നു, പ്രത്യക്ഷപ്പെട്ടത് ഓർക്കുന്നു. തന്റെ പട്ടണത്തിൽ പഴയ വാക്കുകൾ അന്വേഷിച്ചുനടക്കുകയായിരുന്ന

---

1 ('മാതൃഭാഷാവാദികളേ, എലിസർ ബെൻ യഹൂദ ചതിക്കുഴിയാണ്' എന്ന പത്രാധിപർ വക തലക്കെട്ടിൽ *മാതൃഭൂമി ആഴ്ചപ്പതിപ്പിൽ* (93,12/2015) പ്രസിദ്ധീകരിക്കപ്പെട്ട ലേഖനം)

അയാൾ. നഷ്ടപ്പെട്ടുപോയ വാക്കുകളെ വീണ്ടെടുക്കാൻ വെമ്പി അന്വേഷിച്ചിറങ്ങിയ മനുഷ്യർ! തീപ്പെട്ടുപോയ വാക്കുകളെ കവിതയിൽ കുടിയിരുത്തി സമാശ്വസിച്ച എം. ഗോവിന്ദന്റെ ബന്ധുവാണയാളെന്നു തോന്നിയിരുന്നു.

പരിധിക്കുപുറത്തുപോയ ആട്ടിൻകുട്ടിയെ തേടുന്നതിനെക്കുറിച്ചു പറഞ്ഞ യേശുവിനെ കേട്ടു വളർന്നതുകൊണ്ടാകാം ഇത്തരം കഥാപാത്രങ്ങൾ അതിവേഗം മനസ്സിൽ കുടിയേറ്റം നടത്തുന്നു. അത്തരത്തിൽ ഈയിടെ വന്നു കയറിയ ഒരാളാണ് എലിസർ ബെൻ യഹൂദ. മറഞ്ഞുപോയ വാക്കുകളും പ്രയോഗങ്ങളും വീണ്ടെടുത്ത് ഹീബ്രുഭാഷയെ പുനരുദ്ധരിക്കാനും ജനകീയഭാഷയാക്കി മാറ്റാനും മാത്രമല്ല ആ ഭാഷയെ ഒരു ജനതയുടെ ദേശീയബോധത്തിന്റെ അടയാളമാക്കി പ്രതിഷ്ഠിക്കാനും കഴിഞ്ഞ എലിസർ ബെൻ യഹൂദ. ഭാവനയിൽ കുരുത്ത കഥാപാത്രമല്ല അദ്ദേഹം. ജീവിച്ചിരുന്ന മനുഷ്യനാണ്. മഹാമനുഷ്യൻ. ആധുനികഹീബ്രുവിന്റെ പിതാവായി അദ്ദേഹം ആദരിക്കപ്പെടുന്നു. നല്ല കാര്യമാണത്. ഒരു ജനതയെ സ്നേഹിച്ചതിന്, സേവിച്ചതിന് അർഹതപ്പെട്ട അംഗീകാരമാണ് അദ്ദേഹത്തിന് ലഭിച്ചത്. താനായിട്ടും അല്ലാതെയും പുനരുദ്ധിച്ച ദേശീയ ചിഹ്നങ്ങളുടെ അകമ്പടിയോടെ ദേശീയചിഹ്നമായി രൂപാന്തരപ്പെട്ട മോഹൻദാസ് കരംചന്ദ് ഗാന്ധിയെ രാഷ്ട്രപിതാവെന്നു കണക്കാക്കി മഹാത്മാവെന്നു വിളിച്ച് ഇന്ത്യക്കാർ ആദരിക്കുന്നതുപോലെ സാർഥകമാണത്.

ഭാഷാപിതാവ് എന്ന സങ്കല്പനം അസംബന്ധമാണെന്നു വാദിക്കാൻ ഇടമുണ്ട്. ഭാഷ ഒരു വ്യക്തിയുടെ മാത്രമായ സൃഷ്ടിയല്ലല്ലോ. എന്നാൽ ഇത്തരം കേവലയുക്തി മാറ്റിവെച്ച് ഒരു ജനത കൊണ്ടു നടക്കുന്ന ഒരു ധാരണയെന്ന നിലയിൽ കണ്ട് ഭാഷാപിതാവ് എന്ന പ്രയോഗത്തിന്റെ സാമൂഹികവും സാംസ്കരികവും രാഷ്ട്രീയവും സൗന്ദര്യശാസ്ത്രപരവുമായ വിവക്ഷകൾ അന്വേഷിക്കുന്നതല്ലേ ഗുണകരമാവുക? എന്തുകൊണ്ട് ഭാഷാപിതാവ് എന്ന ചോദ്യത്തിൽത്തുടങ്ങി, എന്തുകൊണ്ട് അല്ലെങ്കിൽ എന്തിനുവേണ്ടി ഒരു പ്രത്യേക വ്യക്തിയെ ഭാഷാപിതാവായി 'ഒരു ജനത' സങ്കല്പിച്ചാരാധിച്ചു എന്നൊക്കെയല്ലേ അന്വേഷിക്കേണ്ടത്? എങ്ങനെയുണ്ടായി ഇങ്ങനെയൊരു മലയാളഭാഷാപിതൃസങ്കല്പം? ഇത് പ്രസക്തമായ ഒരാലോചനാവിഷയം തന്നെയാണ്.

തികച്ചും ഔപചാരികമായ ഒരു പ്രയോഗം എവിടെനിന്നോ പൊട്ടിവീണ് വേരുന്നി മുളച്ചുപടർന്നുപരന്നുപ്രചരിച്ചതാണ് എന്നു നിശ്ചയിച്ച് ഈ അന്വേഷണം അവസാനിപ്പിക്കാവുന്നതാണ്. അതിനപ്പുറത്തേക്കു പോയി ചരിത്രബന്ധിതമായി ആലോചിച്ചാൽ, പിതൃദായക്രമത്തിലേക്ക്

മാറിയ ചരിത്രഘട്ടത്തിൽ ഭാഷയ്ക്കു പിതാവുണ്ടായിത്തീർന്നുവെന്ന മട്ടിൽ വിലയിരുത്താനും അതിന് ഉപോദ്ബലകമായ സാംസ്കരിക യുക്തികൾ മുന്നോട്ടുവെക്കാനും കഴിഞ്ഞേക്കും. ഗൗരവമുള്ളതും വിജ്ഞാനപ്രദവും ഒപ്പം രസമുള്ളതുമാണ് ഈ ചിന്ത. 'സത്യ'മായ അമ്മയുടെ നോട്ടപ്പാടിനപ്പുറത്ത് മറവിലെവിടെയോ നിൽക്കുന്ന അച്ഛൻ ദൃശ്യനായിത്തീരുന്ന ചരിത്രഘട്ടത്തിലാണ് ഭാഷയ്ക്ക് ഇങ്ങനെയൊരു അച്ഛൻ പിറന്നത് എന്നു നിരീക്ഷിക്കാം. എഴുത്തച്ഛനെ പിതൃപീഠത്തിലേറ്റിയത് ഈ കർതൃ/പിതൃകേന്ദ്രിത വ്യവഹാരപരിസരത്താണ്എന്നു കൂടി പറഞ്ഞാൽ എല്ലാം ക്ലിയറായി. ക്ലീനായി.

ദേർ കംസ് പപ്പാ എന്ന രവിവർമ്മച്ചിത്രത്തിലെ പ്രയോഗം ഒരു ചിത്രത്തിന്റെ അടിക്കുറിപ്പുമാത്രമല്ല ഒരു ചരത്രസന്ദർഭത്തിലെ സാമൂഹിക-സാംസ്കരിക-രാഷ്ട്രീയാർഥധ്വനികളുള്ള ഒരു വെളിപാടു(ം) കൂടിയാണ് എന്നു ചിന്തിക്കുന്നതിൽ ചരിത്രാത്മകമായും കാവ്യാത്മകമായും ന്യായമുണ്ട്. എഴുത്തച്ഛന്റെ കാര്യത്തിൽ അതുമാത്രമല്ല, രസകരമായ മറ്റു ചില കാര്യങ്ങളും അന്തർഭവിച്ചിട്ടില്ലേ എന്നു സംശയിക്കാം. അതാ അച്ഛൻ എന്നുചൂണ്ടി (വ്യകാരണശബ്ദാവലി ഉപയോഗിച്ചു പറഞ്ഞാൽ, ദൂരവാചിയായ ചുട്ടെഴുത്തിന്റെ സഹായത്തോടെ) അസ്പൃശ്യനായ ബ്രാഹ്മണപിതാവിനെ അകലെ കാണുക്കുകയായിരുന്നില്ല. ഇതാ ഞങ്ങളുടെ സ്വന്തം ഭാഷാപിതാവ് എന്ന മട്ടിൽ അടുപ്പത്തോടെ, ഇഷ്ടത്തോടെ ഒരു കവിയെ മലയാളജനം മാറത്തണച്ചുപിടിക്കുകയായിരുന്നു.

എഴുത്തച്ഛൻ എന്ന വാക്ക്നെ ജാതിസൂചകമായി മനസ്സിലാക്കാതെ, അധികാർഥഭംഗിയുള്ള മാനകഭാഷയുടെ അഥവാ എഴുത്തുഭാഷയുടെ (ഭാഷ = എഴുത്തുഭാഷ, സാദാഭാഷ = മൊഴി അല്ലെങ്കിൽ പേച്ച്) പിതാവായിട്ടാണ് ഈ കല്പനയെ മനസ്സിലാക്കേണ്ടതെന്നും അതിന്റെ സംസ്കൃതതത്സമമായി വേണം ഭാഷാപിതാവ് എന്ന പ്രയോഗത്തെ മനസ്സിലാക്കാനെന്നുമൊക്കെ ചിന്തിക്കാവുന്നതല്ലേ? ഇതും ഒരു ഭാവനയാണ്. അത്രയ്ക്കേ ഇതിനെയും കണക്കാക്കേണ്ടു. പക്ഷേ ഭാഷാപിതാവ് എന്ന സങ്കല്പനം ഉണ്ടായിട്ടുണ്ട്. ചരിത്രത്തിൽ ഉണ്ടായതിനും ഇപ്പോൾ ഉള്ളതിനും ചില അർഥമാനങ്ങളുമുണ്ട് എന്ന കാര്യത്തിൽ സംശയമില്ല. എല്ലാം നമുക്കു പിടിച്ചെടുക്കാൻ കഴിഞ്ഞിട്ടില്ലെന്നുതന്നെ വെക്കുക? എങ്കിലും, ഭാഷയുടെ നിലനില്പിനും ശ്രേഷ്ഠതയ്ക്കും നിദാനമായ സംഭാവനകളിൽ ചിലത് അദ്ദേഹത്തിന്റേതായിട്ട് ഉണ്ടെന്ന് എഴുത്തും വായനയുമായി ബന്ധപ്പെട്ടുനിന്ന നാട്ടുകാർക്ക് പൊതുവെ തോന്നിയിട്ടുണ്ടാകണമെന്ന് വിചാരിക്കുന്നതിൽ അപാകതയില്ല. നമ്മുടെ സാഹിത്യത്തിലെ ഏറ്റവും ജനകീയവും പ്രാമാണികമായ

വരികളുടെ കർത്താവ് എന്ന നിലയിൽ കിളിപ്പാട്ടുകലാകാരനു ലഭിച്ച ജനകീയ പുരസ്കാരമായി ഈ പദവിയെ കണക്കാക്കിക്കൂടെ?

ഏതുവിധത്തിലായാലും മലയാളനാട്ടിൽ മാത്രമാണ് ഭാഷയ്ക്ക് പിതാവിനെ കല്പിക്കുന്ന ഏർപ്പാടുണ്ടായതെന്നു വിശ്വസിച്ചിരിക്കുകയായിരുന്നു. ലോകത്ത്, മറ്റൊരു ഭാഷയുടെ കാര്യത്തിലും കേട്ടുകേൾവിയില്ലാത്ത കാര്യമാണെന്നു പറഞ്ഞുപോന്നു. എന്തായാലും അതിലിനി കാര്യമില്ല. എലിസർ ബെൻ യഹൂദാ എന്ന മഹാനായ മൃതഭാഷാപ്രവർത്തകന് സമാനമായ പദവി അഥവാ ബഹുമതി കൈവരിക്കാനായിട്ടുണ്ടെന്ന അറിവ് ആ നിലയിൽ ആശ്വാസദായകമാണ്. ആധുനിക ഹീബ്രുവിന്റെ പിതൃസ്ഥാനമാണ് അദ്ദേഹത്തിന് കല്പിക്കപ്പെട്ടിരിക്കുന്നത്.

മതപരമായ കാര്യങ്ങൾക്കു മാത്രം ഉപയോഗിച്ചിരുന്ന, അസ്വതന്ത്രതയുടെയും ആത്മവഞ്ചനയുടെയും ളോഹയിട്ട പഴയ ക്ലാസിക്കൽ ഹീബ്രുവിൽനിന്നു തികച്ചും വേറിട്ടതാണ് ആധുനികഹീബ്രു. സാധാരണ ജനങ്ങൾ സംസാരിക്കുന്ന ഹീബ്രുവാണത്. എലിസർ ബെൻ യഹൂദയുടെ നേതൃത്വത്തിൽ അതിനെ നിർമിച്ചെടുക്കുകയായിരുന്നു. അദ്ദേഹം പഴയ ഹീബ്രുവിനെ പുതിയ രൂപത്തിലും ഭാവത്തിലും പുനരാവിഷ്കരിച്ചു. പലതരം ദുർഘടങ്ങളെ മറികടന്നിട്ടാണ് ആ യത്നം ഒരു പരിധി വരെയെങ്കിലും വിജയം കണ്ടത്. സാമാന്യമായ പ്രയോഗമണ്ഡലങ്ങളിൽനിന്ന് പിൻവാങ്ങി വിരമിച്ചുപോയ ഒരു ഭാഷയെ സജീവമാക്കിത്തീർക്കുകയെന്നത്, എളുപ്പമല്ലെങ്കിൽക്കൂടിയും, സാധ്യമാണെന്നു പഠിപ്പിക്കുന്ന ചരിത്രാനുഭവപാഠമാണ് യഹൂദ ലോകത്തിനു മുന്നിൽ അവതരിപ്പിച്ചത്. ഭാഷാശാസ്ത്രത്തിൽ മൃതഭാഷയെന്നു വിശേഷിപ്പിക്കപ്പെടുന്ന ഒരു ഭാഷയെ പുതുക്കി ബഹുജനങ്ങളുടെ വ്യവഹാരഭാഷയായി തിരിച്ചുകൊണ്ടുവരുന്നത് ഇച്ഛാശക്തിയുണ്ടെങ്കിൽ, അതിനുപരി അതിനു പിൻബലമേകുന്ന സാമൂഹികവും രാഷ്ട്രീയവും സാംസ്കാരികവുമായ പശ്ചാത്തലമുണ്ടെങ്കിൽ സാധ്യമാണ് എന്നതത്രേ ഇവിടുത്തെ ചരിത്രപാഠം. ഭാഷകൾ പലതും മരണാഭിമുഖമായി ചിരിക്കുന്ന ലോകാവസ്ഥയിൽ ഇതിനെ അത്ഭുതമായിത്തന്നെ മനസ്സിലാക്കേണ്ടതുണ്ട്.

ഭാഷാനാശഭീതി പരക്കുന്ന അവസ്ഥയിൽ സ്വഭാഷയെക്കുറിച്ചുള്ള കരുതലും ഭാഷാസുരക്ഷയ്ക്കായുള്ള ശ്രമങ്ങളും ഉണ്ടാവുക സ്വാഭാവികമാണ്. താനുൾപ്പെടുന്ന സമൂഹത്തിലെ നിലനില്പ് ഉറപ്പുവരുത്താനുള്ള ഉപാധിയായി, സ്വത്വചിഹ്നമായി, ഭാഷയെ കാണേണ്ടിവരുന്ന അടിയന്തരസ്വഭാവമുള്ള സാഹചര്യത്തിലാവുമ്പോൾ പ്രതികരണങ്ങൾക്ക് മൂർച്ചതീർച്ചകളേറുകയും ചെയ്യും. രാഷ്ട്രീയസ്വഭാവം കൈവരും.

അപ്പോൾ ഭാഷ ഭാഷയെന്ന നില ഏറെക്കുറെ വിട്ട്, ദേശീയതയുടെയും രാഷ്ട്രീയത്തിന്റെയും പ്രതീകാത്മകമൂല്യമാർജിച്ചാണ് പ്രവർത്തിക്കുക. ലോകമാകെ ചിതറിത്തെറിച്ചുപോയ യഹൂദജനതയെ ഒന്നിപ്പിച്ച് ജൂതരാഷ്ട്രം സ്ഥാപിക്കാൻ യത്നിച്ച വേള ഇത്തരമൊരു തീക്ഷ്ണ രാഷ്ട്രീയസന്ദർഭമായിരുന്നു. എലിസർ ബെൻ യഹൂദയെന്ന ആധുനി കഹീബ്രുഭാഷാപിതാവ് ഈ സന്ദർഭത്തിന്റെ സന്തതിയായിരുന്നു. യഹൂദ ലെക്സിക്കോഗ്രാഫറായിരുന്നു. പ്രചാരലോപം വന്ന ഹീബ്രു പദാംശങ്ങളെ പരതിപ്പിടിച്ച് പ്രചരിപ്പിച്ച് തിരോഭവിച്ച ഭാഷയെ യഹൂദ പുനരുജ്ജീവിപ്പിച്ചു

നമ്മുടെ ഭാഷാപിതാവോ? അദ്ദേഹം കവിയായിരുന്നു. വിവർത്തക നായിരുന്നു. ഭാഷപരമായ വ്യവഹാരങ്ങൾ വാമൊഴിക്കും അതിനോടടു ത്ത ചില്ലറ എഴുത്തുകൾക്കുമപ്പുറത്ത് കാര്യമായി വളർന്നിട്ടില്ലാത്ത ഒരു കാലഘട്ടത്തിൽ സംസ്കൃതപദങ്ങളെയും കല്പനകളെയും തന്റെ നാട്ടു ഭാഷയിൽ വിന്യസിക്കുന്ന കാര്യത്തിൽ പുതിയൊരു മാതൃക അദ്ദേഹം സൃഷ്ടിച്ചു. രണ്ടുപേരും രണ്ടുതരം കർമപഥങ്ങളിലൂടെയായിരുന്നു മുന്നേ റിയതും ഭാഷപിതാക്കളായതും. ഒരാൾ വികസിതവും നഷ്ടപ്പെട്ടതുമായ ഭാഷയെ വീണ്ടെടുക്കാനുള്ള പദ്ധതികൾ ഏറ്റെടുക്കുകയായിരുന്നു. മറ്റേയാൾ താരതമ്യേന അവികസിതമായ ഭാഷയെ പുതിയമേഖലക ളിലേക്ക് വളർത്താനുതകിയ കവികർമങ്ങളിലേർപ്പെടുകയായിരുന്നു. ഈ അന്തരം സൂക്ഷ്മമായി പരിശോധിക്കുന്നതും വിലയിരുത്തുകയും ചെയ്യുന്നത് ഗുണകരമായിത്തീരും എന്നു തോന്നുന്നു. ഭാഷാരാഷ്ട്രീയലീല കളുടെ ഉള്ളറകളിലേക്ക് വെളിച്ചം പ്രസരിപ്പിക്കാനും ചില തെളിച്ചങ്ങൾ നേടാനും അതുവഴി സാധിച്ചേക്കും. ഇമ്മാതിരി ചില പ്രത്യാശകളോടെ മുന്നോട്ടുപോകാനുള്ള ശ്രമമാണ് തുടർന്നുനടത്തുന്നത്.

എഴുത്തച്ഛനെയും എലിസർ ബെൻ യഹൂദയെയും കുറിച്ച് വ്യത്യസ്ത കാലഘട്ടങ്ങളിലുണ്ടായ രണ്ടു പഠനങ്ങളെ മുഖാമുഖം നിർത്തിക്കൊ ണ്ടാണ് ഈ ഉപരിവിചാരം നിർവ്വഹിക്കുന്നത്. എഴുത്തച്ഛനെക്കുറി ച്ചുള്ള ലേഖനം 1816 - ൽ എഴുതപ്പെട്ടതാണ്. എഴുത്തുകാരൻ എഫ്. ഡബ്ല്യൂ. (ഫ്രാൻസിസ് വൈറ്റ്) എല്ലിസ്. രണ്ടാമത്തെ ലേഖനം 2014 - ൽ പുറത്തുവന്ന *മാതൃഭാഷയ്ക്കുവേണ്ടിയുള്ള സമരം* എന്ന പുസ്തകത്തിൽ ചേർത്തിട്ടുള്ളതാണ്. ഭാഷാസമരരംഗത്ത് ശക്തമായ നിലപാടുകൾ അവതരിപ്പിച്ചും സംഘാടനപ്രവർത്തനങ്ങൾ നടത്തിയും ആദരം പിടി ച്ചുപറ്റിയിട്ടുള്ള പി. പവിത്രനാണ് ലേഖകൻ. മലയാളഭാഷയ്ക്ക് കാര്യമായ ചില സംഭവാനകൾ നൽകിയ തുഞ്ചത്ത് രാമനുജൻ എഴുത്തച്ഛനിൽ ചില സമരാത്മകഭാഷാസമീപനപാഠങ്ങൾ ഉള്ളടങ്ങിയിട്ടുണ്ടെന്ന്

(അറിഞ്ഞോ അറിയാതയോ) ധ്വനിപ്പിക്കുന്നതാണ് പഴയലേഖനം. സമകാല മലയാളഭാഷാവസ്ഥയിൽ മലയാളികൾ പഠിക്കേണ്ടുന്ന ചില ഭാഷാസമീപനപാഠങ്ങൾ എലിസർ ബെൻ യഹൂദ എന്ന ജൂതന്റെ ധൈഷണികവും രാഷ്ട്രീയവുമായ ജീവിതം മുന്നോട്ടുവയ്ക്കുന്നുണ്ടെന്നു വ്യക്തമായി സൂചിപ്പിക്കുന്നതാണ് രണ്ടാമത്തെ ലേഖനം.

സംസ്കൃതവും തെന്നിന്ത്യൻ ഭാഷകളും വ്യത്യസ്ത ശാഖകളില്പെട്ടതാണെന്ന് ആദ്യമായി പ്രസ്താവിച്ച പാശ്ചാത്യഭാഷാചിന്തകനാണ് എല്ലിസ്. പാശ്ചാത്യദൃഷ്ടിയിൽ രൂപപ്പെട്ട ആധുനികദ്രാവിഡഭാഷാശാസ്ത്രകുലാധിപതി. മലയാളം, തമിഴ്, തെലുഗു എന്നീ ഭാഷകളെപ്പറ്റി അദ്ദേഹം പത്തൊമ്പതാം നൂറ്റാണ്ടിന്റെ ആദ്യദശകങ്ങളിൽത്തന്നെ ആഴത്തിലും പരപ്പിലും പഠിച്ചെഴുതിയിട്ടുണ്ട്. 1816-ലാണ് ഇവിടെ പരിശോധിക്കുന്ന, മലയാളത്തെക്കുറിച്ചിട്ടുള്ള, ലേഖനം എഴുതിയതെങ്കിലും പ്രസിദ്ധീകരിക്കപ്പെട്ടത് 1878-ൽ മാത്രം. അതായത് കാൽഡ്വെലിന്റെ ദ്രാവിഡഭാഷാവ്യാകരണം പുറത്തുവന്നിട്ട് ഇരുപത്തിരണ്ട് വർഷങ്ങൾ കഴിഞ്ഞിട്ട്. ബർണലാണത് പ്രസിദ്ധീകരിച്ചത്; ഇന്ത്യൻ ആന്റിക്വറിയിൽ.

മലയാളം ചെന്തമിഴിന്റെ ശാഖയാണെന്നു നിരീക്ഷിച്ചും, തമിഴുമായി താരതമ്യം ചെയ്തു മലയാളം വളർച്ചയിൽ പോരാത്തതാണെന്നു സൂചിപ്പിച്ചും മലയാളി സമൂഹത്തിന് ചിന്താപരവും ഭാവനാപരവുമായ കുറവുകളുണ്ടെന്നു സൂചിപ്പിച്ചുമൊക്കെ രസകരമായും ഭാഷാഭിമാന-ദേശാഭിമാനപൂരിതമായ നമ്മുടെ അന്തരംഗത്തിന് തെല്ലു വേദനാകരമായും നീങ്ങുന്നതാണ് എല്ലിസ് സായ്പ്പിന്റെ ലേഖനം. ഡോ. കുഞ്ഞുണ്ണി രാജയുടെ *ഭാഷാഗവേഷണം* എന്ന പുസ്തകത്തിൽ അതിന്റെ മലയാളവിവർത്തനം ചേർത്തിട്ടുണ്ട്. ലേഖനത്തിലൊരിടത്ത് അദ്ദേഹം പറയുന്നു:

“മലയാണ്മ ഒരു കാലത്തും സ്വതന്ത്രമായൊരു സാഹിത്യഭാഷയായി കണക്കാക്കപ്പെട്ടിരുന്നില്ല. ചേരരാജക്കന്മാരുടെ കീഴിൽ വളരെക്കാലം ഈ രാജ്യം ഉൾപ്പെട്ടിരുന്നുവെങ്കിലും തമിഴ് സാഹിത്യവും ഇവിടെ വളർന്നതായിക്കാണുന്നില്ല. ഇത് ആശ്ചര്യകരമായിത്തോന്നുന്നു. കാരണം, ചേരരാജക്കന്മാരുടെ കാലത്താണല്ലോ തമിഴിലെ ഒന്നാംതരം പ്രാചീനകാവ്യങ്ങൾ രചിക്കപ്പെട്ടിട്ടുള്ളത്.”

ഈ പ്രസ്താവത്തെ എളുപ്പത്തിൽ തള്ളിക്കളയാമോ? കേരളീയമായ തമിഴ് സാഹിത്യസമ്പത്ത് മലയാളനാട്ടിൽ സമ്പന്നമായ ഒരു നിലയിലെത്തിയിരുന്നില്ലെന്ന നിരീക്ഷണം വകവെച്ചുകൊടുക്കേണ്ടതു തന്നെയല്ലേ?

അതിരിക്കട്ടെ. പിന്നാലെ എഴുതിയിരിക്കുന്നതു കാണുക:

“മലാണ്മയിൽ ശാസ്ത്രങ്ങളും സാഹിത്യവുമെല്ലാം സംസ്കൃതത്തിലായിരുന്നു രചിക്കപ്പെട്ടിരുന്നത് എന്നു സാമാന്യമായി പറയാം. എന്നാൽ, സംസ്കൃതത്തിൽതന്നെ ശങ്കരാചാര്യരുടെ കൃതികളൊഴിച്ച് മറ്റു വില പിടിച്ച കൃതികളൊന്നുംതന്നെ കേരളത്തിലുണ്ടായിട്ടില്ലെന്നതാണ് വാസ്തവം.”

എല്ലിസ് അന്നത്തെ/അദ്ദേഹത്തിനുള്ള അറിവുവെച്ച് പറയുന്നതാണിതെന്ന് മൂലലേഖനത്തിന്റെ പ്രസാധകനായ ബർണൽ അടിക്കുറിപ്പ് ചേർത്തിരുന്നു. പിൽക്കാല അറിവുവെച്ച് നമ്മുടെ സംസ്കൃതസാഹിത്യ സംഭാവനകളെ അത്രകണ്ട് കുറച്ചുകാണിക്കേണ്ടതില്ല എന്ന് നമുക്ക് വാദിക്കാം. എന്നാലും പേരെടുത്ത രചനകൾ സംസ്കൃതത്തിൽ കേരളീയർ എത്രകണ്ട് നടത്തിയിരുന്നുവെന്ന് സാഹിത്യചരിത്രം മുന്നിൽ വെച്ചുകൊണ്ട് നമുക്ക് വിലയിരുത്താവുന്നതാണ്. അത്ര മോശമല്ലത് എന്നുതന്നെ പറയാം. വൈദിക-ഉപനിഷൽ കൃതികളുൾപ്പെടെയുള്ള സംസ്കൃതസാഹിത്യത്തിന്റെ വൈപുല്യത്തെ മുൻനിർത്തിയുള്ള താരതമ്യബോധമാകാം എല്ലിസിന്റെ നിരീക്ഷണത്തെ ഉത്പാദിപ്പിച്ചത്.

നമ്പൂതിരിമാരുടെ കോയ്മ മലയാളദേശത്തുണ്ടായത് മലയാണ്മയ്ക്ക് ഗുണമൊന്നും ചെയ്തില്ല എന്നു പറഞ്ഞുകൊണ്ട് എല്ലിസ് തുടരുന്നു: “മതപരവും തത്വചിന്താപരവുമായ വാദപ്രതിവാദങ്ങളും മത്സരങ്ങളുമാണ് എല്ലായിടത്തും സാഹിത്യത്തിന്റെ വളർച്ചയ്ക്ക് സഹായമായിട്ടുള്ളത്. അത്തരം പ്രചോദനങ്ങൾ ഇവിടെ ഇല്ലാതിരുന്നതുകൊണ്ട് ശൂദ്രരുടെ ഉദാസീനതയും നാട്ടുഭാഷയിൽ സാഹിത്യകൃതികളുടെ അഭാവവും ആശ്ചര്യകരമല്ല.”

ചെറുശ്ശേരി എന്നറിയപ്പെട്ട നമ്പൂതിരി ഈ നാട്ടുഭാഷയിൽ ഒരു താരാട്ടുപാട്ടിന്റെ ഈണത്തിൽ തൊട്ടിലിലാടി പതിനെട്ടു സർഗങ്ങളുള്ള കൃഷ്ണഗാഥ സാക്ഷാത്ക്കരിച്ചതിലെ വിസ്മയം പ്രകടിപ്പിച്ചും പാട്ടുപാരമ്പര്യത്തെ സംസ്കൃതകാവ്യപാരമ്പര്യത്താൽ പകരം വെച്ചതു ചൂണ്ടിക്കാട്ടിയും നമുക്ക് എല്ലിസ്സിനോട് പോരിനു ചെല്ലാം. കോളോണിയൽക്കണ്ണേ മടങ്ങുക എന്നു പാടാം. പക്ഷേ അദ്ദേഹത്തിന്റെ വാദങ്ങളെ പാടെ നിരാകരിക്കാനാവുകയില്ല എന്നാണ് തോന്നുന്നത്. സാഹിതീയമായ വലിയ സംവാദങ്ങൾ, അഭിമാനാഹർമായ കൃതികൾ ധാരാളമായി ഉടലെടുക്കാൻ ഇടനൽകുന്ന തരത്തിലുള്ള സംവാദങ്ങൾ ഇവിടെ താരതമ്യേന കുറവായിരുന്നു എന്നുതന്നെയാണ് മനസ്സിലാകുന്നത്. വൈഷ്ണവഭക്തി പടർത്തിയ ഭക്തിസംവാദത്തിനുപോലും അത്രയൊന്നും ജനകീയതയും തീവ്രതയുമുണ്ടായിരിന്നില്ല എന്നതല്ലേ വാസ്തവം? പിന്നെ, എവിടെനിന്നാണ് പ്രചോദനം. ക്ലാസ്സിക്ക്

എന്ന് വിശേഷപ്പിക്കാവുന്ന തരത്തിൽ മനുഷ്യജീവിതത്തെ ആഖ്യാനം ചെയ്തിട്ടുള്ള കൃതികൾ ശേഷിപ്പായി എത്രയുണ്ട് നമ്മുടെ മുന്നിൽ? ഇങ്ങനെയൊക്കെ ചോദിച്ചാൽ ശ്രേഷ്ഠഭാഷാപദവിമാനികളും കൊടിയ ഭാഷാഭിമാനികളും പിണങ്ങും. എല്ലിസ് തുടരട്ടെ:

"മലയാണ്മയിൽ എനിക്കറിയാവുന്നിടത്തോളം, ഭാഷയെയോ വ്യാകരണത്തെയോ പറ്റി യാതൊരു ഗ്രന്ഥവുമില്ല; സംസ്കൃതത്തിലെ അമരകോശത്തിന്റെ വ്യാഖ്യാനങ്ങൾ ഒഴിച്ച് യാതൊരു കോശഗ്രന്ഥവുമിവിടെയില്ല. ഗദ്യത്തിലുള്ളൊരു ലഭ്യമായ പ്രധാനകൃതി 'കേരളോല്പത്തി'യാണ്. ഇതു സംസ്കൃതത്തിൽനിന്നു തർജ്ജമ ചെയ്തതാണത്രേ (മൂലം ഇന്നു കിട്ടിയിട്ടില്ല). അങ്ങിങ്ങു ചില പാട്ടുകളൊഴിച്ച് മറ്റു പദ്യകൃതികളെല്ലാം സംസ്കൃതത്തിൽനിന്നുള്ള തർജ്ജമകളാണ്. സംസ്കൃതസാഹിത്യത്തിലെ പ്രധാന കൃതികളെല്ലാം ഇതിൽ ഉൾപ്പെട്ടും"

ഇങ്ങനെയൊക്കെ പരിഭവിച്ചു മുന്നോട്ടു പോവുന്ന എല്ലിസ്, മേല്പരാമർശിച്ച തർജ്ജമകളുടെ കർത്താവെന്ന നിലയിൽ, പ്രചോദനരഹിതമായ ആ മലയാണ്മക്കാലത്തു ജാതനായ, അച്ഛനാരെന്നറിയാത്ത ഒരു ബ്രാഹ്മണപുത്രനായി എഴുത്തച്ഛനെ അവതരിപ്പിക്കുന്നു (ബർണ്ണൽ ഈ ബ്രാഹ്മണപുത്രവാദത്തെ അടിക്കുറിപ്പിലൂടെ തിരുത്തുന്നുണ്ട്). വ്യക്തിജീവിതത്തിൽ എഴുത്തച്ഛന് കടുത്ത സംഘർഷങ്ങൾ അനുഭവിക്കേണ്ടിവന്നെന്ന് എല്ലിസ് മനസ്സിലാക്കുന്നു. അച്ഛനില്ലാത്ത-അച്ഛനാരെന്നറിയാത്ത-തിന്റെ ദുഃഖമൊക്കെ കേട്ടറിവുകളിൽ നിന്ന് സമാഹരിച്ച് മനസ്സിലാക്കിയതാകാം. അദ്ദേഹത്തിന്റെ വാക്കുകളിൽത്തന്നെ ഇത് വായിക്കാം:

"ചെറുപ്പത്തിൽ അനുഭവിക്കേണ്ടിവന്ന കഷ്ടപ്പാടുകൾ സ്വഭാവശുദ്ധിയും വീര്യവും എഴുത്തച്ഛന് സമ്പാദിച്ചുകൊടുത്തു. ജാതിഭ്രഷ്ടുണ്ടായിരുന്നില്ലെങ്കിൽ അദ്ദേഹത്തിനിത് കിട്ടുമായിരുന്നില്ല."

ജാതിഭ്രഷ്ടിന്റെ ഒരു ഗുണം! എല്ലിസ് ഐതിഹ്യവിവരണം തുടരട്ടെ.

"അദ്ദേഹത്തിന്റെ (എഴുത്തച്ഛന്റെ)പ്രതിഭയും പാണ്ഡിത്യവും കണ്ട് അസൂയാകലുഷിതരായ നമ്പൂതിരിമാർ, അദ്ദേഹം തങ്ങളേക്കാൾ പ്രസിദ്ധനാകുമെന്ന് ഭയപ്പെട്ട്, വാമാചാരതന്ത്രങ്ങൾ പ്രയോഗിച്ച് അദ്ദേഹത്തെ ഒരു കള്ളുകുടിയനാക്കിത്തീർത്തു. തന്റെ അധഃപതനത്തിനു കാരണക്കാരായ നമ്പൂതിരിമാരുടെ അന്ധവിശ്വാസങ്ങളെയും അസഹിഷ്ണുതയെയും സർവ്വശക്തികളുമുപയോഗിച്ച് എതിർക്കാൻ എഴുത്തച്ഛൻ തുനിഞ്ഞു."

ഐതിഹ്യവിവരണത്തിന്റെ നിർവ്വഹണഘട്ടത്തിലേക്ക് കടക്കാം.

"പ്രതികാരം ചെയ്യുവാൻ അദ്ദേഹം സ്വീകരിച്ച വഴി മലയാണ്മയെ പുഷ്ടിപ്പെടുത്തുകയാണ്. തമിഴിന്റെ ഒരു നിസ്സാരശാഖയായ ഈ ഭാഷയെ മഹർഷിമാരുടെ ദിവ്യഭാഷയോടു തുല്യമായൊരു നിലയിലെത്തിക്കുവാൻ അദ്ദേഹം തീർച്ചപ്പെടുത്തി. ഇത് ചെയ്യാനാണ് ഞാൻ മുമ്പ് സൂചിപ്പിച്ചതുപോലെ അനേകം തർജ്ജമകൾ അദ്ദേഹം മലയാളത്തിൽ ചെയ്തുതീർത്തത്."

സമരം, പോരാട്ടം, ചെറുക്കൽ ഇങ്ങനെ സമരപഥങ്ങളിൽ നാം കേൾക്കുന്ന സഹസംബന്ധിയും സാദൃശ്യാത്മകവുമായ ഒരു പദശേഖരത്തെ "പ്രതികാരം" എന്ന പദം പ്രതിനിധാനം ചെയ്യുന്നില്ലേ? വ്യക്തിജീവിതത്തിലുണ്ടായ കയ്പുകൾ സാമൂഹികമായ ഒരു നവോത്ഥാനത്തിനുള്ള പ്രചോദനമായിത്തീരുകയെന്ന വിരോധമാണ് എഴുത്തച്ഛനിൽ സംഭവിച്ചത്. എല്ലിസ് മനസ്സിലാക്കി അവതരിപ്പിച്ച ഐതിഹ്യത്തിലുള്ളത് അതാണ്. അതിന്റെ സൂക്ഷ്മയാഥാർഥ്യമെന്തെന്ന് മിത്തുവിശകലനക്കാർക്ക് പറയാൻ കഴിഞ്ഞേക്കും. നമ്മെ സംബന്ധിച്ചിടത്തോളം സരളമായൊരു പാഠം കണ്ടെത്താമെന്നു തോന്നുന്നു. വിപരീതമായ സാഹചര്യങ്ങൾ ചില മഹത്തുകൾക്ക് പ്രചോദനമായിത്തീരുന്നു; അവർക്കത് സർഗ്ഗാത്മകമായ പ്രതികരണം/പ്രതികാരം/സമരം ചെയ്യാനുള്ള പ്രേരണയായിത്തീരുന്നു! പ്രതികൂല്യത്തിൽനിന്ന് ഗുണം വരുന്നു. ഫോക്‌ലോറിലെ പ്രബലമായൊരു വീക്ഷണത്തിന്റെ സഹായത്തോടെ മലയാളിക്കൂട്ടായ്മയുടെ ഈ അറിവാണ് എഴുത്തച്ഛനെക്കുറിച്ചുള്ള മിത്തിൽ ഒളിച്ചിരിക്കുന്നതെന്ന് പറയാം.

എഴുത്തച്ഛൻ ബ്രാഹ്മണവെല്ലുവിളിയെ സംസ്കൃതവിരോധംകൊണ്ടല്ല ചെറുത്തതെന്ന് നമുക്കറിയാം. സംസ്കൃതത്തെ തന്നിലേക്ക്, തന്റെ കാതുകളിലേക്ക്, തന്റെ ഭാഷയിലേക്ക് ആവാഹിക്കുവാനാണ് അദ്ദേഹം തുനിഞ്ഞത്. ആ ആവാഹനം മലയാളത്തെ സാഹിതീയമായ ഉയർന്ന വിതാനങ്ങളിലേക്ക് നയിച്ചു. ഭാഷാവിഷയത്തിലെ സൃഷ്ടിപരമായ സമരത്തിന്റെ മാതൃകയാണ് എഴുത്തച്ഛനിൽ വായിക്കാവുന്നത്. മലയാളി വായിച്ചതും അതാണ്. എല്ലിസ്സ് വെളിപ്പെടുത്തുന്നതും അതുതന്നെ. കുഞ്ചൻ നമ്പ്യാരെയോ കുമാരനാശാനെയോ ചന്തുമേനോനെയോ സി.വി.രാമൻപിള്ളയെയോ വിജയനെയോ വി.കെ. എന്നിനെയോ, എന്നല്ല, മലയാളത്തെ ചെറുതും വലുതുമായ ആവിഷ്കരണങ്ങൾക്ക് പ്രാപ്തമാക്കി വളർത്തുന്ന, ആധുനികീകരിക്കുകയും ആധുനികാനന്തരവൽക്കരിക്കുകയുമൊക്കെ ചെയ്യുന്ന ഏതൊരാളും ഈ സമരപരമ്പരയിൽ വരുന്നവരാണെന്ന് നമുക്ക് വാദിക്കാവുന്നതാണ്.

നമ്മുടെ കാലത്ത് ഈ പാരമ്പര്യത്തിൽ വരുന്ന സമരങ്ങളെ നാം സമരമായി മനസ്സിലാക്കാറേയില്ല. മറിച്ച് ഭരണകൂടത്തെ സംബോധനചെയ്യുന്ന രാഷ്ട്രീയസമരങ്ങളാണ് സമരം. അതാണ് ഭാഷയുടെ രക്ഷാമാർഗ്ഗമെന്ന ധാരണയാണ് ശക്തമാകുന്നത്. അതിന്റെ വിശദാംശങ്ങൾ ഇവിടെ ചർച്ചക്കെടുക്കാവുന്നതല്ല. ഒരുകാര്യം മാത്രം വിശദീകരിക്കാനാണ് ഇവിടെ ശ്രമിക്കുന്നത്. വാസ്തവത്തിൽ ഇവിടെ വിഷയം ഭാഷയല്ല. സ്റ്റേറ്റ് ആണ്. സ്റ്റേറ്റുമായി ബന്ധപ്പെടുത്തിയാണ് അതിന്റെ സമീപനം രൂപപ്പെടുന്നത്. ഉപാസിക്കുന്ന സ്റ്റേറ്റിനെ!

ഒന്നു ശ്രദ്ധിച്ചാൽ ഈ സ്റ്റേറ്റുവാദപരത നമുക്കു മനസ്സിലാകും. ഭാഷാത്തനിമ, ദേശീയത, ദേശീയസ്വത്വചിഹ്നമായ ഭാഷ ഇതൊക്കെയാണ് ഇത്തരം സമീപനങ്ങളുടെ മുഖമുദ്ര. ഭാഷയെ ഒരു തടവറയാക്കി സങ്കല്പിക്കുന്ന വീക്ഷണമാണത്. അവിടെ ഭാഷാവിഷയം രാഷ്ട്രീയത്തിന്റെ ഉപവിഷയം മാത്രമായി മാറുന്നു. പോറ്റി ശ്രീരാമുലുവിന്റെ ജീവത്യാഗത്തിൽ കലാശിച്ച ആന്ധ്രയിലെ ഭാഷാസമരത്തെയും തമിഴ്നാട്ടിലെ സമരത്തെയും ശ്രദ്ധിച്ചാൽ ഇക്കാര്യം സ്പഷ്ടമാകും. രാഷ്ട്രീയമാണ് നായകസ്ഥാനത്തുള്ളത്. ഭരണഭാഷ, ഔദ്യോഗികഭാഷ തുടങ്ങിയ പ്രശ്നങ്ങളാണ് അവിടെയുള്ളത്. അക്കാര്യങ്ങളിലൊക്കെ രാഷ്ട്രീയമായിത്തന്നെയാണ് പരിഹാരമുണ്ടാക്കേണ്ടതും. ജനങ്ങൾക്കറിവുള്ള ഭാഷകളിൽ ഭരണകാര്യങ്ങൾ നടക്കണമെന്നു കരുതുന്നത് ജനാധിപത്യപരമായ കാര്യമാണ്. പക്ഷേ അതിന്റെ ചുവടുപിടിച്ച് മറ്റു മണ്ഡലങ്ങളിൽ ഒട്ടും സർഗ്ഗാത്മകമല്ലാത്ത ആശയാവലികൾ ഭാഷാചിന്തയെന്ന മട്ടിൽ ഉയർത്തിക്കൊണ്ടുവരുന്നതിനെ വിമർശനാത്മകമായി പരിശോധിക്കാൻ ഭാഷാവിദ്യാർഥിക്ക് കഴിയേണ്ടതുണ്ട്.

വാസ്തവത്തിൽ ദേശീയവികാരം മതബോധസമാനമായി മാറുന്നതാണ് സ്വത്വബോധാത്മകമായ സമരോത്സുകസമരങ്ങളിൽ കാണാൻ കഴിയുക. (ബഹു)ഭൂരിപക്ഷഭാഷനിഷ്ഠമായ നാഷൻ സ്റ്റേറ്റാണ് ഇതിന് ആധാരമാകുന്നത്. ഏകഭാഷാധിഷ്ഠിതമായ സമൂഹം എന്ന സങ്കല്പത്തിൽതന്നെ അനാരോഗ്യകരമായ പ്രവണതയുണ്ട്. സൃഷ്ടിപരമല്ലാത്ത ഒരന്തരീക്ഷത്തെയാണ് അത് മുന്നോട്ട് വെക്കുന്നത്. മതരാഷ്ട്രസങ്കല്പനത്തിന്റെ പകർപ്പാണ് ഫലത്തിൽ അത്തരം സമീപനം മുന്നോട്ടുവെക്കുന്നത്.

സ്വാതന്ത്ര്യസമരസ്വഭാവമുള്ള രാഷ്ട്രീയസമരത്തിന്റെ ഭാഗമായി ഉല്പാദിപ്പിക്കപ്പെടുന്ന ആശയങ്ങളെ ചുറ്റിപ്പറ്റി ഭാഷാസമരപ്രസ്ഥാനങ്ങൾ സഞ്ചരിക്കുന്നത് കാണാം. തികച്ചും വ്യത്യസ്തമായ രാഷ്ട്രീയസാഹചര്യങ്ങളിൽ, അക്കാരണത്താൽ മാത്രം നീതികരിക്കപ്പെടാവുന്ന

മുദ്രാവാക്യങ്ങളെ കൂട്ടുപിടിക്കുന്നതും അതീവ ശ്രദ്ധയോടെ മനസ്സിലാക്കേണ്ടതുണ്ട്. ആഫ്രിക്കയുടെയും ബംഗ്ലാദേശിന്റെയും ഇസ്രായേലിന്റെയും മറ്റും രാഷ്ട്രീയസാഹചര്യങ്ങളിൽനിന്ന് ഉറവെടുത്ത അനുഭവങ്ങളെയും ചിന്തകളെയും മൂവ്മെന്റുകളെയും ആദർശമാക്കുന്ന നീക്കങ്ങൾക്കു പിന്നിലുള്ള ദർശനത്തെ ഭാഷാപഠനസമൂഹം ജാഗ്രതയോടെ പഠിക്കേണ്ടതുണ്ട്.

ഇക്കാര്യങ്ങൾ വ്യക്തമാക്കാൻ ഒരു താരതമ്യവിവേകം സഹായിക്കുമെന്നു കരുതുന്നു. ആ നിലയിലാണ് പി. പവിത്രന്റെ 'ബെൻ യഹൂദയും ഹീബ്രുവിന്റെ ആധുനികീകരണവും' എന്ന ലേഖനത്തെ അവലംബിച്ചുകൊണ്ട് എലിസർ ബെൻ യഹൂദയുടെ ഭാഷാപ്രവർത്തനങ്ങളെ ചർച്ചക്കെടുക്കുന്നത്.

ഹീബ്രു ഭാഷയുടെ പുനരുജ്ജീവനത്തിനുവേണ്ടി ജീവിതം ഉഴിഞ്ഞുവെച്ച സർഗ്ഗചിത്തനായ ആളാണ് ബെൻ യഹൂദ. മതഭാഷയായി (പുരോഹിതഭാഷയായി) സംരക്ഷിക്കപ്പെട്ട ഹീബ്രുഭാഷയെ കടുത്ത അഭിനിവേശത്തോടെ അദ്ദേഹം പ്രണയിച്ചു. അതിന്റെ പുനരുജ്ജീവനത്തിനും ജനകീയവൽക്കരണത്തിനുമായി അക്ഷീണം പ്രയത്നിച്ചു. ഹീബ്രു മാത്രം ഉപയോഗിക്കുക എന്ന രീതിയിലുള്ള ആശയങ്ങൾ അതേപടി നടപ്പിലാക്കാൻ കഴിഞ്ഞില്ലെങ്കിലും അദ്ദേഹം ഒരു പരിധിവരെ വിജയിച്ചു. ഹീബ്രുവിന് രണ്ടാം ജന്മമുണ്ടായി (ഇമ്മട്ടിൽ സംസ്കൃതമോ തമിഴോ പുനരുജ്ജീവിപ്പിക്കാൻ ഇറങ്ങി പുറപ്പെട്ടാൽ ഈ നാട്ടിലെ സ്ഥിതിയെന്താവും എന്ന് ഒന്നാലോചിച്ചുനോക്കാവുന്നതാണ്).

ഇവിടെ ശ്രദ്ധിക്കേണ്ട കാര്യം മറ്റൊന്നാണ്. യഹൂദയുടെ വീക്ഷണം ഉരുത്തിയിരുന്നത് ജൂതരാഷ്ട്രമെന്ന ലക്ഷ്യത്തോടും പദ്ധതിയോടും ചേർന്നാണെന്ന വസ്തുതയാണത്. ജൂതബോധത്തിന്റെയും ജൂതാഭിമാനത്തിന്റെയും ജൂതമാതൃരാജ്യം വീണ്ടെടുക്കുന്നതിന്റെയും ഭാഗമായ സമരത്തിന്റെ ഘടകമായി അത് മാറുകയുണ്ടായി. ലോകത്തെമ്പാടുമായി ചിതറിക്കപ്പെടുകയും പല തരത്തിൽ വേട്ടയാടപ്പെടുകയും ചെയ്ത ഒരു ജനതയുടെ അതിജീവനത്തിനും പുനരേകീകരണത്തിനുമുള്ള രാഷ്ട്രീയസമരത്തിന്റെ ഭാഗമാണത്. ചുരുക്കത്തിൽ, ഭാഷയ്ക്കായുള്ള സമരമല്ല. രാഷ്ട്രത്തിനുവേണ്ടിയുള്ള സമരമായിരുന്നു അത്. രാഷ്ട്രത്തെ പുനഃസ്ഥാപിക്കാനുള്ള ഉപായമായിരുന്നു ഭാഷാപരമായ വിപ്ലവം. ജൂതരെ സംബന്ധിച്ചിടത്തോളം തികച്ചും ന്യായീകരിക്കപ്പെടാവുന്നതുതന്നെയായിരുന്നു ഈ നീക്കം. പക്ഷേ അത്തരം സമീപനം എത്ര കഠിനമനസ്കതയോടെയാണ് പെരുമാറുകയെന്ന് പ്രസ്തുത ലേഖനത്തിൽ അറിയാതെ സ്പഷ്ടമാക്കപ്പെടുന്നുണ്ട്.

ഹീബ്രുഭാഷ മതേതരമായ ആവശ്യങ്ങൾക്കുവേണ്ടി ഉപയോഗിച്ചതിന്റെ പേരിൽ പാഠശാലയിൽനിന്ന് പുറത്താക്കപ്പെട്ട യഹൂദയ്ക്ക് അഭയം നൽകിയ ഷ്ലാമോ യോനാസ് എന്ന ഹ്രീബ്രുഭാഷാഭിമാനിയുടെ പുത്രിയാണ് അദ്ദേഹത്തെ ഫ്രഞ്ചും ജർമനും റഷ്യനും പഠിപ്പിച്ചത്. അവരാണ് പിന്നീട് അദ്ദേഹത്തിന്റെ ഭാര്യയായിത്തീർന്നത്. വിവാഹം കഴിച്ചപ്പോൾ യഹൂദ ചെയ്തതെന്തെന്നോ? തന്റെ പ്രണയിനിയോട് ഹീബ്രു മാത്രം സംസാരിക്കാൻ പറഞ്ഞു. (*മാതൃഭാഷയ്ക്കു വേണ്ടിയുള്ള സമരം*, പുറം 113 കാണുക). പലസ്തീനിലെത്തി യിദ്ദിഷ് ഭാഷാപ്രദേശത്ത് പാർപ്പുറപ്പിച്ച് സ്കൂളധ്യാപകനായി ജോലി ചെയ്ത അദ്ദേഹം മക്കളെ ഹീബ്രു മാത്രം പഠിപ്പിച്ചു. അവരോട് ഹീബ്രുവിൽ മാത്രം സംസാരിച്ചു. കൂട്ടുകാരെ കണ്ടെത്തി അദ്ദേഹം ഭാഷാസംരക്ഷണസേനയുണ്ടാക്കി (പുസ്തകം പുറം 114 കാണുക). "അവർ പ്രതിജ്ഞയെടുത്തു. ഈ സംഘടനയിലെ അംഗങ്ങൾ പരസ്പരം ഹീബ്രുവിലാണ് സംസാരിക്കുക. സമൂഹത്തിലും യോഗത്തിലും തെരുവിലും അതായിരിക്കും ഉപയോഗിക്കുക. അതിൽ അവർ ലജ്ജിക്കുകയില്ല. ഈ ഭാഷ അവർ തങ്ങളുടെ കുട്ടികളെ പഠിപ്പിക്കാനുപയോഗിക്കും. വീട്ടിലും സംസാരിക്കുന്നത് ഈ ഭാഷയിലായിരിക്കും. അന്യഭാഷ സംസാരിക്കുന്നവരോട് അവർ ചോദിക്കും. നിങ്ങൾക്ക് ലജ്ജയില്ലേ സ്വഭാഷവിട്ട് മറ്റു ഭാഷകൾ ഉപയോഗിക്കാൻ"

ഇത്രയും സംഗ്രഹിച്ചശേഷം ലേഖകൻ ആശ്വസിക്കുന്നതിങ്ങനെ:

"ഈ സംഘടന പറഞ്ഞ അവസ്ഥ പൂർണമായത് ദശകങ്ങൾക്ക് ശേഷമാണ്"

യഹൂദയുടെ ഈ മാതൃഭാഷാപ്രണയം എത്രത്തോളം സങ്കുചിതമായിരുന്നു എന്ന്, സ്വയംതീർക്കുന്ന തടവറയായിരുന്നുവെന്ന് ചിന്തിക്കേണ്ടതില്ലേ. അതിനു പകരം ലേഖകൻ ഏകഭാഷാലോകം ആചരിക്കപ്പെട്ടതിൽ ആശ്വാസം കൊള്ളുന്നു. പിൽക്കാലത്ത് ലോക സയണിസ്റ്റ് സംഘടനയുടെ പ്രവർത്തകസമിതിയിൽ യഹൂദ അംഗമാവുകയുണ്ടായി. ഇക്കാര്യം രേഖപ്പെടുത്തിയശേഷം ലേഖകൻ തുടരുന്നു: "ഹീബ്രു സർവ്വകലാശാല, ബാങ്ക് തുടങ്ങിയവയൊക്കെ ചർച്ച ചെയ്യപ്പെട്ടു തുടങ്ങിയിരുന്നു. കൊടിയും ദേശീയഗാനവുമൊക്കെ നിശ്ചയിക്കപ്പെട്ടു."

അതെ. അതാണ് നേരത്തെ പറഞ്ഞത്. രാഷ്ട്രം. രാഷ്ട്രം. അതാണ് ഈ ഭാഷാസമീപനത്തിന്റെ അടിസ്ഥാനമെന്ന്. ഭാഷയ്ക്കുവേണ്ടിയുള്ള ഭാഷാദർശനമല്ല; രാഷ്ട്രത്തിനുവേണ്ടിയുള്ള ഭാഷാദർശനമാണെന്ന്. പുരോഗമനസാഹിത്യപ്രസ്ഥാനത്തിലെ പാർട്ടിപ്രതിനിധികൾ സാഹിത്യത്തെപ്പറ്റി പറയുമ്പോലാണിത്. സാഹിത്യത്തിനുവേണ്ടിയല്ല. രാഷ്ട്രീയത്തിനുവേണ്ടി. ഭരണകൂടോന്മുഖമായ സെക്ടേറിയൻ

പുരോഗമനത്തിനുവേണ്ടിയുള്ള വാദം.

എം. ഗോവിന്ദന്റെ 'രണ്ടു വിപരീതമണ്ഡലങ്ങൾ' എന്ന ലേഖനമാണ് ഇവിടെ ഓർമ്മ വരുന്നത്. രണ്ടു പ്രയോഗശാസ്ത്രമണ്ഡലങ്ങളെക്കുറിച്ചാണ് ആ ലേഖനത്തിൽ പറയുന്നത്. വാക്കിന്റെയും വാളിന്റെയും പ്രത്യയശാസ്ത്രങ്ങൾ എന്നു ചുരുക്കിപ്പറയാം. വാക്ക് ഗോവിന്ദന് സംവാദത്തിന്റെ ഉപാധിയായിരുന്നു. വാൾ അധികാരരാഷ്ട്രീയത്തിന്റെ രൂപകവും. ഇതിന്റെ വെളിച്ചം സ്വീകരിച്ച് എലിസർ ബെൻ യഹൂദയെ നോക്കുക. അദ്ദേഹം ജൂതരാഷ്ട്രനിർമാണത്തിനുറപ്പേകുന്ന ഭാഷയ്ക്കു വേണ്ടി കഠിനമായി യത്നിച്ചു. പക്ഷേ വാക്കിന്റെ തുറസ്സല്ല വാളിന്റെ മൂർച്ചയായിരുന്നു അദ്ദേഹത്തിന്റെ ഭാഷാദർശനത്തിനുണ്ടായിരുന്നത്. ഉന്മാദത്തോളമെത്തിനില്ക്കുന്ന മതബോധാത്മകവൈകാരികത അദ്ദേഹത്തിന്റെ ശക്തിയായിരുന്നു. ആ മാന്ത്രികശക്തിയെ, ദൃഢനിശ്ചയത്തെ അഭിനന്ദിക്കാം. അധ്വാനത്തെ ആദരിക്കാം. പക്ഷേ, പിന്തുണക്കാൻ കഴിയുമോ?

ഇവിടെ തമിഴ്നാട്ടിലെത്തി ദ്രാവിഡഭാഷകളെയും ഇന്ത്യൻ ഭാഷകളെയും പഠിച്ച ഫ്രാൻസിസ് വൈറ്റ് എല്ലിസ് എന്ന ബ്രിട്ടീഷ് ഉദ്യോഗസ്ഥനെ വീണ്ടും സ്മരിക്കാം. മാതൃഭാഷാവാദപരമായ രാഷ്ട്രീയമല്ല അദ്ദേഹത്തെ നയിച്ചത്. ഭാഷയെയും സംസ്കാരത്തെയും അന്യമെന്നു കാണാത്ത ഭാഷാരാഷ്ട്രീയമായിരുന്നു അദ്ദേഹത്തെ നയിച്ചത്. ബിഷപ്പ് റോബർട്ട് കാൽഡ്വലിനെ ഓർക്കുക. അയർലൻഡുകാരൻ. ഇംഗ്ലീഷുകാരൻ. സായിപ്പ്. തിരുനെൽവേലി ബിഷപ്പായിരുന്നു അദ്ദേഹം. വിശ്വാസി. മതാധിപൻ. മതാത്മകൻ. അദ്ദേഹം ഇന്ത്യയിലെ ഭാഷകൾ പഠിച്ചറിഞ്ഞ് അക്കാദമികമായി ദ്രാവിഡഭാഷാകുടുംബത്തെ സ്ഥാപിച്ചെടുത്തു. മാതൃഭാഷാവാദമോ ദേശീയസ്വത്വബോധമോ ആയിരുന്നില്ല. അദ്ദേഹത്തെ നയിച്ചത്. മലയാളത്തിന് സമഗ്രവും ആധികാരികവുമായ വ്യാകരണഗ്രന്ഥം ചമച്ച പരദേശികളായ ഗുണ്ടർട്ടിനെ, ബെയ്‌ലിയെ ഒക്കെ ഇക്കൂട്ടത്തിൽ ഓർക്കേണ്ടതുണ്ട്.

മലയാളഭാഷയുടെ അഭ്യുന്നതിക്കായി ജീവിതം സമർപ്പിച്ചവർ വേറെയുമുണ്ട്. ജോർജ്ജ് മാത്തനെ, കേരളവർമ്മയെ, രാജരാജവർമ്മയെ വള്ളത്തോളിനെ... അങ്ങനെ ആരെ നോക്കിയാലും അന്യഭാഷാവിരോധരഹിതമായ സമീപനവും നാട്ടുഭാഷയിലുള്ള സർഗ്ഗാത്മകസമരവും നാം കാണുന്നു. തന്റെ ജീവിതപരിസരത്തെ തുറന്ന മനസ്സോടെ കാണാനും പഠിക്കാനുമുള്ള വ്രതം സ്വീകരിച്ച ഇവരിൽനിന്നാണോ നാം അക്കാദമികലോകത്തു പ്രവർത്തിക്കുന്നവർ പഠിക്കേണ്ടത്. അതോ അന്യഭാഷാവിരോധസങ്കലിതമനസ്സായിത്തീർന്ന എലിസർ

ബെൻ യഹൂദയിൽനിന്നോ? വിജ്ഞാനത്തിന്റെ വഴിയിൽ ഭാഷകളുടെ അതിരുകൾക്ക് സാംഗത്യമില്ലെന്നു കാണിച്ചുതരുന്ന ചിന്തകരോ അതോ അടഞ്ഞ പ്രത്യയശാസ്ത്രങ്ങളിലേക്ക് നയിച്ച് ഉലകത്തെ കൊച്ചുകൊച്ചു തടവറകളാക്കുന്ന രാഷ്ട്രനിർമാണക്കാരോ ഭാഷയെയും സംസ്കാരത്തെയും പ്രചോദിപ്പിക്കേണ്ടത്? നമ്മുടെ നാട്ടിലെ ഒരു ദൃഢചിത്തനെ ഓർക്കുന്നതിനും പ്രസക്തിയുണ്ടെന്നു തോന്നുന്നു, തമിഴ് 'മാതൃഭാഷ'യായിരുന്ന ഉള്ളൂരിനെ. ദൃഢനിശ്ചയത്തോടെ ഒരു സർവ്വകലാശാല ചെയ്യേണ്ട പണിയെടുത്ത് മലയാളത്തിന് കൊള്ളാവുന്ന ഒരു സാഹിത്യചരിത്രമുണ്ടാക്കിയത് അദ്ദേഹമായിരുന്നല്ലോ. മാതൃഭാഷയിലേ ചിരിക്കാനാവൂ, ചിന്തിക്കാനാവൂ, ഭാവന ചെയ്യാനാവൂ, ആവിഷ്കരിക്കാനാവൂ എന്ന് സിദ്ധാന്തിക്കുന്നവർ ആ മഹാമനീഷിയുടെ കവിതകൾ വായിക്കട്ടെ എന്ന് ആശിക്കുന്നു. "നമിക്കിലുയരാം നടുകിൽത്തിന്നാം നൽകുകിൽ നേടീടാം'' എന്ന വരികൾ മറക്കുമോ മലയാളത്തിൽ മാനുഷരുള്ള കാലം? മലയാളത്തിൽ മറിയത്തിന്റെ ദുഃഖമാവിഷ്കരിച്ച അർണ്ണോസിനെ മറക്കുമോ സർവ്വകലാശാലകളുള്ള കാലം?

എലിസർ ബെൻ യഹൂദയിലേക്ക് മടങ്ങാം. യഹൂദ വിയന്നയിൽ ച്ചെന്ന് സയണസ്റ്റികളുടെ പരമോന്നതനേതാവായ ഹെർസലിനെ കണ്ടു. എന്നിട്ട്, ഹീബ്രു ഭാഷയുടെ പ്രധാന്യത്തെക്കുറിച്ച് വിശദമായി വിവരിച്ചു. ഹെർസൽ എല്ലാം കേട്ടു. പക്ഷേ യഹൂദയുടെ ഭാഷാചിന്തകൾക്ക് അദ്ദേഹം തലകുലുക്കി സമ്മതി രേഖപ്പെടുത്തുകയുണ്ടായില്ല. പവിത്രൻ എഴുതുന്നു: "ഹെർസലിന്റെ മറുപടി ഇതായിരുന്നു: ആദ്യം ജൂതന്മാർ പലസ്തീനിൽ പോകട്ടെ. അവിടെ കുറച്ചു തലമുറകൾ ജീവിക്കട്ടെ. എന്നിട്ട് അവർ തീരുമാനിക്കട്ടെ എതു ഭാഷ സംസാരിക്കണമെന്ന്.''

ഇന്ന് അവർ സംസാരിക്കുന്നതെന്തെന്നോ? കൂടുതലും ഇംഗ്ലീഷ്. ഹീബ്രുവുമുണ്ട്. മിക്കാവാറും ഒരു വിശേഷഭാഷയായിട്ട്. ജനകീയ സംസാരഭാഷകളായി യിദ്ദിഷും അറബിയും ഒക്കെയുണ്ട്. നടക്കുന്നത് ഭാഷകളുടെ കൂടിവാഴ്ചതന്നെ. അങ്ങിനെയുള്ള കൂടിവാഴ്ചയെ സ്വപ്നം കാണുന്ന ഭാഷദർശനമല്ലേ, സമീപനമല്ലേ, നമ്മുടെ വികസ്വരമലയാളത്തിന്റെ വികാസഗതിക്ക് ആക്കം കൂട്ടുക? ആ കൂടിവാഴ്ചയിൽ ആധിപത്യാനുഭവം പ്രദാനം ചെയ്യുന്നതിനെതിരായ സർഗാത്മകപ്രവൃത്തികളിൽ നമുക്കു മുന്നോട്ടുപോകാനുണ്ട് എന്ന ബോധ്യത്തോട് ചേർന്നുനിന്നുകൊണ്ടുതന്നെയാണ് ഈ ചോദ്യം ഉന്നയിക്കുന്നത്. ബെൻ യഹൂദയുടെ സൃഷ്ടിപരമായ കോശനിർമാണപദ്ധതിയെയും മതഭാഷയെ വിമോചിപ്പിച്ചു ജനകീയമാക്കിയ ഭാഷാസേവനത്തെയും

മാനിക്കാം, മാതൃകയാക്കാം. പക്ഷേ, അദ്ദേഹത്തിന്റെ അടഞ്ഞ ഭാഷാവീക്ഷണത്തെ നിരാകരിക്കേണ്ടതല്ലേ? ഹെർസലല്ലേ ഇവിടെ മാതൃകാപരമായ വീക്ഷണം സ്വീകരിച്ചത്? സ്റ്റേറ്റിന്റെ ഉപാസകനായിരിക്കുമ്പോഴും ഭാഷയെ സ്റ്റേറ്റിസത്തിന്റെ വർണ്ണം ചാർത്തി മനസ്സിലാക്കാൻ അദ്ദേഹം വിസമ്മതിച്ചു!

ഹെർസൽ, താങ്കളെ ഞാൻ നമസ്കരിക്കുന്നു, അഭിവാദ്യം ചെയ്യുന്നു, ഭാഷാവിഷയത്തിലെ ഈ ഉദാരതയുടെ പേരിൽ. താങ്കൾ പറഞ്ഞല്ലോ, ഏതു ഭാഷ സംസാരിക്കണമെന്ന് തലമുറകൾപ്പുറമുള്ള ജൂതർ തീരുമാനിക്കട്ടെ എന്ന് !

ഈ വാക്കുകൾക്ക് യഹൂദ ചെവി കൊടുത്തില്ല. അദ്ദേഹത്തിൽ നിന്നു പഠിക്കാനുണ്ടെന്നു വിശ്വസിക്കുന്നവരും ചെവികൊടുക്കുന്നില്ല. എന്തുകൊണ്ടിങ്ങനെ സംഭവിക്കുന്നു? ആർക്കറിയാം?

കുറിപ്പുകൾ

1. ആളുകൾ, ജനതകൾ, പേശിപ്പേശിവളർന്നുവരുന്ന ഭാഷകൾക്ക് പിതാവിനെ കല്പിക്കുന്നത് യുക്തിസഹമായ കാര്യമല്ല എന്നു തോന്നാം. അത്തരത്തിൽ വാദിക്കുന്ന ഒരു ലേഖനം, ഭാഷാശാസ്ത്രജ്ഞനും ഭാഷാചിന്തകനുമായ ടി. ബി. വേണുഗോപാലപ്പണിക്കർ എഴുതിയിട്ടുണ്ട്: 'എഴുത്തച്ഛന്റെ ബയോഡാറ്റ'. ഭാഷാപോഷിണിയിലാണ് അത് ആദ്യം വന്നത്. കേരളസാഹിത്യ അക്കാദമി പ്രസദ്ധീകരിച്ച, *ചിതറിപ്പോയ സിംഹനാദവും ചില ഭാഷാവിചാരങ്ങളും* എന്ന പുസ്തകത്തിൽ അതു ചേർത്തിട്ടുണ്ട്. അതിന് പ്രതിവാദരൂപത്തിൽ ഒരു കുറിപ്പ് അയച്ചത് ഭാഷാപോഷിണി പത്രാധിപർ കത്തുരൂപത്തിൽ പ്രസിദ്ധീകരിച്ചു. എഴുത്തച്ഛനെ ഭാഷാപിതാവെന്നു വിളിക്കുന്നതിനെ കേവലയുക്തിവെച്ച് നിഷേധിക്കുന്നതിൽ കാര്യമില്ല എന്നായിരുന്നു അന്നത്തെയും വാദം. മിത്തുകളെയും ഭാവനകളെയും അതാവശ്യപ്പെടുന്ന യുക്തിശാസ്ത്രം വികസിപ്പിച്ചറിയുകയാണ് ഉദാരതയെന്നു കരുതുന്നു.
2. ഫ്രാൻസിസ് വൈറ്റ് എല്ലിസ് സംസ്കൃതവും തെന്നിന്ത്യൻ ഭാഷകളും വത്യസ്ത ശാഖകളിൽപെട്ടതാണെന്ന് ആദ്യമായി പ്രസ്താവിച്ച ഭാഷാചിന്തകനാണ് എല്ലിസ്. ദ്രാവിഡഭാഷകുടുംബമെന്ന ആശയം ആദ്യമായി ഗ്രഹിച്ച യൂറോപ്യനും അദ്ദേഹമത്രേ. മലയാളം, തമിഴ്, തെലുങ്ക് എന്നീ ഭാഷകളെപ്പറ്റി അദ്ദേഹം പഠിച്ചെഴുതി.
3. ജൂതരുടെ പരമ്പരാഗതവിശ്വാസമനുസരിച്ച് ഹീബ്രു ദൈവത്തിന്റെ ഭാഷയായിരുന്നു. അതു മനുഷ്യവംശത്തിന്റെ ആദിമഭാഷയായിരുന്നുവെന്നും ജൂതർ കരുതിപ്പോരുന്നു. മതഭാഷയായി അത് ഏറെക്കാലം നിലനിന്നു. എന്നാൽ ക്രി.വ.രണ്ടാം നൂറ്റാണ്ടായപ്പോഴേക്കും അതിന് സംസാരഭാഷ എന്ന നിലയിലുള്ള അസ്തിത്വം നഷ്ടപ്പെട്ടിരുന്നു. ഹീബ്രു 'മൃതഭാഷ'യായി മാറിയെന്നു പറയാം. ജൂതർ സംസാരഭാഷയായി ഉപയോഗിച്ചുപോന്നത് യിദ്ദിഷ് ഭാഷയും മറ്റുമായിരുന്നു.

ഭാഷാസമീപനം
ചില വീണ്ടുവിചാരങ്ങൾ[1]

നമ്മുടെ ഭാഷാപഠനസംവാദരംഗങ്ങളിൽ പ്രഭാവം ചെലുത്തി വരുന്ന ചില ധാരണകളുണ്ട്. അവയെ മിത്തുകൾ എന്നു വിശേഷിപ്പിക്കാനാണ് തോന്നുന്നത്. അവയെ അഭിമുഖീകരിച്ച് ചില വീണ്ടുവിചാരങ്ങളിലേർപ്പെടുന്ന, ഒരു ലഘുഅവതരണമാണിത്.

മദിരാശി സർവകലാശാലക്ക് മലയാളഭാഷാസാഹിത്യപഠനത്തിൽ പ്രധാനമായൊരു സ്ഥാനമുണ്ട്. ഭാഷാശാസ്ത്രം എന്ന പഠനവിഷയത്തെ ഇന്നു നാം കാണുന്ന വിധത്തിൽ ആസൂത്രണം ചെയ്യുന്നതിലും വികസിപ്പിക്കുന്നതിലും ഈ സർവ്വകലാശാലക്ക്, കൃത്യമായിപ്പറഞ്ഞാൽ ഈ സർവ്വകലാശാലയിലെ മലയാളവിഭാഗത്തിന്, നേതൃത്വപരമായ പങ്കുണ്ട്. ഡോ. കെ. എം. പ്രഭാകരവാര്യരാണ് അതിൽ ഏറ്റവും പ്രധാനമായ റോൾ നിർവഹിച്ചിട്ടുള്ളത്. മലയാളഭാഷയിലുള്ള ഭാഷാശാസ്ത്രപഠനത്തെ ആധുനികഭാഷാശാസ്ത്രത്തിന്റെ പടവുകളിലൂടെ നടത്തുന്നതിൽ സുപ്രധാനമായ ഒരു ദൗത്യം അക്കാദമികമായ പ്രതിബദ്ധതയോടെ, ഉത്തരവാദിത്തബോധത്തോടെ അദ്ദേഹം നിർവഹിച്ചു.

ആധുനികഭാഷാശാസ്ത്രത്തിൽനിന്നു ലഭിച്ച വെളിച്ചത്തിൽ മലയാളഭാഷാചർച്ചകളിൽ ഇടപെടുന്ന കുറെയധികം പഠനങ്ങൾ രചിക്കുവാനും അദ്ദേഹത്തിനു സാധിച്ചു. മാത്രമല്ല. ചരിത്രാത്മകമായ ഭാഷാശാസ്ത്രത്തിന്റെ രീതിമാർഗങ്ങൾ മനസ്സിലാക്കി മലയാളഭാഷയിലുണ്ടായ ചരിത്രാത്മകപഠനപരിശ്രമങ്ങളെ സൂക്ഷ്മമായി വിമർശനവിധേയമാക്കാനും

1. മദ്രാസ് സർവ്വകലാശാലയിലെ മലയാളവിഭാഗം 2013 ജനുവരി 10-ന് ഡോ. കെ. എം. പ്രഭാകരവാര്യരുടെ സ്മരണയിൽ സംഘടിപ്പിച്ച ഭാഷാശാസ്ത്രസെമിനാറിൽ കീനോട്ട് ആയി അവതരിപ്പിച്ച പ്രബന്ധം.

കൂടുതൽ തെളിവുകൾ പ്രദാനം ചെയ്യാനും അദ്ദേഹത്തിനു കഴിഞ്ഞു. ഇതെല്ലാം മലയാളത്തിലെ ഭാഷാശാസ്ത്ര-വ്യാകരണപഠിതാക്കൾക്ക് മലയാളത്തിൽത്തന്നെ ആശ്രയിക്കാവുന്ന ഒരു സാഹിത്യസഞ്ചയം ഉണ്ടാക്കിക്കൊടുത്തു. പ്രബോധചന്ദ്രൻനായർ, ടി. ബി. വേണുഗോപാലപ്പണിക്കർ തുടങ്ങിയവരുടെ ധൈഷണികപരിശ്രമങ്ങളും ഈ മേഖലയിൽ ഉണ്ടായിട്ടുണ്ടെങ്കിലും അദ്ദേഹം മുന്നിൽ നടന്നു.

നമ്മുടെ സർവ്വകലാശാലാനിലവാരത്തിലുള്ള ഭാഷാശാസ്ത്രപഠനത്തിന്റെ അതിരുകൾ നിർണയിക്കപ്പെട്ടത് അദ്ദേഹത്തിന്റെ പഠനപര്യവേക്ഷണങ്ങളെ ആശ്രയിച്ചായിരുന്നു എന്നു പറഞ്ഞാൽ തെറ്റില്ല എന്നാണെന്റെ വിശ്വാസം. ആധുനികഭാഷാശാസ്ത്രപഠന രംഗത്ത് ഒരു സഭാനിയന്ത്രകനെപ്പോലെ പെരുമാറാനും അടിസ്ഥാനപരമായ ഗ്രന്ഥങ്ങളിലൂടെ നയിക്കാനും അദ്ദേഹത്തിനു കഴിഞ്ഞു. മലയാളഭാഷാസാഹിത്യവിദ്യാർഥികൾ വ്യാകരണപഠനത്തിൽ *കേരളപാണിനീയ*ത്തെ ആശ്രയിച്ചതിനു സമാനമായി ആധുനികഭാഷാശാസ്ത്ര പഠനത്തിൽ പ്രഭാകരവാര്യരുടെ കൃതികളെ ഉപജീവിച്ചു. ഇങ്ങനെ സാഹിത്യപഠനത്തോടൊപ്പം വികസിച്ചുവന്ന ഭാഷാപഠനം പരിമിതികളുള്ളതുമാണ്. ഭാഷാപഠനത്തിന്റെ വിവിധങ്ങളായ സ്രോതസ്സുകളെയും ശാഖകളെയും, അവയുടെ പാരസ്പര്യത്തെയും വേണ്ടവിധത്തിൽ കണ്ടറിഞ്ഞ് മനസ്സിലാക്കാനൊന്നും സാദ്ധ്യമാകുന്നില്ല. അതിനാൽ ഭാഷാശാസ്ത്രത്തെക്കുറിച്ചും അതിന്റെ മറുപിള്ള പോലുള്ള വ്യാകരണസമീപനത്തെയും സംബന്ധിച്ച് അവ്യക്തമായ കുറേയധികം ധാരണകളും ധാരണപ്പിശകുകളും പഠിതാക്കളിൽ വന്നുചേരുന്നുണ്ടെന്നു കാണാം. മിത്തുകൾ എന്നു തുടക്കത്തിൽ വിശേഷിപ്പിച്ചത് അവയെയാണ്.

മിത്ത് 1 :
ഭാഷ പൂർണ്ണമായും പഠിതവൃത്തിയാണ്

ആധുനികഭാഷാശാസ്ത്രം ഉറപ്പിച്ചെടുത്ത ഒരാശയമാണിത്. പ്രഭാകരവാര്യരെ സംബന്ധിച്ചിടത്തോളം ഭാഷ പഠിതവൃത്തിയാണെന്ന ആശയം വിടാതെ കൊണ്ടുനടന്ന ഒന്നായിരുന്നു. ആധുനികഭാഷാശാസ്ത്രത്തിനു മലയാളത്തിലുണ്ടായിട്ടുള്ള മികച്ച പാഠപുസ്തകമെന്നു വിളിക്കാവുന്ന *ആധുനികഭാഷാശാസ്ത്ര*ത്തിൽ ആ നിരീക്ഷണമുണ്ട്. *പൂർവ്വകേരളഭാഷ*യിലും ഇതേ ആശയം കാണാം. *ആധുനികഭാഷാശാസ്ത്ര*ത്തിന്റെ പുതിയ പതിപ്പുകളേറെ ഇറങ്ങിയപ്പോഴും ഈ ആശയം അതേപടി കിടക്കുന്നതു നാം കാണുന്നു. പിൽക്കാലത്ത്, വർഷങ്ങളേറെ കഴിഞ്ഞ്, വിദ്യാർഥികൾക്ക് കൂടുതൽ ലളിതമായി കാര്യങ്ങൾ പറഞ്ഞുകൊടുക്കാനുദ്ദേശിച്ച് അദ്ദേഹം

രചിച്ച *ഭാഷാശാസ്ത്രവിവേക*ത്തിലും ഇതേ ആശയം ആവർത്തിക്കപ്പെട്ടു. തിരുത്തപ്പെട്ടില്ല എന്ന പരാതിയല്ല പറയുന്നത്. ഇങ്ങനെയൊരു ആശയം ശക്തമായി നിലനിന്നുവെന്നതാണ് വിഷയം.

അമേരിക്കൻ ഘടനാവാദത്തിന്റെ പ്രഭാവമായി ഇതിനെ മനസ്സിലാക്കാനാണ് എനിക്കു താല്പര്യം. ഭാഷയെ സംബന്ധിച്ചുള്ള ആധുനികഭാഷാശാസ്ത്രത്തിലെ സ്കിന്നേറിയൻ/ബ്ലൂംഫീൽഡിയൻ കൈവഴികളിൽ ശോഭിച്ചുനിന്ന ഒരു ആശയമാണത്. ഭാഷയുടെ മാനസികമായ അടിസ്ഥാനത്തെക്കുറിച്ചും മനുഷ്യന്റെ സഹജമായ ഭാഷാസിദ്ധിയെക്കുറിച്ചും ഭാഷാർജ്ജനത്തെക്കുറിച്ചും ചോംസ്കിയൻ ധാരയിൽ വളർന്നുവന്ന ചിന്തകളും സങ്കല്പങ്ങളുമൊക്കെ പരിചയിക്കാനും, മനോഭാഷാവിജ്ഞാനീയത്തെക്കുറിച്ച് നല്ലൊരു പരിചായകഗ്രന്ഥം മലയാളത്തിനു സംഭാവന ചെയ്യാനും പ്രഭാകരവാര്യർക്ക് നിയോഗമുണ്ടായിട്ടും ഈ ആശയം അദ്ദേഹത്തിന്റെ പുസ്തകങ്ങളിൽ ഇളകാതെ നിന്നു. ഭാഷയുടെ ജന്മസിദ്ധിപരമായ തലത്തെക്കുറിച്ച് അദ്ദേഹം മിക്കവാറും നിശ്ശബ്ദത പാലിച്ചു. അണ്ണാമലൈ സർവ്വകലാശാലയിലെ പഠനകാലത്ത് അദ്ദേഹത്തിൽ ഉറച്ചു പോയതാവാം ഈ ധാരണ. ഇത്തരം ചില ധാരണകൾ മിത്തുകളെപ്പോലെ ഉറച്ചുപോകാറുണ്ട്. ചിലതു പ്രത്യക്ഷത്തിൽ നിരുപദ്രവകരമാകാം. എന്നാൽ സങ്കല്പനപരമായ അവ്യക്തതകളിലേക്കും വിശ്വാസങ്ങളിലേക്കുമെത്തിച്ച് പഠനത്തെ വഴിതെറ്റിക്കാനും അതു മതിയാകും.

ഭാഷയെന്ന പ്രതിഭാസത്തെ ആഴത്തിൽ മനസ്സിലാക്കാനും ഭൗതികവാദപരമായി വിശദീകരിക്കാനുമുള്ള അതുല്യമായ ഒരു പരിശ്രമത്തിലേർപ്പെടുകയും അസൂയാവഹമായ വിജയം കൈവരിക്കുകയും ചെയ്ത ഭാഷാചിന്തകനാണ് ബി. എഫ്. സ്കിന്നർ. ഭാഷയെ ചോദന-പ്രതികരണത്തിന്റെ വികസിതരൂപമെന്ന നിലയിൽ പഠിതവൃത്തിയായി വിശദീകരിക്കുവാൻ അദ്ദേഹത്തിനു കഴിഞ്ഞു. അദ്ദേഹത്തിന്റെ *വെർബൽ ബിഹേവിയർ* എന്ന മഹത്തായ കൃതിയിൽ അതിമനോഹരമായി, ചോദ്യം ചെയ്യപ്പെടാൻ അത്രയൊന്നും എളുപ്പമല്ലാത്ത വിധത്തിൽ ആവിഷ്കരിച്ച ഈ ആശയത്തിന് ബിഹേവിയറിസ്റ്റ് മനശ്ശാസ്ത്രത്തിന് പ്രഭാവമുണ്ടായിരുന്ന കാലത്ത് വലിയ അംഗീകാരമുമുണ്ടായിരുന്നു. എന്നാൽ, ദെകാർത്തിയൻ മനനവാദത്തെ പിൻതുടർന്ന ചോംസ്കിയുടെ ആക്രമണത്തോടെ അതിന് ഇളക്കം തട്ടി. ഭാഷയെ വെറും പഠിതവൃത്തിയായി മാത്രം കണ്ടു മുന്നോട്ടുപോകാനാവാത്ത അവസ്ഥ സംജാതമായി.

ചോംസ്കിയെ പഠിച്ച് അതൊക്കെ മനസ്സിലാക്കുകയും ചിന്തിക്കുകയും ചെയ്യുമ്പോഴും പ്രഭാകരവാര്യർക്ക് തന്റെ ഉറച്ചുപോയ ധാരണയെ ഇളക്കിക്കളയാനാവുന്നില്ലെങ്കിൽ സാധാരണക്കാരായ ആളുകളുടെ കാര്യം പറയണോ? അവർ ഭാഷയെക്കുറിച്ച് പ്രചരിപ്പിക്കപ്പെടുന്ന ധാരണകളെ വിമർശനരഹിതമായി കൊണ്ടുനടക്കുകയും അതിന്റെ അടിസ്ഥാനത്തിൽ വാദങ്ങൾ ഉന്നയിക്കുകയും ആസൂത്രണങ്ങൾക്ക് അടിസ്ഥാനമാക്കുകയും ചെയ്യുമ്പോഴാണ് ഇത്തരം ധാരണകളുടെ ആപൽശേഷി മനസ്സിലാവുക. ഭാഷയുടെ ആർജ്ജനപ്രക്രിയയെയും പഠനപ്രക്രിയയെയും സംബന്ധിച്ച സംവാദങ്ങളിൽ വ്യക്തത കൈവരണമെങ്കിൽ ഇതു സംബന്ധിച്ച് തെളിച്ചമുണ്ടായേ മതിയാകൂ.

മിത്ത് 2 :
ഭാഷാപഠനവും ഭാഷാസ്വാംശീകരണവും ഒന്നുതന്നെ.

സംസാരഭാഷ പ്രയോഗിക്കാൻ പഠിക്കൽ, എഴുത്തുഭാഷ ഉൾപ്പെടെയുള്ള വിശേഷവ്യവഹാരങ്ങളിൽ കഴിവു കൈവരിക്കൽ, ഭാഷയെന്നപ്രതിഭാസത്തെക്കുറിച്ചു പഠിക്കൽ ഇവയൊക്കെ വ്യത്യസ്തമായ കാര്യങ്ങളാണ്. ഭാഷാസ്വാംശീകരണം (അക്വിസിഷൻ) സ്വാഭാവികപരിസരത്തുനിന്നു സ്വയമേവ സംഭവിക്കുന്ന ഭാഷാർജ്ജനമാണ്. അതിനെ പഠിതവൃത്തിയെന്നതിനേക്കാളേറെ ജന്മസിദ്ധമായ ഭാഷാസിദ്ധിയുടെ ലഭ്യഭാഷാസാഹചര്യവുമൊത്തുള്ള ഒരു വികാസമായി മനസ്സിലാക്കേണ്ടതാണ്. വിശേഷവ്യവഹാരപഠനം പരിശീലനത്തിലൂടെ വികസിക്കുന്നതാണ്. ഭാഷാപഠനമാകട്ടെ, ഭാഷയെക്കുറിച്ച് അപഗ്രഥനപരമായി മനസ്സിലാക്കലാണ്. ഇതിൽ ആദ്യത്തേതിൽ മുഖ്യപങ്ക് ക്ലാസ്സ്മുറികൾക്കു പുറത്തുവെച്ചു നടക്കുന്നതാണ്. മിക്കവാറും വീട്ടുഭാഷ എന്നു വിളിക്കാവുന്ന ഭാഷാലോകമാണ് അതുവഴി മനുഷ്യൻ സ്വായത്തമാക്കുന്നത്. ശിശുഭാഷാപഠനത്തിന്റെ വിഷയമതാണ്.

വീട്ടുഭാഷയിൽനിന്നു പുറത്തുകടന്ന് വിവിധഭാഷാഭേദങ്ങളുടെയും എഴുത്തിന്റെയും അച്ചടിയുടെയും സാഹിത്യജനുസ്സുകളുടെയുമൊക്കെ ലോകത്തേക്കു പ്രവേശിക്കുകയാണ് ക്ലാസ്സ്മുറികളിലൂടെ ചെയ്യുന്നത്. അത് ഭാഷാപഠനമാണ്. അക്വിസിഷനല്ല, ലേണിങ് ആണത്.

എന്നാൽ നമ്മുടെ നാട്ടിൽ ഇവയെല്ലാം ഒന്നുതന്നെ എന്നു നിനയ്ക്കുന്നു. ഭാഷാശാസ്ത്രത്തിലും മലയാളഭാഷയും സാഹിത്യവും എന്ന വിഷയത്തിലും ബിരുദാനന്തരബിരുദം സമ്പാദിച്ച് മലയാളപഠനത്തിനു പ്രാധാന്യം കൊടുക്കണമെന്നു വാദിക്കുന്ന ആളുകൾ പോലും ഇങ്ങനെയൊക്കെയാണ് പലപ്പോഴും കാണുന്നത്. കന്യാകുമാരിയിലെ കടപ്പുറത്തു കടല

വിൽക്കുന്നവർക്ക് ഇംഗ്ലീഷ് അറിയാമെന്നും അവർ സ്വന്തമാക്കുന്ന അതേ മട്ടിൽ ഇംഗ്ലീഷ് പഠിക്കാമെന്നിരിക്കെ സർവ്വകലാശാലയിൽ സാഹിത്യകൃതികളെ മുൻനിറുത്തി ഇംഗ്ലീഷ് പഠിപ്പിക്കുന്നതിന്റെ ആവശ്യമില്ലെന്നും വാദിക്കുന്നതുപോലും കേൾക്കാനിടയാകുന്നു. ഈ വാദം സ്വീകരിച്ചാൽ മലയാളപഠനം അനാവശ്യമാണെന്നു വരുമെന്നും ഓർക്കണം.

സ്കൂളിലും കോളേജുകളിലും സർവ്വകലാശാലകളിലുമെല്ലാം സ്പോക്കൺ ഇംഗ്ലീഷിനു പ്രാധാന്യംനൽകണമെന്നുള്ള വീക്ഷണവും അവതരിപ്പിക്കപ്പെടാറുണ്ട്. വാസ്തവമെന്താണ്? സർവ്വകലാശാലകളിൽ പഠിക്കുന്നത്, അഥവാ പഠിക്കേണ്ടത് വാമൊഴിയാണെങ്കിൽ സർവ്വകലാശാലകളെന്തിന് എന്ന് ചോദിച്ചു പോകില്ലേ? ഏതാനും മണിക്കൂറുകൾകൊണ്ട് ഇംഗ്ലീഷ് അനായാസമായി സംസാരിക്കാൻ പ്രാപ്തമാക്കുമെന്ന് ഉറപ്പുതരുന്ന കീ ഇൻസ്റ്റിറ്റ്യൂട്ട്, ഇംഗ്ലീഷ് രക്തത്തിൽ കുത്തിവെച്ച് സംസാരിപ്പിക്കുമെന്നു പരസ്യം നൽകുന്ന സ്ഥാപനങ്ങൾ ഒക്കെ ഈ നാട്ടിൽ പ്രവർത്തിച്ചുപോരുന്നുണ്ട്. അവയെ ഒട്ടും കുറച്ചുകാണുന്നില്ല. ഇംഗ്ലീഷോ അറബിയോ ഹിന്ദിയോ ഒക്കെ ഇങ്ങിനെ പഠിപ്പിക്കുന്നത് തൊഴിലിനോ മറ്റ് ആവശ്യങ്ങൾക്കോ പുറത്തുപോകുന്നവർക്ക് വലിയൊരു സഹായമാണ്. സർവ്വകലാശാലയിൽ പഠിച്ച് ബിരുദാനന്തരബിരുദം എടുത്തിട്ട് വാമൊഴിയായി ഭാഷ പ്രയോഗിക്കാൻകഴിയാതെ പോകുന്നതു ഭൂഷണവുമല്ല.

പക്ഷേ, ഈ തിരക്കിൽ സ്കൂളിലും കോളേജിലും സർവ്വകലാശാലയിലുമൊക്കെ ഭാഷാപഠനം നിർവ്വഹിക്കുന്നത് എന്തിനാണെന്ന തിരിച്ചറിവു നഷ്ടപ്പെടാതെ നോക്കേണ്ടേ? വാസ്തവത്തിൽ അവിടെയൊക്കെ പഠിക്കുന്നത് 'ഭാഷയെ'യാണ്. സവിശേഷമായ ഭാഷാപ്രയോഗത്തെയാണ്, വരമൊഴിയെയാണ് എന്നു വിശദീകരിക്കാം. ഭാഷയെന്ന പ്രതിഭാസത്തിന്റെ പഠനവും അക്കൂട്ടത്തിൽ വരും. അതുവഴി വാമൊഴിയെ പുനർവിചാരത്തിനു വിധേയമാക്കുകയും ചെയ്യും. ഈ വസ്തുതകളൊക്കെ മറക്കാമോ? മറക്കാം. പക്ഷേ, അപ്പോൾ അപ്രസക്തമാകുന്നത് ഇത്തരം സ്ഥാപനങ്ങൾ ഒന്നാകെയാണ് എന്ന വസ്തുത അക്കാദമിഷരെങ്കിലും മറക്കരുത്. ഭാഷാസ്വാംശീകരണത്തിന്റെ വിശേഷമായ പടവുകളിലേക്ക്, ഭാവനാത്മകവും ചിന്താപരവുമായ പടവുകളിലേക്ക് നയിക്കുക എന്ന വലിയ ലക്ഷ്യം സർവ്വകലാശാലകളിലെ വിദ്യാഭ്യാസത്തിനുണ്ട്. മാതൃഭാഷ എന്നുപറയാവുന്ന വീട്ടുഭാഷയെ സ്വന്തമാക്കുന്ന പ്രീ-സ്കൂൾ കാലത്തെ ഭാഷാസ്വാംശീകരണത്തിൽനിന്നും, ഏതെങ്കിലും ഭാഷയെ യഥാർഥ സാമൂഹിക-സാഹചര്യത്തിൽനിന്നോ അതിവേഗ

സ്പോക്കൺ ഭാഷാഇൻസ്റ്റിറ്റ്യൂട്ടിൽനിന്നോ വമൊഴിതലത്തിൽ സ്വായത്തമാക്കുന്ന ഭാഷാർജ്ജനത്തിൽനിന്നും ലക്ഷ്യത്തിലും മാർഗത്തിലും ഭിന്നമാണ് അക്കാദമികമായ ഭാഷാപഠനം. ഇക്കാര്യം വേറെയാരും വ്യക്തതയോടെ മനസ്സിലാക്കിയില്ലെങ്കിലും ഭാഷാവിദ്യാർഥികളും അദ്ധ്യാപകരും മനസ്സിലാക്കിയേ പറ്റൂ.

ചോംസ്കിയൻ ചിന്തയുടെ അടിസ്ഥാനത്തിൽ കേരളത്തിലെ പള്ളിക്കൂടങ്ങളിലും ഭാഷാപഠനത്തെ സംവിധാനം ചെയ്യാൻ പുറപ്പെട്ട കാലത്തായിരുന്നു ഭാഷാപഠനത്തെയും ഭാഷാസ്വാംശീകരണത്തെയും ഏകീകരിച്ചുകാണുന്ന സമീപനം നമ്മുടെ നാട്ടിൽ വേരുറപ്പിച്ചത്. ഭാഷാശാസ്ത്രം പഠിക്കുകയും പഠിപ്പിക്കുകയും ചെയ്യുന്ന ആളുകൾ പൊതുവെ അതൊക്കെ നിശ്ശബ്ദമായി അംഗീകരിച്ചുകൊടുക്കുകയും ചെയ്തു. സത്യത്തിൽ വിദ്യാലയങ്ങളിലെ ഭാഷാപഠനത്തെ(ലേണിങ്) സംബന്ധിച്ച് സവിശേഷമായി ചോംസ്കി എന്തെങ്കിലും പറഞ്ഞിട്ടുണ്ടോ? ഇല്ലെന്നാണ് അറിവ്. എന്നാൽ ശിശുഭാഷ സ്വാംശീകരിക്കുന്നതിനെപ്പറ്റി പറഞ്ഞിട്ടുമുണ്ട്. അതുവഴി ഭാഷയുടെ ജനിതകമായ വശങ്ങളെ കുറിച്ചുള്ള ആലോചനകൾക്കും നിരവധി ഗവേഷണപഠനങ്ങൾക്കും വഴിയൊരുക്കിയിട്ടുമുണ്ട്.

പക്ഷേ, മലയാളനാട്ടിൽ, ചോംസ്കിയുടെ പേരുപറഞ്ഞ് ഭാഷാപഠനത്തിന് സ്കൂളുകളിൽ വലിയ ആസൂത്രണവും പദ്ധതികളുമുണ്ടായി. കുട്ടികൾ ഭാഷ സ്വാംശീകരിച്ചുകൊള്ളും, പ്രത്യേകിച്ചു പഠിപ്പിക്കുകയൊന്നും വേണ്ട എന്നായിരുന്നു ആസൂത്രകർ ഉരുവിട്ടുകൊണ്ടിരുന്ന മന്ത്രം. ശരിയാണ്, വാമൊഴി രൂപത്തിലുള്ള ഭാഷാപഠനത്തിന് പ്രത്യേകപരിശീലനമൊന്നും ആവശ്യമില്ല. ഭാഷാസ്വാംശീകരണത്തെക്കുറിച്ചുള്ള ചോംസ്കിയൻ ധാരയിലുള്ള പഠനങ്ങൾ അങ്ങനെ കാണുന്നുമുണ്ട്. അതിനു യുക്തിയുമുണ്ട്. പക്ഷേ, പള്ളിക്കൂടങ്ങൾ കെട്ടി നടത്തുന്ന ഭാഷാപഠനം ഭാഷാസ്വാംശീകരണത്തിന്റെ തത്വങ്ങളെയാണോ അനുസരിക്കേണ്ടത്? ഈ മൗലികമായ ചോദ്യം ചോദിക്കാതെ പോയി. ഫലമോ, എഴുത്തുപരിശീലനം, വരമൊഴിയിലൂന്നിയുള്ള പഠനം എന്നിവയിലൊന്നും കാര്യമില്ലെന്ന സന്ദേശം കുറച്ചുകാലമെങ്കിലും മലയാളദേശത്തെ വിദ്യാഭ്യാസചർച്ചകളിൽ പ്രമാണ്യം നേടി. ഇപ്പോഴും അതിന്റെ സ്വാധീനത്തിൽനിന്നു പൂർണ്ണമായ മുക്തി കൈവന്നിട്ടില്ല എന്നാണ് അനുഭവം.

മിത്ത് 3 :
വാമൊഴിയാണ് ശരിയായ ഭാഷാസ്വരൂപം

വാമൊഴിയുടെ സജീവത, ജീവൽബന്ധം, ജനകീയത, ജനാധിപത്യപരത, ചാരുത, എന്നിവയെ വാഴ്ത്തിയും വരമൊഴിയെയും വ്യാകരണപഠനത്തെയും അപഹസിച്ചുംകൊണ്ടുള്ള നിരവധി ആഹ്വാനങ്ങൾ കേട്ടിട്ടുണ്ട്. ദൗർഭാഗ്യവശാൽ ഇതെല്ലാം ആധുനികഭാഷാശാസ്ത്രത്തിന്റെ ചെലവിലാണ് നിർവ്വഹിക്കപ്പെടാറുള്ളത്. ശരിയായ ഭാഷ വാമൊഴിയാണെന്ന് ആധുനികഭാഷാശാസ്ത്രത്തിന്റെ പിതാവായ ബ്ലൂംഫീൽഡ് പറഞ്ഞിട്ടുണ്ട് എന്ന് എഴുതിയും വാദിച്ചും പോരുന്നു! വാസ്തവമെന്താണ്? വാമൊഴി ശരിയും വരമൊഴി തെറ്റും എന്ന മട്ടിലുള്ള സന്ദേശം ബ്ലൂംഫീൽഡും കൂട്ടരും മുന്നോട്ടുവെച്ചിട്ടുണ്ടോ? ഇല്ലതന്നെ. എന്നാൽ അമേരിക്കൻ ഘടനാവാദഭാഷാശാസ്ത്രം അഥവാ, വിവരണാത്മക ഭാഷാശാസ്ത്രം എന്നറിയപ്പെടുന്ന ആധുനികഭാഷാശാസ്ത്രധാരയിൽ വാമൊഴിക്ക് വിശേഷമായ ശ്രദ്ധയും പ്രാധാന്യവും കിട്ടിയിട്ടുണ്ട് എന്നത് വസ്തുതയാണ്. വാമൊഴികേന്ദ്രിതമായ ഒരു പഠനമാർഗത്തിൽ സഞ്ചരിച്ചാണ് അവർ ഘടനാവാദപരമായ ഭാഷാസമീപനം കരുപ്പിടിപ്പിച്ചത്.

അവർ വാമൊഴി മാത്രമായി ഒരു ഭാഷയ്ക്കു നിലനില്ക്കാനാകും എന്ന യാഥാർഥ്യം കണ്ടറിയുകയും, വാമൊഴിസ്വരൂപമാണ് പ്രാഥമികമായി ഒരു ഭാഷയ്ക്കുണ്ടായിരിക്കുക എന്ന കാര്യം വ്യക്തമാക്കുകയും, വാമൊഴിയെ വിശകലനം ചെയ്ത് ഭാഷാശാസ്ത്രപരമായ സിദ്ധാന്തീകരണത്തിനു തുനിയുകയുംചെയ്തു. സ്വനവിജ്ഞാനത്തിലതുണ്ടാക്കിയ തെളിച്ചവും പ്രധാനപ്പെട്ട കാര്യംതന്നെ. അതിനപ്പുറത്ത് വാമൊഴി വരമൊഴിയേക്കാൾ ശ്രേഷ്ഠമാണ് എന്ന് അവരാരുംതന്നെ ധ്വനിപ്പിക്കുകപോലും ചെയ്തിട്ടുണ്ടോ എന്ന കാര്യം സംശയമാണ്. മറിച്ച്, വരമൊഴിയിലേക്ക് ഭാഷ പ്രവേശിക്കേണ്ടത് ആവശ്യമാണെന്ന ബോധം അവർക്കുണ്ടായിരുന്നുതാനും.

വാസ്തവത്തിൽ, സാഹചര്യവശാലാണ് ബ്ലൂംഫീൽഡും സപീറും പൈക്കുമൊക്കെ വാമൊഴിനിഷ്ഠമായ പഠനത്തിനും വിശകലനത്തിനും നിർബന്ധിതമായിത്തീർന്നത്. നരവംശശാസ്ത്രപാരമ്പര്യത്തിലുള്ള അന്വേഷണങ്ങളുടെ ഭാഗമായാണ് വിവരണാത്മകവ്യാകരണമെന്നു വിളിക്കൊണ്ട അമേരിക്കൻ ആധുനിക ഭാഷാശാസ്ത്രധാര ഉരുവമെടുക്കുന്നത്. വരമൊഴി വികസിച്ചു വന്നിട്ടില്ലാത്ത അമേരിക്കയിലെ ഗോത്രജനവർഗ്ഗങ്ങളുടെ ഭാഷകൾ (മൊഴികൾ) ആയിരുന്നു അവരുടെ പഠനവസ്തു. വരമൊഴിയില്ലാത്ത ആ ഭാഷകളെ സംബന്ധിച്ച വിചാരങ്ങളുടെ ഭാഗമായി വരമൊഴി ഒരു ഭാഷയുടെ അസ്തിത്വത്തിന്

അനിവാര്യമായതല്ലെന്നു ഉൾക്കൊള്ളുക മാത്രമാണ് അവർ ചെയ്തത്. വാമൊഴി പ്രാഥമികമാണ് എന്നു പറയുന്നതിന് അത്രയേ അർത്ഥമുള്ളൂ.

വാമൊഴിയെ അപഭ്രംശമായി, മോശമായി കാണുന്ന ഒരു വീക്ഷണത്തിന് അറുതിവരുത്തുവാൻ ഈ പഠനങ്ങൾ സഹായകമായി എന്നതും അംഗീകരിക്കേണ്ടതുതന്നെ. പരമ്പരാഗതവ്യാകരണകാരന്മാരിലും ഭാഷാപഠനത്തിലും ലയിച്ചുകിടന്ന വരമൊഴികേന്ദ്രിതവീക്ഷണത്തെയാണ് അതുവഴി തിരുത്തുന്നത്. അതിനപ്പുറത്ത് വരമൊഴി മോശപ്പെട്ട കാര്യമാണെന്നോ, അത് അപഭ്രംശമാണെന്നോ ഉള്ള സൂചന ഇല്ല. തിരുത്തലാണ്, തിരിച്ചിടലല്ല ഉണ്ടായത് എന്നു പറയാം. പക്ഷേ നമ്മുടെ ആധുനികഭാഷശാസ്ത്രപഠനം വാമൊഴിയെ ഉദാത്തവൽക്കരിക്കുന്ന ചിന്തകളുല്പാദിപ്പിക്കുന്ന ഒരു യന്ത്രമായി മാറി.

വരമൊഴിക്കു പഠനത്തിലും സാംസ്കാരികമായ വികാസത്തിലും പ്രാധാന്യമുണ്ടെന്നു പറഞ്ഞുപോയാൽ അത് പഴഞ്ചൻ ചിന്തയായും പിന്തിരിപ്പത്തവുമായി മനസ്സിലാക്കപ്പെടുന്ന ഒരവസ്ഥ പോലും ഉണ്ടായിട്ടുണ്ട്. മാനകഭാഷ അധികാരപ്രയോഗവും മർദ്ദനവുമാണെന്നു മാനകഭാഷയിൽ വാദിക്കുന്ന കാഴ്ചകളുണ്ടായി. മാനകഭാഷയുടെ ഉപാസകർ വ്യാകരണക്കാരാണ് എന്നതിനാൽ ആധുനികഭാഷാശാസ്ത്രം അവതരിച്ചിരിക്കുന്നതുതന്നെ വ്യാകരണത്തെ ശരിപ്പെടുത്താനാണെന്നും പ്രചരിപ്പിക്കപ്പെട്ടു. വർഗ്ഗസമരത്തിന്റെ അനുരണനങ്ങൾ ഈ ഭാഷാശാസ്ത്രധാരകൾ തമ്മിലുള്ള അന്തരത്തിൽ അമർന്നുകിടക്കുന്നതായി കരുതപ്പെട്ടു.

വാമൊഴിയുടെയും വരമൊഴിയുടെയും നിരവധി ഭേദങ്ങളുടെ സമാഹാരമാണ് ഏതൊരു ഭാഷയും. അതിൽ ഏതെങ്കിലുമൊന്ന് കേമവും മറ്റുള്ളത് മോശവുമെന്ന് കാണാതിരിക്കാനാണ് ആധുനിക ഭാഷാശാസ്ത്രവും സാമൂഹികഭാഷാശാസ്ത്രവും നമ്മെ പഠിപ്പിക്കുന്നത്. അത് വാമൊഴിക്കു പ്രാഥമ്യമല്ലാതെ സവിശേഷപ്രാധാന്യം കല്പിക്കുന്നില്ല. വരമൊഴിയെയും വാമൊഴിയെയും നിർമ്മമമായി തരതമഭേദം കൂടാതെ വിവരിക്കാനാണ് അവ ശ്രമിക്കുന്നത്. അവയെ പിൻതുടർന്നാൽ മാനകഭാഷയുൾപ്പെടെയുള്ള ഭാഷാഭേദങ്ങളെ അതാത് ഭേദങ്ങൾ നിർവഹിക്കുന്ന ധർമ്മങ്ങളമുൻനിറുത്തി മനസ്സിലാക്കുന്ന ഒരു സമീപനമാകും ഉണ്ടായിവരിക. ഈ ഭേദങ്ങൾ പരസ്പരപൂരകമായി നിലയുറപ്പിച്ചും സംവാദത്തിലേർപ്പെട്ടും, ഇതരഭാഷകളോടുതന്നെയും സംവാദത്തിലേർപ്പെട്ടും, വൈചാരികവും വൈകാരികവുമായ ആവിഷ്കാരങ്ങളിലൂടെ പരിണമിക്കുന്നതിലൂടെയാണ് വിവിധ അടരുകളിലൂടെ, വിവിധ മണ്ഡലങ്ങളിലായി ഭാഷകൾ വികസിക്കുന്നത്; നവീനതകൾ സൃഷ്ടിക്കുന്നത്.

വിവരണാത്മകഭാഷാശാസ്ത്രത്തിന്റെ വെളിച്ചം നീചം/നികൃഷ്ടം/വൈകല്യം എന്ന മട്ടിൽ വാമൊഴിയെ അവതരിപ്പിക്കുന്നതിലെ യുക്തിരാഹിത്യത്തെ തിരിച്ചറിയാനുള്ള വിവേകം പ്രദാനം ചെയ്യുന്നുണ്ട്. ശരിതെറ്റുകളുടെ പ്രശ്നമോ മേൽക്കീഴുകളുടെ പ്രശ്നമോ അല്ല, മറിച്ച് വിവിധ ഭാഷാഭേദങ്ങൾ ഭാഷായാഥാർത്ഥ്യമാണെന്ന തിരിച്ചറിവാണ് ഭാഷാശാസ്ത്രം വെച്ചുപുലർത്തിയത്. സാമൂഹികഭാഷാശാസ്ത്രം ഇതിനെ ബലപ്പെടുത്തുകയും ചെയ്യുന്നു. ഇക്കാര്യത്തിൽ പഴഞ്ചൻ ഭാഷാധാരണകളെ തിരുത്തുന്നുണ്ട് ആധുനികഭാഷാശാസ്ത്രം. പക്ഷേ അത് തിരിച്ചൊരു ശ്രേണീകരണം നിർമ്മിക്കുന്നതായി മനസ്സിലാക്കപ്പെടുന്നു എന്നത് കഷ്ടമല്ലേ?

അറിഞ്ഞോ അറിയാതെയോ എന്നറിയില്ല, ഇത്തരം കാര്യങ്ങളൊന്നും കണക്കിലെടുക്കാതെ ആധുനികഭാഷാശാസ്ത്രം വാമൊഴിയെ ഏതോ മട്ടിൽ മഹിമപ്പെടുത്തുന്നുണ്ടെന്നു ധരിച്ചവരായ പലരും നമ്മുടെ നാട്ടിലുണ്ട്. വരമൊഴിയെപ്പോലെ വാമൊഴിയും പരോളിന്റെ ഭാഗമാണ് എന്നു കാണുന്നതിൽ തരക്കേടൊന്നുമില്ല. അത് സന്തുലിതമായ വീക്ഷണമാണ്. പക്ഷേ, എഴുതാപ്പുറം വായിച്ച് വാമൊഴി മൗലികവാദം പ്രചരിപ്പിക്കുന്നതും, എഴുത്തിലും വായനയിലും കാര്യമില്ല, എഴുത്തു പഠിച്ചില്ലെങ്കിലും കുഴപ്പമില്ല എന്നൊക്കെ വാദിക്കുന്നതും ഭാഷാശാസ്ത്രപരമായ അജ്ഞതയും ദുരുപയോഗവുമൊക്കെയാണെന്നു പറയാതെവയ്യ.

വാമൊഴിയെ വിശകലനവിധേയമാക്കി മുന്നേറുമ്പോഴും എഴുത്തുഭാഷയെക്കുറിച്ചുള്ള സ്വപ്നം വിവരണാത്മകഭാഷാശാസ്ത്രം വെച്ചുപുലർത്തിയിരുന്നു. സ്വനിമവിജ്ഞാനത്തെക്കുറിച്ച് പൈക്ക് എഴുതിയ *ഫൊണീമിക്സ്* പുസ്തകത്തിന്റെ, 'ഭാഷയെ എഴുത്തിലേക്ക് ചുരുക്കിക്കൊണ്ടു വരാനുള്ള പദ്ധതി' (*ഏ ടെക്നിക് ഫോർ റെഡ്യൂസിങ് ലാങ്ഗേജ് റ്റു റൈറ്റിങ്*)എന്ന ഉപശീർഷകംതന്നെ ഇത് സ്പഷ്ടമാക്കുന്നതാണ്.

വ്യാകരണത്തിന്റെ പഠനവസ്തു മിക്കവാറും ലിഖിതഭാഷ ആയിരുന്നു. അതുവഴി വ്യാകരണസമ്പ്രദായത്തിൽ വരമൊഴിയെ (ലിഖിതഭാഷയെ) കേമമായിക്കാണുന്ന ഒരു വീക്ഷണം ഉണ്ടായിവന്നു. ലിഖിതസമ്പ്രദായം നിലവിൽ വരുന്നതോടെ ഏതൊരു ഭാഷയും ചിട്ടപ്പെടുത്തിയ ഒരു തലത്തിലേക്കു മാറുന്നുണ്ട്. ലിഖിതതലത്തിലുള്ള സവിശേഷമായ വിനിമയം ശക്തിപ്പെടുന്നതോടെ ഭാഷയിൽ മാനകരൂപം എന്ന ആശയം അറിയാതെതന്നെ ഉടലെടുക്കും. അതോടെ പരിണാമത്തിന് വേഗത കുറയുകയും ചെയ്യും. ഭാഷാവ്യത്യാസങ്ങളെ ഇല്ലാതാക്കുന്ന ഒരു ഗൂഢപദ്ധതിയാണിത് എന്ന മട്ടിലൊക്കെ വിലയിരുത്തുന്നത് ഇപ്പോൾ

ഒരു ഫാഷനായിട്ടുണ്ട്. പുരുഷന്മാർക്ക് മീശയും താടിയുമൊക്കെ മുളച്ചു വരുന്നത് മുഖത്തിന്റെ ശിശുസഹജമായ നിർമ്മലമനോഹാരിതക്കെതിരായ ചെയ്ത്താന്റെ വികൃതികളാണെന്നു കരുതുന്നതുപോലുള്ള യുക്തിയാണത്.

വാസ്തവത്തിൽ, വാമൊഴി ഭാഷയുടെ പ്രാഥമികസ്വരൂപമാണെന്നും വരമൊഴി അതിന്റെ മാധ്യമീകരിച്ച മറ്റൊരു രൂപമാണെന്നും മനസ്സിലാക്കാൻ വിഷമമില്ല. മാധ്യമീകരണത്തിൽ അതിനനുസൃതമായ ചില ക്രമപ്പെടുത്തൽപ്രവർത്തനങ്ങൾ നടക്കും. അതുവഴി ഭാഷ കൂടുതൽ ചിട്ടപ്പെടുന്ന ഒരവസ്ഥയുണ്ടാകും. ഇതിനെ സംസ്കരണം എന്നു വിളിക്കാം. ചിട്ടപ്പെട്ട രീതികൾക്ക് സാംസ്കാരികമായ അധികമൂല്യം കൈവരുന്നു. അതുകൊണ്ടുതന്നെ വാമൊഴിയും വരമൊഴിയും സാംസ്കാരികമായി രണ്ടു പടവുകളെ സൂചിപ്പിക്കുന്നതാണ് എന്നു പറയാനും കഴിയും. വികസിതഭാഷകളെ സംബന്ധിച്ചിടത്തോളം രണ്ടും - പരസ്പരപൂരകമായി - വ്യത്യസ്ത ധർമങ്ങൾ നിർവഹിക്കുന്നു എന്നതും മനസ്സിലാക്കാൻ പ്രയാസമില്ല.

സാമാന്യമായ ആശയവിനിമയത്തിന് വാമൊഴി ഉപകരിക്കുമ്പോൾ അതിനെ ചിട്ടപ്പെടുത്തിയും വഴക്കിയും രൂപീകരിക്കുന്ന വിശേഷവാമൊഴിവഴക്കങ്ങളും വരമൊഴിഭേദങ്ങളും സവിശേഷമായ- സൗന്ദര്യപരമോ ചിന്താപരമോ ആയ-വിനിമയങ്ങൾക്ക് ഉപകരിക്കുന്നു. ആദ്യത്തേത് സാധാരണജീവിതത്തോട് ചേർന്നുനിൽക്കുമ്പോൾ രണ്ടാമത്തേത് അറിവിന്റെ അസാധാരണമായ തലങ്ങളോട് ചേർന്നുനിൽക്കുന്നു. മാനകഭാഷാസങ്കല്പനം ഉടലെടുക്കുന്നതോടെ ഇതര പ്രകാശനങ്ങളെ വിലക്ഷണതയെന്നു കാണാനുള്ള പ്രവണതയും ഉണ്ടായിവരും. അങ്ങനെ, വാമൊഴിയെ അപഭ്രംശമായികാണുന്ന വീക്ഷണം ലിഖിതഭാഷാനിഷ്ഠമായി ഭാഷചിന്തകളിലേർപ്പെട്ടിരുന്നവരെ ഭരിച്ചിരുന്നു എന്നതു വാസ്തവമാണ്. ഇതിനോടുള്ള ഒരു അമർഷം എന്ന നിലയിൽ വാമൊഴിപക്ഷപ്രതികരണങ്ങളെ മനസ്സിലാക്കാം.

വാമൊഴിയെ ഉയർത്തിക്കാട്ടി വരമൊഴിയെ നിരാകരിക്കുന്നതുകൊണ്ടും വാമൊഴിയെ ഉദാത്തീകരിക്കുന്നതുകൊണ്ടും ഗുണകരമായ ഫലമുണ്ടാകുമെന്നു തോന്നുന്നില്ല. ഒന്നുകിൽ വാമൊഴിയെ വരമൊഴിയുടെ പദവിയിലേക്ക് ഉയർത്തുന്ന ചിന്താപരമോ ഭാവനാപരമോ ആയ ആവിഷ്കാരങ്ങൾ അതിൽ സാധ്യമാക്കുക. അല്ലെങ്കിൽ മാനകഭാഷയെ വരുതിയിലാക്കുക- ഈ രണ്ടുമാർഗ്ഗങ്ങളേ മുന്നിലുള്ളു. ഇവയുടെ സമന്വിതമായ ഒരു മാർഗവുമുണ്ടാകാം. വാമൊഴിയെ വരമൊഴിയിലേക്കു ചേർത്തുനിർത്തുന്ന പണിയാണിത്. ഇത് ഭാഷയുടെ

സജീവതയ്ക്കുതന്നെ അനിവാര്യമാണ്. മിഷണറിമലയാളത്തിലും ചട്ടമ്പി സ്വാമികളുടെ എഴുത്തിലും അതാണ് കാണുന്നത്.

മിത്ത് 4 :
വ്യാകരണം പാപമാണ്

ആധുനികഭാഷാശാസ്ത്രവുമായി ബന്ധപ്പെട്ട മറ്റൊരു മിത്താണ് വ്യാകരണത്തെക്കുറിച്ചുള്ളത്. ആധുനികഭാഷാശാസ്ത്രം/ വ്യാകരണം എന്ന ഒരു ഇരട്ടയെ രൂപീകരിക്കുകയും അവയെ പരസ്പരനിരാസകമായി അവതരിപ്പിക്കുകയും ചെയ്യുന്നതിന്റെ സാംഗത്യമില്ലായ്മ തിരിച്ചറിയപ്പെടേണ്ടതുണ്ട്. വ്യാകരണത്തിന്റെ പേരിൽ പാണിനിയെ ലോകോത്തര ധൈഷണികനായിക്കണ്ട് വാഴ്ത്തിയ ബ്ലൂംഫീൽഡിനെ സ്പർശിച്ചുകൊണ്ട് വ്യാകരണപഠനം അപഹസിക്കപ്പെടുന്നതിലെ പരിഹാസ്യത നമ്മുടെ ഭാഷാചിന്തകരെ ആരു പഠിപ്പിക്കും?

മുമ്പൊക്കെ വ്യാകരണത്തെ പരിഹസിക്കുന്ന ബാലിശചിന്തകൾക്ക് വൈക്കം മുഹമ്മദ് ബഷീറിനെയായിരുന്നു ആശ്രയിച്ചിരുന്നത്. ആധുനികഗദ്യസാഹിത്യഭാഷയുടെ സവിശേഷതയെ മനസ്സിലാക്കാതെ, നോവൽ എന്ന സാഹിത്യജനുസിന്റെ ഭാഷാസ്വഭാവത്തെ മനസ്സിലാക്കാതെ, അവിടെ പ്രബന്ധഭാഷയെ പ്രതിഷ്ഠിക്കാൻ ഉത്സുകമായ അർദ്ധ പണ്ഡിതചിന്തയുടെ ഔചിത്യബോധമില്ലായ്മയുടെ നേർക്കായിരുന്നു ബഷീറിന്റെ പരിഹാസം. ഇതു മനസ്സിലാക്കാൻ മെനക്കെടാതെ ആയിരുന്നു ബഷീറിനെ ഉദ്ധരിച്ചുകൊണ്ടുള്ള പരിഹാസങ്ങൾ മിക്കതും. ഉത്തിന ഹാലിട്ട ലിത്താപ്പോ... പോലുള്ള ബഷീറിയൻ വരികൾ പോലും വ്യാകരണദീക്ഷയുള്ളതാണെന്നു മനസ്സിരുത്തി മനസ്സിലാക്കാൻ തയ്യാറാകാതെ കേട്ടതുപാതി കേൾക്കാത്തതുപാതി പരിഹാസപ്പൊതിവിതരണം നടത്തുകയാണ് മുഹമ്മദ്ബഷീറിനെ ആശ്രയിച്ച വ്യാകരണവിമർശനം നിർവഹിച്ചവർ ചെയ്തുപോന്നത്. ഇതൊക്കെ നിസ്സാരമായതും അവഗണിക്കേണ്ടതുമായ കാര്യങ്ങളാണെന്നു തോന്നാം. ഗൗരവമുള്ള ഒരു സെമിനാറിൽ ഇതിനെക്കുറിച്ചൊക്കെ പ്രതിപാദിക്കുന്നതുപോലും തെറ്റല്ലേ എന്നും തോന്നാം. പക്ഷേ ഇതെല്ലാം നമ്മുടെ ഭാഷാപഠനരംഗത്ത് ചെറുതല്ലാത്ത പ്രഭാവം ചെലുത്തുന്നുണ്ടെന്ന വാസ്തവം പരിഗണിക്കുമ്പോൾ പറയാതിരിക്കാൻ കഴിയുന്നുമില്ല.

പത്രങ്ങളുടെ ആവിർഭാവ-വികാസങ്ങൾ നമ്മുടെ ഭാഷയിലും സമൂഹത്തിലും ഉണ്ടാക്കിയ പരിവർത്തനങ്ങളെ വിശദമാക്കുന്ന ഒരു ലേഖനത്തിൽ ഇ. വി. രാമകൃഷ്ണൻ എഴുതിയ ഒരു വാക്യം ഏതാണ്ട് ഓർക്കുന്നു: 'വാക്യഘടനക്കു പിന്നിൽ വ്യാകരണമല്ല, ഭാഷാസമൂഹത്തിന്റെ

ഇച്ഛാശക്തിയാണുള്ളത്... '. തീർച്ചയായും സന്ദർഭനിഷ്ഠമായി മനസ്സിലാക്കേണ്ടതാണ് ഇപ്പറഞ്ഞതിന്റെ വിവക്ഷയെന്നതറിയുമ്പോഴും, ഈ പ്രയോഗത്തെ സാദ്ധ്യമാക്കുന്ന ചിന്തയിൽ വ്യാകരണത്തെ കുഴപ്പം പിടിച്ച, അനാവശ്യമായ, കാര്യമില്ലാത്ത ഒന്നായി കാണുന്ന, അതിനപ്പുറത്ത് സമൂഹവിരുദ്ധസ്ഥാനത്ത് പ്രതിഷ്ഠിക്കുന്ന ഒരു ധാരണയുടെ ലാഞ്ഛനയില്ലേയെന്നു സംശയിക്കാതിരിക്കാൻ കഴിയുന്നില്ല. വാസ്തവത്തിൽ ആധുനികഭാഷാശാസ്ത്രത്തെ സംബന്ധിച്ചതന്നെയുള്ള മറ്റ് രണ്ടു മിത്തുകളിലാണ് ഈ പ്രശ്നങ്ങൾ അടിത്തറയിട്ടിരിക്കുന്നത്. ആധുനികഭാഷാശാസ്ത്രം വാമൊഴിയെ ഉന്നതപദവിയിലിരുത്തുന്നുവെന്ന മുൻപറഞ്ഞ മിത്തിലും, ആധുനികഭാഷാശാസ്ത്രം എന്നാൽ അമേരിക്കൻ വിവരണാത്മകഭാഷാശാസ്ത്രംതന്നെ എന്ന മറ്റൊരു മിത്തിലും.

മിത്ത് 5 :
ആധുനികഭാഷാശാസ്ത്രം
= അമേരിക്കൻ വിവരണാത്മക (ഘടനാത്മക)
ഭാഷാശാസ്ത്രം

വാമൊഴിനിഷ്ഠമായ വിശകലനങ്ങളിലൂടെ വളർന്നുവന്ന അമേരിക്കൻ ധാരയ്ക്കു മുൻഗണന നല്കിക്കൊണ്ടാണ് ഇന്ത്യയിലെ മിക്കവാറും സർവ്വകലാശാലകളിൽ ആധുനികഭാഷാശാസ്ത്രം അവതരിപ്പിക്കപ്പെട്ടത്. ഇതര യൂറോപ്യൻ ധാരകൾ നമ്മുടെ പരിഗണനയിലേക്ക് കാര്യമായി കടന്നുവന്നതേയില്ല. വാസ്തവത്തിൽ, പല ധാരകളായി, പല നാട്ടുകളിൽ, പല ധൈഷണികസാഹചര്യങ്ങളിൽ ഉരുത്തിരിഞ്ഞു വളർന്നുവന്നതാണ് ആധുനികഭാഷാശാസ്ത്രം. അതൊരു വലിയ ഭാഷാസംവാദത്തിന്റെ ഫലമാണ്. ഇക്കാര്യം നമ്മുടെ ഭാഷാശാസ്ത്രപഠനത്തിൽ തിരിച്ചറിയപ്പെടാതെ പോകുന്നുണ്ട്. യൂറോപ്യൻ ധാരയിലെ ധിഷണാശാലികളായ പല ഭാഷാചിന്തകരും ശ്രദ്ധിക്കപ്പെട്ടുന്നുപോലുമില്ല. സ്വനിമത്തെക്കുറിച്ചുള്ള വിചാരങ്ങളിലെങ്ങാനും ആനുഷംഗികമായി ട്രൂബറ്റ്സ്കോയിയോ പിന്നാലെ യാക്കോബ്സണോ പരാമർശിക്കപ്പെട്ടാലായി. വാക്യവിചാരപഠനവുമായി ബന്ധപ്പെട്ട് ചോംസ്കിയിലേക്ക് ഒന്നു തിരിയും. വാക്യവിചാരത്തിൽ സന്നിഹിതഘടകാപഗ്രഥനത്തിലെത്തി ബ്ലൂംഫീൽഡ് വിരമിച്ചതുകൊണ്ടാണ് ചോംസ്കി അനിവാര്യമായിത്തീരുന്നത്. ചോംസ്കിക്ക് ആമുഖമായി സൊസ്യൂറും കടന്നുവന്നാലായി. ബാക്കി ബ്ലൂംഫീൽഡിയൻ ധാരയുടെ അനുശീലനമാണ് ആധുനികഭാഷാശാസ്ത്രത്തിന്റെ പേരിൽ നടക്കുന്നത്.

യൂറോപ്യൻ ആധുനികഭാഷാശാസ്ത്രത്തിന് അടിസ്ഥാനമായ ദാർശനികസമീപനം അവതരിപ്പിച്ചത് സ്വിസ് ഭാഷാചിന്തകനായ ഫെർഡിനന്റ് ഡ് സൊസ്യൂറാണ്. സൊസ്യൂറിയൻ ഭാഷാശാസ്ത്രത്തിന്റെ പഠനവസ്തു വാമൊഴിയായിരുന്നില്ല! ലാങ് എന്നു പേരിട്ടുവിളിച്ച ഭാഷാവ്യവസ്ഥയായിരുന്നു സൊസ്യൂറിന്റെ പഠനവസ്തു. അദ്ദേഹം പഴയ വ്യാകരണപാരമ്പര്യത്തിൽനിന്നായിരുന്നു ഊർജം സ്വീകരിച്ചത് എന്ന കാര്യവും ശ്രദ്ധേയമാണ്. ചരിത്രാത്മകഭാഷാശാസ്ത്രത്തിനു മനസ്സിലാക്കാൻ കഴിയാത്ത ചില കാര്യങ്ങൾ മനസ്സിലാക്കാൻ ഭാഷയുടെ വ്യാകരിപ്പ് ഉതകുമെന്നും അത് വളരെ പ്രസക്തമാണെന്നും മനസ്സിലാക്കിയതിന്റെ ഫലമായാണ് സൊസ്യൂറിയൻ ഭാഷാശാസ്ത്രം രൂപപ്പെടുന്നത്. ചരിത്രാത്മകഭാഷാശാസ്ത്രം തെറ്റാണെന്നല്ല, ഭാഷയുടെ പ്രവർത്തനക്രമത്തെ മനസ്സിലാക്കാൻ അതു പര്യാപ്തമല്ല എന്നാണ് സൊസ്യൂർ വ്യക്തമാക്കിയത്. നിലവിൽ പ്രാമാണ്യമുള്ള ഭാഷാസമീപനത്തിന് അനുപൂരകമായി ചിന്തിക്കുകയായിരുന്നു അദ്ദേഹം. അങ്ങനെയുണ്ടായ ചിഹ്നവിജ്ഞാനപരമായ ഭാഷാശാസ്ത്രത്തിന്റെ വെളിച്ചം യൂറോപ്പിലെ വിവിധ സർവ്വകലാശാലകളിലെ ഭാഷാചിന്തകരെ പ്രചോദിപ്പിക്കുകയുണ്ടായി (ഘടനാപരമായി ചിഹ്നവ്യവസ്ഥകളെ മനസ്സിലാക്കുന്നു എന്നതാണ് ചിഹ്നവിജ്ഞാനപരമായ സമീപനത്തിന്റെ അന്തഃസത്ത). യാക്കോബ്സൺ അതിന്റെ പ്രകാശവുമായി പ്രാഗിലേക്കും അമേരിക്കയിലേക്കും ഒക്കെ പോയി ഊരുചുറ്റിയതിന്റെ ഫലമായാണ് ഘടനാവാദമെന്നറിയപ്പെട്ട ചിന്താപദ്ധതിയുടെ ആഗോളവൽക്കരണം സാദ്ധ്യമായത്. ഭാഷയുടെ അതിരുകൾ കടന്ന് അതു സഞ്ചരിച്ചു. അത് മാർക്സിയൻ ചിന്തകരെയും മനശ്ശാസ്ത്രചിന്തകരെയുമൊക്കെ പ്രചോദിപ്പിച്ചത് പിൽക്കാലചരിത്രം.

പരമ്പരാഗതവ്യാകരണമുൾപ്പെടെയുള്ള വിഭിന്ന ഭാഷാപഠനധാരകൾ ഭാഷയെന്ന പ്രതിഭാസത്തെ മനസ്സിലാക്കാനായി നടത്തിയ ശ്രമഫലങ്ങളാണെന്നും അവ തമ്മിൽ സംവാദബന്ധമുണ്ടെന്നും പരസ്പരപൂരകമായ അന്വേഷണങ്ങളാണ് അവ നിർവ്വഹിച്ചതെന്നും മനസ്സിലാക്കുവാൻ ഭാഷാശാസ്ത്രപഠനം ഉപകരിക്കണം. ആധുനികഭാഷാശാസ്ത്രം അത്തരത്തിൽ വിവിധ ദേശക്കാരും ഭാഷക്കാരും പങ്കുചേർന്ന ധൈഷണികസംവാദമായി മനസ്സിലാക്കുകയും പഠിക്കുകയും പഠിപ്പിക്കുകയും ചെയ്യുന്ന ഒരു രീതി ഭാഷാപഠനരംഗത്ത് ഉണ്ടായിവരേണ്ടതുണ്ട്. അതിന്റെ അഭാവത്തിൽ ഭാഷയെപ്പറ്റി ഗൗരവമായി ആലോചിക്കുന്ന ചിന്തകർപോലും വ്യാകരണത്തെ ആക്ഷേപിക്കുന്നതിലും ഭാഷാഭേദത്തെ ഉദാത്തീകരിക്കുന്നതിലും അഭിരമിക്കുന്നതു നാം കാണും. ഭാഷാഭേദങ്ങളും ഭാഷകളും പരസ്പരം പോരടിച്ചുകൊണ്ടിരിക്കുകയാണെന്ന പാഠം പഠിപ്പിക്കപ്പെട്ടുകൊണ്ടിരിക്കും നമ്മൾ.

മിത്ത് 6 :
മാതൃഭാഷയിലൂടെ മാത്രമേ ഗ്രഹണവും ആവിഷ്കാരവും നടക്കുകയുള്ളൂ

വാമൊഴിയെ കാല്പനീകരിക്കുന്നതിലൂടെ മുന്നോട്ടുപോയിട്ടാണെന്നു തോന്നുന്നു മാതൃഭാഷയെ സംബന്ധിച്ച മിത്തോളജിക്ക് ജന്മമുണ്ടായത്. (മാതൃഭാഷ എന്ന കല്പനയിൽത്തന്നെ ഒരു മിത്തുവത്കരണമുണ്ട്. മധുരീകരണമുണ്ട്. വികാരവൽക്കരണവുമുണ്ട്.) സ്വന്തമായതിനെ ഉദാത്തീകരിക്കുന്ന പ്രവണതയുടെ ഭാഗമാണിത്. ഒരു സമൂഹത്തിലെ ജനങ്ങൾ പൊതുവായി പങ്കിടുന്ന ഭാഷ എന്ന നിലയിൽ സാമൂഹികമായും രാഷ്ട്രീയമായും അതിന് പ്രാധാന്യമുണ്ട്. ഭരണവും വിദ്യാഭ്യാസവും മറ്റും അതിലാകുന്നത് സൗകര്യപ്രദമാണ്. അതിനുവേണ്ടതു ചെയ്യേണ്ടതു ഭരണാധികാരികളാണ്. അതിനു ഭരണകൂടം മടിക്കുമ്പോൾ ജനകീയമായ മുന്നേറ്റങ്ങൾ ഉണ്ടാകുന്നതിലും കാര്യമുണ്ട്. അക്കാര്യത്തിൽ മാർഗ്ഗദർശനം നൽകാൻ ഭാഷാചിന്തകന്മാർക്കു കഴിയേണ്ടതുമാണ്. പക്ഷേ, അതിന്റെ മറവിൽ ഭാഷയെ വികാരവൽക്കരിക്കാനും തെറ്റുധാരണകൾ പടർത്താനുമുള്ള ശ്രമങ്ങളുണ്ടാകുമ്പോൾ സന്തുലിതബോധത്തോടെ കാര്യങ്ങൾ കാണാനുള്ള കഴിവാണ് നഷ്ടമാവുന്നത്. അതിനെ തിരുത്തുവാൻ ശ്രമിക്കേണ്ട ബാധ്യതയും അക്കാദമികസമൂഹത്തിനുണ്ട്. പക്ഷേ മിത്തുപ്രിയന്മാർ അതിനു തുനിയാറില്ല. പകരം മാതൃഭാഷയിലൂടെ മാത്രമേ ഗ്രഹിക്കാനും ചിന്തിക്കാനും ആവിഷ്കരിക്കാനും സാധിക്കുകയുള്ളൂ എന്നു സിദ്ധാന്തിക്കും. അറിഞ്ഞോ അറിയാതെയോ ഭാഷാപരമായ തനിമാവാദത്തിലേക്ക് എത്തിപ്പെടുക എന്ന ദുരന്തമാണ് അതുവഴി സംഭവിക്കുന്നത്. വീട്ടുഭാഷകൾ ചേർന്ന ഭാഷാഭേദങ്ങളുടെ ലോകത്തേക്കും മാനകഭാഷയുടെ ലോകത്തേക്കും അതിനപ്പുറം മറ്റു ഭാഷകളിലേക്കും ഒക്കെ അതിരുകൾ ഭേദിച്ച് സഞ്ചരിച്ചുകൊണ്ടാണ് മനുഷ്യൻ വികസിക്കുന്നത്, സംസ്കാരങ്ങൾ വികസിക്കുന്നത്. ഭാഷയെ ദേശീയതയുടെ കൊടിപ്പടമായി ഉയർത്തിക്കാണിക്കുമ്പോൾ ഇത്തരം സംവാദാത്മകമായ കാര്യങ്ങൾ മറയത്താകുന്നു.

മാതൃഭാഷയിലേ പഠിക്കാനും ചിന്തിക്കാനും ഭാവനചെയ്യാനും ആവിഷ്കരിക്കാനും കഴിയൂ എന്ന ആധുനികമിത്തിന് വ്യാപകമായ അംഗീകാരം സിദ്ധിക്കുന്നുണ്ട്. അതിന് ഭാഷായാഥാർഥ്യവുമായി ബന്ധപ്പെട്ട് ഈ ആശയത്തിന് എന്തെങ്കിലും മൂല്യമുണ്ടോ എന്ന കാര്യവും പരിശോധിക്കേണ്ടതാണ്. എന്റെ പരിമിതമായ അറിവില്പെട്ടിടത്തോളം ഇത് ഒരു മന്ത്രം മാത്രമാണ്. (പാശ്ചാത്യചിന്തകന്മാരും പൗരസ്ത്യചിന്തകന്മാരും ഇത്തരം ആശയങ്ങൾ പ്രദർശിപ്പിച്ചിട്ടുണ്ടെന്ന

വസ്തുത തള്ളിക്കളയുന്നില്ല. ശാസ്ത്രീയമായ പഠനങ്ങൾ ഈ വീക്ഷണത്തിനു പിൻബലമേകുന്നു എന്നും വായിച്ചിട്ടുണ്ട്.) എന്നാൽ, ഏതൊരു മേഖലയിലും കൂടുതലായി പെരുമാറുന്ന ഭാഷയിൽ ചിന്തയും ഭാവനയും പടരുകയും തളിർക്കുകയും ചെയ്യുമെന്നതിന് ധാരാളം തെളിവുകളുണ്ട്. മലയാളസാഹിത്യത്തിന് വിശദമായ ഒരു ചരിത്രം രൂപപ്പെടുത്തിയ മഹാകവി ഉള്ളൂരിന്റെ മാതൃഭാഷ തമിഴായിരുന്നു. മലയാളത്തിൽ *ചതുരന്ത്യം* ഉൾപ്പെടെയുള്ള നിരവധി കാവ്യങ്ങൾ സമ്മാനിച്ച അർണ്ണോസ് പാതിരിയുടെ മാതൃഭാഷ മലയാളമായിരുന്നില്ല. സംസ്കൃതതത്വചിന്തകനെന്ന നിലയിൽ അറിയപ്പെട്ട ശങ്കരാചാര്യരുടെ മാതൃഭാഷ സംസ്കൃതമായിരുന്നില്ല.

വാസ്തവത്തിൽ, മാതൃഭാഷയെ മറ്റൊരു പരിപ്രേക്ഷ്യത്തിൽ നിർവ്വചിക്കേണ്ടതുണ്ട് എന്നു തോന്നുന്നു. ഭാഷ മാതാവാണെങ്കിൽ കുട്ടികൾ അതു ജന്മം കൊടുത്ത ആശയങ്ങളും അറിവുകളും ധാരണകളും മനോഭാവങ്ങളും ആളത്തങ്ങളും ഒക്കെയാണ്. അറിവിന്റെ മാതാവായ, ഭാവനകളുടെയും ചിന്തയുടെയും മാതാവായ ഭാഷയെ സങ്കല്പിച്ചാൽ, പലതരം അറിവുകളുടെയും വിജ്ഞാനശാഖകളുടെയും മാതാക്കൾ എന്ന നില അവകാശപ്പെടാൻ നമ്മുടെ ഭാഷയ്ക്ക് കഴിയുകയില്ല എന്നു വ്യക്തമാകും. അതായത്, മാതൃഭാഷയിലാണ് പഠിക്കേണ്ടതെങ്കിൽ ഹെഗലിനെ വായിക്കേണ്ടത് ജർമ്മനിലാണ് എന്നു വരും. കഴിയുമെങ്കിൽ അതാണ് ഉചിതം. ഗസൽ ഉറുദുവിൽത്തന്നെയാണ് ഉചിതം. കാരണം അതിന്റെ തള്ള ആ ഭാഷയാണ്. ഇങ്ങനെ ഭാഷകളെ മാതാക്കളായി വിവേചനബുദ്ധിയോടെ കാണാൻ കഴിഞ്ഞാൽ, ചിന്തിക്കാൻ കഴിഞ്ഞാൽ നാം ബഹുഭാഷാരാധനക്കാരായി മാറും. കലാകാരരും ചിന്തകരും ഇത്തരം ബഹുഭാഷാരാധനക്കാരായിരുന്നു എന്നാണ് മനസ്സിലാകുന്നത്. വിവിധ വിഷയങ്ങൾ വിവിധഭാഷകളിൽ, അവയുടെ മാതൃഭാഷകളിൽ ചിന്തിക്കാൻ കഴിയുക, ആവിഷ്കരിക്കാൻ കഴിയുക - ഇതൊക്കെയാണ് സർവ്വകലാശാലകൾ സാദ്ധ്യമാക്കേണ്ടത്. വാസ്തവത്തിൽ, ചിന്തകളും ഭാവനകളുമൊക്കെ ഭാഷകളിലൂടെ വരുന്നുവെന്നേയുള്ളൂ. അവ പിറന്ന ഭാഷയെ കടന്നുപോവാൻ വെമ്പുന്നതാണ്. അവ രാജ്യാതിർത്തികളെ കുറിയാക്കുന്നില്ല.

മിത്ത് 7 :
ഭാഷയും ദേശീയസ്വത്വവും

ആധുനികതയുടെ സന്ദർഭത്തിൽ ജനാധിപത്യദേശരാഷ്ട്രങ്ങൾ രൂപമെടുത്തത് ഭാഷകളെ മുൻനിറുത്തിയായിരുന്നു. ജനാധിപത്യത്തിന്റെ വികാസത്തോടൊത്താണ് അത് സംഭവിച്ചത്. അതുകൊണ്ടുതന്നെ ദേശീയത, ജനാധിപത്യം, രാഷ്ട്രം, ഭാഷ എന്നിവ ഒരു ഗണമായിത്തീരുന്നുണ്ട്. അതിനാൽ, ഒന്നിനു പകരം നില്ക്കും മറ്റേത് എന്ന മട്ടിലുള്ള പ്രതീതിയുളവാക്കാൻ സാധിക്കുകയും ചെയ്യും. ഭാഷയാണ് ആധുനിക ദേശീയതയെ നിർണ്ണയിക്കുന്നത് എന്നു ചൂണ്ടിക്കാണിക്കാം. ഭാഷയാണ് ജനാധിപത്യത്തെ നിർണ്ണയിക്കുന്നതെന്നു വാദിക്കാം. ഭാഷ രാഷ്ട്രം തന്നെയെന്നും പ്രഖ്യാപിക്കാം. ഇതൊക്കെ നടക്കുന്നുണ്ട്. പക്ഷേ അനുഭവയാഥാർത്ഥ്യമെന്താണ്? അത് ഒരു ജനതയെ ഒന്നിപ്പിച്ചു നിർത്തുന്ന ശക്തിവിശേഷമായിരിക്കുമ്പോഴും വംശം, മതം തുടങ്ങിയവയെ അപേക്ഷിച്ച് താരതാരതമ്യേന അയഞ്ഞ ഒരു സ്വത്വബോധത്തെയാണ് പ്രകാശിപ്പിക്കുന്നത്. അതിനെ കടുപ്പിച്ച് തീവ്രവാദമാക്കുമ്പോൾ അതിനെ വംശബോധമോ മതമോ ആക്കി അടഞ്ഞതും പുറന്തള്ളൽപ്രവണതയുള്ളതുമാക്കി പരിവർത്തിപ്പിക്കാനാണ് ഫലത്തിൽ ശ്രമിക്കുന്നത്.

ചരിത്രത്തിൽ ഇത്തരം പ്രസ്ഥാനങ്ങളെ കാണുന്നുണ്ട്. ഭാഷയുടെ രാഷ്ട്രീയത്തെക്കുറിച്ചും സ്വത്വത്തെക്കുറിച്ചുമുള്ള വ്യാഖ്യാനങ്ങളിലൂടെ ഭാഷയെ സംബന്ധിച്ച ഒരു രാഷ്ട്രീയമിത്തോളജി നിർമ്മിച്ചെടുക്കുന്നു. എന്നാൽ ഇതിനൊന്നും വലിയ മൂല്യമൊന്നും ഇല്ലെന്നും സ്ഥായിത്വമില്ലെന്നും സമീപകാലചരിത്രംതന്നെ വ്യക്തമാക്കുന്നുണ്ട്. ഇന്ത്യയിൽ ഭാഷയുടെ പേരിൽ രാഷ്ട്രമല്ല ഉണ്ടായിവന്നത്. കൊളോണിയൽ വിരുദ്ധവികാരമാണ് ദേശീയതയായും രാഷ്ട്രമായും ഘനീഭവിച്ചത്. എന്നാൽ സംസ്ഥാനരൂപീകരണത്തിൽ ഭാഷയെ അടിത്തറയാക്കി നാം ആശ്വാസം കണ്ടെത്തി. അതിൽ ആദ്യം രൂപപ്പെട്ട തെലുങ്കുനാട് പിളർന്നുമാറുകയാണ്. പോറ്റി ശ്രീരാമലുവിന്റെ രക്തസാക്ഷിത്വം തകർന്ന കഥയായി പരിണമിക്കുകയാണ്. എന്താണിതു കാണിക്കുന്നത്? രാഷ്ട്രീയവ്യവഹാരങ്ങളിലെ താത്കാലികമായ ഉപകരണങ്ങൾ എന്നതിനപ്പുറത്ത് ദേശീയതപോലും പ്രസക്തിയുള്ള ഒരു സംഗതിയല്ല എന്നതല്ലേ വസ്തുത? അതിനടിത്തറയാക്കേണ്ടത് ഭാഷയെയാണ് എന്നത് ഒരു ആധുനികമിത്തല്ലാതെ മറ്റെന്താണ്?

രാഷ്ട്രീയമായ താല്പര്യങ്ങളെ മുൻനിറുത്തിയുള്ള ഇത്തരം ഭാഷാസമീപനങ്ങൾക്ക് യാതൊരു തരത്തിലും പ്രസക്തിയില്ലെന്നു കരുതരുത്. രാഷ്ട്രവുമായി ബന്ധപ്പെട്ട് ഭാഷാപരമായ ആസൂത്രണങ്ങൾ

രാഷ്ട്രീയമായിത്തന്നെ നിർവ്വഹിക്കേണ്ടതാണ്. എന്നുവെച്ച് ഭാഷ എപ്പോഴും രാഷ്ട്രത്തിനുവേണ്ടി പ്രാർത്ഥനചൊല്ലിക്കൊണ്ടിരിക്കേണ്ട താണ് എന്നു കരുതരുത്. ഭാഷയെയും സാഹിത്യത്തെയും വിജ്ഞാനത്തെയുമെല്ലാം രാഷ്ട്രീയസ്വത്വത്തിന്റെയും ദേശീയസ്വത്വത്തിന്റെയും കരുക്കളിലിട്ട് മദമത്സരഭാഷയിലേക്കു പരാവർത്തനം ചെയ്യുന്നത് ഭാഷയെ കുറച്ചുകാണലാണ്. ഭാഷയ്ക്ക് വേറെ ജോലികളുണ്ട്.

രാജ്യത്തിന്റെ, ഭരണകൂടത്തിന്റെ അതിരുകളെ കാക്കുവാനുള്ള ഉത്തരവാദിത്തം ഭാഷയിലേക്ക് ആരോപിക്കുന്നതിലെ രാഷ്ട്രീയതാല്പര്യത്തെ മാനിക്കാം. പക്ഷേ, അത് ഭാഷയുടെ പ്രധാനപ്പെട്ട ധർമ്മമാണ് എന്നു വാദിക്കുമ്പോൾ എം.പി. പോൾ പറഞ്ഞ രാഷ്ട്രാരാധനമാണ് ഒളിഞ്ഞു കടക്കുന്നതെന്നു മനസ്സിലാക്കണം. ഭാഷയുടെ ധർമ്മം രാഷ്ട്രങ്ങളെയും സമുദായങ്ങളെയും നിർമ്മിക്കുകയാണെന്നുള്ള ധാരണ ഭാഷാചിന്തയല്ല, രാഷ്ട്രീയചിന്തയാണ്. രാഷ്ട്രീയമായ ചിന്തകൾക്കും രാഷ്ട്രീയമായ ഭാഷാസൂത്രണങ്ങൾക്കും എല്ലായ്പ്പോഴും കീഴ്പ്പെട്ടുനിൽക്കേണ്ടുന്നതല്ല, നിൽക്കുന്നതുമല്ല ഭാഷയും സാഹിത്യവും. ഇങ്ങനെ ചിന്തിക്കുന്നതിലെ രാഷ്ട്രീയമാണ് കലയുടെ രാഷ്ട്രീയത്തെ മാനിക്കുന്നത്. ഭാഷയുടെ രാജ്യം രാഷ്ട്രമല്ല. ചിന്തയാലും ഭാവനയാലും സൃഷ്ടിക്കപ്പെടുന്ന എണ്ണിത്തീരാത്ത ആശയങ്ങളുടേതും അതിരില്ലാത്ത ഭാവനകളുടേയും പ്രപഞ്ചമാണ്. അവ നിർമ്മിക്കുന്ന കലാശാലകൾക്കും സർവ്വകലാശാലകൾക്കും രാഷ്ട്രയുക്തിയല്ല വിജ്ഞാനത്തിന്റെയും വിവേകത്തിന്റെയും യുക്തിയാണ് ഉല്പാദിപ്പിക്കാൻ കഴിയേണ്ടത്. അതാണവയുടെ രാഷ്ട്രീയവും സൌന്ദര്യശാസ്ത്രവുമാകേണ്ടത്. അതിനു പകരം രാഷ്ട്ര-സ്വത്വവാദപരമായി ഭാഷകളെ മനസ്സിലാക്കുന്നതും ആസൂത്രണം ചെയ്യുന്നതും ജനതകളെ ചിന്താപരമായ ഇടുക്കങ്ങളിലേക്കു നയിക്കാൻ മാത്രമേ ഉതകുകയുള്ളൂ. രാജ്യാതിർത്തികൾ കടന്നുള്ള ചിന്തയുടെയും ഭാവനകളുടെയും വിനിമയ കേന്ദ്രങ്ങളായി വേണം സർവ്വകലാശാലകളെ വിഭാവനം ചെയ്യുന്നത്. കലാശാലകൾ പോലുള്ള സ്ഥാപനങ്ങൾ ഏകഭാഷാലോകങ്ങളായിക്കൂടെന്നു പറയുന്നത് അതുകൊണ്ടാണ്.

ഭാഷകളെ അഭിമാനചിഹ്നങ്ങളായും സ്വത്വചിഹ്നങ്ങളായും എടുത്തുകൊണ്ട് ശ്രേണീകൃതമായി കാണുന്ന കാഴ്ചകളിൽനിന്ന് ഉദയം ചെയ്യുന്ന ഭാഷാചിന്ത മത്സരങ്ങളുടെ ഇടമായി ഭാഷയെ മനസ്സിലാക്കുന്നു. ഈ പ്രക്രിയ സാർവ്വലൗകികമായിത്തന്നെ നാം കാണുന്നുണ്ട്. അതിന് ആവശ്യമായതരത്തിൽ ഭാഷകളെ സ്വത്വചിഹ്നങ്ങളായി ഉറപ്പിച്ചുനൽകുകയാണോ ഭാഷാചിന്തകർ ചെയ്യേണ്ടത് എന്ന ചോദ്യമാണ് ഇവിടെ ഉന്നയിക്കുന്നത്. അതു മാത്രമല്ല, ഭാഷാഭിമാനികൾ സ്വത്വചിഹ്നമായി

കരുതുന്ന ദേശീയത മുറ്റിയ ഭാഷയുണ്ടല്ലോ, അത് കോയ്മാധികാരത്തിന്റെ പ്രതിനിധാനവ്യവസ്ഥയാണെന്നും മനസ്സിലാക്കേണ്ടതുണ്ട്. ഇതൊക്കെ അറിഞ്ഞിട്ടോ അറിയാതെയോ എന്നറിയില്ല, അതിരുകവിഞ്ഞ ഭാഷാഭിമാനവും ഭാഷാസ്വത്വചിന്തയും തലയിലേറ്റുന്നില്ല മലയാളികൾ! ആ മഹിതമലയാളസംസ്കാരത്തെ സ്മരിച്ച് കോൾമയിർകൊള്ളാതിരിക്കുന്നതെങ്ങനെ?

ഘടനാവാദഭാഷാശാസ്ത്രവും ഇന്ത്യൻ ഭാഷാചിന്തയും

വിഭിന്ന ഭാഷകൾ തമ്മിലും വിഭിന്ന വിഷയങ്ങൾ തമ്മിലും വിഭിന്ന ചിന്താധാരകൾ തമ്മിലും നടക്കുന്ന സംവാദം പ്രചോദനത്തിനും ഉൾക്കാഴ്ചകൾക്കും അവസരമൊരുക്കുന്നതാണ്. വിവേകപൂർവ്വകവും വിമർശനാത്മകവുമായ സംവാദം നവീനാശയങ്ങളുടെ സൃഷ്ടിയിലേക്ക് നയിക്കും. ഇങ്ങനെ, അന്യഥാ ഉണ്ടെന്നുവെച്ചിട്ടുള്ള അതിരുകൾ ലംഘിക്കുന്ന സംവാദങ്ങൾ ചിന്താചരിത്രത്തിൽ ചാലകശക്തിയാകുന്നത് നാം കാണുന്നുണ്ട്. സംസ്കൃതവും ഇംഗ്ലീഷുമൊക്കെ ഇന്ത്യൻ പ്രാദേശികഭാഷകളുടെ ഉണർന്നെണീല്പിന് കാരണമായത് ഓർക്കുക. ഭാഷാചിന്ത നരവംശശാസ്ത്രത്തെയും മനശ്ശാസ്ത്രവിജ്ഞാനം കലാപഠനത്തെയും മറ്റും പ്രചോദിപ്പിച്ചത് വിഷയാധിഷ്ഠിതമായ ഉദാഹരണങ്ങളായി ചൂണ്ടിക്കാണിക്കാം. ഒരു ഡിസിപ്ലിനകത്തുതന്നെ വരുന്ന വ്യത്യസ്ത ചിന്താധാരകൾ തമ്മിലും ഡിസിപ്ലിനുകൾ തമ്മിലും നടക്കുന്ന സംവാദം വിജ്ഞാനശാഖകളുടെ വളർച്ചക്കു കാരണമാകുന്നു.

ഇന്ത്യൻ ഭാഷാചിന്തയെയും ആധുനിക യൂറോപ്യൻഭാഷാചിന്തയെയും ബന്ധപ്പെടുത്തി പരിശോധിക്കുന്ന ടി. ബി. വേണുഗോപാലപ്പണിക്കരുടെ 'സൊസ്യൂറിന്റെ ഇന്ത്യൻ വേരുകൾ' എന്ന ലേഖനത്തിൽ ആമുഖമായി മേൽസൂചിപ്പിച്ച തരത്തിലുള്ള വിജ്ഞാനവിനിമയങ്ങൾ പലതും അദ്ദേഹം ചൂണ്ടിക്കാണിക്കുന്നുണ്ട്. ഭാഷാചിന്തകളുടെ ഭിന്നപാരമ്പര്യങ്ങൾ മാത്രമല്ല വൈദ്യവിജ്ഞാനത്തിന്റെയും സാഹിത്യ-സംഗീത-ചിത്ര-ചിന്താ-മത-കലകളുടെയൊക്കെ മേഖലകളിൽ ഭൂഖണ്ഡാന്തരസംവാദങ്ങൾ നടന്നിട്ടുണ്ടാകാമെന്നു ചിന്തിക്കാൻ പ്രേരിപ്പിക്കുന്ന തരത്തിലുള്ള പല ലക്ഷ്യങ്ങളും അദ്ദേഹം ശ്രദ്ധിക്കുന്നു.

യവനലോകവും യൂറോപ്പും തമ്മിലൊക്കെ അളവറ്റ കൈമാറ്റങ്ങൾ നടന്നിരുന്നു. ഏഷ്യൻ നാടുകളുമായി അറബ് - ജൂതനാടുകൾ നടത്തിയ കൊടുക്കൽവാങ്ങലുകൾക്കു കയ്യും കണക്കുമില്ല. പലസ്തീനിലും മറ്റും പ്രചരിച്ച ബുദ്ധമതത്തിന്റെ വെളിച്ചത്തിൽ യഹൂദമതം പുനരവതരിപ്പിക്കപ്പെട്ടതാണ് ക്രിസ്തുമതം എന്ന് നരേന്ദ്രഭൂഷനെപ്പോലുള്ളവർ അനുമാനിക്കുന്നു. ഭാഷാപഠനത്തിന്റെ ചരിത്രത്തിലും ഇത്തരം കൊടുക്കൽ-വാങ്ങലുകളുണ്ടായിട്ടുണ്ട്.

ഇക്കാര്യം കുറച്ച് വിശദാംശങ്ങളോടെയും ചൂണ്ടിക്കാണിക്കുവാനുള്ള ഒരു ശ്രമമാണ് ഈ പ്രബന്ധം. പരമ്പരാഗതവ്യാകരണവും ഘടനവാദപരമായ ആധുനികഭാഷാശാസ്ത്രവും വൻകരകളുടെ പ്രകൃതിപരവും ഭാഷാപരവുമായ അതിരുകളെ കവിഞ്ഞുപോയ ആശയ വിനിമയങ്ങളിലൂടെയാണ് രൂപപ്പെട്ടതെന്ന സംശത്തോടെ അവയിലെ ചില സമാന്തരസന്ദർഭങ്ങളെ മുഖാമുഖം നിർത്തി ചിലതു ചിന്തിക്കുന്നു. ആധുനികഭാഷാശാസ്ത്രം എന്നറിയപ്പെടുന്ന യൂറോപ്യനും അമേരിക്കനുമായ പിൽക്കാല ഭാഷാശാസ്ത്രശാഖകളെ ഒരു ഭാഗത്തും സംസ്കൃതത്തിൽ വികസിച്ചിരുന്ന പൂർവ്വകാലഭാഷാചിന്തകളെ മറുഭാഗത്തും പ്രതിഷ്ഠിച്ചുകൊണ്ടുള്ള താരതമ്യവും ഉപരിവിചാരവും എന്ന മട്ടിലാണ് ഇതിന്റെ ആവിഷ്കാരം. കൂടുതൽ ആഴത്തിലും വ്യാപ്തിയിലും തെളിവുശേഖരണത്തിന്റെ അടിസ്ഥാനത്തിലും മുന്നോട്ടുകൊണ്ടുപോയാൽ ഗുണപരമായ ചില വെളിച്ചങ്ങളും തെളിച്ചങ്ങളും ലഭിച്ചേക്കാവുന്ന ഒരന്വേഷണത്തിന്റെ തെളിച്ചക്കുറവുള്ള ആമുഖമായി മാത്രമേ ഈ നീക്കത്തെ കാണേണ്ടതുള്ളൂ.

1

പരമ്പരാഗതവ്യാകരണവും ഘടനാവാദപരമായ ആധുനികഭാഷാശാസ്ത്രവും തമ്മിൽ ചാർച്ചയുണ്ടെന്നു പറഞ്ഞാൽ അവിശ്വസിക്കുന്ന സാഹചര്യമാണ് നമ്മുടെ പഠനരംഗത്ത് നിലവിലുള്ളത്. വ്യാകരണമെന്ന പഴഭാഷാസമീപനത്തെ നിഷ്കാസനം ചെയ്തുകൊണ്ട് ആധുനികവും ശാസ്ത്രീയവും യുക്തിസഹിതവുമായ ആധുനികഭാഷാശാസ്ത്രം അവതരിച്ചുവന്നാണ് നമ്മുടെ ഭാഷാശാസ്ത്രക്ലാസ്സുകളിൽ മിക്കവാറും പഠിപ്പിക്കപ്പെട്ടുപോരുന്നതുപോലും. ഈ ചിന്താപരമായ ചായ്‌വിൽനിന്ന് പ്രായോഗികശക്തിയുള്ള ചില അധികാർഥങ്ങൾ അഥവാ മൂല്യകല്പനകൾ ഉടലെടുക്കുന്നു. ഇത്തരത്തിൽ ഭാഷാശാസ്ത്രത്തിന് അക്കാദമികരംഗത്ത് സവിശേഷപരിവേഷമുടലെടുത്തിട്ടുണ്ട്.

ആധുനികഭാഷാശാസ്ത്രവും വ്യാകരണവും പരസ്പരം അന്വയിക്കാനാവാത്ത രണ്ടുതരം സമീപനങ്ങളാണെന്ന ഈ ധാരണ നമ്മുടെ

അക്കാദമികപഠനത്തിൽപോലും ആവർത്തിച്ച് ഉറപ്പിക്കപ്പെടുന്നുണ്ട്. ഭാഷാശാസ്ത്രം പഠിപ്പിക്കുമ്പോൾ അതിനെ വ്യാകരണവുമായി താരതമ്യം ചെയ്ത് ഈ പുതിയവിഷയം ശാസ്ത്രീയമായ ഭാഷാപഠനമാണെന്നു ബോധിപ്പിക്കുന്ന ഘട്ടത്തിൽ തുടങ്ങുന്നു ഈ പ്രബലനപ്രക്രിയ. വ്യാകരണം അശാസ്ത്രീയമാണെന്ന ബോധം ഇതോടൊപ്പം ഉളവാകുന്നു. ഇത്തരം പ്രശ്നങ്ങളിൽ ചിലത് പ്രശസ്ത ഭാഷാചിന്തകനായ കുഞ്ഞുണ്ണിരാജ *ഭാഷാദർശനവും ചരിത്രവും* എന്ന പുസ്തകത്തിൽ ചേർത്തിട്ടുള്ള 'ആധുനികഭാഷാശാസ്ത്രം'എന്ന ലേഖനത്തിൽ ചൂണ്ടിക്കാണിച്ചിട്ടുണ്ട്.

ഭാഷാശാസ്ത്രം വിവരണാത്മകമാണെന്നും വ്യാകരണം നിർദ്ദേശാത്മകമാണെന്നും, നിർദേശാത്മകമെന്നാൽ അധികാരപ്രയോഗപരമാണെന്നും പഠിപ്പിക്കുന്നതോടെ വ്യാകരണവിരുദ്ധമായ നമ്മുടെ ബോധം കഠിനതരമായിത്തീരുന്നു. നിന്റെ ലൊഡുക്കുസ് വ്യാകരണം എനിക്കു വേണ്ട. ഭാഷാശാസ്ത്രത്തിലാണെന്റെ ആശ്വാസം. സൊസ്യൂറിലാണെന്റെ വിശ്വാസം - എന്നൊക്കെ മനസ്സു പറയാൻ തുടങ്ങുന്നു. ഇതിലൊന്നും കാര്യമോ കാമ്പോ ഇല്ലെന്ന് അല്പം ശ്രദ്ധിച്ചാൽ, ശ്രദ്ധിച്ചാൽ മാത്രം, മനസ്സിലാകും. വാസ്തവത്തിൽ വ്യാകരണവും ആധുനികഭാഷാശാസ്ത്രവും അടുത്ത ബന്ധുക്കളാണ്. ഏകകാലികമായ സമീപനങ്ങൾ എന്ന നിലയിൽ അവ ഒരേ തൂവല്പക്ഷികളാണ്.

ഏകകാലികമായ സമീപനമെന്നത്, 18-19 നൂറ്റാണ്ടുകളിൽ വികസിച്ച ചരിത്രാത്മക(ആഗമിക)വും താരതമ്യാത്മകവുമായ ബഹുകാലിക ഭാഷാശാസ്ത്രത്തിൽനിന്ന് വ്യത്യസ്തമായി വ്യാകരണത്തെയും ആധുനിക ഭാഷാശാസ്ത്രത്തെയും ഒരു കളത്തിൽ അടയാളപ്പെടുത്തുന്ന സവിശേഷതയാണ്. അവ രണ്ടും വിവരണാത്മകവുമായിരുന്നു. പ്രയോഗാവസ്ഥയിലുള്ള ഭാഷകളുടെ വിവരണമാണ് രണ്ടിടത്തും നിർവ്വഹിക്കപ്പെടുന്നത്. വ്യാകരണകാരന്റെ വിവരണം ലിഖിതഭാഷണത്തെയായിരുന്നുവെന്നേയുള്ളൂ. ഇവിടെ രസകരമായ ചില കാര്യങ്ങളുണ്ട്. ബഹുകാലികമായ ഭാഷാസമീപനത്തിന് സാഹചര്യമൊരുക്കിയത് സർ വില്യം ജോൺസിനെപ്പോലുള്ള പാശ്ചാത്യപണ്ഡിതർ സംസ്കൃതമെന്ന ഇന്ത്യൻ പണ്ഡിതഭാഷ പരിചയിച്ചതാണ്. സംസ്കൃത വ്യാകരണചിന്തകളുമായി പരിചയിച്ചപ്പോൾ ആധുനികഭാഷാശാസ്ത്രം ഉടലെടുത്തു എന്നു കാണുമ്പോഴാണ് ഈ ഭാഷാസംഗമം എത്ര വിചിത്രമായാണ് ഭാഷാചിന്തയുടെ ചരിത്രത്തിൽ ഇടപെട്ടത് എന്ന് നാം മനസ്സിലാക്കുക. പാശ്ചാത്യപണ്ഡിതർ ഇന്ത്യയിലെ ഒരു ക്ലാസ്സിക് ഭാഷയെ ശ്രദ്ധിച്ചപ്പോൾ ചരിത്രാത്മകഭാഷാശാസ്ത്രം ഉറവെടുത്തു! ആ ഭാഷയിലുണ്ടായ വ്യാകരണചിന്തകളെ ശ്രദ്ധിച്ചപ്പോൾ ആധുനികഭാഷാശാസ്ത്രവും ഉറവെടുത്തു!

18, 19 നൂറ്റാണ്ടുകളിൽ യൂറോപ്പിൽ വളർന്നുവികസിച്ച ചരിത്രാത്മക ഭാഷാശാസ്ത്രം സംസ്കൃതത്തെ കണ്ടറിയാനും രൂപപരമായി ശ്രദ്ധിച്ചു മനസ്സിലാക്കാനും, സ്വഭാഷകളോട് താരതമ്യം ചെയ്ത് ആശയോല്പാദനം നടത്താനും കഴിഞ്ഞതിന്റെ ഫലമാണെന്നത് തർക്കമറ്റ കാര്യമാണല്ലോ. ഈ നൂതനഭാഷാശാസ്ത്രശാഖയാണ് ഇടക്കാലത്ത് വ്യാകരണത്തിന്റെ ഏകകാലികതയെന്ന സാമ്പ്രദായികമട്ടിനെ തട്ടിത്താഴെയിട്ട് മുന്നോട്ടുവന്നത്. ഇങ്ങനെയൊരു സമീപനാന്തരം ഉണ്ടായതു ചൂണ്ടിക്കാണിക്കാൻ പുതിയ ഏകകാലികസമീപനത്തിനു കളമൊരുക്കിയ സൊസ്യൂറിനാണ് കഴിഞ്ഞത്. ബഹുകാലിക-താരതമ്യഭാഷാചിന്തയുടെ വക്താക്കൾക്ക് തങ്ങളുടേത് തികഞ്ഞ ശാസ്ത്രശാഖയാണെന്ന് സ്വയം വിശ്വസിപ്പിക്കുന്ന ഒരുതരം ആത്മബോധമുണ്ടായിരുന്നു.

ആധുനികത ബലിഷ്ഠമായ ഈ നൂറ്റാണ്ടുകൾ ശാസ്ത്രയുഗത്തെ സ്വയം സങ്കല്പിച്ചെടുത്ത കാലഘട്ടമാണ്. യുക്തിയുടെ തേരോട്ടകാലം. വസ്തുനിഷ്ഠതയുടെ കാലം. ഈ യുഗം മാനവികജ്ഞാനമേഖലകൾക്ക് ശാസ്ത്രമാകാനുള്ള, ശാസ്ത്രപദവിയാർജിക്കാനുള്ള മുന്നുപാധിയായി കല്പിച്ചുകൊടുത്തത് ചരിത്രപരമായ സമീപനമായിരുന്നു. ഡാർവ്വിനിയൻ സിദ്ധാന്തം ശാസ്ത്രമാകുന്നത് അങ്ങനെയാണ്. ചരിത്രപരമായ ഭൗതികവാദം ശാസ്ത്രമാകുന്നത് അങ്ങനെയാണ്. ചരിത്രാത്മകഭാഷാശാസ്ത്രം (ഹിസ്റ്റോറിക്കൽ ലിംഗ്വിസ്റ്റിക്സ്) എന്ന വിളിപ്പേരിൽ ഭാഷാപരിണാമപഠനരീതി ശാസ്ത്രീയതയുടെ പരിവേഷത്തോടെ പ്രബലമായി.

ഇവിടുത്തെ ശാസ്ത്രീയമെന്ന അവകാശവാദം അടിസ്ഥാനരഹിതമാണെന്നു പറഞ്ഞുകൂടാ, വസ്തുനിഷ്ഠതയാണ് ശാസ്ത്രീയതയുടെ അവലംബമെങ്കിൽ. വസ്തുനിഷ്ഠമായ തെളിവുകളുടെ പിന്തുണയോടെ ചരിത്രാത്മകസമീപനം ഭാഷയെക്കുറിച്ചു സംസാരിച്ചു. ചരിത്രാത്മക ഭാഷാശാസ്ത്രത്തിന്റെ വക്താക്കൾ തങ്ങളുടേത് സത്യാന്വേഷണത്തിൽ പാണിനി, യാസ്കൻ തുടങ്ങിയവരുടെ മാർഗ്ഗത്തെക്കാൾ ശുദ്ധമാണെന്നു വിശ്വസിക്കാനും വിളംബരം ചെയ്യാനും മടിച്ചില്ല. കുഞ്ചുണ്ണിരാജ ഇതെക്കുറിച്ച് എഴുതുന്നുണ്ട് (2000 : 12) ഹെർമൻ പോളിനെപ്പോലുള്ള ബഹുകാലികതയുടെ വക്താക്കൾ ഏകകാലികമായ പഠനങ്ങളെ അശാസ്ത്രീയമെന്ന് ആക്ഷേപിക്കാൻ പോലും ധൈര്യപ്പെട്ടതും ഈ അവസരത്തിൽ ഓർക്കാവുന്നതാണ്.

അഭ്യൂഹികമായ പല കാര്യങ്ങളും കാര്യപരിപാടികളും ഈ ചരിത്രാത്മകഭാഷാശാസ്ത്രത്തിലുമുണ്ട് എന്നതാണ് സത്യം. കുഞ്ചുണ്ണിരാജ എഴുതുന്നു: "ഭാഷോല്പത്തി, ഭാഷകളുടെയും ഭാഷാകുടുംബങ്ങളുടെയും പരസ്പരബന്ധം, നഷ്ടപ്പെട്ടുപോയ മൂലഭാഷയുടെ സ്വരൂപം തുടങ്ങിയ

ഊഹമാത്രശരണങ്ങളായ വിഷയങ്ങൾക്കായി (ചരിത്രാത്മകഭാഷാശാസ്ത്രത്തിൽ) പ്രാധാന്യം'' (2000 : 15)

2

ചരിത്രാത്മകഭാഷാശാസ്ത്രത്തിന്റെ വികാസത്തിൽ സങ്കല്പനപരമായി ഇന്ത്യൻ ഭാഷാചിന്തയുടെ വലിയ സഹായമൊന്നും ഉണ്ടായിട്ടുണ്ടെന്നു തോന്നുന്നില്ല. ആന്തരപുനഃസൃഷ്ടിയും ബാഹ്യപുനഃസൃഷ്ടിയുമൊന്നും ഇന്ത്യൻ വ്യാകരണത്തിൽ പരിചിതമായ ഏർപ്പാടായിരുന്നില്ലല്ലോ. തൊട്ടുപിന്നാലെ ഇന്ത്യൻ ഭാഷാചിന്തകൾ പാശ്ചാത്യഭാഷാചിന്തകരിലുണ്ടാക്കിയ പ്രഭാവം എന്ന് എടുത്തുചാടി നിരീക്ഷിക്കാവുന്ന മട്ടിലുള്ള സമാനതകൾ ഏറെയാണുള്ളത്. അതിനെയൊക്കെ പ്രഭാവം അഥവാ സ്വാധീനം എന്നു ഉറപ്പിച്ചു വിശേഷിപ്പിക്കാമോ എന്നു സംശയവും തോന്നാം. കാരണം, പ്രത്യക്ഷമായ തെളിവുകൾ കാര്യമായി കാണാൻ കഴിഞ്ഞിട്ടില്ല എന്നതുതന്നെ. വിശദമായ ഗവേഷണം ഈ വഴിയിൽ ഇനിയും നടക്കേണ്ടതായിട്ടുണ്ട്. അതിനു സാധിച്ചിട്ടില്ല. അതിനാൽ ഇന്ത്യൻ ഭാഷാചിന്താപാരമ്പര്യത്തിലെ ഉൾക്കാഴ്ചകളും പാശ്ചാത്യ-ആധുനികഭാഷാചിന്തകളിലെ കാഴ്ചകളും തമ്മിലുള്ള സമാനതകളെ ചേർത്തുകാണുക മാത്രമേ ഇവിടെ സാധിക്കുകയുള്ളൂ.

ചരിത്രാത്മകസമീപനത്തിൽനിന്ന് അചരിത്രാത്മകമായ സമീപനത്തിലേക്ക് വഴിമാറാനും അതിനായി പരമ്പരാഗതവ്യാകരണത്തെ മാതൃകയാക്കാനുമാണ് സൊസ്യൂർ ശ്രമിച്ചത്. പരമ്പരാഗത വ്യാകരണത്തിലേക്കുള്ള മടങ്ങിപ്പോക്ക്, അതിനെ അതേപടി പിൻപറ്റാനല്ല. 'സെമിയോളജി'ക്കലായ പുതിയൊരു സമീപനം കരുപ്പിടിപ്പിക്കുന്നതിനുവേണ്ടിയുള്ള ദർശനം സ്വീകരിക്കാനുള്ള മടങ്ങിപ്പോക്ക് - അതായിരുന്നു സൊസ്യൂറിന്റെ ശ്രമവും ആഹ്വാനവും. ഇക്കാര്യത്തിൽ ഇന്ത്യൻ വ്യാകരണം അദ്ദേഹത്തെ സഹായിച്ചിരിക്കണം. അദ്ദേഹം സംസ്കൃതം ആഴത്തിൽ പഠിക്കുകയും ഇന്ത്യൻ വ്യാകരണചിന്തകളുമായി നന്നായി ഇടപഴകുകയും ചെയ്തത് ഏകകാലികമായ സമീപനം കരുപ്പിടിപ്പിക്കാൻ പ്രേരണയായിരിക്കാം. ടി. ബി. വേണുഗോപാലപ്പണിക്കരുടെ 'സൊസ്യൂറിന്റെ ഇന്ത്യൻ വേരുകൾ' എന്ന ലേഖനം ഇത്തരം ബന്ധങ്ങൾ ചൂണ്ടിക്കാട്ടുന്നതായിരുന്നു.

ഏകകാലികഘടനയായി ഭാഷയെ മനസ്സിലാക്കുന്നതിനപ്പുറത്ത് സൊസ്യൂറിന്റെ വ്യാകരണാനുശീലനം ഘടനാപരമായ ഒരു ദർശനമായി, ഘടനാ-വാദമായി അഥവാ, സ്ട്രക്ചറൽ-ഇസമായി വികസിച്ചു. അത് വളരെ വിപുലമായ മാനങ്ങളുള്ളതായിത്തീർന്നു. സൊസ്യൂറിനെ ഘടനാവാദചിന്തയുടെ പ്രതിഷ്ഠാപകനായി

വിലയിരുത്തുന്നത് ഇക്കാരണം കൊണ്ടാണ്. പുതിയദർശനവും പുതിയ രീതിപദ്ധതിയും പുതിയ നിർവ്വചിതപഠനവസ്തുവും ഉണ്ടായി വന്നു. ദർശനം : സെമിയോളജി. സമഗ്രതയെ ലക്ഷ്യമാക്കുന്ന ഘടനാവാദ പരമായ ദർശനമാണത്. അതിനനസൃതമായ രീതിശ്ശാസ്ത്രവും രൂപപ്പെട്ടു: അംശങ്ങൾ തമ്മിലുള്ള ബന്ധങ്ങൾ മുഖ്യ പരിഗണനാവിഷയമായി. പഠനവസ്തു : ഭാഷ (ലാങ്, ലംഗ്വെജ്) എന്ന വ്യവസ്ഥ.

അമൂർത്തമായ ഭാഷാവ്യവസ്ഥയെയാണ് സൊസ്യൂർ ഭാഷ എന്നതു കൊണ്ട് ഉദ്ദേശിക്കുന്നത്. വ്യവസ്ഥയെ മുൻനിർത്തുന്ന സമീപനമാണ് സെമിയോളജി. മനനവാദസ്പർശമുള്ളതും വരണ്ട ഭൗതികവാദത്തിനു പൊരുത്തമാകാത്തതുമായ ഈ സമീപനം ശാസ്ത്രീയമാണെന്ന് അദ്ദേഹം കരുതി. ശാസ്ത്രത്തെക്കുറിച്ചുള്ള ശാസ്ത്രവാദസമീപനത്തെത്ത ന്നെ വെല്ലുവിളിക്കയായിരുന്നു സൊസ്യൂർ എന്നൊക്കെ എഴുതാവുന്ന താണ്. ചരിത്രാത്മകസമീപനമാണ് ശാസ്ത്രീയം എന്നു വിശ്വസിച്ച ഒരു ഭാഷാപഠനപാരമ്പര്യത്തെ തിരുത്തുകയായിരുന്നു അദ്ദേഹം.

ചിഹ്നങ്ങളെ പ്രവർത്തനക്ഷമമാക്കുന്ന, നിയമങ്ങളെ അഭിമുഖീക രിക്കുന്ന സമീപനമാണ് ശാസ്ത്രീയമായ ചിഹ്നപഠനത്തിന്റെ ലക്ഷ്യം എന്നദ്ദേഹം പ്രസ്താവിച്ചു. സെമിയോളജി എന്നതുകൊണ്ട് ഈ മനന വാദപരമായ സമീപനത്തെയാണ് അദ്ദേഹം കുറിക്കുന്നത്. ഭാഷാസ മീപനം ശാസ്ത്രീയമാകണമെങ്കിൽ ഈ സമീപനം അനിവാര്യമാണ് എന്ന് അദ്ദേഹം വിശ്വസിച്ചു. ഒബ്ജക്റ്റിവിറ്റിയെ ആദരിക്കുന്ന സമീപനം എന്നല്ല ശാസ്ത്രീയം എന്നതുകൊണ്ട് സൊസ്യൂർ ഉദ്ദേശിക്കുന്നത്. മറിച്ച്, ഭാഷയുടെ പ്രവർത്തനത്തെ വിശദീകരിക്കുന്നത് എന്നാണ്. അംശങ്ങളെ ബന്ധിപ്പിക്കുന്ന തലത്തെ ശ്രദ്ധിച്ചുകൊണ്ട് അത് ഘടനാ പരമായ സമീപനമായി, പ്രയോഗക്ഷമമായ രീതിശ്ശാസ്ത്രമായി മാറുന്നു. അംശങ്ങളും ബന്ധങ്ങളും നിർമ്മാണവസ്തുക്കളായിട്ടുള്ള, സമഗ്രവ്യവ സ്ഥയാണ് ഭാഷ. (പ്രത്യക്ഷഭാഷാപ്രയോഗങ്ങളെ ഭാഷണം അഥവാ പരോൾ എന്നദ്ദേഹം വിശേഷിപ്പിച്ചു. മൂർത്തമായ വാമൊഴിയായും വരമൊഴിയായും പ്രത്യക്ഷമാകാവുന്ന പരോളിനെ വിശകലനം ചെയ്യു മ്പോഴും സെമിയോളജിക്കൽ സമീപനം അമൂർത്തമായ വ്യവസ്ഥയെ, അതായത് വ്യവസ്ഥയെ നിർമിക്കുന്ന ഘടകങ്ങളേയും അതിന്റെ ഘടനാപരബന്ധങ്ങളെയും തിരിച്ചറിയാൻ ലക്ഷ്യമിടുന്നു.

ബഹുകാലികഭാഷാശാസ്ത്രം വ്യവസ്ഥയെ പുനർനിർമ്മിക്കുന്ന ചില പണികളൊക്കെ ചെയ്യുന്നുണ്ടല്ലോ എന്നു ചോദിക്കാവുന്ന താണ്. എന്നാൽ, അതിന്റെ പഠനവസ്തു ഭാഷ (ഭാഷാവ്യവസ്ഥ)യല്ല,. ഭാഷയുടെ പരിണാമമാണ് അവിടെ പഠനവിഷയം. വ്യാകരണമാകട്ടെ

പ്രത്യയനിഷ്ഠമായ വിശകലനത്തിലൂടെ ഭാഷാവ്യവസ്ഥയെ അഭിമുഖീകരിച്ചു. പക്ഷേ, അംശത്തെ സമഗ്രതയുടെ ഭാഗമായി (സാപേക്ഷമായി) കാണുന്ന തരത്തിലുള്ള ഒരു ദർശനം അവിടെ സ്പഷ്ടമായി രൂപപ്പെട്ടിരുന്നില്ല.

സൊസ്യൂറിയൻ ഭാഷാശാസ്ത്രം ഭാഷയെന്ന സമഗ്രവ്യവസ്ഥയെ അതിന്റെ പഠനവസ്തുവായി പ്രഖ്യാപിച്ചു. അതിന്റെ അംശങ്ങളായി സൂചകം സൂചിതം എന്നു രണ്ടംശങ്ങൾ മാത്രമുള്ള ശാബ്ദികചിഹ്നങ്ങളെ സങ്കല്പിക്കുകയും ചെയ്തു. ഇത് നമ്മുടെ ശബ്ദാർഥയുഗ്മക കല്പ്പനയിൽ നിന്ന് വളരെയകന്ന ഒന്നല്ലെന്നു പറയാം. ഈ അംശങ്ങളെ മാനസികമാത്രകളായി സങ്കല്പിക്കുന്നിടത്ത് അദ്ദേഹം മൗലികമായ ചില ഭാവനകൾ പ്രയോഗിക്കുന്നുണ്ടെന്നതു മറക്കാതെ വേണം ഈ താരതമ്യപ്പെടുത്തലിനെ സ്വീകരിക്കാൻ. എന്തായാലും സൂചകം, സൂചിതം, എന്നിവക്കു പുറമെ വസ്തു എന്നു വിളിക്കാവുന്ന യാഥാർഥ്യത്തിന്റെ അംശത്തെക്കൂടി കണക്കിലെടുക്കുന്ന പാശ്ചാത്യ ചിഹ്നസങ്കല്പപാരമ്പര്യത്തെ അദ്ദേഹം നിരാകരിക്കുന്നുണ്ട്.

ഘടനാപരമായി ചിഹ്നത്തെ സങ്കല്പിച്ചതിന്റെ അനന്തരഫലമായി വേണം ഇതിനെ മനസ്സിലാക്കാൻ. വ്യവസ്ഥയുടെ അംശങ്ങളായ ചിഹ്നങ്ങൾ വസ്തുപ്രപഞ്ചത്തിലെ അംശങ്ങളുമായി പുലർത്തുന്ന ബന്ധത്തെ ഘടനാപരമായി മനസ്സിലാക്കുന്നതിന്റെ ഫലം. സൂചകവും സൂചിതവും തമ്മിലുള്ള ബന്ധം സ്വേച്ഛാപരമാണെന്ന്, അഥവാ സാങ്കേതികമാണെന്ന്, അദ്ദേഹം കണക്കാക്കി. വാക്കിനും അതിന്റെ വിവക്ഷയ്ക്കും തമ്മിൽ നേരിട്ടുള്ള ബന്ധമില്ല. ഭാഷാസമൂഹം ഉണ്ടെന്നു വെച്ചിട്ടുള്ള ബന്ധമേയുള്ളൂ. മഴ എന്ന വാക്കിൽ വെള്ളം പൊടിയുന്നില്ല. തണുപ്പിരിപ്പില്ല, ദാഹശമനശേഷിയുമില്ല. മാത്രമല്ല, നമ്മുടെ ദേശത്തല്ലാതെ, യൂറോപ്പിലോ മറ്റോ മറ്റൊരു ഭാഷാസമൂഹത്തിന്റെ ഭാഗമായി ജീവിക്കുന്നവർക്ക് ഈ വാക്ക് കേട്ടാൽ നമുക്കുണ്ടാകുന്ന ആശയോദയം സംഭവിക്കുന്നുമില്ല.

കീഴ്വഴക്കത്താലാണ് സൂചകത്തിന് സൂചികവുമായി ബന്ധമുണ്ടായിരുക്കുന്നതെന്ന് സാരം. കീഴ്വഴക്കം തന്നെയും പ്രശ്നഭരിതമാണ്. സാധാരണഗതിയിൽ നാം മനസ്സിലാക്കുന്ന തരത്തിലല്ല സൊസ്യൂർ കീഴ്വഴക്കത്തെ സങ്കല്പിക്കുന്നത്. വസ്തുപ്രതിഭാസങ്ങൾക്ക് ഒറ്റയൊറ്റയായി കൊടുത്ത പേരുകൾ എന്ന നിലയിലല്ല ഭാഷാസൂചകങ്ങളെ മനസ്സിലാക്കേണ്ടത് എന്നും പ്രപഞ്ചത്തെ ഒരു ഘടനയായി ഉൾക്കൊള്ളുന്നതിന്റെ ഭാഗമായി അംശങ്ങൾക്ക് നൽകുന്ന അടയാളങ്ങൾ എന്ന നിലയിൽ അവയെ കാണണമെന്നും പറയാം. ഇത് വിമർശനങ്ങൾക്കിടമുള്ള ഒരു വാദമാണ്. വിമർശനമുണ്ടാവുകയും ചെയ്തിട്ടുണ്ട്. അതിലേക്ക് പിന്നാലെ വരുന്നുണ്ട്.

സൊസ്യൂർ ഈ ചിഹ്നസങ്കല്പനത്തെ സാക്ഷാത്ക്കരിക്കുന്നതിൽ വിവിധ ധാരകളിലായുള്ള ഇന്ത്യൻ ശബ്ദാർത്ഥവിചാരങ്ങൾ അദ്ദേഹത്തെ സഹായിച്ചിട്ടുണ്ടെന്നു കരുതാം. ഈ വിഷയത്തിൽ ഇവിടെ പ്രധാനമായി രണ്ടു ചിന്താധാരകളുണ്ട്. ശബ്ദവും അർത്ഥവും തമ്മിൽ പാർവ്വതീപരമേശ്വരന്മാരെപ്പോലെ, വേർപിരിക്കാനാവാത്ത വിധത്തിൽ സംയോജിച്ചിരിക്കുന്നു എന്നതാണ് ഇന്ത്യയിൽ പ്രബലമായ ഒരു ധാരണ. മറ്റൊന്ന് ശബ്ദാർത്ഥബന്ധത്തെ സാങ്കേതികമെന്നു കാണുന്ന ധാരയാണ്.

ശബ്ദവും അർത്ഥവും തമ്മിലുള്ള ബന്ധത്തിന് അർത്ഥബോധകശക്തി എന്ന വിവക്ഷയോടെ ശക്തി എന്നാണ് പറയുക. ഇത് നൈസർഗ്ഗികമാണെന്ന ആശയമാണ് മീമാംസകർ വെച്ചുപുലർത്തിയത്. ശബ്ദാർത്ഥബന്ധം ഔല്പത്തികമാണെന്ന് ജൈമിനി (മീമാംസാസൂത്രം) പറയുന്നു. വാക്യപദീയകാരനായ ഭർതൃഹരിയുടെ വീക്ഷണത്തിൽ സഹജവും നിത്യവുമാണത്. വാർത്തികകാരനായ കാത്യായനനും ലോകസിദ്ധമാണ് എന്നു പറയുന്നു. ശബ്ദത്തിന് അർത്ഥവുമായുള്ള ബന്ധത്തിന്റെ ഉല്പത്തി ഒരു വ്യക്തിയിൽനിന്നാണെന്ന് കൃത്യമായി കണ്ടുപിടിക്കാനാവില്ല എന്നു മാത്രമാണ് മീമാംസകരുടെ വാദത്തിന്റെ സാരമെന്ന് ഈ വിഷയത്തിൽ ഒരു പുസ്തകം മലയാളത്തിന് സമ്മാനിച്ച ഡോ. എൻ.വി.പി. ഉണിത്തിരി എഴുതുന്നു (2009:9).

മന്ത്രവാദപരമെന്നു വിശേഷിപ്പിക്കാവുന്ന നിത്യബന്ധസങ്കല്പനമായിരുന്നില്ല നമ്മുടെ ഭാഷാചിന്തകരാകെ കൊണ്ടുനടന്നിരുന്നത്. രണ്ടാമതൊരു കൂട്ടർ, ശബ്ദാർത്ഥബന്ധം നൈസർഗ്ഗികമല്ലെന്ന് ഉറപ്പിച്ചുകരുതി. വൈശേഷികരും നൈയായികരും ഉണ്ട് അക്കൂട്ടത്തിൽ. ശബ്ദാർത്ഥബന്ധം സാമയികമാണെന്ന് വൈശേഷികചിന്താധാരയില്പെടുന്നവരും സാങ്കേതികമാണതെന്ന് 16-ാം നൂറ്റാണ്ടിലെ നവ്യനൈയായികരും ചൂണ്ടിക്കാണിച്ചു. ഏതു ശബ്ദത്തിനും ഏതർത്ഥത്തെയും പ്രകടിപ്പിക്കാനുള്ള ശക്തിയുണ്ട്. ഈ ശക്തി സങ്കേതംകൊണ്ട് നിയന്ത്രിക്കപ്പെട്ടിരിക്കയാണെന്ന് ശ്ലോകവാർത്തികത്തിൽ കുമാരിലൻ പറഞ്ഞു (ഉണിത്തിരി, 2009:10). ഈ ധാരയിലെ ചിന്താഗതി സൊസ്യൂറിന്റെ ചിന്തയുമായി പൊരുത്തപ്പെട്ടു നിൽക്കുന്നതാണ്.

3

മുമ്പ് പരാമർശിച്ച, ടി. ബി. വേണുഗോപാലപ്പണിക്കരുടെ ലേഖനത്തിൽ സൊസ്യൂറിന്റെ അപഗ്രഥനപദ്ധതിക്ക് ഇന്ത്യൻ ഭാഷാചിന്താപാരമ്പര്യവുമായുള്ള ചാർച്ച സാമാന്യം വിശദമായി ചർച്ചക്കെടുത്തിട്ടുണ്ട്. അദ്ദേഹം ഉപരിവിചാരത്തിനെടുക്കാത്ത ഒരു മേഖലയിൽ കുറച്ചുകൂടി

മുന്നോട്ടുപോകാനൊക്കുമോ എന്നാണ് ഇവിടെ ആലോചിക്കുന്നത്. ശബ്ദാർഥബന്ധത്തിന്റെ സാങ്കേതികത്വത്തെ സ്ഥാപിക്കുന്നതിനപ്പുറത്ത്, ചിഹ്നത്തിന്റെ വിവക്ഷയെ ഘടനാപരമായി മനസ്സിലാക്കേണ്ടതാണെന്ന് ഉറപ്പിക്കുന്ന ഒരാശയം കൂടി സൊസ്യൂർ മുന്നോട്ടുവെച്ചിരുന്നു. അതിനെക്കുറിച്ച് വേണുഗോപാലപ്പണിക്കർ തന്റെ താരതമ്യവിചാരത്തിൽ ഒന്നും പറഞ്ഞു കാണുന്നില്ല. അദ്ദേഹം ഒഴിച്ചിട്ട ഈ മേഖലയിലുള്ള ഒരു താരതമ്യവും വിമർശനവും പ്രസക്തമാണെന്നു കരുതുന്നു. പണ്ഡിതന്മാർ അതു ചെയ്യാത്തതിനാൽ ആ വഴിക്ക് ഉള്ള വിവരം വെച്ച് കുറച്ചു നടന്നുനോക്കുകയാണ്.

സൊസ്യൂർ ഉന്നയിച്ച ആശയം വ്യത്യാസം (ഡിഫറൻസ്) എന്നതാണ്. പിൽക്കാലത്തെ ഘടനാവിചാരങ്ങളിൽ ഉച്ചത്തിൽ മുഴങ്ങിക്കേട്ട ഒരു സങ്കല്പനമാണിത്. ചിഹ്നങ്ങൾ ഒറ്റയ്ക്കൊറ്റയ്ക്ക് ആശയത്തെ കുറിച്ചുകൊണ്ട് അർഥയുക്തമായിത്തീരുന്നു എന്ന ധാരണയെ അദ്ദേഹം തള്ളിക്കളയുന്നു (സൂചകം യാഥാർഥ്യത്തെ/ വസ്തുതയെ/വസ്തുവിനെ കുറിക്കുന്ന കാര്യം ആദ്യമേ വിട്ടു). എന്നിട്ട്, ഓരോ ചിഹ്നവും അതു ഭാഗമായിരിക്കുന്ന വ്യവസ്ഥയ്ക്കകത്ത് ഇതര അംശങ്ങളുമായി വ്യത്യാസാധിഷ്ഠിതമായി ബന്ധപ്പെട്ടുകൊണ്ട്, അഥവാ ഭിന്നിച്ചുകൊണ്ടാണ്, അർത്ഥയുക്തമായിത്തീരുന്നതെന്ന് കല്പിച്ചു.

വേറൊരു തരത്തില്പറഞ്ഞാൽ ആപേക്ഷികമായ നിലകൊണ്ടാണ് സൂചകം അർഥബോധകമായിത്തീരുന്നതെന്ന് അദ്ദേഹം സ്ഥാപിക്കുന്നു. ട്രാഫിക് ചിഹ്നവ്യവസ്ഥയിൽ മൂന്നു വർണങ്ങൾക്ക് വിവക്ഷിതം കൈവരുന്നതുപോലെയാണ് ഇതെന്നു പറഞ്ഞാൽ കുറച്ചുകൂടി എളുപ്പം കാര്യം ഗ്രഹിക്കാം. ഈ വർണ്ണങ്ങളെപ്പോലെ, രൂപപരമായി വ്യത്യാസമുള്ള ശബ്ദങ്ങൾ അവ ഭാഗമായിരിക്കുന്ന ഭാഷയുടെ അകത്ത് പരസ്പരം ബന്ധപ്പെട്ട് അർഥങ്ങളെ സൂചിപ്പിക്കുകയാണത്രേ. കേവലമായി അഥവാ നിരപേക്ഷമായി അവയ്ക്കൊന്നും അർഥമില്ലെന്നു സാരം. അപ്പോൾ വ്യവസ്ഥയൊന്നാകെ യാഥാർഥ്യത്തിന്റെ മാനസികപ്രതിഫലനമായ വിവക്ഷാമണ്ഡലത്തെ പ്രതിഫലിപ്പിക്കുകയാണെന്നു കരുതേണ്ടിവരും. അതിലെ അംശങ്ങൾ ഇതര അംശങ്ങൾക്കു സൂചിപ്പിക്കാനാവാത്ത ഒരിടത്തെ സൂചിപ്പിക്കാനുള്ള ശേഷികൈവരിക്കുന്നു.

ചെസ്സിലെ കരുക്കൾ അർത്ഥമാവാഹിക്കുന്നതിന്റെ ഉദാഹരണം കൊണ്ട് ഇതിനെ കൂടുതൽ സ്പഷ്ടമാകുന്നതുകാണാം. ഒരു കരു പോയാൽ അതിനുപകരം ഒരു ചോക്കുകഷണമോ കല്ലോ വെച്ചുകളി തുടരാമല്ലോ. ആ വ്യവസ്ഥയിൽ അതിന് അർഥം കൈവരുന്നത്

ആപേക്ഷികമായാണല്ലോ. കേവലമായിട്ടല്ലല്ലോ. ഇതുപോലെയാണ് ഭാഷാചിഹ്നങ്ങളുമെന്നു നിനയ്ക്കുന്നു സൊസ്യൂർ.

വ്യത്യാസം എന്ന ആശയത്തെ സമഗ്രമായി മനസ്സിലാക്കുന്നതിന് ചിഹ്നവ്യവസ്ഥയിലെ രണ്ടുബന്ധതലങ്ങളെക്കുറിച്ചുള്ള ധാരണകൂടി ആവശ്യമുണ്ട്. ഒരു ശബ്ദം മറ്റു ശബ്ദങ്ങളിൽനിന്ന് ഭിന്നിക്കുന്നത് രണ്ടു തലങ്ങളിലൂടെ ബന്ധപ്പെട്ടുകൊണ്ടാണ് എന്നു സൊസ്യൂർ കാണുന്നു. പരസ്പരം ആദേശം (വിസ്ഥാപനം) ചെയ്യുന്ന മട്ടിലുള്ള ബന്ധതലമാണ് ആദ്യത്തേത്. ഒരേ ഗണത്തില്പെടുന്നവ തമ്മിലുള്ള ബന്ധമാണിതെന്നു പറയാം. നാമങ്ങൾ തമ്മിലുള്ള ബന്ധം, ധാതുക്കൾ തമ്മിലുള്ള ബന്ധം തുടങ്ങിയവ ഉദാഹരണങ്ങൾ. ഇക്കൂട്ടത്തിൽ ഒന്നിനുമാത്രമേ ഒരു നിശ്ചിതസമയത്ത് ഒരിടത്ത്, ഒരു വാക്യത്തിൽ, പ്രത്യക്ഷപ്പെടാനാവൂ. ഒരു ക്ലാസ്സിൽ കടന്നുവരാവുന്ന അധ്യാപകർ തമ്മിലുള്ള ബന്ധം പോലെയാണിതെന്നു പറയാം. ഒരു സമയത്ത് ഒരാൾക്കല്ലേ അവിടെ ഇടമുള്ളൂ. പ്രത്യക്ഷപ്പെടാത്തവയെല്ലാം അതിനു പിന്നിൽ ദമിതമായി ഒളിച്ചുനിൽക്കുന്നുണ്ട്. ഒരു നീണ്ട ക്യൂവായി. ഈ ബന്ധതലത്തെ പാരാഡിഗ്മാറ്റിക് എന്നു വിശേഷിപ്പിക്കുന്നു. സദൃശരൂപങ്ങളുടെ ബന്ധമാകയാൽ സാദൃശ്യാത്മകതലം എന്നു മലയാളത്തിൽ പറയാറുണ്ട്. കുത്തനെയുള്ള ഒരു തലമായി ഇതിനെ ഭാവന ചെയ്യുവാനാണ് എളുപ്പമെന്നു തോന്നുന്നു. സൂക്ഷ്മമായി ആലോചിച്ചാൽ അതിലൊരു ബഹുകാലികതയുടെ അംശം അന്തർഭവിച്ചിരിപ്പുണ്ട് എന്നു മനസ്സിലാകും. ഒരൊറ്റ സമയത്ത് വരാത്തവർ എന്ന നിലയാണ് അവയ്ക്കുള്ളത് എന്നു കണ്ടാൽ ഇതു സ്പഷ്ടമാകും.

രണ്ടാമത്തെ തലം ഒരേ സമയത്ത് അടുത്തടുത്തായി പ്രത്യക്ഷപ്പെടുന്ന അംശങ്ങൾ തമ്മിലുള്ള ബന്ധത്തിന്റേതാണ്. വാക്യത്തിൽ നാമവും ക്രിയയും തമ്മിലും ധാതുവും കാലവാചിപ്രത്യയങ്ങളും തമ്മിലുമുള്ള ബന്ധവും ഒക്കെ ഈ തലത്തിൽ വരുന്നു. ഈ പ്രത്യക്ഷതലബന്ധത്തെ തിരശ്ചീനമായി സങ്കല്പിക്കാമെന്നും തോന്നുന്നു. പിന്നാലെ തുടരായി പ്രത്യക്ഷപ്പെടുന്നതിലെ കാലത്തുടർച്ചയെ അവഗണിച്ചാൽ ഈ ബന്ധതലത്തിൽ ഒരു ഏകകാലികതയെയും ഉപദർശിക്കാം. സിന്റാഗ്മാറ്റിക്കും പാരാഡിഗ്മാറ്റിക്കുമായ രണ്ടുതലങ്ങളെക്കുറിച്ചുള്ള ദർശനം കാവ്യഭാഷാപഗ്രന്ഥനത്തിലും മിത്തുവിശകലനത്തിലും മാത്രമല്ല, ഭാഷാനഷ്ടത്തെ അവലംബിച്ച ഭാഷയുടെ മാനസികവും നാഡീവ്യൂഹപരവുമായ അടിസ്ഥാനത്തെക്കുറിച്ചുള്ള ആലോചനകളിലും വലിയ പ്രകാശം ചൊരിയുകയുണ്ടായി. ചിഹ്നശാസ്ത്രപരവും ഘടനാവാദപരവുമായ അപഗ്രന്ഥനങ്ങളിലെല്ലാംതന്നെ ഈ രണ്ടു തലങ്ങളിലായി സാംസ്കാരികനിർമിതികളെ വിസ്തരിക്കുകയാണ് ചെയ്യുന്നത്.

ഓരോ ശബ്ദവും ഭാഷയിലെ (കാലപരവും സ്ഥലപരവുമായ) ഈ രണ്ടുതലങ്ങളിലുള്ള ഭിന്നതകൊണ്ടാണ് വിവക്ഷ കൈവരിക്കുന്നത് എന്ന ആശയമാണ് വ്യത്യാസം എന്ന തത്വത്തിലുള്ളത്. സൊസ്യൂറിന്റെ വ്യത്യാസചിന്തയെ അധികമധികം മുന്നോട്ടു കൊണ്ടുപോയിട്ടാണ് അപനിർമ്മാണചിന്തയിലേക്കും കർത്താവാനന്തരചിന്തയിലേക്കും പിൽക്കാലചിന്തകർ സഞ്ചരിച്ചത്. അതവിടെ നിൽക്കട്ടെ. സൊസ്യൂറിയൻ വ്യത്യാസചിന്തയ്ക്കു സമാനമായ ഇന്ത്യൻ ഭാഷാചിന്തയിലുള്ള ദർശനങ്ങിലേക്ക് നോക്കാം. സൊസ്യൂറിന്റെ വ്യത്യാസചിന്തയോട് തികഞ്ഞ സാദൃശ്യമുള്ള ആശയങ്ങൾ ഇന്ത്യൻ ഭാഷാചിന്തയിൽ സ്ഥാനം പിടിച്ചിരുന്നു. ബൗദ്ധചിന്തകരാണ് ഈ ദിശയിലുള്ള ശ്രദ്ധേയമായ ആശയങ്ങൾ അവതരിപ്പിച്ചിട്ടുള്ളത്.

ശാബ്ദികചിഹ്നങ്ങളുടെ അർഥബോധകശക്തി സ്വേച്ഛാപരമാണ് എന്നുകാണുമ്പോഴും അവ വസ്തുനിഷ്ഠലോകത്തിലെ അംശങ്ങളെ പരാമർശിക്കുന്നവയായി മനസ്സിലാക്കാനായിരുന്നു നവ്യനൈയായികരും വൈശേഷികരും ഉത്സാഹിച്ചിരുന്നത്. അവരുടെ സമീപനത്തെ സത്താപരം അഥവാ ഭവാത്മകം അഥവാ പോസിറ്റിവ് എന്നു വിശേഷിപ്പിക്കാം. ഉണ്മയെ പുരസ്കരിച്ചാണ് അവിടെ വിവക്ഷ രൂപപ്പെടുന്നത്. വസ്തുയാഥാർഥ്യത്തെ അതേ പടിയായല്ല, അവയുടെ സാമാന്യസ്വഭാവത്തെ അഥവാ ജാതിയെയാണ് (ഭവാത്മകപദാർഥം, പ്ലേറ്റോയുടെ ആശയത്തെപ്പോലെ, സൊസ്യൂറിന്റെ സിഗ്നിഫൈഡ് പോലെ) വിവക്ഷ എന്നു വിളിക്കാവുന്നത്. അത് അഭിധാർഥമായി ശബ്ദത്തിൽ ദൃഢമായി ഇണങ്ങി നിൽക്കുന്നു. പശു എന്നാൽ കൊമ്പും പൂഞ്ഞയും വാലും നാലുകാലും കാലിൽ കുളമ്പും... ഉള്ളത് എന്ന മട്ടിൽ.

ദിങ്നാഗൻ, ധർമകീർത്തി, നാഗാർജ്ജുനൻ, ജ്ഞാനശ്രീ തുടങ്ങിയ ബൗദ്ധചിന്തകർ ഈ വീക്ഷണത്തെ ഒരു തരത്തിലും അംഗീകരിക്കുന്നില്ല. അവർ ബൗദ്ധചിന്താപാരമ്പര്യത്തിനനുസൃതമായ ഒരുതരം അനിശ്ചിതത്വവിചാരത്തിലേക്കാണ് ശബ്ദാർഥവിചാരത്തെ കൂട്ടിക്കൊണ്ടുപോകുന്നത്. വസ്തുനിഷ്ഠലോകംതന്നെ നിരന്തരം പരിണമിച്ചു കൊണ്ടിരിക്കുന്നതാണ്. നിശ്ചലദൃശ്യങ്ങളുടെ പരമ്പര സിനിമയിലെ ചലനചിത്രമായി തോന്നുന്നതുപോലെ അഭിന്നമായി അനുഭവിക്കുകയാണ് നാം ചെയ്യുന്നതെന്ന് ഈ വീക്ഷണവുമായിച്ചേർന്ന് പറയാം. ഏകത്വബോധം ഇങ്ങനെ ഐന്ദ്രിയമായ പ്രക്രിയയാൽ ഉളവാകുന്നതാണ്. ഇങ്ങനെയിരിക്കെ ശബ്ദത്തിന് പരമാർഥത്തിലേക്ക് ചൂണ്ടാനേ കഴിയുകയില്ല. പദത്തിന് വിശേഷമായ ഒരു വിശേഷത്തെ അഥവാ വ്യക്തിയെ കുറിക്കാനാവില്ല എന്നൊക്കെ അവർ ചിന്തിക്കുന്നു.

ഇത്തരത്തിൽ ശബ്ദാർത്ഥചിന്തയെ പ്രശ്നഭരിതമാക്കിയ ബൗദ്ധപാരമ്പര്യം അർഥത്തെ വിശദീകരിക്കാനായി ആവിഷ്കരിച്ച ആശയമാണ് അപോഹസിദ്ധാന്തം എന്നറിയപ്പെടുന്നത്. ശബ്ദത്തിന്റെ അർഥം വികല്പമാണ് എന്നു ദിങ്നാഗൻ കണക്കാക്കുന്നു. ശബ്ദം തന്നെയും വികല്പമാണ്. വികല്പയോനയഃ ശബ്ദാഃ വികല്പാഃ ശബ്ദയോനയഃ എന്ന പ്രസ്താവം പ്രസിദ്ധമാണ്. ശബ്ദങ്ങൾ വികല്പങ്ങളിൽനിന്നുണ്ടായതും വികല്പങ്ങൾ ശബ്ദങ്ങളിൽനിന്ന് ഉണ്ടായതുമാണെന്നു മലയാളത്തിൽ പറയാം. ശബ്ദത്തിന്റെ അർത്ഥം സങ്കല്പമല്ല, സത്താപരമല്ല, അമൂർത്തീകരിച്ച ആശയവുമല്ല എന്നു വിശദീകരിക്കാം. അന്യാപോഹമാണ് അഥവാ ഇതരങ്ങളെ തള്ളിക്കളയലാണ് അർത്ഥത്തെ ഉളവാക്കുന്നത്. ഒരു ശില്പമെന്നാൽ അതൊഴികെയുള്ള ശിലാഭാഗങ്ങളെല്ലാം കൊത്തിക്കളഞ്ഞ് ഉണ്ടാക്കുന്നതാണെന്നു പറയാറുള്ളതോർത്താൽ ഇക്കാര്യം നമുക്ക് ഉൾക്കൊള്ളാൻ എളുപ്പമാകും. പശു എന്നാൽ പൂഞ്ഞ, വാൽ, നാലുകാൽ, മുതലായവയുള്ള മൃഗമല്ല, മറിച്ച് പശുവല്ലാത്തതെല്ലാത്തിന്റെയും വർജ്ജനത്തിൽ പ്രതീതമാകുന്നതാണ്. പ്രസൻസ് ഓഫ് ആബ്സൻസ്. ഈ നിഷേധമട്ടിലുള്ള ശബ്ദ-അർത്ഥസങ്കല്പനമാണ് നാം സൊസ്യൂറിലും കാണുന്നത്.

എന്നാൽ നാം ശ്രദ്ധിക്കാതെ പോകുന്നതും ആലോചനക്കു വേണ്ടിയെങ്കിലും ശ്രദ്ധിക്കേണ്ടതുമായ ചില കാര്യങ്ങൾ സൂചിപ്പിച്ചുകൊണ്ട് കുറച്ചുകൂടി മുന്നോട്ടുപോകാം. മുമ്പു സൂചിപ്പിച്ചതുപോലെ, സൊസ്യൂറിന്റെ വ്യത്യാസസങ്കല്പനം യൂറോപ്പിൽ വിമർശനരഹിതമായി സ്വീകരിക്കപ്പെടുകയുണ്ടായില്ല. സൊസ്യൂറിയൻ വെളിച്ചം യൂറോപ്പിലെ വിവിധരാജ്യങ്ങളിലെ സർവ്വകലാശാലാകേന്ദ്രങ്ങളിലേക്കും ഒടുവിൽ അമേരിക്കയിലേക്കും പ്രസരിപ്പിക്കുന്ന ചരിത്രപരമായ ദൗത്യം നിർവ്വഹിക്കുകയും പിൽക്കാലത്ത് ലെവി-സ്ട്രോസിനെ ഘടനാവാദചിന്തയിലേക്ക് മാനസാന്തരപ്പെടുത്തുന്നതിൽ നിർവ്വാഹകത്വമുണ്ടാവുകയും ചെയ്ത റോമൻ യാക്കോബസൺ 1940-കളുടെ തുടക്കത്തിൽത്തന്നെ സൊസ്യൂറിന്റെ വ്യത്യാസവാദത്തെ നിരാകരിക്കുകയുണ്ടായി. തനതായി സൂചകപദവിയോ സൂചിതമോ ഇല്ലാത്ത സ്വനിമത്തിനുള്ള സവിശേഷതയെ ഭാഷയുടെ ഉപരിതലത്തിലേക്ക് തെറ്റായി വ്യാപിപ്പിക്കുകയായിരുന്നു സൊസ്യൂർ എന്നദ്ദേഹം തിരിച്ചറിഞ്ഞു.

സ്വന്തമായി സൂചിതമില്ലാത്ത സ്വനിമം സ്വയമൊരു ചിഹ്നമല്ല. അതിനെ വ്യത്യയനിഷ്ഠമായി മനസ്സിലാക്കുന്നതിൽ തെറ്റുമില്ല. എന്നാൽ അതിനെ ആവേശത്തോടെ സാമാന്യവൽക്കരിച്ച്, വ്യത്യാസങ്ങളല്ലാതെ ഭാഷയിൽ സ്വയം നിർവ്വചിക്കുന്ന സംജ്ഞകളില്ല എന്ന മട്ടിൽ

സിദ്ധാന്തിക്കുന്നതിൽ കാര്യമില്ലെന്ന് യാക്കോബ്സൺ ചൂണ്ടിക്കാണിച്ചു. സ്വേച്ഛയാലാണെങ്കിൽക്കൂടി സൂചകവും സൂചിതവും ഇണക്കപ്പെട്ടുകയും സമൂഹത്തിൽ പ്രയോഗക്ഷമമാവുകയും ചെയ്യുന്നതോടെ അവ തമ്മിൽ വ്യാവഹാരികമായി ഭവാത്മകമായ ബന്ധമുണ്ടെന്നു കാണുന്നതാണ് യുക്തിസഹമെന്ന് അദ്ദേഹം കരുതി. പദങ്ങൾക്ക് ഒറ്റയ്ക്കൊറ്റയ്ക്ക് അർത്ഥമില്ലാത്തതാണെന്നു പറയുന്നതിനോടും യാക്കോബ്സണു യോജിപ്പില്ല. സൊസ്യൂറിയൻ വ്യത്യാസചിന്തയിലും അപോഹത്തിലും കാണുന്ന ഘടനാതീവ്രവാദത്തെ തള്ളിക്കളയുകയായിരുന്നു യാക്കോബ്സൺ എന്നു പറയാം. പ്രാഥമികാർത്ഥത്തെ അടിസ്ഥാനമായി എടുക്കുന്ന ധ്വനിദർശനത്തിന്റെ തലത്തിലാണ് യാക്കോബ്സൺ നിലയുറപ്പിച്ചിരിക്കുന്നത്.

ഘടനയുടെ പ്രാധാന്യം അംഗീകരിക്കുമ്പോൾത്തന്നെ ഘടകങ്ങളെ അപ്രധാനീകരിക്കുന്നതിൽ ഒരുതരം സിദ്ധാന്തതീവ്രവാദം ദർശിക്കാവുന്നതാണ്. അത് അതിരുകടന്നതും ആനുഭവികയാഥാർത്ഥ്യത്തെ കണ്ണടച്ച് അപ്രസക്തമാക്കുന്നതും ആണെന്നു തിരിച്ചറിയുകയായിരുന്നു യാക്കോബ്സൺ. ഘടകവും ഘടനയും തമ്മിലുള്ള പാരസ്പര്യത്തെ മനസ്സിലാക്കുവാൻ ശ്രമിക്കുമ്പോൾ ഏതെങ്കിലുമൊരു അറ്റത്തേക്കു ചാഞ്ഞുകൊണ്ട് ഏകപക്ഷീയമാകുന്നത് സന്തുലിതവീക്ഷണത്തെ തിരസ്കരിക്കുന്നതും ന്യൂനീകരണത്തിലേക്കു നയിക്കുന്നതുമാണെന്ന തിരിച്ചറിവാണ് അദ്ദേഹം പ്രദർശിപ്പിച്ചത്. ഇത് സൊസ്യൂറിയൻ വ്യത്യാസവാദത്തിനു നേരെയുള്ള വിമർശനമെന്നതിലുപരി വ്യത്യാസചിന്തയെ ആഘോഷിക്കുന്ന ഘടനാവാദാനന്തരചിന്തകൾ പരിഗണിക്കുമ്പോഴും ഓർമ്മയിൽ വെയ്ക്കേണ്ട ഒരു തിരിച്ചറിവാണെന്നു തോന്നുന്നു. എന്നാൽ, എന്തുകൊണ്ടാണെന്നറിയില്ല, യാക്കോബ്സന്റെ വിമർശത്തെ ഘടനാവാദചിന്തകരും ഘടനാവാദാനന്തരചിന്തകരും അതിന്റെ വക്താക്കളും പൊതുവിൽ തമസ്കരിച്ചതായാണ് കാണുന്നത്.

സൊസ്യൂറിൽ നിന്നാരംഭിക്കുന്ന ഘടനാവാദചിന്ത നേരെ സ്ട്രോസ്സിലേക്ക് പ്രവേശിക്കുന്ന മട്ടിലേ അവതരിപ്പിക്കപ്പെടാറുള്ളൂ. അതിനിടയിൽ യാക്കോബ്സൺ എന്ന ഒരു പാലമുള്ളത് ഏവരും അറിഞ്ഞോ അറിയാതെയോ മറന്നുകളയുന്നു. യാക്കോബ്സണു പങ്കാളിത്തമുണ്ടായിരുന്ന പ്രാഗ് സ്കൂളുകാർ മുന്നോട്ടുവെച്ച ആശയവിനിയഘടകങ്ങളെ കണക്കിലെടുത്തുകൊണ്ടുള്ള ഘടനാവാദപദ്ധതിയെയും നാം ഗൗരവമായെടുത്തിട്ടില്ല. യാക്കോബ്സന്റെ വിധി കഠിനമായിരുന്നുവെന്ന് അദ്ദേഹത്തിന്റെ ജീവിതത്തെയും ചിന്തകളെയും പിന്തുടർന്നു റിച്ചാർഡ് ബ്രാഡ്ഫോർഡ് എഴുതിയ പുസ്തകം വായിച്ചാൽ മനസ്സിലാകും.

ഇന്ത്യയിയിലേക്ക് മടങ്ങാം. സൊസ്യൂറിയൻ ചിന്തയോടു സമീകരിക്കാവുന്ന അപോഹസിദ്ധാന്തത്തെ കഠിനമായി എതിർത്തവർ ഇന്ത്യയിലുമുണ്ടായിരുന്നു. കുമാരിലന്റെ ശ്ലോകവാർത്തികത്തിലെ അപോഹഖണ്ഡം പ്രസിദ്ധമാണ്. കുമാരിലനു പുറമെ ഉദയനൻ, ജയന്തഭട്ടൻ, ഭാമഹൻ തുടങ്ങിയവരും വിമർശനമുന്നയിച്ചവരത്രെ. ഭാവാത്മകമായി അറിയപ്പെടാത്ത ഒന്നിന്റെ നിഷേധം സാധ്യമല്ലെന്ന് കുമാരിലൻ ചൂണ്ടിക്കാണിച്ചു. പശുവിനെ മുൻകൂറായി അറിയാതെ പശുവേതരമായ ഇനങ്ങളുടെയെല്ലാം അർത്ഥം അറിഞ്ഞാൽ പശുവിനെ അറിയാനൊക്കുമോയെന്ന് ആലോചിച്ചുനോക്കാവുന്നതാണ്. പശു അബോധസാന്നിധ്യമായി നിന്നുകൊണ്ടാണ് അന്യാപോഹം സാധ്യമാകുന്നത്. ചോക്കുകഷണം ചെസ്സിൽ കുതിരയോ ആനയോ ആകുന്നത് അവയെ അബോധത്തിൽ സൂക്ഷിച്ചുകൊണ്ടാണ്, അവയുടെ സൂചകമായിരുന്നുകൊണ്ടാണ് അല്ലെങ്കിൽ, പകരം നിന്നുകൊണ്ടാണ് എന്നും പറയാം.

അപോഹസിദ്ധാന്തം ഘടനാവാദചിന്തയോടും ഘടനാവാദാനന്തരദർശനത്തോടും ദാർശനികമായി കൈകോർത്തുനിൽക്കുന്നതായി നിരീക്ഷിക്കപ്പെട്ടിട്ടുണ്ട്. ആ നിലക്ക് വ്യത്യാസനിഷ്ഠമായ ചിന്തകളെ മുൻനിർത്തിയും വികസിപ്പിച്ചും മുന്നോട്ടുപോയിട്ടുള്ള ഘടനാവാദാനന്തര ചിന്തകളെ, അപോഹസിദ്ധാന്തത്തിനും സൊസ്യൂറിയൻ ചിന്തകൾക്കും ഉണ്ടായിട്ടുള്ള വിമർശനങ്ങളുടെ പശ്ചാത്തലത്തിൽ പുനഃപരിശോധന നടത്താവുന്നതാണ്. അങ്ങനെ ചെയ്യുന്നത് കർത്താവിന്റെ മരണം, വായന തുടങ്ങിയ ആശയങ്ങളുടെ പുനഃപരിശോധനായി മാറുന്നതാണ്.

4

വായനകൾ അപനിർമാണം ചെയ്യുന്നു. അത് സാഹിത്യകൃതിയെവിട്ട് സാംസ്കാരികപാഠങ്ങളിലേക്ക് നയിക്കുന്നു. ഭാഷാ-സാഹിത്യപരിഗണനകൾക്കപ്പുറത്തേക്ക് സഞ്ചരിക്കുന്നു. സ്രഷ്ടാവിനെ നിഷേധിക്കുന്നു. ഫലത്തിൽ സൃഷ്ടിയെത്തന്നെ നിഷേധിക്കുന്നു. സൃഷ്ടിക്കാനുപയോഗിച്ച വസ്തുക്കളെയാണ് അപ്പോൾ നമുക്ക് അഭിമുഖീകരിക്കാൻ കഴിയുക. കലാസൃഷ്ടിയെ വിടുന്നതും കലാകാരനെ വിടുന്നതുമായ സമീപനങ്ങൾ ആ നിലയിൽ കലാസമീപനമാണ് ഉപേക്ഷിക്കുന്നത്. സൃഷ്ടിയെ അതിന്റെ നിർമ്മാണവസ്തുക്കളായും, ആ നിലയിലുള്ള സൂചനകളെ യാന്ത്രികമായി പിന്തുടരുമ്പോൾ ലഭിക്കുന്ന പാഠങ്ങളായും മനസ്സിലാക്കുമ്പോൾ സൃഷ്ടി എന്ന നിലയിൽ കൈവന്ന സവിശേഷമൂല്യം, വ്യത്യാസം നിരാകരിക്കപ്പെടുന്നു.

ഉൾക്കാഴ്ചയുള്ള അപനിർമാണവാദികളായ കലാനിരൂപകർക്ക് കലാസൃഷ്ടിയുടെ നിർമാണവസ്തുക്കളിൽനിന്ന് വെളിച്ചം തുറന്നുവിട്ട് പുതിയകലാസൃഷ്ടിയെ കാണിച്ചുതരുവാൻ കഴിഞ്ഞേക്കും. മറിച്ച്, യാന്ത്രികമായ അപനിർമാണം ഉപനിർമാണമായി കലാശിക്കുന്നു. നിർഭാഗ്യവശാൽ യാന്ത്രിക ബോൾഷെവിക് പാരമ്പര്യത്തിൽവരുന്ന ഉപനിർമ്മാതാക്കളാണ് നമ്മുടെ നാട്ടിൽ അപനിർമ്മാണം നടത്തുന്നത്. പുരോഗമനസാഹിത്യയാന്ത്രികചിന്തകർ നടത്തിയ കലാഹിംസയൊക്കെ അവരും നടത്തുന്നു. അപ്പോൾ സംഭവിക്കുന്നതെന്താണ്? കലാപരമായ സൂചകത്വം നിരാകരിക്കപ്പെടുന്നു എന്നു പ്രാഗ് സ്കൂളുകാരെ പിൻപറ്റിക്കൊണ്ട് പറയാം. അതിനാൽ, അതിനെ സൗന്ദര്യശാസ്ത്രമെന്നുതന്നെ വിളിച്ചുകൂടാത്തതാണ്. കർത്താവിന്റെ മരണമാഘോഷിക്കുന്നവർ കലാവിചാരത്തിന്റെ മരണമല്ലേ പലപ്പോഴും ആഘോഷിക്കുന്നത് എന്നു ചിന്തിക്കേണ്ടതുണ്ട്.

കലാപരവും സാംസ്കാരികവുമായ കോഡുകളെ ആസ്പദമാക്കി ജനിക്കുന്ന കലാപാഠത്തെ അവഗണിക്കുവാനുള്ള ആഹ്വാനമായി കർത്താവിന്റെ മരണം സ്വീകരിക്കപ്പെടുമ്പോഴാണ് ഈ വൈപരീത്യം സംഭവിക്കുന്നത്. ഇത്തരം അപയാനങ്ങൾക്കെതിരായ സഞ്ചാരവും കലാപക്ഷപാതിത്വവും യാക്കോബ്സന്റെ സൊസ്യൂർ വിമർശനത്തിൽ അന്തർഭവിച്ചിട്ടുണ്ട്. അപോഹവാദത്തിനെതിരായി പട നയിച്ച കുമാരിലനിലും കൂട്ടരിലും ഇതേ വിമർശനധാര ലീനമായിരിക്കുന്നു. അവയെ അടുത്തറിയുന്നത് നമ്മുടെ സാഹിത്യസമീപനത്തെയും ഗവേഷണപഠനങ്ങളെയും ആധുനികാനന്തരമിമിക്രിയിൽനിന്നും ഉപനിർമാണപരമായ സമീപനങ്ങളിൽനിന്നും മാറിനിന്ന് കലാപരമായ സാംസ്കാരികസമീപനത്തെ മുന്നോട്ടു കൊണ്ടുപോകാൻ ഉതകും. കൊളോണിയൽ മിമിക്രിക്കെതിരായ ഒരു രാഷ്ട്രീയവും അതിനുണ്ടാകുമെന്നു തോന്നുന്നു.

റഫറൻസ്, സഹായകകൃതികൾ

1. ഉണിത്തിരി, എൻ.വി.പി 2009 *ശബ്ദാർഥസിദ്ധാന്തങ്ങൾ സംസ്കൃതത്തിൽ* കേരള ഭാഷാ ഇൻസ്റ്റിറ്റ്യൂട്ട്, തിരുവനന്തപുരം.
2. കുഞ്ചുണ്ണിരാജ, കെ. 2000 *ഭാഷാദർശനവും ചരിത്രവും* കേരള ഭാഷാ ഇൻസ്റ്റിറ്റ്യൂട്ട്, തിരുവനന്തപുരം.
3. കുഞ്ചുണ്ണിരാജ, കെ. 1977 *ഇന്ത്യൻ തിയറീസ് ഓഫ് മീനിങ്* (ഇം) ദ അഡയാർ ലൈബ്രറി ആന്റ് റിസർച്ച് സെന്റർ, അഡയാർ.
4. ഗോപിചന്ദ് നാരംഗ് (പി. കൃഷ്ണൻ-വിവ) 2013 *ഘടനാവാദവും ഉത്തരഘടനാവാദവും പൗരസ്ത്യകാവ്യശാസ്ത്രവും* സാഹിത്യഅക്കാദമി, ന്യൂഡൽഹി.
5. ജോർജ്ജ്, സി. ജെ 2001 *ചിഹ്നശാസ്ത്രവും ഘടനാവാദവും* ഡി.സി. ബുക്സ്, കോട്ടയം.
6. പ്രഭാകരവാര്യർ, കെ. എം 2002 *ഭാഷാശാസ്ത്രവിവേകം* വള്ളത്തോൾ വിദ്യാപീഠം, ശുകപുരം.

7. വേണുഗോപാലപ്പണിക്കർ, ടി. ബി. 2006 *ഭാഷാലോകം* ഡി.സി. ബുക്സ്, കോട്ടയം.
8. റിച്ചാർഡ് ബ്രാഡ്ഫോർഡ് 1994 *റോമൻ യാക്കോബ്സൺ-ലൈഫ്, ലാംഗ്വജ്, ആർട്ട്* റൂട്ട്ളെജ്, ലണ്ടൻ ആന്റ് ന്യൂയോർക്ക്.

(2014 ജനുവരി 8 ന് കുറവിലങ്ങാട് ദേവമാതാ കോളേജിലെ മലയാളവിഭാഗം സംഘടിപ്പിച്ച ഭാഷാശാസ്ത്രസെമിനാറിൽ അവതരിപ്പിച്ച പ്രബന്ധം. അവരുടെ റിസർച്ച് ജേണലായ *എക്സ്പ്ലൊറേഷൻസിൽ* പ്രസിദ്ധീകരിച്ചിരുന്നു.)

കേരളപാണിനീയം:
ബോധനം, സിദ്ധാന്തം, സംവാദം

കേ*രളപാണിനീയ*ത്തിന്റെ ഒന്നാംപതിപ്പ് പുറത്തുവന്നിട്ട് ഒരുനൂറ്റാണ്ടു കഴിഞ്ഞിരിക്കുന്നു. സമഗ്രമായ അഴിച്ചു പണികൾക്കുശേഷം പ്രസിദ്ധപ്പെടുത്തിയ രണ്ടാംപതിപ്പിന് എൺപതു വയസ്സായി, എന്നിട്ടും മലയാളികളുടെ വ്യാകരണ വിചാരങ്ങളുടെ മുഖ്യാശ്രയമെന്ന നിലയിൽ അതിനു കൈവന്ന അംഗീകാരം ഇളക്കം തട്ടാതെ തുടരുകയാണ്. ഭാഷയിലും ഭാഷാസമീപനത്തിലും ഈ കാലയളവിലുണ്ടായ മാറ്റങ്ങൾ പരിഗണിക്കുമ്പോൾ ഇത് ഒരതിശയമാണെന്നു പറയേണ്ടിവരുന്നുണ്ട്. *കേരളപാണിനീയ*ത്തിനു മുമ്പുണ്ടായ അർണ്ണോസുപാതിരിയുടെയും ജോർജ്ജ് മാത്തന്റെയും ഗുണ്ടർട്ടിന്റെയും മറ്റും വ്യാകരണകൃതികൾക്ക് ലഭിക്കാതെപോയ ആദരവും അംഗീകാരവും ഈ വ്യാകരണകൃതിക്ക് എങ്ങനെ/എന്തുകൊണ്ട് കൈവന്നു എന്ന കാര്യം ആലോചനയ്ക്കു വിഷയമാകേണ്ടതുണ്ട്.

കേരളപാണിനീയം പ്രസിദ്ധീകരിക്കപ്പെട്ടതിനുശേഷം അതിന് ധാരാളം വിമർശനങ്ങൾ ഉണ്ടായി. ശേഷഗിരിപ്രഭുവിന്റെ *വ്യാകരണമിത്രം*, ഫാ.ജോൺ കുന്നപ്പള്ളിയുടെ *ശബ്ദസൗഭഗം*, കെ. സുകുമാരപ്പിള്ളയുടെ *കൈരളീശബ്ദാനുശാസനം*, സി. വി. വാസുദേവഭട്ടതിരിയുടെ *അഭിനവമലയാളവ്യാകരണം* എന്നിങ്ങനെ സമ്പൂർണ്ണ വ്യാകരണകൃതികളും ഉണ്ടായി. കേരളപാണിനിക്കു പിണഞ്ഞിട്ടുള്ള നോട്ടപ്പിശകുകൾ ചൂണ്ടിക്കാണിച്ചുകൊണ്ടുള്ള വിമർശനങ്ങളും പരിഹാരനിർദ്ദേശങ്ങളും ഒക്കെ കണക്കിലെടുത്തുകൊണ്ട്, ഒരു പക്ഷേ, *കേരളപാണിനീയ*ത്തെ അതിശയിക്കുന്ന ഒരു വ്യാകരണഗ്രന്ഥനിർമാണംവഴി സമഗ്രമായ ഒരു ആദർശവ്യാകരണകൃതി ഭാഷയ്ക്കു സമ്മാനിക്കണമെന്ന ദൃഢബോധത്തോടെ

വ്യാകരണവിവരണം നിർവഹിച്ചവരാണ് ഇപ്പറഞ്ഞ ഭാഷാപണ്ഡിതന്മാർ. എന്നാൽ, ഏതോ അലംഘനീയമായ സിദ്ധിവിശേഷംകൊണ്ടെന്നപോലെ, മലയാളവ്യാകരണപഠനത്തിന്റെയും ചർച്ചകളുടെയും കേന്ദ്രസ്ഥാനത്ത് *കേരളപാണിനീയം* തുടരുന്നു. പിൽക്കാലത്തുണ്ടായ വ്യാകരണാലോചനകൾ മിക്കവാറും *കേരളപാണിനീയ*ത്തെക്കുറിച്ചുള്ള ആലോചനകളായും, അതിന്റെ പൂരണങ്ങളായും മാറുന്ന കാഴ്ചയാണ് വ്യാകരണചിന്താചരിത്രത്തിലൂടെ സഞ്ചരിക്കുന്ന ഒരു പഠിതാവിന് കാണുവാൻ കഴിയുന്നത്.

കേരളപാണിനിയുടെ വ്യാകരണവിധികൾ ഒന്നൊഴിയാതെ, മലയാള ഭാഷയെ സംബന്ധിച്ച് അവസാനവാക്കായത്തീർന്നു എന്നതുകൊണ്ടോ മലയാളികൾക്ക് ഈ രാജരാജകൃതിയോട് യുക്തിരഹിതമായ വൈകാരികബന്ധം ഉറച്ചുപോയതുകൊണ്ടോ ആണ് ഇങ്ങനെ സംഭവിച്ചത് എന്ന് കരുതുകവയ്യ. വ്യാകരണബോധനോപകരണം എന്ന നിലയിലും സൈദ്ധാന്തികവ്യാകരണകൃതി എന്ന നിലയിലും എളുപ്പത്തിൽ അതിശയിക്കാൻ കഴിയാത്ത ഒന്നായി *കേരളപാണിനീയ*ത്തെ നിലനിർത്തുന്നത്, കാലത്തെപ്പോലും അതിജീവിക്കുന്ന തരത്തിൽ അതു പുലർത്തുന്ന കൃത്യതയല്ല. ഈ കൃതിയിലെ പിഴവുകൾ കണ്ടെത്തുന്നതിൽ വ്യാപൃതരായിരിക്കുന്ന വൃത്തി-വാർത്തിക-ഭാഷ്യകാരന്മാർക്കും അധ്യാപക-വിദ്യാർഥി സമൂഹത്തിനും തങ്ങളുടെ ധൈഷണികവ്യായാമങ്ങൾക്കിടയിൽ അതിനെ ശരിയായിത്തന്നെ വിമർശിക്കുന്നതിനും തിരുത്തുന്നതിനും കഴിഞ്ഞിട്ടുണ്ട് എന്ന വസ്തുത നമ്മുടെ മുമ്പിലുണ്ട്. ബി. ഏ. യ്ക്കു പഠിച്ച കുട്ടികളുടെ ഉത്തരക്കടലാസ്സുകൾ മാത്രം മതി, കേരളപാണിനി വരുത്തിയ വീഴ്ചകൾക്ക് ഉദാഹരണങ്ങൾ കാണുവാൻ. അതിനുമാത്രം അപാകതകളും ആഭ്യന്തരവൈരുധ്യങ്ങളും നിരീക്ഷണപ്പിശകുകളും *കേരളപാണിനീയ*ത്തിലുണ്ടെന്ന കാര്യം ഒരു വസ്തുത എന്ന നിലയിൽ അംഗീകരിച്ചേ തീരൂ.

“സംഖ്യാവിശേഷണം ചേർന്നാൽ ക്ലീബേ വേണ്ട ബഹുക്കുറി” എന്ന് സിദ്ധാന്തിക്കുന്ന കേരളപാണിനി, മലയാളഭാഷ തമിഴിൽനിന്ന് വ്യതിരിക്തമായ ഒരു സ്വതന്ത്രഭാഷയായി മാറുമ്പോഴുണ്ടായ പ്രധാനപ്പെട്ട പരിണാമങ്ങളെ വിവരിക്കുന്ന ഘട്ടത്തിൽ, “ആറു നയങ്ങൾ”എന്നു രേഖപ്പെടുത്തുന്നു. ‘നാമാദിയാം വിഭാഗത്തിന്നെല്ലാമർഥം നിയാമകം” എന്ന് പൊതുവെ വ്യാകരണപണ്ഡിതന്മാർക്ക് പൊരുത്തപ്പെടാനാവാത്ത സിദ്ധാന്തം അവതരിപ്പിച്ച കേരളപാണിനി അർഥപരമായ വശത്തെ പാടെ അവഗണിച്ചുകളഞ്ഞതിനാൽ പ്രകാരപ്രകരണത്തിലെ വർഗീകരണം ആകെ കലുഷമാകുന്നു. ‘വിഭക്തിക്കുറി കൂടാതെ’യുള്ള

പദയോഗമാണ് സമാസമെന്നു നിർവചിച്ചതിനു തൊട്ടുപിന്നാലെ 'അലുപ്തസമാസത്തെ'ക്കുറിച്ചു പറഞ്ഞ് സ്വയം നിഷേധിക്കുന്നു. പുരുഷ ഭേദനിരാസത്തെക്കുറിച്ച് പീഠികയിൽ അവതരിപ്പിച്ച സിദ്ധാന്തത്തിന്റെ കടയറുക്കുന്ന ആലോചനകളുമായി ധാത്വധികാരത്തിൽ അദ്ദേഹം കടന്നുവരുന്നു-ഇങ്ങനെ അപാകതകളനവധിയുണ്ട് എണ്ണിപ്പറയുവാൻ.

സ്വയം അഴിച്ചുകളയുന്ന ഒരു സ്വരൂപഘടനയാണ് *കേരളപാണിനീയ*ത്തിനുള്ളത് എന്നു പറയാം. വ്യാകരണപഠിതാക്കളെ അപാകതകൾ ചൂണ്ടിക്കാട്ടി വിമർശിക്കാനും വിയോജിക്കുവാനും സ്വന്തമായ ആലോചനകൾ വികസിപ്പിച്ചു മുന്നേറാനുമൊക്കെ പ്രേരിപ്പിക്കുന്നതാണ് ഈ സ്വരൂപഘടന എന്നുള്ളതാണ് ശ്രദ്ധേയമായിരിക്കുന്നത്. അനുവാചകർക്കും അനുചരർക്കും സ്വാഗതമോതാത്ത, വിമർശനാത്മകമായ അന്വേഷണം നടത്തുന്ന വായനക്കാരന് ഇടം കൊടുക്കുന്ന ഈ സവിശേഷതയാണ് ഒരു വ്യാകരണബോധനോപകരണമെന്ന നിലയിൽ *കേരളപാണിനീയ*ത്തെ നിലനിർത്തുന്ന സംഗതി. ആത്യന്തികമായ ശരികൾ (നിയമങ്ങൾ) പ്രദാനം ചെയ്യുന്ന ഒരു പാഠപുസ്തകമോ, ഒരു വ്യാകരണകൃതിക്ക് ഉണ്ടായിരിക്കണമെന്നു കരുതുന്ന നിരീക്ഷണ-വിവരണ-വിശദീകരണ പര്യാപ്തികളുള്ള മാതൃകാ വ്യാകരണഗ്രന്ഥമോ അല്ലെന്നുവരുമ്പോഴും പഠിതാക്കളെ നിരന്തരം സംശയങ്ങളിലേക്കു നയിക്കുകയും ചോദ്യങ്ങൾ ചോദിക്കുവാൻ പ്രേരിപ്പിക്കുകയും ചെയ്യുന്ന അതിന്റെ സിദ്ധിയെ കാണാതിരിക്കുകവയ്യ. ഒരുതരം സംവാദപ്രജനനശേഷി *കേരളപാണിനീയ*ത്തിനുണ്ട്. പിൽക്കാലമലയാളവ്യാകരണ ചിന്തകൾ *കേരളപാണിനീയ*ത്തെ ചൂഴുന്നതായിത്തീർന്നതിനു കാരണമിതാണ്.

ഒരു വ്യാകരണപഠിതാവിന് നിന്നുതിരിയാനുള്ള ഇടം അനുവദിക്കുന്നു എന്നത് ഒരു ചെറിയ കാര്യമല്ല. പൗലോഫ്രെയർ ബാങ്കിങ് രീതിയെന്നു വിമർശിച്ച മർദ്ദനബോധനരീതിശാസ്ത്രത്തിൽനിന്നുള്ള വിടുതിയും വഴിമാറിനടപ്പുമാണ് ഇവിടെ ഉൾച്ചേർക്കപ്പെട്ടിരിക്കുന്നത്. സാധാരണഗതിയിൽ നമ്മൾ പുറത്താകുന്ന ഒരു കളിയായാണ് വ്യാകരണകൃതിയും വ്യാകരണക്ലാസ്സുകളും അനുഭവപ്പെടാറുള്ളത്. വ്യാകരണപഠനം തികഞ്ഞ പീഡനവും മുഷിപ്പിക്കലുമായിത്തീരുന്നു. വ്യാകരണപഠനം ആളുകളെ ഒന്നിനും കൊള്ളാത്തവരും സൗന്ദര്യബോധമില്ലാത്തവരുമാക്കിത്തീർക്കും എന്നാണ് പൊതുവെയുള്ള ഒരു ധാരണ. 'വ്യാകരണം ഭാഷയുടെ ശ്മശാനമാണ്'' എന്നു പ്രഖ്യാപിക്കുന്ന ദാർശനികന്മാർ വരെയുണ്ട് നമ്മുടെ നാട്ടിൽ ! ഭാഷയുടെ അതുവഴി, സർഗാത്മകതയുടെ അടിസ്ഥാനം വ്യാകരണമാണെന്നിരിക്കെ,

ഇത്തരം ജല്പനങ്ങൾ ഭാഷാസാഹിത്യതല്പരരുടെ ഭാഗത്തുനിന്നുതന്നെ ഉണ്ടാകുന്നുണ്ടെങ്കിൽ അതിനു കാരണം വ്യാകരണത്തെ സംബന്ധിച്ച് തെറ്റായ പ്രതീതികൾ സൃഷ്ടിക്കുന്ന തരത്തിലുള്ള നമ്മുടെ വ്യാകരണ ബോധനരീതിയാകാനേ തരമുള്ളൂ. 'നിയമം' പഠിപ്പിക്കുന്ന ഈ രീതിയിൽനിന്നു വ്യത്യസ്തമായി, ഒരു പഠനവിഷയമെന്ന നിലയിൽ വ്യാകരണത്തിന്റെ രീതിഭേദങ്ങളും പ്രശ്നമണ്ഡലങ്ങളുമായി സംവാദത്തിലേർപ്പെടുന്ന തത്വവിചാരത്തിന്റേതായ, ഒരനുഭവമാണ് *കേരളപാണിനീയം* പ്രദാനം ചെയ്യുന്നത് കേരളപാണിനി മുഖവുരയിൽ ഉപയോഗിച്ച ഒരു പ്രയോഗം കടമെടുത്ത്, 'പൗരാധിപത്യ'പരമായ ഒരു ബോധനശാസ്ത്രം *കേരളപാണിനീയ*ത്തിൽ ഉൾച്ചേർന്നുകിടപ്പുണ്ട് എന്നു നിരീക്ഷിക്കാവുന്നതാണ്. അത് അതിന്റെ തുറസ്സുകൾകൊണ്ട്, സംവാദസന്നദ്ധതകൊണ്ട്, പഠിതാക്കളെ വശീകരിക്കുകയും വിമർശനപൂർവ്വമായ പ്രത്യായനങ്ങളിലേക്ക് നയിക്കുകയും പതുക്കെപ്പതുക്കെ ഒരു കാവ്യനാടകമെന്നപോലെ സമ്മോഹിപ്പിക്കുകയും ഉദ്വേഗഭരിതരാക്കുകയും ചെയ്യുന്നു.

ഈ സവിശേഷതകളുടെ ഒരടിസ്ഥാനം സംസ്കൃതവ്യാകരണപാരമ്പര്യത്തിലെ താർക്കികാവതരണരീതി ഒരു പരിധിവരെ *കേരളപാണിനീയ*ത്തിൽ (അതിന്റെ രണ്ടാംപതിപ്പിലും) സ്വാംശീകരിക്കപ്പെട്ടു എന്നതാവണം. മറ്റൊരു കാരണം അതിന്റെ രചനയുമായി ബന്ധപ്പെട്ട ചില കാര്യങ്ങളാണ് എന്നു ഞാൻ കരുതുന്നു. *കേരളപാണിനീയ* രചനയെ മൗലികമായി സ്വാധീനിച്ച ഘടകങ്ങളിലൊന്ന് ക്ലാസ്സ്മുറിയാണ്: ക്ലാസ്സ്മുറിയിലെ പ്രസംഗങ്ങളിൽനിന്നു രൂപമെടുത്തതാണ് *കേരളപാണിനീയം.* ഇക്കാര്യം രാജരാജവർമ്മ മുഖവുരയിൽ വെളിപ്പെടുത്തിയിട്ടുണ്ട്. ശ്രദ്ധേയമായ ഒരു സംഗതിയാണിത്.

ക്ലാസ്സിലിരിക്കുന്ന വിദ്യാർഥികളെ മുന്നിൽക്കണ്ട് തയ്യാറെടുക്കുന്ന ഒരധ്യാപകന്റെ ആത്മാർഥവും നിരന്തരവുമായ അന്വേഷണത്തിന്റെ ഫലമാണ് *കേരളപാണിനീയം.* ഒരു ബോധനോപകരണമെന്ന നിലയിൽ ഉപയോഗിക്കുവാൻ പറ്റുന്ന നിലയിൽ 'ശാസ്ത്രീയമായി' രചിക്കപ്പെട്ട ഒരു വ്യാകരണകൃതിയും അക്കാലത്തു ലഭ്യമായവയുടെ കൂട്ടത്തിൽ ഇല്ലെന്ന് രാജരാജവർമ്മയ്ക്ക് അതിവേഗം ബോധ്യപ്പെട്ടിരിക്കണം. പിന്നെന്തു ചെയ്യും? ലഭ്യമായ കൃതികളെ ആശ്രയിച്ചും നവീന വ്യാകരണോപദർശനങ്ങളുടെ വെളിച്ചത്തിൽ വിമർശനബുദ്ധിയോടെ തയ്യാറെടുത്തും മുന്നോട്ടുപോവുകയാണ് വഴി. അതാണ് കേരളപാണിനി ചെയ്തത്. സംസ്കൃത-തമിഴ് വ്യാകരണകൃതികളെയും പാതിരിമാരുടെ ഭാഷാവ്യാകരണങ്ങളെയും ഒക്കെ അദ്ദേഹം ആശ്രയിച്ചു. വിശേഷിച്ച് കാൽഡ്വലിന്റെ താരതമ്യാത്മകവ്യാകരണവും ഗുണ്ടർട്ടിന്റെ

വിവരണാത്മകവ്യാകരണവും അധ്യയനം ചെയ്ത സ്വാംശീകരിച്ച നവീനമായ വ്യാകരണാവബോധം പാണിനീയമാർഗത്തിൽ വിലയിപ്പിക്കുവാനാണ് അദ്ദേഹം ഉദ്യമിച്ചിട്ടുള്ളത്. അതുകൊണ്ടുതന്നെ, അത്യന്തം വിഭിന്നങ്ങളായ വ്യാകരണസമീപനങ്ങളിൽനിന്നും രൂപമെടുത്തിട്ടുള്ള സങ്കല്പനങ്ങളും അപഗ്രഥനരീതികളും *കേരളപാണിനീയ*ത്തിൽ വിമർശനാത്മകമായി സമന്വയിക്കപ്പെട്ടു. കേരളപാണിനി മുന്നോട്ടുവച്ച വ്യാകരണപദ്ധതിയുടെ ശക്തിദൗർബല്യങ്ങൾ ഈ സൈദ്ധാന്തികസമ്മേളനത്തിലാണ് അടിത്തറയിട്ടിരിക്കുന്നത്.

വ്യാകരണതത്വങ്ങൾ കഴിയുന്നത്ര വിശദമാക്കി, ഒരു പക്ഷേ വേണ്ടതിലധികം ഉദാഹരണങ്ങളിലൂടെ വ്യക്തമാക്കുന്നതിന് രാജരാജവർമ്മ പ്രദർശിപ്പിച്ചിട്ടുള്ള നിഷ്ഠതന്നെ ഒരു ബോധനോപാധിയായി തന്റെ കൃതിയെ, അതിന്റെ രചനാവേളയിലുടനീളം, അദ്ദേഹം സങ്കല്പിച്ചിരുന്നു എന്നതിനു തെളിവാണ്. പഠിക്കുകയും പഠിപ്പിക്കുകയും ചെയ്യുന്നതിലൂടെ നിരന്തരം ധാരണകൾ പുതുക്കപ്പെട്ടതിന്റെ മുദ്രകൾ *കേരളപാണിനീയ*ത്തിലുടനീളം തെളിഞ്ഞുകിടക്കുന്നുമുണ്ട്. നേരത്തെ സൂചിപ്പിച്ച, പുരുഷഭേദനിരാസത്തെക്കുറിച്ച് പീഠികയിലും ധാത്വധികാരത്തിലും കാണുന്ന വൈരുധ്യങ്ങളും മറ്റും ഈ നിലയിൽക്കൂടി വേണം മനസ്സിലാക്കാൻ. ഇന്നത്തെ രൂപത്തിൽ വിശദമായ പീഠികയും കാരികാരൂപത്തിലുള്ള വിധികളുമുള്ള പരിഷ്കരിച്ച പതിപ്പുതന്നെ (1917) രാജരാജവർമ്മയ്ക്ക് വ്യാകരണവിഷയത്തിൽ നാൾക്കുനാൾ വികസിച്ചുവന്ന അവബോധത്തിന്റെ പ്രകടമായ അടയാളമാണല്ലോ. ഈ മുന്നോട്ടുപോക്ക്, പലപ്പോഴും വ്യാകരണത്തെ സംബന്ധിച്ച ആധുനികമായ കാഴ്ചപ്പാടുകളോട് തോളൊത്തു നിൽക്കുന്ന നിമിഷങ്ങൾ പ്രദാനം ചെയ്യുകയുണ്ടായി എന്ന കാര്യം ഇന്ന് വിസ്മയത്തോടെ തിരിച്ചറിയേണ്ടിവരുന്നു. വ്യത്യസ്ത വ്യാകരണപദ്ധതികളെ അഭിമുഖീകരിക്കുകയും *വ്യാകരണരചന*യിൽ പ്രയോജനപ്പെടുത്തുകയും ചെയ്ത അദ്ദേഹം തന്റെ ഉദ്യമത്തിന് സൈദ്ധാന്തികമായ ഒരു സമീപനം ആവശ്യമാണെന്നു തിരിച്ചറിഞ്ഞു എന്നതാണ് ഇത്തരത്തിൽ ഏറ്റവും പ്രധാനമായ കാര്യം. 'ദാർശനികമായ നാടോടിത്തം' വിധിക്കപ്പെട്ടിട്ടുള്ള അധ്യാപനവൃത്തിയിൽ, വ്യാകരണകാരനെ സംബന്ധിച്ചിടത്തോളം സമുന്നതമായ ഈ അവബോധം തെളിഞ്ഞുകിട്ടുകയുണ്ടായി എന്നൊരൊറ്റക്കാര്യം മതി കേരളപാണിനിയിലെ വ്യാകരണദാർശനികന്റെ മഹിമ കണ്ടറിയാൻ. എന്താണ് വ്യാകരണം?എന്തായിരിക്കണം തന്റെ വ്യാകരണരചനയുടെ ദൗത്യം ?- ഇങ്ങനെയുള്ള ചോദ്യങ്ങൾ ആഴത്തിൽ സ്വയം ചോദിക്കുന്ന ഒരു വ്യാകരണകാരനുമാത്രമേ ഒരു സൈദ്ധാന്തികനിലപാട്

കൈക്കൊള്ളേണ്ടതുണ്ട് എന്ന നിഗമനത്തിലേക്ക് എത്തിപ്പെടാൻ ഒക്കുകയുള്ളൂ. രാജരാജവർമ്മ അത്തരമൊരു നിലപാടിൽ എത്തി ച്ചേരുകയുണ്ടായി. അതെന്തെന്ന് പിന്നാലെ വെളിപ്പെടും.

എന്താണ് വ്യകരണം? ആശയവിനിമയം സാധ്യമാക്കുന്ന ഭാഷയുടെ യുക്തി (കെട്ടുപാട്) യാണ് എന്ന് ലളിതമായ നിർവചിക്കാം. യഥാർഥ ത്തിൽ ഈ വ്യാകരണം വ്യാകരണക്ലാസ്സുകളിലിരുന്ന പഠിക്കാതെത ന്നെ നമുക്കൊക്കെ അറിയുന്നതാണ്. നാം സംസാരിക്കുന്ന ഭാഷയിൽ വ്യാകരണം ലയിച്ചുകിടപ്പുണ്ട്. നാലഞ്ചുവയസ്സ പ്രായമുള്ള കുട്ടികൾ 'വ്യാ കരണത്തെറ്റ്' കൂടാതെ സംസാരിക്കുവാൻ തുടങ്ങുന്നു എന്നതിനർഥം അവർ വ്യാകരണം 'പഠിച്ചുകഴിഞ്ഞു' എന്നാണല്ലോ. ഔപചാരികവി ദ്യാഭ്യാസമില്ലാത്തവർ തെറ്റുകൂടാതെ ഭാഷ പ്രയോഗിക്കുന്നു എന്നതും ഓർക്കുക. വ്യാകരണം ഒരു വിഷയമായി പഠിക്കാതെ തന്നെ ആളുകൾ സ്വായത്തമാക്കുന്നുണ്ട് എന്നാണ് ഇതിനർഥം. വ്യാകരണസൈദ്ധാന്തി കനായ നോം ചോംസ്കിയുടെ മതമനുസരിച്ച്, മനുഷ്യൻ ജനിക്കുന്നതു തന്നെ ചുറ്റുപാടുള്ള ആളുകൾ സംസാരിക്കുന്ന ഭാഷയുടെ വ്യാകരണം സ്വാംശീകരിക്കുന്നതിനുള്ള മാനസിക സജ്ജീകരണത്തോടെയാണ്. അതിനാൽ പ്രത്യേക പരിശീലനമൊന്നും കൂടാതെതന്നെ ശിശു തന്റെ ചുറ്റുപാടുംനിന്ന് ഭാഷയുടെ പദാവലിയോടൊപ്പം വ്യാകരണവും സ്വന്ത മാക്കുന്നു.

ഇത്തരത്തിലുള്ള വ്യാകരണസ്വാംശീകരണശേഷി മനുഷ്യനു മാത്രമേയുള്ളൂ. ചിമ്പാൻസിയെയും തത്തയെയുമൊക്കെ ഭാഷ പഠിപ്പി ക്കാനുള്ള ശ്രമങ്ങൾ പരാജയപ്പെടുന്നതിന് കാരണമിതാണ്. അവയ്ക്ക് വാക്കുകളും വാക്യങ്ങളും അതേപടി പഠിക്കുവാനും പുനഃസൃഷ്ടിക്കുവാനും കഴിഞ്ഞേക്കാമെങ്കിലും അതിൽനിന്ന് വ്യാകരണത്തെ ഊറ്റിയെടു ത്ത് അതു പ്രയോജനപ്പെടുത്തി പുതിയൊരു വാക്യം സൃഷ്ടിക്കുവാൻ കഴിയുന്നില്ല. ഭാഷയുടെ സർഗാത്മകത അടിത്തറയിടുന്നത് വ്യാക രണത്തിലാണ് എന്നു കൂടി ഇവിടെ നാം മനസ്സിലാക്കേണ്ടിവരുന്നു. ഓരോ സന്ദർഭത്തിനും അനുസൃതമായി. പരിമിതമായ പദാവലി പ്രയോജനപ്പെടുത്തിക്കൊണ്ടുതന്നെ പുതിയ വാക്യങ്ങൾ കൊരുത്ത് ആശയവിഷ്കാരം നടത്താൻ കഴിവു നൽകുന്നത് വ്യാകരണമാണ്. ഈ കഴിവുകൊണ്ട് അനുഗ്രഹിക്കപ്പെട്ട ഏകജീവിവർഗമെന്ന നിലയിൽ മനുഷ്യനെ വ്യാകരണജീവി എന്നു വിളിക്കാവുന്നതാണ്. വ്യാകരണത്തെക്കുറിച്ചുള്ള പഠനം അഥവാ ഭാഷയെക്കുറിച്ചുള്ള പഠനം മനുഷ്യന്റെ അപൂർവ്വതയെക്കുറിച്ചുള്ള പഠനം കൂടിയാണെന്നു വരുന്നത് അതുകൊണ്ടാണ്. മറ്റു ജന്തുക്കൾക്ക് ആശയവിനിമയം നിർവഹിക്കുന്ന

ചിഹ്നങ്ങൾ ഉല്പാദിക്കാനുള്ള ശേഷി ഉണ്ടെന്നുവന്നാലും അവയെ കൂട്ടിച്ചേർക്കാനോ സന്ദർഭബദ്ധമായല്ലാതെ പ്രയോഗിക്കാനോ സാധിക്കുന്നില്ല. വ്യാകരണ സ്വംശീകരണശേഷിയുടെ അഭാവമാണ് ഈ പരിമിതിക്കു നിദാനം.

ശരിയായ ആശയവിനിമയം നടക്കുന്ന വിധത്തിൽ സംസാരിക്കുന്ന മനുഷ്യന്റെ മനസ്സിൽ, തലച്ചോറിൽ വ്യാകരണമുണ്ട് എന്ന് പറയാം. ഈ ആന്തരവ്യാകരണത്തെ ബാഹ്യവൽക്കരിക്കുക എന്ന കർത്തവ്യമാണ് വ്യാകരണകാരൻ ചെയ്യുന്നത്. അങ്ങനെ എഴുതപ്പെടുന്ന വ്യാകരണഗ്രന്ഥത്തെയാണ് നാം സാധാരണയായി വ്യാകരണം എന്നു പറയുമ്പോൾ വിവക്ഷിക്കാറ്. ഈ പ്രവൃത്തി പറയുമ്പോൾ വളരെ എളുപ്പമാണ്. എന്നാൽ ഇതത്ര എളുപ്പമല്ല എന്നതാണ് വാസ്തവം. ശാസ്ത്രീയതയും പൂർണതയുമുള്ള ഒരു വ്യാകരണം ഏതൊരു ഭാഷയെ സംബന്ധിച്ചും ഒരു ആദർശം മാത്രമായിരിക്കുന്നതിനു കാരണം മറ്റൊന്നല്ല. ഒരു ഭാഷയിൽ ഉണ്ടായിട്ടുള്ളതും ഉണ്ടായേക്കാവുന്നതുമായ ശരിയായ സകലവാക്യങ്ങളുടെയും കെട്ടുപാടുകളെ കണ്ടറിഞ്ഞ് വ്യക്തമായും ലളിതമായും ക്രമപ്പെടുത്തി അവതരിപ്പിക്കുകയെന്ന ധൈഷണികവെല്ലുവിളിയാണ് വ്യാകരണകാരൻ അഭിമുഖികരിക്കുന്നത്. അതേറ്റെടുത്ത് വിജയിക്കുന്ന വ്യാകരണകാരനെ ബുദ്ധിമാന്മാർ ധിഷണാശാലിയെന്നു വാഴ്ത്താൻ തയ്യാറാകുന്നതും അതുകൊണ്ടാണ്- പാണിനിയെ ബ്ലൂംഫീൽഡ് വാഴ്ത്തിയത് ഓർക്കുക.

ശാസ്ത്രീയമായ വിവരണമെന്നത് എത്രത്തോളം സാധ്യമാണ്? ഒരു വസ്തുവിനെ, അല്ലെങ്കിൽ വസ്തുതയെ യുക്തിയുക്തമായി വിവരിക്കുക എന്നാണ് ശാസ്ത്രീയവിവരണമെന്നതുകൊണ്ട് ഉദ്ദേശിക്കുന്നത്. ഇതെത്രത്തോളം സാധ്യമാണ്? ഏതൊരു സംഗതിയെയും നാം സ്വീകരിക്കുന്ന ഒരു വീക്ഷണകോണിലൂടെ കാണാനും കണ്ടതു വിവരിക്കാനുമേ കഴിയുകയുള്ളൂ. ഏതൊരു വിവരണവും കാഴ്ചപ്പാട് അനുവദിക്കുന്നതു മാത്രമാണെന്നു പറയാം. ഏതു സമീപനമാണ്, കുറേക്കൂടി വ്യക്തമാക്കി പറഞ്ഞാൽ, ഏതു സൈദ്ധാന്തികസമീപനമാണ് കൈക്കൊണ്ടിരിക്കുന്നത് എന്നതുമായി ബന്ധപ്പെടുത്തി മാത്രമേ ഒരു വിവരണത്തിന് ശാസ്ത്രീയത കൈവരുന്നതിനെപ്പറ്റി ആലോചിക്കാൻ പോലും കഴിയൂ എന്നർഥം. ഒരു വ്യാകരണകാരനെ സംബന്ധിച്ചിടത്തോളം സൈദ്ധാന്തികമായ സമീപനം സ്വീകരിക്കേണ്ടത് പരമപ്രധാനമായ സംഗതിയാണെന്നു വരുന്നത് അതുകൊണ്ടാണ്. ചോംസ്കി ഇക്കാര്യം സൂചിപ്പിക്കുന്നുണ്ട്. ഒരു വ്യാകരണം ഉത്തമവ്യാകരണമാകണമെങ്കിൽ അത് ഒരു സമഗ്രഭാഷാസിദ്ധാന്തത്തിന്റെ അടിസ്ഥാനത്തിൽ

എഴുതപ്പെട്ടതാകണമെന്ന് അദ്ദേഹം വ്യക്തമാക്കുന്നു. വ്യാകരണത്തിന് ഒരു വ്യാകരണമുണ്ടാകണമെന്നു ചുരുക്കം. *കേരളപാണിനീയം* ഇക്കാര്യത്തിൽ എവിടെ നിൽക്കുന്നുവെന്ന് പരിശോധിക്കേണ്ടതുണ്ട്.

ഒരു വ്യാകരണസിദ്ധാന്തത്തിന്റെ അടിസ്ഥാനത്തിലായിരിക്കണം വ്യാകരണരചന നടത്തേണ്ടതെന്ന തിരിച്ചറിവ് രാജരാജവർമ്മയ്ക്ക് ഉണ്ടായിരുന്നു. *കേരളപാണിനീയ*ത്തിന്റെ മുഖവുരയിൽ ഒന്നാമതായി അദ്ദേഹം വ്യക്തമാക്കുന്നത് ഇക്കാര്യമാണ് എന്ന വസ്തുത വിസ്മയത്തോടെയും ആദരവോടെയും നാം നോക്കിക്കാണേണ്ടിവരുന്നു. വിഭിന്ന വ്യാകരണപദ്ധതികളെക്കുറിച്ച് സംക്ഷിപ്തമായി വിവരിച്ചു കൊണ്ട്, തന്റെ വ്യാകരണകൃതി ആഗമികപ്രസ്ഥാനത്തിൽ ഉൾപ്പെട്ട ഒന്നാണെന്ന് അദ്ദേഹം രേഖപ്പെടുത്തിയിരിക്കുന്നു. (പഴയ പതിപ്പുകളിൽ ടൈറ്റില്പേജിൽ ഉപശീർഷകമായി ഇത് എടുത്തു കൊടുത്തിട്ടുമുണ്ട്.) *കേരളപാണിനീയ*ത്തെ സംബന്ധിച്ചിടത്തോളം ഈ അവകാശവാദം എത്രത്തോളം ശരിയാണെന്ന കാര്യം അവിടെ നിൽക്കട്ടെ. മലയാളം പോലെ വികസ്വരമായ സംശ്ലിഷ്ടകക്ഷ്യയില്പെടുത്താവുന്ന ഒന്നിലധികം ഭാഷകളുടെ വ്യാകരണനിയമങ്ങളുടെ സാന്നിധ്യം നിരീക്ഷിക്കാൻ കഴിയുന്ന, ഒരു ഭാഷയുടെ വ്യാകരണതത്വങ്ങൾ, ശാസ്ത്രീയമായി മനസ്സിലാക്കേണ്ടുന്ന ഭാഷാവിദ്യാർഥിക്കുമുന്നിൽ അവതരിപ്പിക്കുവാൻ ഉദ്യമിക്കുന്ന വ്യാകരണകാരനെ സംബന്ധിച്ചിടത്തോളം ചരിത്രാത്മകമായ സമീപനമാണ് ഉചിതമാവുക എന്ന തിരിച്ചറിവ് രാജരാജവർമ്മയ്ക്കുണ്ടായി എന്നതാണ് പ്രധാനം. ഒരു വ്യാകരണപണ്ഡിതൻ എന്നതിനപ്പുറത്ത് വ്യാകരണചിന്തകനെന്നോ വ്യാകരണദാർശനികനെന്നോ അദ്ദേഹത്തെ വിശേഷിപ്പിക്കാൻ നിർബന്ധിക്കുന്ന ക്രാന്തദർശിത്വമാണ് ഇവിടെ പ്രകടമായിട്ടുള്ളത്. ഭാഷയെക്കുറിച്ചും വ്യാകരണത്തെക്കുറിച്ചും സമഗ്രമായ ധാരണ ലഭിക്കേണ്ടുന്ന മാതൃഭാഷാവിദ്യാർഥികളെ മുൻനിർത്തി ഒരു ബോധനോപകരണമെന്ന നിലയിൽ രചിക്കുന്ന വ്യാകരണകൃതിക്ക് ചരിത്രാത്മകസമീപനം എന്തുകൊണ്ടും സമീചീനമാണ് എന്ന് ഓർക്കേണ്ടതുണ്ട്. തന്റെ വ്യാകരണകൃതിയിലൂടെ ഭാഷയിലെ ശരിതെറ്റുകൾ നിശ്ചയിക്കാനുതകുന്ന നിയമങ്ങൾ അവതരിപ്പിക്കുക എന്നതിലുപരി മലയാളഭാഷയുടെ ചരിത്രപരമായ വികാസത്തിലൂന്നി പ്രയോഗനിയമങ്ങളെ നിർധാരണം ചെയ്യുന്നതിനും വിശദീകരിക്കുന്നതിനുമാണ് രാജരാജവർമ്മ തുനിഞ്ഞത്. ഇങ്ങനെയൊരു ലക്ഷ്യം പൂർത്തീകരിക്കുവാനുതകുന്ന സൈദ്ധാന്തികസമീപനം സ്വാംശീകരി ക്കാൻ ശ്രമിച്ചു എന്നിടത്താണ് *കേരളപാണിനീയ*ത്തിന്റെ മഹത്വം കുടികൊള്ളുന്നത്. ഈ സൈദ്ധാന്തിക നിലപാടാണ് വിശദമായ പീഠികയുടെ രചനയിലേക്കും

ലിംഗ-വചന-വിഭക്തി-കാല പ്രത്യയങ്ങളുടെ പരിണാമചരിത്രത്തിലേക്കും ഒക്കെ അദ്ദേഹത്തെ നയിച്ചത്. ഈ അന്വേഷണങ്ങളാണ്, വാസ്തവത്തിൽ, *കേരളപാണിനീയ*ത്തെ 'നിയമം പഠിപ്പിക്കുന്ന' പാഠപുസ്തകങ്ങളിൽനിന്ന് വ്യത്യസ്തമായി, അന്വേഷണസ്വഭാവിയാക്കിത്തീർക്കുന്നത്. ഭാഷയെക്കുറിച്ചുള്ള ജഡികമായ നിയമങ്ങൾ സ്ഥാപിക്കുന്ന കാഴ്ചയല്ല മറിച്ച്, അന്വേഷണത്തിന് ഇറങ്ങിപ്പുറപ്പെട്ടുപോകുന്ന അനുഭവമാണ് *കേരളപാണിനീയ*ത്തിൽ സഹയാത്രികരായി മാറുന്ന വായനക്കാരന് ഉണ്ടാകുന്നത്.

പൂർവനിശ്ചിതമായ ഉത്തരങ്ങൾ കൂടാതെ തുറന്ന മനസ്സോടെ അന്വേഷിച്ചു മുന്നോട്ടുനീങ്ങുന്ന നിരവധി മുഹൂർത്തങ്ങൾ *കേരളപാണിനീയ*ത്തിൽ ചൂണ്ടിക്കാട്ടാനാവും, 'അം' പ്രത്യയചർച്ചയും പ്രയോജകചർച്ചയും പുരുഷപ്രത്യയത്തെക്കുറിച്ച് ധാത്വധികാരത്തിൽ നടത്തുന്ന പുനർവിചാരങ്ങളുമൊക്കെ അക്കൂട്ടത്തില്പെടുന്നു. ബോധനോപകരണമെന്ന നിലയിലുള്ള ഒരു മലയാളവ്യാകരണവിവേചനം ലക്ഷ്യവും സൈദ്ധാന്തികമായ കാഴ്ചപ്പാട് മാർഗദീപവുമാകുന്ന ഈ അന്വേഷണപ്രക്രിയയിൽ പങ്കുചേരുകയും അതിലൂടെ കൈവരുന്ന കരുത്തോടെ അന്വേഷണങ്ങൾ കരുപ്പിടിപ്പിക്കുകയും ചെയ്യുക എന്നതാണ് വ്യാകരണപഠിതാക്കളുടെ നിയോഗം.

*കേരളപാണിനീയ*ത്തെ മറ്റു വ്യാകരണകൃതികളിൽനിന്നു വ്യത്യസ്തമായ ബോധനോപകരണമെന്ന നിലയിൽ അത്യന്തം സ്വീകാര്യമാക്കുന്നത് ഇപ്പറഞ്ഞ സൈദ്ധാന്തികതയാണ്. പിൽക്കാലത്ത്, *കേരളപാണിനീയ*ത്തിന്റെ സൈദ്ധാന്തികാടിത്തറയെ വെല്ലുന്ന ഒരു വ്യാകരണകൃതി രചിക്കാൻ എന്നല്ല, ഇത്തരത്തിൽ ഒരു സൈദ്ധാന്തികാധിഷ്ഠാനം ആവശ്യമാണെന്ന് വ്യക്തമായി ഉൾക്കൊള്ളാൻതന്നെ ആളുകൾ അധികമുണ്ടായില്ല എന്നതാണ് വാസ്തവം. *കേരളപാണിനീയ*ത്തെ പിന്തള്ളാൻ കഴിയാത്തതിനു കാരണവും ഇതു തന്നെയാണ്

കേരളപാണിനി തന്റെ വ്യാകരണരചന ചരിത്രാത്മകസമീപനം കൈക്കൊണ്ട് നിർവഹിച്ചു എന്നും അതിന്റെ ഫലമായി അതൊരു അന്വേഷണപ്രക്രിയയായിത്തീർന്നു എന്നുമാണ് പറഞ്ഞുവന്നത്. ഇതിനർഥം പലരും കണ്ണടച്ചു വിശ്വസിക്കുന്നതുപോലെ, *കേരളപാണിനീയം* ഒരു തികഞ്ഞ ആഗമികവ്യാകരണകൃതിയാണ് എന്നല്ല. പൂർവവൈയാകരണന്മാരെ ആശ്രയിക്കുന്നതുകൊണ്ടും അധീശഭാഷാധാരണകളാൽ അപനയിക്കപ്പെടുന്നതുകൊണ്ടും ഒക്കെ ആഗമികസമീപനം പലപ്പോഴും കൈവിട്ടുപോകുന്ന കാഴ്ചകൂടിയാണ് *കേരളപാണിനീയ*ത്തിന്റെ സൈദ്ധാന്തികാസ്പദങ്ങളെ ശ്രദ്ധിച്ചുകൊണ്ട്

വായിച്ചുപോകുമ്പോൾ കാണാൻ കഴിയുക. *കേരളപാണിനീയ* വിധികൾ പലപ്പോഴും പുനരുല്പാദിപ്പിക്കുന്നത് പൂർവവൈയാകരണന്മാരുടെ, ആഗമികേതരസമീപനങ്ങളിൽനിന്ന് ഉരുത്തിരിഞ്ഞ, ധാരണകളാണ്. സമകാലഭാഷാസിദ്ധാന്തങ്ങളുമായി ആഴത്തിലുള്ള പരിചയം ഭാഷയെക്കുറിച്ചും വ്യാകരണരചനയെക്കുറിച്ചുമുള്ള നവീനമായ ഉൾക്കാഴ്ച അദ്ദേഹത്തിനു പ്രദാനം ചെയ്തുവെങ്കിലും പാരമ്പര്യവ്യാകരണകൃതികളിലെ 'കാഴ്ചപ്പാടുകൾ' അപഗ്രഥനത്തിന്റെ വേളയിൽ അദ്ദേഹത്തെ പിൻനടത്തിച്ചു. അതിനുള്ള സാക്ഷ്യങ്ങളാണ് സന്ധിശില്പത്തിലും മറ്റുമുള്ള പല നിരീക്ഷണങ്ങളും (കെ.സുകുമാരപിള്ള വിമർശിക്കുന്ന, *കേരളപാണിനീയ*ത്തിലെ ആഗമസന്ധിവിധികൾ ഉദാഹരണം).

രാജരാജവർമ്മ കൈക്കൊണ്ട സൈദ്ധാന്തിക സമീപനം മറ്റു വ്യാകരണകൃതികളിൽനിന്ന് സ്വാംശീകരിച്ച ധാരണകളാൽ അട്ടിമറിക്കപ്പെട്ടതിന്റെ ഫലങ്ങളെന്ന നിലയിൽ വേണം *കേരളപാണിനീയ*ത്തിലെ പല വൈരുധ്യങ്ങളെയും ഇന്നു മനസ്സിലാക്കേണ്ടത്. 'പൗരാധിപത്യ'ത്തിന്റെയും രാജാധിപത്യത്തിന്റെയും വ്യവഹാരധാരകൾ സംവാദത്തിലായ നവോത്ഥാനകാലഘട്ടത്തിന്റെ *ധൈഷണിക*പശ്ചാത്തലത്തിൽ *കേരളപാണിനീയ*ത്തെ മനസ്സിലാക്കാൻ ഇത്തരമൊരു സമീപനം ആവശ്യമാണ്. നിർഭാഗ്യവശാൽ ഇത്തരം ആലോചനകൾക്കു പകരം കേരളപാണിനീയത്തിലെ തെറ്റുകൾ തിരുത്തി ഒരു തെറ്റില്ലാത്ത വ്യാകരണം രൂപപ്പെടുത്തുന്നതിനെക്കുറിച്ചാണ് ഇപ്പോഴും നമ്മുടെ ആലോചനകൾ. സി. എൽ. ആന്റണിയുടെ ശേഷഗിരിപ്രഭുവിന്റെയും വിമർശനങ്ങളിൽതുടങ്ങിയ ഈ പരാധീനത ഇപ്പോഴും വിട്ടുമാറിയിട്ടില്ല. *കേരളപാണിനീയ*വിമർശനങ്ങളുടെ മുഖ്യമായ പോരായ്മയും ഇതുതന്നെയാണ്. സൈദ്ധാന്തികാസ്പദങ്ങളെ സംബന്ധിച്ച തിരിച്ചറിവിന്റെ അഭാവമാണ്.

*കേരളപാണിനീയ*ത്തിലെ സൈദ്ധാന്തികവ്യതിചലനങ്ങൾക്കു പിന്നിൽ പ്രവർത്തിച്ച ഒരു കാര്യം, തുടക്കത്തിൽ സൂചിപ്പിച്ച, 'ക്ലാസ്സ്റൂറി'യാണ് എന്നു ഞാൻ കരുതുന്നു. ക്ലാസ്സുകൾക്കായുള്ള തയ്യാറെടുപ്പ് ഭാഗങ്ങളായി നടക്കുന്നതിന്റെ ഫലമായി സമഗ്രമായ ഭാഷാസമീപനം അദ്ദേഹത്തിന് പലപ്പോഴും കൈവിട്ടുപോയിരിക്കണം. പൂർവവ്യാകരണകൃതികളെ അനുഗമിക്കുകയും വിമർശിക്കുകയും ചെയ്യുന്നതിനിടയിൽ മലയാളഭാഷാപഗ്രഥനത്തിന്റെ കാര്യത്തിൽ ശരിയായി കണ്ടെത്തിയ വീക്ഷണം അദ്ദേഹത്തിനു പലപ്പോഴും കൈമോശം വന്നു. അതിന്റെ ഫലമായി രൂപപ്പെട്ട സൈദ്ധാന്തികബഹുതയല്ലേ, മുൻപു സൂചിപ്പിച്ച തരത്തിൽ *കേരളപാണിനീയ*ത്തിന് കലാസുഭഗതയേറുന്നതിന്റെ

ഒരടിസ്ഥാനം എന്നും ആലോചിക്കാവുന്നതാണ്.

അഭ്യൂഹികവ്യാകരണം രാജാധിപത്യത്തിന്റെയും ആഗമികവ്യാകരണം പൗരാധിപത്യത്തിന്റെയും സ്ഥാനം വഹിക്കുമെന്ന് കേരളപാണിനി പറയുന്നുണ്ട്. ഈ സാദൃശ്യകല്പനയെ വിപുലീകരിക്കുകയും സാർത്ഥകമാക്കുകയും ചെയ്യുന്നുണ്ട് *കേരളപാണിനീയം*. വിവിധ സൈദ്ധാന്തികധാരകൾ തമ്മിൽ നടക്കുന്ന ഒരു സംവാദമായി പരിണമിക്കുന്നതിലൂടെ പൗരാധിപത്യത്തിൽ അന്തർഭവിച്ചിരിക്കുന്ന ആധിപത്യം പോലും *കേരളപാണിനീയ*ത്തിൽ പ്രായോഗികമായി നിരസിക്കപ്പെട്ടിരിക്കുന്നു. ഈ സംവാദപരത ബോധനോപകരണമെന്ന നിലയിൽ അതിനുള്ള പ്രസക്തി കുറയാതെ കാക്കുകയും ചെയ്യുന്നു. പിൽക്കാല വ്യാകരണപണ്ഡിതന്മാർ മലയാളഭാഷയെ എന്നതിനേക്കാൾ *കേരളപാണിനീയ*ത്തെ അഭിമുഖീകരിക്കുവാനിടയായതിന്- ആധുനികമലയാളവ്യാകരണസംവാദം *കേരളപാണിനീയ*വുമായുള്ള സംവാദമായിത്തീർന്നതിന്- കാരണവും മറ്റൊന്നല്ല. എന്നാൽ ഇവിടെ ഒരു ദൂഷ്യവും സംഭവിച്ചു. സൈദ്ധാന്തികമായ കാഴ്ചപ്പാട് സ്വംശീകരിച്ചുകൊണ്ടുള്ള പുതിയ പരിശ്രമങ്ങൾ കാര്യമായി ഉണ്ടായില്ല. ഈ പരാധീനത മറികടന്നുകൊണ്ടേ *കേരളപാണിനീയ*ത്തെ പിൻതള്ളുന്ന ഒരു വ്യകരണസംവാദകൃതി സാധ്യമാവുകയുള്ളൂ. തെറ്റില്ലാത്ത വ്യാകരണത്തിനുവേണ്ടിയുള്ള പരിശ്രമങ്ങൾ നിർത്തിവെച്ച് സൈദ്ധാന്തിക സമീപനം സ്വരൂപിക്കുവാനും അതിന്റെ അടിസ്ഥാനത്തിൽ വ്യാകരണാന്വേഷണങ്ങൾ മുന്നോട്ടുകൊണ്ടുപോകുന്നതിനും കഴിയേണ്ടതുണ്ട്. അങ്ങനെ രൂപമെടുക്കുന്ന വ്യാകരണകൃതികളിലൂടെയാവും കേരളപാണിനി ഉചിതമായ രീതിയിൽ ആദരിക്കപ്പെടുക. 'പാഠം പഠിപ്പിക്കുന്ന പാഠപുസ്തകങ്ങളിലൂടെയാവില്ല'.

(1996 നവംബറിൽ മാഹി മഹാത്മാഗാന്ധി കോളേജിൽ അവതരിപ്പിച്ച പ്രബന്ധം. *സംസ്കാരകേരളം (14, 3-4 /2000)* ത്രൈമാസികയിൽ പ്രസിദ്ധീകരിച്ചിരുന്നു. *അടവും തുറസ്സും* എന്ന പുസ്തകത്തിൽ വിഭക്തിസംബന്ധമായ പ്രബന്ധവുമായി ഇണക്കി മാറ്റങ്ങളോടെ ചേർത്തിട്ടുണ്ട്.)

*കേരളപാണിനീയ*ത്തിലെ വിഭക്തിവ്യാകരണം

"രക്തബന്ധം മുതലായ ലൗകികസംബന്ധങ്ങളെപ്പോലെ കാരകം മുതലായ വ്യാകരണസംബന്ധങ്ങളും വിവക്ഷാധീനങ്ങളാണ് നാം നിന്നു നോക്കുന്ന നിലയുടെ പോക്കുപോലെയിരിക്കും സംബന്ധത്തിന്റെ പോക്കും."

*കേരളപാണിനീയ*ത്തിലെ വിഭക്തി-വിഭക്ത്യാഭാസവിചാരങ്ങളുടെ രൂപീകരണപ്രക്രിയയെയാണ് ഈ ലഘുപ്രബന്ധത്തിൽ ശ്രദ്ധിക്കുന്നത്. രാജരാജവർമ്മയുടെ നിരീക്ഷണങ്ങളെ നിർമിച്ച നോട്ടപ്പാടിനെ അഥവാ നോട്ടപ്പാടുകളെ അനാവരണം ചെയ്യുകയാണ് ലക്ഷ്യം. നോട്ടപ്പാടാണ് നിരീക്ഷണത്തെ നിർമിക്കുന്നതെന്ന ഒരു സിദ്ധാന്തം ഇവിടെ സ്വീകരിക്കുവെന്നു പറയാം.

വിഭക്ത്യാഭാസം എന്ന സങ്കല്പനം മുന്നോട്ടുവയ്ക്കപ്പെട്ടത് *കേരളപാണിനീയ*ത്തിലാണല്ലോ. അക്കാരണത്താൽത്തന്നെ വിഭക്ത്യാഭാസത്തെക്കുറിച്ചുള്ള വിചാരം *കേരളപാണിനീയ*ത്തെ മുൻനിർത്തി മാത്രമേ നടത്താനാവുകയുള്ളു എന്നുവരുന്നു. കേരളപാണിനിയുടെ വിഭക്ത്യാഭാസസങ്കല്പന-വിചാരങ്ങളും അതുമായി ബന്ധപ്പെട്ട് പിൽക്കാലപണ്ഡിതർ ഉന്നയിച്ച നിരീക്ഷണങ്ങളും വിശദമായി വിവരിക്കുവാനോ അവയെ സമാഹരിച്ച് തീർപ്പുള്ള ഒരു പ്രബന്ധം അവതരിപ്പിക്കാനോ ഇവിടെ ഉദ്ദേശിക്കുന്നില്ല. ഈ സങ്കല്പനം എങ്ങനെ വന്നു കൂടി എന്ന് പരിശോധിക്കുകയും അതിന്റെ സാംഗത്യത്തെക്കുറിച്ച് ആലോചിക്കുകയും ഇനിയൊരു ചുവടുവയ്ക്കുന്നാകിൽ എങ്ങനെയാകാം എന്ന് ചിന്തിക്കുകയും ചെയ്യുന്നതാകും ഉചിതമായിരിക്കുക എന്നു തോന്നുന്നു. പുതുവ്യാകരണപരിശ്രമത്തിനു തറവെടിപ്പാക്കുന്ന പ്രവൃത്തിയാണിത്.

അതിനാൽ ഈ ശ്രമം തുടർചിന്തകൾക്കു സഹായകരമായേക്കും.

1917-ൽ പ്രസിദ്ധപ്പെടുത്തിയ *കേരളപാണിനീയ*ത്തിന്റെ പരിഷ്കൃതപ്പതിപ്പ് അഭ്യൂഹികമാർഗത്തെ അറിഞ്ഞുകൊണ്ടുപേക്ഷിച്ച് ആഗമികരീതിയിൽസംവിധാനം ചെയ്തിട്ടുള്ളതാണെന്നും അതുവഴി അത് ശാസ്ത്രീയമായ ഒരു പാതയിലേക്ക് നടന്നുകയറിയിരിക്കുകയാണെന്നും എ.ആർ. രാജരാജവർമ്മ മുഖവുരയിൽ സൂചിപ്പിച്ചിട്ടുണ്ട്. സാമൂഹികവും മാനവികവുമായ വിഷയങ്ങൾക്ക് ശാസ്ത്രീയമായ ഒരു നില കൈവരിക്കുവാനുള്ള വഴി ചരിത്രപരമായ വിവരണരീതി സ്വീകരിക്കുകയാണെന്നു കരുതിപ്പോന്ന പത്തൊൻപതാം നൂറ്റാണ്ടിലെ യൂറോപ്യൻ ബോധരൂപത്തിലാണ് ഈ നിരീക്ഷണം നടക്കുന്നത്. ഈ ആശയം പ്രകടിപ്പിക്കുന്ന കാലമാവുമ്പോൾ ശാസ്ത്രീയമെന്നാൽ ചിഹ്നവിജ്ഞാനപരമായ (സെമിയോളജിക്കൽ)അഥവാ ഘടനാപരമായ (സ്ട്രക്ചറൽ) സമീപനമാണെന്ന നവചിന്ത സൊസ്യൂറിനെയും മത്തേസിയൂസിനേയും പോലുള്ള പുത്തൻ യൂറോപ്യൻ ഭാഷാശാസ്ത്രജ്ഞൻമാർ മുന്നോട്ടുവച്ചിട്ട് ഒന്നര ദശകത്തോളം കഴിഞ്ഞിരുന്നു.'

അതെന്തുമാകട്ടെ, ആഗമികരീതിയെക്കുറിച്ചും അഭ്യൂഹികരീതിയെക്കുറിച്ചുമുള്ള താരതമ്യവിവേചനത്തിനു ശ്രമിക്കുന്നിടത്തോളം ആഴത്തിലുള്ള സൈദ്ധാന്തികമായ വിചാരങ്ങളിൽ മുഴുകി എന്നതുകൊണ്ടുതന്നെ കേരളപാണിനി വ്യകരണചരിത്രത്തെ തന്റേതാക്കിയെന്നതു നേര്. മലയാളവ്യാകരണചിന്താചരിത്രത്തെ രാജരാജവർമ്മ തന്നിലേക്ക്, തന്റെ കൃതിയിലേക്ക് ചേർത്തുനിർത്തി. മലയാള വ്യാകരണപഠനം ഒരു സൈദ്ധാന്തികസംവാദപരിപാടിയായിത്തീർന്നത് വിദ്യാർഥികളെ ലക്ഷ്യമാക്കിയ സൈദ്ധാന്തികമായ തലങ്ങളോടുകൂടിയ ഈ വ്യാകരണകൃതിയുടെ ഇടപെടൽ കൊണ്ടാണ്. ഒരു ബോധനോപകരണമെന്ന നിലയിൽ അതിനെ അതിശയിക്കുവാൻ പോന്ന സംഭാവനകൾ പിൽക്കാലപണ്ഡിതരിൽനിന്നുണ്ടായില്ല!

അതവിടെ നിൽക്കട്ടെ, *കേരളപാണിനീയം* തൽക്കർത്താവു അവകാശപ്പെട്ടിട്ടുള്ളതുപോലെ പൂർണ്ണമായി ആഗമികമാർഗത്തിൽ ചിട്ടപ്പെടുത്തിയിട്ടുള്ളതാണെന്നു സമ്മതിച്ചുകൊടുക്കുവാനാവില്ലെങ്കിലും അത്തമൊരു ലക്ഷ്യം അവിടവിടെയെങ്കിലും പ്രകടമാക്കിയ ഒരു വ്യാകരണകൃതിയാണ് അതെന്ന കാര്യം നിസ്തർക്കമാണ്. നവീനമായ ചിന്തകളുമായി സംവദിച്ചുകൊണ്ട് നൂതനതനവും ചിട്ടപ്പെടുത്തിയതുമായ ഒരു പദ്ധതിയോടെ വ്യാകരണരചന നടത്തണമെന്ന ആഗ്രഹം കേരളപാണിനിക്കുണ്ടായിരുന്നു. അതിന്റെ ഫലമായി മലയാളഭാഷയുടെ പൂർവമാതൃകളെ കണ്ടെടുക്കുന്ന ഒരു നോട്ടപ്പാട് അദ്ദേഹത്തിന്റെ

അന്വേഷണത്തിന്റെ ഭാഗമായിത്തീരുകയും ചെയ്തിരുന്നു. എങ്കിലും ചരിത്രാത്മകസമീപനം അതിന്റെ ആത്മാവായിത്തീരുകയുണ്ടായില്ലെന്ന കാര്യം അതേ ശ്വാസത്തിൽ പറഞ്ഞുവയ്ക്കേണ്ടിവന്നിരുന്നു. തൽക്കാല യൂറോപ്യൻ സിദ്ധാന്തവികാസത്തെ അഭിമുഖീകരിച്ച് ഇല്ലത്തുനിന്നിറങ്ങിയെങ്കിലും അമ്മാത്ത് എത്തിച്ചേർന്നു എന്നു പറയുവാനാകാത്ത ഒരു നിലയിലാണ് അതുള്ളത്. സന്ധിയുൾപ്പെടെയുള്ള പല ഭാഗങ്ങളെയുമെന്നപ്പോലെ വിഭക്തിചർച്ച പരിശോധിച്ചാലും ഇതു സ്പഷ്ടമാകും. ആഗമികമായ നോട്ടപ്പാടും ശാസ്ത്രീയതാലക്ഷ്യവും സമഗ്രമായ ഒരധിഷ്ഠാനമായും ചിട്ടമായ പ്രതിപാദനത്തിനുള്ള നിർബന്ധീകരണമായും മാറിയില്ല. അദ്ദേഹത്തെ നയിച്ചത് സ്വീകൃതസമീപനത്തെക്കാളും സിദ്ധാന്തങ്ങളെക്കാളും ഉപരിയായി പൂർവവ്യാകരണങ്ങളുടെ സ്വാധീനമാണ് എന്നതുകൊണ്ടാണിങ്ങനെ സംഭവിച്ചത്. വിഭക്ത്യാഭാസം എന്ന പ്രകരണത്തിന്റെ നിർമാണത്തെ മുൻനിർത്തി ഇക്കാര്യം വിശേഷമായി ചൂണ്ടിക്കാണിക്കുകയാണ് ഇവിടെ പ്രധാനമായും ചെയ്യുന്നത്.

'വിഭക്ത്യാഭാസം' നമ്മുടെ വ്യാകരണവിചാരണത്തിലേക്കു *കേരളപാണിനീയം* വഴി കടന്നുവന്നതാണ്. അതിനുമേൽ സി. എൽ. ആന്റണിയെപ്പോലുള്ളവർ നടത്തിയ വിചാരണകൾ കേരളപാണിനിക്കു സംഭവിച്ച നോട്ടപ്പിശകുകളെ ഭംഗിയായി അനാവരണം ചെയ്തിട്ടുണ്ട്. *കേരളപാണിനീയ*ത്തിലെ അപാകതകൾക്ക് പരിഹാരമുണ്ടാക്കാൻ എന്തു ചെയ്യാം എന്നു ചിന്തിച്ച് പണ്ഡിതന്മാർ വകതിരിവോടെ ചൂണ്ടിക്കാണിച്ച തിരുത്തലുകൾ കണക്കിലെടുത്ത് വിഭക്ത്യാഭാസത്തെ തിരിഞ്ഞുനോക്കുകയാണെങ്കിൽ അത്തരമൊരു പ്രകരണം വിഭക്തിവിചാരത്തിന്റെ ഭാഗമായല്ലാതെ നിലനിൽക്കുന്നതിൽ സാംഗത്യമില്ലെന്നു മനസ്സിലാക്കേണ്ടിവരും. കാരണം, അർഥപരമായ ഏകതയും രൂപാവലിപരമായി സാദൃശ്യമുള്ള ഒരു പദവർഗമെന്നനിലയിൽ വിഭക്തിക്കു പുറത്തായി കൈകാര്യം ചെയ്യാവുന്ന നില വിഭക്ത്യാഭാസത്തിനില്ല. അർഥപരമായി അഥവാ ധർമപരമായി വിഭക്തി/വിഭക്തിപ്രത്യയം പ്രകാശിപ്പിക്കുന്ന മട്ടിലുള്ള കാരകവിവക്ഷകളെയാണ് വിഭക്ത്യാഭാസരൂപങ്ങളും വെളിപ്പെടുത്തുന്നത്. നാമങ്ങളോടു ചേർന്ന് സമാനമായ ഒരർത്ഥമാനം അവ പ്രകാശിപ്പിക്കുന്നു. വിഭക്തിക്കു പുറത്തേക്കു കൊണ്ടുപോകാൻ പ്രേരിപ്പിക്കുന്ന രൂപപരമായ സംഗതികൾ കാണുന്നുമില്ല.

നാമബന്ധിയായ ലിംഗ-വചനപ്രത്യയങ്ങളിൽനിന്നു വ്യത്യസ്തമായി ആകാംക്ഷയുടേതായ ഒരു അധികാർഥതലം വിഭക്തി-വിഭക്ത്യാഭാസരൂപങ്ങൾക്കുണ്ടെന്ന കാര്യങ്ങൾ ശ്രദ്ധിക്കേണ്ടതുതന്നെ. രൂപപരമായി നാമാധികാരത്തിലടങ്ങുമ്പോഴും അർഥപരമായി അതു പുറത്തേക്ക്

കാല്യനീട്ടുന്നു. ഗുണ്ടർട്ട് ഇക്കാര്യം മനസിലാക്കിയതുകൊണ്ടാണ് കാരകവിചാരത്തെ ആശ്രിതാധികരണമെന്നു പേരിട്ട് വേറൊരിടത്തു ചർച്ച ചെയ്തത്. ഇങ്ങനെ വേർപെടുത്തുന്നതിനുപകരം അർഥ-രൂപ പരിഗണനകളോടെ ഒറ്റ വിഭാഗമായി കാരക-വിഭക്തി വിചാരത്തെ ചിട്ടപ്പെടുത്തുകയാണ് ഉചിതമെന്നു കരുതുന്നു. വിവരണത്തിലെ ഇത്തരം ചിട്ടപ്പെടുത്തലുകൾക്കു വലിയ പ്രാധാന്യമുണ്ടോ എന്നു സംശയിക്കുന്നവരുണ്ടാകാം. ഉണ്ടെന്നുതന്നെയാണ് തോന്നുന്നത്. അത് വിശകലനത്തെ നേർവഴികാണിക്കും. ഈ മട്ടിലുള്ള തിരിച്ചറിവിന്റെ അഭാവം *കേരളപാണിനീയ*ത്തിൽ പൊതുവിലുണ്ട്. വ്യാകരണവിചാരത്തിന്റെ ബ്ലൂപ്രിന്റ് എന്നോണം കേരളപാണിനി അവതരിപ്പിക്കുന്ന ശബ്ദവിഭാഗം സന്ധിപ്രകരണത്തിന്റെ ഉപവിഭാഗമായി മാറുന്നത് ഇത്തരം കാര്യങ്ങളിൽ അദ്ദേഹം പുലർത്തിയ ഉദാസീനതയെ കാണിക്കുന്നു. അവിടെ അതൊരു സ്ഥലം മാറിയിരുപ്പ് മാത്രമായി അവസാനിക്കുന്നു. അതിനാൽ കുഴപ്പമില്ല എന്നു വെയ്ക്കാം. എന്നാൽ, വിഭക്തിവിചാരത്തിൽ ഉണ്ടാവുമായിരുന്ന ശാസ്ത്രീയത, അഥവാ യുക്തിയുക്തത, ഔചിത്യം, ഇല്ലാതാക്കിയതിൽ ഈ അശ്രദ്ധ പങ്കുവഹിച്ചു. കേരളപാണിനി താൻ ഇല്ലാതാക്കുവാൻ യത്നിച്ചുവെന്നു കരുതിയ സംസ്കൃതവ്യാകരണബാധ വിശകലനവേളകളിൽ അദ്ദേഹത്തെ ഭൂതം കണക്കെ പിൻതുടർന്നു. വിഭക്തിയുടെ ഉപവിഭാഗമായി മാത്രം പരിഗണിക്കേണ്ട വിഭക്ത്യാഭാസത്തെ കേരളപാണിനി വിഭക്തിയിൽനിന്ന് വേർപെടുത്തി ചർച്ചചെയ്യാൻ തുനിഞ്ഞതിന്റെ പിന്നിൽ പ്രവർത്തിച്ചത് ഈ ബാധയല്ലാതെ മറ്റൊന്നുമല്ല എന്നാണ് തോന്നുന്നത്.

മലയാളഭാഷയുടെ പൂർവരൂപം തേടുന്ന പീഠികയിലും പ്രത്യയങ്ങളുടെ ആദിരൂപങ്ങൾ തേടുന്നിടങ്ങളും നടത്തുന്ന വിശകലനങ്ങളിൽ ചരിത്രാത്മകസമീപനം പ്രവർത്തനക്ഷമമാകുന്നുണ്ട്. അതോടൊപ്പം ചരിത്രാത്മകസമീപനത്തിന്റെ അനുപേക്ഷണീയ ഭാഗമായ താരതമ്യവും പ്രവർത്തിക്കുന്നു. ഇങ്ങനെ ആധുനികമായ പാതയിലൂടെ മുന്നേറുമ്പോഴും *കേരളപാണിനീയ*ത്തിലെ വിശകലനങ്ങളിൽ മിക്കവാറും സംസ്കൃതവ്യാകരണപാരമ്പര്യത്തിൽന്നിന്നുരുവായ ധാരണകളെ പിന്തുടരുന്നു. ചരിത്രാത്മകസമീപനത്തിന് ബലിഷ്ഠമായ അടിത്തറ പാകിയ സജാതീയ താരതമ്യമല്ല; പരമ്പരാഗതവ്യാകരണമാർഗത്തിന്റെ നിർദ്ദേശാത്മകരീതിക്കനുഗുണമായ വിജാതീയതാരതമ്യമാണ് പലപ്പോഴും നടന്നത്. സംസ്കൃതത്തെ അപരമായി പ്രതിഷ്ഠിച്ച് മലയാളത്തെ ആപേക്ഷികമായി നിർവചിക്കുന്നതിനു നടത്തുന്ന ശ്രമം *കേരളപാണിനീയ*ത്തെ ഒരു പരമ്പരാഗതവ്യാകരണത്തിന്റെ ലോകത്തു

തളച്ചിടുന്നു. ആന്തരീകരിച്ച പ്രമാണഗ്രന്ഥം പാണിനീയമാണല്ലോ. അത് അനുവദിക്കുന്ന ഒരു വീക്ഷണത്തിലാണ് അടിസ്ഥാനപരമായി *കേരളപാണിനീയം* സ്വരൂപമാർജ്ജിക്കുന്നത്. ഇത് സൂക്ഷ്മാർഥത്തിൽ *കേരളപാണിനീയ*ത്തെ ഒരു വിവർത്തനപ്രക്രിയയാക്കുന്നു. പുറത്തുനിന്നുവന്ന ചരിത്രപരമായ താരതമ്യസമീപനത്തിനും ആ നിലയിലെ ശാസ്ത്രീയതയ്ക്കും മേലെ പരമ്പരാഗതമായ നിർദേശാത്മകത ആധിപത്യമുറപ്പിക്കുന്നു.

വാസ്തവത്തിൽ ഇവിടെ വല്ലാത്തൊരു മല്പിടിത്തം നടക്കുന്നുണ്ട്. ലക്ഷ്യവും കർമവും തമ്മിലുള്ള സംഘർഷമായും, പാരമ്പര്യവും ആധുനികതയും എതിരിടുന്ന സംഘർഷമായും ഒക്കെ ഇതിനെ വിശദീകരിക്കാം. അങ്ങനെയുള്ള വായന നവോത്ഥാനധൈഷണികതയുടെ സംഘർഷങ്ങളുടെ കൂടെക്കൂടിയുള്ള തീർഥയാത്രയായിരിക്കും. വ്യാകരണം ഇരുമ്പുലക്കയാണെന്നു കരുതുന്ന നിർഭാഗ്യവാന്മാർക്ക് ഇതൊന്നും വെളിപ്പെടുകയില്ല. സംസ്കൃതധാരണകളിൽനിന്ന് ഊരിപ്പോരാൻ ആഗ്രഹിക്കുക, പാശ്ചാത്യചിന്തയിൽനിന്ന് ഊർജ്ജമാവാഹിക്കാനുള്ള തീവ്രമായ അഭിലാഷമുണ്ടായിരിക്കുക, മലയാളഭാഷയുടെ തനതുസവിശേഷതകൾ വെളിപ്പെടുത്തുകയെന്നത് തന്റെ കർത്തവ്യമാണെന്നറിയുക. ഇതൊക്കെ *കേരളപാണിനീയ*ത്തിൽ നൊമ്പരങ്ങളായി പരിണമിക്കുന്നു. നാം കാണുകയും വിലയിരുത്തുകയും ചെയ്യുന്ന *കേരളപാണിനീയ*നിരീക്ഷണങ്ങളെ വേരോടെ മനസ്സിലാക്കുന്നതിനും വിമർശിക്കുന്നതിനും ആഴത്തിലുള്ള ഈ പ്രവാഹങ്ങളെ ശ്രദ്ധിച്ചുകൊണ്ടേയിരിക്കണം.

*കേരളപാണിനീയ*ത്തിന്റെ 'വ്യാകരണ'ത്തെ നിർണ്ണയിക്കുന്ന ഈ അന്തർധാരകളെ അഭിമുഖീകരിക്കാതെയും മനസ്സിലാക്കാതെയും പുതിയ വ്യാകരണനിർമാണശ്രമങ്ങൾ നടത്തുന്നത് ഈ വിജ്ഞാനശാഖയുടെ വികാസചരിത്രം സമഗ്രമായി ഉൾക്കൊള്ളാത്ത അപക്വയത്നങ്ങളായി കലാശിക്കാനാണ് സാധ്യത. മൃതപ്രായമായ ഗൈഡുപുസ്തകങ്ങൾ ചമയ്ക്കാനും സർവകലാശാലാസിലബസ്സിൽ ഇടം കണ്ടെത്താനും അതു മതിയാകും. പക്ഷേ വിചാരത്തിന്റെ ഭാവി അതിനൊക്കെ ചവറ്റുകുട്ടകളിൽ സ്ഥാനം നൽകുവാനാണ് ഇട.

വിഭക്തിയിലേക്കും വിഭക്ത്യാഭാസത്തിലേക്കും വരുമ്പോൾ നോട്ടപ്പാടുകളുടേതായ സംഘർഷം എങ്ങനെ ആവിഷ്കൃതമാകുന്നു; എങ്ങനെ ഒടിതിരിവുകൾ ഉണ്ടാക്കുന്നു എന്നതാണ് നമുക്ക് നോക്കേണ്ടത്. കേരളപാണിനി തന്റെ വിഭക്തിചർച്ച തുടങ്ങി വയ്ക്കുന്നത് എടുത്തുചാടിയുള്ള ഒരു നിർവചനത്തോടെയാണ്. ആലോചനകളൊക്കെ ആരോ നടത്തിവെച്ചിരുന്നു. സംഗതി സിദ്ധം. അങ്ങെടുത്തുപയോഗിച്ചാൽ മതി

എന്നൊരു ഭാവം ആ അവതരണത്തിൽതന്നെയില്ലേ എന്നു തോന്നിപ്പോകും. നിർവചനം ഇതാണ്:

"മറ്റുപദങ്ങളുമായുള്ള സംബന്ധത്തെക്കുറിക്കുന്നതിനുവേണ്ടി നാമങ്ങളിൽ ചേർക്കുന്ന പ്രത്യയങ്ങൾക്കാണ് 'വിഭക്തി' എന്നു പേർ''.

കുഴപ്പമില്ലെന്നു തോന്നാം. പക്ഷേ, തുടർന്ന് മറ്റുപദങ്ങളുമായുള്ള സംബന്ധമെന്ന ആശയത്തെ അടിസ്ഥാനമാക്കിയുള്ള ഒരാലോചന നടത്തുവാൻ രാജരാജവർമ്മ തുനിയുന്നില്ല. 'നാമാദിയാം വിഭാഗത്തിനെല്ലാമർഥം നിയാമകമെന്നു' കല്പിക്കുവാനും, രൂപനിഷ്ഠമായ തീർപ്പുകളിൽ പരിമിതപ്പെടുത്താവുന്നതല്ല വ്യാകരണകാര്യങ്ങൾ എന്നു തിരിച്ചറിയുവാനും കഴിഞ്ഞിരുന്നുവല്ലോ അദ്ദേഹത്തിന്. ഇവിടെ ആ വിവേകം പ്രവർത്തിച്ചിരുന്നുവെങ്കിൽ നാമങ്ങൾക്കു മറ്റു പദങ്ങളുമായുള്ള ബന്ധങ്ങൾ ഒരേ തരത്തിലുള്ളതല്ലെന്നു മനസിലാക്കാൻ പ്രയാസമുണ്ടാകുമായിരുന്നില്ല. അങ്ങനെയാണെങ്കിൽ അദ്ദേഹത്തിന്റെ ചിന്ത സ്വാഭാവികമായി കാരകവിചാരത്തിലേക്കും കാരകേതരബന്ധവിചാരത്തിലേക്കും പോകുമായിരുന്നു.

അത്തരമൊരു പീഠികയിലൂടെ കടന്നുപോന്നിരുന്നുവെങ്കിൽ ഇന്നു നാം കാണുന്ന വിഭക്തിവിചാരമല്ല ഉണ്ടാകുമായിരുന്നത്. ആഴത്തിലുള്ള ഒരു സൈദ്ധാന്തികവിചാരത്തിൽ വിഭക്തിവിചാരം കൂടുതൽ വിശദവും പ്രശ്നഭരിതവും വിമർശനപരവുമായി മാറുമായിരുന്നു. മിക്കവാറും മുൻപു സൂചിപ്പിച്ചതുപോലുള്ള ഒരു ക്രമത്തിലുള്ളതും നാമാധികാരത്തെ അതിലംഘിക്കുന്നതുമായ ഒരു ഇടവും വിവരണരീതിയും വിഭക്തിവിഷയത്തിൽ അദ്ദേഹം സ്വീകരിക്കേണ്ടിവന്നേനെ. സംബന്ധിക വിഭക്തിയാകുമോ? സംബോധന വിഭക്തിയാകുമോ? വിഭക്ത്യാഭാസം വേറിട്ടൊരു പ്രകരണമായി ചർച്ച ചെയ്യേണ്ടതുണ്ടോ? 'കൽ' എങ്ങനെ വിഭക്തിയായി? രാജരാജവർമ്മയുടെതന്നെ കല്പന അനുസരിച്ചാൽ കൽ വിഭക്ത്യാഭാസമല്ലേ? എങ്ങിനെയുള്ള കല്ലുകടികൾ കടിച്ചെടുത്തുകളഞ്ഞ ഒരു വിശദവിഭക്തിവിചാരപ്രകരണം ലഭിക്കുമായിരുന്നു.

അതുണ്ടായില്ല. രൂപത്തെ അടിസ്ഥാനമാക്കി അദ്ദേഹം ധൃതിപിടിച്ചുള്ള ആലോചനകളിലേക്കു പ്രവേശിച്ചു. അവിടെ സംസ്കൃത വ്യാകരണവിജ്ഞാപനമായിരുന്നു അദ്ദേഹത്തെ പ്രോത്സാഹിപ്പിച്ചതും വഴിനടത്തിയതും. വിഭക്തിയെ ഏഴ് എന്ന മാസ്മരികസംഖ്യയിൽ ഒതുക്കേണ്ടതാണ് എന്ന വിചാരം കടന്നുവന്നത് അവിടെനിന്നാണ്. സംസ്കൃത്തിൽ ഏഴെങ്കിൽ ഇവിടെയും ഏഴായിരിക്കും എന്നു തീർപ്പായി. ഏഴല്ലെങ്കിൽ എട്ട്. സംസ്കൃതത്തിൽ വിഭക്തിയായി സംബോധനയുണ്ടല്ലോ.അപ്പോൾ നമ്മുടെ സംബോധനയെയും

വിഭക്തിയില്പെടുത്താതിരിക്കുവതെങ്ങനെ?- ഇങ്ങനെ പോയി ചിന്ത. ഉദ്ദേശിക, പ്രതിഗ്രാഹിക എന്നിങ്ങനെയുള്ള സംജ്ഞാകരണത്തിലാകട്ടെ, സി എൽ ആന്റണി (1989 : 71) നിരീക്ഷിച്ചതുപോലെ കാൽഡ്വലാണ് അദ്ദേഹത്തെ നയിച്ചത്. ദ്രാവിഡരീതിക്കു ചേർന്നത് അർഥത്തെ സൂചിപ്പിക്കുന്ന പുതിയ പേരുകളാണെന്ന് അദ്ദേഹം തീരുമാനിച്ചു. അതിനു സാംഗത്യമുണ്ടെങ്കിലും ഭദ്രമല്ലാത്ത ചില കാരണങ്ങളാണ് അദ്ദേഹം പറഞ്ഞുവയ്ക്കുന്നത്.

വിഭക്തികൾക്ക് അർഥത്തെ സൂചിപ്പിക്കുന്ന പേരുകൾ നൽകുവാൻ ഉത്സാഹിക്കുകയും 'നാമാദിയാം വിഭാഗത്തിനെല്ലാം' ആധാരമായി രൂപം മാത്രം പരിഗണിച്ചാൽ മതിയാകില്ല (അർഥമാണ് നിയാമകം) എന്നു തിരിച്ചറിയുകയും ചെയ്തിരുന്ന രാജരാജവർമ്മ അർഥവിചാരം വെടിയുകയും സംസ്കൃതത്തിന്റെ മാതൃക മനസ്സിലിട്ട് രൂപവിചാരം മാത്രം നടത്തുകയും ചെയ്തു. പ്രഥമപരിഗണന ലഭിക്കേണ്ടിയിരുന്ന കാരക (അർഥ) വിചാരത്തിന് ഏറെക്കുറെ ആശ്രിതസ്ഥാനമേ ലഭിച്ചുള്ളു. ഗുണ്ടർട്ടിന്റെ ആശ്രിതാധികരണത്തെ ആശ്രയിച്ചാണ് അതു നടത്തിയത്. അപ്പോഴോ, വിഭക്തികൾക്ക് (വിഭക്തിപ്രത്യയങ്ങൾക്ക്) അനേകാർഥങ്ങൾ വിവക്ഷപോലെ വരുമെന്നു വ്യക്തമാക്കിക്കൊണ്ട് അർഥത്തെ മുൻനിറുത്തി വേണം സംജ്ഞാകരണമെന്ന തന്റേതന്നെ വാദത്തെ ദുർബലപ്പെടുത്തുകയും ചെയ്തു. (ഇൽ, കൽ എന്നീ രണ്ടു പ്രത്യയം ആധാരികയ്ക്ക് നിർദേശിച്ചപ്പോൾത്തന്നെ ഒരർഥത്തിന് ഒരു വിഭക്തി എന്ന തന്റെ നിലപാടിൽ എ.ആർ. വെള്ളം ചേർത്തുകഴിഞ്ഞിരുന്നു) മുൻഗണനാക്രമം നിർണയിക്കുന്നതിൽ ശ്രദ്ധിക്കാതെ തിരക്കിട്ട് വിഭക്തിയെ നിർവചിക്കാനും എണ്ണം നിശ്ചയിക്കാനും ശ്രമിച്ചപ്പോൾ സംസ്കൃതവ്യാകരണം പ്രമാണമായിത്തീർന്നു. നൂതനപാശ്ചാത്യവ്യാകരണരീതി കാണിച്ചുതന്ന കാൽഡ്വലിനെ ആദരിച്ചപ്പോൾ പുതിയ പേരുകൾ വന്നു.

സംസ്കൃതരീതി അബോധമായിനിന്ന് വിഭക്തി ഏഴെണ്ണമായി നിജപ്പെടുത്തിയപ്പോൾ പുറത്തായ, അരുക്കായ-പുതിയ നിരൂപണഭാഷയില്പറഞ്ഞാൽ പ്രാന്തീകൃതമായ വിഭക്ത്യാർഥകസംഗതികളെ കുടിയിരുത്താതെ വയ്യെന്നായി. അങ്ങനെയാണ് വിഭക്ത്യാഭാസമെന്ന പ്രകരണം ഉണ്ടായിവന്നത്. നോട്ടം സംസ്കൃതവ്യാകരണത്താൽ നിർണയിക്കപ്പെട്ടതിന്റെ ഫലം.

ഇതു കേരളപാണിനിക്കു കഥയില്ലാത്തതുകൊണ്ടു സംഭവിച്ചതാതാണെന്ന മട്ടിലല്ല മനസ്സിലാക്കേണ്ടത്. വാസ്തവത്തിൽ ഈ അപയാനത്തിന് വ്യാകരണപാരമ്പര്യത്തിൽ ആഴമുള്ള വേരുകളുണ്ട്. പേർ ഏ.

ഒട്ടു. ക്കു, നിന്റു, ന്ന്, ഇൽ വിളി ഇത്യഷ്ടകം എന്നു വിധിക്കുന്ന ലീലതിലകകാരൻ ഈ പാതയിൽത്തന്നെയാണു പണ്ടു ചരിച്ചത്. അവിടെ സംസ്കൃതത്തെ പിൻതുടരുന്നതിനുള്ള ഉത്സാഹമുണ്ട്. അർഥവും രൂപവും പരിശോധിച്ച് വേണ്ട മട്ടിൽ വ്യവച്ഛേദിക്കുവാൻ അദ്ദേഹത്തിനു സാധിക്കാതെ പോയി. (തൊൽക്കാപ്പിയത്തിൽപോലും പാണിനീയ മാർഗം പ്രഭാവം ചെലുത്തിയിരുന്നു എന്ന കാര്യം സുവിദിതമാണ്). സംസ്കൃതത്തിന്റെ കരുക്കളെ തള്ളിക്കളഞ്ഞ് സ്വതന്ത്രമാവണമെന്നു കരുതിയ കേരളപാണിനി എതിരാളി തന്നിൽ ആവേശിച്ചുകൊണ്ടിരിക്കുകയാണെന്നത് അറിയാതെപോയി. കോളനിയിൽ വാഴുന്നവരുടെ ഗതികേടാണത്. അങ്ങനെ ആന്തരം നഷ്ടപ്പെട്ടാൽ സ്വാതന്ത്ര്യനാവുകവയ്യെന്നു മഹാത്മാവ് വ്യക്തമാക്കിയത് ഓർക്കുക. സ്വാതന്ത്ര്യമല്ലാത്തത് നേർവഴികളെ സാക്ഷാൽക്കരിക്കുകയില്ല. കേരളപാണിനി വ്യാകരണവിചാരത്തിൽ സ്വാതന്ത്ര്യത മോഹിച്ചുവെങ്കിലും അത് സാക്ഷാൽക്കരിച്ചിരുന്നില്ലെന്നും അതിന്റെ ഫലമായിട്ടാണ് ശാസ്ത്രീയമായ പാത കൈവിട്ടുപോയത് എന്നുമാണ് സൂചിപ്പിക്കുന്നത്.

ചുരുക്കത്തിൽ, വിഭക്തിവിചാരത്തെ വിഭക്തിപ്രകരണം, വിഭക്ത്യാഭാസപ്രകരണം, കാരകപ്രകരണം എന്നിങ്ങനെ മൂന്നു പ്രകരണങ്ങളായി സംവിധാനം ചെയ്തു രാജരാജവർമ്മ പൂർവവ്യാകരണങ്ങളുടെ പിന്നാലെ പോവുകയാണ് ചെയ്തത്. സംസ്കൃതത്തിന്റെ പിന്നാലെ പോകുന്നതിലൂടെ കുഴിയിൽ ചാടരുതെന്ന് ഉദ്ദേശിച്ച എ. ആർ. അതേ കുഴിയിൽ വീണുകിടക്കുകയും ഇടയ്ക്കു കരയിൽക്കയറി കാൽഡ്വലിന്റെയും ഗുണ്ടർട്ടിന്റെയും കൂടെ നടക്കുകയുമായിരുന്നു ചെയ്തത് എന്നു പറയാം. സംസ്കൃത്തെ പ്രമാണമാക്കുന്നില്ലെന്നു ഭാവിക്കുമ്പോഴും സംസ്കൃതവ്യാകരണം അബോധമായിനിന്ന് ശക്തമായ പ്രഭാവം ചെലുത്തി.

പ്രത്യയങ്ങളുടെ പൂർവരൂപം തേടുന്നതുപോലുള്ള സന്ദർഭങ്ങളിൽ കാൽഡ്വലിനോടൊപ്പവും ചിലപ്പോഴൊക്കെ മുന്നോട്ടും നടത്തിയ സഞ്ചാരങ്ങൾ സൈദ്ധാന്തികമായി സ്വീകരിച്ച ആഗമികസമീപനത്തെ പ്രകടമാക്കുന്നുണ്ടെങ്കിലും മിക്കവാറും സംസ്കൃതപാരമ്പര്യത്തെ അഭിമുഖീകരിച്ച് നടത്തിയ നിരീക്ഷണങ്ങൾക്കാണ് *കേരളപാണിനീയ*ത്തിൽ മേൽക്കൈയുള്ളത്. ഇക്കാണുന്ന സവിശേഷ മിശ്രണമാണ് *കേരളപാണിനീയ*ത്തെ പഠനീയമാക്കുന്നതെന്നത് വേറെ കാര്യം. സ്ഥിരതയും ചിട്ടയുമുള്ള ഒരു വിവരണമല്ലെന്നു വരുമ്പോഴും ഒരു സംവാദമായി അത് നിലകൊള്ളുന്നു. അതിന്റെ വാതിലുകൾ പാശ്ചാത്യവും പൗരസ്ത്യവുമായ/പരമ്പരാഗതവും ആധുനികവുമായ ഭാഷാപഠനപാരമ്പര്യങ്ങളുമായും ഇതരവ്യാകരണകാരന്മാരുടെ അപഗ്രഥനങ്ങളുമായും

സംവാദത്തിലാണ്. ഈ സംവാദാത്മകത അതിനെ മികച്ച ഒരു ബോധനോപകരണമാക്കുന്നു. അതിനെക്കുറിച്ച് അന്യത്ര എഴുതിയിട്ടുണ്ട്. വിവിധ വ്യാകരണചിന്തകരുടെ ആലോചനാലോകങ്ങളിലേക്ക് വാതിലുകൾ തുറക്കുന്ന ഈ നില പ്രത്യേകം ശ്രദ്ധിക്കേണ്ട ഒന്നാണ്. ഈ സവിശേഷതമൂലം, ഒരു പാഠപുസ്തകമെന്നനിലയിൽ അതിനു പകരം വെയ്ക്കാൻ എളുപ്പമായിരിക്കുകയില്ല. കാലം തെളിയിച്ചുകൊണ്ടേയിരിക്കുന്നതും മറ്റൊന്നല്ല.

ഇനി, അത്തരം സംവാദമല്ല, ശരിയായ സംഗതികൾ മാത്രം അവതരിപ്പിക്കുന്ന ഒരു പാഠപുസ്തകവ്യാകരണകൃതിയെയാണ് നാം ലക്ഷ്യമാക്കുന്നതെങ്കിൽ *കേരളപാണിനീയ*ത്തിൽ പ്രത്യക്ഷത്തിലുള്ള വൈരുധ്യങ്ങളെ അതിനിടയാക്കുന്ന സ്വാധീനപരവും സൈദ്ധാന്തികവുമായ ആസ്പദങ്ങളുടെ അടിസ്ഥാനത്തിൽ മനസ്സിലാക്കിയും അവയിൽ നിന്നൊഴിഞ്ഞുമാറിയും പുതിയ സിദ്ധാന്തങ്ങളുടെ അറിവു സ്വീകരിച്ചും സിദ്ധാന്തം സൃഷ്ടിച്ചും (സിദ്ധാന്തമെങ്ങനെ സൃഷ്ടിക്കും, അതൊക്കെ കപ്പലിൽ വരേണ്ടതല്ലേയെന്നു ചിന്തിച്ചാലെന്തു ചെയ്യും?) ചിട്ടയുറ്റ പുതിയ വിവരണങ്ങൾ ആരംഭിക്കേണ്ടതുണ്ട്.

സംസ്കൃതത്തിന്റെ പ്രത്യയസംഖ്യയെയോ അർഥങ്ങളെയോ കണക്കിലെടുക്കാതെ സ്വതന്ത്രമായി വിഭക്തിവിചാരം നടത്തണമെന്നാണ് പറഞ്ഞുവന്നത്. കാരകവിവക്ഷയുള്ള രൂപങ്ങളെക്കുറിച്ചുള്ള ആലോചനയാണ് വിഭക്തിവിചാരം. വാക്യത്തിൽ കാരകധർമം നിറവേറ്റുന്ന രൂപങ്ങളാണ് വിഭക്തിയുടെ വിഷയം. നാമങ്ങൾക്കുമേൽ ലിംഗ-വചനപ്രത്യയങ്ങൾക്കുപരി ചേരുന്ന പ്രത്യയങ്ങളെന്തെന്ന ചിന്ത, അതിന്റെ സവിശേഷകളെന്തെന്ന ചിന്ത, അതിലൂടെ കാരകസംബന്ധചിന്ത, കാരകവിചാരം, കാരകവും വിഭക്തിയും തമ്മിലുള്ള പാരസ്പര്യചർച്ച, അർഥവിചാരം, വിഭക്തിനിർവചനം, സാർവത്രികമായി പ്രത്യക്ഷപ്പെടുന്ന പ്രത്യയങ്ങളെ സംബന്ധിച്ച വിചാരണ, നിയന്ത്രിത സാഹചര്യത്തിൽ മാത്രം വരുന്നവയെയും ഇരട്ടിച്ചുവരുന്നവയെയും ഗതി ചേർന്നുണ്ടാകുന്ന മിശ്രിതരൂപങ്ങളെയും കുറിച്ചുള്ള ആലോചന, പ്രത്യയങ്ങളുടെ ഉൽപത്തിവിചാരം എന്നിങ്ങനെ ഒരു രൂപരേഖ ശാസ്ത്രീയമായ വിവരണത്തിന് ഗുണകരമായേക്കും.

ആഗമികമായ വീക്ഷണത്തിൽ കെ. സുകുമാരപ്പിള്ള നടത്തിയ അന്വേഷണം (1980) ആ നിലയിൽ മൂല്യവത്താണ്. ആഗമികവും താരതമ്യാത്മകവുമായ മാർഗത്തെ ആദരിക്കുന്ന അദ്ദേഹം കാരകവിവരണത്തിലാരംഭിച്ച് കാരകവിവക്ഷയുള്ള വിഭക്തികളെ എ.ആറിന്റെ സംജ്ഞകൾ വേണ്ടെന്നുവച്ച് (അതു വേണ്ടിയിരുന്നില്ല എന്ന

തോന്നുന്നു) ഒന്ന്, രണ്ട്, മൂന്ന് എന്നിങ്ങനെ വിവരിച്ച്, സംബന്ധികയെ കാരകവിവക്ഷയില്ലാത്ത അതിന്റെ രൂപനിഷ്പാദനപരമായ വഴി നാമ വിശേഷണത്തിന്റേതാണെന്നു വ്യക്തമാക്കി കൂട്ടത്തിൽക്കൂട്ടിക്കുടെന്നു വിധിച്ച്, കേരളപാണിനി വിഭക്ത്യാഭാസമെന്നു വിളിച്ച കൂട്ടത്തെ വില ക്ഷണവിഭക്തികളെന്ന പേരിൽ വിവരിച്ച് മുന്നോട്ടുപോകുന്നു. ഓട്ട്(ദി ശാവാചി), ത്ത്/ അത്ത് (സ്ഥാനവാചി), കൽ (സമീപസ്ഥലവാചി), മേൽ (സ്ഥലവാചി) എന്നിവയെ അദ്ദേഹം വിലക്ഷണവിഭക്തി എന്നു വിശേഷിപ്പിക്കുന്നു. സാർവത്രികതയില്ലാത്ത പ്രത്യയങ്ങളാണ് അവ. അക്കാര്യം സൂചിപ്പിക്കേണ്ടതുണ്ട്. അപ്പോൾ വിലക്ഷണമെന്നു വിശേഷി പ്പിക്കുന്നതിൽ കുഴപ്പമില്ല. പകരം നിയന്ത്രിതസാഹചര്യത്തിൽ മാത്രം വരുന്നതെന്നു പറഞ്ഞാലും കുഴപ്പമില്ല. വിഭക്ത്യാഭാസമെന്നു വിളിച്ചാലും കുഴപ്പമില്ല. ഏതായാലും നാം നിശ്ചയിക്കുന്നത് ഒരു ഉപവിഭാഗകല്പന പ്രസക്തമാണ് എന്നു മാത്രമാണ്. ഇരട്ടപ്രത്യയങ്ങൾ ചേർന്നതിനെ പ്രത്യേകം പേരു കൊടുത്തു വിവരിക്കുന്നതിനും ന്യായമുണ്ട്. അവയെ വിഭക്തിയുടെ നേരിട്ടുള്ള ഉപവിഭാഗമായി കൽപിച്ചാലും വിഭക്ത്യാഭാസ ത്തിന്റെ ഉപവിഭാഗമായി കണക്കാക്കിയാലും തെറ്റൊന്നുമില്ല. എങ്കിലും, വിഭക്തിപ്രകരണത്തിനു പുറത്തല്ല ഉപവിഭാഗങ്ങൾക്കു സ്ഥാനം കല്പിക്കേണ്ടത്. കാരകവിവക്ഷകളുണ്ടെങ്കിൽ രൂപം വിഭക്തി തന്നെ. അതിനാൽ വിഭക്ത്യാഭാസത്തിനു വിഭക്തിക്കു പുറത്തല്ല സ്ഥാനം നൽകേണ്ടത്.

ഒരേ അർഥത്തിൽ നിശ്ചിത സാഹചര്യങ്ങളിൽ മാത്രം പ്രത്യക്ഷപ്പെ ടുന്ന രൂപങ്ങളെ ഒരേ വിഭക്തിയുടെ ഉപരൂപങ്ങളായി കണക്കാക്കാം എന്നും അർഥവും രൂപവും മറ്റുള്ളവയിൽനിന്ന് നിയതമായി വ്യത്യസ്ത മാകുമ്പോൾ അവയെ വ്യതിരിക്തവിഭക്തികളായി കണക്കാക്കണം എന്നുമുള്ള പ്രഭാകരവാര്യരുടെ നിരീക്ഷണങ്ങൾ പ്രസക്തമാണ് (പ്ര ഭാകരവാര്യർ, 1998:81). അദ്ദേഹം പറയുന്ന ലക്ഷ്യവിഭക്തി (ഇലേക്ക്, ഓട്ട്) മാർഗവിഭക്തി (ഇലൂടെ) എന്നിവ സ്വീകരിക്കേണ്ടവ തന്നെ. ഈ വിചാരവെളിച്ചങ്ങളോടെ വിഭക്തികളെ തിട്ടപ്പെടുത്താനും ചിട്ടപ്പെടു ത്താനുമാണ് ശ്രമിക്കേണ്ടത്.

സുകുമാരപ്പിള്ള സംയോജികയ്ക്ക് 'ഓടു' വിനോടൊപ്പം നൽകി യിരിക്കുന്ന 'ഒടു' പദത്തിന്റെ മാത്രം വിഷയമാണെന്നതിനാൽ അപ്രസക്തമാണെന്നു കാണുന്നവരുണ്ട് (ശ്രീകുമാരി, 2002:96). പദ്യത്തിൽ വരുന്ന വ്യതിയാനങ്ങൾ സൂചിപ്പിക്കുന്നതിൽ എന്താണ് അപാകത? അതേ പോലെ, വാമൊഴിയിൽ കണ്ടുവരുന്ന വിഭക്തി രൂപങ്ങളെ വർജിക്കണമെന്ന വിചാരവും (പ്രഭാകരവാര്യർ, 1998.81)

ആദരണീയമാണെന്നു തോന്നുന്നില്ല. വരമൊഴിയെ അടിസ്ഥാന പ്പെടുത്തി മാത്രമെ വ്യാകരണകാരൻ ചിന്തിക്കാവൂ എന്ന പഴയ വിശ്വാസത്തിന്റെ തടവുകാരനാവുകയാണ് ഇത്തരം ശാഠ്യങ്ങളിലൂടെ അദ്ദേഹവും ചെയ്യുന്നത്. വാമൊഴിയിലെ പ്രയോഗങ്ങളെ യാതൊരു കുസലും കൂടാതെ വരമൊഴിയിലേക്കു പകർത്താൻ നിർബന്ധിക്കുന്ന നോവൽ, നാടകം, തിരക്കഥ എന്നീ സാഹിത്യ-വരമൊഴി ശാഖകൾ ഇത്തരം നിരീക്ഷണങ്ങളെ നിരാകരിക്കുവാൻ പ്രേരിപ്പിക്കുന്നില്ലേ? എന്നല്ല. വാമൊഴിയെ വ്യാകരണത്തിന്റെ പുറത്തു നിർത്തേണ്ടതാണെന്ന തോന്നലിൽത്തന്നെ കാര്യമുണ്ടോ? പ്രാദേശികഭേദങ്ങളും സാമൂഹികഭേദങ്ങളുമെല്ലാം രേഖപ്പെടുത്തുകയെന്ന ബാധ്യത വ്യാകരണകാരന് താങ്ങാവുന്നതെല്ലെന്നു വരികിലും അവയോട് അകലം കല്പിക്കുന്ന സമീപനം ഒഴിവാക്കുന്നതല്ലേ ഉചിതം? ഇന്നു പുറത്തിരിക്കുന്നവരാണ് നാളത്തെ മുഖ്യധാരക്കാർ എന്നു വന്നേക്കാം. നാളെ പെയ്യുന്ന മഴയ്ക്ക് ഇന്നേ കുടപിടിക്കണമോ എന്നു ചോദിക്കാം. കുടയുണ്ടാക്കിക്കൊണ്ടുനടക്കുന്നതിൽ തെറ്റൊന്നുമില്ല എന്നുത്തരം പറയുകയും ചെയ്യാം. വേണ്ട സമയത്തു പിടിക്കാല്ലോ. ഊന്നുവടിയാക്കി കുത്തിനടക്കുകയും ചെയ്യാം.

സുകുമാരപിള്ളയുടെ വിവരണക്രമം സ്വീകാര്യമാണെന്ന് എനിക്കഭിപ്രായമുണ്ട്. അതിനു മേൽസൂചിപ്പിച്ച തരത്തിലൊരു ചിട്ട ഉണ്ട്. നിരവധി പ്രഭവങ്ങളെ ആശ്രയിച്ച കേരളപാണിനി അതുണ്ടാക്കുന്ന വൈരുധ്യങ്ങളെ ഉച്ചാടനം ചെയ്യുവാൻ ശ്രദ്ധിക്കാതെ പോയി. അതിനു നിദാനമായിത്തീർന്നത് അദ്ദേഹത്തിന്റെ വ്യാകരണരചനാപ്രക്രിയയെ സാരമായി നിയന്ത്രിച്ച, കലാലയ ലക്ചറർ ഉദ്യോഗമായിരിക്കണം. പൂർവ്വവ്യാകരണകൃതികളെ ആശ്രയിച്ച് കുട്ടികൾക്കായി തയ്യാർ ചെയ്ത കുറിപ്പുകളാണ് *കേരളപാണിനീയ*മായിച്ചമഞ്ഞത് എന്നോർക്കണം. അതിൽ അവിടവിടെയായി പ്രകടമായിട്ടുള്ള കാൽഡ്വൽ പ്രഭാവത്തെയാണ് അദ്ദേഹം ആഗമികമെന്ന അവകാശവാദത്തിലൂടെ മുഖവുരയിൽ സൂചിപ്പിക്കുന്നത്. സംസ്കൃതപാരമ്പര്യത്തിൽനിന്നുള്ള വ്യത്യാസമെന്ന നിലയിൽ മാത്രമെ അതിനെ എടുക്കാവൂ. അപ്പോഴും, സംസ്കൃതപാരമ്പര്യത്തിൽനിന്നു ഊരിമാറാൻ അദ്ദേഹത്തിനു കഴിഞ്ഞിരുന്നില്ല. വിഭക്തി-വിഭക്ത്യാഭാസവിചാരം അതാണു കാണിക്കുന്നത്.

ഒരു തികവുറ്റ വ്യാകരണകൃതി ചമയ്ക്കാൻ കഴിഞ്ഞില്ലെങ്കിലും ഭാവിയുടെ വ്യാകരണസംവാദത്തെ സൃഷ്ടിക്കുവാൻ പര്യാപ്തമായ ഒരു കരടുണ്ടാക്കുവാൻ രാജരാജവർമ്മയ്ക്കു കഴിഞ്ഞു. അതിനെ വിട്ടുവെച്ച്, പാഠപുസ്തകവ്യാകരണകൃതികൾ സൃഷ്ടിക്കുവാൻ പുറപ്പെടുന്നവർ അതിനാരംഭിക്കുന്നതിനുമുമ്പ് *കേരളപാണിനീയം* കാലത്തെ അതിജീവിക്കുന്നതിന്റെ

അടിസ്ഥാനപാഠം ഉൾക്കൊള്ളേണ്ടതുണ്ട്. തികവല്ല, മറിച്ച്, ഉദാരതയും അതുണ്ടാക്കുന്ന സംവാദപരതയുമാണ് അതിജീവനശക്തിയുരുളുന്നത് എന്ന പാഠം. ആ സംവാദശക്തിയെ നിഗ്രഹിക്കാതെ എങ്ങനെ ആസൂത്രിതമാക്കി ഫലപ്രദമാക്കാം എന്നാണ് ആലോചിക്കേണ്ടത്. അതിനു തക്ക സമഗ്രവീക്ഷണം ആർജിക്കണമെന്നാണ് ഇവിടെ വാദിക്കുന്നത്. പ്രത്യക്ഷതലത്തിനു പിന്നിൽ പ്രവർത്തിച്ചിട്ടുള്ള സംഗതികളും കണ്ടുകൊണ്ടേ അതിനു സാധിക്കുകയുള്ളൂ. *കേരളപാണിനീയ*ത്തിന്റെ വ്യാകരണത്തോടൊപ്പം *കേരളപാണിനീയ*ത്തിന്റെ വ്യാകരണവുംകൂടി കണക്കിലെടുക്കണമെന്നു വേറൊരു തരത്തിൽ പറയാം. അതിനുണ്ടാകുമായിരുന്ന ശാസ്ത്രീയതയെ ഇല്ലാതാക്കിയ നിർദ്ദേശാത്മകതയെയും ചിട്ടയില്ലായ്മയെയും മറികടക്കുന്നതിന് ഇതാവശ്യമാണ്.

സഹായകകൃതികൾ

1. ആന്റണി, സി. എൽ 1989 *കേരളപാണിനീയഭാഷ്യം* ഡി.സി. ബുക്സ്. കോട്ടയം.
2. ഗുണ്ടർട്ട്, ഹെർമ്മൻ.1991. *മലയാളഭാഷാവ്യാകരണം* ഡി.സി. ബുക്സ്. കോട്ടയം.
3. ഗോപിക്കുട്ടൻ (വ്യാഖ്യാ.)1990. *ലീലാതിലകം* (മൂന്നു ശില്പങ്ങൾ) നാഷണൽ ബുക്സ്റ്റാൾ, കോട്ടയം.
4. ജോർജ്, സി.ജെ 1996'*കേരളപാണിനീയം*: ബോധനം, സിദ്ധാന്തം,സംവാദം' -*സംസ്കാരകേരളം* കേരള സാംസ്കാരിക പ്രസിദ്ധീകരണ വകുപ്പ്, തിരുവനന്തപുരം
5. ജോർജ് സി. ജെ. 2001 *ചിഹ്നശാസ്ത്രവും ഘടനാവാദവും* ഡി.സി. ബുക്സ്. കോട്ടയം.
6. പ്രഭാകരവാര്യർ, കെ.എം 1998. *മലയാളവ്യാകരണസമീക്ഷ* വള്ളത്തോൾ വിദ്യാപീഠം, ശുകപുരം.
7. രാജരാജവർമ്മ, എ.ആർ. 1996 *കേരളപാണിനീയം*. ഡി.സി. ബുക്സ്. കോട്ടയം.
8. രാമചന്ദ്രൻ, പുതുശ്ശേരി.1996 *കേരളപാണിനീയവിമർശം*, കേരളഭാഷ ഇൻസ്റ്റിറ്റ്യൂട്ട്, തിരുവനന്തപുരം.
9. ശ്രീകുമാരി,കെ.2002 *മലയാളത്തിലെ നാമവർഗം*, കറന്റ് ബുക്സ് (വിതരണം) കോട്ടയം.
10. സുകുമാരപിള്ള കെ. 1980 *കൈരളീശബ്ദാനുശാസനം*, കേരളഭാഷ ഭാഷാ ഇൻസ്റ്റിറ്റ്യൂട്ട്, തിരുവന്തപുരം.

(കേരളഭാഷാ ഇൻസ്റ്റിറ്റ്യൂട്ടിന്റെ *വിജ്ഞാനകൈരളി* (39,43/2007) ജേണലിൽ പ്രസിദ്ധീകരിച്ച ലേഖനം)

ലീലാതിലകം: വായനകൾ, പാഠങ്ങൾ

ഭാഷാ-സാഹിത്യപഠനരംഗം സാംസ്കാരികവിമർശപദ്ധതിയുടെ മറപിടിച്ച് ഭരണകൂടകേന്ദ്രിതരാഷ്ട്രീയചിന്തകളാലും സ്വത്വവാദചിന്തകളാലും റീകോളണൈസ് ചെയ്യുന്ന സന്ദർഭത്തിൽ നടത്തുന്ന ചില പ്രത്യാലോചനകൾ - ഈ നിലയിലാണ് ഈ പ്രബന്ധം രൂപപ്പെട്ടിട്ടുള്ളത്.

1.

കോളണീകരണം എന്ന ആശയത്തെ യൂറോ-കേന്ദ്രിതമായ ഒന്നായും സാമ്പത്തിക-സാംസ്കാരിക -അധികാരകേന്ദ്രീകരണമായും സാമ്രാജ്യത്വത്തിന്റെ മറുപിള്ളയായും വിമർശനാത്മകമായിത്തന്നെ മനസ്സിലാക്കുവാൻ നമ്മുടെ ചിന്തകർക്ക് കഴിഞ്ഞിട്ടുണ്ട്. അതിനപ്പുറത്ത്, ഏതുതരത്തിലുള്ള കേന്ദ്രീകരണത്തിലും മേല്ക്കോയ്മയിലും ആധികാരികധാർഷ്ട്യത്തിലും നോട്ടത്തിലും കോളണീകരണത്തിന്റെ വിത്തുകളുണ്ടെന്ന തിരിച്ചറിവോടെ മാത്രമേ മൗലികവും വിമർശനാത്മകവുമായ സമീപനം വളർത്തിയെടുക്കാനാകൂ. കാറ്റിനു കാറ്റിനു ഗതിമാറി പരക്കുന്ന പുകപ്പരപ്പുകൾ സൃഷ്ടിക്കുന്ന ധൈഷണികവൃത്തി വിമർശനാത്മകനാട്യത്തിലും കോളോണിയൽ വിരുദ്ധപരേഡിലും പുതിയ പുതിയ മിമിക്രിയാണ് നടത്തുന്നതെന്നു പറയേണ്ടിവരും. വിമോചനാത്മകമെന്നു പരസ്യപ്പെടുത്തുന്ന ഇടനില(കോംപ്രദോർ) ചിന്തകരുടെ ഇടപെടലുകൾ കീഴ്പ്പെടുത്തലിന്റെ പുതുവഴിയാകാമെന്ന് ചരിത്രബോധത്തോടെ വസ്തുക്കളെ നിരീക്ഷിക്കുന്നവർ സംശയിക്കാതിരിക്കില്ല. അതിനെ സംശയാത്മകത എന്നോ, അല്പം കടത്തിപ്പറഞ്ഞ് സംശയരോഗമെന്നോ അപഹസിക്കാൻ കഴിഞ്ഞാലും അതിനാധാരമായ

അനുഭവയാഥാർത്ഥ്യത്തെ തള്ളിക്കളയാൻ പ്രയാസമായിരിക്കും. അനുഭവൈകവാദമെന്ന മുദ്രകുത്താനും ഇടയുണ്ട്. അതുകൊണ്ട് തീരുന്നതല്ല കാര്യങ്ങൾ.

കൊളോണിയൽവിമർശനത്തിന്റെ ജാർഗണുകൾ ഉപയോഗപ്പെടുത്തി മലയാളഭാഷയിൽ നടക്കുന്ന പല ആധുനികാനന്തരവാചികങ്ങളിലും പുതിയ സിദ്ധാന്തസംബന്ധിയായി കിട്ടിയ ചില്ലറ ധാരണകളെ മലയാളപാഠങ്ങളിൽ അന്വേഷിക്കുകയും അതേപടി കണ്ടെത്തുകയുമാണ് ചെയ്യുന്നത്. ഇത് ഒട്ടുംതന്നെ സൃഷ്ടിപരമല്ല. അന്വേഷിക്കുന്നതിനുപയോഗിക്കുന്ന ഉപാധികളെത്തന്നെയാണ് കണ്ടെത്തുന്നതും. ഫലത്തിൽ, ചിന്താശൂന്യതയെയാണ് ഇവ ഉദാഹരിക്കുന്നത്. സ്വത്വവാദപരമായ അന്വേഷണങ്ങളിൽ ഇതിന്റെ പ്രഭാവം വളരെ ശക്തമാണെന്നു കാണാം. ഇതിനർത്ഥം സൈദ്ധാന്തികമായ സമീപനങ്ങൾ അനാവശ്യമാണെന്നോ ഗൂഢാലോചനയാണെന്നോ അവയോടു പുറം തിരിഞ്ഞുനിൽക്കേണ്ടതാണ് എന്നോ അല്ല. ആലോചനക്കുറവു കൂടാതെ അവയെ കണ്ടുകൂടാ, സ്വീകരിച്ചുകൂടാ എന്നു മാത്രമാണ്. വിമർശനാത്മകത വിമർശനാത്മകചിന്തകളോടും ആവശ്യമാണെന്നു മാത്രം. സംവാദാത്മകവും വിമർശനാത്മകവുമായ സമീപനമില്ലെങ്കിൽ അവിടെ കോളണീകരണവും അതിന്റെ ഭാഗമായ വിധേയവത്കരണവും സ്വാഭാവികമാണ്.

ഭാഷാ-സാഹിത്യപഠനരംഗം ഒരു ഒറ്റപ്പെട്ട കംപാർട്ടുമെന്റല്ല. സാഹിത്യ-സാമൂഹികശാസ്ത്രപഠനമേഖലകൾ തമ്മിൽ ഗാഢമായി ബന്ധപ്പെട്ടാണിരിക്കുന്നത്. ചരിത്രം, പുരാവിജ്ഞാനീയം, നരവംശശാസ്ത്രം, സാമൂഹികശാസ്ത്രം, മനശ്ശാസ്ത്രം, തത്വശാസ്ത്രം, കലാചിന്ത, കൂട്ടറിവ്, മതവിജ്ഞാനം, പൊളിറ്റിക്സ്, മിത്തറിവ്, ഭൗതികശാസ്ത്രം, സാമ്പത്തികശാസ്ത്രം, സാങ്കേതികശാസ്ത്രം, രാസശാസ്ത്രം തുടങ്ങിയ പല വൈജ്ഞാനികമേഖലകളുമായി ഏറിയോ കുറഞ്ഞോ സഹകരിക്കാൻ ഭാഷാ-സാഹിത്യപഠനങ്ങൾ നിർബന്ധിതവുമാണ്. ആ അർഥത്തിൽ അന്തർവൈജ്ഞാനികമായ ഒരു മേഖലയായി മാത്രമേ ഭാഷാ-സാഹിത്യപഠനമണ്ഡലത്തെ കാണാൻ കഴിയുകയുള്ളൂ.

മറ്റൊരു കാഴ്ചപ്പാടു കൈക്കൊണ്ടാൽ, മേല്പറഞ്ഞ വിഷയങ്ങളെ ഭാഷയുടെയും സാഹിത്യത്തിന്റെയും പരിധികൾക്കകത്തുതന്നെ വരുന്നതെന്നു കണക്കാക്കാനും കഴിയും. അവയെ ഓരോ സാഹിത്യ ജനുസ്സായി കാണാമെന്നാണ് സൂചിപ്പിക്കുന്നത്. അങ്ങനെയെങ്കിൽ അന്തർവിജ്ഞാനപരമെന്നതിനേക്കാൾ ആന്തരികവിജ്ഞാനപരമെന്നോ അന്തർ-ജനുസികമെന്നോ പറയാവുന്ന സമീപനമാണ്

ഭാഷാസാഹിത്യപഠനത്തിൽ ഉറവെടുക്കുന്നതെന്നു പറയാനും ഇടമുണ്ട്. എന്തായാലും, ഇപ്പറഞ്ഞ ചിന്താമേഖലകളിലെ ആധുനികവും ആധുനികാനന്തരവുമായ നിരീക്ഷണങ്ങളും ഉപജ്ഞാനങ്ങളും ഷെയർ ചെയ്തുകൊണ്ടാണ് ഭാഷാപഠനവും സാഹിത്യപഠനവും ഉന്മേഷവും ഉൽസാഹവുമാർജ്ജിച്ചിട്ടുള്ളതെന്ന് സാഹിത്യചിന്താചരിത്രവും ഭാഷാചിന്താചരിത്രവും കാണിച്ചുതരുന്നുണ്ട്. ഇതു പരിഗണിക്കുമ്പോൾ സംസ്കാരപഠനത്തിന്റെ ഉൾക്കാഴ്ചകളുമായി സംവാദത്തിലേർപ്പെടുന്ന ഒരു സമീപനം വികസിപ്പിക്കാൻ കഴിയേണ്ടതു തന്നെയാണ്. അവ പലപ്പോഴും വിമോചനാത്മകമായ അറിവുകളിലേക്ക് നമ്മെ നയിക്കുകതന്നെ ചെയ്യും. അപ്പോൾ വേണ്ടത് എന്താണ്? സിദ്ധാന്തങ്ങളുടെ അധിനിവേശത്തിന് വിധേയമാവാതിരിക്കുക, അതേ സമയം സംവാദസന്നദ്ധമാവുകയും ചെയ്യുക എന്നതുതന്നെ.

വിമർശനാത്മകമായി സമീപിക്കുന്നതിന് ഇത്തരമൊരു കരുതൽ അനിവാര്യമാണ്. അല്ലെങ്കിൽ ഒരു വക പ്രമാണവാദമാണ് നടപ്പിലാവുക. വിമർശനാത്മകസിദ്ധാന്തങ്ങൾ പോലും വിമർശനത്തോടെ സ്വീകരിക്കുമ്പോൾ മാത്രമാണ് വിമർശനാത്മകമായ സമീപനമാകുന്നുള്ളൂ. വിമർശനാത്മകതയിൽ ആത്മവിമർശനപരമായ ഒരു തലം പോലും സൂക്ഷിക്കേണ്ടതായിട്ടുണ്ട്. ഇത്തരത്തിൽ പ്രത്യാലോചനാത്മകമായ നിലപാടുമായാണ് *ലീലാതിലക*ത്തെയും അതിനുണ്ടായ സാംസ്കാരികവായനകളെയും ഇവിടെ നിരീക്ഷിക്കാനൊരുമ്പെടുന്നത്.

2

കേരളീയ സാംസ്കാരികചരിത്രത്തിൽ ആഴത്തിൽ മുദ്ര പതിപ്പിച്ച ഒരു സാംസ്കാരികാധിനിവേശത്തിന്റെ ഉപഫലമാണ് മണിപ്രവാളസാഹിത്യം. അതിനുണ്ടായ ലക്ഷണഗ്രന്ഥമാണ് *ലീലാതിലകം*. പതിനാലാം നൂറ്റാണ്ടിന്റെ അവസാനകാലത്ത് ഉണ്ടായതെന്ന്[1] കരുതപ്പെടുന്ന ഈ കൃതി ദീർഘകാലം വിസ്മൃതിയിലായിപ്പോയി. അത് വീണ്ടെടുക്കപ്പെട്ടത്[2] മലയാളഭാഷയുടെ പഴമയിലേക്ക് പ്രകാശം ചൊരിഞ്ഞ ഒരു സംഭവമായിരുന്നു. മലയാളത്തിൽ പുഷ്ടി പ്രാപിച്ചിരുന്ന മണിപ്രവാളസാഹിത്യമായിരുന്നു അതിന്റെ പഠനവസ്തു. എങ്കിലും

---

1. *ലീലാതിലക*ത്തിന്റെ രചനാകാലം സംബന്ധിച്ച് ഭിന്നാഭിപ്രായങ്ങളുണ്ട്. കാണുക: ശൂരനാട്ടു കുഞ്ഞൻപിള്ള, *ലീലാതിലകം* പഠനവും വ്യാഖ്യാനവും, കേരള ഭാഷാ ഇൻസ്റ്റിറ്റ്യൂട്ട്, 2011. പുറം. 88-109..
2. അത് കണ്ടെടുത്തതിന്റെയും മറ്റും വിവരങ്ങൾക്ക് കാണുക: ലീലാതിലകകോലാഹലം, അദ്ധ്യായം 15, *കൈരളീവിധേയൻ രാമവർമ്മ അപ്പൻ തമ്പുരാൻ,* ഡോ. കെ. ടി. രാമവർമ്മ, കേരള സാഹിത്യഅക്കാദമി1998. പുറം. 155-162.

അക്കാലത്ത് ഇന്നാട്ടിൽ പ്രബലമായിരുന്ന 'പാട്ട്' എന്ന വരിഷ്ഠസാഹിത്യപ്രസ്ഥാനത്തിന്റെ[3] സ്വരൂപത്തെക്കുറിച്ചും അക്കാലത്തെ കേരളഭാഷ(മലയാള)യിലെ വാമൊഴി ഉൾപ്പെടെയുള്ള വൈവിധ്യങ്ങളെക്കുറിച്ചും പൊതുവായ ഭാഷാബോധ്യങ്ങളെക്കുറിച്ചും വളരെയധികം കാര്യങ്ങളിൽ അറിവു നൽകുന്ന ഒരു സോഴ്സ് ബുക്കായി അത് ഉപകരിച്ചു. ഏ. ആർ. രാജരാജവർമ്മയുടെ വ്യാകരണവിചാരങ്ങൾ പുരോഗമിക്കുന്നതിൽ അതു ചെലുത്തിയ സ്വാധീനം ചെറുതല്ല. പാശ്ചാത്യഭാഷാവിജ്ഞാനികളായ എഫ്. ഡബ്ല്യു. എല്ലിസിന്റെയും റോബർട്ട് കാൽഡ്വലിന്റെയും അന്വേഷണ-പഠനങ്ങളിലൂടെ തെളിഞ്ഞുവന്ന ദ്രാവിഡ ഭാഷാഗോത്ര കല്പനയ്ക്ക് നൂറ്റാണ്ടുകൾമുമ്പുതന്നെ ഒരു നാട്ടുമനീഷിയുടെ വിചാരങ്ങൾ സമാനമായ ദിശയിൽ സഞ്ചരിച്ചതും മറ്റും നമ്മെ അത്യധികം അതിശയിപ്പിക്കുന്നതാണ്. ഭാഷയുടെ പരിണാമപരമായ വശത്തെ ശ്രദ്ധിക്കുന്ന ആഗമികവും താരതമ്യാത്മകവുമായ വീക്ഷണവും സജാത(കൊഗ്നേറ്റ്) ഭാഷാവബോധവും യൂറോപ്പിന്റെ കുത്തകയൊന്നുമല്ലെന്ന് *ലീലാതിലക*ത്തിലെ താരതമ്യചിന്തകളെ മുൻനിറുത്തി നമുക്കു വാദിക്കാവുന്നതാണ്.

ഭാഷ എന്നാൽ പദകോശത്തിന്റെ അടിസ്ഥാനത്തിൽ മാത്രം മനസ്സിലാക്കേണ്ടതല്ലെന്നും വ്യാകരണപരമായ സവിശേഷതകളാണ് അവിടെ പ്രാധാന്യത്തോടെ കണക്കിലെടുക്കേണ്ടതെന്നും അതീവചാരുതയോടെ വാദിച്ചുകാണിക്കാൻ *ലീലാതിലക*കാരന് കഴിഞ്ഞു. ഒരു ഭാഷാചിന്തകനായി അദ്ദേഹത്തെ മനസ്സിലാക്കുവാൻ പോന്നതാണ് ഈ മട്ടിലുള്ള, മൗലികമെന്നു വിലയിരുത്താവുന്ന, സംഭാവനകൾ. *ലീലാതിലക*ത്തിലെ ഭാഷാഭേദങ്ങളെക്കുറിച്ചുള്ള ചെറുവിവരണങ്ങളിൽ സാമൂഹികഭാഷാശാസ്ത്രപരവും ഭാഷാമനോഭാവപരവുമായ മാനങ്ങളെല്ലാം സൂചിതമായിരിക്കുന്നു എന്നതും വിസ്മയകരമായി നമുക്കനുഭവപ്പെടുന്നു.

സംസ്കൃതവ്യാകരണപാരമ്പര്യവുമായി *ലീലാതിലക*ത്തിലെ വ്യാകരണവിചാരത്തിനുള്ള ചാർച്ച വളരെ പ്രകടമാണ്. സംസ്കൃത വ്യാകരണചിന്തകളുടെ മൂശയിൽ കേരളഭാഷയുടെ സവിശേഷതകൾ തിരയുകയായിരുന്നു *ലീലാതിലക*കാരൻ. സംസ്കൃതപക്ഷത്തുനിന്നുള്ള

3. പാട്ട് എന്നു കേൾക്കുമ്പോൾ അതു തികഞ്ഞ ജനകീയഗാനപാരമ്പര്യമാണെന്ന പ്രതീതി ഉണ്ടാവാറുണ്ട്. ദ്രാവിഡമായ പാരമ്പര്യം പറയാവുന്ന ഒരു വിശേഷ സാഹിത്യപ്രസ്ഥാനമായി അതിനെ കാണുന്നതാണ് യുക്തം. മണിപ്രവാളത്തിനു സമാനമായി അതിനെ കല്പിക്കുന്നതും, തമിഴ് സാഹിത്യപാരമ്പര്യവുമായി അതിനുള്ള അടുപ്പവും ചിട്ടകളുറച്ച ഒരു സാഹിത്യധാരയാണിതെന്നു കരുതാനാണ് പ്രേരിപ്പിക്കുന്നത്. *രാമചരിത*ത്തിന്റെ രൂപഭാവങ്ങൾ ഈ ചിന്തയെ പിന്തുണയ്ക്കുന്നുണ്ട്. എന്നാൽ, *തിരുനിഴൽമാല* പോലുള്ള രചനകളുമായി ബന്ധപ്പെടുത്തി ചിന്തിച്ചാൽ ജനകീയഗാനധാരകളിൽ ഇതിനു വേരുകളുണ്ടെന്നു വിചാരിക്കാൻ ന്യായവുമുണ്ട്.

നോട്ടമാകയാൽ ലഭിച്ചിട്ടുള്ള സൗകര്യങ്ങളും അതുളവാക്കുന്ന പരിമിതികളും നമുക്കു കണ്ടെടുക്കാൻ കഴിഞ്ഞേക്കും. എന്നാൽ, കേരളഭാഷയുടെ പ്രത്യയവ്യവസ്ഥയും സംസ്കൃതത്തിന്റെ പ്രത്യയവ്യവസ്ഥയും തമ്മിലുള്ള രൂപപരവും അർഥപരവുമായ വ്യത്യാസങ്ങളെ കാണാനൊക്കെ അദ്ദേഹത്തിനു സാധിച്ചു എന്നത് ചെറിയ കാര്യമല്ല. ഇതൊക്കെ ചർച്ചക്കെടുത്തിട്ടുള്ള, ആദ്യത്തെ മൂന്നു ശില്പങ്ങളിലായി *ലീലാതിലക*കാരൻ നടത്തിയിട്ടുള്ള കേരളഭാഷാവിവരണത്തിലാണ് നമ്മുടെ *ലീലാതിലക*പഠിതാക്കളുടെയും വ്യാഖ്യാതാക്കളുടെയും ശ്രദ്ധ പ്രധാനമായും പതിഞ്ഞിട്ടുള്ളത്. അതിനാൽ മണിപ്രവാള ലക്ഷണ ഗ്രന്ഥം എന്ന വിശേഷണം പാടിപ്പതിയുമ്പോഴും മലയാളത്തിന്റെ പ്രാചീനവ്യാകരണകൃതിയായി *ലീലാതിലകം* നമ്മുടെ ഭാഷാചിന്തകളിൽ കൊണ്ടാടപ്പെടുന്നു. ഭാഷാവിചാരത്തിന്റെ ഈ മണ്ഡലത്തിൽ സ്ഥാനപ്പെട്ടുകൊണ്ടുതന്നെയാണ് *ലീലാതിലകം* മലയാളത്തിന്റെ സ്വത്വബോധരൂപീകരണത്തിന്റെ പരസ്യപ്രഖ്യാപനം കൂടിയാണെന്ന മട്ടിലുള്ള നിരീക്ഷണങ്ങൾ ഉണ്ടായിട്ടുള്ളത്.

3

എം. ആർ. രാഘവവാര്യരുടെ '*ലീലാതിലക*ത്തിന്റെ രാഷ്ട്രീയം' എന്ന പ്രസിദ്ധമായ പ്രബന്ധം *ലീലാതിലക*ത്തിലെ ഭാഷാചർച്ചയിൽ അന്തർഭവിച്ചിട്ടുള്ള, ദേശീയമായ ഭാഷാസ്വത്വബോധവികാസം സംബന്ധിച്ചുണ്ടായ വിലയിരുത്തലുകളിൽ പ്രാധാന്യമർഹിക്കുന്ന ഒന്നാണ്.

ഈ പ്രബന്ധത്തിന്റെ രചനയ്ക്ക് പ്രചോദനമായിത്തീർന്നത് പ്രധാനമായി രണ്ടു കാര്യങ്ങളാണ്. ഒന്നാമത്തേത്, ഡോ. എസ്. വി. ഷണ്മുഖത്തിന്റെ സാമൂഹികഭാഷാശാസ്ത്രദൃഷ്ടിയിലുള്ള *ലീലാതിലക*പഠനം. തമിഴിലാണ് ഷണ്മുഖത്തിന്റെ ദീർഘപ്രബന്ധം രചിച്ചിട്ടുള്ളത്. *ലീലാതിലകം മലയാളമൊഴിയിൻ മുതൽ ഇലക്കണം* എന്നാണ് തമിഴിലെ പേര്. *ലീലാതിലകം* മലയാളഭാഷയുടെ ആദ്യ ലക്ഷണഗ്രന്ഥം എന്നർഥം. അദ്ദേഹവും വ്യാകരണകാര്യങ്ങളിലാണ് ശ്രദ്ധ ഊന്നുവാൻ ശ്രമിച്ചതെന്ന് വ്യക്തം. എന്നാൽ അക്കൂട്ടത്തിൽ അദ്ദേഹം കുറേയധികം മുന്നോട്ടുപോയി. സാമൂഹികഭാഷാശാസ്ത്രപരമായി *ലീലാതിലക*ത്തെ വിലയിരുത്താൻ അദ്ദേഹത്തിനു കഴിഞ്ഞു. ഈ വസ്തുത പരിഗണിച്ച് ഡോ. ടി.ബി വേണുഗോപാലപ്പണിക്കർ കൃതി മലയാളത്തിലേക്ക് വിവർത്തനം ചെയ്തപ്പോൾ *ലീലാതിലകം, സാമൂഹികഭാഷാശാസ്ത്രദൃഷ്ടിയിൽ* എന്ന പേരു നൽകി. ഈ പുസ്തകത്തിന്റെ പാരായണം വാര്യരിലുണ്ടാക്കിയ സർഗാത്മകമായ ധൈഷണികപ്രതികരണം എന്ന മട്ടിലാണ് മേല്പറഞ്ഞ പ്രബന്ധത്തിന്റെ വേരുന്നൽ നടന്നിട്ടുള്ളതെന്നു

ഞാൻ വിശ്വസിക്കുന്നു.

രണ്ടാമത്തെ കാര്യം രചനയ്ക്കിടയാക്കിയ സാഹചര്യമാണ്. 1993-ൽ കാലിക്കറ്റ് സർവകലാശാലയിൽ നടന്ന 'സാഹിത്യസമീപനശില്പശാല'യാണ് ആ സാഹചര്യമൊരുക്കിയത്. ആധുനികാനന്തര സാഹിത്യചിന്തകളെ മനസ്സിലാക്കാനായി ഗവേഷകരുടെയും വിദ്യാർഥികളുടെയും മുൻകൈയിൽ സംഘടിപ്പിച്ച ആ പരിപാടിയിലെ സാമൂഹിക-രാഷ്ട്രീയസമീപനം സാഹിത്യത്തിൽ എന്ന സെഷനിൽ അവതരിപ്പിക്കാൻ വേണ്ടിയാണ് രാഘവവാര്യർ തന്റെ ആലോചനകൾക്ക് അടിയന്തിരമായി പ്രബന്ധരൂപം നൽകിയത്. ആ നിലയിൽ, മലയാളഭാഷാ-സാഹിത്യപഠനരംഗത്ത് സാംസ്കാരിക-സാമൂഹിക-രാഷ്ട്രീയ സമീപനങ്ങൾ സൈദ്ധാന്തികമായ ന്യായീകരണത്തോടെ പ്രഭാവം ചെലുത്താൻ തുടങ്ങിയ ഘട്ടത്തിലെ ഒരു വ്യവഹാരരേഖ എന്ന നിലയിൽക്കൂടി ഈ പ്രബന്ധത്തെ കാണാം. സ്വത്വവിചാരപരമായ ആലോചനകളുടെ തിരത്തള്ളലും അതിന്റെ രൂപീകരണത്തിൽ കരുവായിനിന്നിട്ടുണ്ടെന്ന് അനുമാനിക്കാം.

രാഘവവാര്യരുടെ വായനയെ മികച്ച ഒരു ചരിത്ര-ഭാഷാപണ്ഡിതന്റെ സർഗ്ഗാത്മകമായ ഇടപെടലെന്ന നിലയിൽ കാണാനാണ് അന്നും ഇന്നും തോന്നുന്നത്. കൃതിയുടെ കേന്ദ്രമെന്നു കരുതിപ്പോന്ന ഭാഷാരൂപവിചാരത്തെയും മണിപ്രവാളനിർവചനവിചാരത്തെയും ഉന്തിമാറ്റി പുതിയൊരു പരിപ്രേക്ഷ്യത്തിൽ വായിക്കാനുള്ള (ഉപപാഠമുല്പാദിപ്പിക്കാനുള്ള) ശ്രമമായിരുന്നു ആ പ്രബന്ധത്തിൽ ഉണ്ടായിരുന്നത്. സാമൂഹികശാസ്ത്രചിന്തകരെയും ചരിത്രചിന്തകരെയും ഭാഷാരാഷ്ട്രീയചിന്തകരെയും സംബന്ധിച്ചിടത്തോളം വളരെ പ്രധാനപ്പെട്ട ഒരു പാഠമായിരുന്നു അവിടെ വെളിപ്പെട്ടത്. മലയാളഭാഷയെ കൊടിയടയാളമാക്കി ഒരു ജനത സ്വത്വബോധമാർജ്ജിക്കുന്ന ഒരു ചരിത്രഘട്ടത്തെയാണ് *ലീലാതിലകം* പ്രതിനിധാനം ചെയ്യുന്നതെന്നു വ്യക്തമാക്കാൻ വാര്യർക്കു സാധിച്ചു. സ്വത്വരാഷ്ട്രീയവിചാരത്തിന്റെ വെളിച്ചം ഇത്തരമൊരു നൂതനമായ പാഠത്തെ സാക്ഷാത്കരിക്കാൻ രാഘവവാര്യരെ സഹായിച്ചു. ഒരു ഭാഷയെന്ന നിലയിൽ തിരിച്ചറിയാനോ അതിനെ ഒരു ദേശീയസ്വത്വചിഹ്നമായി ആന്തരീകരിക്കാനോ കഴിയാതിരുന്ന ഒരു സ്വത്വപൂർവ്വഘട്ടത്തിൽനിന്ന് ഉണർന്നെണീറ്റ് വ്യക്തിത്വമാർജ്ജിച്ച് പുതുമലയാളി രൂപപ്പെടുന്ന ഒരു ചരിത്രസന്ദർഭത്തിന്റെ പ്രകാശനമായി *ലീലാതിലക*ത്തെ അദ്ദേഹം വായിച്ചു.

നല്ല ഒരു രാഷ്ട്രീയമായ വായനയാണ് രാഘവവാര്യരുടേത്. നിരധികാരമൊഴിയായി മാത്രം കഴിഞ്ഞ മലയാളം സാംസ്കാരികാധികാരം

ആർജ്ജിക്കുന്നതിന്റെ ചിത്രമാണ് വാര്യർ വരച്ചെടുത്തത്. അതിനെ ആദരവോടെ കാണാനാണ് ഇവിടെയും നിശ്ചയിച്ചിരിക്കുന്നത്. എന്നാൽ, അവിടെന്നിന്നും അല്പം കൂടി നീങ്ങി ഇപ്പറയുന്ന സ്വത്വബോധത്തെ വിമർശനവിധേയമാക്കാനും ശ്രമിക്കുന്നു. ഏതു മലയാളം, ഏതു മലയാളിയുടെ സ്വത്വബോധം എന്നൊക്കെയുള്ള പല ആലോചനകൾക്കും ഇടമുണ്ട്. അതിന്റെ ചില വശങ്ങൾ മാത്രം തെളിയിച്ചെടുക്കാനാണ് ഇവിടെ ശ്രമിക്കുന്നത്.

മണിപ്രവാളം, പാട്ട് എന്നീ പദ്ധതികളിലൂടെ കേരളീയരുടെ ഭാഷ ലിഖിതസാഹിതീയവ്യവഹാരങ്ങളുടെ ലോകത്തേക്കു കടന്നിരിക്കൽ നടത്തിക്കഴിഞ്ഞതിന്റെ പ്രഖ്യാപനമായി *ലീലാതിലക*ത്തെ കാണാം. മണിപ്രവാളത്തിലെ കേരളഭാഷയെ എടുത്തുകാട്ടുകയും അതിനെ ഇതരങ്ങളെ കല്പിച്ച് വേർതിരിച്ചുകാണിക്കുകയും ചെയ്യുന്നതിലൂടെ കേരളഭാഷ എന്ന പേരിൽ വ്യവഹരിക്കാവുന്ന ഒരു വരിഷ്ഠഭാഷയെയും അതുമായ ബന്ധപ്പെട്ട ഒരു വരിഷ്ഠജനവിഭാഗത്തെയും നിർവ്വചിക്കുകയാണ് *ലീലാതിലക*കാരൻ ചെയ്യതെന്ന് പറയാം.

ഈ പറയുന്ന വരിഷ്ഠ സാഹിത്യഭാഷാരീതിക്കു പുറത്തുള്ള ഭാഷാരീതികളെല്ലാം കേരളഭാഷയ്ക്കു പുറത്ത് ഇതരങ്ങളാകുന്നു. രണ്ടുകൂട്ടം ഭാഷകളാണ് ഇങ്ങനെ മാറ്റിനിർത്തപ്പെടുന്നത്. ഒന്ന് തമിഴൾപ്പെടെയുള്ള ഭാഷകൾ. രണ്ടാമത്, അപഭ്രംശമെന്നു വിളിക്കപ്പെടുന്ന നാട്ടുമൊഴിഭേദങ്ങൾ. ആദ്യത്തെ പ്രക്രിയയിലൂടെ കേരളീയർ ഭാഷാപരമായ സ്വത്വബോധം കൈവരിച്ച സ്വതന്ത്രരാകുന്നു. രണ്ടാമത്തെ പ്രക്രിയയിൽ ഒരു ജനവിഭാഗത്തിന്റെ സാംസ്കാരികാരോഹണവും ഇതരജനവിഭാഗങ്ങളുടെ സാംസ്കാരികമായ പിന്നോക്കപ്പെടുത്തലും നടക്കുന്നു.

ഒരുഭാഗത്ത് മൂലധനപിന്തുണയുള്ള ജനവിഭാഗങ്ങളുടെ സാംസ്കാരികമൂലധനം കൈവരിച്ചുള്ള കുതിപ്പ നടക്കുമ്പോൾ, മറുഭാഗത്ത് എഴുത്തിന്റെയും നവസാഹിതീയവ്യവഹാരങ്ങളുടെയും മേഖലയിലേക്ക് പ്രവേശനം കിട്ടാതെ സ്വന്തം തട്ടിത്തടഞ്ഞുനിൽക്കുന്ന ഒരു അവശിഷ്ടവിഭാഗം രൂപപ്പെടുന്നു. പരമ്പരാഗതജനവിഭാഗങ്ങൾക്ക് അവരുടെ ഭാഷയുടെ വരിഷ്ഠരൂപം (ആവിഷ്കൃതരൂപം) കൈവരിക്കാനാവാതെ, അതിനെ അപകൃഷ്ടമായി അനുഭവിക്കേണ്ടിവന്ന ഒരു ദുരന്തം കൂടി ഇവിടെയുണ്ട്. അത് വരത്തന്മാർ വിശേഷാവിഷ്കാരങ്ങളിലൂടെ കൈയാളുന്ന പുതു(മണിപ്രവാള)ഭാഷയാവുന്നതു നോക്കിനിൽക്കേണ്ടി വരുന്ന ദുരന്തം. 'പാമര'രായ അവരുടെ ഭാഷ പുതിയ 'കേരളഭാഷാഭിമാനി'യായ *ലീലാതിലക*കാരന് അപകൃഷ്ടമാണ്!

ഈ ദുർഗ്ഗതിക്ക് പരിഹാരമാകുന്നത്, വൈഷ്ണവ

ഭക്തിപ്രസ്ഥാനത്തിലൂടെ സംഭവിച്ച നവോത്ഥാനത്തിലാണ്; വരത്ത ന്മാരുടെ സാംസ്കാരികസമ്പാദ്യങ്ങളെ ആവിഷ്കരിച്ചുകൊണ്ട് മാന കഭാഷയുടെ പുതിയ ലോകത്തേക്ക് പ്രവേശനം നേടുന്നതിലൂടെയാണ് അവർക്കത് സാദ്ധ്യമാകുന്നത്. ഇത്തരത്തിൽ *ലീലാതിലക*ത്തിലെ ഭാഷാവിചാരങ്ങളെ പിൻതുടർന്ന് കേരളീയസമൂഹത്തിന്റെ സാംസ്കാ രികസംഘർഷങ്ങളിലേക്കു പ്രവേശിക്കുവാൻ സാധിക്കും. നമ്മുടെ ഭാഷാവൈവിധ്യത്തെ മനസ്സിലാക്കാനും, സ്വത്വപ്രതിനിധാനമായി കണ്ട് മാതൃഭാഷ എന്നൊക്കെ വിശേഷിപ്പിക്കുന്ന ഈ ഭാഷയിൽത്തന്നെ ചേർന്നുനിൽക്കുന്ന സ്വത്വസംഘർഷങ്ങളെ കാണാനും കഴിയുന്നത് യാഥാർഥ്യബോധത്തോടെ ഈ ഭാഷയെക്കുറിച്ച് ചിന്തിക്കാനും വിവേകപൂർവ്വം ജീവിക്കാനും നമ്മെ സഹായിക്കും.

മണിപ്രവാളസാഹിത്യത്തിന്റെ വൈപുല്യത്തെ സംബന്ധിച്ച് വളരെ കൃത്യമായ വിവരങ്ങൾ നമുക്കു കിട്ടിയിട്ടുണ്ടെന്നു പറഞ്ഞുകൂടാ. കണ്ടുകിട്ടിയവയ്ക്കു പുറത്ത് കണ്ടുകിട്ടിയിട്ടില്ലാത്ത അനവധി കൃതികൾ ഉണ്ടായിരിക്കണം. *ലീലാതിലകം* പോലെ ഒരു ലക്ഷണഗ്രന്ഥം ഉണ്ടായി എന്നതുതന്നെ ഈ ഊഹത്തിന് ഇടതരുന്നുണ്ട്. അന്യഥാ അറിഞ്ഞു കൂടാത്ത ധാരാളം കൃതികളിൽനിന്നുള്ള ഉദ്ധരണികൾ ഉദാഹരണശ്ലോ കങ്ങളായി *ലീലാതിലക*ത്തിൽ സ്വീകരിച്ചുകാണുന്നു എന്ന വസ്തുതയും കണക്കിലെടുക്കേണ്ടതുണ്ട്. ഭാഷാഭൂഷണത്തിൽ രാജാരാജവർമ്മ ചെയ്തിട്ടുള്ളതുപോലെ *ലീലാതിലക*കർത്താവ് സ്വന്തമായിത്തീർത്ത പദ്യങ്ങൾ ലക്ഷ്യശ്ലോകങ്ങളായി നൽകിയതാവില്ല എന്ന വിശ്വാസ ത്തിലാണ് ഇതു പറയുന്നത്.

മണിപ്രവാളസാഹിത്യത്തിന് ഒരു ചരിത്രമുണ്ടായിരിക്കുമല്ലോ. തോലനോട് ബന്ധപ്പെടുത്തിയും കൂത്തു-പാഠകങ്ങളുമായി ബന്ധപ്പെ ടുത്തിയും വാമൊഴിയിലെ മിശ്രണവുമായി ബന്ധപ്പെടുത്തിയുമൊക്കെ ഇതിന്റെ തുടക്കത്തെ വിശദീകരിക്കാമായിരിക്കും. അത് സാഹിതീയ മായ ആഖ്യാനങ്ങളായി വികസിച്ചുവന്നതാവണം. ഏതായാലും ഭാഷാ പരമായും പ്രമേയപരമായുമൊക്കെ കോർത്തിണക്കി സാഹിത്യചരി ത്രം ചമയ്ക്കാനും സാമൂഹികചരിത്രപരമായ നിരീക്ഷണങ്ങൾ നടത്താനും ഉപകരിക്കുന്ന വിധത്തിൽ നൂറ്റാണ്ടുകളിൽ പടർന്നുകിടക്കുന്ന ഒരു സാഹിത്യശേഖരം നമുക്കു ലഭിച്ചിട്ടുണ്ട്.

ബൃഹത്തായ ഈ പ്രസ്ഥാനത്തെ മുൻനിർത്തിയാണ് മലയാള സാഹിത്യചിന്തയുടെ, സൗന്ദര്യവിചാരത്തിന്റെ ആരംഭം എന്ന വസ്തുത വ്യാകരണപരമായ പരിഗണനകളുടെയും സാമൂഹിക-രാഷ്ട്രീ യപരിഗണനകളുടെയും ഇടയിൽ നാം മറന്നു കളയുകയാണ് പതിവ്.

മലയാളഭാഷയെ സംബന്ധിച്ച് തനതായ ഒരു സൗന്ദര്യവിചാരപദ്ധതി ചൂണ്ടിക്കാണിക്കാനില്ല എന്നതാണ് വാസ്തവം. തിണസങ്കല്പമൊക്കെ ശുദ്ധതമിഴ് സാഹിത്യത്തെ മുൻനിർത്തി ഉണ്ടായിട്ടുള്ളതാണ്. അതിന്റെ പ്രയോഗസാധ്യതകൾ നമ്മുടെ കവിതയിലും കഥയിലുമൊക്കെ കൗതുകത്തിനുവേണ്ടി പ്രയോഗിച്ചുനോക്കാമായിരിക്കും. എന്നാൽ മൗലികമായി നമ്മുടെ സാഹിത്യത്തെ പിൻപറ്റി രൂപപ്പെട്ടതല്ല അതെന്നു നിസ്സംശയം പറയാവുന്നതാണ്.

മലയാളത്തെ സംബന്ധിച്ചിടത്തോളം സംസ്കൃതകാവ്യശാസ്ത്രത്തിന്റെ മേഖലയിലേക്കുള്ള കുടിയേറ്റമാണ് സാഹിത്യചിന്താമണ്ഡലത്തിൽ ആദ്യംതന്നെ നടന്നത്. തമിഴിലും തനതായ കാവ്യസൗന്ദര്യവിചാരം ഇരിക്കെത്തന്നെ സംസ്കൃതത്തിന്റെ വഴിയിലൂടെയുള്ള സഞ്ചാരം കൂടി നടക്കുന്നുണ്ട്. സംഘകാലത്തും അതിനു മുമ്പുമായിരിക്കണം തിണവിചാരമൊക്കെ പ്രസക്തമായ സാഹിത്യത്തിന്റെ വസന്തകാലം. തൊൽക്കാപ്പിയത്തിൽ അവ ഇടം പിടിക്കുന്നുണ്ടെങ്കിലും ആ കാലമാകുമ്പോഴേക്ക് സംസ്കൃതവഴിയിലേക്ക് ഭാഷാവിചാരവും സാഹിത്യവിചാരവും വഴിമാറിത്തുടങ്ങിയിരുന്നുവെന്നു കരുതാനാണ് ഈ കൃതികളിലെ സംസ്കൃതപ്രഭാവം പരിഗണിക്കുമ്പോൾ ന്യായമേറെയുള്ളത്.

*ലീലാതിലക*ത്തിലെ സൗന്ദര്യവിചാരപദ്ധതിയുടെ ഭാഗമാണ് വാസ്തവത്തിൽ മുമ്പു ചർച്ചചെയ്ത വ്യാകരണവിചാരം പോലും. സാഹിത്യത്തിന്റെ നിർമ്മാണവസ്തുവിനെക്കുറിച്ചുള്ള വിശകലനം എന്ന നിലയിലാണ് ഭാഷ പഠിക്കപ്പെടുന്നത്. സംസ്കൃതേതരമായ ചില ഭാഷാംശങ്ങൾ മണിപ്രവാളശരീരത്തിൽ ഉണ്ട്. അതു കേരളഭാഷയാണ്. അതിന്റെ സ്വഭാവം വിശദീകരിക്കാതെ വയ്യല്ലോ. അതിനാലാണ് കേരളഭാഷാവിചാരം അദ്ദേഹം നടത്തുന്നത്.

സംസ്കൃതത്തെക്കുറിച്ച് പഠിക്കേണ്ടതില്ല. കാരണം അതിന്റെ സ്വഭാവവും സ്വരൂപവും സുവിദിതമാണ്. സംസ്കൃതസാന്നിധ്യമുള്ളതും എന്നാൽ സംസ്കൃതം അല്ലാത്തതുമായ മണിപ്രവാളം എന്ന ഭാഷാവ്യവഹാരം സാഹിത്യമാണോ എന്ന പരിശോധനയാണ് *ലീലാതിലക*കാരൻ നടത്തുന്നത്. മണിപ്രവാളമെന്നത് ഒരു സവിശേഷ സാഹിത്യ പ്രസ്ഥാനമാണെന്ന് പ്രതിവാദങ്ങളെ നേരിട്ട് അദ്ദേഹം വാദിച്ചുറപ്പിക്കുന്നു. ഈ നിലയിലുള്ള ഒരു ഗവേഷണപ്രബന്ധമായി *ലീലാതിലക*ത്തെ കാണാൻ കഴിയും. എട്ടു ശില്പങ്ങളിലായുള്ള ഈ പഠനത്തിന്റെ ഉപോദ്ഘാതമാണ് ആദ്യത്തെ മൂന്നു ശില്പങ്ങൾ. അവിടെ സാഹിത്യത്തിന്റെ നിർമ്മാണോപാധി എന്ന നിലയിൽ ഭാഷയെക്കുറിച്ചുള്ള വിചാരങ്ങളിലേർപ്പെടുന്നു. സംസ്കൃതേതരമായ അംശത്തെ,

അതായത് കേരളഭാഷയെ സംസ്കൃതം പോലെ പദകോശവും വ്യാകരണരൂപങ്ങളും ഉള്ള, ലക്ഷണമൊത്ത, ഒരു ഭാഷയാണെന്നു കാണിച്ചുതരുന്നു.

സംസ്കൃതസാഹിത്യത്തെ എന്തെന്തു ലക്ഷണങ്ങളാണോ സാഹിത്യമാക്കുന്നത് അതെല്ലാം മണിപ്രവാളത്തിനും നിരക്കുന്നതാണ് എന്നു തെളിയിക്കുകയാണ് *ലീലാതിലക*കാരന്റെ അജണ്ട. സംസ്കൃതമെന്ന ഭാഷയിലാണ് സംസ്കൃതസാഹിത്യം നിർമ്മിച്ചിരിക്കുന്നതെങ്കിൽ, ഇതാ ഇവിടെയും ഭാഷ തന്നെയാണ് നിർമ്മാണോപാധി . ഇവിടെ സംസ്കൃതത്തിനൊപ്പം കേരളഭാഷയുമുണ്ട്. അതും ലക്ഷണങ്ങളിണങ്ങിയ ഭാഷതന്നെ[4] . ഈ രണ്ട് ഭാഷകളുടെ കലർപ്പ് പ്രത്യക്ഷമായിത്തന്നെയുള്ള ഭാഷാശരീരത്തോടുകൂടിയ മണിപ്രവാളത്തിനും, അത് സാഹിത്യമാണെന്നുറപ്പിക്കുന്ന, ഗുണങ്ങളും അലങ്കാരങ്ങളും രസഭാവങ്ങളും ധ്വനിയുമൊക്കെയുണ്ട്! സംസ്കൃത കാവ്യത്തിൽ എന്തെല്ലാം ദോഷങ്ങളാകുന്നുവോ അതെല്ലാം മണിപ്രവാളത്തിലും ദോഷങ്ങൾതന്നെ. ചുരുക്കത്തിൽ, മണിപ്രവാളം സംസ്കൃതസാഹിത്യത്തെപ്പോലെ ലക്ഷണങ്ങളെല്ലാം ഒത്തിണങ്ങിയ സാഹിത്യം തന്നെ! *ലീലാതിലക*കാരൻ എന്ന ഗവേഷകൻ പ്രൂവ് ചെയ്യുന്നത് അതാണ്. മണിപ്രവാളം സാഹിത്യമാണെന്നും അതിലെ കേരളഭാഷയും ഭാഷയാണെന്നും യുക്തിസഹമായി തെളിയിക്കുന്ന ഒരു പ്രബന്ധമായി *ലീലാതിലക*ത്തെ കാണാമെന്നു സാരം.

വലിയൊരു ഭാഷാസാഹിത്യസംവാദത്തിന്റെ അവശേഷിച്ച രേഖയായി *ലീലാതിലക*ത്തെ കാണുന്നതിനു നമ്മെ നിർബന്ധിക്കുന്ന സൂചനകളും അതിലുണ്ട്. വാദപ്രതിവാദങ്ങളുടെ ഒരു ഘടനയിലാണല്ലോ അതിന്റെ രചന നിർവഹിക്കപ്പെട്ടിരിക്കുന്നത്. മണിപ്രവാളസാഹിത്യത്തെ നിർവചിക്കുമ്പോഴും അതിന്റെ ഗുണവിചാരം നടത്തുമ്പോഴും കേരളഭാഷയെ വേർതിരിച്ചവതരിപ്പിക്കുമ്പോഴുമൊക്കെ വിപുലമായ ഒരു ചർച്ചയുടെ പൂർത്തീകരണഘട്ടത്തിലെ ഭാഗമാണിത് എന്ന പ്രതീതി ഉളവാകുന്നുണ്ട്. മണിപ്രവാളത്തിന്റെ സൗന്ദര്യത്തെ പരിമളമെന്ന സുഗന്ധകല്പനയാൽ വിവരിക്കുവാൻ കഴിഞ്ഞവർ പോലും ഈ സംവാദത്തിൽ പങ്കാളികളായിരുന്നു. *ലീലാതിലക*കർത്താവിന് മണിപ്രവാളത്തിന്റെ സവിശേഷമായ സൗന്ദര്യാനുഭവമേഖലയിലേക്ക്

---

4. 135-ാം സൂത്രത്തിന്റെ വൃത്തിയിൽ ഇത്തരം ആശയങ്ങൾ *ലീലാതിലക*കർത്താവ് വെളിപ്പെടുത്തിയിട്ടുണ്ട്. 'സംസ്കൃതം ശബ്ദമാണ്. ഭാഷയും ശബ്ദമാണ്. അതുകൊണ്ട് സംസ്കൃതശബ്ദം പോലെ ഭാഷാശബ്ദവും ശ്ലോകമായിത്തീരുന്നതാണെന്നു തീർച്ചയായിട്ടും സ്വീകരിക്കേണ്ടതായിട്ടുവരും. അപ്പോൾ ആ ഭാഷാശ്ലോകത്തിൽ സംസ്കൃതശ്ലോകന്യായവുമുണ്ടാകുമെന്നായി'.

എത്തിച്ചേരാനുള്ള സംവേദനശേഷിയും ഭാവുകത്വവുമില്ല എന്ന വിമർശനമുന്നയിച്ച അത്തരമൊരു പ്രതിവാദക്കാരനെ അഭിമുഖീകരിച്ചുകൊണ്ടാണ് *ലീലാതിലക*കാരൻ തന്റെ ലക്ഷണനിർദേശം പൂർത്തീകരിക്കുന്നത്.

*ലീലാതിലക*ത്തിലെ മണിപ്രവാളനിർവ്വചനചർച്ചയുടെ ഭാഗമായി പലതരം പ്രതിവാദങ്ങളെയും നേരിടുന്നതായി കാണാമെങ്കിലും അവയൊക്കെ താർക്കികമായ അവതരണപദ്ധതിയുടെ ഭാഗമായി സങ്കല്പിച്ചുണ്ടാക്കിയതാകാമെന്നു തോന്നിക്കുന്ന നിലയിലാണുള്ളത്. വാദിയായ ഗ്രന്ഥകാരൻ സ്വയം പ്രതിവാദിയായിച്ചമഞ്ഞ് വരാവുന്ന വിമർശനങ്ങളെ മുൻകൂട്ടി ഉന്നയിച്ച് താനവതരിപ്പിച്ച നിർവ്വചനത്തെ പ്രതിരോധിക്കുകയാണെന്നു കരുതാം. എന്നാൽ, മണിപ്രവാളത്തിന്റെ പരിമളത്തെക്കുറിച്ചു പറയുന്ന പ്രതിവാദക്കാരനെ അങ്ങനെ വിവരണസങ്കേതമായി കണക്കാക്കാനാവില്ലെന്നാണ് ആ പ്രതിവാദത്തിന്റെ സ്വരവും അതിനോടുള്ള പ്രതികരണവും തോന്നിപ്പിക്കുന്നത്. പ്രതിവാദി ഉന്നയിച്ച കടുപ്പിച്ച വിമർശനം ഇതാണ്:

രചയതി ലക്ഷണശാസ്ത്രം
മണിപ്രവാളസ്യ പരിമളമജാനൻ
ചിത്രം! ചിത്രം! വിലിഖതി
ജാത്യന്ധോ വിശ്വകർമേവ!

പൊള്ളിക്കുന്ന വിമർശനം. എന്തും പൊറുക്കാം. കുങ്കുമത്തിന്റെ സുഗന്ധമറിയാതെ അതു പേറുന്ന കഴുതയെപ്പോലെയാണ് ഈ ലക്ഷണഗ്രന്ഥമെഴുതുന്ന ആൾ (*ലീലാതിലക*കാരൻ) എന്നൊക്കെ ധ്വനിപ്പിക്കുകയും, ജന്മനാ കുരുടനായ ഒരുവൻ വിശ്വകർമാവെന്നു ഭാവിച്ച് ചിത്രമെഴുതാൻ പുറപ്പെടുന്ന പോലെയാണ് ഇയാൾ ലക്ഷണഗ്രന്ഥമെഴുതാൻ മെനക്കെടുന്നതെന്നും മുഖത്തടിക്കുംപോലെ പറയുകയും ചെയ്താൽ പൊറുക്കാമോ? കടുപ്പം തന്നെ. ആക്ഷേപം എന്ന വാക്കുപയോഗിച്ചാണ് *ലീലാതിലക*കർത്താവ് തനിക്കുനേരെയുണ്ടായ ഈ വിമർശനത്തെ വിലയിരുത്തുന്നത്. വളരെ മിതമായ വാക്കുകളിലൂടെ മറുപടി നൽകുകയും ചെയ്യുന്നു:

'ഹേ പണ്ഡിത, ഞാൻ പറഞ്ഞ ലക്ഷണം ഖണ്ഡിക്കുകയോ വേറൊരു ലക്ഷണം പറയുകയോ ചെയ്താൽ മാത്രമേ ഈ ആക്ഷേപം ശോഭിക്കുകയുള്ളൂ.'

പണ്ഡിതോചിതമായ ഈ പ്രതിവചനത്തിൽ തീർന്നെങ്കിൽ തീർന്നിരുന്നു. അതുണ്ടായില്ല. കണക്കു തീരാത്ത പ്രതിവാദത്തിന്റെ തുടർഭാഗം ഗുണനിരൂപണപരമായ അഞ്ചാം ശില്പത്തിൽ, ഒരു

നാടകത്തിലെന്നപോലെ തിരികെ വരുന്നതു നമ്മൾ കാണുന്നു. മണിപ്രവാളത്തിൽ പ്രസക്തമായ ശ്ലേഷം, മാധുര്യം, പ്രസാദം, സമത എന്നിങ്ങനെ നാലു ഗുണങ്ങളെ വിവേചിച്ചെടുക്കുകയും അവയുടെ സ്വഭാവവിവരണം നടത്തി വിശദീകരിക്കുകയും ചെയ്ത ശേഷം ഗ്രന്ഥകാരൻ പരിമളത്തെക്കുറിച്ച് വിശേഷാലൊരു ചർച്ചയിലേക്ക് പ്രവേശിക്കുന്നു. പരിമളമെന്നൊരു ഗുണത്തെ സംബന്ധിച്ച് മണിപ്രവാളസാഹിത്യനിരൂപണത്തിൽ ചർച്ചയ്ക്കെടുക്കുന്നത് അപ്രസക്തമാണെന്ന് ഉറപ്പിക്കുന്നു. മണിപ്രവാളത്തിനെന്താ ഗന്ധമുണ്ടോ എന്നൊക്കെ പരിഹാസത്തോടെ അദ്ദേഹം ചോദിക്കുന്നു. (മാധുര്യമെന്ന ഗുണത്തെ സ്വീകരിക്കാൻ മണിപ്രവാളത്തിൽ ശർക്കര ചേർത്തിട്ടുണ്ടോ എന്ന ചോദ്യം നമുക്കു ചോദിക്കാതിരിക്കാം). യാതൊരു ആലങ്കാരികനും ഇങ്ങനെയൊരു ഗുണത്തെക്കുറിച്ചു പറഞ്ഞിട്ടില്ല എന്നും 'മണിപ്രവാളസ്യ പരിമളമജാനൻ' എന്നു പറയുന്നത് കേവലം സാഹസികവചനമാണെന്നും ചൂണ്ടിക്കാട്ടിയാണ് അദ്ദേഹം തന്റെ നിലപാട് സമർഥിക്കുന്നത്. ഈ പ്രതിവാദസന്ദർപ്പണം യാദൃച്ഛികമാണെന്നു കരുതുക വയ്യ. തികച്ചും ആസൂത്രിതമായ ഒരു രംഗവിസ്താരമാണത് എന്നു കരുതാനാണ് ശ്രദ്ധാപൂർവ്വകമായൊരു വായനയിൽ സാധിക്കുന്നത്.

ആക്ഷേപിച്ച പ്രതിയോഗിയോട് വിജയപ്രദമായി പ്രതിവാദം ചെയ്തു എന്നതിലാശ്വസിക്കാമെങ്കിലും, അതിനപ്പുറത്ത് *ലീലാതിലക*കാരന്റെ ഈ വാദം നിലയുറപ്പുള്ളതല്ലെന്ന് *ലീലാതിലക*ത്തിന് വിവർത്തന വ്യാഖ്യാനങ്ങൾ ചമച്ച ഇളംകുളം കുഞ്ഞൻപിള്ള സൂചിപ്പിക്കുന്നുണ്ട്. *കാവ്യാലങ്കാരചൂഢാമണി* തുടങ്ങിയ തെലുങ്ക് അലങ്കാരശാസ്ത്രഗ്രന്ഥങ്ങളിൽ സൗരഭ്യം എന്നതിനെക്കൂടി കാവ്യഗുണമായി സ്വീകരിച്ചിട്ടുണ്ടെന്ന് അടിക്കുറിപ്പിൽ അദ്ദേഹം രേഖപ്പെടുത്തുന്നു. ആലങ്കാരികന്മാർ പറഞ്ഞിട്ടില്ലെന്ന വാദം സംസ്കൃതാലങ്കാരികന്മാരെ സംബന്ധിച്ചു മാത്രമേ ശരിയാവുകയുള്ളൂ എന്നു വ്യക്തമാക്കിയും, മാധുര്യം എന്ന് ഔപചാരികമായി ഉപയോഗിക്കാമെങ്കിൽ സൗന്ദര്യം എന്നോ പരിമളം എന്നോ പറഞ്ഞാലെന്തുകൊണ്ട് ആയിക്കൂട എന്നു ചോദിച്ചുകൊണ്ടും പ്രതിവാദക്കാരനനുകൂലമായ തന്റെ നിലപാട് വ്യക്തമാക്കാനും ഇളംകുളം തയ്യാറാവുന്നുണ്ട്.

പരിമളം എന്ന കല്പനയിലൂടെ, മണിപ്രവാളത്തിന്റെ അസാധാരണസുഭഗത്വത്തിന്, സംസ്കൃതകാവ്യങ്ങളിൽനിന്നു വ്യത്യസ്തമായി ഭാഷാശില്പത്തിലും ഉള്ളടക്കത്തിലും പുലർത്തുന്ന മദിപ്പിക്കുന്ന സൗന്ദര്യസവിശേഷതയ്ക്ക് അടിവരയിടുകയായിരുന്നു പ്രതിവാദക്കാരൻ എന്നു വിചാരിക്കാവുന്നതാണ്. തനിക്കെതിരായ ആക്ഷേപമായി

വന്നതുകൊണ്ടാവാം *ലീലാതിലക*കാരൻ അതംഗീകരിച്ചുകൊടുക്കാതെ ചെറുക്കാനിടയായയത്. സംസ്കൃതത്തിലില്ലാത്ത ഒന്നിനെ കാവ്യഗുണ മായി അംഗീകരിക്കാനുള്ള വിമുഖതയുമാകാം. മണിപ്രവാളത്തിന്റെ അസാധാരണത്വത്തെ തിരിച്ചറിയാനാകാത്ത ആളായിരുന്നു അദ്ദേഹ മെന്നു കരുതുക വയ്യ. ഗുണവിചാരത്തിൽത്തന്നെയും അദ്ദേഹത്തിന്റെ ചിന്താപരമായ തിളക്കങ്ങളുണ്ട്. ഓജസ്സിനെ മണിപ്രവാളഗുണമായി സ്വീകരിക്കാതിരിക്കുന്നതുതന്നെ അദ്ദേഹത്തിന്റെ വിവേചനബുദ്ധിയെ തെളിച്ചു കാട്ടുന്നുണ്ട്. സംസ്കൃതാധിക്യം വരുന്ന രീതിയാണ് ഓജസ്സ് എന്നതുകൊണ്ടാവണം അതിനെ അദ്ദേഹം നിരാകരിക്കുന്നത്. ഭാഷയ്ക്ക് പ്രാധാന്യമുള്ള മണിപ്രവാളമാണ് അഭികാമ്യമെന്നായിരുന്നല്ലോ അദ്ദേഹം കരുതിയത്. അങ്ങനെയെങ്കിൽ ഓജസ്സ് മണിപ്രവാളത്തിന് ഗുണമല്ല, മറിച്ച് ദോഷമാണ് എന്നു കരുതണമല്ലോ.

പറഞ്ഞുവരുന്നത് ഇതാണ്. *ലീലാതിലക*മെന്ന സൗന്ദര്യശാസ്ത്ര കൃതി അതിലെ സാഹിത്യഭാഷാചർച്ചയിൽ കേരളഭാഷയെ ഒരു ലക്ഷണമൊത്ത സ്വതന്ത്രഭാഷയായി കല്പ്പിക്കുന്നതിൽ ഭാഷാസ്വത്വ പരമായ ഒരവബോധത്തിന്റെ പ്രകാശനമുണ്ട്. അക്കാര്യം ചൂണ്ടിക്കാ ട്ടി സ്ഥാപിക്കുന്നതിൽ സ്വത്വപ്രഖ്യാപനപരമായ ഒരു രാഷ്ട്രീയമാനം ഔപചാരികമായി കല്പിക്കാവുന്നതാണ്. അതേസമയം ഭാഷാപരമായും സൗന്ദര്യശാസ്ത്രപരമായും സ്വത്വത്തിന്റെ പരിണാമത്തെയാണ് അത് അടയാളപ്പെടുത്തുന്നത്. കേവലമായ ഒരു ഗുണമായിട്ടല്ല, മാറ്റത്തെ യാണ് അദ്ദേഹം തന്മയായി എണ്ണുന്നത്. ഭാഷകളുടെ വ്യതിരിക്തത വ്യക്തമാക്കുമ്പോൾത്തന്നെ ഭാഷകൾ തമ്മിലുള്ള മേളനത്തെയും അദ്ദേഹം ആഘോഷിക്കുന്നു.

പാരമ്പര്യത്തിലേക്ക് ചുരുങ്ങുന്ന സത്താവാദപരവും തനിമാവാദ പരവുമായ ഒരു വീക്ഷണമല്ല *ലീലാതിലക*കാരൻ സ്വീകരിക്കുന്നത്. സംസ്കൃതബന്ധത്തിലൂടെ ഭാഷാപരമായും സൗന്ദര്യപരമായും മാറി ത്തീരുന്ന, കേരളഭാഷയും കേരളസാഹിത്യവും അതുവഴി കേരളമെന്ന ദേശവും ഭാരതമെന്ന മഹാഖ്യാനത്തിന്റെ ഭാഗമായി മാറുന്ന സ്വത്വപ രിണാമത്തെയാണ് അദ്ദേഹം സ്പഷ്ടമാക്കിത്തരുന്നത്. കേരളഭാഷയെ സവിശേഷ വ്യക്തിത്വമുള്ള ഒന്നായി അവതരിപ്പിക്കുമ്പോൾത്തന്നെ അതിന്റെ സാംസ്കാരികസ്വത്വരൂപാന്തരണത്തെക്കൂടി അത് കാണി ച്ചുതരുന്നു. മലയാളമെന്നത് ഒരു വേറിട്ട അസ്തിത്വമുള്ള ഭാഷയാണെന്നു സമർത്ഥിക്കുന്ന ആദ്യത്തെ മൂന്നു ശില്പങ്ങൾക്കപ്പുറത്ത്, സംസ്കൃത കാവ്യശാസ്ത്രപദ്ധതി അനുസരിക്കുന്നതാണ് മണിപ്രവാളസാഹിത്യം എന്നു കാണിച്ചുതരുന്ന നാലു മുതൽ എട്ടു വരെയുള്ള ശില്പങ്ങളിൽ

സ്വത്വവിനാശകമെന്നോ, സ്വത്വനിർമ്മാണപരമെന്നോ വിശേഷിപ്പിക്കാവുന്ന നീക്കം കൂടി നമ്മൾ വായിക്കേണ്ടതുണ്ട്.

ഒരർത്ഥത്തിൽ സ്വത്വവാദമല്ല, സ്വത്വവിനാശവാദമാണ് *ലീലാതിലക*ത്തിൽ ഉൾച്ചേർന്നിരിക്കുന്ന രാഷ്ട്രീയം എന്നു പറയാം. പാട്ടുപ്രസ്ഥാനം പ്രകടമാക്കുന്ന ദ്രാവിഡമായൊരു സ്വത്വം ശിഥിലീകരിക്കപ്പെടുകയും സംസ്കൃതത്തോട് ആഭിമുഖ്യവും ചാർച്ചയുമുള്ള ഭാഷാസാഹിത്യങ്ങളെ കൈയേൽക്കുകയും ചെയ്യുന്ന ഒരു പരിണാമത്തിലൂടെ പുതിയൊരു സ്വത്വവും സ്വത്വാവബോധവും ഇവിടെ കൊടിയേറിയതിനെയാണ് *ലീലാതിലകം* ആഘോഷിക്കുന്നത്. അതിൽ മഹാബലിയായ ഭാഷാസ്വത്വങ്ങൾ ഈ ഭാഷയുടെതന്നെ അബോധമായി കലമ്പുന്നത് നിപുണശ്രോത്രങ്ങൾ കേൾക്കാതിരിക്കുമോ? പാമരജനപ്രസിദ്ധമായ ആ സ്വത്വങ്ങൾക്ക് മണിപ്രവാളത്തിൽ പ്രവേശനമില്ല. അപഭ്രംശമെന്നു മുദ്രയടിക്കപ്പെട്ടും പുച്ഛിക്കപ്പെട്ടും അവമതിക്കപ്പെട്ടും നിഷ്കാസിതമായ ഒരു ഭാഷാലോകത്തിനു മീതെ അപാമരരും അമരരും വെന്നിക്കൊടി പറപ്പിച്ചതിന്റെ ആഘോഷമായിക്കൂടി ലീലാതിലകത്തെ കാണേണ്ടതുണ്ട്. അവരുടെ സ്വത്വബോധമാണ് മലയാളഭാഷയുടെ സ്വത്വബോധമായി നാം ശ്രദ്ധാപൂർവ്വം ശുശ്രൂഷിക്കേണ്ടിവരുന്നത്.

മഹാബലിയുടെ മിത്ത് ഭാഷയെക്കുറിച്ചുള്ള മിത്തുകൂടിയാണ്. ചവിട്ടിത്താഴ്ത്തപ്പെട്ട സ്വത്വബോധത്തെക്കുറിച്ചു മാത്രമല്ല, അധീശത(പ്രാമാണികത) കൈവരിച്ച ഒരു സ്വത്വാവബോധത്തെക്കുറിച്ചു കൂടിയാണ് ആ കഥ നമ്മോട് സംസാരിക്കുന്നത്. ലീലാതിലകം വീണ്ടും വായിക്കുമ്പോൾ ലീലാതിലകവായനകൾ ഇങ്ങനെ കൂട്ടിച്ചേർക്കാൻ പ്രേരകമാകുന്നു..

(2011 മാർച്ച് 15 ന് ചങ്ങനാശ്ശേരി എസ് ബി കോളേജിൽ മലയാളവിഭാഗം സംഘടിപ്പിച്ച ദേശീയ സെമിനാറിൽ 'മലയാളഭാഷതൻ മാദകഭംഗികൾ' എന്ന തലക്കെട്ടിൽ അവതരിപ്പിച്ച പ്രബന്ധത്തിന്റെ പരിഷ്കൃതരൂപം. പേരാമ്പ്ര സി കെ ജി ഗവ. കോളേജിലെ പ്രസാധനവിഭാഗം 2014 ൽ പ്രസിദ്ധീകരിച്ച അസാധാരണ ഇടങ്ങൾ (എഡി. സജീവ് പി.വി.& രാംദാസ് പി.) എന്ന പുസ്തകത്തിൽ ഇതിന്റെയൊരു കരടുരൂപം ചേർത്തിരുന്നു.

ജോർജ്ജ് മാത്തൻ എന്ന ഭാഷാചിന്തകൻ

'നവോത്ഥാനം' എന്നു വിവരിക്കാറുള്ള പ്രക്രിയയിൽ ഭാഷയുടെ വികാസം ഒരു പ്രധാന ഇഴയാണ്. 'ഡിവൈൻ കോമഡി'പോലൊരു ഐതിഹാസികരചന പിറവിയെടുത്തത് ഇറ്റാലിയൻ ഭാഷയുടെ ആധുനികീകരണചരിത്രത്തിലെ പ്രധാനസംഭവമെന്നപോലെ ഇറ്റാലിയൻ നവോത്ഥാനത്തിന്റെയും കൊടിയടയാളമായി വിവരിക്കാറുണ്ടല്ലോ. 'ആധുനികീകരണം' എന്നുപറയുന്നതിനകത്ത് ഈ നവ-ഉത്ഥാനമുണ്ട്. ഉണർന്നെണീറ്റ് ഉന്മേഷത്തോടെ നിൽക്കലാണ് നവോത്ഥാനം. ആധുനികമായിത്തീർന്ന ഭാഷകളുടെയും ജനതകളുടെയും ചരിത്രം നവോത്ഥാനങ്ങളുടെ ചരിത്രവും കൂടിയാണ്.

മലയാളനാട്ടിൽ ഒരു കാലത്ത് തമിഴും സംസ്കൃതവും വിശേഷാവിഷ്കാരങ്ങളുടെയെങ്കിലും ഭാഷകളായിരുന്നു. ഒരു ചരിത്രഘട്ടത്തിൽ 'മലയാള'ത്തിൽ രചനകളുണ്ടാകാൻ തുടങ്ങി. നമ്മുടെ സാഹിത്യത്തിലൂടെ, അഥവാ ലിഖിതകൃതികളിലൂടെ, പിന്നോട്ടുനോക്കിപ്പോയാൽ എത്തിച്ചേരാവുന്ന ഭൂതകാലത്തിന്റെ അതിരാണ് ആ കാലഘട്ടം. അതിനുമുമ്പും ഭാഷയുണ്ടായിരുന്നു; നിത്യനിദാനജീവിതഭാഷണത്തിനും, ഏറിയാൽ ഒരു ആശ്വാസത്തിന് കുറച്ചു പാടാനും കഥപറയാനും പോന്ന പേച്ചവസ്ഥയിലുള്ള ഭാഷ. ആ നിലയിൽനിന്ന് ഭാഷ കുതികൊണ്ട് ഉയരുകയാണ് ചെയ്തത്, സാഹിതീയമായ പുതിയൊരു പടവിലേക്ക്. ഈ മാറ്റത്തെ കുറിക്കാൻ നവോത്ഥാനം എന്ന വാക്കൊക്കെ ഒരു മടിയുംകൂടാതെ ഉപയോഗിക്കാം. ഭാഷ നവീകരണത്തിന് വിധേയമാവുകയാണവിടെ. 'പുതുമലയാണ്മ' എന്നൊക്കെ എഴുതുന്നവർ ഈ നവീകരണത്തെ അറിഞ്ഞ് ആദരിക്കുകയാണ് ചെയ്യുന്നത്.

വികസിതഭാഷകളിൽ ഇത്തരം കുതിപ്പുകളുടെ, ഉത്ഥാനത്തിന്റെ പടവുകൾ പലത് നിരീക്ഷിക്കാൻ കഴിയും. രേഖീയമായി ചരിത്രമെഴുതുന്ന രീതിയിൽ അത് അനിവാര്യവുമാണ്. പ്രാദേശികമായ ഭാഷ ആവിഷ്കാരപരമായ വിനിമയങ്ങളിലേക്ക് പ്രവേശിക്കുന്നു; ചിന്തയുടെയും ഭാവനയുടെയും ഉപാധിയായി പരിണമിക്കുന്നു. ഒരു ജനതയുടെ ആത്മവിശ്വാസം ഇത്തരം പുതുപുതുഘട്ടങ്ങളിലൂടെയുള്ള ഭാഷാവികാസത്തിന്റെ അളവിലും പ്രഭാവത്തിലുമൊക്കെയാണ് നില കണ്ടെത്തുന്നതെന്നു തോന്നുന്നു. ഭാഷയുടെ ഉത്ഥാനം ഫലത്തിൽ ജനതയുടെ ഉണർന്നെഴുന്നേല്പാണ്, നിവർന്നുനിൽക്കലാണ്. ഇങ്ങനെയൊരു കണ്ണോടെ വികസിതഭാഷകളുടെ ഭൂതത്തിലേക്ക് നോട്ടമയച്ചാൽ, നിരവധി നവോത്ഥാനധാരകൾ ഇഴചേരുന്ന ഒരു ഭാഷാചരിത്രത്തെ സങ്കല്പിക്കാനാകും. ആധുനികതാപൂർവ്വമെന്നു വിവരിച്ചുപോരുന്ന ചരിത്രത്തിലും പലതരം ആധുനികീകരണങ്ങൾ നടക്കുന്നുണ്ടെന്നാണ് പറഞ്ഞുവരുന്നത്. ഉദാഹരണത്തിന്, കേരളത്തിൽ വാമൊഴിരൂപത്തിലുള്ള ഒരു പാട്ടിൽ ലയിച്ചുനിന്ന ഒരു ഈണം കൃഷ്ണലീലകളെയാകെ പ്രത്യക്ഷപ്പെടുത്തുന്ന ഒരു ദീർഘകഥനത്തിന് ഉപാധിയായിത്തീർന്നു. കഥയും ഉപകഥയുമായി പടരുന്ന ഒരു മഹാകഥാപ്രപഞ്ചത്തെ ചെറുശ്ശേരിനമ്പൂതിരി ഈ ഭാഷയിലേക്ക് കൂട്ടിയെടുക്കുകയായിരുന്നു. പരഭാഷയിൽ രൂപമെടുത്ത ഉല്പന്നത്തെ സ്വീകരിക്കുന്ന നടപടിയാണിതെന്നു വിലയിരുത്താം. തിരിച്ച്, ആ മിത്തോളജിയുടെ ഭാഗമാക്കി, "ആസ്വാദക"രാക്കി നമ്മെ രൂപപ്പെടുത്തുന്ന പരിപാടിയായും ഇതിനെ കാണാം.

പ്രധാനമായൊരു കാര്യം മേല്പറഞ്ഞ കഥനത്തിൽ അന്തർഭവിച്ചിട്ടുണ്ട്. ജനകീയമായ ഒരു ഈണത്തിനു കൈവരുന്ന വളർച്ചയും ഉയർച്ചയുമാണത്; പൊന്തക്കാടിൽ വടവൃക്ഷം ഉയർന്നുവരുന്നപോലെ. ഭക്തിപ്രസ്ഥാനനായകരെന്നൊക്കെ നമ്മൾ വിളിക്കുന്ന പഴയകാലകവികൾ സമാനമായ രീതിയിൽ സംസ്കൃതേതിഹാസങ്ങൾ കേരളീയമായ ഗാനരീതികളിലേക്ക് ആവാഹിച്ചപ്പോൾ ഉയർന്ന, 'സാഹിതീയഭംഗി'കളുള്ള, ഭാഷാരീതികളായി പുതിയ പദ്യമലയാളം വെളിപ്പെട്ടുവരികയായിരുന്നു. 'ഹിന്ദു'മിത്തോളജി 'ആത്മാ'വായ പദ്യ-സാഹിത്യ-മലയാളഭാഷ രൂപപ്പെട്ടു. എഴുത്തും എഴുത്തച്ഛനും ഒക്കെ വടിവെടുത്തത് ഈ ഘട്ടത്തിലാണ്.

ഭാഷയുടെ വികാസചരിത്രത്തിൽ ബഹുജനഭാഷയുടെ കടന്നുകയറൽ അല്ലെങ്കിൽ ഉയർന്നുവരൽ, പല തരത്തിൽ അതു സംഭവിക്കുന്നുണ്ട്. അച്ചീചരിതങ്ങളിലും കൃഷ്ണഗാഥയിലും ഭാഷാകൗടലീയത്തിലുമൊക്കെ ഓരോരോ തരത്തിൽ ഇതു നിരീക്ഷിക്കാൻ കഴിയുന്നതാണ്.

സംസ്കൃതത്തോളം 'ആഢ്യത്തം' തോന്നിക്കുന്ന എഴുത്തച്ഛന്റെ കാവ്യഭാഷയിലുമുണ്ട് ഈ പ്രക്രിയയുടെ ഒരു തലം. എന്നാൽ, കുഞ്ചൻനമ്പ്യാരിലെത്തുമ്പോഴാണെന്നു തോന്നുന്നു, നമ്മുടെ ഭാഷ ജനജീവിതത്തിന്റെയും ജനഭാഷയുടെയും കൂടെക്കൂടി ആർത്തുപടർന്നത്. ആ നിലയിൽ, കുഞ്ചന്റെ ആവിഷ്കാരങ്ങൾ മലയാളത്തിന്റെ ആധുനികീകരണത്തിന്റെ ഒരു സവിശേഷഘട്ടത്തെ കുറിക്കുന്നതായി മനസ്സിലാക്കേണ്ടതുണ്ട്. ജനത്തോടൊന്നുചേർന്നു നിൽക്കലെന്നത് ആധുനികമാകലിന്റെ സുപ്രധാനമായൊരു ഉള്ളടക്കമാണ്.

ഈണങ്ങളിലായിരുന്നു നമ്പ്യാർക്കൃതികളും വാർന്നുവീണത്. വാമൊഴിപ്പാട്ടുകളുടെ പാരമ്പര്യമാണ് അതിന്റെ ആദിമാതൃക എന്നർത്ഥം. പാട്ടുവഴി കൂടാതെ, നിത്യനിദാനപ്രയോഗങ്ങളിൽക്കൂടി ഉടലെടുത്ത ഒരു സാധാരണസംസാരഭാഷയുണ്ടല്ലോ. അതിനോട് കൂടുതൽ ഒത്തുപോകുന്നത് ഗദ്യഭാഷാരൂപമാണെന്നു നമുക്കു പറയാം. പക്ഷേ, ഭാഷകളുടെ ചരിത്രത്തിൽ ഈ ഗദ്യം പിന്നാലെ മാത്രമാണ് പുറപ്പെട്ടുകാണുന്നത്. അതിനാൽ, താരതമ്യേന ആധുനികമാണ് ഗദ്യം എന്നു പറയാം. ഒരു ഭാഷയിൽ നിത്യനിദാനവ്യവഹാരത്തിനായല്ലാതെ, ആവിഷ്കാരത്തിനായി ഗദ്യം വ്യാപകമായി ഉപയോഗപ്പെടുത്തുന്നു എന്നുവന്നാൽ ആ ഭാഷ വളരെവളരെ ആധുനികമായി എന്നാണർത്ഥം. ഇപ്പറഞ്ഞ ആധുനികഗദ്യത്തിന് സംസാരത്തിന്റെ താളക്രമവുമായിട്ടാണ് അടുപ്പം. കാരണം, സംസാരത്തിൽനിന്നാണ് അത് ഉരുത്തിരിയുന്നത്.

നമ്മുടെ നാട്ടുകാർ സംസാരിക്കുന്ന (പാടുന്നതല്ല, പാഠകം പറയുന്നതുമല്ല) ഭാഷയിൽനിന്നു താളക്രമം സ്വീകരിച്ച ഗദ്യമലയാളം ഉണ്ടായിവന്നത്, മനസ്സിലാക്കിയിടത്തോളം, മിഷണറിമാരുടെ പ്രയത്നങ്ങളിലൂടെയാണ്. അത് പിന്നീട് ഭാഷയുടെ ജീനിയസ്സറിഞ്ഞ നാട്ടെഴുത്തുകാരുടെ കൈകളിൽ തെളിഞ്ഞും വളഞ്ഞുമൊക്കെയാണ് പുതുസാഹിത്യജനുസ്സുകളുടെ ആധുനികവസന്തകാലം രൂപമെടുത്തത്. അതിനെ കൊളോണിയൽ ആധുനികതയുടെ ഭാഷാപ്രത്യക്ഷം എന്നു കുറ്റമനസ്സോടെ വിലയിരുത്താൻ കഴിഞ്ഞേക്കും. എന്തായാലും, നാമതിനകത്താണ് ഉണ്ണുന്നതും ഉറങ്ങുന്നതും ഉറക്കത്തിൽ സ്വപ്നം കാണുന്നതുമൊക്കെ.

18, 19 നൂറ്റാണ്ടുകളിൽ കേരളത്തിൽ ക്രിസ്തീയ പ്രേഷിതപ്രവർത്തനം നടത്തുന്നതിനായി തുനിഞ്ഞിറങ്ങിയ വിദേശികളും നാട്ടുകാരുമായ മിഷണറിമാർ, സുവിശേഷവേല വിജയിപ്പിക്കുന്നതിനും മനോവിചാരവികാരങ്ങൾ പ്രകടിപ്പിക്കുന്നതിനുംവേണ്ടി, ഈ നാട്ടിലെ സംസാരഭാഷ പഠിച്ചെടുത്ത് പരുവപ്പെടുത്തി ഉപയോഗിച്ചു. ക്രിസ്തുവേദക്കാരായ ഈ

മിഷണറിമാർ എല്ലാ അർത്ഥത്തിലും പുതിയ ഭക്തിപ്രസ്ഥാനക്കാരായിരുന്നു. അവരുടെ സുവിശേഷപ്രവർത്തനം ഭാഷയെ പുതിയൊരു നവീകരണത്തിന് വിധേയമാക്കി. ആധുനിക ഗദ്യത്തിന്റെ ഊട്ടും പാവും തീർക്കലായി അത്. എന്നാൽ അവിടെ നിന്നില്ല മിഷണറിമാരുടെ പ്രവർത്തനങ്ങൾ. ഭാഷ പഠിക്കാനും ഭാഷയെ പഠിക്കാനും പഠിപ്പിക്കാനുമൊക്കെ അവർ തുനിഞ്ഞു. നിഘണ്ടു നിർമ്മാണത്തിലേക്കും വ്യാകരണ നിർമ്മാണത്തിലേക്കുമൊക്കെ അവർ കടന്നുചെന്നു. ആ വഴിയിലൂടെ മുന്നോട്ടുപോയി. ഭാഷാ-ഭാഷാപഠന ആസൂത്രണങ്ങൾ നിർവ്വഹിക്കുന്നതിലേക്കും അവർ എത്തിപ്പെട്ടു. പലപ്പോഴും അതെല്ലാം ആഴവും പരപ്പുമുള്ള ഭാഷാവിശകലനങ്ങളും ഭാഷാവിചാരങ്ങളുമായിത്തീർന്നു. പ്രേഷിതവേലക്കാർ ഭാഷാചിന്തകരും ഭാഷാപോഷകരുമായി രൂപാന്തരപ്പെട്ടു. അച്ചടിയുഗത്തിലേക്ക് മലയാളത്തെ കൊണ്ടെത്തിക്കുന്ന എല്ലാവിധ ആസൂത്രണങ്ങളുടെയും ഉത്തരവാദിത്തം, അറിഞ്ഞും അറിയാതെയും അവർ തോളിലേറ്റി.

മൊഴിയായും പദ്യമായും കഴിയുന്ന ഭാഷയെ സംസ്കരിച്ച് രൂപപ്പെടുത്തിയെടുക്കുന്ന ഗദ്യഭാഷാരീതികൾകൊണ്ട്, നാളതുവരെ മലയാളത്തിന് അന്യമായിരുന്ന ചില കാര്യങ്ങൾ-വിവരണത്തിനും വിമർശനത്തിനും സംവാദത്തിനും മറ്റ് ആവിഷ്കാരങ്ങൾക്കുമൊക്കെ-സാദ്ധ്യമാണെന്ന് അവർ കാണിച്ചുതന്നു. ഭാഷയെ ആശയസൃഷ്ടിയുടെ, ചിന്തയുടെ, ആവിഷ്കാരത്തിന്റെ ഉപാധിയാക്കുന്ന ഇടപെടലായിരുന്നു അത്. ഭാഷയെ പുതിയപുതിയ പടവുകളിലേക്ക് ഉയർത്തിവിടുന്ന നടപടികൾ. പുരാതനമായ ലാറ്റിൻ, ഗ്രീക്ക്, ഹീബ്രു, സുറിയാനി എന്നീ പൗരാണികഭാഷകളുടെയും ജർമ്മൻ, ഇംഗ്ലീഷ്, ഇറ്റാലിയൻ തുടങ്ങിയ ആധുനികഭാഷകളുടെയും ലോകങ്ങളിൽ അനുധ്യാനം നടത്തിയതിന്റെ പിൻബലമുണ്ടായിരുന്നു അവർക്ക്. ചിലർക്ക് സംസ്കൃതത്തിലും തമിഴിലുമൊക്കെ പരിജ്ഞാനമുണ്ടായിരുന്നു. ഭാഷയുടെ ഉപയോഗരീതികളെ സംബന്ധിച്ച വിപുലമായ ഈ അറിവും പരിചയവും മലയാളമെന്ന ചെറിയ ഭാഷയുടെ വികാസത്തിനുതകുന്ന പരിപാടികളിലേക്ക് പ്രവേശിക്കുമ്പോൾ അവർക്ക് വഴികാട്ടി.

പ്രേഷിതമാർഗ്ഗത്തിൽ വഴികാട്ടിയവർ ഈ ഭാഷയ്ക്ക് ആധുനികതയിലേക്കുള്ള ദിശ കാണിച്ചുതരികയായിരുന്നു. ശാസ്ത്രവിചാരത്തിനും പ്രതിപാദനത്തിനും മലയാളത്തെ ഉപയോഗപ്പെടുത്തി വിസ്മയിപ്പിച്ച സംഗമഗ്രാമമാധവനെപ്പോലുള്ള സംസ്കൃത-ഗണിതപണ്ഡിതർക്കോ യുക്തിഭാഷാകർത്താവായ ജ്യേഷ്ഠദേവനോ പങ്കാളിത്തം അവകാശപ്പെടാനാവാത്ത ചരിത്രധർമ്മമാണിത്. ഇതു കണ്ടുകൊണ്ടുകൂടിവേണം

ആധുനികത, ആധുനികീകരണം എന്നിങ്ങനെയുള്ള ഈ പ്രകരണത്തിലെ ഊന്നലുകളെ മനസ്സിലാക്കാൻ. മതവിജ്ഞാനവും മതേതര വിജ്ഞാനവും, അതിലുണ്ടെന്ന നാം കരുതാറുള്ള, വൈരുദ്ധ്യമൊന്നും കൂടാത്തമട്ടിൽ വിജ്ഞാനികളായ പ്രേഷിതവേലക്കാരുടെ ധൈഷണികമായ ജീവിതത്തിൽ പൊരുത്തപ്പെട്ടു നിന്നു. മതവിഷയങ്ങളെക്കടന്ന് ആധുനിക മാനവികവിഷയങ്ങളുടെ ലോകത്തേക്കും ശാസ്ത്രവിഷയങ്ങളുടെ ലോകത്തേക്കും വികസിക്കുന്നതായിരുന്നു അവരുടെ ഭാഷയെ സംബന്ധിച്ച ഇടപെടലുകൾ.

മലയാളഭാഷാപ്രേഷിതപ്രവർത്തനത്തിൽ പങ്കുവഹിച്ച വേലക്കാരുടെ ഒരു വലിയൊരു നിരതന്നെയുണ്ട്; വിദേശികളായും സ്വദേശികളായും. അർണ്ണോസ് പാതിരി, ഫ്രോൺ മേയർ, ഹെർമൻ ഗുണ്ടെർട്ട്, ബെഞ്ചമിൻ ബെയ്‌ലി തുടങ്ങിയ വിദേശികൾ. പാറേമ്മാക്കൽ തോമ്മാക്കത്തനാർ, ജോർജ്ജ് മാത്തൻ, ആർച്ച് ഡീക്കൻ കോശി, നിധീരിക്കൽ മാണിക്കത്തനാർ തുടങ്ങിയ സ്വദേശികൾ. ഗുണ്ടർട്ടും ബെയ്‌ലിയും ജോർജ്ജ്മാത്തനുമാണ് മലയാളഭാഷയുടെ ആസൂത്രണത്തിൽ അക്കാദമികമായ മൂല്യമുള്ള ഭാഷാപഠനഗ്രന്ഥങ്ങളിലൂടെ ഏറ്റവും സഫലമായി ഇടപെട്ട പ്രധാന പ്രേഷിതപ്രവർത്തകർ. ഇക്കൂട്ടത്തിൽ ഭാഷാചിന്തകനെന്ന നിലയിലും സ്വതന്ത്രചിന്തകൻ എന്ന നിലയിലും ഏറ്റവും ഉയർന്ന തലങ്ങളിലെത്തിച്ചേർന്ന ആൾ ജോർജ്ജ് മാത്തനാണ്. മറ്റു രണ്ടുപേരുടെ പ്രവർത്തനങ്ങളുടെ ഭാരത്തെയും പരപ്പിനെയും അങ്ങേയറ്റം ആദരവോടെ കണ്ടുകൊണ്ടുതന്നെയാണ് ഇതു പറയുന്നത്.

ഗുണ്ടർട്ടും ബെയ്‌ലിയും വിദേശികളായിരുന്നല്ലോ. ജോർജ്ജ്മാത്തൻ തനിക്കേരളീയൻ. മലയാളത്തിൽ ജനിച്ച് മലയാളം പറഞ്ഞ് വളർന്നുവന്ന ഒരാത്മാവ്. ചെങ്ങന്നൂരിനടുത്ത് കിടങ്ങന്നൂരിൽ ജനിച്ച് ആ പരിസരങ്ങളിൽ വളർന്നു. മദ്രാസിൽപോയി പഠിച്ചു. മല്ലപ്പള്ളിയിലും മറ്റുമായി തങ്ങി പ്രവർത്തിച്ചു. അദ്ദേഹത്തിന്റെ ബാലാഭ്യസനം മലയാളത്തിലായിരുന്നുവോ എന്നറിയില്ല. ലത്തീൻ, ഹീബ്രു, ഇംഗ്ലീഷ് ഭാഷകളൊക്കെ അദ്ദേഹത്തിന് ആത്മീയവും അനാത്മീയവുമായ വിജ്ഞാനപര്യടനത്തിനു കൂട്ടായി. മതപരവും മതേതരവുമായ അറിവുകളും അവയ്ക്കുമേൽ രൂപപ്പെട്ട ആലോചനകളും ആവിഷ്കരിക്കുന്ന കുറേയധികം രചനകൾ അദ്ദേഹം നടത്തി. 1860 കളാണ് അതിന്റെ പുഷ്കലകാലം. *മലയാഴ്മയുടെ വ്യാകരണം*, സത്യവാദഖേടം, *ബോധജ്ഞാനകവും ദത്തജ്ഞാനകവുമായ വേദമാർഗ്ഗത്തിനു പ്രപഞ്ചനിബന്ധനത്തോടും മാർഗ്ഗത്തോടുമുള്ള സംയുക്തി*, ബാലാഭ്യസനം, ഒരു സംവാദം, മറുജന്മത്തെക്കുറിച്ച് എന്നീ പ്രബന്ധങ്ങളും വിവിധ വിഷയങ്ങളെ മുൻനിർത്തി രചിക്കപ്പെട്ട കുറെയധികം

ലേഖനങ്ങളുമാണ് ജോർജ്ജ് മാത്തന്റെ കൃതികൾ.

1861-ൽ തിരുവിതാംകൂർ സർക്കാർ സമ്മാനം നിശ്ചയിച്ച് നടത്തിയ ഒരു മത്സരത്തിൽ പങ്കെടുത്ത് ജോർജ്ജ് മാത്തൻ എഴുതിയ പ്രബന്ധമാണ് സത്യവാദഖേടം എന്ന സത്യപരിശീലനക്കൈപ്പുസ്തകം. സമ്മാനാർഹമായി തിരഞ്ഞെടുക്കപ്പെട്ടെങ്കിലും പ്രസിദ്ധീകരിക്കാൻ സർക്കാർ മടിച്ചു. ക്രിസ്തീയവേദത്തിലെയും ഹിന്ദുശാസ്ത്രത്തിലെയും കഥകളും വിധികളുമൊക്കെ ഉദാഹരിച്ചുള്ളതായിരുന്നു രചന. ഇത് പല ഭാഗത്തുനിന്നും എതിർപ്പു വിളിച്ചുവരുത്തുമെന്ന ഭയമായിരുന്നു രാജഭരണകൂടത്തിന്. 1863-ൽ ജോർജ്ജ് മാത്തൻ അധികാരികളുടെ അനുമതിവാങ്ങി ഈ കൃതി സ്വന്തമായി പ്രസിദ്ധീകരിച്ചു.

സത്യം പറയാൻ കുട്ടികളെ ശീലിപ്പിക്കണമെന്നുള്ള ലളിതമായ കാര്യമാണ് വിഷയമെങ്കിലും അദ്ദേഹം അതിന്റെ വിവിധവശങ്ങളെ സംബന്ധിച്ച് നന്നായി പഠിച്ച് പ്രൗഢമായ രീതിയിൽ എഴുതുകയായിരുന്നു ചെയ്തത്. സത്യം എന്നാലെന്താണെന്നു വളരെ വിശദമായി പരിശോധിക്കുന്നതാണ് പ്രബന്ധത്തിന്റെ ആദ്യഭാഗം. രണ്ടാംഭാഗത്ത് സത്യംപറയേണ്ടതിന്റെയും വ്യാജത്തോടുള്ള ദ്വേഷം പരിശീലിക്കേണ്ടതിന്റെയും ആവശ്യകത വ്യക്തമാക്കുന്നു. മുൻപു സൂചിപ്പിച്ചതുപോലെ, ഹിന്ദു-ക്രിസ്ത്യൻ പാരമ്പര്യത്തിലുള്ള കഥകളും വിധികളും ഉദാഹരിച്ചുള്ള മനോഹരമായ ന്യായവാദമാണ് ഇതിൽ ആവിഷ്കരിച്ചിരിക്കുന്നത്. പാപം, പുണ്യം, സത്യവാദലംഘനം, ദൈവശിക്ഷ തുടങ്ങിയ കാര്യങ്ങളൊക്കെ വിശദമാക്കപ്പെടുന്നു. മൂന്നാംഭാഗത്ത് മാതാപിതാക്കൾ മക്കളെ സത്യം ശീലിപ്പിക്കേണ്ടതിന്റെ പ്രാധാന്യവും അതിനുതകുന്ന രീതിപദ്ധതികളും പറഞ്ഞുവെയ്ക്കുന്നു. സന്മാർഗ്ഗശാസ്ത്രമാണ് പുസ്തകത്തിന്റെ ജനുസ്സ്.

ബോധജ്ഞാനകവും ദത്തജ്ഞാനകവുമായ വേദമാർഗ്ഗത്തിനു പ്രപഞ്ചനിബന്ധനത്തോടും മാർഗ്ഗത്തോടുമുള്ള സംയുക്തി എന്ന കൃതി വിവർത്തനമാണ്. ജോസഫ് ബുട്ലരുടേതാണ് മൂലകൃതി. മൂലഗ്രന്ഥത്തിന്റെ ഒന്നാം ഭാഗം (കാണ്ഡം) മാത്രമാണ് വിവർത്തനം ചെയ്ത് പൂർത്തിയാക്കിയത്. 1866-ൽ സി.എം.എസ്. പ്രസ്സ് പ്രസിദ്ധീകരിച്ചു. ക്രിസ്തീയവേദമാർഗ്ഗത്തിന്റെ ഉല്പത്തിയക്കുറിച്ച് ബെയ്‌ലി രചിച്ച ഇംഗ്ലീഷ് പുസ്തകത്തിന് ഒരു മലയാളവിവർത്തനം ഉണ്ടായാൽ ഉപകാരപ്രദമാകുമെന്ന് ഒരു സ്നേഹിതൻ അഭിപ്രായപ്പെട്ടതു പരിഗണിച്ചാണ് അദ്ദേഹം വിവർത്തനമാർഗ്ഗത്തിലേക്ക് എത്തിപ്പെടുന്നത്. ബെയ്‌ലി(പെയ്‌ലി പാദ്രി)യുടെ ഈ മേഖലയിലുള്ള ഒരു കൃതിയുടെ വിവർത്തനമായാലോ എന്ന ആലോചനയുണ്ടായി. ക്രിസ്തീയ വേദമാർഗ്ഗത്തെ മലയാളികൾക്ക്

പരിചയപ്പെടുത്തുന്നതിന് അതു വേണ്ടത്ര ഗുണം ചെയ്യില്ലെന്ന് ജോർജ്ജ് മാത്തൻ കണ്ടു. ആ കൃതി തികച്ചും യൂറോപ്യൻ സാഹചര്യങ്ങളെ മുൻനിർത്തിയുള്ള ഒന്നായിരുന്നു.

ബെയ്‌ലിയുടെ കൃതിക്കു പകരം ഇന്ത്യൻ സാഹചര്യത്തിൽ വേദമാർഗ്ഗവും പ്രപഞ്ചമാർഗ്ഗവും തമ്മിലുള്ള സംയുക്തിയെ കാണിക്കുന്നതിൽ കൂടുതൽ മികവു പ്രദർശിപ്പിക്കുന്ന ബട്‌ലരുടെ കൃതി അദ്ദേഹം വിവർത്തനത്തിനായി തിരഞ്ഞെടുത്തു. തന്റെ തിരഞ്ഞെടുപ്പിന്റെ കാര്യകാരണങ്ങൾ അദ്ദേഹം വളരെ വിശദമായിത്തന്നെ സ്പഷ്ടമാക്കുന്നുമുണ്ട്: “ഈ നാട്ടിൽ നാം തർക്കിപ്പാൻ ഇടവരുന്നവരിൽ വളരെയാളുകൾ ബോധജ്ഞാനവേദത്തിൽ ഉൾപ്പെട്ടതായി നാം സ്വീകരിക്കുന്ന പല മതങ്ങളെയും ധിക്കരിക്കുന്നവരാകകൊണ്ട് അവരോട് വാദിപ്പാൻ ആ പുസ്തകം ഉപകരിക്കത്തില്ല... ആകയാൽ ഈ നാട്ടിലെ മനുഷ്യരുടെ പട്ടതിയ്ക്ക് അധികയുപകാരമായിത്തീരുന്നതു മറ്റേതിനേക്കാൾ ഇപ്പുസ്തകമാണെന്നു കണ്ടുകൊള്ളാം” എന്ന നിരീക്ഷണത്തോടെ ആരംഭിച്ച് കേരളത്തിലെ നാനാജാതിമതസ്ഥരായ ജനങ്ങൾക്ക് മോക്ഷമാർഗ്ഗത്തിലേക്കുള്ള വഴികാട്ടിയായിത്തീരാൻ ഈ പുസ്തകത്തിന് സാധിക്കുമെന്ന വിശ്വാസം അദ്ദേഹം പ്രകടിപ്പിക്കുന്നു.

മലയാളത്തിലെഴുതി എന്നതുകൊണ്ടുമാത്രം എല്ലാ മലയാളികൾക്കും മനസ്സിലാകുമെന്ന ഒരു തെറ്റിദ്ധാരണ പൊതുവിലുണ്ട്. വാസ്തവത്തിൽ, മാതൃഭാഷയിലായാലും ‘മനസ്സിലാക്ക’ലിന് വലിയ പ്രതിബന്ധങ്ങളുണ്ട്; പരിമിതികളുണ്ട്. ഒരു വിഷയം മനസ്സിലാകണമെങ്കിൽ, ചർച്ച ചെയ്യപ്പെടുന്ന വിഷയങ്ങളുമായി ബന്ധപ്പെട്ട ഒരു സാക്ഷരത വേറെതന്നെ വേണ്ടതുണ്ട്. ഇക്കാര്യം ഭാഷചിന്തകർതന്നെയും പൊതുവെ ശ്രദ്ധിക്കാറില്ല. അത് ശ്രദ്ധയിലേക്കു കൊണ്ടുവരുന്ന ഒരു നിരീക്ഷണത്തോടെ മാത്തൻ എഴുതി: “ഇപ്പുസ്തകത്തിൽ അടങ്ങിയിരിക്കുന്ന കാര്യങ്ങളില്പലതും താല്പര്യവായനക്കാർക്കല്ലാതെ സാമാന്യവായനക്കാർക്കു അത്ര എളുപ്പത്തിൽ മനസ്സിലാകുന്നതല്ല. വാചകത്തിൽ തെളിവുകേടു വാക്കുകളുടെ കാഠിന്യംകൊണ്ടും വാചകത്തിന്റെ കുഴച്ചൽ കൊണ്ടും കാര്യത്തിന്റെ അഗാധത്വം കൊണ്ടും ഇങ്ങനെ മൂന്നുവിധത്തിൽവരാം. നടപ്പുഭാഷയിൽ പ്രയോഗമില്ലാത്ത ചില കഠിനപദങ്ങൾ ഇതിൽ കാണും. എന്നാൽ, അവയെ പ്രയോഗിപ്പാൻ ഇടവന്നതു വാചകത്തെ കഠിനമാക്കണം എന്നുള്ള ആഗ്രഹത്തിൽനിന്നല്ല, സംസാരഭാഷയിൽ തക്കപദങ്ങൾ ഇല്ലായ്കയാൽ ആകുന്നു.”

അദ്ദേഹം, ലക്ഷ്യഭാഷാസമൂഹത്തെ പ്രാഥമികമായിത്തന്നെ കണക്കിലെടുത്തു. മൂലത്തിൽത്തന്നെയും മനസ്സിലാക്കാൻ പ്രയാസമുള്ള

ഒരു കൃതി വിവർത്തനം ചെയ്യുമ്പോൾ തികഞ്ഞ ലാളിത്യം പ്രതീക്ഷിക്കരുതെന്ന താക്കീതും, നടപ്പുഭാഷയിൽ പ്രയോഗമില്ലാത്ത കഠിന പദങ്ങൾ സ്വീകരിക്കേണ്ടി വരുന്നതിന്റെ കാരണങ്ങളും, അത്തരം കഠിനപദങ്ങൾ പ്രബന്ധാന്ത്യത്തിൽ അക്ഷരമുറയ്ക്കു കൂട്ടിച്ചേർത്ത് അവയ്ക്കു നേരായ ഇംഗ്ലീഷ് പദങ്ങളും കൊടുത്ത് വിശദീകരിക്കുന്നതുൾപ്പെടെ ഈ വിവർത്തനയത്നത്തിൽ തന്റെ പ്രബോധനലക്ഷ്യം സാക്ഷാത്കരിക്കാനായി ചെയ്തിട്ടുള്ള ഒരുക്കങ്ങളൊക്കെ 'അവതാരിക'യിൽ അദ്ദേഹം വിശദീകരിച്ചു.

വാചകത്തിൽ കഴിവതും കൂട്ടിക്കെട്ടലുകൾ ഒഴിവാക്കുക, നിർവ്വാഹമില്ലാത്തിടത്ത് 'കുഴച്ചൽ' വരാതിരിക്കാനായി ശ്രദ്ധിക്കുക തുടങ്ങിയ കാര്യങ്ങളിലൊക്കെ പ്രത്യേക കരുതലുകളെടുത്തുകൊണ്ടാണ് താൻ വിവർത്തനത്തിനു മുതിർന്നതെന്ന് അദ്ദേഹം വ്യക്തമാക്കി. എത്ര വ്യക്തമായ ലക്ഷ്യബോധത്തോടും ഗൗരവത്തോടുമാണ് വിർത്തനകർമ്മത്തെ അദ്ദേഹം കണ്ടിരുന്നതെന്ന് ഇതെല്ലാം വ്യക്തമാക്കുന്നുണ്ട്. മികച്ച വിവർത്തകരുടെ വിവർത്തനയത്നങ്ങളുടെ ഭാഗമാണല്ലോ വിവർത്തനത്തെ സംബന്ധിച്ച ആലോചന. ക്രിസ്തുവേദത്തെ മലയാളി സമൂഹത്തിനു മുമ്പിൽ യുക്തിസഹമായി ബോധിപ്പിക്കുക എന്നതാണ് വിവർത്തകന്റെ ലക്ഷ്യം. ഈ ലക്ഷ്യത്തോടെയുള്ള വിവർത്തനപ്രവർത്തനങ്ങൾ അദ്ദേഹം തുടരുന്നുണ്ട്.

ഡോ. മുള്ളൻസ് രചിച്ച *ഏ കൺവെർസേഷൻ ബിറ്റ്വീൻ ഏ പണ്ഡിറ്റ് ഓഫ് ബനാറസ് ആന്റ് ആൻ ഇംഗ്ലീഷ് ജഡ്ജ്* എന്ന പുസ്തകവും ജോർജ്ജ് മാത്തൻ വിവർത്തനം ചെയ്തു. 1884-ൽ സി എം എസ് പ്രസ്സ് പ്രസിദ്ധപ്പെടുത്തി. കാശിയിൽ *ഗുരുദാസപണ്ഡിതരും ഒരു ഇംഗ്ലീഷ് ജഡ്ജിയും തമ്മിലുണ്ടായ ഒരു സംവാദം* എന്നാണ് വിവർത്തനകൃതിയുടെ തലക്കെട്ട്. 1884-ൽ കോട്ടയത്തെ മലയാളം റിലിജിയസ് ട്രാക്റ്റ് സൊസൈറ്റി പ്രസിദ്ധപ്പെടുത്തിയ പുസ്തകത്തിൽ ക്രിസ്തുമതസാരവും ഹിന്ദുദർശനങ്ങളും തമ്മിലുള്ള ഒരു മുഖാമുഖമാണ് അവതരിപ്പിക്കപ്പെട്ടിരിക്കുന്നത്. ഇന്ത്യൻ നവോത്ഥാന -പരിഷ്കരണകാലത്തെ മതസംവാദരചനകളുടെ ഒരു മാതൃകയാണിത്.

ചോദ്യോത്തരരൂപത്തിലുള്ള ഇത്തരം നിരവധി രചനകൾ അക്കാലത്ത് രൂപപ്പെട്ടിരുന്നുവല്ലോ. ക്രിസ്തുമതവക്താവായ ജഡ്ജിയും ഹിന്ദുശാസ്ത്രപാരംഗതനായ പണ്ഡിതനും തമ്മിലാണ് ചർച്ച. വിഗ്രഹാരാധനയെക്കുറിച്ചു പറഞ്ഞുകൊണ്ടാരംഭിക്കുന്ന സംവാദം പുരുഷാർത്ഥം, ശാസ്ത്രോത്ഭവം, അദ്വൈതം, മായ, പ്രപഞ്ചോത്ഭവം, മനുഷ്യാത്മാവ് തുടങ്ങിയ വിഷയങ്ങളിലൂടെ കടന്നുപോകുന്നു. ന്യായം, വൈശേഷികം,

സാംഖ്യം, വേദാന്തം തുടങ്ങിയ ദർശനങ്ങളൊക്കെ അതിൽ ഇടംപിടിക്കുന്നുണ്ട്. വേദവ്യാസനും കപിലനും പതഞ്ജലിയുമൊക്കെ ചർച്ചയിൽ കടന്നുവരുന്നു. നൈയായികനും വേദാന്തിയും ചർച്ചയിൽ ഭാഗഭാക്കാകുന്നു.

ഗ്രന്ഥകർത്താവിന്റെ (വിവർത്തകന്റെയും) ക്രിസ്തുമതവീക്ഷണത്തിന് അനുയോജ്യമായ അവതരണമാണ് നടക്കുന്നത്. എന്നാൽ, കേവലം മതദൂഷണത്തിന്റെ നിലയല്ല ഇതിനുള്ളത്. താരതമ്യദൈവവിചാരമാണത്. 1896-ൽ കോട്ടയം മലയാളം റിലിജിയസ് ട്രാക്റ്റ് സൊസൈറ്റി പ്രസിദ്ധപ്പെടുത്തിയ ജോർജ്ജ് മാത്തന്റെ, *മറുജന്മത്തെക്കുറിച്ച്* എന്ന മൗലികരചനയും താരതമ്യദൈവവിചാരത്തിന്റെ മേഖലയിലുള്ളതാണ്. ഹിന്ദുമതത്തിലെ പുനർജന്മവിശ്വാസവും ക്രിസ്തുമതത്തിലെ മറുജന്മവിശ്വാസവും ക്രിസ്തീയമായ ചായ്‌വോടെ വിചിന്തനവിധേയമാക്കുകയാണ് ഗ്രന്ഥകാരൻ. യേശുവിന്റെ രക്ഷാകരദൗത്യം ഓർമ്മിപ്പിച്ചുകൊണ്ട് അവസാനിപ്പിക്കുന്ന പ്രബന്ധം ക്രിസ്തുമതത്തെ അനുസരിക്കാൻ ആഹ്വാനം ചെയ്യുന്നതുതന്നെ.

'സൻമാർഗ്ഗോപദേശം', 'സാധാരണ ചികിത്സാശാല', 'ഭൂമി ഉരുണ്ടതാകുന്നു', 'കൊഴമുതലാണ്മ', 'മരുമക്കത്തായത്താലുള്ള ദോഷങ്ങൾ', 'അന്തരീക്ഷം', 'ആകാശത്തുള്ള ഗോളങ്ങൾ' 'ഇരിമ്പു പാദയുടെയും ആവിവണ്ടിയുടെയും ആരംഭം' എന്നിങ്ങനെ കുറെ ലേഖനങ്ങൾ വിദ്യാസംഗ്രഹമെന്ന പേരിലിറങ്ങിയ കോട്ടയം കോളേജ് മാഗസിനിലാണ് പ്രസിദ്ധപ്പെടുത്തിയത്. 'സൻമാർഗോപദേശം', മറാഠി ഭാഷയിൽനിന്ന് ടി. ലക്ഷ്മണരായർ പരിഭാഷപ്പെടുത്തി പ്രസിദ്ധീകരിച്ച പുസ്തകത്തിന്റെ റിവ്യൂ ആണ്. ലൗകികവിദ്യകളുടെ പ്രാധാന്യം, വൈദികവിജ്ഞാനത്തിനുള്ള പ്രസക്തി എന്നിവ വ്യക്തമാക്കി, ആ നിലയിൽ പ്രസ്തുത പുസ്തകത്തിനുള്ള മഹത്വത്തെ വിവരിച്ചിരിക്കുന്നു. ഒരു ലഘുനിരൂപണമാണിത്. കൃതിയുടെ ഭാഷാപരമായ കുറവുകളെ മുൻനിർത്തി മാത്തൻ ഇവിടെ നടത്തുന്ന വിസ്തരണമാണ് വാസ്തവത്തിൽ ഈ ചെറിയ കുറിപ്പിനെ ഏറെ ശ്രദ്ധേയമാക്കുന്നത്. മലയാളഭാഷയുടെ എഴുത്തുരീതിയിൽ കാലോചിതമായ ജാഗ്രതയും ആസൂത്രണവും ആവശ്യമാണെന്നു പഠിപ്പിക്കുന്ന ഒരു ഭാഗമാണിത്. ഗ്രന്ഥാക്ഷരം സ്വീകരിച്ചുകൊണ്ടല്ലാതെ മലയാളത്തിലെ എഴുത്തുപരിപാടികൾ നിർവഹിക്കാൻ ശ്രമിക്കുന്നത് ക്രമക്കേടാണ് എന്നദ്ദേഹം അവിടെ ചൂണ്ടിക്കാണിക്കുന്നു.

നിഘണ്ടുവും വ്യാകരണവുമൊക്കെ ഉണ്ടായിക്കഴിഞ്ഞശേഷവും, തോന്നിയതുപോലെ നിരുത്തരവാദപരമായി മലയാളരചനകൾ എഴുതുകയും അച്ചടിക്കുകയും ചെയ്യുന്നതു ശരിയല്ലെന്ന്

ഉത്തരവാദിത്തബോധത്തോടെ അദ്ദേഹം ഓർമ്മപ്പെടുത്തുന്നു. ഭാഷയുടെ മാനകീകരണത്തിനായി താനുൾപ്പെടെയുള്ളവർ ചെയ്തു പോരുന്ന നിഘണ്ടുനിർമ്മാണം, വ്യാകരണരചന തുടങ്ങിയ യത്നങ്ങൾ ഉപയോഗപ്പെടുത്താതെ പോകുന്നതിലുള്ള വ്യസനം മാത്രമല്ല, ഭാഷയുടെ വികാസത്തിന് എഴുത്തുകാരും അച്ചടിക്കാരും ഉത്തരവാദിത്തബോധം കാണിക്കേണ്ടതുണ്ടെന്ന സന്ദേശംകൂടി അവിടെയുണ്ട്. ഭാഷാപുരോഗതിയുടെ കാര്യത്തിൽ ഭരണകൂടത്തിനും ഉത്തരവാദിത്തമുണ്ടെന്ന് അദ്ദേഹം സൂചിപ്പിച്ചു. തമിഴ് എഴുത്തുരീതികൾക്ക് ഭരണപരമായ എഴുത്തുകളിൽ പ്രാമുഖ്യം നൽകിക്കൊണ്ട് രാജാംഗത്തിൽനിന്നുതന്നെ സ്വന്തനാട്ടിലെ ഭാഷയെ നിന്ദിക്കുന്നതിലെ വേദന അദ്ദേഹം പങ്കുവെയ്ക്കുന്നു. നിരൂപണത്തിനെടുത്ത പുസ്തകത്തിന്റെ ഗുണദോഷവിചാരം നിർവ്വഹിക്കുന്നതിനൊപ്പം സമകാലികപ്രസക്തിയുള്ള ഭാഷാചിന്തകൾ മുന്നോട്ടുവെയ്ക്കുക കൂടിയാണ് അദ്ദേഹം; ഒരു വിവർത്തനകൃതിയെ ഒരു നിമിത്തമായെടുത്ത് ഭാഷാസൂത്രണവിഷയത്തിൽ പ്രസക്തവും ചിന്താനിർഭരവുമായ കുറേ കാര്യങ്ങളാണ് അദ്ദേഹം അവതരിപ്പിച്ചത്.

'കൊഴമൃതലാണ്മ' പുസ്തകപരിചയമാണ്. രാമരായർ എഴുതിയ ഭൂവുടമസ്ഥതകളെ സംബന്ധിച്ച പുസ്തകത്തെ അഭിനന്ദിച്ചുകൊണ്ട് നടത്തുന്ന ചർച്ച തിരുവിതാംകൂറിലെ ഭൂവുടമസ്ഥത സംബന്ധമായ വിവരണം നിർവ്വഹിക്കുന്നതോടൊപ്പം പണത്തിന്റെ മൂല്യത്തകർച്ച, പണപ്പെരുപ്പത്തിന്റെ ദൂഷ്യം, കൊഴവന്മാരുടെ ദൈന്യം തുടങ്ങിയ സാമൂഹികപ്രസക്തിയുള്ള വിഷയങ്ങളുടെ നിരൂപണമായി വികസിക്കുന്നു.

മേല്പരാമർശിച്ച രണ്ടു നിരൂപണരചനകൾ മലയാളനിരൂപണചരിത്രത്തെ കേരളവർമ്മയിൽനിന്നും സി. പി. അച്യുതമേനോനിൽനിന്നുമൊക്കെ പിന്നോട്ടുവലിക്കാൻ നമ്മെ പ്രേരിപ്പിക്കുന്നുണ്ട്. ഗുണ്ടർട്ട് എഴുതിയ 'നളചരിതശോധന'യെ കേവലം മതദൂഷണമെന്നെണ്ണി അവഗണിക്കുന്ന രീതിവിട്ട്, അതിൽ പ്രവർത്തനക്ഷമമായ നിരൂപണവൃത്തിയെ മനസ്സിലാക്കുവാൻ നിപുണരായ വായനക്കാർക്ക് ഇന്ന് കഴിയുന്നുണ്ട്. ഈ സന്ദർഭത്തിൽ ജോർജ്ജ് മാത്തന്റെ ഈ ചെറിയ പരിശ്രമങ്ങൾക്കും കുറച്ചു വലിപ്പമുണ്ടെന്നു കാണാം.

'സാധാരണചികിത്സാശാല' എന്ന ലേഖനത്തിനു നിമിത്തം തിരുവിതാംകൂർ സർക്കാർ ഗസറ്റിൽ വന്ന ഒരു വിജ്ഞാപനമാണ്. ഗവൺമെന്റു വകയായി ആരംഭിക്കുന്ന സാധാരണ ചികിത്സാശാലയെ സംബന്ധിച്ചാണ് വിജ്ഞാപനം. അതിനെ ശ്ലാഘിച്ചുകൊണ്ടാരംഭിക്കുന്ന ലേഖനം, നാട്ടുചികിത്സാപദ്ധതിയെയും യൂറോപ്യൻ ചികിത്സാരീതിയെയും സംബന്ധിച്ചു വിവരിച്ചും, ആസ്പത്രി നടത്തിപ്പിനുവരുന്ന അധികച്ചെലവുകൾ

നേരിടുന്നതിന് സർക്കാരിനെ സഹായിക്കേണ്ടത് ആവശ്യമാണെന്നു പ്രജകളെ ഉദ്ബോധിപ്പിച്ചുമൊക്കെയാണ് മുന്നേറുന്നത്.

അറിവെന്നാൽ ശാസ്ത്രീയമായ യൂറോപ്യൻ അറിവാണ് എന്ന കാഴ്ചപ്പാട് രൂപപ്പെട്ട് ഉറച്ചുവന്ന കാലമാണ് പത്തൊമ്പതാം നൂറ്റാണ്ട്. അതിന്റെ വിതരണം ഗുണ്ടർട്ടിനെപ്പോലുള്ളവർക്കൊപ്പം ജോർജ്ജ് മാത്തനും ഏറ്റെടുത്തിരുന്നു. 'ഭൂമി ഉരുണ്ടതാകുന്നു എന്നുള്ളതു' എന്ന ലേഖനം ശാസ്ത്രവിജ്ഞാനത്തെ അറിഞ്ഞാദരിക്കുന്ന ഒന്നാണ്. 'അന്തരീക്ഷം', 'ആകാശത്തുള്ള ഗോളങ്ങളെക്കുറിച്ച്', 'ഇരിമ്പു പാദയുടെയും ആവിവണ്ടിയുടെയും ആരംഭം' എന്നീ ലേഖനങ്ങൾ പേരുകൾ സൂചിപ്പിക്കുന്നതുപോലെ ശാസ്ത്രത്തിന്റെയും ടെക്നോളജിയുടെയും മേഖലകളിൽ ഉണ്ടായിട്ടുള്ള പാശ്ചാത്യവിജ്ഞാനവികാസത്തെ വിശദമാക്കുവാനുള്ള പരിശ്രമങ്ങളാണ്. ഇതിന്റെ തുടർച്ച നാം ഇപ്പോഴും കണ്ടുകൊണ്ടിരിക്കുന്നു. ഇപ്പോഴും പൂർത്തീകരിച്ചിട്ടില്ലാത്ത ഈ വിജ്ഞാനാദാനവൃത്തിയുടെ ഒരു നിർവ്വഹണമാതൃകയായും അദ്ദേഹത്തെ കാണാവുന്നതുതന്നെ. ശാസ്ത്രവും സാമൂഹികശാസ്ത്രവും വിമർശാത്മകമായ വിശകലനപദ്ധതികളും ഈ ഭാഷയിൽ നിക്ഷേപിക്കുക എന്നത് കേരളീയധൈഷണികർ ഏറ്റെടുത്ത കർമ്മപദ്ധതിയാണ്.

മരുമക്കത്തായത്തെക്കുറിച്ചുള്ള ജോർജ്ജ് മാത്തന്റെ സാമൂഹികശാസ്ത്രപരമായ പഠനം മൗലികമായ ഒന്നാണ്. ശൂദ്രർ അഥവാ നായർ എന്നറിയപ്പെടുന്ന സമുദായത്തിന് മലയാളത്തിൽ ലഭിച്ചിട്ടുള്ള മാതൃകാസ്വഭാവത്തിന് അടിസ്ഥാനമെന്തെന്ന ആലോചന യുക്തിപൂർവ്വകമായ നിഗമനങ്ങളിലേക്ക് എത്തിച്ചേരുന്നത് അതിൽ നമുക്കു കാണാം. സമകാലത്ത് ഈ സമുദായത്തിന് സംഭവിച്ചിട്ടുള്ള 'ഇകഴ്ച'യുടെ കാരണം മറ്റു പലതുമിരിക്കെത്തന്നെ മരുമക്കത്തായത്തിന്റെ ദൂഷ്യമാണെന്നു വാദിച്ച്, ഈ സവിശേഷമായ ദായക്രമത്തിന്റെ ഉല്പത്തിയെ സംബന്ധിച്ചും ദോഷങ്ങളെ സംബന്ധിച്ചുമുള്ള കാഴ്ചപ്പാടു വികസിപ്പിച്ചു മുന്നോട്ടുപോവുകയാണ് അദ്ദേഹം.

അതിനിടയിലുമുണ്ട് ഭാഷാശ്രദ്ധ. നായർ വിഭാഗത്തിന്റെ ഭാഷാഭേദത്തിനു പൊതുവെ ലഭിച്ചിരുന്ന ആദരത്തെക്കുറിച്ച് അദ്ദേഹംആലോചിക്കുന്നു. കൂട്ടത്തിൽ, വാമൊഴിഭേദങ്ങളെ സംബന്ധിച്ചും മാനകഭാഷാപ്രതിഷ്ഠാപനത്തിലെ ബലതന്ത്രങ്ങളെക്കുറിച്ചും ഭാഷാശാസ്ത്രപരമായ ഉൾക്കാഴ്ചകളോടെ അദ്ദേഹം വ് വരിക്കുന്നുണ്ട്. വിശേഷമായൊരു അർത്ഥത്തിൽ, നായരാണ് മലയാളി; നായരുടേതാണ് മലയാളം - ഈ ബോധരൂപമൊക്കെ ഇന്നോ ഇന്നലെയോ പ്രവർത്തനമാരംഭിച്ചതല്ലെന്നും, ഈ പ്രത്യയശാസ്ത്രപ്രതിഭാസത്തെ ജോർജ്ജ് മാത്തൻ

വ്യക്തമായി തിരിച്ചറിഞ്ഞിരുന്നുവെന്നും നാമിവിടെ മനസ്സിലാക്കേണ്ടി വരുന്നു.

19-ാം നൂറ്റാണ്ടിൽ ഒരു മലയാളി ആഗോളപൗരനായി ജീവിച്ചതിന്റെ അടയാളങ്ങളാണ് മാത്തന്റെ എഴുത്തുകളിലൂടെ നാം കാണുന്നത്. മലയാളഭാഷയുടെ ജീനിയസ്സിനിണങ്ങുന്ന ഒരു ചട്ടുലഗദ്യത്തിലൂടെ ആ പൗരത്വത്തെ അദ്ദേഹം മലയാളത്തിലേക്ക് വിവർത്തനം ചെയ്തു. മതപരമായ ഗ്രന്ഥരചന, വിവർത്തനം, നിരൂപണം, സാമൂഹികവും സാംസ്കാരികവുമായ വിചിന്തനങ്ങൾ, പത്രാധിപത്യം, മർദ്ദിതസമൂഹങ്ങൾക്കായി പ്രവർത്തിച്ച വിദ്യാഭ്യാസ പ്രവർത്തകൻ എന്നീ മുഖങ്ങളൊക്കെ ഇതിന്റെ തെളിവുകളായി എടുക്കാം. എന്നാൽ, ഭാഷാചിന്തയായിരുന്നു ജോർജ്ജ് മാത്തന്റെ മുഖ്യകർമ്മമണ്ഡലം. മലയാളഭാഷയുടെ ആധുനികീകരണം അദ്ദേഹത്തിന് വിശ്വാസജീവിതമെന്നപോലെയോ അതിലേറെയോ പ്രാധാന്യമുള്ളതായിരുന്നു. മതബോധ-ബോധനദൗത്യത്തോടെ പ്രവർത്തിക്കുന്ന സന്ദർഭങ്ങളിലും മലയാളഭാഷയെ സംബന്ധിച്ച ഒരു കരുതൽ അദ്ദേഹത്തിനുണ്ടായിരുന്നു. അതുകൊണ്ടാണല്ലോ സന്മാർഗ്ഗശാസ്ത്രകൃതിയെ വിലയിരുത്തുമ്പോഴും മരുമക്കത്തായത്തെ പഠിക്കുമ്പോഴുമൊക്കെ ഭാഷാസംബന്ധിയായ വിചാരങ്ങളിലേക്കും വിമർശനങ്ങളിലേക്കും അദ്ദേഹം തെന്നിനീങ്ങിപ്പോയത്. മലയാളഭാഷാപഠിതാക്കളെ സംബന്ധിച്ചിടത്തോളം ഈ ആനുഷംഗികമായ വിചാരങ്ങളെക്കാൾ പ്രധാനമായ രണ്ടു രചനകൾ അദ്ദേഹത്തിന്റേതായി ഉണ്ട്. ഒന്ന് *മലയാഴ്മയുടെ വ്യാകരണം*. രണ്ട്, *ബാലാഭ്യസനത്തെക്കുറിച്ച് ഒരു പ്രസംഗം*. ആദ്യത്തേത് വ്യാകരണകൃതിയാണ്. രണ്ടാമത്തേത് ബോധനശാസ്ത്രവുമായി ബന്ധപ്പെട്ട ഭാഷാതത്വചിന്തയും.

മലയാഴ്മയുടെ വ്യാകരണം പ്രസിദ്ധീകരിക്കപ്പെട്ടത് 1863-ലാണ്. കോട്ടയം സി എം എസ് പ്രസ്സ് ആണ് പ്രസാധകർ. ഗുണ്ടർട്ടിന്റെ *മലയാളഭാഷാവ്യാകരണ*ത്തിനും മുമ്പ് അത് രചിക്കപ്പെട്ടിരുന്നു. 1852 - ൽത്തന്നെ കൈയെഴുത്തുപ്രതിയായി അത് രൂപപ്പെട്ടുവെന്ന്, പുസ്തകത്തിൽ ചേർത്തിട്ടുള്ള ഹെന്റി ബേക്കർ, ഇ ജോൺസൺ എന്നിവരുടെ പരിശോധനക്കുറിപ്പുകൾ വ്യക്തമാക്കുന്നുണ്ട്. അങ്ങനെയെങ്കിൽ ജോർജ്ജ് മാത്തൻ തന്റെ മുപ്പത്തിമൂന്നാം വയസ്സിൽ അതെഴുതി എന്നു മനസ്സിലാക്കാം. അദ്ദേഹത്തിന്റെ ആദ്യത്തെ പുസ്തകംതന്നെ ഈ 'മുതിർന്ന' കൃതിയാണെന്നു സാരം. പ്രസിദ്ധീകരണം വൈകി എന്നുമാത്രം. മലയാളത്തിൽ ഒരു മലയാളി രചിച്ച ആദ്യവ്യാകരണകൃതിയാണത്. എന്നാൽ, അതിനെ അങ്ങനെ ആദ്യത്തേതെന്ന ഒരു പരിഗണന മാത്രം നൽകി ഒതുക്കാവുന്നതല്ലെന്ന് പുസ്തകത്തിലൂടെ കടന്നുപോകുമ്പോൾ വ്യക്തമാകും.

തന്റെ നാട്ടിലെ ഭാഷയിൽ വിടർന്നുവരുന്ന ഗദ്യത്തിന്, അഥവാ ചിന്താരീതിക്ക് ആവശ്യമായ ഭാഷാസൂത്രണയത്നമായിരുന്നു *മലയാഴ്മയുടെ വ്യാകരണ*ത്തിലൂടെ അദ്ദേഹം നിർവ്വഹിച്ചത്. പൊതുവെ, മിഷണറിമാർ രൂപം കൊടുത്ത ഭാഷാക്കൈപ്പുസ്തകരചനകൾ ഏറ്റെടുത്തിരുന്ന, യൂറോപ്യൻമാരെ മലയാളം പഠിപ്പിക്കുക എന്ന ദൗത്യം അദ്ദേഹത്തിനുണ്ടായിരുന്നില്ല. ഭാഷ പഠിപ്പിക്കുന്ന സൂത്രമാർഗ്ഗത്തിലല്ല, ഭാഷയെ പഠിക്കുന്ന ശാസ്ത്രമാർഗ്ഗത്തിലായിരുന്നു ജോർജ്ജ് മാത്തന്റെ വ്യാകരണസഞ്ചാരം. ഭാഷയെന്ന പ്രതിഭാസത്തെ അഭിമുഖീകരിച്ച മനസ്സിലാക്കുന്ന മട്ടിലായിരുന്നു അദ്ദേഹത്തിന്റെ മലയാളഭാഷാവിചിന്തനം മുന്നോട്ടുപോയത്. ആ നിലയിൽ മലയാളത്തിൽ മലയാളഭാഷയെ മുൻനിറുത്തി ഭാഷാചിന്ത നിർവ്വഹിച്ച ആദ്യ മലയാളചിന്തകൻ എന്നു വിശേഷിപ്പിക്കാനാണ് ഇവിടെ തോന്നുന്നത്. ഭാഷയെന്ത്, വ്യാകരണമെന്ത് തുടങ്ങിയ കാര്യങ്ങളെക്കുറിച്ച് അദ്ദേഹത്തിന് സ്പഷ്ടമായ തെളിച്ചമുണ്ടായിരുന്നുവെന്ന് പുസ്തകത്തിലെ വ്യാകരണം, വ്യാകരണത്തിലെ സംഗതിയാകുന്ന ഭാഷ എന്നിവയെ നിർവചിച്ചുകൊണ്ടുള്ള തുടക്കംതന്നെ വ്യക്തമാക്കുന്നുണ്ട്. വ്യാകരണത്തിലെ തരഭേദങ്ങളെയും, ശബ്ദങ്ങളുടെ തരഭേദങ്ങളെയും മറ്റും വിചാരണയ്ക്കെടുക്കുന്ന സന്ദർഭങ്ങളിൽ ഈ ചിന്താപരമായ തെളിച്ചം ഭാഷയെ സംബന്ധിച്ച ഉൾക്കാഴ്ചയോടെയുള്ള അപഗ്രഥനമായി മാറുന്നതുകാണാം.

അക്ഷരലക്ഷണം, പദലക്ഷണം എന്ന് രണ്ടു കാണ്ഡങ്ങളായി *മലയാഴ്മയുടെ വ്യാകരണം* സംവിധാനം ചെയ്തിരിക്കുന്നു. അക്ഷര ലക്ഷണകാണ്ഡം സംജ്ഞ, സന്ധി എന്ന രണ്ട് അദ്ധ്യായങ്ങളായി പിരിയുന്നു. പദലക്ഷണകാണ്ഡം നാമ-പദ-അവ്യയ അദ്ധ്യായങ്ങളായി തിരിഞ്ഞിരിക്കുന്നു. അദ്ധ്യായങ്ങൾ ഉപവിഷയനിഷ്ഠമായി സർഗ്ഗങ്ങളായി പിരിയുന്നു. ആദ്യകാണ്ഡം ഭാഷയെ പ്രത്യക്ഷമാക്കുന്ന അക്ഷരങ്ങളെ വകതിരിച്ച വിവരിക്കാനും വർഗ്ഗീകരിക്കാനും അവയ്ക്കാധാരമായ വർണോല്പാദനത്തെ വ്യക്തമാക്കാനും ശ്രമിച്ച്, തുടർന്ന് അക്ഷരങ്ങൾ അഥവാ വർണ്ണങ്ങൾ കൂടിച്ചേരുന്നിടത്തുണ്ടാകുന്ന പരിവർത്തനങ്ങളെ വ്യക്തമാക്കാനും നീക്കിവെച്ചിരിക്കുന്നു. യഥാർത്ഥത്തിൽ വ്യാകരണം പദലക്ഷണകാണ്ഡത്തിൽ അവതരിപ്പിക്കുന്നതാണ്. പദങ്ങളെ സംയോജിപ്പിച്ച വാക്യങ്ങൾ സൃഷ്ടിക്കുന്നതാണല്ലോ വ്യാകരണവിഷയം. ആ സംയോജനത്തിൽ ആവശ്യമായിവരുന്ന പദസംസ്കാരമാണ് വ്യാകരണത്തിൽ ശ്രദ്ധയർഹിക്കുന്നത്. അത് നിർവഹിക്കുന്നത് പ്രധാനമായും പ്രത്യയങ്ങൾ വഴിയാണ്. അതുകൊണ്ടുതന്നെ വാക്യഘടനാപരമായ സ്ഥാനകാര്യങ്ങൾ മാറ്റി നിർത്തിയാൽ പ്രത്യയങ്ങളുടെ

വർഗ്ഗീകരണവും വിശദീകരണവുമാണ് വ്യാകരണത്തിലെ പ്രധാന മായ കാര്യങ്ങൾ എന്നുവരുന്നു. നാമത്തോടു ചേരുന്ന പ്രത്യയങ്ങൾ, ധാതുവിനോടു ചേരുന്ന പ്രത്യയങ്ങൾ എന്നു രണ്ടായിത്തിരിയുന്നതിനു പുറത്ത് അവ്യയങ്ങൾ എന്നൊരു വിഭാഗത്തിൽ കൈകാര്യം ചെയ്യാവു ന്ന കാര്യങ്ങളേയുള്ളൂ വ്യാകരണത്തിൽ എന്നാണ് മേല്പറഞ്ഞ രണ്ടാം കാണ്ഡത്തിലെ അദ്ധ്യായവിഭജനം വ്യക്തമാക്കുന്നത്. നാമത്തോടു ചേരുന്ന പ്രത്യയങ്ങൾ (ലിംഗവചനവിഭക്തികൾ), നാമങ്ങളുടെ ഉത്ഭവം, നാമവിഭാഗങ്ങൾ, സർവ്വനാമങ്ങൾ, സമാസങ്ങൾ, ആചാരപദങ്ങൾ എന്നിവയെ സംബന്ധിച്ചാണ് നാമം എന്ന അദ്ധ്യായത്തിൽ സർഗ്ഗ ങ്ങളായി പ്രതിപാദിക്കുന്നത്.

ക്രിയയെ (ധാതുവിനെ) കുറിക്കാൻ വചനം എന്നാണ് ജോർജ്ജ് മാത്തൻ പറയുന്നത്. അതിനെ സംബന്ധിച്ചാണ് അടുത്ത അദ്ധ്യായം. കാലാദി പ്രത്യയങ്ങളെ പാശ്ചാത്യസമ്പ്രദായത്തിനിണങ്ങുന്ന രീതിയിൽ വിപുലമായി പ്രതിപാദിച്ചിരിക്കുന്നു. മൂന്നാം അദ്ധ്യായം അവ്യയങ്ങളെ പരിചയപ്പെടുത്താനും സോദാഹരണം അവയുടെ വ്യാകരണധർമ്മം വിശദീകരിക്കാനും നീക്കിവെച്ചിരിക്കുന്നു. അതിന്റെ തുടർച്ചയായി പദഭഞ്ജനം എന്ന ഭാഗത്ത് വ്യാകരിപ്പിന്റെ ഏതാനും മാതൃകകൾ കൊടുത്തിട്ടുണ്ട്. വ്യാകരണത്തിൽ ഉപയോഗിച്ച സാങ്കേതികപദങ്ങൾ ഇംഗ്ലീഷ് വിശദീകരണത്തോടെ അനുബന്ധമായി ചേർത്തിട്ടുമുണ്ട്. തികച്ചും ആസൂത്രിതമായി മലയാളഭാഷയുടെ ഒരു ഏകകാലിക വ്യാകരണം രൂപപ്പെടുത്തുകയായിരുന്നു മാത്തൻ ചെയ്തത്. അതിൽ പാശ്ചാത്യവ്യാകരണകൃതികളുടെ മാതൃകകളും സങ്കല്പനങ്ങളുമാണ് അദ്ദേഹത്തിന് ഏറെ സഹായകമായതെന്നു സൂചിപ്പിച്ചു. സാങ്കേതിക പദസൂചി അക്കാര്യം കൂടുതൽ സ്പഷ്ടമാക്കുന്നു.

കടുത്ത ദൈവവിശ്വാസിയും മതവിശ്വാസിയും ആയിരുന്നു ജോർജ്ജ് മാത്തൻ. അതിശയകരവും മനുഷ്യബുദ്ധിക്കു പിടികിട്ടാത്തതുമായ കാര്യ ങ്ങളെ അദ്ദേഹം ദൈവത്തിന് അധീനമായി വകയിരുത്തി. ഭാഷകളുടെ ഉല്പത്തിയെക്കുറിച്ചു ചിന്തിച്ചിട്ട് നാളിതുവരെ തികച്ചും ശാസ്ത്രീയമായൊരു നിഗമനത്തിലെത്താൻ നമുക്ക് കഴിഞ്ഞിട്ടില്ല. അത് മനുഷ്യന്റെ സ്വഭാവവുമായി ബന്ധപ്പെട്ട ഒന്നാണെന്നു വെയ്ക്കാം. അതിനപ്പുറത്ത് അഭ്യൂഹങ്ങളേയുള്ളൂ ശരണം. ജേർജ്ജ് മാത്തൻ അവിടെ ദൈവത്തെ ശരണം പ്രാപിക്കുന്നു; ബൈബിളിനെയും. മനുഷ്യസൃഷ്ടികളിലൊന്നും ഒതുങ്ങാത്ത അതിശയകരമായ നിലയെ പരിഗണിച്ച് ഭാഷ ദൈവ ദത്തമാണെന്ന നിഗമനത്തിലേക്ക് അദ്ദേഹം എത്തിപ്പെടുകയാണ്. പക്ഷേ, അവിടെയുമുണ്ട് അവഗണിച്ചുതള്ളാനാവാത്തതരത്തിലുള്ള ഒരു

യുക്തിപറച്ചിൽ. മനുഷ്യൻ സൃഷ്ടിച്ചതല്ലെങ്കിൽ മറ്റ് ആരെങ്കിലും സൃഷ്ടിച്ച താകണം. ആ അതിശയ സൃഷ്ടികർത്താവിന്റെ പേരാണ് ദൈവം എന്ന ദ്ദേഹം ചിന്തിച്ചു. ഈ സയുക്തികത, ജോർജ്ജ് മാത്തന്റെ ചിന്തയുടെ മൗലികഭാവംതന്നെയാണ്. ദൈവവിചാരത്തിനും പരമ്പരാഗതമായി ലഭിച്ച മതബോധത്തിനും നീക്കിവെച്ച ഒരു കളമുണ്ട്. അതിനു പുറത്ത് സ്വതന്ത്രമായി ചിന്തിക്കാനും സന്തുലിതവും ശാസ്ത്രീയവുമായ വിചാരരീതി വികസിപ്പിക്കാനും അദ്ദേഹത്തിനു സാധിക്കുന്നു. ഭാഷയുടെ പരിണാമം, സാമൂഹികവും പ്രാദേശികവും ചരിത്രപരവുമായ ഭാഷാവൈജാത്യങ്ങൾ, വ്യാകരണം, ഭാഷാവിദ്യാഭ്യാസം തുടങ്ങിയ കാര്യങ്ങളെ പ്രതിപാദി ക്കുന്നിടത്തൊക്കെ തികഞ്ഞ യുക്തിവാദിയും ലോകായതനുമാണ് അദ്ദേഹം.

വസ്തുനിഷ്ഠമായ തെളിവുകളുണ്ടെങ്കിൽ അതിനെ, ഭാഷാപരമായ ഒരു സൂചനയെങ്ങാൻ ലഭിച്ചാൽ അതിനെ ഒക്കെ ഉപയോഗപ്പെടുത്തിയാണ് വാദമുഖങ്ങൾ അവതരിപ്പിക്കുക. മരുമക്കത്തായത്തിന്റെ മൂലരൂപം മറു മക്കത്തായമാകുമോ എന്നു ചിന്തിക്കാൻ വരെ ജാഗ്രത കാണിക്കും ആ മനസ്സ്. പതിനെട്ടു ഭാഷയേ ഭൂമിയിൽ ഉള്ളുവെന്നു പറയുന്നത് അബദ്ധ മാകുന്നു എന്നു സ്ഥാപിക്കാൻ, ക്രിസ്ത്യാനികളുടെ വേദപുസ്തകംതന്നെ നൂറ്റിൽച്ചില്വാനം ഭാഷകളിൽ പൊരുൾ തിരിക്കപ്പെട്ടിരിക്കുന്നു എന്ന വസ്തുത ചൂണ്ടിക്കാണിക്കും. വസ്തുതകളെ പരിശോധിച്ചു തിട്ടം വരുത്തുവാ നുള്ള ഈ ഉത്സാഹം മലയാളവർണ്ണങ്ങളുടെ ഉച്ചാരണ സ്ഥാനങ്ങളെ സംബന്ധിച്ചും മറ്റും കൃത്യതയുള്ള നിരീക്ഷണങ്ങളിലേക്ക് അദ്ദേഹത്തെ നയിക്കുകയുണ്ടായി. സന്ധിനിയമങ്ങൾ നിർദ്ധാരണം ചെയ്ത് അവത രിപ്പിക്കുന്നതിനപ്പുറത്ത്, സന്ധി ചെയ്യുന്നത് ഇന്ത്യൻ ഭാഷകളിലുള്ള പ്രസക്തിയെന്തെന്നു വ്യക്തമാക്കുമ്പോഴും, മലയാളത്തിൽ അതിനുള്ള സാംഗത്യം വ്യക്തമാക്കുമ്പോഴും, സംസ്കൃതസന്ധികൾക്ക് *മലയാളഭാ ഷാവ്യാകരണ*ത്തിലുള്ള പ്രസക്തി എന്താണെന്ന് വിശദമാക്കുമ്പോഴ മെല്ലാം സൂക്ഷ്മമായ വസ്തുതാപഗ്രഥനത്തിന്റെയും വിവേചനത്തിന്റെയും തെളിച്ചം നമുക്കു കാണാൻ കഴിയും.

ആദിയിൽ ദൈവം പ്രദാനം ചെയ്ത ഭാഷയിൽ കാലാന്തരത്തിൽ സംഭവിച്ച മാറ്റങ്ങളാൽ വേറിട്ടുണ്ടായതത്രേ ഇന്നു നാം കാണുന്ന ഭാഷ കളെല്ലാം. ഒരു സാർവ്വലൗകിക ഭാഷാകുടുംബത്തിന്റെ ശാഖകളാണ് നിലവിലെ ഭാഷകൾ എന്ന് അർത്ഥം. ആ ഭാഷകൾക്കെല്ലാം പൊതുവായി ചില കാതലായ ഭാഷാലക്ഷണങ്ങളുണ്ടെന്നും അതാണ് സാധാരണവ്യാകരണത്തിന്റെ വിഷയമെന്നും ഇത്തരം ലക്ഷണങ്ങൾ പ്രത്യേകം ഒരു ഭാഷയുടെ കാര്യത്തിൽ വരുമ്പോൾ സംഭവിക്കുന്ന

ഭാവഭേദങ്ങളെയും, ആ ഭാഷയ്ക്കുള്ള വിശേഷലക്ഷണങ്ങളെയും കല്പിക്കുകയാണ് പ്രത്യേക വ്യാകരണത്തിന്റെ വിഷയമെന്നും വ്യവച്ഛേദിച്ചു വിവരിക്കുമ്പോൾ വ്യാകരണസിദ്ധാന്തത്തിൽത്തന്നെ സൂക്ഷ്മഗ്രാഹ്യമുള്ള ഒരു ചിന്തകനെയാണ് നാം കണ്ടറിയുന്നത്. വ്യാകരണത്തിന്റെ സൂത്രമാർഗ്ഗത്തെയും ശാസ്ത്രമാർഗ്ഗത്തെയും കുറിച്ചു പ്രതിപാദിക്കുമ്പോൾ ഈ ബോധ്യത്തിന്റെ ഉള്ളുറപ്പും തന്റെ വ്യാകരണരചനയുടെ സാംഗത്യമുറപ്പിക്കുന്ന കലയും സംഗമിക്കുന്നതു നാം കാണുന്നു. അക്ഷരലക്ഷണം ചെയ്യുന്നിടത്ത് ഋത (ഇനാർടിക്കുലേറ്റഡ്) ശബ്ദം, ഗദ (ആർടിക്കുലേറ്റഡ്) ശബ്ദം എന്ന വേർതിരിവു സ്വീകരിച്ചുകൊണ്ട് "ഗദമായും വാക്കിനു മുതലായും ഇരിക്കുന്ന ശബ്ദത്തിനും അടയാളത്തിനും അക്ഷരമെന്നു പേരായിരിക്കുന്നു" എന്നദ്ദേഹം നിർവ്വചിക്കുന്നു. രണ്ടാം കാണ്ഡമായ പദലക്ഷണം ആരംഭിക്കുന്നിടത്ത് പ്രാചീനമായ ഭാരതീയഭാഷാചിന്തകൾക്കും ആധുനിക യൂറോപ്യൻ ഭാഷാചിന്തകൾക്കും സമ്മതിയുള്ള ദർശനമാണ് അദ്ദേഹം മുന്നോട്ടു വെയ്ക്കുന്നത്. ശബ്ദാർത്ഥബന്ധം ആനുഷംഗികം (ആരോപിതം) എന്നമട്ടിൽ വിശദീകരിക്കുവാൻ അദ്ദേഹത്തിനു സാധിച്ചു. പദങ്ങളെ നാമം, വചനം, അവ്യയം എന്നു മൂന്നായി വർഗ്ഗീകരിച്ചുകൊണ്ട് വ്യാകരണപ്രതിപാദനത്തിന്റെ രൂപരേഖ നിർമ്മിക്കുന്നിടത്തും വ്യാകരണപണ്ഡിതനെന്ന നിലയിലുള്ള അദ്ദേഹത്തിന്റെ വിചാരപരമായ കരുത്ത് പ്രകടമാണ്.

മലയാളഭാഷാസംബന്ധിയായി ജോർജ്ജ് മാത്തൻ അവസാനമായി പ്രകടിപ്പിച്ച ആശയങ്ങൾ നമുക്കു ലഭിച്ചിരിക്കുന്നത് 1867 ആഗസ്റ്റ് 13-ന് കൊല്ലത്തു ഡിവിഷൻ കച്ചേരിയിൽ നടത്തിയ ഒരു പ്രസംഗത്തിലാണ്. *ബാലാഭ്യസനത്തെക്കുറിച്ച് ഒരു പ്രസംഗം* എന്ന പേരിൽ കോട്ടയം ചർച്ച് മിഷൻ അതു പ്രസിദ്ധപ്പെടുത്തിയിരുന്നു. മലയാളഭാഷയുടെ വികാസത്തിന് അനുഗുണമായതും മലയാളികൾക്ക് ജന്മഭാഷയിൽ സാമർത്ഥ്യം ഉറപ്പുവരുത്തുന്നതുമായ ഒരു സമീപനം സ്വീകരിക്കേണ്ടതിനെക്കുറിച്ചാണ് അതിൽ ചർച്ചചെയ്യുന്നത്. വിദ്യാഭ്യാസത്തിന്റെ പ്രസക്തിയെന്ത് എന്നതാണ് പ്രാഥമികമായ ആലോചനാവിഷയം. അറിവ് നേടുവാനുള്ള ഓർമ്മ, ബുദ്ധി എന്നിവ മനുഷ്യന്റെ ജന്മസിദ്ധിയാണ്. എന്നാൽ, അറിവ് സ്വായത്തമാക്കേണ്ടിയിരിക്കുന്നു. അത് മനുഷ്യനെ സംബന്ധിച്ചിടത്തോളം അനിവാര്യവുമാണ്. അറിവ്, "വിദ്യാവർദ്ധനവ്", "മനോവ്യായാമം", "സുശീലാകരണം" എന്നിവയുളവാക്കി മനുഷ്യനെ പരിഷ്കരിക്കുന്നു. അതിനാൽത്തന്നെ പരമപ്രധാനമായ ബാലാഭ്യസനത്തിന് ഉത്തമ പരിശീലനരീതികൾ വികസിപ്പിക്കുന്നതിനെക്കുറിച്ചു പര്യാലോചിച്ചു നീങ്ങുന്ന പ്രഭാഷണത്തിന്റെ അവസാനഭാഗത്ത് ജന്മഭാഷയിൽ വിജ്ഞാനസമ്പാദനം നടത്താൻ കഴിയുന്നതിന്റെ

മെച്ചങ്ങളെക്കുറിച്ച് അദ്ദേഹം സവിസ്തരം പ്രതിപാദിക്കുന്നു.

തന്റെ നാട്ടിലെ ആളുകൾക്ക് ജന്മഭാഷയിൽ നിപുണതയില്ലാത്ത സാഹചര്യം നിലനിൽക്കുന്നു എന്നദ്ദേഹം കാണുന്നു. ജന്മഭാഷയിൽ വിദ്യാഭ്യാസം ചെയ്യാതിരിക്കുക, ജന്മഭാഷയിൽ ഗവൺമെന്റിന്റെ എഴുത്തുവേലകൾ നടക്കാതിരിക്കുക തുടങ്ങിയ പ്രാതികൂല്യങ്ങളാൽ മലയാളത്തിന്റെ വികാസത്തിന് തടസ്സമുണ്ടാകുന്നു. വിദ്യാസംബന്ധമായ ഗ്രന്ഥങ്ങൾ വേണ്ടവിധത്തിൽ ഇല്ലെന്ന കുറവ് മലയാളത്തിനുണ്ടെന്ന വസ്തുതയും അദ്ദേഹം ചൂണ്ടിക്കാണിക്കുന്നു. ഇതൊക്കെ സമകാലിക ഭാഷാസാഹചര്യത്തിൽപോലും പ്രസക്തമാണ്; പ്രസക്തമാണ് എന്നതിനർത്ഥം സ്കൂളും കോളേജും സർവ്വകലാശാലകളും കൊണ്ട് നിറഞ്ഞ ഇക്കാലത്തും പ്രസ്തുത സാഹചര്യം കാര്യമായൊന്നും മാറിയില്ല എന്നാണ്.

ജന്മഭാഷയിലുള്ള വിദ്യാവിനിമയം സാദ്ധ്യമാവുകയും ഭരണഭാഷാതലത്തിലും വിജ്ഞാനവിനിമയതലത്തിലും ജന്മഭാഷയ്ക്ക് അന്തസ്സും അംഗീകാരവും ലഭിക്കുകയും ചെയ്താൽ വിജ്ഞാനവികസനത്തിനും അതുവഴി ഭാഷയുടെ വികാസത്തിനും ഉപകരിക്കുമെന്ന് അദ്ദേഹം ചിന്തിക്കുന്നു. അതിനാവശ്യമായ നടപടികൾ സ്വീകരിക്കാതിരിക്കുന്നതും ജന്മഭാഷ പഠിക്കാതിരിക്കുന്നതും അപമാനകരമാണെന്നും അദ്ദേഹം നിരീക്ഷിക്കുന്നു. ജന്മഭാഷയിൽ പരിജ്ഞാനമുണ്ടായിരിക്കുന്നത്, "പുകഴ്ചെയ്യു വകയില്ലെങ്കിലും അതു വശമില്ലാതിരിക്കുന്നത് അവർക്കു ബഹുകുറച്ചിലു തന്നേ".

ജന്മഭാഷാപരിജ്ഞാനം പുകഴ്ചക്കു വക നൽകുന്നതല്ലെന്ന ധാരണയെ (പൊതുധാരണതന്നെയാകും ഇത്) കാണാതിരിക്കുന്നില്ല എന്നത് ശ്രദ്ധിക്കേണ്ട കാര്യമാണ്. മലയാളഭാഷയുടെ പരാധീനതയെ സംബന്ധിച്ച ഈ ബോധമാണ് ഭാഷയ്ക്കുവേണ്ടിയുള്ള പ്രവർത്തനത്തിന് ഇന്ധനമാകുന്നത്. ജന്മഭാഷയിൽ വശമില്ലാത്തത് വശക്കേടാണെന്നുള്ള ഈ വ്യക്തമായ തിരിച്ചറിവാണ് ജോർജ്ജ് മാത്തനിൽനിന്ന് പഠിക്കേണ്ട ഏറ്റവും വലിയ പാഠം. ജന്മഭാഷയിൽ പരിജ്ഞാനമില്ലാതിരിക്കുന്നത് യോഗ്യതയായി കാണുന്ന പൊതുബോധത്തെയാണ് അദ്ദേഹം നേരിട്ടത്.

അന്ധമെന്നോ വികാരപരമെന്നോ വിലയിരുത്താവുന്ന നിലപാടുകളിൽനിന്നല്ല ജോർജ്ജ് മാത്തന്റെ ഭാഷാചിന്തകൾ രൂപപ്പെടുന്നത്. ദേശീയചിന്തയുടെയോ സ്വത്വചിന്തയുടെയോ ഭാഗമല്ല അദ്ദേഹത്തിന്റെ ഭാഷാവിശകലനം. അത് യാഥാർത്ഥ്യങ്ങളെ - ചിലപ്പോളവ രൂഢധാരണകളാകാം - കണക്കിലെടുത്തുകൊണ്ടുള്ള

വിശകലനങ്ങളിൽനിന്നാണ് ഉടലെടുക്കുന്നത്.

ഇങ്ങനെ ജന്മഭാഷ അറിയുന്നതും പഠിക്കുന്നതും എത്രയും പ്രധാനമാണെന്നു പറയുന്നതോടൊപ്പം മറ്റു ഭാഷകൾ അറിയുന്നത്, പ്രത്യേകിച്ച് ഇംഗ്ലീഷ്, സംസ്കൃതം എന്നിവ അറിയുന്നത് ഗുണകരമാണെന്നും അദ്ദേഹം ചൂണ്ടിക്കാണിക്കുന്നുണ്ട്. ജന്മഭാഷയ്ക്കപ്പുറത്ത് മറ്റ് ഭാഷകൾ പഠിക്കുന്നതിന്റെ ഗുണവും ആവശ്യകതയും അദ്ദേഹം വ്യക്തമായി തിരിച്ചറിയുന്നു. "ഭാഷകളുടെ അറിവ് പലവഴിയും ഉപകാരമായിരിക്കുന്നു. പ്രത്യേകിച്ചും എംഗ്ലീഷ് വശമായിരിപ്പാൻ പാങ്ങുള്ളവരെല്ലാം അതിന് ഉത്സാഹിക്കേണ്ടിയതുതന്നെ." ഇംഗ്ലീഷ് ഗ്രഹിച്ചിരുന്നാൽ സർക്കാരിൽനിന്നു വലിയ ശമ്പളങ്ങൾ കിട്ടുമെന്നുവെച്ചല്ല എന്നു തൊട്ടുപിന്നാലെ അദ്ദേഹം പറയുന്നതു പ്രത്യേകം ശ്രദ്ധിക്കണം. സർക്കാർജോലിക്ക് ഇംഗ്ലീഷ് എന്നുവെച്ച് പഠിക്കുന്ന സാഹചര്യം, വിശാലാർത്ഥത്തിൽ ഭരണകൂടത്തിന്റെ ഇംഗ്ലീഷ് അനുകൂലസമീപനം - അതാണ് ജന്മഭാഷയുടെ വികാസത്തിനു തടസ്സം എന്ന കാര്യമാണ് ഈ വാക്യത്തിന്റെ ചരിത്രാത്മകധ്വനിപാഠം. തമിഴോ ഇംഗ്ലീഷോ അല്ല പ്രശ്നം, അവയ്ക്ക് അധികാരത്തിന്റെയും അതുവഴി സവിശേഷ അന്തസ്സിന്റെയും കൊമ്പു കൊടുക്കുന്നതാണ് പ്രശ്നം എന്ന് വേറൊരു തരത്തിൽ പറയാം.

അന്യഭാഷകൾ അറിയുന്ന ഒരു കൂട്ടരുടെ സേവനം ഈ ഭാഷയ്ക്ക് അത്യാവശ്യമായിട്ടുണ്ടെന്നും ജോർജ്ജ് മാത്തൻ വ്യക്തമാക്കുന്നുണ്ട്. ഇംഗ്ലീഷ് പഠിക്കുന്നതിന്റെ ആന്തരം "ഇതുവരെ മലയാണ്മയിൽ നടപ്പായിട്ടില്ലാത്ത അനേകം വിദ്യകളെ ആ ഭാഷയിൽ സമൃദ്ധിയായിരിക്കുന്ന പുസ്തകങ്ങൾ വായിച്ച് മനസ്സിൽ ആക്കാം എന്നുള്ളതാകുന്നു. അങ്ങനെയുള്ള പുസ്തകങ്ങളെ ഈ ഭാഷയിലോട്ട് ബഹുജനങ്ങളുടെ ഉപകാരത്തിനായിട്ട് പരിഭാഷപ്പെടുത്തുവാൻ ഒട്ടുപേരെങ്കിലും അതിനെ നല്ലവണ്ണം അറിഞ്ഞിരിക്കുന്നത് ആവശ്യമാകുന്നു. പിന്നെ സംസ്കൃതവും ഒരുവിധം പഠിച്ചിരിക്കുന്നത് ഉപകാരദോഷമല്ല'' ഇതാണ് യാഥാർത്ഥ്യബോധത്തോടെയുള്ള മാത്തന്റെ ഭാഷാവാദം. അത് ദേശീയതാമതത്തിന്റെ മൂശയിൽ രൂപപ്പെട്ട് മൗലികവാദപരമായ പ്രവണതകൾ പ്രദർശിപ്പിക്കുന്ന ഒന്നല്ല. കേരളീയനായ ഒരാൾക്ക് യാഥാർത്ഥ്യബോധത്തോടെ സ്വീകരിക്കാവുന്ന മികച്ച ഭാഷാസമീപനമാതൃകയാണ് അദ്ദേഹം ബാലാഭ്യസനസംബന്ധിയായ പ്രസംഗത്തിലൂടെ അവതരിപ്പിച്ചത്.

ജന്മഭാഷയ്ക്ക് ഭരണ-അധികാരതലത്തിലുള്ള നിരാകരണം ഇല്ലാതാവുക, ഒപ്പം അതിൽ വിദ്യാഭ്യാസം ചെയ്യുന്ന സാഹചര്യം ഉണ്ടാവുക - ഇതു രണ്ടുമായാൽ ഭാഷയുടെ വികാസം ത്വരിതപ്പെടുമെന്ന് അദ്ദേഹം

നിരൂപിക്കുന്നു. മലയാളികൾ മലയാളത്തിൽ നിപുണത കൈവരിക്കേണ്ടതാണെന്നും മലയാളത്തിന്റെ വികാസത്തിന് അനുയോജ്യമായ തരത്തിലുള്ള ആശയാവിഷ്കാരപ്രവൃത്തികളിൽ ഏർപ്പെടാൻ കഴിവുള്ളവരാകണമെന്നുമാണ് ജോർജ്ജ് മാത്തന്റെ ആന്തരം. ജന്മഭാഷയിലുള്ള വിദ്യാഭ്യാസത്തിന്റെ സാംഗത്യവും പ്രസക്തിയും അദ്ദേഹം ചൂണ്ടിക്കാണിക്കുന്നത് മലയാളഭാഷയുടെ വികാസത്തെ ത്വരിതപ്പെടുത്താനുള്ള വഴിയെന്ത് എന്ന ആലോചനയുടെ ഭാഗമായാണ്.

ഭാഷപുരോഗതിക്കായി ലക്ഷ്യോന്മുഖമായ ഒരു പദ്ധതിയാണ് അദ്ദേഹം മുന്നോട്ടുവെയ്ക്കുന്നത്. ഭാഷയുടെ വികാസമാണ് ലക്ഷ്യം. അതിന് അന്യഭാഷകളിലുള്ള അറിവ് ഉപകാരപ്രദമാണെന്നല്ല, തികച്ചും അനിവാര്യമാണെന്ന് അദ്ദേഹം മറകൂടാതെ വ്യക്തമാക്കുന്നു. മലയാളം മലയാളിപണ്ഡിതരുടെ ലക്ഷ്യഭാഷയായിരിക്കണം. മലയാളത്തിൽ നല്ല 'പാങ്ങ്'ണ്ടായിരിക്കണം. അതിന് മലയാളത്തിൽ ആവിഷ്കാര പരിശീലനം ഉറപ്പുവരുത്തുന്ന ബാലവിദ്യാഭ്യാസം ഉണ്ടാകണം. അവിടെ 'സത്തമ ബോധനഭാഷ'യായി ജന്മഭാഷയെ വളർത്തിയെടുക്കണം. പള്ളിക്കൂടത്തിൽവെച്ച് ജന്മഭാഷയിലുള്ള ഗാഢമായ അറിവിന് അടിത്തറയിടണം. ഒപ്പം അറിവിന്റെ ഉല്പാദനംകൊണ്ട് മുമ്പേതന്നെ സമ്പന്നമായിക്കഴിഞ്ഞിട്ടുള്ള അന്യഭാഷകളെ ഉപയോഗപ്പെടുത്താനുള്ള കഴിവ് ആർജ്ജിക്കുകയും വേണം. അവരുടെ പ്രവർത്തനം വഴി മലയാളത്തിനും നല്ല പാങ്ങുണ്ടാകണം. ഇങ്ങനെ മലയാളോന്മുഖമായ ബഹുഭാഷാപഠനത്തിലേക്കാണ് ജോർജ്ജ് മാത്തന്റെ പ്രഭാഷണം വിരൽചൂണ്ടുന്നത്.

ജന്മഭാഷയ്ക്ക് പതിതത്വം കല്പിക്കുന്നതും അകറ്റി നിർത്തുന്നതുമായ സമീപനം ഈ ഭാഷയിൽ ആശയങ്ങളാവിഷ്കരിക്കാനുള്ള കഴിവിനു വിഘാതമുണ്ടാക്കും. ആശയങ്ങളിലേക്കുള്ള സുഗമമായ പ്രവേശനത്തിനുതന്നെ അത് തടസ്സമുണ്ടാക്കും. അറിവെന്നാൽ മറ്റേതോ ഭാഷയാണെന്ന മിഥ്യാബോധവും അതുണ്ടാക്കും. ഇത്തരം മതിഭ്രമത്തിനിടയാക്കുന്ന വിദ്യാഭ്യാസസമ്പ്രദായത്തെയാണ് ജോർജ്ജ് മാത്തൻ പ്രഭാഷണത്തിൽ വിമർശനവിധേയമാക്കുന്നത്. ജന്മഭാഷയുടെ വികാസത്തിൽ സംഭാവനചെയ്യാൻ ഇങ്ങനെയുള്ള ഒരു വിദ്യാഭ്യാസ രീതിയിലൂടെ കടന്നുപോകുന്ന ബാലന്മാർക്കു കഴിയില്ല. "വിദ്യാഭ്യാസ സംബന്ധമായ വായനയും എഴുത്തും എല്ലാം അന്യഭാഷയിൽ ആയാൽ ജന്മഭാഷയിൽ എങ്ങനെ അറിവു വർദ്ധിക്കും'' എന്നു ജോർജ്ജ് മാത്തൻ ചോദിക്കുന്നു. വിദ്യാഭ്യാസത്തിലാകെ ജന്മഭാഷ മാത്രം മതി എന്നല്ല അദ്ദേഹം പറയുന്നത്. ജന്മഭാഷയിൽ പ്രാവീണ്യമുണ്ടാക്കുക,

ചിന്താശേഷിയുണ്ടാക്കുക എന്നതൊക്കെ ആ ഭാഷയിൽ അറിവു വികസിക്കുന്നതിന് അനുപേക്ഷണീയമാണ് എന്ന കാര്യമാണ് പറയുന്നത്. ജന്മഭാഷയിൽ അറിവില്ലാത്ത മനുഷ്യൻ അപൂർണ്ണനാണ് എന്ന് ഒരു ആലങ്കാരികപ്രയോഗംതന്നെ ഇവിടെ സാദ്ധ്യമാണ്. ജന്മഭാഷ പ്രയോഗിക്കുക എന്നതും 'വശ'മുള്ളവരുടെ നല്ല ലക്ഷണമാണ് എന്നു കൂടി പറഞ്ഞാലോ? ജോർജ്ജ് മാത്തനെ അനുവദിക്കുമ്പോൾ അതും തെറ്റാവില്ലെന്നു തോന്നുന്നു.

ജന്മഭാഷയിൽമാത്രം വിദ്യാഭ്യാസം ചെയ്താലും അന്യമായ ഭാഷയിൽ വിദ്യാഭ്യാസം ചെയ്ത് അതിൽ ചുരുങ്ങിക്കൂടിയാലും ഭാഷയുടെ അവികസിതനിലക്ക് മാറ്റമുണ്ടാകില്ല. മറിച്ച് ജന്മഭാഷയിൽ വിജ്ഞരും പ്രതിബദ്ധരും, അതേ സമയം, ജോർജ്ജ് മാത്തനെപ്പോലെ അന്യഭാഷകളിൽ നിഷ്ണാതരുമായ ആളുകളുടെ സംഭാവനകളാണ് നമ്മുടേതുപോലുള്ള ഭാഷകളുടെ വികാസത്തിന് വഴിവെച്ചത്. ജ്യേഷ്ഠദേവനും നാരായണ ഗുരുവും കുമാരനാശാനും ശങ്കരക്കുറുപ്പും എന്നല്ല നമുക്കറിയാവുന്ന സർഗ്ഗസാഹിത്യകാരന്മാരും ചിന്തകരും ഒക്കെ ജീവിതംകൊണ്ട് ഉദാഹരിച്ചത് ഇതാണ്. ആ വഴിയിൽ ഇനിയും മുന്നോട്ടുപോകാനുണ്ട്. പറ്റുമെങ്കിൽ, ഇംഗ്ലീഷും ഫ്രഞ്ചും ലാറ്റിനും ഹീബ്രുവും സുറിയാനിയും ഉറുദുവും അറബിക്കും ചൈനീസും തമിഴും ബംഗാളിയും ഒക്കെ അറിഞ്ഞിട്ട് ജന്മഭാഷയിൽ എഴുതുകയും വായിക്കുകയും ചിന്തിക്കുകയും പഠിപ്പിക്കുകയും ചെയ്യുന്നവരെ ഇനിയും ഭാഷയ്ക്ക് ആവശ്യമുണ്ട്.

വ്യാകരണം ഭാഷയുടെ ശവപ്പറമ്പാണ് എന്നു പ്രഖ്യാപിച്ചു കൊണ്ട് ഭാഷയെ സ്നേഹിക്കുന്ന രീതികളുണ്ട്. ഭാഷാപഠനത്തിൽ വർജ്ജിക്കേണ്ട കാര്യമായിപ്പോലും വ്യാകരണത്തെയും ഭാഷാശാസ്ത്രത്തെയും സങ്കല്പിക്കുന്ന ഭാഷാപഠനാസൂത്രകരുടെ യുഗമാണിത്. അവരുടെ മാധ്യസ്ഥനല്ല ജോർജ്ജ് മാത്തൻ. ജന്മഭാഷാപഠിതാവ് ഭാഷ പ്രയോഗിക്കാൻ മാത്രം അറിഞ്ഞാൽപോര. അതിന്റെ പ്രയോഗനിയമങ്ങളെക്കുറിച്ചുകൂടി അറിയണമെന്ന് അദ്ദേഹം കരുതി. ഭാഷ എന്ന പ്രതിഭാസത്തെക്കുറിച്ചറിഞ്ഞ് ഭാഷ ഉപയോഗിക്കുന്നവരാകണം പഠിച്ചവർ എന്നു ചുരുക്കം. അതിന് വ്യാകരണമെന്ന ശാസ്ത്രംതന്നെ പഠിക്കേണ്ടതുമുണ്ട്. "യുക്തികളും വിസ്താരങ്ങളും അടങ്ങിയിരിക്കുന്ന സംഗതികളെക്കുറിച്ച് മുറപോലെയും തെളിവായിട്ടും പറകയോ എഴുതുകയോ ചെയ്യുന്നതിന്നു" വ്യാകരണകാര്യങ്ങളിലുള്ള അറിവ് അത്യാവശ്യമാണെന്ന് *മലയാഴ്മയുടെ വ്യാകരണ*ത്തിൽ ജോർജ്ജ് മാത്തൻ വ്യക്തമാക്കുന്നുണ്ട്. വാദമല്ല ചിന്തയാണ് അദ്ദേഹത്തെ നയിക്കുന്നത്.

*മലയാഴ്മയുടെ വ്യാകരണ*ത്ത് ൽ ജോർജ്ജ് മാത്തൻ എഴുതിയ പല കാര്യങ്ങളും ഭാഷാശാസ്ത്രപരമായി വളരെ ആധുനികമായിരുന്നു. ഇരുപതാംനൂറ്റാണ്ടിൽ മാത്രം വികാസദശയിലേക്ക് എത്തിപ്പെട്ട ആധുനികഭാഷാചിന്തകളോട് ഒത്തുപോകുന്നതായിരുന്നു അദ്ദേഹത്തിന്റെ നിരീക്ഷണങ്ങൾ. ഭാഷാചിന്തയുടെ ഉയർന്ന നിലകളിൽ മനസ്സ് വ്യാപരിപ്പിച്ച സംസ്കൃതമനീഷികളുടെ ആശയങ്ങളോട് പൊരുത്തപ്പെടുന്നതെന്ന അർത്ഥത്തിൽ അദ്ദേഹത്തിന്റെ ഭാഷാവിചാരങ്ങൾ വളരെവളരെ പ്രാചീനവുമായിരുന്നു. കാണുക: "മനസ്സിലെ രൂപവും പുറമെയുള്ള ശബ്ദവും തമ്മിൽ സ്വഭാവേന യാതൊരു സംബന്ധവുമില്ല. പൊന്നു (പൊന്ന്) എന്ന പദവും പൊന്നു (പൊന്ന്) എന്ന വസ്തുവും ആയിട്ട് യാതൊരു ബന്ധവുമില്ല. വെള്ളം എന്നു നാം പറയുന്ന വസ്തുവിനെ തീ എന്നു പറകയും മറിച്ച് തീ എന്നുള്ളതിന്ന് വെള്ളം എന്നു അർത്ഥം വരികയും ആകാം. വെള്ളം എന്ന ശബ്ദത്തിന്നു വെള്ളം എന്ന വസ്തുവിന്റെ രൂപം മനസ്സിൽ വരുത്തുവാൻ കഴിയുന്നത് ആഗന്തുകബന്ധം കൊണ്ടാകുന്നു. ആ മൊഴിയെ ഈ വസ്തുവിനു അടയാളമായിട്ട് നാം നിശ്ചയിച്ച് അങ്ങനെ പ്രയോഗിക്കയും പ്രയോഗിച്ചുകേൾക്കയും ചെയ്തു."

ഈ വിവരണത്തിലാവിഷ്കരിക്കപ്പെട്ട ഭാഷാസംബന്ധിയായ ആശയമൊക്കെ നാം പരിചയിക്കുന്നത് പില്ക്കാലത്ത് സൊസ്യൂറിനെ വായിച്ചവരുടെ വിവരണങ്ങളിലൂടെയാണ്. ഇരുപതാംനൂറ്റാണ്ടിന്റെ ആദ്യദശകത്തിൽ സൊസ്യൂർ ഈ ആശയം എഴുതുന്നതിന് അരനൂറ്റാണ്ടോളം മുമ്പ് മാത്തന് അറിയാനും എഴുതാനും കഴിഞ്ഞു. ജൈമിനി, ഭർതൃഹരി തുടങ്ങിയവർ പുലർത്തിയിരുന്ന നൈസർഗ്ഗിക ശബ്ദാർത്ഥബന്ധസങ്കല്പത്തെ എതിർത്ത നൈയായികരെയും വൈശേഷികരെയും ബൗദ്ധരെയും ഒക്കെ പഠിച്ച കൂട്ടത്തിത്തിലാകാം ഒരുപക്ഷേ, ഈ തെളിച്ചത്തിലേക്ക് അദ്ദേഹം എത്തിച്ചേർന്നത്. എന്തായാലും ഈവക അറിവുകൾ ജോർജ്ജ് മാത്തൻ മലയാളത്തിൽ എഴുതിയിട്ട് നാം സമീപകാലംവരെ ശ്രദ്ധിച്ചില്ല. പഠിച്ചില്ല. പള്ളിക്കൂടങ്ങളിലേക്കുവേണ്ട, സർവ്വകലാശാലകളിലേക്കുപോലും പ്രവേശിപ്പിച്ചില്ല. ഇതൊക്കെ നമ്മുടെ മലയാളപഠനക്രമീകരണത്തിന്റെ ദൗർബ്ബല്യമാണ്. നമ്മുടെ ബാലാഭ്യസനത്തിന്റെ ദൗർബ്ബല്യവുമാണ്. *മലയാഴ്മയുടെ വ്യാകരണം* തൊടില്ല. എന്നാൽ, *ബാലാഭ്യസന*ത്തിൽനിന്നും അടർത്തിയെടുക്കുന്ന വാക്യങ്ങൾ ഉദ്ധരിച്ചു സായൂജ്യമടയുകയും ചെയ്യും. അതുപോര. ചെറുപ്പത്തിൽത്തന്നെ മലയാളത്ത് ലെ മികച്ച എഴുത്തുകാരുടെ ചിന്താപരമായ മൂല്യമുള്ള രചനകൾ ഉപയോഗപ്പെടുത്തി ബാലന്മാർ 'ഭാഷയെ' പഠിക്കണം. ഭാഷയുടെ വികാസവഴികളും പ്രക്രിയകളും അറിയുന്ന

ഭാഷാപഠനം നടക്കണം. ജന്മഭാഷയിൽ ചിന്തിക്കാനും ആവിഷ്ക രിക്കാനും നിർവ്വചിക്കാനും കരുത്തുനേടണം. എങ്കിലേ ഈ ഭാഷയ്ക്ക് ഭാവിയുള്ളൂ. കഠിനമായ പ്രതിജ്ഞയും പ്രവൃത്തിയും അതിന് ആവശ്യമു ണ്ട്. ജോർജ്ജ് മാത്തന്റെ ഒരു പ്രയോഗം ഓർക്കാം: "വേല ചെയ്യാതെ വിലയുള്ള വസ്തുക്കൾ കൈവശമാകയില്ലല്ലോ."

ആത്മീയവും വൈജ്ഞാനികവുമായ വിഷയങ്ങൾ പ്രതിപാദിച്ചു കൊണ്ട് മലയാളഗദ്യഭാഷ ജീവൽഭാഷയുടെ താളം സ്വീകരിച്ച് പ്ര ഭാഷണപ്രൗഢിയോടെ തെളിഞ്ഞുവരുന്നത് ജോർജ്ജ് മാത്തന്റെ എഴുത്തുകളിൽ നാം കേൾക്കുന്നു. പാതിരിഗദ്യത്തിൽ കാണാറുള്ള 'ആറെ'യുമൊന്നും അവിടെ ഇല്ല. മലയാളിയായ ഒരു ഭാഷാശാസ്ത്ര ചിന്ത കനെന്ന നിലയിലും, മലയാളഭാഷയെ തൽക്കാല നിലയിൽനിന്നു പുരോഗമിപ്പിക്കാനാവശ്യമായ കരുതലുകളെയും നടപടികളെയുംപറ്റി ചിന്തിച്ചെഴുതിയ ഭാഷാസൂത്രകനെന്ന നിലയിലും, മതം, തത്വജ്ഞാനം, സമുദായം, ശാസ്ത്രം, ഭാഷ തുടങ്ങിയ വിഷയങ്ങളിൽ മുന്നാലോചനക ളിൽ ഏർപ്പെട്ട ആളെന്ന നിലയിലും ചൂഷിതസമൂഹങ്ങളുടെ വിജ്ഞാ നവികാസത്തിനായി പ്രവർത്തിച്ച മനുഷ്യസ്നേഹി എന്ന നിലയിലും വളരെ ഉയർന്ന പടവിലുള്ള ഒരു ധൈഷണികവ്യക്തിത്വമാണ് അദ്ദേ ഹത്തിന്റേത്. മല്ലപ്പള്ളീലച്ചനും വർഗ്ഗീസുകത്തനാരും വലിയ പാദ്രിയും ധീരപുരുഷനും പണ്ഡിതനുമായി ജനതയുടെയും ഭരണകൂടത്തിന്റെയും ആദരമേറ്റുകടന്നുപോയ, ഭാഷയോടൊത്ത് എഴുന്നേറ്റുനിവർന്നുനിന്ന ആ മലയാളചിന്തകന്റെ ഇരുന്നൂറാം ജയന്തിവർഷത്തിലൂടെ നീങ്ങു കയാണ് മലയാളം. 1819 സെപ്തംബർ 25-നായിരുന്നു അദ്ദേഹത്തിന്റെ ജനനം. അരനൂറ്റാണ്ടുകാലം ജീവിച്ച് ആ 'പ്രതിഭാശാലി' 1870 മാർച്ച് 4-ന് അന്തരിച്ചു. അദ്ദേഹം ഉന്നയിച്ച ഭാഷാസൂത്രണപരമായ പല കാര്യ ങ്ങളും ഇപ്പോഴും ദുഃഖകരമാംവിധം പ്രസക്തിയുള്ളതാണ്.

അവലംബം: ഡോ. സാമുവൽ ചന്ദനപ്പള്ളി, 1992 *റവ. ജോർജ്ജ് മാത്തൻ - കൃതികളും പഠനങ്ങളും*, ഓറിയന്റൽ റിസർച്ച് ഇൻസ്റ്റിറ്റ്യൂട്ട്, ചന്ദനപ്പള്ളി.

സാഹിത്യ അക്കാദമി സെക്രട്ടറി ഡോ. കെ. പി. മോഹനൻ നിർദ്ദേശിച്ചതു പ്രകാരം എഴുതിയതാണ് ഈ പ്രബന്ധം. *സാഹിത്യചക്രവാള*ത്തിൽ ഭാഗികമായി പ്രസിദ്ധീകരിച്ചു. *മാതൃഭൂമി ആഴ്ചപ്പതിപ്പിൽ* (96,34/2018), 'സൊസ്യൂറിനെ വായിച്ചവർ ജോർജ്ജ് മാത്തനെ അറിയുമോ?' എന്ന, പത്രാധിപരുടെ വക തലക്കെട്ടോടെ പൂർണ്ണരൂപത്തിലും പ്രസിദ്ധീകരിച്ചു.

വസ്തുനിഷ്ഠതയുടെ ഭാരം: ഗുണ്ടർട്ടി[1]ന്റെ വ്യാകരണം

മലയാള വ്യാകരണസംവാദത്തിൽ മുഖ്യപരാമർശകമായി നിൽക്കുന്നത് *കേരളപാണിനീയ*മാണ്. അതു പുറപ്പെട്ടനാൾവരെ ഉണ്ടായ പ്രധാനപ്പെട്ട മലയാളവ്യാകരണകൃതികളെയും, തമിഴിലും സംസ്കൃതത്തിലുമുണ്ടായിട്ടുള്ള വ്യാകരണപരിശ്രമങ്ങളെയും, യൂറോപ്പിലുണ്ടായ താരതമ്യാത്മകവും ചരിത്രപരവുമായ ഭാഷാപഠനരീതികളെയും സാമാന്യം നന്നായി മനസ്സിലാക്കാനും, തന്റെ ജന്മഭാഷയായ മലയാളത്തിൽ ആഴത്തിലുള്ള അവഗാഹം സമ്പാദിക്കാനും ശ്രമിച്ചതിന്റെ ഭാഗമായാണ് ഏ. ആർ. രാജരാജവർമ്മ ഈ വ്യാകരണകൃതിയുടെ രചനയിലേർപ്പെട്ടത്. അങ്ങനെ രൂപീകരണത്തിൽത്തന്നെ ഒരു സംവാദത്തിന്റെ ഭാഗമായിരുന്നതുകൊണ്ടും പഠിതാക്കളെ മുന്നിൽ സങ്കല്പിച്ചതുകൊണ്ടും *കേരളപാണിനീയ*ത്തിന് മൊത്തത്തിൽത്തന്നെ ഒരു അന്വേഷണസ്വഭാവവും സംവാദാത്മകതയും കൈവന്നിട്ടുണ്ട്.

പിൽക്കാലത്തുണ്ടായ വ്യാകരണപരിശ്രമങ്ങൾ *കേരളപാണിനീയ*വുമായി സംവാദത്തിലാകുന്ന, അല്ലെങ്കിൽ വിസംവാദത്തിലാകുന്ന കാഴ്ചയാണ് നമുക്ക് കാണാനാവുന്നത്. ഇങ്ങനെ *കേരളപാണിനീയം* നമ്മുടെ വ്യാകരണവിചാരവിനിമയങ്ങളിൽ നടുനായകമായി ശോഭിക്കുന്നുണ്ടെങ്കിലും, അതിനു മുമ്പേ വെളിച്ചംകണ്ട രണ്ടു കൃതികൾ വിസ്മരിക്കാൻ കഴിയാത്തവയായി ഉണ്ട്. ഇവയിൽ ആദ്യം പരാമർശിക്കേണ്ടത്,

---

1 ഗുണ്ടർട്ട് എന്നാണ് ഇന്നു പരക്കെ എഴുതിയും പറഞ്ഞും കാണുന്നത്. എന്നാൽ കൂടുതൽ ശരിയായ ഉച്ചാരണം ഗുൻദർത്ത് എന്ന എഴുത്തിനോടാണത്രേ ചേർന്നുനിൽക്കുന്നത്. ആദ്യത്തെ പ്രസാധകൻ ഡീയസ് എഴുതിയ മലയാളത്തിലുള്ള മുഖവുരയിൽ ഹെർമ്മൻ ഗുൻദർത്ത് എന്നാണ് എഴുതിയിരിക്കുന്നതും. എന്നിരിക്കെ ഗുണ്ടർട്ട് എന്ന് പ്രയോഗിച്ചുശീലിച്ചത് എങ്ങനെയെന്നറിയില്ല. അത് അനുചിതമാണെന്ന് ടി. ബി. വേണുഗോപാലപ്പണിക്കർ (2006) എഴുതിയിട്ടുമുണ്ട്.

*കേരളപാണിനീയ*ത്തിൽ സിദ്ധാന്തീകരണത്തിലേക്കു നീങ്ങിയ തമിഴ് കുടുംബബന്ധം ഉൾപ്പെടെയുള്ള പല വിഷയങ്ങളെയും ബീജരൂപത്തിൽ പ്രതിപാദിക്കാൻ കഴിഞ്ഞ *മലയാളഭാഷാവ്യാകരണ*ത്തെയാണ്. മലയാളഭാഷയുടെ ചരിത്രത്തിൽ ഏറ്റവും പ്രശസ്തി കൈവരിച്ച വൈദേശിക-പാതിരി-പണ്ഡിതനായ ഹെർമ്മൻ ഗുണ്ടർട്ടിന്റെ രചനയാണത്. ദ്രാവിഡഭാഷാശാസ്ത്രത്തിൽ പേരുകേട്ട റോബർട്ട് കാൽഡ്വലിനുപോലും തന്റെ താരതമ്യവ്യാകരണരചനയിൽ ഉപകാരപ്പെട്ട പണ്ഡിതനും ഗവേഷകനുമായിരുന്നു ഗുണ്ടർട്ട്. കേരളപാണിനിയും ഗുണ്ടർട്ടിന്റെ വ്യാകരണത്തോടുള്ള കടപ്പാട് വെളിപ്പെടുത്തിയിട്ടുണ്ട്. ഈ കടപ്പാട് ഒറ്റവാക്യത്തിൽ പറഞ്ഞൊഴിയാൻമാത്രം അത്ര ചെറുതല്ലെന്നു പറഞ്ഞുകൊണ്ട്, *കേരളപാണിനീയ*ത്തിന്റെ ആദ്യപതിപ്പിനെ 1916-ൽ രണ്ടാം പതിപ്പെന്ന നിലയിൽ സാക്ഷാൽ *കേരളപാണിനീയ*മാക്കിത്തീർത്തത് ഗുണ്ടർട്ടിന്റെ *മലയാളഭാഷാവ്യാകരണ*മാണെന്ന് സി. എൽ. ആന്റണി നിരീക്ഷിക്കുന്നുണ്ട് (1989: 159). അതിനെ തുണച്ചുകൊണ്ട്, സ്കറിയ സക്കറിയയും *കേരളപാണിനീയം* വ്യാകരണദർശനത്തിൽ ഗുണ്ടെർട്ടിന്റെ പാരമ്പര്യവുമായി ബന്ധപ്പെട്ടിരിക്കുന്നുവെന്ന് എഴുതുന്നു (2014:11).

രണ്ടാമത്തെ കൃതി ജോർജ്ജ് മാത്തന്റെ *മലയാഴ്മയുടെ വ്യാകരണ*മാണ്. ജോർജ്ജ് മാത്തൻ തനി കേരളീയനാണ്. മലയാളത്തിൽ ജനിച്ച് മലയാളത്തിൽ ജീവിച്ച മലയാളി. അതുകൊണ്ടുതന്നെ മലയാളത്തിന്റെ ജീനിയസ്സറിഞ്ഞു ഭാഷാവിശകലനം നടത്തുവാൻ അദ്ദേഹത്തിനു സാധിച്ചു. ഗുണ്ടർട്ടിനെ മനസ്സിലാക്കുന്നതിനും സൂക്ഷ്മമായ ഭാഷാവബോധത്തോടും താത്വികബോധത്തോടും കൂടി വിമർശിക്കുന്നതിനും ജോർജ്ജ് മാത്തനു സാധിച്ചിട്ടുണ്ട്. എന്നാൽ ഗുണ്ടർട്ടിന്റെ പുസ്തകത്തിനാണ് രാജരാജവർമ്മയുടെയും കോവുണ്ണി നെടുങ്ങാടിയുടെയും ശേഷഗിരിപ്രഭുവിന്റെയുമൊക്കെ ആദരമേറ്റുവാങ്ങാനും പിൽക്കാലത്തെ ചർച്ചകളിൽ ഇടംപിടിക്കാനും യോഗമുണ്ടായത്. മലയാളത്തിലുണ്ടായ ഏറ്റവും ഗംഭീരവും ശാസ്ത്രീയവുമായ വ്യാകരണമായി അത് സി. എൽ. ആന്റണിയെപ്പോലുള്ള പണ്ഡിതന്മാരാൽ വാഴ്ത്തപ്പെട്ടു.

ഇവിടെ ശാസ്ത്രീയം എന്നതിന്റെ അർത്ഥം ശ്രദ്ധയോടെ ഗ്രഹിക്കേണ്ടതുണ്ട്. വസ്തുനിഷ്ഠമായ തെളിവുകളുടെ അടിസ്ഥാനമുണ്ടായിരിക്കുക, ചരിത്രപരമായ ദർശനമുണ്ടായിരിക്കുക, രൂപപരമായ ശ്രദ്ധയുണ്ടായിരിക്കുക എന്നീ കാര്യങ്ങളെ മുൻനിർത്തിയാണ് പതിനെട്ട്-പത്തൊൻപത് നൂറ്റാണ്ടുകളിലെ യൂറോകേന്ദ്രിതലോകബോധം മാനവികവിഷയങ്ങളുടെ ശാസ്ത്രീയതയെ നിർവ്വചിച്ചിരുന്നത്. ആ അർത്ഥത്തിലാണ് ഇവിടെ ശാസ്ത്രീയമെന്ന ബഹുമതി കല്പിക്കുന്നത്. അതിൽ യാതൊരു

തെറ്റും പറയാനുമാവില്ല. വസ്തുനിഷ്ഠമായ തെളിവുകൾ ഹാജരാക്കി മലയാളഭാഷയിൽ നടപ്പുണ്ടായിരുന്ന പ്രയോഗരീതികളെ ചിട്ടയായി പ്രദർശിപ്പിക്കുന്നതിൽ ഗുണ്ടർട്ട് അന്യാദൃശമായ വിജയം കൈവരിച്ചിട്ടുണ്ട്. പ്രത്യയങ്ങൾ എടുത്തുകാണിക്കാനും അവയുടെ പ്രയോഗസന്ദർഭങ്ങൾ കാണിച്ചുതരാനും അദ്ദേഹം വരമൊഴിയിലും വാമൊഴിയിലുമുള്ള യഥാർത്ഥ മാതൃകകളെയാണ് അവലംബിച്ചത്.

മിഷണറിപാരമ്പര്യത്തിൽ വരുന്ന വ്യാകരണകാരനാണ് ഗുണ്ടർട്ട്. മിഷണറിധാരയിൽ കുറെയധികം മലയാളവ്യാകരണകൃതികൾ രചിക്കപ്പെടുകയുണ്ടായി. അവയിലേക്കു വരുംമുമ്പ് രണ്ടു പ്രാചീനവ്യാകരണകൃതികളെക്കൂടി പരിചയപ്പെടുന്നത് നന്നായിരിക്കും; കേരളമുൾപ്പെടുന്ന വിശാലതമിഴകത്തിലെ ഭാഷാവ്യാകരണകാര്യങ്ങൾ വിവരിക്കുന്ന *തൊൽകാപ്പിയ*വും മണിപ്രവാളലക്ഷണഗ്രന്ഥമായ *ലീലാതിലക*വും.

*തൊൽകാപ്പിയ*ത്തിൽ വിവരിക്കപ്പെടുന്ന വ്യാകരണപ്രത്യേകതകൾ പലതും മലയാളത്തിലും പ്രസക്തിയുള്ളതാണ്. കേരളഭാഷയുടെ സ്വഭാവംകൂടി അതിൽ വ്യക്തമാക്കുന്നുണ്ടെന്നു വേറൊരു രീതിയിൽ പറയാം. കേരളനാട്ടിൽ സംസാരിച്ചുവന്ന ഭാഷയുടെ പ്രത്യേകതകളെ തന്റെ വ്യാകരണവിചിന്തനത്തിൽ *തൊൽകാപ്പിയ*കർത്താവ് പരിഗണിച്ചിരുന്നു എന്നതിന്റെ തെളിവായി ഇതിനെ കാണാവുന്നതാണ്. അദ്ദേഹം തിരുവനന്തപുരത്തിനടുത്ത പ്രദേശത്തുകാരനായിരുന്നു എന്ന നിഗമനം ശരിയാണെങ്കിൽ നമ്മുടെ നിരീക്ഷണത്തിന് അതു പിന്തുണയാകുന്നുണ്ട്. ആ നിലയിൽ നമ്മുടെ വ്യാകരണചരിത്രത്തിൽ *തൊൽകാപ്പിയ*മാണ് പ്രഥമപരാമർശമർഹിക്കുന്നത്.

കേരളഭാഷയുടെ വ്യാകരണം രേഖപ്പെടുന്നതിന് *തൊൽകാപ്പിയ*ത്തോളം പഴമയുണ്ട് എന്ന് നമുക്കവകാശപ്പെടാം. എന്നാൽ, മലയാളഭാഷയുടെ അഥവാ കേരളഭാഷയുടെ വ്യാകരണം എന്ന് അതിനെ വിശേഷിപ്പിക്കുന്നത് അല്പം കടന്ന കൈയാവുകയും ചെയ്യും. അത് നമ്മുടെ ഭാഷാപരമായ അവബോധത്തെ തൃപ്തിപ്പെടുത്തുന്നതുപോലുമല്ല എന്നതാണ് വാസ്തവം. കേരളഭാഷ എന്നൊരു സങ്കല്പനമേ അവിടെയില്ല. തമിഴിന്റെ വ്യാകരണമെന്നേ അതിന്റെ രചയിതാവ് കണ്ടിട്ടുള്ളൂ. മലയാളദേശത്തു പ്രചാരത്തിലുണ്ടായിരുന്നതും അക്കാല തമിഴിൽനിന്നു വേറിട്ടൊരു അസ്തിത്വം കൈവന്നിട്ടില്ലാത്തതുമായ ഭാഷാഭേദത്തെ തന്റെ തമിഴ്ഭാഷാപരിഗണനയുടെ ഭാഗമാക്കിയെന്നേ പറയാൻ കഴിയൂ. അക്കാല തമിഴും മാറ്റങ്ങൾക്കു വിധേയമായിട്ടുണ്ട്. എങ്കിലും, *തൊൽകാപ്പിയം* പാരമ്പര്യാവകാശമെന്ന നിലയിൽ തമിഴിന് അവകാശാധികാരങ്ങളുള്ളതായിത്തീർന്നു. അത് മലയാളത്തിൽ/

കേരളഭാഷയിൽ എഴുതപ്പെട്ടതാണെന്നു പറയാൻ ഒരുനിലയ്ക്കും കഴിയില്ല. മലയാളത്തെ സംബന്ധിച്ച് എഴുതിയതാണെന്നു പറയുന്നത് പുതിയൊരു സ്വത്വാവബോധസൃഷ്ടിക്ക് വഴിയൊരുക്കാനും ഇനി വഴിയുണ്ടെന്നു തോന്നുന്നില്ല. അത്രത്തോളം അത് പാരമ്പര്യപരമായും ഭാഷാപരമായും തമിഴിന് അവകാശപ്പെട്ടതായിട്ടാണ് കാണപ്പെടുന്നത്. (പാട്ടുപ്രസ്ഥാനകാലാനന്തരം ഭാഷയുടെ ദ്രാവിഡസ്വത്വബോധം കൈയൊഴിഞ്ഞപ്പോൾ വന്ന നഷ്ടമായി ഇതിനെ കാണേണ്ടവർക്കു കാണാം.)

മലയാളഭാഷയുടെ വ്യാകരണം എന്ന് നിസ്തർക്കമായി പറയാവുന്ന ആദ്യഭാഷാവിവരണം *ലീലാതിലക*ത്തിലാണ് കാണുവാൻ കഴിയുക. പതിന്നാലാം നൂറ്റാണ്ടിലേതെന്നു കരുതപ്പെടുന്ന ഈ അലങ്കാരശാസ്ത്ര ഗ്രന്ഥത്തിൽ മണിപ്രവാളസാഹിത്യത്തിന്റെ ഭാഷാസ്വരൂപം വ്യക്തമാക്കുന്നതിന്റെ ഭാഗമായി മലയാളത്തിന്റെ (കേരളഭാഷയുടെ) വ്യാകരണം സംക്ഷേപിച്ചിരിക്കുന്നു. സംസ്കൃതത്തിലായിരുന്നു അതിന്റെ രചന. സാധാരണ മലയാളികൾക്കുവേണ്ടിയല്ല എന്നു വ്യക്തം. സംസ്കൃത പണ്ഡിതരെയാണ് ആ കൃതി മുഖ്യമായും സംബോധന ചെയ്യുന്നത്. മണിപ്രവാളമെന്ന സാഹിത്യശേഖരം സംസ്കൃതസാഹിത്യത്തിനു തത്തുല്യമായ, ലക്ഷണങ്ങളിണങ്ങിയ (അലങ്കാരാദിലക്ഷണങ്ങൾ) സാഹിത്യമാണെന്ന് അവരെ യുക്തിയുക്തമായി ബോധിപ്പിക്കാനാണ് ഈ കൃതി രചിച്ചിട്ടുള്ളത് എന്നു പറയാം. അക്കൂട്ടത്തിൽ, കേരളഭാഷ സംസ്കൃതമെന്നപോലെ ലക്ഷണമൊത്ത (നാമ-ലിംഗ-വചന-കാല-പ്രകാരാദി വ്യാകരണകാര്യങ്ങളുള്ള) ഭാഷയാണെന്നു തെളിയിക്കാനും തൽക്കർത്താവ് നിർബന്ധിതനായി. മലയാളത്തിന്റെ വ്യാകരണപരവും ഭാഷാചരിത്രപരവുമായ വശങ്ങൾ വലിയ ഉൾക്കാഴ്ചയോടെ അവിടെ പ്രതിപാദിച്ചിട്ടുണ്ട്. മണിപ്രവാളസാഹിത്യഭാഷയെയാണ് അവിടെ പരിഗണിച്ചിട്ടുള്ളത്. ലിഖിതഭാഷാസ്വരൂപം നിർമ്മിക്കുന്ന അക്ഷരങ്ങൾ പരിശോധിക്കുന്നതിനു പുറമേ നാമത്തോടും ധാതുവിനോടും ചേരുന്ന പ്രത്യയങ്ങൾ, സന്ധി എന്നിങ്ങനെയുള്ള പ്രധാനപ്പെട്ട വ്യാകരണകാര്യങ്ങൾ വളരെ സംക്ഷിപ്തമായി വിവരിച്ചിരിക്കുന്നു. ശാസ്ത്രപ്രതിപാദനത്തിന് സംസ്കൃതത്തിൽ ഉപയോഗിച്ചുവന്ന സൂത്ര-വൃത്തിമാതൃകയിലാണ് നിയമങ്ങൾ അവതരിപ്പിച്ചിട്ടുള്ളത്. *ലീലാതിലക*ത്തിൽ വിവരിക്കപ്പെട്ട സാഹിത്യഭാഷയ്ക്കും, ചെറുതായെങ്കിലും സൂചിപ്പിക്കപ്പെട്ടിട്ടുള്ള സംസാരഭാഷയ്ക്കും ഏറിയ മാറ്റങ്ങൾ സംഭവിച്ചു. എന്നാൽ *ലീലാതിലക*ത്തെ പിൻതുടർന്ന് സംസ്കൃതത്തിലോ മലയാളത്തിലോ പുതിയ വ്യാകരണപരിശ്രമങ്ങൾ, തൊട്ടുപിന്നാലെവന്ന നൂറ്റാണ്ടുകളിൽ, ഉണ്ടായതായി കാണുന്നില്ല.

പിന്നീട് പതിനെട്ടാം നൂറ്റാണ്ടിന്റെ തുടക്കത്തിലാണ് മലയാള വ്യാകരണചിന്തകൾ പുതിയൊരു യുഗത്തിലേക്ക് പ്രവേശിക്കുന്നത്. യൂറോപ്യൻ ഭാഷകളിൽ പ്രയുക്തമായ വ്യാകരണരചനാതത്വങ്ങൾ കൈമുതലാക്കിയ പാശ്ചാത്യമിഷണറിമാരാണ് ആ വഴി തെളിച്ചുകൊണ്ടുവന്നത്. മതപ്രചരണത്തിനായി ഇന്നാട്ടിലെ ഭാഷ വശത്താക്കേണ്ട സാഹചര്യമാണ് അവരെ ഈ മേഖലയിൽ പ്രവർത്തനനിരതരാകാൻ പ്രേരിപ്പിച്ചത്. ഒന്നുകിൽ ഭാഷ പഠിക്കുന്നതിനുള്ള പരിശ്രമത്തിന്റെ ഭാഗമായി, അല്ലെങ്കിൽ, കൂടെയുള്ളവരോ പിന്നാലെ വരുന്നവരോ ആയ വിദേശിമിഷണറിപ്രവർത്തകർക്ക് ഭാഷ പഠിക്കുന്നതിനുപകരിക്കണമെന്ന് ആശിച്ച് ആണ് അവരുടെ വ്യാകരണപരിശ്രമങ്ങൾ നടന്നിട്ടുള്ളത്. മലയാളികളെ ഉദ്ദേശിച്ചല്ല അവരുടെയും പ്രയത്നമെന്നു സാരം. അവർ മിക്കവരും അവർക്കറിയാവുന്ന ലത്തീൻ, പോർച്ചുഗീസ്, ഇംഗ്ലീഷ് എന്നീ ഭാഷകളിലാണ് വ്യാകരണം എഴുതിയിട്ടുള്ളത്.

1700-1712 കാലത്ത് വരാപ്പുഴ മെത്രാപ്പോലീത്തയായിരുന്ന ഡോ. ആഞ്ചലോ ഫ്രാൻസിസാണ് (1650-1712) ആ ചരിത്രത്തിലെ ആദ്യകണ്ണി. *മലബാർമൊഴിയുടെ വ്യാകരണം - മലയാളവാമൊഴിയുടെ ഒരു വ്യാകരണം (Grammaticae Linguae malabaricae - A Grammar Colloquial Malayalam)* എന്നാണ് അദ്ദേഹത്തിന്റെ വ്യാകരണകൃതിയുടെ പേര്. ലത്തീനിലാണ് ഇതു രചിച്ചിരിക്കുന്നത്. അതിന്റെ കൈയെഴുത്തുപ്രതി മലയാളം ലത്തീൻ ശബ്ദകോശത്തോടു ചേർത്ത് വത്തിക്കാനിലെ ഗ്രന്ഥശേഖരത്തിൽ സൂക്ഷിച്ചിട്ടുണ്ട്.[2] വാമൊഴിക്കുമാത്രം

2. ആഞ്ചലോ ഫ്രാൻസിസിന്റെ വ്യാകരണം പോർത്തുഗീസ് ഭാഷയിലാണെന്ന് ഡോ. ചാത്തനാത്ത് അച്യുതനുണ്ണി (കാണുക: അവതാരിക, ശ്രീനാഥൻ 2015, ഏ.ആർ. നിഘണ്ടു, പുറം 14). സ്കറിയ സക്കറിയയും ഇതിനെക്കുറിച്ചേ പറയുന്നുള്ളു ('ഗുണ്ടർട്ട് വ്യാകരണങ്ങൾക്ക് ഒരു മുഖവുര', ഹെർമ്മൻ ഗുണ്ടർട്ട് 2014 *മലയാളഭാഷാവ്യാകരണം-മലയാളവ്യാകരണചോദ്യോത്തരങ്ങൾ,* പുറം 2). ഗുണ്ടർട്ട് ഗവേഷകനായ ഡോ. ചെറിയാൻ കുനിയന്തോടത്ത് ലത്തീനിലാണ് രചന എന്ന് പറഞ്ഞിരിക്കുന്നു (*മലയാളഭാഷയും ഹെർമ്മൻ ഗുണ്ടർട്ടും*, പുറം79). രണ്ടാമതൊരു കൃതിയെക്കുറിച്ചുകൂടി അദ്ദേഹം സൂചിപ്പിക്കുന്നുണ്ട്. "മലയാളവ്യാകരണത്തിനു പുറമെ" എന്നു പറഞ്ഞിരിക്കുന്നതിന്റെ വിവക്ഷയെന്തെന്നു വ്യക്തമല്ല. മറ്റേതെങ്കിലും ഭാഷയുടെ വ്യാകരണമെന്നാണോ? മലബാർ മൊഴിയുടെ വ്യാകരണം എന്നോ മലയാളവാമൊഴിയുടെ വ്യാകരണം എന്നോ വിവർത്തനം ചെയ്യാവുന്ന മേല്പരാമർശിച്ച ലത്തീൻകൃതിക്കു പുറമെ മറ്റൊന്നുകൂടി എന്നാണോ? മനസ്സിലാക്കാൻ കഴിയുന്നില്ല. അടിക്കുറിപ്പു വായിച്ചാൽ സംശയങ്ങൾ കൂടും. ഗ്രന്ഥനാമം മലയാളലിപിയിൽ ഗ്രാമാത്തിച്ചെ *ലീംഗ്വെ വുൾഗാരിസ് മലബാറിച്ചെ* എന്നു കൊടുത്തശേഷം ബ്രാക്കറ്റിൽ *Grammaticae Linguae Malabaricae* എന്നും തുടർന്ന് *A Grammar Colloquial Malayalam* എന്ന് ബ്രാക്കറ്റിന് പുറത്തും കാണിച്ചിരിക്കുന്നു. ലത്തീനിലുള്ള പേരിന്റെ വിവർത്തനമെന്ന നിലയിലാണ് ബ്രാക്കറ്റിനു പുറത്തുള്ള ഇംഗ്ലീഷ് തുടർച്ച നൽകിയിരിക്കുന്നതെന്നു തോന്നുന്നു.

പറ്റിയതും സംസ്കൃതസമ്മിശ്രമായ വരമൊഴിക്കു ചേരാത്തതുമാണ് ഈ വ്യാകരണമെന്ന് പൗലിനോസ് പാതിരി പറഞ്ഞിട്ടുണ്ട്. നമ്മുടെ വാമൊഴി-വരമൊഴിസ്വഭാവവ്യത്യാസത്തിന്റെ ചരിത്രത്തിലേക്ക് വെളിച്ചം വീശുന്ന നിരീക്ഷണവുംകൂടിയാണിത്. വരമൊഴി അന്യഭാഷാ പദങ്ങളുടെ 'വരവ്'കൂടിയ മൊഴിയായിട്ടാണ് രൂപപ്പെട്ടതും നിലനിൽക്കുന്നതും എന്ന കാര്യം ഭാഷാചിന്തകർ ശ്രദ്ധിക്കേണ്ടതാണ്.

ഇനിയൊന്ന്, ബർത്തലോമിയോ സീഗൻബാൾഗ് എന്ന ഡാനിഷ് മിഷണറി ജർമ്മനിയിലെ ഹാലേ സർവ്വകലാശാലയിൽനിന്ന് 1716-ൽ പ്രസിദ്ധപ്പെടുത്തിയ *ഗ്രമാത്തികാ ദമുലിക* എന്ന വ്യാകരണഗ്രന്ഥമാണ്. അതിൽ 17-ാം നൂറ്റാണ്ടിലെ മലയാളത്തിന്റെ വ്യാകരണസവിശേഷതകളും പ്രതിപാദിക്കപ്പെട്ടിട്ടുണ്ട്. ലത്തീനിലാണ് ഇതിന്റെയും രചന.

ലീലാതിലകം സംസ്കൃതത്തിലും മിഷണറിവ്യാകരണം ലത്തീനിലും (പിന്നീട് പലതും ഇംഗ്ലീഷിലും) ആവുന്നത് എന്തുകൊണ്ടാണെന്നുചിന്തിക്കണം. വൈജ്ഞാനികകാര്യങ്ങളുടേതായ ഒരു ഭാഷ (അഥവാ ഭാഷാരീതി) ചരിത്രത്തിൽ പ്രത്യേകമായ പങ്ക് (റോൾ) വഹിക്കുന്നുണ്ട് എന്നതിന്റെ സൂചനയാണ് ഇവിടെ ലഭിക്കുന്നത്. അതതു കാലത്തെ വൈജ്ഞാനികഭാഷയിലാണ് ജ്ഞാനികൾ രചന നിർവ്വഹിക്കുന്നത്. അവികസിതഭാഷകളിൽ വൈജ്ഞാനികവിനിമയരീതികൾ തഴച്ച് മാനകഭാഷ സംജാതമാകുന്ന സാഹചര്യത്തിൽ മാത്രമേ അവയിൽ വ്യാകരണം പോലുള്ള പ്രബന്ധങ്ങൾ ഉടലെടുക്കുകയുള്ളു. ഒരു ഭാഷയിൽത്തന്നെ അതിനെക്കുറിച്ചടക്കം വിമർശവും വിലയിരുത്തലും വിശകലനവുമൊക്കെ സാദ്ധ്യമാകുമ്പോൾ ആ ഭാഷ വികസിതനിലയിലേക്ക് എത്തി എന്നുറപ്പിക്കുകയും ചെയ്യാം. ഈ പറഞ്ഞ ലത്തീൻ വ്യാകരണങ്ങളുടെ യുഗത്തിലും മലയാളഭാഷ അതിനു പാകപ്പെടുകയുണ്ടായില്ല. എന്നുവെച്ചാൽ, വൈജ്ഞാനികസമൂഹം രൂപപ്പെട്ടിരുന്നില്ല. മലയാളത്തിൽ ചിന്തിക്കുകയും ആവിഷ്കരിക്കുകയും ചെയ്യുന്ന ഭാഷാപഠിതാക്കളുണ്ടായിവരാൻ കാലം കുറച്ചുകൂടി കഴിയേണ്ടിവന്നു. മലയാളത്തിൽ കാവ്യരചന നടത്തിയ അർണ്ണോസിനുപോലും അതിനു തുടക്കമിടാനായില്ല എന്നു പറഞ്ഞാൽ വിശകലനപ്രവണതയാർജ്ജിച്ച മലയാളഗദ്യം വെളിപ്പെടാൻ പിന്നെയും സമയമെടുത്തു എന്നാണ് അർത്ഥം.

അർണ്ണോസുപാതിരി എന്നറിയപ്പെട്ട ജോൺ ഏണസ്റ്റസ് ഹാങ്സിൽഡൺ രചിച്ച *ഗ്രന്ഥഭാഷാവ്യാകരണം* വാമൊഴിയെവിട്ട് വരമൊഴിയിലേക്ക് ശ്രദ്ധ തിരിഞ്ഞതിന്റെ ഫലമാണ്. എഴുത്തച്ഛന്റെ ഭാഷാരീതിയെയാണ് അദ്ദേഹം വിശദീകരിക്കാനൊരുമ്പെട്ടത്.

സംസ്കൃതത്തിലെ സിദ്ധരൂപമാതൃകയിൽ നാമരൂപാവലിയും ക്രിയാരൂപാവലിയുമൊക്കെ അദ്ദേഹം തയ്യാറാക്കി. കവിയും ഭാഷാചിന്തകനുമായിരുന്ന അർണ്ണോസ് പാതിരി. മലയാളത്തിന്റെ അന്തഃചൈതന്യം അറിഞ്ഞ ആളെന്ന് ഒരു വിദേശമിഷണറിയെക്കുറിച്ച് ഉറപ്പിച്ചുപറയാമെങ്കിൽ അത് അർണ്ണോസിനെക്കുറിച്ചു മാത്രമാവും. സർഗ്ഗസൃഷ്ടികളായ *പുത്തൻപാന*യും *ചതുരന്ത്യവു*മൊക്കെ ഇതിനുള്ള നിദർശനങ്ങളാണ്. പക്ഷേ, അദ്ദേഹം വ്യാകരണം രചിച്ചത് പോർത്തുഗീസ് ഭാഷയിലായിരുന്നു!

ഗ്രാമർ ഓഫ് ദി മലയാളം ലാംഗ്വെജ് (റോബർട് ഡ്രുമണ്ട്, 1799), *ഔട്ട്ലൈൻസ് ഓഫ് എ ഗ്രാമർ ഓഫ് ദി മലയാളം ലാംഗ്വെജ്* (എഫ്. സ്പ്രിങ്, 1839), *എ ഗ്രാമർ ഓഫ് മലയാളം സ്പോക്കൺ ഇൻ ദ പ്രിൻസിപാലിറ്റിസ് ഓഫ് ട്രാവൻകോർ ആന്റ് കൊച്ചിൻ ഏന്റ് ദ ഡിസ്ട്രിക്റ്റ്സ് ഓഫ് നോർത്ത് ആന്റ് സൗത് മലബാർ* (ജോസഫ് പീറ്റ് 1841) തുടങ്ങിയ വ്യാകരണപരിശ്രമങ്ങൾ പാശ്ചാത്യവും പൗരസ്ത്യവുമായ വ്യാകരണസങ്കല്പനങ്ങളുടെ മികവു കുറഞ്ഞ പ്രയോഗമാതൃകകളായിരുന്നു എന്നാണ് മനസ്സിലാക്കാൻ കഴിയുന്നത്. എങ്കിലും, അവയിൽ അങ്കുരിച്ച ചില ആശയങ്ങളെങ്കിലും പിൽക്കാലപരിശ്രമങ്ങളിൽ വിടർന്നുവരികയുണ്ടായി എന്നത് കാണാതിരുന്നുകൂടാ. ഉദാഹരണത്തിന് സംവൃതോകാരത്തെക്കുറിച്ചുണ്ടായ ചർച്ചകളുടെ ആദ്യരൂപം പീറ്റിന്റെ വ്യാകരണത്തിലാണ് കണ്ടെത്താനാവുക. അകാരത്തിന്റെ ഒരു വികാരമായി പീറ്റ് സംവൃതോകാരത്തെ സങ്കല്പിച്ചു. ഇത് ഗുണ്ടർട്ടിൽ അരയുകാരമായും ജോർജ്ജ് മാത്തനിൽ അർദ്ധാച്ചായും *കേരളപാണിനീയ*ത്തിൽ സംവൃതോകാരമായും പരിഗണിക്കപ്പെടുകയും ധ്വനിമൂല്യനിർണ്ണയനത്തിനു വിധേയമാവുകയും ചെയ്തു.

ആദ്യകാല മിഷണറിവ്യാകരണകൃതികൾ മിക്കവാറും കൈയെഴുത്തുപ്രതികളായി സൂക്ഷിക്കപ്പെട്ടതാകയാൽ പിൽക്കാലികരായ ഗുണ്ടർട്ടിനെപ്പോലുള്ളവർ കണ്ടിട്ടുണ്ടെന്ന് ഉറപ്പിച്ചു കരുതാവുന്നതല്ല. ഒരു പക്ഷേ തേടിപ്പിടിച്ച് അവയില്പലതും അദ്ദേഹം പരിശോധിച്ചിട്ടുമുണ്ടാകാം. നിഘണ്ടുരചനയുമായി ബന്ധപ്പെട്ട് കോട്ടയത്തുപോയി ബെയ്ലിയെയും മറ്റും കണ്ട ആളാണ് ഗുണ്ടർട്ട്.

ഈ നാട്ടുകാരനായ പാദ്രി റവ. ഡോ. ജോർജ്ജ് മാത്തന്റെയും ജർമ്മൻ മിഷണറിയായ ഗുണ്ടർട്ടിന്റെയും വ്യാകരണരചനകൾ ഏറെക്കുറെ സമകാലികമായിട്ടാണ് നടന്നത്. ആദ്യം പുറത്തുവന്നത് ഗുണ്ടർട്ടിന്റെ *മലയാളഭാഷാവ്യാകരണ*ത്തിന്റെ അപൂർണ്ണമായ ഒന്നാം പതിപ്പായിരുന്നു. ജോർജ്ജ് മാത്തൻ അതു കാണുകയും പഠിച്ച്

അഭിപ്രായം രൂപീകരിക്കുകയും ചെയ്തതിന്റെ തെളിവുകൾ *മലയാഴ്മയുടെ വ്യാകരണ*ത്തിന്റെ ഇംഗ്ലീഷിലുള്ള മുഖലേഖനത്തിലുണ്ട്.

മലയാളികളായ സ്കൂൾവിദ്യാർത്ഥികൾക്ക് ഉപകരിക്കുന്ന വ്യാകരണഗ്രന്ഥം രൂപപ്പെടുത്തുക എന്നതായിരുന്നു ഗുണ്ടർട്ടിന്റെ ലക്ഷ്യം. 1840-കളിൽത്തന്നെ മലയാളവ്യാകരണം രചിക്കുവാനുള്ള ശ്രമങ്ങൾ അദ്ദേഹം തുടങ്ങി. ഇംഗ്ലീഷിലായിരുന്നു തുടക്കം. അങ്ങനെ സമഗ്രമായ ഒരു വ്യാകരണം അദ്ദേഹം നിർമ്മിച്ചെടുത്തു. കൈയെഴുത്തുരൂപത്തിലുള്ള ആ കൃതി ജർമ്മനിയിലെ ട്യൂബിങ്ങൻ സർവ്വകലാശാലയിൽ സൂക്ഷിച്ചിട്ടുണ്ട്. സ്കൂൾ പാഠപുസ്തകമായി ഉപയോഗിക്കാവുന്ന തരത്തിൽ അതിന്റെ മലയാളസംഗ്രഹം രൂപപ്പെടുത്താൻ 1850 കാലത്ത് അദ്ദേഹം സമയം ചെലവഴിച്ചു. തന്റെ കൃതി ബോധനോപകരണമായി പ്രയോജനപ്പെടുന്നതായിരിക്കണം എന്ന വിചാരം അദ്ദേഹത്തിനുണ്ടായിരുന്നു. വിവർത്തനം പോലുള്ള ഭാഷോപയോഗങ്ങൾക്ക് അതുപകരിക്കുമെന്നും അദ്ദേഹം പ്രതീക്ഷിച്ചിരുന്നു. "ഇംഗ്ലീഷിൽ വർഷങ്ങൾക്കു മുമ്പ് തയ്യാറാക്കിയ സമഗ്രമായ മലയാളവ്യാകരണത്തിന്റെ സംഗ്രഹം ഇപ്പോൾ രൂപപ്പെടുത്തുകയാണ്. ബൈബിൾ പരിഭാഷയുടെ നവീകരണത്തിന് ഈ ഗ്രന്ഥം ഉപകരിക്കും'' എന്നദ്ദേഹം എഴുതിയിരിക്കുന്നു. (ഫ്രൻസ്, സ്കറിയ 1991: 120).

തലശ്ശേരിയിലെ ഛാപിത[3] (മിഷൻ പ്രസ്)ത്തിൽനിന്ന് 1851-ൽ മേല്പറഞ്ഞ മലയാളവ്യാകരണഗ്രന്ഥം വെളിച്ചംകണ്ടു. അതിൽ 545 വകുപ്പുകളിലായിട്ടാണ് മലയാളഭാഷാനിയമപ്രതിപാദനം നിർവ്വഹിച്ചിരുന്നത്. പ്രധാനമായും മലയാളത്തിന്റെ രൂപനിഷ്പത്തിക്രമമായിരുന്നു അതിലുണ്ടായിരുന്നത്. പിന്നീട് പല ഘട്ടങ്ങളിലായി ഗ്രന്ഥം ഇന്നത്തെ നിലയിൽ എത്തി. ജർമ്മനിയിലേക്ക് മടങ്ങിപ്പോയതിനുശേഷം അവിടെയിരുന്നാണ് ബാക്കി ഭാഗം പൂർത്തിയാക്കിയത്. ഗുണ്ടർട്ട് തയ്യാറാക്കിയ ഭാഗങ്ങളും ഇ ഡീയസ് നടത്തിയ ചില്ലറ പരിഷ്കാരങ്ങളുമായി ആകെ 878 വകുപ്പുകളായി കൃതി വികസിച്ചു. ഇംഗ്ലീഷിലുള്ള തലക്കെട്ടുകൾ ഗുണ്ടർട്ടിന്റെ നിർദ്ദേശപ്രകാരം ഡീയസ് കൊടുത്തതാണ്. 1868-ൽ സമ്പൂർണ്ണ*മലയാളഭാഷാവ്യാകരണം* മംഗലാപുരത്തുനിന്ന് 413 പുറങ്ങളുള്ള പുസ്തകമായി പ്രസിദ്ധീകരിച്ചു.

കാൽനൂറ്റാണ്ടിലധികം കാലത്തെ നിരന്തരമായ പരിശ്രമം ആ പുസ്തകത്തിനു പിന്നിലുണ്ടെന്നതാണ് ശ്രദ്ധിക്കേണ്ട കാര്യങ്ങളിലൊന്ന്.

---

3. ഛാപിതം=അച്ചുകൂടം. ഉറുദുവിലെ അച്ചടി എന്ന അർത്ഥത്തിലുള്ള ഛാപന എന്ന വാക്കിൽനിന്നുണ്ടായ പദം. ഗുണ്ടർട്ടിന്റെ നിഘണ്ടുവിലോ *ശബ്ദതാരാവലി*യിലോ ഈ ടേം കാണുന്നില്ല.

ഇക്കാലയളവിൽത്തന്നെ, 1860-ൽ സ്കൂൾക്കുട്ടികൾക്കായി മറ്റൊരു ലളിതമായ വ്യാകരണപുസ്തകവും *മലയാളവ്യാകരണചോദ്യോത്തരം* എന്ന പേരിൽ അദ്ദേഹം പ്രസിദ്ധീകരിക്കുകയുണ്ടായി. ഗുണ്ടർട്ടിനെ തുടർന്ന് സ്കൂൾ ഇൻസ്പെക്ടറായി വന്ന ഗാർത്ത്‌വേറ്റ് ചില്ലറ പരിഷ്കാരങ്ങളോടെ ഈ കൃതി പുനരവതരിപ്പിച്ചു. ഏറെക്കാലം അതൊരു പാഠപുസ്തകമായി ഉപയോഗിക്കപ്പെട്ടു.

ഗുണ്ടർട്ടിന്റെ *മലയാളഭാഷാവ്യാകരണം* മിഷണറിപാരമ്പര്യത്തിൽ നിന്നു വഴിമാറിയാണ് രൂപപ്പെട്ടത്. സംസാരഭാഷയെയല്ല, മറിച്ച് ലിഖിതഭാഷയെയാണ് അദ്ദേഹം അടിസ്ഥാനമാക്കിയത്. മിഷണറിമാരുടെ ലക്ഷ്യത്തിനപ്പുറത്തേക്കു നീങ്ങി ഭാഷാപഠിതാവെന്ന നിലയിൽ മനസ്സുറപ്പിച്ചതിന്റെ പ്രകടനമായിക്കൂടി മനസ്സിലാക്കേണ്ടതാണ് വിശകലനവസ്തുവിലുണ്ടായിട്ടുള്ള ഈ മാറ്റം. വിദേശികളെ സ്പോക്കൺ ലാംഗ്വേജ് പഠിപ്പിക്കാനുപകരിക്കണമെന്ന താരതമ്യേന ലഘുവായ ലക്ഷ്യത്തിൽനിന്നുള്ള മാറ്റമായും ഇതിനെ മനസ്സിലാക്കാം.

ഭാഷയെ ഗൗരവത്തോടെ പഠിക്കാനൊരുമ്പെടുന്നവരാരാണോ അവരെയാണ് ഗുണ്ടർട്ട് അഭിസംബോധന ചെയ്യുന്നത്. ഇങ്ങനെയൊരു ലക്ഷ്യബോധം കൈവരിച്ചതിലൂടെ മിഷണറി എന്ന നിലവിട്ട് ഭാഷാശാസ്ത്രജ്ഞനായി അദ്ദേഹം രൂപാന്തരപ്പെട്ടു. മലയാളഭാഷയെ സൂക്ഷ്മമായി വിവേചിച്ചറിഞ്ഞ് അതിന്റെ നിയമങ്ങൾ വസ്തുനിഷ്ഠമായ തെളിവുകളുടെ പിൻബലത്തോടെ അവതരിപ്പിക്കുകയെന്ന വ്യാകരണകാരന്റെ ദൗത്യം അദ്ദേഹം ഏറ്റെടുത്തു. ഭാഷയെന്നാൽ സംസാരഭാഷ മാത്രമല്ലെന്നും, അതിനെ ഉപയോഗപ്പെടുത്തിയും രൂപാന്തരപ്പെടുത്തിയും എഴുത്തുകാർ നടത്തിയിട്ടുള്ള ആവിഷ്കാരങ്ങളുണ്ടെങ്കിൽ അവ കൂടിയാണെന്നും, അവ വളരെ പ്രധാനമാണെന്നും അദ്ദേഹം ഗ്രഹിച്ചിരുന്നു. ഈ ബോധ്യത്തോടെയാണ് അദ്ദേഹം ഇങ്ങനെ പറഞ്ഞിരിക്കുന്നത്: “നാട്ടുകാരായ എഴുത്തുകാരുടെ കൃതികളെ അവലംബിച്ചാണ് ഇതിൽ നിയമങ്ങളും ഉദാഹരണങ്ങളും നൽകിയിരിക്കുന്നത്. ഇതഃപര്യന്തം സംസാരഭാഷയുടെ പ്രാദേശികഭേദങ്ങൾ അവലംബിച്ചാണ് വാക്യഘടന വിശദീകരിക്കാൻ യൂറോപ്യൻമാർ ഒരുമ്പെട്ടിരിക്കുന്നത്”(ഫ്രൻസ്, സ്കറിയ 1991: 37).

പ്രസാധകന്റെ മുഖവുരയിൽ പറയുന്നതും ഇതിനോട് ചേർന്നതുതന്നെ: “ബാസൽ ജർമ്മൻ മിശ്യൊനിലെ ആര്യനായ ഹെർമൻ ഗുൻദർത്ത് പണ്ഡിതർ ഇരുപത്തഞ്ചിൽച്ചില്വാനം കൊല്ലം അദ്ധ്വാനിച്ച ഈ ഭാഷാവ്യാകരണത്തെ ചമച്ചത്. അവർ തമിഴ് സംസ്കൃതഭാഷകളിലെ നിപുണതയോടു ആദ്യപത്രികയിൽ കാണിച്ച ഏറിയ ഗ്രന്ഥങ്ങളെയും ഹർജ്ജിതീർപ്പുകളെയും വായിച്ചു, നാടോടിയതും താണതുമായ

വാക്കുകളെയും വേണ്ടുവോളം ഗ്രഹിച്ചും അതാതിന്നു വേണ്ടും ഉദാഹരണങ്ങളെ ചേർത്തും അവറ്റാൽ സൂത്രങ്ങളെയും സങ്കല്പിച്ചു" (ഗുണ്ടർട്ട്, 2014:23).

അന്ന് ലഭ്യമായ വലിയൊരു കൂട്ടം കൃതികളടങ്ങിയ ഒരു വിവരശേഖരം (ഡാറ്റ) അദ്ദേഹം വിശകലനത്തിനും മാതൃകാസ്വീകാര-പ്രദർശനങ്ങൾക്കുമായി ഉപയോഗപ്പെടുത്തിയെന്നു വ്യക്തമാണ്.

അഞ്ചടി, അദ്ധ്യാത്മരാമായണം, ഉത്തരരാമായണം, ഉമേശാനവൃത്തം, ഏകാദശിമാഹാത്മ്യം, ഓണപാട്ടു, കണക്കുസാരം, കാർത്തവീര്യാർജ്ജുനകഥ, കുമാരഹരണകഥ, കൃഷ്ണഗാഥ, കൃഷ്ണചരിതം, കേരളോല്പത്തി, കേരളനാടകം, കേരളവർമ്മരാമായണം, കോഴിക്കോട്ടു കേരളോല്പത്തി, കൊച്ചി കേരളമാഹാത്മ്യം, കൈവല്യനവനീതം, ഗണിതശാസ്ത്രം, ചതുർദ്ദശവൃത്തം, ചാണക്യസൂത്രം, ചിന്താമണിരത്നം, ജ്ഞാനപ്പാന, ഠിപ്പുകഥ, തത്വബോധം, തന്ത്രസംഗ്രഹം, തിരുവിതാംകോട്ടു പഞ്ചാംഗം, ദമയന്തിനാടകം, ദേവീമാഹാത്മ്യം, നളചരിതം, നാരായണസ്തുതി, ന്യായശാസ്ത്രം, പഞ്ചതന്ത്രം, പാതാളരാമായണം, പൈയന്നൂർ പാട്ടു, പ്രഹ്ലാദചരിതം, ബ്രഹ്മാണ്ഡപുരാണം, ഭാഗവതം, ഭാഗവതവ്യാഖ്യാനം, ബാലരാമായണം, മത്സ്യപുരാണം, മഹാഭാരതം, മർമ്മമണി, മുദ്രാരാക്ഷസം, രാമചരിതം, രാമായണം രാമകഥ, രാമായണസങ്കീർത്തനം, ലക്ഷ്മീപാർവ്വതീസംവാദം, വില്വപുരാണം, വേതാളചരിത്രം, വേദാന്തം, വൈരാഗ്യചന്ദ്രോദയം, വ്യവഹാരമാല, വ്യാകരണപ്രവേശം, ശബരിവാക്യം, ശിലാതാമ്രശാസനങ്ങൾ, ശിവപുരാണം, സീതാവിജയം(ശതമുഖരാമായണം), ഹോരാവ്യാഖ്യാനം, ശീലാവതിപാട്ടു, സന്താനഗോപാലം, സഹദേവവാക്യം, സിദ്ധാന്തദീപിക, സോമവാരപാട്ടു, ഹരിനാമകീർത്തനം, മന്ത്രശാസ്ത്രം, വൈദ്യശാസ്ത്രം, പാട്ടുകൾ, പഴഞ്ചൊല്ലുകൾ, പൊലീസ് സംബന്ധമായത് എന്നിങ്ങനെയുള്ള ഗ്രന്ഥങ്ങളെ ഉദാഹരണങ്ങൾ എടുത്തവയെന്ന നിലയിൽ കുറിയെഴുത്തു (അബ്രിവിയേഷൻസ്) സഹിതം ഗുണ്ടർട്ട് അനുക്രമണിക(ഉള്ളടക്കം)യെത്തുടർന്ന് കൊടുത്തിരിക്കുന്നു. ഇവയിൽനിന്നുള്ള പ്രസക്തഭാഗങ്ങൾ ഗ്രന്ഥത്തിൽ ആവിഷ്കരിച്ചിട്ടുള്ള ഓരോ നിരീക്ഷണത്തിനും പിൻബലമേകുന്നതിനായി വ്യാകരണത്തിൽ എടുത്തുചേർത്തിരിക്കുന്നു.

നാടോടിയതും താണതുമായ വാക്കുകൾക്ക് മലയാളഭാഷാവ്യാകരണത്തിൽ ഗുണ്ടർട്ട് ഇടംകൊടുത്തതായി സൂചിപ്പിക്കപ്പെട്ടല്ലോ. ഇതും വളരെ ശ്രദ്ധേയമായ ഒരു സംഗതിയാണ്. അപാമരജനപ്രസിദ്ധമെന്ന നിലയിൽ നിന്ദിതമായിക്കണ്ട സാമാന്യജനവ്യവഹാരത്തിലെ പദങ്ങൾക്കാണ് ഗുണ്ടർട്ട് ഇടം കൊടുക്കുന്നത്. മണിപ്രവാളവും

അതിന്റെ ലക്ഷണശാസ്ത്രജ്ഞാനം അക്കാലം മുതൽ പ്രഭാവം ചെലു ത്തുന്ന മാനകഭാഷാവബോധവും (മുമ്പുദ്ധരിച്ച പ്രസാധകവാക്യത്തിലും ആ ധാരണ വിപരീതദ്രവ്യമായി സന്നിഹിതമാണ്) നിരാകരിക്കുന്ന ഭാഷാലോകങ്ങളെ ചേർത്തുനിർത്തുന്നതിൽ പ്രതീകാത്മകമായ ചില മൂല്യങ്ങളുണ്ട്. ഇൻക്ലൂസീവായ സമീപനമാണത്. വാക്കുകളെ ചേർത്തു പിടിക്കുന്നതിനെ മനുഷ്യനെ ചേർത്തുപിടിക്കുന്നതിന്റെ ഭാഗമായി കാണേണ്ടതാണ്.

വ്യാകരണരചനയിൽ ഗുണ്ടർട്ട് അടിസ്ഥാനപരമായി കൈക്കൊ ണ്ടത് പത്തൊമ്പതാം നൂറ്റാണ്ടിൽ യൂറോപ്പിലെ സർവ്വകലാശാലക ളിൽ മേൽക്കൈയുണ്ടായിരുന്ന താരതമ്യാത്മകവും ചരിത്രാത്മകവുമായ സമീപനമായിരുന്നു. അതേസമയം യൂറോപ്പിലെ പരമ്പരാഗതവ്യാകര ണത്തിൽനിന്നും, ഇന്ത്യയിൽ സംസ്കൃതത്തിലും അതിനെ പിൻതുടർ ന്ന തമിഴിലും പ്രചാരത്തിലിരുന്ന വ്യാകരണപാരമ്പര്യങ്ങളിൽനിന്നും സങ്കല്പനങ്ങൾ സ്വീകരിക്കാനും അദ്ദേഹം ഉത്സാഹിച്ചു. ചുരുക്കത്തിൽ, പിന്നീട് *കേരളപാണിനീയ*ത്തിലെന്ന പോലെ, *യൂറോപ്യ*നും ഭാരതീയവു മായ സമീപനങ്ങളുടെ സങ്കലനത്തിലൂടെയാണ് *മലയാളഭാഷാവ്യാകര ണ*ത്തിന്റെ സൈദ്ധാന്തികാടിത്തറ നിർമ്മിച്ചെടുത്തിരിക്കുന്നത് എന്നു പറയാം.

തന്റെ ഭാഷാസമീപനത്തിന്റെ സ്വഭാവവും അതിനുള്ള ന്യായവും സ്പഷ്ടമാക്കുന്ന ഒരു ലഘു-ആമുഖത്തോടെയാണ് ഗുണ്ടർട്ടിന്റെ വ്യാകര ണകൃതി ആരംഭിക്കുന്നത്. മലയാളഭാഷ (കേരളഭാഷ എന്നും അദ്ദേഹം പ്രയോഗിക്കുന്നുണ്ട്) ദ്രാവിഡമാണെന്നും അത് ശബ്ദ- വാക്യഘടനാ തലങ്ങളിലൊക്കെ സംസ്കൃതത്തിന്റെ സ്വാധീനവലയത്തില്പെട്ടിരി ക്കുകയാണെന്നും വ്യാകരണത്തിന്റെ ഇൻട്രൊഡക്ഷനിൽ ഗുണ്ടർട്ട് പ്രസ്താവിക്കുന്നു:

"1. മലയാളഭാഷ ദ്രമിളം എന്നുള്ള തമിഴിന്റെ ഒരു ശാഖ ആകുന്നു. അത് തെലുങ്ക്, കർണ്ണാടകം, തുളു, കുടക് മുതലായ ശാഖകളെക്കാൾ അധികം തമിഴരുടെ സൂത്രങ്ങളോട് ഒത്തുവരികയാൽ ഉപശാഖയത്രെ. എങ്കിലും ബ്രാഹ്മണർ ഈ കേരളത്തെ അടക്കിവാണ്, അനാചാരങ്ങളെ നടപ്പാക്കി നാട്ടിലെ ശൂദ്രരുമായി ചേർന്നുപോയതിനാൽ, സംസ്കൃതശ ബ്ദങ്ങളും വാചകങ്ങളും വളരെ നുഴഞ്ഞുവന്ന് ഭാഷയുടെ മൂലരൂപത്തെ പലവിധത്തിലും മാറ്റി ഇരിക്കുന്നു. 2. ഇങ്ങനെ കാലക്രമത്തിൽ ഉണ്ടായ കേരളഭാഷയുടെ വ്യാകരണം ചമെപ്പാൻ സംസ്കൃതവ്യാകരണവും തമി ഴനന്നൂൽ മുതലായതും നോക്കീട്ടുവേണം; എങ്കിലും ഭാഷയിൽ ആക്കിയ മഹാഭാരതം രാമായണം പഞ്ചതന്ത്രം വേതാളചരിത്രം ചാണക്യസൂത്രം

രാമചരിതം മുതലായതിന്റെ പദ്യവും, കേരളോല്പത്തി കണക്കുസാരം വൈദ്യശാസ്ത്രം തുടങ്ങിയുള്ളതിന്റെ ഗദ്യവും അനുഭവത്തിനും ഉദാഹരണത്തിനും പ്രമാണം എന്നു തോന്നി ഇരിക്കുന്നു"

സംസ്കൃതവ്യാകരണപാരമ്പര്യവും തമിഴ്സാഹിത്യരചനകളും ശ്രദ്ധിക്കേണ്ടതിന്റെ സാംഗത്യം സ്പഷ്ടമായി വെളിപ്പെടുത്തിയെങ്കിലും യൂറോപ്യൻ വ്യാകരണപദ്ധതിയെക്കുറിച്ച് ഇവിടെ പ്രത്യക്ഷത്തിൽ ഒന്നുംതന്നെ പറഞ്ഞിട്ടില്ല. എന്നാൽ, തുടക്കത്തിലുള്ള ഭാഷാകുടുംബത്തെക്കുറിച്ചുള്ള സൂചനയെത്തന്നെ താരതമ്യാത്മകവും ചരിത്രാത്മകവുമായ സമീപനം അദ്ദേഹം സ്വാംശീകരിച്ചിരുന്നതിന്റെ തെളിവായി എടുക്കാവുന്നതാണ്. ഈ ഭാഷാസമീപനങ്ങളുടെ ഈറ്റില്ലമായ ജർമ്മനിയിൽനിന്നാണ് ഗുണ്ടർട്ടിന്റെ വരവ്. ഗ്രന്ഥഭാഷയോടൊപ്പം നാടൻമൊഴിയെയും ഹർജ്ജിതീർപ്പിലെ ഭാഷയെയും പഴഞ്ചൊല്ലിലെ ഭാഷയെയുമൊക്കെ പ്രമാണമായെടുക്കുന്നു എന്നതും ശ്രദ്ധേയമാണ്. ഇതൊക്കെ ലത്തീനെ ആധാരമാക്കിമാത്രം വ്യാകരണപരിശ്രമത്തിലേർപ്പെടുകയും ഗ്രന്ഥഭാഷയെ മാത്രം പ്രമാണമാക്കിയെടുക്കുകയും ചെയ്യുന്നതിനെ ധിക്കരിച്ചുകൊണ്ടുവന്ന നവോത്ഥാനാനന്തരഭാവുകത്വവുമായി കണ്ണിചേരുന്ന കാല്പനികഭാഷാചിന്തയുമായുള്ള ചാർച്ച വെളിവാക്കുന്നതാണ്.

ഇവിടെ പറയേണ്ടുന്ന മറ്റൊരു കാര്യം കൂടിയുണ്ട്. ഫാദർ കോൺസ്റ്റാൻസിയൂസ് ജോസഫ് ബെസ്ചിയുടെ തമിഴ് വ്യാകരണം ഗുണ്ടർട്ടിനു വഴികാട്ടി എന്ന കാര്യമാണത്.[4] ബെസ്ചി രചിച്ച കൊടുന്തമിഴ് വ്യാകരണം (*എ ഗ്രാമർ ഓഫ് ദ കോമൺ ഡയലക്റ്റ് ഓഫ് ദി തമിൾ ലാംഗ്വെജ്*) വാമൊഴിയെ അവലംബിച്ചുള്ളതാണെങ്കിലും തമിഴ് കാവ്യങ്ങളിൽനിന്നുള്ള ഉദ്ധരണികളാലും തമിഴ് വ്യാകരണസംജ്ഞകളാലും ശ്രദ്ധേയമായിരുന്നു.

തമിഴ്നാട്ടിലെ മിഷണറിപ്രവർത്തനകാലത്ത് തമിഴ് പഠിക്കാനായി ബെസ്ചിയുടെ കൃതിയാണ് ഗുണ്ടർട്ട് പ്രയോജനപ്പെടുത്തിയത്. ഈ സംസർഗ്ഗം ഗുണ്ടർട്ടിന് തമിഴ് സാങ്കേതികസംജ്ഞകൾ സ്വീകരിക്കുന്നതിന് വഴികാട്ടിയായി എന്നു ഗവേഷകനായ ചെറിയാൻ കുനിയന്തോടത്ത് കരുതുന്നു. മലയാളത്തിലെ പുരാതനലിഖിതങ്ങൾ വായിക്കാനുള്ള ശ്രമങ്ങളിലൂടെയും അതിന്റെ ഭാഗമായുള്ള ലിപിപഠനത്തിലൂടെയും മലയാളത്തിലുള്ള നാനാവിധ വിഷയങ്ങളിലുള്ള

---

4. ഇറ്റാലിയൻ മിഷണറിയാണ് ജോസഫ് ബെസ്ചി. വീരമാമുനിവർ എന്ന പേരിലാണ് അദ്ദേഹം അറിയപ്പെട്ടിരുന്നത്. *തേമ്പാമണി* എന്ന തമിഴ് കാവ്യത്തിന്റെ കർത്താവെന്ന നിലയിൽ അദ്ദേഹം പ്രസിദ്ധനാണ്.

ലേഖന-ഗ്രന്ഥരചനകളിലൂടെയും വിവർത്തനങ്ങളിലൂടെയും കൈവന്ന ഗഹനമായ ഭാഷാനുഭവവും അവബോധവും ഗുണ്ടർട്ടിനു തുണയായെന്നു കരുതാം.

മൂന്നു ഭാഗങ്ങളായാണ് ഗുണ്ടർട്ടിന്റെ വ്യാകരണം സംവിധാനം ചെയ്യപ്പെട്ടിരിക്കുന്നത്. അക്ഷരകാണ്ഡം, പദകാണ്ഡം, വാചകകാണ്ഡം എന്നിവയാണവ. ഇതിൽ 89 ഖണ്ഡങ്ങളുള്ള അക്ഷരകാണ്ഡത്തിൽ അക്ഷരങ്ങൾ, സ്വരവിശേഷങ്ങൾ, വ്യഞ്ജനവിശേഷങ്ങൾ, പദാംഗങ്ങൾ, സന്ധികാര്യങ്ങൾ എന്ന ക്രമത്തിൽ ധ്വനിവിഷയകമായ കാര്യങ്ങൾ പ്രതിപാദിച്ചിരിക്കുന്നു. പദകാണ്ഡത്തിൽ പദരൂപാവലിയുടെ അവതരണമാണ് നിർവ്വഹിച്ചിരിക്കുന്നത്. 252 ഖണ്ഡങ്ങളുള്ള ഈ വിഭാഗത്തിന് നാമരൂപം, ക്രിയാരൂപം, അവ്യയരൂപം എന്നിങ്ങനെ മൂന്ന് ഉപവിഭാഗങ്ങളുണ്ട്. 537 ഖണ്ഡങ്ങളിലായി പരന്നുകിടക്കുന്നതാണ് മൂന്നാമതുവരുന്ന വാചകകാണ്ഡം. അതിൽ രണ്ടാം ഭാഗത്തു വിവരിച്ചുദാഹരിച്ച പ്രത്യയങ്ങൾ ചേർന്നുള്ള ലിഖിതമാതൃകകൾ അവതരിപ്പിച്ച് അവ ഏതേതെല്ലാം അർത്ഥവിവക്ഷകളോടെയാണ് വാക്യത്തിൽ പ്രവർത്തിക്കുന്നതെന്നു കാണിച്ചുതരികയാണ് ചെയ്യുന്നത്. അക്ഷരകാണ്ഡവും പദകാണ്ഡവും ഭാരതീയമായ രീതിപദ്ധതിയിൽ വരുന്നവയാണ്. വിപുലമായ രീതിയിൽ സംവിധാനം ചെയ്തിരിക്കുന്ന വാചകകാണ്ഡം യൂറോപ്യൻരീതിയുടെ ഉപോല്പന്നമാണ്. പദകാണ്ഡത്തിലെ രൂപാവലികളെ ലഭ്യമായ മാതൃകകൾവെച്ച് വിശദമാക്കി അതിനു വരാവുന്ന വിവക്ഷകൾ വസ്തുനിഷ്ഠമായി അഥവാ പ്രകരണനിഷ്ഠമായി സമർത്ഥിക്കുകയാണ് വാചകകാണ്ഡത്തിൽ ചെയ്യുന്നത്. അതുകൊണ്ടുതന്നെ തലക്കെട്ടുകളിൽ ആവർത്തനം കാണും.

ഇന്ത്യൻ രീതിയിൽ, പദവിഭാഗങ്ങളെ പരിചയപ്പെടുത്തി അവയെ രൂപീകരിക്കുന്ന പ്രത്യയങ്ങൾ നിർദ്ദേശിച്ച് ഉദാഹരിക്കുന്നതോടെ അവസാനിക്കുന്നതാണ് വ്യാകരണം. കുറച്ചു വാക്യവിചാരവുമാകാം എന്നേയുള്ളൂ. അത്, വാക്യത്തിന്റെ ഘടനയെ സാമാന്യമായി വിശദമാക്കൽ, വിവിധതരം വാക്യങ്ങളെ വകതിരിച്ചു പരിചയപ്പെടുത്തൽ, ആകാംക്ഷാപൂർത്തിയെ സംബന്ധിച്ചോ പൊരുത്തത്തെ സംബന്ധിച്ചോ ഉള്ള നിബന്ധനകൾ അവതരിപ്പിച്ചുദാഹരിക്കൽ എന്നിവകൊണ്ടു തീരുന്നതാണ്. എന്നാൽ ഇവിടെ, ലഭ്യമായ രൂപമാതൃകകൾവെച്ച് ഇത്തരം കാര്യങ്ങളെ വിസ്തരിച്ചുതന്നെ വിവരിക്കുകയാണ് ചെയ്തിരിക്കുന്നത്. കിട്ടിയിടത്തോളം ഡാറ്റവെച്ച് ഭാഷാസ്ഥിതിയുടെ വൈവിദ്ധ്യങ്ങളുടെ പ്രദർശനശാലയാക്കി വ്യാകരണഗ്രന്ഥത്തെ മാറ്റിയിരിക്കുന്നു. അവയിലൂടെയുള്ള സഞ്ചാരം ഒരു വാക്യരചനാപരിശീലനമായി

കലാശിക്കുന്നതാണ്. സാമാന്യവൽക്കരിച്ച് തത്വനിർദ്ധാരണം നടത്തുകയെന്ന സിദ്ധാന്തീകരണമാർഗ്ഗത്തിലല്ല പൊതുവിൽ ഗുണ്ടർട്ട് സഞ്ചരിക്കുന്നത്. ടി. ബി. വേണുഗോപാലപ്പണിക്കർ സൂചിപ്പിക്കുന്നതുപോലെ, വസ്തുതാസംഭരണത്തിന്റെ സമഗ്രതയിലും ചരിത്രവീക്ഷണത്തിന്റെ സൂക്ഷ്മതയിലുമാണ് (2006: 101) ഗുണ്ടർട്ടിന്റെ ഊറ്റം.

ഇംഗ്ലീഷിലെഴുതിയ മലയാളവ്യാകരണത്തിൽ ഗുണ്ടർട്ട് ഓർത്തോഗ്രഫിയുമായിട്ടാണ് തുടങ്ങുന്നത്. അക്ഷരവിന്യാസശാസ്ത്രം എന്നുവിളിക്കാവുന്ന ഒന്നാണത്. അതിന്റെ ചുവടുപിടിച്ചാകണം *മലയാളഭാഷാവ്യാകരണ*ത്തിൽ അക്ഷരകാണ്ഡത്തെ രൂപപ്പെടുത്തിയത്. വർണ്ണമെന്ന അർത്ഥത്തിലാണ് അക്ഷരമെന്ന് അദ്ദേഹം പ്രയോഗിക്കുന്നത്. അതിനെത്തന്നെ ലിപിയെ അഥവാ എഴുത്തിന്റെ ഏകകത്തെ അടിസ്ഥാനമാക്കി മനസ്സിലാക്കുന്നതായിത്തോന്നും. അക്ഷരകാണ്ഡത്തിന്റെ തുടക്കം, പ്രാചീനരേഖകളെഴുതാൻ ഉപയോഗിച്ചിരുന്നതും തമിഴെഴുത്തിനെ ആശ്രയിച്ചിരുന്നതുമായ വട്ടെഴുത്തിനെയും അതിന്റെ രൂപമാറ്റമായ കോലെഴുത്തിനെയും അവയിൽനിന്നു ഭിന്നമായി സംസ്കൃതഗ്രന്ഥങ്ങളെഴുതാൻ ഉപയോഗിച്ചുവന്നതും സർവ്വസമ്മതി കൈവരിച്ചതുമായ ആര്യ എഴുത്തിനെയുംകുറിച്ച് പറഞ്ഞുകൊണ്ടാണെന്നതും ശ്രദ്ധേയം.

സംസ്കൃതത്തിനു വേണ്ടിയുള്ള സ്വരങ്ങൾ 16 ഉം ചർച്ചക്കെടുക്കുന്നുണ്ടെങ്കിലും ഹ്രസ്വമായ എ, ഒ എന്നിവ കൂട്ടിച്ചേർത്തും ഌ, ഞ ഇവയുടെ ദീർഘങ്ങളും അം, അഃ എന്നിവയും ഒഴിവാക്കി 12 സ്വരങ്ങളെയാണ് ഉയിരെഴുത്തുകളായി അദ്ദേഹം അവതരിപ്പിക്കുന്നത്. ഹ്രസ്വമായ എ-യും ഒ-യും സ്വീകരിക്കുന്നത് മലയാളത്തിൽ അർത്ഥവ്യാവർത്തകത്വമുള്ളതുകൊണ്ട് യുക്തിസഹമാണ്. എന്നാൽ അക്കാര്യം പരിഗണിച്ചല്ല, പ്രയോഗത്തിലിരിക്കുന്ന ലിപികൾ എന്ന നിലയിലാണ് ഗുണ്ടർട്ടിനു സ്വീകാര്യമാകുന്നത്. ഌ, ഞ എന്നിവ തള്ളിക്കളയുന്നിടത്തും എന്തെങ്കിലും യുക്തി പറയുന്നില്ല. അനുസ്വാരം മലയാളത്തിൽ അമ് തന്നെയെന്നും വിസർഗ്ഗം ഇരട്ടിപ്പിനപ്പുറം നാട്ടുഭാഷയിൽ പ്രസക്തമല്ലെന്നും സമർത്ഥിച്ചിടത്തു മാത്രമാണ് കുറച്ചെങ്കിലും വിശദീകരിക്കാനുള്ള ശ്രമം കാണുന്നത്. വ്യഞ്ജനങ്ങൾ ആകെ 38 ആണ് സ്വീകരിച്ചിരിക്കുന്നത്. ക ച ട ത പ റ എന്ന് ഖരങ്ങൾ (വല്ലിനം) ആറും, ങ ഞ ണ ന മ ൻ (*ൻ-വർത്സ്യാനുനാസികം*) എന്ന് അനുനാസികങ്ങൾ (മെല്ലിനം) ആറും ആദ്യമേ പറയുന്നു. യ ര ല വ ഴ ള എന്ന് അന്തസ്ഥകൾ (ഇടൈയിനം) ആറു പിന്നാലെ പറയുന്നു. സംസ്കൃതത്തിൽ അഞ്ചു വർഗങ്ങളിലായി അതിഖരങ്ങൾക്കും അനുനാസികങ്ങൾക്കുമിടയിൽ വരുന്ന അതിഖര-മൃദു-ഘോഷങ്ങൾ പതിനഞ്ചും (ഖ ഗ ഘ, ഛ ജ ഝ, ഠ ഡ ഢ, ഥ ദ

ധ, ഫ ബ), ശ ഷ സ ഹ എന്നീ ഊഷ്മാക്കൾ നാലും ചേർത്തതാണ് ഈ 38-ന്റെ പട്ടിക. ദീർഘം, വള്ളി, പുള്ളി, ചന്ദ്രക്കല, നീട്ടൽ, മീത്തൽ (മീത്തലെ കുത്ത്) എന്നീ അർദ്ധാക്ഷരക്കുറികളും, ഇരട്ടിപ്പിനാവശ്യമായ ചിഹ്നങ്ങളും, അനുസ്വാരത്തിനും അതിനുപകരമായും ഉപയോഗിക്കുന്ന ചിഹ്നങ്ങളും (ംബ ങ്ക മ്പ) അന്തസ്ഥകൾ ചേർന്ന വ്യഞ്ജനക്കുറികളും ഒക്കെ ഇവിടെ കാണിക്കുന്നു. ഇതെല്ലാം ലിപിനിഷ്ഠമായ സമീപനത്തെ യാണ് വെളിപ്പെടുത്തുന്നത്.

റ, ൻ എന്നിവയെവെച്ച് വർത്സ്യവർഗ്ഗത്തിന്റെ സാന്നിദ്ധ്യത്തെ അംഗീകരിക്കാൻ ഗുണ്ടർട്ടിനു കഴിഞ്ഞിട്ടുണ്ട്. റകാരം ഖരങ്ങളിൽ കൂടി യതാകയാൽ ഇരട്ടിപ്പവരാനും അനുനാസികത്തോടു ചേരാനും സംഗതി വരുമെന്ന് 61-ാം ഖണ്ഡത്തിലും, റ ചിലത് ൻ -ൽ എന്നിവയിൽനിന്നു ജനിക്കുമെന്ന് 62-ാം ഖണ്ഡത്തിലും നിരീക്ഷിക്കുന്നു. എന്നാൽ, പ്രത്യേക വർത്സ്യവർഗ്ഗമായി കല്പിക്കാനുള്ള ശ്രമം അവിടെയൊന്നും നടത്തിയി ട്ടില്ല. നിഘണ്ടുവിൽ അത് ദന്ത്യത്തിൽനിന്നു ഭിന്നമായി ആറാമതൊരു വർഗ്ഗമാണെന്നു പറഞ്ഞിട്ടുമുണ്ട്. അപ്പോഴും റകാര-റ്റകാരങ്ങൾ തമ്മിലു ള്ള അന്തരം ശരിക്കും ഗ്രഹിക്കാൻ ഗുണ്ടർട്ടിനു കഴിഞ്ഞില്ലെന്ന കാര്യം സി. എൽ. ആന്റണി ചൂണ്ടിക്കാണിച്ചിട്ടുണ്ട് (1989:161). വേണ്ടത്ര വ്യക്തത വരുത്താതെ നടത്തിയിട്ടുള്ളതാണെങ്കിലും ഈ നിരീക്ഷണങ്ങൾ *കേര ളപാണിനീയ*ത്തിലും മറ്റുമായി പിൽക്കാലത്ത് കൂടുതൽ ചർച്ചകൾക്ക് വിധേയമാവുകയുണ്ടായി. എന്നാൽ, ഏ. ആറിനും കൃത്യമായ നിഗമ നങ്ങളിലേക്ക് എത്തിച്ചേരാനായില്ല എന്നതാണ് വാസ്തവം. ഗുണ്ടർട്ട് റകാരവും റ്റകാരവും വർത്സ്യമാണെന്ന നിഗമനത്തിലെങ്കിലും എത്തു കയുണ്ടായി. ഏ. ആർ. റകാരത്തെ മൂർദ്ധന്യമെന്നു തെറ്റായി ധരിച്ചു. സമകാലികനായ ജോർജ്ജ് മാത്തൻ ഇവിടെയൊക്കെ ഭാഷാശാസ്ത്രപ രമായ നിരീക്ഷണവ്യക്തതയും താത്വികശക്തിയും പ്രദർശിപ്പിക്കുന്നത് നമുക്കു കാണാൻ കഴിയും. റയും റ്റയും വ്യത്യസ്തമാണെന്ന വീക്ഷണമാണ് മാത്തനുണ്ടായിരുന്നത് (വേണുഗോപാലപ്പണിക്കർ, 2006 : 100-101).

സ്വരവിശേഷങ്ങൾ, വ്യഞ്ജനവിശേഷങ്ങൾ എന്നീ ഭാഗങ്ങളിൽ വർണ്ണങ്ങളുടെ സവിശേഷമായ ചില വശങ്ങളും വർണ്ണപരിണാമങ്ങളു മാണ് ഗുണ്ടർട്ട് ചർച്ച ചെയ്യുന്നത്. മലയാളവർണ്ണങ്ങൾക്ക് പദങ്ങളുടെ ഭാഗമായിരിക്കുമ്പോൾ സംഭവിക്കുന്ന വികാരങ്ങൾ വസ്തുതകളുടെ പിൻബലത്തോടെ വിശദമായി പരിഗണിക്കപ്പെടുന്നു. അക്കൂട്ടത്തിൽ പ്രധാനപ്പെട്ടതാണ് അകാരത്തിന്റെ ധ്വനിമൂല്യത്തെ സംബന്ധിച്ച നിരീക്ഷണങ്ങൾ. ഇത് പിൽക്കാലത്ത് വിപുലമായ ചർച്ചകൾക്ക് ഇടയാക്കിയിരുന്നല്ലോ. പദാന്തമായ അകാരം രണ്ടു തരമുണ്ടെന്നും

അതിലാദ്യത്തേത് 'പല' എന്ന പദത്തിലേതുപോലെ ശുദ്ധമായതും മറ്റൊന്ന് തമിഴിലെ ഐകാരക്കുറുക്കത്തോട് ഒത്തുവരുന്ന താലവ്യാകാരവുമാണെന്നും (ഉദാ: തല - തലൈക്ക്) നിരീക്ഷിക്കപ്പെട്ടു. ഇതുപോലെ, അരയുകാരം, നിറയുകാരം അഥവാ മുറ്റുകാരം എന്ന് രണ്ടുതരം ഉകാരങ്ങൾ (ഖണ്ഡം 17) (സംവൃതോകാരം, വിവൃതോകാരം എന്നു കേരള പാണിനി. അരയുകാരത്തെ ജോർജ്ജ് മാത്തൻ അർദ്ധാച്ച് എന്നാണ് വിളിക്കുന്നത്.), ഖരമൃദുവിനിമയം (ഖണ്ഡം 20), അനുനാസികാതിപ്രസരം (ഖണ്ഡം 49) തുടങ്ങിയ ആശയങ്ങളുടെ ഉറവുകൾ ഈ പ്രകരണത്തിൽ നമുക്കു കാണാം. ഇവയെ ഭാഗികനിരീക്ഷണങ്ങളുടെ തലത്തിലൊതുക്കാനേ ഗുണ്ടർട്ടിനു കഴിഞ്ഞുള്ളൂ.

വിവരണപര്യാപ്തിയിലൊതുങ്ങുവാൻ വിധിക്കപ്പെട്ട ഒരു പദ്ധതിയിലാണ് ഗുണ്ടർട്ടിന്റെ വ്യാകരണം സംവിധാനം ചെയ്യപ്പെട്ടത്. അശ്രാന്തപരിശ്രമത്തിനൊടുവിലും നാട്ടുകാരന്റെ ഭാഷാവബോധത്തിലെ സ്വാഭാവികതയിലേക്ക് എത്തിപ്പെടാതെ പോകുന്നതിനാൽ അന്തർജ്ഞാനപരമായ തെളിച്ചം ലഭിക്കാതെപോകുന്നതാണ് നിരീക്ഷണപരവും വിവരണപരവുമായ പരിമിതികളെ അതിലംഘിക്കാൻ അദ്ദേഹത്തിനു തടസ്സമായതെന്നു കരുതേണ്ടിയിരിക്കുന്നു. ശാസ്ത്രീയമായ ഒരു പദ്ധതിക്ക് അനുഗുണമാണെങ്കിലും വസ്തുനിഷ്ഠത പരിധി കഴിയുമ്പോൾ പരിമിതിയായി മാറുന്നുവെന്നാണോ പറയേണ്ടത്? ബിഹേവിയറിസ്റ്റ് ഭാഷാസമീപനത്തിൽ സംജാതമായ ഇത്തരമൊരു പരിമിതിയെ അനുമാനാത്മകമായി മറികടക്കുന്ന വേളയിലാണ് ഭാഷാശാസ്ത്രത്തിലെ കാർത്തേഷ്യൻ വിപ്ലവം നടന്നത് എന്നുമാത്രം ഇവിടെ ഓർക്കാം.

സന്ധികാര്യങ്ങൾ വർണ്ണപരിണാമത്തിന്റെ തുടർച്ചയിലാണ് ഗുണ്ടർട്ട് സംവിധാനം ചെയ്തിരിക്കുന്നതെന്ന കാര്യം ശ്രദ്ധേയമാണ്. അതിനെ അക്ഷരകാണ്ഡത്തിനപ്പുറത്ത് പദകാണ്ഡത്തിൽ കൊണ്ടുപോയി പ്രതിഷ്ഠിക്കുവാൻ അദ്ദേഹം മടിച്ചു. അത്രത്തോളം ഒരു വ്യാകരണബാഹ്യവിഷയമായേ അതിനെ അദ്ദേഹം കണ്ടുള്ളൂ എന്നു പറയാം. സമസ്തപദങ്ങളുടെ തലത്തിൽ പരിഗണിച്ചാൽ ഇത് വ്യാകരണകാര്യം തന്നെയാണ്. ഘടനാപരമായ വിഷയമാണ് അത്. സി. എൽ. ആന്റണി കേവലം ധ്വനിവിഷയമാണ് സന്ധി എന്നു പറഞ്ഞ് ഗുണ്ടർട്ട് വർണ്ണവികാരങ്ങളുടെ പിന്നിൽ അക്ഷരകാണ്ഡത്തിൽ സന്ധിവിഷയം പ്രതിപാദിച്ചതിനെ ഔചിത്യപൂർവ്വകമായ നടപടിയായിക്കണ്ട് അഭിനന്ദിക്കുന്നുണ്ട് (1989: 158). അതിൽ ആലോചനക്കുറവുണ്ടോ എന്നു സംശയം തോന്നുന്നു. പാശ്ചാത്യഭാഷകളിലെ ശിക്ഷാക്രമമാണ് ഇവിടെ ഗുണ്ടർട്ട് അനുസരിച്ചതെന്ന് ആന്റണി കാണുന്നുണ്ട്. വാസ്തവത്തിൽ

അതാണ് വിഷയം. പാശ്ചാത്യഭാഷകളിലേതുപോലെയല്ല നമ്മുടെ ഭാഷയിലെ സന്ധികാര്യമെന്ന വസ്തുതയാണ് തെളിഞ്ഞുകിട്ടേണ്ടിയിരുന്നത്. സമാസകാര്യങ്ങൾ പരിഗണിക്കാൻ വാചകകാണ്ഡത്തിൽ കഴിയുന്നതിനാൽ ഇവിടെ വർണ്ണപരിണാമപരമായ വശത്തെമാത്രം പരിഗണിക്കുകയാണെന്നു പറഞ്ഞാലും സമാധാനമുണ്ട്. സന്ധിവിഷയം വളരെ ഉദാസീനമായ മട്ടിലേ ഗുണ്ടർട്ട് കൈകാര്യം ചെയ്തിട്ടുള്ളൂ എന്നതാണ് വാസ്തവം. ഇവിടെയൊക്കെ *കേരളപാണിനീയം* കൂടുതൽ മെച്ചപ്പെട്ട രീതിയിൽ വിഷയപ്രതിപാദനം നിർവ്വഹിച്ചിട്ടുണ്ട്. എങ്കിലും അതിനുവേണ്ട നിലമൊരുക്കിയത് ഗുണ്ടർട്ടാണെന്നു കരുതുന്നതിൽ തെറ്റില്ല.

ഗുണ്ടർട്ട് പാശ്ചാത്യവ്യാകരണപാരമ്പര്യത്തിൽനിന്ന് പല സങ്കല്പനങ്ങളും സംജ്ഞകളും സ്വീകരിച്ചിരുന്നുവെന്നു സൂചിപ്പിച്ചിരുന്നു. ചോദ്യരൂപങ്ങൾ, പ്രതിസംഖ്യകൾ എന്നീ പദവിഭാഗങ്ങൾ കല്പിക്കുന്നതും പദാംഗം, വേറ്റുമകൾ, വളവിഭക്തി, ബലക്രിയ, അബലക്രിയ എന്നിങ്ങനെയുള്ള സംജ്ഞകളും വിഭാഗങ്ങളും സ്വീകരിക്കുന്നതും തെളിവായി ചൂണ്ടിക്കാട്ടാവുന്നതാണ്. ഉചിതമെന്നു തോന്നുന്ന സന്ദർഭങ്ങളിൽ സംസ്കൃതസങ്കല്പനങ്ങളും സംജ്ഞകളും സ്വീകരിക്കുന്നതിന്റെ തെളിവുകളും ഉണ്ട്. വിഭക്തിവിചാരത്തിൽ പ്രഥമ, ദ്വിതീയ എന്നിങ്ങനെയുള്ള സംസ്കൃതരീതിയാണ് സ്വീകരിച്ചിട്ടുള്ളത്. യൂറോപ്യൻ രീതിയിൽ അർത്ഥനിഷ്ഠമായി നൊമിനേറ്റിവ്, അക്യുസേറ്റിവ് തുടങ്ങിയ സംജ്ഞകൾ ഉപയോഗിക്കുന്നുമുണ്ട്. ഇവയെ അർത്ഥപക്ഷത്ത് വെളിച്ചം കിട്ടുമെന്നു കരുതി പ്രയോജനപ്പെടുത്തുന്നതും കാണാം. എങ്കിലും ഏറെക്കുറെ സംസ്കൃതവഴിയിലൂടെ സഞ്ചരിക്കുന്നതാണ് ഗുണ്ടർട്ടിന്റെ വിഭക്തിചർച്ച. കേരളപാണിനി ഈ വിഷയത്തിൽ യൂറോപ്യൻ മാതൃകയെയാണ് പ്രത്യക്ഷത്തിൽ പിൻതുടരുന്നത്. അപ്പോഴും സംസ്കൃതപാരമ്പര്യം അനുസരിക്കുകയും ചെയ്യുന്നു. (ഏ. ആർ. കണ്ണുമടച്ച് ഗുണ്ടർട്ടിനെ പിൻതുടരുകയല്ലെന്നതിന്റെ പ്രകടമായ തെളിവായും ഇതിനെ കാണണം.) തമിഴ വ്യാകരണസംജ്ഞകളും പദവിഭാഗങ്ങളും ധാരാളമായി ഗുണ്ടർട്ട് സ്വീകരിച്ചിട്ടുണ്ട്. പേരെച്ചം, വിനയെച്ചം, മുൻവിനയെച്ചം, പിൻവിനയെച്ചം, നടുവിനയെച്ചം, മറവിന, ചുട്ടെഴുത്ത് എന്നിവയൊക്കെ ഉദാഹരണങ്ങളാണ്. അതെല്ലാം *കേരളപാണിനീയ*ത്തിലേക്ക് വന്നുചേരുകയും ചെയ്യുന്നു.

വിഭക്തിവിഷയത്തിൽ ഗുണ്ടർട്ട് സ്പർശിച്ചുപോകുന്ന പല കാര്യങ്ങളും ഏ. ആർ. വികസിപ്പിച്ച് സിദ്ധാന്തപദവിയിലെത്തിക്കാൻ ശ്രമിച്ചിട്ടുണ്ട്. മൂലം, നിമിത്തം ഇത്യാദികൾക്ക് വിഭക്ത്യർത്ഥമാകാമെന്ന ഗുണ്ടർട്ടിന്റെ നിരീക്ഷണത്തെ വളർത്തി മിശ്രവിഭക്തി, സമാസവിഭക്തി തുടങ്ങിയ

സങ്കല്പനങ്ങളിലേക്ക് ഏ. ആർ. എത്തിച്ചേർന്നു. ഗുണ്ടർട്ടിന്റെ വ്യാകരണത്തിലെ വാചകകാണ്ഡത്തിലാണ് വിഭക്തിവിഷയത്തിന്റെ അർത്ഥവിവക്ഷകൾ വിശദമായി വെളിവാക്കുന്ന പ്രദർശനം നടക്കുന്നത്. അത് കേരളപാണിനിയുടെ കാരകപ്രകരണത്തിൽ സംഗ്രഹിക്കപ്പെട്ടു. രൂപനിഷ്ഠമായ സമീപനമാണ് ഗുണ്ടർട്ട് മിക്കവാറും ഉയർത്തിപ്പിടിക്കുന്നത്. അതുകൊണ്ടാണ് വിഭക്തിരൂപാവലിയിൽ ചതുർത്ഥിയെ അധികരിച്ച് കുവക, നുവക എന്ന തരംതിരിവു നടത്തുന്നതിന് അദ്ദേഹം നിർബന്ധിതനായത്. അതു വസ്തുനിഷ്ഠമാണെന്നതൊക്കെ ശരിതന്നെ. എന്നാൽ അതുകൊണ്ട് വ്യാകരണചിന്തയിൽ കാര്യമായ പ്രയോജനമൊന്നും ഉണ്ടായിട്ടില്ല എന്നതല്ലേ വാസ്തവം? കേവലമായ വസ്തുനിഷ്ഠതാശാഠ്യത്തിന്റെ കൂടെപ്പിറപ്പായ രൂപനിഷ്ഠചിന്തയുടെ പരിമിതിയല്ലേ ഇത്?

ഇവിടെയൊക്കെ ഗുണ്ടർട്ടിനെ ആശ്രയിക്കാനും അതേ സമയം പഠിതാക്കൾക്ക് ഉപകരിക്കുന്നമട്ടിൽ കൂടുതൽ ഉചിതമായി സംവിധാനം ചെയ്യാനും ഏ. ആറിനു സാധിച്ചിട്ടുണ്ട്. സർവ്വനാമചർച്ചയിലും ഇതേ മട്ടിലാണ് കാര്യങ്ങൾ. പ്രതിസംജ്ഞകൾ എന്ന തലക്കെട്ടിൽ ഉദാഹരണവൈപുല്യത്തോടെ ഗുണ്ടർട്ടു നടത്തിയ വിശകലനത്തിന്റെ സാരസംഗ്രഹം ഏ. ആർ. അവതരിപ്പിച്ചു. തദ്ധിതവിചാരത്തിലും കാലം, പ്രകാരം, നാമധാതു, അനുപ്രയോഗം, നിഷേധം, പേരെച്ചം, വിനയെച്ചം, ഖിലധാതുക്കൾ തുടങ്ങിയ വിഷയങ്ങളിലുമൊന്നും സ്ഥിതി മറിച്ചല്ല. ഗുണ്ടർട്ട് വിതയ്ക്കുന്നു. ഏ. ആർ. കൊയ്യുന്നു എന്നു പറഞ്ഞാൽ കുറച്ചധികമായിപ്പോകും. ഏ. ആറിനെ അഭിനന്ദിക്കുമ്പോൾ നമ്മൾ ഗുണ്ടർട്ടിനെക്കൂടിയാണ് അഭിനന്ദിക്കുന്നത് എന്നുവെയ്ക്കുകയേ വഴിയുള്ളൂ. ഏ. ആറിന് *കേരളപാണിനീയ*രചന നിർവ്വഹിക്കാൻ കഴിഞ്ഞത് ഗുണ്ടർട്ടു നടത്തിയ ഭഗീരഥയത്നം പ്രയോജനപ്പെടുത്തിക്കൊണ്ടാണെന്നതു മറന്നുകൂട എന്നാണ് പറഞ്ഞുവരുന്നത്. ഇക്കാര്യം എ. ആർ. മറക്കുകയോ മറയ്ക്കുകയോ ചെയ്തിട്ടില്ല. ഗുണ്ടർട്ടിനുണ്ടായ മഹത്തായ സ്മാരകവും കൂടിയാണ് *കേരളപാണിനീയം*.

സി. എൽ. ആന്റണി എഴുതിയിരിക്കുന്നതുപോലെ; 'നാമം, ക്രിയ തുടങ്ങിയ ഭാഷാഘടകങ്ങൾക്ക് പ്രത്യയങ്ങൾ ചേരുമ്പോൾ പ്രയോഗതലത്തിൽ സിദ്ധിക്കുന്ന അർത്ഥവൈവിധ്യം വ്യക്തമാക്കാൻ ഉദാഹരണങ്ങൾ സംഭരിക്കുക അത്ര എളുപ്പമല്ല. ഈ എളുപ്പമല്ലാത്ത കാര്യമാണ് ഗുണ്ടർട്ട് ചെയ്തുവെച്ചിരിക്കുന്നത്. ഭാഷയേതായാലും മനുഷ്യൻ നന്നായാൽ മതി എന്നതാണ് ഭാഷാസ്നേഹിയായ ഗുണ്ടർട്ട് നമ്മെ പഠിപ്പിക്കുന്നത്. തന്റെ ജന്മഭാഷയോ ദേശീയഭാഷയോ രണ്ടാംഭാഷയോ ഒന്നുമല്ലാത്ത മലയാളത്തെ അറിയാൻ ഗുണ്ടർട്ട് ഇരുപത്തഞ്ചിലധികം

വർഷം നടത്തിയ കഠിനാദ്ധ്വാനഫലമാണ് *മലയാളഭാഷാവ്യാകരണം.* അത് വലിയൊരു ഭാഷാവിവരശേഖരമായി ഗവേഷകർക്ക് ഉപയോഗപ്രദമാംവണ്ണം ക്രമീകരിക്കപ്പെട്ട് നിലകൊള്ളുന്നു. സി. എൽ. ആന്റണിയെത്തന്നെ ഉദ്ധരിക്കാം: "ക്രി. വ. 1850 വരെയുള്ള മലയാളവാക്യഘടനാരീതിയുടെ വിശ്വസ്തമായ ഒരാധികാരികരേഖയാണ് ഡോ. ഗുണ്ടർട്ടിന്റെ *മലയാളഭാഷാവ്യാകരണം*" (1989: 16). ഏ. ആറാണ് അത് സഫലമായി ഉപയോഗപ്പെടുത്തിയ ആദ്യഗവേഷകൻ.

സി. എൽ. ആന്റണി ഉയർത്തിക്കാണിക്കുന്ന ഈ മഹത്വത്തിന് ഒരു മറുവശമുണ്ട്. സാധാരണക്കാർക്ക് ഉപയോഗിക്കാനെന്നതു പോകട്ടെ, ഗവേഷകർക്കുപോലും എളുപ്പത്തിലൊന്നും വഴങ്ങിക്കൊടുക്കാത്ത മട്ടിലാണ് ഗുണ്ടർട്ട് വ്യാകരണത്തിന്റെ നില്പ്. വ്യവഹാരഭാഷയുമായി ബന്ധമില്ലാത്ത ഒരവസ്ഥ അതിനു വന്നുചേർന്നിരിക്കുന്നു. ഗുണ്ടർട്ട് നിർദ്ദേശിക്കുന്ന പല രൂപങ്ങളും ഇന്നത്തെ മലയാളവ്യവഹാരങ്ങളിൽ പ്രത്യക്ഷപ്പെടുന്നവയല്ല. ഉദാഹരണത്തിന് ബഹുവചനപ്രത്യയങ്ങൾ വിവരിക്കുന്നിടത്ത് ഗുണ്ടർട്ട് നൽകുന്ന ഉദാഹരണങ്ങൾ കാണുക: *ഭൂക്കൾ, നൃക്കൾ, ജ്യാക്കൾ, വിദ്വത്തുക്കൾ, മഹത്തുക്കൾ,പിശാചന്മാർ, കുറ്റങ്ങൾ, മങ്കയർ, മടന്തയർ, തരുണിയർ, അമാത്യകൾ, കന്യാക്കന്മാർ, എൻമൾ.* ഇതിൽ കുറ്റങ്ങൾ ഒഴികെ മറ്റെല്ലാം താളിയോലകളിലോ മറ്റോ മാത്രമേ നമുക്കു കാണാൻ കിട്ടൂ. വാസ്തവത്തിൽ ഒരു താളിയോലഗ്രന്ഥപ്പുരയിൽ കയറിയാലത്തെ പ്രതീതിയാണ് *മലയാളഭാഷാവ്യാകരണ*ത്തിലെ കാണ്ഡങ്ങളിലൂടെ കടന്നുപോകുമ്പോൾ അനുഭവിക്കാൻ കഴിയുക. വിസ്മയത്തോടെ അതിനു മുന്നിൽ നിൽക്കുവാനേ ഇന്നത്തെ പഠിതാക്കൾക്കു സാധിക്കുന്നുള്ളൂ. അതിന്റെ വിവരണകലയുമായി പൊരുത്തപ്പെടുകയെന്നത് അല്പം ശ്രമകരമാണ്. ചുരുങ്ങിയപക്ഷം, *മലയാളഭാഷാവ്യാകരണ*ത്തിന് വിശദമായ അടിക്കുറിപ്പുകൾ നല്കിക്കൊണ്ടുള്ള ഒരു വ്യാഖ്യാനം രൂപപ്പെടുത്തുകയെങ്കിലും ചെയ്യേണ്ടതുണ്ട്.

സഹായകകൃതികൾ

1. ഗുണ്ടർട്ട്, ഹെർമ്മൻ 2014 *മലയാളഭാഷാവ്യാകരണം*, എൻ. ബി. എസ്,. കോട്ടയം.
2. ജോർജ്ജ് മാത്തൻ, 2012 *മലയാഴ്മയുടെ വ്യാകരണം*, കേരള ഭാഷാ ഇൻസ്റ്റിറ്റ്യൂട്ട്, തിരുവനന്തപുരം.
3. ആന്റണി, സി. എൽ. 1989 *ഭാഷാപഠനങ്ങൾ* കേരള സാഹിത്യ അക്കാദമി, തൃശ്ശൂർ.
4. വറീദ്, കെ.പി. 1973 *ഡോ. ഹെർമ്മൻ ഗുണ്ടർട്ട്*, എൻ.ബി.എസ്., കോട്ടയം.
5. ഗുപ്തൻനായർ, എസ്. 1986 *പുനരാലോചന,* എൻ.ബി.എസ്., കോട്ടയം.
6. ചെറിയാൻ, കുനിയന്തോടത്ത്, ഡോ. 1997 *മലയാളഭാഷയും ഡോ. ഹെർമ്മൻ*

ഗുണ്ടർട്ടും, പി.കെ.ബ്രദേഴ്സ്, കോഴിക്കോട്.
7. ആൻഡ്രൂസ്കുട്ടി, എ.പി. 1977 (ഡിസം.) 'ഗുണ്ടർട്ട്-ഭാഷാശാസ്ത്രജ്ഞൻ' *ഭാഷാസാഹിതി,* 54-58.
8. വേണുഗോപാലപ്പണിക്കർ, ടി. ബി. 2006 *ചിതറിപ്പോയ സിംഹനാദവും ചില ഭാഷാവിചാരങ്ങളും,* കേരള സാഹിത്യ അക്കാദമി, തൃശ്ശൂർ.
9. ഫ്രൻസ്, ആൽബ്രഷ്ട് & സ്കറിയ സക്കറിയ 1991 *ഡോ.ഹെർമൻ ഗുണ്ടർട്ട് പറുദീസയിലെ ഭാഷാപണ്ഡിതൻ,* ഡി.സി.ബുക്സ്, കോട്ടയം.
10. രാജരാജവർമ്മ, ഏ.ആർ. 1996 *കേരളപാണിനീയം,* ഡി.സി.ബുക്സ്, കോട്ടയം.
11. സൗമ്യാ ബേബി, ഡോ. 2009 *മലയാളഭാഷാവിജ്ഞാനത്തിന് എൽ.വി. രാമസ്വാമി അയ്യരുടെ സംഭാവന-വിമർശനാത്മകപഠനം,* പ്രകാശനവിഭാഗം, കേരളസർവ്വകലാശാല
12. ബാബു പോൾ, 2009 *ബെഞ്ചമിൻ ബെയ്‌ലി,* എൻ.ബി.എസ്., കോട്ടയം.
13. ഷെല്ലി, എം.ആർ. 2011 *കേരളപാണിനീയവും ഗുണ്ടർട്ടിന്റെ മലയാളവ്യാകരണഗ്രന്ഥവും-ഒരു താരതമ്യപഠനം* (അപ്രകാശിത പിഎച്ച്.ഡി. പ്രബന്ധം, യൂണിവേഴ്സിറ്റി ലൈബ്രറി, കേരളസർവ്വകലാശാല.)

(ഡോ. എസ്. നൗഷാദ് നിർദ്ദേശിച്ച് എഴുതിപ്പിച്ച് കേരളഭാഷാ ഇൻസ്റ്റിറ്റ്യൂട്ട് പ്രസിദ്ധീകരിച്ച *മലയാളഭാഷാശാസ്ത്രജ്ഞർ* എന്ന പുസ്തകത്തിൽ ചേർത്ത ലേഖനം.)

ഇംഗ്ലീഷാവിഷ്ടമായ മലയാളം

മലയാളഭാഷാശരീരത്തിൽ ഇംഗ്ലീഷ് ഭാഷയുടെ പ്രഭാവം എത്രത്തോളം, എങ്ങനെയെല്ലാം തുടങ്ങിയ കാര്യങ്ങൾ നമ്മുടെ ഭാഷാചിന്തകരുടെ ആലോചനയ്ക്ക് വിധേയമായിട്ടുണ്ട്. കുത്തും കോമയും ഇടുന്നതുൾപ്പെടെയുള്ള കാര്യങ്ങൾ അക്കൂട്ടത്തിൽ ശ്രദ്ധയിൽ വന്നിട്ടുമുണ്ട്. വാക്യഘടനയിൽ വന്നിട്ടുള്ള സ്വാധീനം[1], വാക്കുകളുടെ ഇടകലരൽ സംഭവിക്കുന്ന രീതി[2], ഉച്ചാരണത്തിൽ വരുന്ന വ്യതിയാനങ്ങൾ[3] സന്ധിയും അതുമായി ബന്ധപ്പെട്ട സ്പെയ്സ് (ഇട) ഇടലും[4],

---

1. കർമ്മണിപ്രയോഗത്തിന്റെ ധാരാളിത്തം, കോമയിട്ട് വിശദീകരണവും ആന്തരവാക്യവും സന്നിവേശിപ്പിക്കുന്ന തരത്തിലുള്ള സങ്കീർണ്ണരചന തുടങ്ങിയ, സമകാല മലയാളത്തിലെ പ്രത്യേകതകൾ ഓർക്കുക.
2. പദകോശപരമായ മാറ്റമാണിത്. ധാരാളം ഇംഗ്ലീഷ് പദങ്ങൾ മലയാളത്തിലേക്ക് കടം കൊള്ളുന്നു. അതിന്റെ ഫലമായും വാക്യഘടനയിൽ പുതുരീതികൾ ഉണ്ടാകുന്നുണ്ട്. പണിഷ് ചെയ്തു, പണിഷ്മെന്റ് നൽകി തുടങ്ങിയ രീതികളിൽ അനുപ്രയോഗം ചേർത്ത് അതിൽ കാലസൂചകപ്രത്യയങ്ങൾ ചേർക്കുന്ന രീതി ഉദാഹരിക്കാവുന്നതാണ്.
3. ഫയുടെ ഉച്ചാരണത്തിൽ വന്നുചേർന്ന പുതുമട്ട് ഉദാഹരണം. ക്ഷ യുടെ ക് ഷ എന്ന മട്ടിലുള്ള (ഇംഗ്ലീഷിൽനിന്നു സ്വീകരിച്ച പദങ്ങളിൽ) ഉച്ചാരണം. ഈ ഫയും ക്ഷയും ഒക്കെ സംസ്കൃതത്ത്ൽനിന്നു വാക്കുകൾ എടുക്കുന്നതിനോടൊപ്പം വന്നുചേർന്നതാണെന്ന കാര്യവും മറന്നുകൂടാ.
4. സന്ധി ചെയ്യുന്നത് മലയാളത്ത്ന്റെയും സംസ്കൃതത്തിന്റെയും രീതിയാണ്. ഉച്ചാരണത്തിൽത്തന്നെ അതിനാധാരമായ സവിശേഷതകളുണ്ട്. എന്നാൽ സന്ധി ചേർത്ത് എഴുതുന്ന രീതി വലിയ തോതിൽ കുറഞ്ഞുവരികയാണ്. ചാടി പോയി (ചാടിപ്പോയി എന്നതിനു പകരം) എന്നൊക്കെയാണ് പുതുതലമുറയിലെ ബഹുഭൂരിപക്ഷം ആളുകളും എഴുതിപ്പോരുന്നത്. പ്രത്യേകിച്ച് മലയാളം ഗവേഷകരും വിദ്യാർത്ഥികളും. വ്യാകരണവും സന്ധിയുമൊക്കെ പഴഞ്ചൻ പിന്തിരിപ്പൻ ഏർപ്പാടുകളാണെന്ന് വ്യക്തമായി ഉൾക്കൊണ്ടിട്ടുള്ള പുതിയ കാലത്തെ ഭാഷാവീക്ഷണത്തിൽ ഇത് തിരുത്തപ്പെടേണ്ട തെറ്റല്ലാത്തതിനാൽ ഈ പരിണാമം സ്ഥായിത്വമാർജ്ജിക്കാനാണ് ഇട. വിശേഷണവിശേഷ്യങ്ങളാണെങ്കിലും പൊതുവെ വാക്കുകൾ വിട്ടെഴുതുന്ന രീതിയാണ് ഇംഗ്ലീഷിലുള്ളത്. ഹാന്റ് ബുക്

പുതിയ ലിപിയുടെ പേരിൽ വന്നുചേർന്ന കൂട്ടക്ഷരനിരാസം - ഇങ്ങനെ ഭാഷയുടെ വിവിധ തലങ്ങളിൽ ഇംഗ്ലീഷ് ചെലുത്തിയ പരിണാമപ്രേരണ കളെ നമുക്ക് എളുപ്പത്തിൽ നിരീക്ഷിക്കാൻ കഴിഞ്ഞേക്കും. ആ മട്ടിലുള്ള സാർത്ഥകമായ പഠനങ്ങൾ നടന്നിട്ടുമുണ്ട്[5].

മലയാളത്തിന്റെ പരിണാമത്തെ വലിയൊരു പരിധിവരെ ത്വരിപ്പിച്ച അന്യഭാഷാസ്വാധീനങ്ങളുടെ കൂട്ടത്തിൽ, ആധുനികകാലത്ത്, ഏറ്റവും ശക്തമായതെന്ന നിലയിലാണ് ഇംഗ്ലീഷിന്റെ സ്വാധീനതയെ ഭാഷാ പഠിതാക്കൾ വിശേഷമായി ശ്രദ്ധിക്കേണ്ടിവരുന്നത്. മിക്കവാറും വസ്തുനി ഷ്ഠമായ അറിവുകൾ നൽകുന്ന ഭാഷാപഠനങ്ങൾ സാംസ്കാരികമായി ഒരു ന്യൂട്രൽ(നിഷ്പക്ഷ)സമീപനമാകും കൈക്കൊള്ളുക[6]. ഭാഷയുടെ രൂപപര (ഘടക-ഘടനാപര)മായ വിശകലനങ്ങളിൽ ഒതുങ്ങിനിൽക്കു ന്ന പഠനങ്ങളെക്കുറിച്ചാണ് ഇവിടെ സൂചിപ്പിക്കുന്നത്. ഇതൊരു ന്യൂനത യായി കണ്ടുകൂടാ. എന്നാൽ, അതിനപ്പുറത്ത്, ഇംഗ്ലീഷിന്റെ പ്രഭാവത്തെ സാംസ്കാരികവും രാഷ്ട്രീയവും സാമൂഹിക-മനശ്ശാസ്ത്രപരവുമായ വിവക്ഷ കളോടെ കാണാതിരിക്കാൻ ഇന്നു ഭാഷാപഠിതാക്കൾക്ക് കഴിയില്ല. ഭാഷാപഠനം ആ നിലയിലുള്ള വിഷയമായി പരിണമിച്ചിട്ടുണ്ട്. ഭാഷ എന്ന പ്രതിഭാസം ഏറെ പ്രശ്നവൽക്കരിക്കപ്പെടുകയും ചെയ്തിരിക്കുന്നു.

ആശയവിനിമയോപാധിയും ചിഹ്നാത്മകമായൊരു സിസ്റ്റവും (വ്യ വസ്ഥയും) എന്ന നിലയിൽ പഠിച്ചവസാനിപ്പിക്കാവുന്ന പഴയ 'ഭാഷ' ഇന്നില്ല. ആ സാഹചര്യത്തെ മറികടന്ന് ഭാഷാപഠനാന്തരീക്ഷം പുതിയ പുതിയ ഘട്ടങ്ങളിലേക്ക് സഞ്ചരിക്കുകയാണ്. പരിണാമം ഭാഷയിൽ

(hand book) എന്നല്ലാതെ ഹാന്റ്ബുക് (handbook) എന്നെഴുതേണ്ട കാര്യമില്ല ഇംഗ്ലീഷിൽ. ഈ രീതിയുടെ പ്രഭാവം നമ്മുടെ സന്ധിനിരാസത്തിലും ഇട ചേർ ക്കലിലും ഉണ്ടെന്നു തോന്നുന്നു.

5. ഡോ. കെ എം ജോർജ്ജിന്റെ 'മലയാളഭാഷയിലെ പാശ്ചാത്യപ്രഭാവം' എന്ന പ്രബന്ധമുൾപ്പെടെയുള്ള പഠനങ്ങൾ ഇവിടെ ഓർക്കാവുന്നതാണ്. *കലാകേളി* എന്ന പേരിൽ ഡോ. കെ. എം. പ്രഭാകരവാര്യർ എഡിറ്റു ചെയ്തു പുറത്തിറക്കിയ, ഡോ. എസ്.കെ. നായർ സ്മരണികയിൽ ഈ ലേഖനം കാണാം. ഭാഷയുടെ വിവിധ തലങ്ങളിലുള്ള ഇംഗ്ലീഷ് പ്രഭാവം ഇതിൽ ക്രമപ്പെടുത്തി വിസ്തരിച്ചിട്ടുണ്ട്. പുറം: 85-97 (1985, ഡി സി ബുക്സ്,കോട്ടയം). *വെസ്റ്റേൺ ഇൻഫ്ളുവൻസ് ഓൺ മലയാളം ലാംഗ്വെജ് ആന്റ് ലിറ്ററേച്ചർ* എന്ന വിപുലമായ ഇംഗ്ലീഷിലുള്ള പുസ്തകം (കേന്ദ്ര സാഹിത്യ അക്കാദമി, 1972) ഈ വിഷയത്തിൽ അദ്ദേഹം നടത്തിയിട്ടുള്ള പര്യവേക്ഷണത്തിന്റെ രേഖയാണ്.

6. ഈ ന്യൂട്രാലിറ്റിയുടെ അന്തർഗതങ്ങൾ അത്രയൊന്നും ന്യൂട്രലല്ലെന്നും ഹെജിമോ ണിക്കായ ധാരണകളെ ശുശ്രൂഷിക്കുന്നതാണെന്നും മറ്റും ഇന്ന് അപനിർമ്മാണ തന്ത്രങ്ങളോടെ സാംസ്കാരികവിശ്ലേഷണം നടത്തി സ്ഥാപിക്കുവാൻ പ്രയാസ മൊന്നുമില്ല. വസ്തുതകൾ വിമർശാത്മകമായല്ലാതെ പരിശോധിക്കുന്ന സമീപനം അക്കാരണത്താൽ സാംസ്കാരികമൂല്യമില്ലാത്തതാണെന്നു പറയുവാനും കഴിയും.

മാത്രം സംഭവിക്കുന്നതല്ല; സമീപനത്തിലും കൂടി സംഭവിക്കുന്നതാണ്. മനുഷ്യന്റെ ഉണ്മയുടെയും നിലനില്പിന്റെയും ആധാരോപാധിയായ അതിഭൗതികപ്രതിഭാസം എന്ന നിലയിലും, സാമൂഹികമായ ജീവിതത്തിൽത്തന്നെ സക്രിയമായ പങ്കുവഹിക്കുന്ന പ്രത്യയശാസ്ത്രപരമായ മൂർത്തപ്രതിഭാസം എന്ന നിലയിലും ഭാഷയെ വിശകലനം ചെയ്യുന്ന പുതിയ പുതിയ വിതാനങ്ങളിലേക്ക് ഭാഷാസമീപനങ്ങൾ ഉയർന്നിട്ടുണ്ട്. തത്വചിന്താപരവും സാംസ്കാരികചരിത്രചിന്താപരവുമായ വീക്ഷണങ്ങളാണ് സമകാലത്ത് ആക്കമാർജ്ജിക്കുന്നത്.

ഭാഷകളുടെ വികസിത-അവികസിതാവസ്ഥകൾ, ആരോഹണാവരോഹണങ്ങൾ, വിമോചനമൂല്യം, പദവികൾ, വൈജ്ഞാനികത, കടന്നാക്രമണം, തിരോധാനം, പരിചരണം, ഭാഷാരാഷ്ട്രീയം, അധികാരം, മനുഷ്യാവകാശം, ജനാധിപത്യാവകാശം, ഭാഷാവകാശം, സ്വാതന്ത്ര്യം, അറിവ്, സൗന്ദര്യം, വിദ്യാഭ്യാസം, സാംസ്കാരികസ്വത്വം, പ്രായോഗികത, ജീവനം, അതിജീവനം, ദേശീയത, രാഷ്ട്രം, സാമൂഹികമനശ്ശാസ്ത്രം, ചരിത്രം തുടങ്ങിയ പല ഘടകങ്ങളെയും പരിഗണിച്ചുകൊണ്ടാണ്, മുമ്പ് ലളിതമായി പ്രഭാവം എന്ന നിലയിൽ പരിചരിച്ചിരുന്ന ഭാഷാസമ്പർക്ക-മിശ്രണവിഷയങ്ങൾ ഇന്ന് ചർച്ച ചെയ്യപ്പെടുന്നത്. അതുകൊണ്ടുതന്നെ തികച്ചും ഋജുവായ ഒരു ആലോചനയ്ക്കും വിവരണത്തിനും വഴങ്ങിക്കിട്ടാത്തതായി ഭാഷ മാറിയിരിക്കുന്നു. മാത്രമല്ല, ഇതേ കാരണത്താൽ ഭിന്നതകളുടെ വിളനിലമായി ഈ സംവാദമണ്ഡലം പരിണമിക്കുകയും ചെയ്യുന്നു.

ബ്രിട്ടീഷ് അധിനിവേശവുമായി ബന്ധപ്പെട്ടാണ് ഇംഗ്ലീഷ് നമ്മുടെ ഭാഷാജീവിതത്തിന്റെ ഭാഗമാകുന്നതും ഒരു ചർച്ചാവിഷയമായി മാറുന്നതും. അവർ ഈ നാട്ടിലെത്തി വാണിജ്യരംഗത്ത് കുത്തകാധികാരം സമ്പാദിക്കുകയും പതുക്കെപ്പതുക്കെ അധികാരശക്തിയായി പരിണമിക്കുകയും ചെയ്യുന്നതോടൊപ്പം ഇന്ത്യയിലെ ഇംഗ്ലീഷ് ഭാഷയുടെ ഉപയോഗം ഘട്ടം ഘട്ടമായി ഏറിവന്നു. നാട്ടുകാർ ഭരണസംവിധാനത്തിലും ഇംഗ്ലീഷ് വിജ്ഞാനപ്രക്രിയയിലും ഇംഗ്ലീഷുകാരൊത്തുള്ള ജീവിതവ്യവഹാരങ്ങളിലും ഭാഗമായതോടെ ഇന്ത്യൻ ഭാഷകളും ഇംഗ്ലീഷുമായുള്ള സമ്പർക്കവും മിശ്രണവും ഏറിവന്നു. മാത്രമല്ല, ഈ ഭാഷകളുടെ ഉപയോഗത്തെ സംബന്ധിച്ച സംവാദവും അനിവാര്യമെന്നോണം ഉടലെടുത്തു. അത് നിലയ്ക്കാത്ത വർത്തമാനമായി തുടരുകയാണ്. സർക്കാർ ഉദ്യോഗം സംബന്ധിച്ചും പദവികൾ സംബന്ധിച്ചും ഇംഗ്ലീഷ് ഭാഷയിലൂടെ ലഭിക്കുന്ന പാശ്ചാത്യവിജ്ഞാനത്തെ സംബന്ധിച്ചും അതിന്റെ സംസ്കാരപരമായ വിവിധ മാനങ്ങളെ സംബന്ധിച്ചും ഉള്ള

വിചാരവിനിമയങ്ങൾ നടന്നുപോരുന്നു.ആധുനിക-ഇന്ത്യൻ ബുദ്ധിജീവികളുടെ ഉദയത്തിൽത്തന്നെ ഇടമുള്ള ഈ സംവാദത്തിൽ റാംമോഹനെപ്പോലുള്ള മുൻനിര 'നവോത്ഥാനനായകർ' പങ്കുചേരുകയുണ്ടായി.

ആധുനികമായ അറിവിനുവേണ്ടി ഞങ്ങൾ ഇംഗ്ലണ്ടിലേക്കാണ് ഉറ്റുനോക്കുന്നത് എന്നായിരുന്ന റാംമോഹൻ പറഞ്ഞത്[7]. ആദ്യകാല ആധുനികബുദ്ധിജീവിനിരയിലെ, ഗാന്ധിയുൾപ്പെടെയുള്ള വക്കീലുമാരും മറ്റു ധിഷണാശാലികളും ഇംഗ്ലണ്ടിൽ പോയി യൂറോപ്യൻ വിദ്യാഭ്യാസം നേടിയവരായിരുന്നു. ഇംഗ്ലീഷ് രക്ഷയുടെയും വിജ്ഞാനത്തിന്റെയും സംസ്കാരത്തിന്റെയും അടയാളമായി അന്നേ മാറിയിരുന്നു. ബംഗാളിലെ ഉന്നതകുലജാതനായ രാജ്നാരായൺ ബോസ് തന്റെ മക്കളായ അരബിന്ദോയെയും ബരീനെയും ഇംഗ്ലണ്ടിൽ പഠനത്തിനായി അയച്ചപ്പോൾ ബംഗാളിഭാഷയിൽനിന്ന് അവരെ പൂർണ്ണമായി അകറ്റിനിർത്തണമെന്ന് നിഷ്കർഷിച്ചത് ഈ വീക്ഷണത്തിന്റെ പ്രകടമായ ഒരു തെളിവായി മനസ്സിലാക്കാം[8].

ഇത്തരമൊരു ഇംഗ്ലീഷ്-മേന്മാവബോധം ഇന്നും ഇന്ത്യൻ നാട്ടുകളിൽ ശക്തമാണ്. രസകരമായൊരു കാര്യം, ഇവിടെ പാശ്ചാത്യവിദ്യാഭ്യാസപ്രവർത്തനം നടത്തിയ മിഷണറിമാർക്കു പോയിട്ട് മെക്കാളെ പ്രഭുവിനുപോലും ഇമ്മാതിരി വീക്ഷണം ഉണ്ടായിരുന്നില്ല എന്നതാണ്. മിഷണറിമാർ വലിയ തോതിൽ നാട്ടുഭാഷാപഠനത്തെയും നാട്ടുഭാഷയിലുള്ള വിദ്യാഭ്യാസത്തെയും പ്രോത്സാഹിപ്പിച്ചിരുന്നു. മറിച്ച്, ബ്രിട്ടീഷ് അധികാരികൾ ഇംഗ്ലീഷ് വിദ്യാഭ്യാസത്തിന് കൂടുതൽ ഊന്നൽ നൽകിയിരുന്നു. ഭരണപരമായ ആസൂത്രണവുമായി ബന്ധപ്പെട്ടായിരുന്നു അത്. ഇംഗ്ലീഷ് വിദ്യാഭ്യാസം നടപ്പിലാക്കുന്നതിനെ സംബന്ധിച്ച ബ്രിട്ടീഷ് കാഴ്ചപ്പാട് വെളിപ്പെടുത്തിയ മെക്കാളെയുടെ മിനുട്സ് ഈ

---

7. രാജാറാം മോഹൻ റോയിയുടെ ഈ സമീപനം വളരെ പ്രസിദ്ധമാണ്.ബ്രിട്ടീഷ് സർക്കാരിന്റെ രാഷ്ട്രീയസാമ്പത്തികനയങ്ങൾക്കെതിരെ കടുത്ത വിമർശനമുന്നയിക്കുമ്പോഴും പൗരസ്വാതന്ത്ര്യം, ജനാധിപത്യം, ശാസ്ത്രസാങ്കേതികവിദ്യ, വിദ്യാഭ്യാസം എന്നിവയ്ക്ക് ഇംഗ്ലണ്ടിനെ മാതൃകയും പ്രഭവവുമായി കാണുവാനാണ് അദ്ദേഹം താല്പര്യപ്പെട്ടത്. കേശബ്ചന്ദ്രസെന്നും മഹാദേവറാനഡെയും ഒക്കെ ഈ വഴിക്കു ചിന്തിച്ചവരാണ്. കാണുക: 1. ഏ ആർ ദേശായിയുടെ *ഇന്ത്യൻ ദേശീയതയുടെ സാമൂഹികപശ്ചാത്തലം*,പുറം: 184-185, കേരളഭാഷാ ഇൻസ്റ്റിറ്റ്യൂട്ട്,1989. 2. കെ. എൻ.പണിക്കരുടെ *കൾച്ചർ ഐഡിയോളജി ഹെജിമണി -ഇന്റലക്ച്വൽസ് ആന്റ് സോഷ്യൽ കോൺഷ്യസ്നെസ് ഇൻ കൊളോണിയൽ ഇൻഡ്യ*, പുറം: 72-96,1984, തൂലിക, ന്യൂദെലി, 1978).

2. ആഷിഷ് നന്ദിയുടെ ഇന്റിമേറ്റ് എനിമി -*ലോസ് ആന്റ് റികവറി ഓഫ് സെൽഫ് അണ്ടർ കൊളോണിയലിസം* എന്ന പുസ്തകത്തിലെ അരവിന്ദ്ഘോഷിനെക്കുറിച്ചുള്ള വിവരണം നോക്കുക.

ഔദ്യോഗികനയത്തിന്റെ വെളിപ്പെടുത്തലായിരുന്നു. അദ്ദേഹവും നാട്ടുഭാഷകളുടെ വിജ്ഞാനവികാസവും അതിജീവനവും സങ്കല്പിച്ചിരുന്നു എന്നതാണ് വാസ്തവം[9]. മിനിട്സുമായി ബന്ധപ്പെട്ടുത്തിയുള്ള ചർച്ചകൾ, വ്യാഖ്യാനഭേദങ്ങൾ എന്നിവയൊക്കെ നാളിതുവരെ നിലയ്ക്കാത്ത ഒരു സംവാദപരമ്പരയായി തുടർന്നുകൊണ്ടേയിരിക്കുന്നു. ഒന്നാലോചിച്ചാൽ, ഒരിക്കലും നിലയ്ക്കാത്ത ഒരു യന്ത്രത്തെയാണ് ഇംഗ്ലീഷ് ഇന്ത്യൻ ഭാഷകളിൽ ഘടിപ്പിച്ചത് എന്നു തോന്നിപ്പോകും

യൂറോപ്യൻ ആധുനികതയുടെ ഏറ്റവും പ്രകടമായ അടയാളമായി ഇംഗ്ലീഷിന്റെ പ്രഭാവത്തെ നോക്കിക്കാണാൻ നാം ചരിത്രപരമായി വിധിക്കപ്പെട്ടു എന്നതാണ് യാഥാർത്ഥ്യം. അതാണ് മേല്പറഞ്ഞ മേന്മാവബോധത്തിന്റെ കരു. അതിനൊരു മറുപുറവുമുണ്ട്. ആധുനികത കൊളോണിയൽ അധിനിവേശപരം കൂടിയാണ്. ഇംഗ്ലീഷ് അതിനാൽത്തന്നെ കോളനിവൽക്കരണത്തിന്റെ ഉപാധിയുമാണ്. ഇംഗ്ലീഷിന്റെ പ്രഭാവത്തെ കൊളോണിയൽ അധിനിവേശമായും വായിക്കാമെന്നു സാരം. ഗാന്ധിയിലും മറ്റും പ്രകടമായ സാംസ്കാരികവിമർശനാത്മകനിരീക്ഷണങ്ങളിൽ ഇംഗ്ലീഷിന് അങ്ങനെയൊരു മുഖവുമുണ്ട്. അലോപ്പതി, യന്ത്രസംവിധാനങ്ങൾ, പുരോഗതിയെ സംബന്ധിച്ച നേർരേഖാഗതിപരവും ഏകമുഖവുമായ വീക്ഷണം എന്നിവയോടെല്ലാം കോർത്തുനിൽക്കുന്ന ഒരു വിമർശനവീക്ഷണമാണിത്. നമ്മുടെ ചുറ്റുവട്ടത്തിലുള്ള അതിന്റെ സജീവസാന്നിദ്ധ്യം കോരിത്തീരാത്ത ഒരു കൊളോണിയൽ അവശിഷ്ടമായി, മാലിന്യമായി, സ്മാരകമായി നമ്മെ തുറിച്ചുനോക്കുകയാണ് എന്ന മട്ടിൽ ഇങ്ങനെ കാണുന്നതിലും യുക്തിയുണ്ട്. അതേസമയം റാം മോഹന്റെ സമീപനത്തിലും മറ്റും ലീനമായിട്ടുള്ള തരത്തിൽ വിമോചകമായ പല അർത്ഥങ്ങളും ഇംഗ്ലീഷിനോട് ഇണക്കപ്പെട്ടുന്നുമുണ്ട്.

ഇംഗ്ലീഷിന്റെ ഇടപെടലുകൾ ഇംഗ്ലണ്ടിന്റെ ഇടപെടലുകളെപ്പോലെ തന്നെ വൈരുദ്ധ്യാത്മകമായി മനസ്സിലാക്കപ്പെടേണ്ടതാണ്. ഇംഗ്ലീഷുകാരുടെ ഇന്ത്യൻ ഇടപെടലുകളെക്കുറിച്ച് മാർക്സ് 1857-ലെ രാഷ്ട്രീയ മുന്നേറ്റങ്ങളെ മുൻനിറുത്തി എഴുതിയ കുറിപ്പുകളിലെ സമീപനങ്ങളിൽ കാണാവുന്ന ദ്വന്ദ്വാത്മകമായ വീക്ഷണം[10] ഇംഗ്ലീഷ് ഭാഷയോടുള്ള സമീപനത്തിലും പ്രസക്തമാണ്. ആധുനിക ഇന്ത്യൻ മനസ്സുകളെത്തന്നെ നിർമ്മിക്കുന്നതിൽ ഒരു ഇഴയാണ് ഇംഗ്ലീഷിനെ മുൻനിറുത്തിയുള്ള

9. മുകളിൽ പരാമർശിച്ച, *കലാകേളി*യിലെ കെ. എം. ജോർജ്ജിന്റെ പ്രബന്ധത്തിലെ രണ്ടാം ഖണ്ഡം നോക്കുക.പുറം: 86.

10. മാർക്സിന്റെ *1857 ലെ ഇന്ത്യൻ സ്വാതന്ത്ര്യസമരം* എന്ന പുസ്തകം നോക്കുക. 1983, പ്രോഗ്രസ്സ് പബ്ലിഷേഴ്സ്

സന്ദിഗ്ധതകൾ. റാംമോഹനും ഗാന്ധിയും ടാഗോറും തുടങ്ങി, ഏ. ആർ. രാജരാജവർമ്മയും സമകാലത്തെ സാധാരണക്കാർവരെ ഈ സന്ദേഹങ്ങളുടെ ഭാരവും സംഘർഷവും അനുഭവിക്കേണ്ടിവരുന്നുണ്ട്. അവരുടെ തെരഞ്ഞെടുപ്പുകളെയും താല്പര്യങ്ങളെയും നിർണ്ണയിക്കുന്ന ഒരു വിശേഷമനശ്ശാസ്ത്രഘടകമായി ഇംഗ്ലീഷ് പ്രവർത്തിച്ചുകൊണ്ടേയിരിക്കുന്നു. അങ്ങനെ കാണുമ്പോൾ ഇംഗ്ലീഷ് ഒരു ഭാഷയായിരിക്കെത്തന്നെ, ഒരു സാംസ്കാരിക-രാഷ്ട്രീയയന്ത്രമായിട്ടാണ് ഇവിടെ പ്രവർത്തിക്കുന്നതെന്നു കാണണം. ഇത് മലയാളമുൾപ്പെടെയുള്ള ഇന്ത്യൻ ഭാഷക്കാരുടെ മാത്രം അവസ്ഥയല്ല. ഇംഗ്ലണ്ടിനാലും ഇംഗ്ലീഷിനാലും കോളനിവൽക്കരിക്കപ്പെട്ട നാടുകളെയാകെ ചൂഴുന്ന രാഷ്ട്രീയപ്രശ്നമാണ്.

ഇംഗ്ലീഷ് പഠിച്ച് അതിലെഴുതി അറിയപ്പെടുന്ന എഴുത്തുകാരായവർ പോലും ഈ ഭാഷാരാഷ്ട്രീയത്തെ അവരവരുടേതായ രീതിയിൽ കണ്ട് പ്രതിവാദപരമായ ചിന്തകളിലൂടെ നീങ്ങുന്നുണ്ട്.[11] തങ്ങളിൽനിന്ന് ഒഴിഞ്ഞുപോകേണ്ടുന്ന കൊളോണിയൽ ഭൂതമായി ഇംഗ്ലീഷിനെ കാണുന്നവരുണ്ട്. ആത്മബോധത്തിന്റെ അഭാവവും ഭ്രമവും മറ്റുമായി ഇംഗ്ലീഷ് വിശദീകരിക്കപ്പെടുന്നു. അതേസമയം ഇംഗ്ലീഷിന്റെ അനന്തസാദ്ധ്യതകളും പ്രയോജനവും തൊട്ട് ചരിത്രത്തിൽ അതനുഷ്ഠിച്ച വിമോചകധർമ്മവുമൊക്കെ കണ്ട് അതിനെ വാരിപ്പുണരേണ്ടതാണെന്ന് ഉദ്ബോധിപ്പിക്കുന്നവരുടെ വീക്ഷണവുമുണ്ട്. ആധുനികതയുടെയും ആത്മധൈര്യത്തിന്റെയും ആഗോളപൗരത്വത്തിന്റെയും അടയാളമായി ഇംഗ്ലീഷ് ആഘോഷിക്കപ്പെടുന്നു. വിവിധ ഭാഷക്കാരായ ജനസമൂഹങ്ങളുടെ ഒരു ചേർച്ച എന്ന ഇന്ത്യനവസ്ഥയിൽ, ദേശീയമായ അതിരുകൾ കൂടാതെ ഇവിടെ വ്യാപകമായി പ്രസരിച്ച ഇംഗ്ലീഷ് ഒരു ഇണക്കുഭാഷയായും അതിന്റെ തുടർച്ചയെന്നോണം ഒരു ഔദ്യോഗികഭാഷയായും പ്രയോജനപ്പെട്ടു. അതിനെ നമ്മുടെ ഭാഷാജീവിതത്തിന്റെ ഭാഗമാക്കി നിർത്താൻ ചരിത്രപരമായി ഈ രാജ്യം നിർബ്ബന്ധിതമായി. ഇതരദേശങ്ങളുമായുള്ള ബന്ധങ്ങളിലും വലിയൊരു പരിധിവരെ സഹായകമാണ് എന്നതും ഇംഗ്ലീഷിന് അനുകൂലമായ ഒരു ഘടകമായിത്തീരുന്നു.

അധിനിവേശം സംഭവിച്ച നാടുകളിലെ ഇംഗ്ലീഷ് സാന്നിദ്ധ്യം ഇങ്ങനെ പല തരത്തിൽ പര്യാലോചനകളാവശ്യപ്പെടുന്ന സങ്കീർണ്ണമായ ഒരു വിഷയമാണ്. മലയാളിയുടെ ഭാഷാജീവിതവും ഇതിൽനിന്നു

11. ഗൂഗി വാ തിഓംഗോയുടെ സമീപനവും മറ്റും ഇവിടെ സ്മരിക്കാം. അദ്ദേഹത്തിന്റെ,*മനസ്സിന്റെ അപകോളണീകരണം* എന്ന കൃതിയിലും മറ്റുമായി ഇംഗ്ലീഷ് ഭാഷയുണ്ടാക്കുന്ന ചിന്താപരമായ തകിടം മറിച്ചിലുകളെ വിശദമായി വിമർശനവിധേയമാക്കുന്നുണ്ട്.

മാറുന്നതല്ല. അതിൽ അത്യന്തം സജീവമായ ഒരിഴയാണ് ഇംഗ്ലീഷ് എന്നല്ല; മലയാളിയുടെ ഭാഷാജീവിതത്തിന്റെ ഓരോ ഇഴയിലും ഇംഗ്ലീഷിന്റെ സാന്നിദ്ധ്യമുണ്ട് എന്നാണ് പറയാവുന്നത്. ഉച്ചാരണമായും വാക്കിന്റെ രൂപമായും വാക്കിന്റെ അർത്ഥമായും ഘടനയായും സാഹിത്യമായും സങ്കല്പനമായും അത് നമ്മോടു സഹവസിക്കുന്നു; സഹകരിക്കുന്നു. ആ അർത്ഥത്തിലാണ് അത് നമ്മുടെ ഭാഷാജീവിതത്തിൽ സന്നിഹിതമായ സജീവസാന്നിദ്ധ്യമാണെന്നു പറയേണ്ടിവരുന്നത്. അതിന്റെ പ്രഭാവശക്തി മനസ്സിലാക്കാൻ വലിയ അപഗ്രഥനമൊന്നും വേണ്ട. നമ്മുടെ നിത്യഭാഷാവ്യവഹാരങ്ങളെ ഒന്നു ശ്രദ്ധിക്കുകയേ വേണ്ടൂ. നാം പറയുന്ന മലയാളം വലിയൊരളവിൽ ഇംഗ്ലീഷ് നിവേശിച്ച മലയാളമാണ്. അതിലെ പല തരം വ്യവഹാരങ്ങളിൽ പല അളവിൽ, ഏറിയും കുറഞ്ഞും, ലയിച്ചും കലർന്നും പ്രവർത്തിക്കുന്നു. നമ്മുടെ ജീവിതം ഇംഗ്ലീഷ് കലർന്ന ജീവിതവുമാണ്. നമ്മളെ നമ്മുടെ ജനാധിപത്യഭരണകൂടം ഇംഗ്ലീഷിലൂടെ ഭരിച്ചുകൊണ്ടിരിക്കുന്നു. കോടതികൾ നമ്മെ ഇംഗ്ലീഷിലൂടെ വിധിച്ചുകൊണ്ടിരിക്കുന്നു. ബുദ്ധിജീവികൾ നമ്മെ ഇംഗ്ലീഷ് വഴി ലഭിച്ച ബൗദ്ധികസമ്പാദ്യങ്ങൾകൊണ്ട് ഉദ്ബോധിപ്പിച്ചുകൊണ്ടിരിക്കുകയുമാണ്. ഈ ഭൗതികസാഹചര്യത്തിൽ മുമ്പു സൂചിപ്പിച്ച തരത്തിലുള്ള മേന്മാവബോധത്തിന്റെ ഇഴകൾപിണഞ്ഞുകിടക്കുകയും ചെയ്യുന്നു.

സാഹിത്യത്തിന്റെ ഗതിയും ഇതേ പാതയിലാണ് മിക്കവാറും. ഇംഗ്ലീഷാണ് നമ്മുടെ ആധുനികസാഹിത്യജീവിതത്തെ രൂപപ്പെടുത്തുന്നതിൽ ഏറ്റവും പ്രധാനപ്പെട്ട പങ്കു വഹിക്കുന്നത്. കാല്പനികകവിതയും കഥയും നോവലും ഇംഗ്ലീഷ് ബാന്ധവത്തിന്റെ ഉപോല്പന്നങ്ങളാണ്. ഇനി, ലാറ്റിനമേരിക്കനായാലും ഫ്രഞ്ചായാലും ജർമ്മനായാലും നോർവ്വീജിയനായാലും അറബിയായാലും ബംഗാളിയായാലും മിക്കപ്പോഴും ഇംഗ്ലീഷിലൂടെയാണ് ഇവിടേക്ക് കടന്നുവരുന്നത്. ഇങ്ങനെ നോക്കുമ്പോൾ ദൃശ്യമായും അദൃശ്യമായും ഇംഗ്ലീഷ് നമ്മുടെ ജീവിതത്തെ ചൂഴ്ന്നുനിൽക്കുകയാണ്. എളുപ്പത്തിൽ ഉച്ചാടനം ചെയ്യാനാകാത്ത വിധത്തിൽ അത് തന്മയീഭവിച്ചുകഴിഞ്ഞതാണ്. ഇതൊക്കെ കണക്കിലെടുക്കുമ്പോൾ മലയാളത്തിന്റെ പ്രഭവങ്ങളിലൊന്നാണ് അതെന്നും പറയേണ്ട സാഹചര്യമാണുള്ളത്. അതിനെ ഉച്ചാടനം ചെയ്യേണ്ടതുണ്ടെന്ന വീക്ഷണത്തോടെയല്ല, മറിച്ച് അത് അങ്ങനെയാണ് ഉള്ളത് എന്ന വസ്തുതയാണ് പറയുന്നത്. ഒഴിച്ചുകളയാൻ ശ്രമിക്കുമ്പോഴും ആദിരൂപങ്ങൾ കണക്കെ, ഒഴിയാത്ത സ്മരണകളും സ്മാരകങ്ങളുമായി നമ്മുടെ ഭാഷയിൽ ഇംഗ്ലീഷിന്റെ മുദ്ര പതിഞ്ഞുകിടക്കുന്നു.

നമ്മുടെ ഭാഷാജീവിതത്തിലെ ഇംഗ്ലീഷ് മുദ്രയുടെ കാര്യമാണ് പറഞ്ഞത്. അതുമായി ചേർന്ന്, ഇംഗ്ലീഷ് എത്ര സൂക്ഷ്മമായാണ് മലയാളത്തിൽ ലയിച്ചുചേർന്ന് പെരുമാറുന്നതെന്നു നോക്കുന്ന ഒരു ആലോചനയ്ക്ക് വഴിയുണ്ട്. നമ്മുടെ വ്യക്തിമുദ്രയായി കണക്കാക്കുന്നതാണല്ലോ കൈയൊപ്പ്. മലയാളികൾ കൈയൊപ്പിടുന്നത് ശ്രദ്ധിച്ചുനോക്കുക. ബഹുഭൂരിപക്ഷവും ഇംഗ്ലീഷിലാണതിനെ രൂപീകരിച്ചിട്ടുള്ളതെന്നു കാണാം. മുമ്പ് ഇംഗ്ലീഷ് വിദ്യാഭ്യാസം കിട്ടിയിട്ടില്ലാത്ത ആളുകൾ കുരിശുവരച്ച് വട്ടമിടുന്നതും ഒരക്ഷരരൂപത്തിന് ചുറ്റിക്കെട്ടോ വാലോ ചേർക്കുന്നതും കണ്ടിട്ടുണ്ട്. ഇന്ന് മലയാളഭാഷയുടെ ശുദ്ധി നിലനിർത്താൻ ഒപ്പുശേഖരണം നടത്തുമ്പോഴും നമ്മളൊപ്പിടുന്നത് ഇംഗ്ലീഷിലാവുന്നു! സ്വന്തം കൈപ്പടയിൽ സ്വന്തം പേരെഴുതുന്നതാണ് ഒപ്പ് എന്ന് വിശദീകരിച്ചുകേട്ടിട്ടുണ്ട്. അത് ആവർത്തിക്കുന്നതിനാൽ അല്പം ശൈലീകരിച്ച് ചെയ്യും. പലപ്പോഴും അത് തിരിയാത്തതോ അനുകരിക്കാൻ പറ്റാത്തതോ ആക്കിത്തീർക്കാൻ ശ്രമിക്കുന്നു. അങ്ങനെ അത് ഒരു അവ്യക്തചിത്രം പോലെ ആയിത്തീരാറുണ്ട്. എങ്കിലും ശ്രദ്ധിച്ചാൽ ചില അക്ഷരങ്ങളാണതിന്റെ നിർമ്മാണവിഭവം എന്നു മനസ്സിലാക്കിയെടുക്കാൻ സാധിക്കുന്നുണ്ട്. ശ്രദ്ധയോടെ പിന്തുടർന്നാൽ മിക്കവരും ഇംഗ്ലീഷ് അക്ഷരങ്ങളെ അടിസ്ഥാനമാക്കിയാണ് വർത്തമാനകാലത്ത് ഈ മുദ്ര പതിപ്പിക്കൽ നടത്തുന്നതെന്നു കാണാം. ശുദ്ധിവാദം സ്വീകരിക്കാത്തിടത്തോളം, ഇതിനെ മലയാളരീതിയായി, മലയാളഭാഷയുടെ ഭാഗമായി കണക്കാക്കുകയല്ലാതെ നിവൃത്തിയില്ല. അതിനെ ഒരു അശുദ്ധിയോ അലമ്പോ ഒന്നുമായി കാണുന്നതിൽ കാര്യമുണ്ടെന്നും തോന്നുന്നില്ല. നമ്മുടെ സാംസ്കാരികമിശ്രജീവിതത്തിന്റെ ഒരു ഭാഗമായി അതിനെ തിരിച്ചറിഞ്ഞ് അംഗീകരിക്കുക. സ്വത്വം, തനിമ, തന്മ തുടങ്ങിയ ധാരണകൾ പ്രവർത്തിക്കുമ്പോൾ ഇങ്ങനെ ഉദാരമാവാൻ കഴിയുകയില്ല എന്നതു വേറൊരു കാര്യം. എന്താണ് സ്വത്വം? കേവലമായൊരു സംശുദ്ധസ്വത്വമായി[12] ഈ ഭാഷയെ സങ്കല്പിച്ചാൽ,

12. മലയാളത്തിന്റെ സ്വത്വം എന്താണ്? ദ്രമിഡസംഘാതത്തിലൊതുങ്ങി ആവിഷ്കരിക്കപ്പെട്ട പാട്ടുകൃതികൾ മുന്നോട്ടുവെച്ച ഒരു സ്വത്വത്തെക്കുറിച്ച് ആലോചിക്കുക. മണിപ്രവാളപ്രസ്ഥാനവും മധ്യകാല ഭക്തിസാഹിത്യവും മുന്നോട്ടുവെയ്ക്കുന്ന സ്വത്വവും എന്തെന്ന് ആലോചിക്കുക. മലയാളത്തനിമയുടെയും ഉച്ചാരണശുദ്ധിയുടെയും ശരിയായ ഭാഷാരീതിയുടെയും ഭാഗമായി അവതരിപ്പിക്കപ്പെടാറുള്ള അതിഖരഘോഷോത്കണ്ഠകളെക്കുറിച്ച് ആലോചിച്ചാൽ അതൊക്കെ 'അധിനിവേശിതമായ' സംസ്കൃതഭാഷയുടെ പ്രഭാവമാണെന്ന് വ്യക്തമാകും. മലയാളത്തനിമയെക്കുറിച്ച് ചിന്തിക്കുകയും അഭിമാനിക്കുകയും ചെയ്യുമ്പോൾ ഇങ്ങനെ കൂട്ടിച്ചേർക്കപ്പെട്ട സംസ്കൃതത്തിന്റെ തനിമയെക്കുറിച്ചാണ് മിക്കപ്പോഴും വേവലാതിപ്പെടുന്നതെന്ന് ശ്രദ്ധിച്ചാൽ വെളിപ്പെടും. മണിപ്രവാളവും അതുമായി നിരന്ന്

നമ്മെത്തന്നെ അപനിർമ്മിച്ചാൽ ആറ്റൂരിന്റെ 'ദല്ലാൾ' കവിതയിലെ നിഘണ്ടു നിർമ്മാതാവിനെപ്പോലെ നമ്മൾ സ്വയം പൊളിച്ചടക്കേണ്ടതായും വന്നേക്കില്ലേ? തന്മയീഭവിച്ചതെല്ലാം തന്മയുടെ ഭാഗമാകുന്നു എന്നു കണക്കാക്കുന്നതാവും ഉചിതം.

മലയാളികളുടെ ജീവിതത്തിൽ ആഴത്തിലും പരപ്പിലും വേരോടിയ, സാംസ്കാരികവും രാഷ്ട്രീയവുമായ വിവക്ഷകളോടുകൂടിയ ഒരു വല്ലാത്ത ഭൂതബാധയായിരിക്കുന്നു ഇംഗ്ലീഷ് എന്ന് സ്വത്വബോധാത്മകമായ സമകാലത്ത് തിരിച്ചറിയുന്നു. തനതുഭാഷയായ മലയാളത്തെ അവഗണിച്ച് ഇംഗ്ലീഷിനെ ആദരിച്ചും ആചരിച്ചും പോരുന്നതിലെ ജനാധിപത്യവിരുദ്ധതയും പോഴത്തവും സംബന്ധിച്ച പ്രതിവിചാരം വിമർശനാവബോധത്തിന്റെ ഭാഗമായി വികസിച്ചുവരികയാണ്. സ്വാതന്ത്ര്യാനന്തരം ജനാധിപത്യ ഗവൺമെന്റുകൾ നിലവിൽ വന്നപ്പോൾ മലയാളത്തിൽ വോട്ട് ചോദിച്ച് മലയാളത്തിലും ചിത്രഭാഷയിലും അച്ചടിച്ച ബാലറ്റ് പേപ്പറുകളുപയോഗിച്ച് വോട്ടിട്ട ജനങ്ങളുടെ അധികാരികളായി മാറിയ ഇ.എം. എസ്സിനെപ്പോലുള്ള രാഷ്ട്രീയകക്ഷിനേതാക്കൾ (മലയാളഭാഷയെ ഉയർത്തിക്കാണിക്കുന്ന ലേഖനങ്ങൾ രചിച്ചുവെങ്കിലും) ഇംഗ്ലീഷിൽ ഉത്തരവിറക്കുന്ന രീതി അവസാനിപ്പിക്കുന്ന മൂർത്തമായ ഇടപെടലുകൾ നടത്തുകയുണ്ടായില്ല! സമസ്ത മേഖലകളിലും ഭരണകൂടം ഇംഗ്ലീഷിനെ ആവോളം പിന്തുടർന്നു. പഠിച്ചു; ശുശ്രൂഷിച്ചു. പഠനമെന്നാൽ ഇംഗ്ലീഷ് പഠനമാണെന്നും ഭരണമെന്നാൽ ഇംഗ്ലീഷ് പ്രയോഗമാണെന്നും ഉള്ള ഉദ്യോഗസ്ഥവർഗധാരണകൾ തിടം വെച്ചുകൊണ്ടേയിരുന്നു.

അതുകൊണ്ടുതന്നെ, മേൽസൂചിപ്പിച്ച ധാരണകളിൽനിന്നു രക്ഷപ്പെടുക അത്ര എളുപ്പമല്ല. വാക്കുകൾ മാത്രമായല്ല ഭാഷ പ്രവർത്തിക്കുന്നത്. വാക്ക് ഒരു ക്രമത്തിന്റെ ഭാഗമാണ്. വാക്കുകളെ മാറ്റിവെയ്ക്കുമ്പോഴും ഇംഗ്ലീഷ് നമുക്ക് സമ്മാനിക്കുന്ന ഇത്തരം ക്രമങ്ങളെ, മാതൃകകളെ, മൂശകളെ ഒഴിവാക്കുവാൻ സാധിക്കുന്നില്ല (അതു സാധിക്കുകയില്ല, സാധിക്കേണ്ടതില്ല എന്നൊക്കെയാവാം നിലപാടുകൾ). മാതൃകകളെ കൈയൊഴിക്കുന്നില്ല എന്നു പറഞ്ഞത് അല്പമൊന്നു വിശദീകരിക്കേണ്ടതുണ്ട്. ഇംഗ്ലീഷ് ഒഴിവാക്കുന്നതിന്റെ ഭാഗമായി മിക്കപ്പോഴും ചെയ്യേണ്ടിവരിക, അതിന്റെ പദാവലിയുപയോഗിച്ചുള്ള വ്യവഹാരം അവസാനിപ്പിക്കുക എന്നതായിരിക്കും. പകരം അതേ ക്രമത്തിലുള്ള മലയാള

ഉരുത്തിരിഞ്ഞ മധ്യകാല-ഇതിഹാസഭക്തിപ്പാട്ടുപ്രസ്ഥാനവുമൊക്കെ പുതിയ സ്വത്വത്തെ നിർമ്മിച്ചെടുത്ത് പ്രതിഷ്ഠിക്കുകയാണ് ചെയ്തത്. അത് നാട്ടു (ദ്രാവിഡ) ഭാഷാപാരമ്പര്യത്തിൽനിന്ന് അകന്ന ഒരു പുതുമാനകഭാഷയെയും ബന്ധപ്പെട്ട ഒരു വരേണ്യഭാഷാബോധത്തെയും ഉറപ്പിച്ചെടുത്തു. മാതൃഭാഷാവാദത്തിലൊക്കെ പൊതുവെ ഇതിന്റെ തിരയിളക്കമാണുള്ളത്.

(സംസ്കൃത) പദാവലിയുപയോഗിച്ചുള്ള ഇടപാടുകൾ നടത്തുന്നു. വാസ്തവത്തിൽ അതുവഴി ഇംഗ്ലീഷ് ഒഴിവാകുന്നുണ്ടോ? ഭൂതം കുറച്ചുകൂടി മറയത്തേക്ക് മാറിനിൽക്കുന്നുവെന്നല്ലേയുള്ളൂ? ഇംഗ്ലീഷിലെ മൂലവും മുരട്ടും നിലനിർത്തിക്കൊണ്ടുള്ള ഒരു വിവർത്തനകർമ്മമായിത്തീരുന്നു നമ്മുടെ (സംസ്കൃതത്തിലേക്കുള്ള) മലയാളീകരണവും. ഈ മാതൃകാ പ്രശ്നമാണ് വാസ്തവത്തിൽ ഹിന്ദ്സ്വരാജ് എഴുതുന്ന കാലത്തൊക്കെ ഗാന്ധിയെ അലട്ടിയിരുന്നത് എന്നു തോന്നുന്നു. പാശ്ചാത്യമായ ക്രമങ്ങളും രീതികളുമൊക്കെ സ്വീകരിച്ച ശേഷം എങ്ങനെ സ്വരാജ് പ്രാപ്തമാകുമെന്ന ചോദ്യമായിരുന്നു അദ്ദേഹത്തിൽ തികട്ടിവന്നത്.

മാതൃക എന്നതുകൊണ്ട് അർത്ഥമാക്കുന്നതെന്ത് എന്ന് ഒന്നുകൂടി വ്യക്തമാക്കാം. ഭരണഭാഷ മലയാളമാക്കുന്നതിന്റെ ഭാഗമായി നമ്മൾ 'സബ്മിഷൻ' മാറ്റി 'സമർപ്പണം' എന്നെഴുതിവിടുന്നു. അതിലൊരു കുഴപ്പമുണ്ടെന്നു പറഞ്ഞുകൂട. ഇവിടെ അബോധത്തിൽ മറഞ്ഞുനിൽക്കുന്നുണ്ട് സബ്മിഷൻ എന്ന് നാം ഓർക്കാറില്ല എന്നു മാത്രം. സമർപ്പണത്തിന്റെ ആ മാതൃകതന്നെ ഇംഗ്ലീഷാണ്. ഇംഗ്ലീഷിന്റെ മാതൃകയിലാണ് നാം സമർപ്പിതരാകുന്നത്. സമർപ്പിക്കുമ്പോൾ സംസ്കൃതമായി മാറുന്നതും ഈ ലേഖകനുൾപ്പെടെ ആരും ഓർക്കാറില്ല. ഇംഗ്ലീഷാണ് ആധുനികവ്യവഹാരങ്ങളുടെ മാതൃകയായിരിക്കേണ്ടത്, സംസ്കൃതമാണ് ശരിയായ മലയാളപദം - ഈമട്ടിലുള്ള ഒരു ബോധരൂപവും നമ്മുടെ ഭാഷയുടെ സാംസ്കാരികവ്യാകരണനിയമമായിരിക്കുന്നു. ഇതിനെ സംബന്ധിച്ച വിമർശാനാവബോധത്താൽ ചിലർ പ്രാദേശികപദങ്ങളിലേയ്ക്ക് സഞ്ചരിക്കുന്നു. ചിലർ തമിഴിലേക്ക് നോക്കുന്നു. പദപരമായുള്ള ഈ സഞ്ചാരങ്ങളിലലെല്ലാം മാതൃകയായി ഇംഗ്ലീഷ് ഉണ്ട് എന്നു മാത്രം. ഇംഗ്ലീഷ് മട്ടിലുള്ള ഒരു നടപടിക്രമം ജീവിതത്തോടു ചേർക്കേണ്ട സാഹചര്യത്തിൽ ഇത് അനിവാര്യമാകുന്നു. ഇംഗ്ലീഷ് എന്ന അപരത്തെ അഭിമുഖീകരിച്ചുകൊണ്ട് പലതരം വിവർത്തനകേളികളിലേർപ്പെടുകയാണ് നാം. ജീവിതമേ വിവർത്തനം എന്ന ഒരു നിലയിലേക്ക് ഇതെത്തിച്ചേരുന്നില്ലേ എന്നു സംശയിക്കേണ്ട അവസ്ഥയാണിത്. ഭാഷയാകെയും വിവർത്തനമായാൽ, ചിന്തയത്രയും വിവർത്തനമായാൽ, ജീവിതമാകെയും വിവർത്തനമാകില്ലേ? പിന്നെങ്ങനെ നമ്മൾ ഒറിജിനലായ ഒരു ജീവിതം സൃഷ്ടിക്കും? അങ്ങനെ ഒരൊറിജിനലിനെ സങ്കല്പിക്കുന്നതുതന്നെ അസംബന്ധമല്ലേ എന്നൊരു മറുചോദ്യം ചോദിച്ച് വിടവാങ്ങുകയാണോ ഉചിതം? ആർക്കറിയാം?

ഇനി നമ്മൾ ഔദ്യോഗികമായി കത്തെഴുതുന്നു എന്നു വിചാരിക്കുക. എങ്ങനെയാണ് കത്തെഴുതുക? മലയാളത്തിൽ നടക്കാത്ത

കാര്യമൊന്നുമല്ല അത്. ഈ ദൃഢബോധ്യത്തോടെയാണ് നാം മുന്നോട്ടുപോകുന്നത്. മലയാളത്തിലേ എഴുതു എന്നു വാശിപിടിക്കുവാനും നാം തയ്യാറാണ്. വാക്കാണ് ഭാഷ എന്ന ബോധത്തോടെ നാം ഇംഗ്ലീഷ് വർജ്ജനപരിപാടി നടത്തുന്നു. ഫ്ം എന്നെഴുതാതെ, റ്റ എന്നെഴുതാതെ മലയാളത്തിലേക്ക്, തനി മലയാളത്തിലേക്ക് മടങ്ങുന്നു എന്ന് ഉറച്ചുവിശ്വസിക്കുകയും ചെയ്യുന്നു. എന്നിട്ടോ? പ്രേഷകൻ/പ്രേഷിതൻ, സ്വീകർത്താവ് എന്നൊക്കെ സംബോധകനെയും സംബോധിതനെയും (എല്ലാംസംസ്കൃതത്തിൽനിന്നു വന്ന പദങ്ങൾ) വിവർത്തനഭാഷയിൽ എഴുതി സമാധാനിക്കുന്നു.[13] വിധേയനെന്ന സംസ്കൃതപദം കത്തിന്റെ മുഖ്യഭാഗം കഴിയുമ്പോൾ അടിയിൽ എഴുതും. ഇതൊന്നും തെറ്റാണെന്നു വിവക്ഷയില്ല. ഇതിനു പിന്നിൽ മാതൃകയായി, മൂശയെന്നോണം, ഇംഗ്ലീഷും സംസ്കൃതവും പെരുമാറുന്നതെങ്ങനെയെന്ന് ശ്രദ്ധിക്കുക മാത്രമാണ് ഇവിടെ.

ഇന്ദുലേഖാ-മാധവന്മാരുടെ പ്രണയ-പ്രണയേതരജീവിതങ്ങളിലെ നാടകത്തെക്കുറിച്ച് വി. സി. ശ്രീജൻ എഴുതിയിട്ടുണ്ട്.[14] ഇംഗ്ലീഷും സംസ്കൃതവും മലയാളത്തിൽ ഒളിച്ചുകളിക്കുന്ന രസകരമായൊരു പെർഫോമൻസാണ് ഇന്ദുലേഖയിലുള്ളത്. ഇവിടെയും നടക്കുന്നത് സമാനമായൊരു പ്രകടനമാണ്. ഇംഗ്ലീഷ്-ഇടങ്ങളിൽ ആദേശം ചെയ്ത സംസ്കൃതവാക്കുകൾകൊണ്ട് നാം മലയാളം നിർമ്മിക്കുന്നു! അപ്പോഴും നമ്മൾ ഉറച്ചുവിശ്വസിക്കുന്നു ഇംഗ്ലീഷിനെ ഉച്ചാടനം ചെയ്തുവെന്ന്. ഭാഷാപരമായ അപരാധങ്ങളാണിവ എന്നു കരുതരുത്. ഇംഗ്ലീഷിന്റെ പ്രഭാവമാണിത്. ഫ്ം, റ്റ എന്നിവയെ ലിപ്യന്തരണം

---

13. മലയാളത്തിൽ കത്തുകൾക്ക് ഫ്രം അഡ്രസ്സും റ്റു അഡ്രസ്സും (ഇങ്ങനെയാണ് വാമൊഴിയിൽ നാം പറയുക.) എഴുതുവാൻ 'തനതായ' മാതൃകയുണ്ടായിരുന്നു എന്ന വസ്തുത നാം ഏറെക്കുറെ മറന്നുകഴിഞ്ഞിട്ടുണ്ട്. നിവേദനങ്ങളിലും മറ്റും വല്ലപോഴും പ്രത്യക്ഷപ്പെടാറുള്ള'—-ജില്ലയിൽ-താലൂക്കിൽപെട്ട -ദേശത്ത്-വീട്ടിൽ താമസിക്കുന്ന -ന്റെ മകളായ - - - - - -ന് അയയ്ക്കുന്ന കത്ത്' എന്ന മട്ടിലാണ് കത്തെഴുത്ത് നടന്നുപോന്നിരുന്നത്. മലയാളീകരിക്കാൻ പുറപ്പെട്ടാൽ അതിനെയൊക്കെ തിരികെ കൊണ്ടുവരേണ്ടിവരും. വരാവുന്നതാണ്, ആ അടിത്തറയിൽ ലീവിനുള്ള അപേക്ഷയും വാണിജ്യ കത്തിടപാടുകളും നടത്താവുന്നതാണ്. പക്ഷേ, കൂടുതൽ സൗകര്യപ്രദമായത് ഇംഗ്ലീഷ് മട്ടിലുള്ള സംവിധാനമാണ് എന്നാണ് തോന്നുന്നത്. ആ നിലയ്ക്ക് ഫ്രം, റ്റു എന്ന രണ്ടു വാക്കുകൾ ലിപ്യന്തരണം ചെയ്ത് പ്രയോഗിക്കുന്നതിന് എന്തിനു മടിക്കണം. ലിംഗസൂചനയോടു കൂടിയ പ്രേഷകൻ, പ്രേഷകഎന്നിവ അസൗകര്യമുണ്ടാക്കുന്നതും വാമൊഴിബന്ധമില്ലാത്തതുമല്ലേ എന്നൊക്കെ ചിന്തിക്കാവുന്നതാണ്.
14. ചന്തുമേനോന്റെ ഇന്ദുലേഖയെ അപഗ്രഥിക്കുന്ന വി. സി. ശ്രീജന്റെ ലേഖനം കാണുക.(സംസ്കൃതവും ഇന്ദുലേഖയും ഇംഗ്ലീഷും, *തെരഞ്ഞെടുത്ത പ്രബന്ധങ്ങൾ,* കേരളസാഹിത്യ അക്കാദമി, 2020 പുറം-313-335)

നടത്തി ഭാഷീകരിച്ചുപയോഗിക്കുന്നതിൽ എന്തോ തരക്കേടുണ്ടെന്നു സാമാന്യമായി നമ്മുടെ മാനകമലയാളഭാഷാവബോധം കല്പിച്ചുകൊണ്ടിരിക്കുന്നു. കത്തിന്റെ മാതൃക നാം ഇംഗ്ലീഷിൽനിന്നു സ്വീകരിക്കുന്നു. അതിൽ വാക്കുകൾ പകരം വെയ്ക്കുന്നു. പദത്തിനു പദം പകരംവെയ്ക്കാൻ ശ്രമിക്കുമ്പോൾ ചില ബുദ്ധിമുട്ടുകൾ ഉണ്ട് എന്നു മനസ്സിലാക്കുന്നു. സാധാരണഗതിയിൽ അപ്പോൾ സംസ്കൃതപദങ്ങളിലേയ്ക്ക് എത്തിച്ചേരുന്നു. പ്രാദേശികപദങ്ങൾ ഉണ്ടെന്നിരിക്കിലും അവ പ്രഥമദൃഷ്ടിയിൽ അസ്വീകാര്യമായി അനുഭവപ്പെടുന്നു. നിലവാരം പോരാത്തതാണെന്നു തോന്നുന്നു. മാനകഭാഷയെ സംബന്ധിച്ച നമ്മുടെ ബോധരൂപം പ്രാദേശികതയെ വെടിഞ്ഞതു മാത്രമല്ല, സംസ്കൃതത്തെ നമസ്കരിക്കുന്നതുമാണ്. ഗദ്യമാണ് മലയാളത്തിന്റെ ഭാഷാപരമായ സമകാലിക അത്യാവശ്യമെന്നു ചൂണ്ടിക്കാണിക്കുകയും, ഗദ്യാവിഷ്കാരത്തിൽ ഇംഗ്ലീഷ് രീതികൾ പ്രയോജനപ്പെടുത്തേണ്ടതാണെന്നു *സാഹിത്യസാഹ്യ*ത്തിൽ വ്യക്തമാക്കുകയും ചെയ്യുന്ന, സന്തുലിതമനസ്കനായ രാജരാജവർമ്മയുടെ വീക്ഷണത്തിൽപോലും പദസ്വീകാരത്തിൽ ആശ്രയിക്കേണ്ടത് സംസ്കൃതത്തെയാണെന്ന ഉറച്ച ധാരണയ്ക്കാണ് പ്രഭാവമുണ്ടായിരുന്നത്. നിലവാരമുള്ള മലയാളം സംസ്കൃതപദസമ്പന്നമലയാളമാണെന്ന ധാരണയാണിത്. എഴുത്തച്ഛനോടുള്ള ആദരവിന്റെ പിന്നിൽ മാത്രമല്ല, അതിഖര-ഘോഷപ്രഭാഷകരോടുള്ള ആദരവിലുമൊക്കെ ഈ ബോധം പ്രവർത്തിക്കുന്നുണ്ടെന്ന് തോന്നുന്നു.

പ്രാദേശികഭാഷാവ്യവഹാരം സാഹിതീയമായ പ്രയോഗങ്ങളിലേക്ക് വികസിക്കാതിരുന്ന ഒരു നിലയിലിരിക്കെ, എഴുത്തും വിജ്ഞാനവും ദശഗുണ-നവരസദായകത്വമുള്ള വിശേഷഭാഷാവ്യവഹാരങ്ങളുമുള്ള ഒരു ഗൈർവ്വാണി വന്നുചേർന്ന് ആധിപത്യമുറപ്പിച്ചതിനാലാകണം നമ്മുടെ നിലവാരഭാഷയെക്കുറിച്ചുള്ള അവബോധത്തിൽ ഇങ്ങനെയൊരു സംസ്കൃതാഭിരതി കടന്നുകൂടിയത്. വാമൊഴിജീവിതത്തിലൂടെത്തന്നെ ചിരപരിചിതമായിട്ടുണ്ടെങ്കിലും ഫ്രം, റ്റു എന്നിവ നേരെ ഭാഷീകരിച്ചുപയോഗിക്കാൻ മടിക്കുന്നതിൽ ഒന്നിലധികം കാരണങ്ങളുണ്ടായിരിക്കണം. നിലവാരഭാഷയെ സംബന്ധിച്ച ധാരണകളോടൊപ്പം ആ പദങ്ങൾ ഉപസർഗ്ഗപദങ്ങളാണെന്ന അസ്പഷ്ടമായ ബോധവും അവിടെ പ്രവർത്തിക്കുന്നുണ്ടാകാം.

ഒപ്പം കുത്തും കോമയും മാതൃകകളും പോലെ, മറഞ്ഞുനിൽക്കുന്ന മറ്റൊരു മേഖലയാണ് ചുരുക്കെഴുത്തുകളുടേത്. പരിശോധിക്കപ്പെടേണ്ടതാണ് അതും. വ്യാപകമല്ലെങ്കിലും ചില പരമ്പരാഗതചുരുക്കെഴുത്തുരീതികൾ മലയാളത്തിലുണ്ടായിരുന്നു. പത്തുനാല്പതുവർഷം

മുമ്പുള്ള വർത്തമാനപത്രങ്ങളിലെ വിലനിലവാരം കൊടുത്തിരുന്നതു നോക്കിയാൽ കാണാം. ഉറുപ്പിക എന്നതിന് ചുരുക്കെഴുത്തായി 'ക' ഉപയോഗിക്കുന്നത്. ഈ രീതിയിൽ അവസാന അക്ഷരംകൊണ്ട് ചുരുക്കുന്ന രീതി, മേല്പടി 'ടി' ആക്കുന്നതിലും കാണാം. 'ക.' പിന്നീട് 'രു.' എന്ന, രൂപയുടെ ആദ്യാക്ഷരം കൊണ്ട് പകരം വെയ്ക്കപ്പെട്ടു. ഇതും ഭാഷാപരിണാമത്തിന്റെ ഭാഗമാണ്. അവസാനാക്ഷരംകൊണ്ട് ചുരുക്കിയെഴുതുന്നതിനു പകരം ആദ്യാക്ഷരംകൊണ്ട് ചുരുക്കിയെഴുതുന്നതിൽത്തന്നെ പാശ്ചാത്യപ്രഭാവമുണ്ടെന്നു സാരം.

എന്തായാലും ഇംഗ്ലീഷിന്റെ ചുവടുപിടിച്ചാണ് ഇന്ന് ഇന്ത്യൻ ഭാഷകളിലെല്ലാംതന്നെ ചുരുക്കെഴുത്ത് നടക്കുന്നത്. അതിൽത്തന്നെ ശ്രദ്ധേയമായ കാര്യം തനതുഭാഷാരൂപങ്ങളെ ഇംഗ്ലീഷിലേക്ക് ലിപ്യന്തരണം നടത്തുമ്പോഴത്തെ ആദ്യാക്ഷരമാണ് ചുരുക്കെഴുത്തായി പലപ്പോഴും ഉപയോഗിക്കുന്നതെന്ന വസ്തുതയാണ്. അതിനെ മലയാള ലിപിയിലേക്ക് മാറ്റിയെഴുതുന്നു. ഉദാഹരണത്തിന് ചെമ്പുകണ്ടത്തിൽ ദാവീദ് എന്നത് നമ്മൾ ചെ ക ദ എന്നല്ല, സി. കെ.ഡി. എന്നാണ് ചുരുക്കിയെഴുതുന്നത്. കുഞ്ഞിക്കുട്ടൻ തമ്പുരാൻ മെമ്മോറിയലായി, കെ. കെ. ടി. എം. ആയി ഭാഷയിൽ പ്രയാസമൊന്നും കൂടാതെ ഇടം പിടിക്കുന്നു. തുഞ്ചൻ മെമ്മോറിയൽ ഗവ. കോളേജ് ടി. എം. ജി. യാണ്. തൃണമൂൽ കോൺഗ്രസ്സും തമിഴ് മാനില കോൺഗ്രസ്സും ടി. എം. ജി. യാണ്. ഭാരതാഭിമാനികളുടെ ഭാരതീയ ജനതാപാർട്ടിക്ക് ഭ. ജ. പ. യുണ്ടെങ്കിലും ബി. ജെ.പി. യാണ് കൂടുതലായി സ്വീകാര്യത കൈവരിച്ചിട്ടുള്ളത്.

തമിഴിൽ, കുറച്ചുകാലം മുമ്പത്തെ തമിഴ് തനിമാബോധശക്തിയിൽ മു. ക. യെന്ന് മുത്തുവേൽ കരുണാനിധിയെ ചുരുക്കി എഴുതുമായിരുന്നു. പക്ഷേ സ്റ്റാലിൻ മു. ക. യല്ല, എം. കെ. യാണ്. സ്കൂൾ രജിസ്റ്ററിൽ ചേർത്ത അദ്ധ്യാപകൻ പറ്റിച്ച പണിയായിരിക്കും. ഇംഗ്ലീഷ് രൂപങ്ങളെ ആശ്രയിച്ചുണ്ടാകുന്ന ചുരുക്കെഴുത്തുകളെ ഭാഷീകരിക്കാൻ ആരുംതന്നെ മിനക്കെടുന്നുമില്ല. ഒറ്റപ്പെട്ട അപവാദങ്ങളില്ലെന്നല്ല. കോ.സ.ക.ശാല എന്ന് കാലിക്കറ്റ് സർവകലാശാലയെ ഭാഷീകരിച്ചിരുന്നു സുകുമാർ അഴീക്കോട്. ഇ. പ. എന്ന് ഒരു സുഹൃത്തിന്റെ പേരിന് ഇനിഷ്യലുകൾ... ഇതൊക്കെ നന്നെങ്കിലും അപവാദങ്ങൾ മാത്രമാണ്. പൊതുതാല്പര്യം ഇംഗ്ലീഷ് ചുരുക്കെഴുത്തുകൾക്കൊപ്പം തന്നെ.

ചുരുക്കെഴുത്ത് ഇംഗ്ലീഷിലല്ലാതെ മലയാളത്തിൽ പാടുണ്ടോ എന്നുപോലും നമുക്ക് സംശയം തോന്നും. ഇംഗ്ലീഷിനെ ലിപ്യന്തരണം ചെയ്ത് ഭാഷീകരിക്കാൻ പോലും ഭയപ്പെടുന്ന സന്ദർഭങ്ങൾ വേറെയുമുണ്ട്. കത്തുകളിലെ മേൽവിലാസം, പുസ്തകങ്ങളുടെ

പ്രസാധനവിവരങ്ങൾ[15] രേഖപ്പെടുത്തുന്ന പുറം, ഗവേഷണപ്രബന്ധങ്ങളിലും ജേണലുകളിൽ പ്രസിദ്ധപ്പെടുത്തുന്ന പ്രബന്ധങ്ങളിലും മലയാളമൊഴികെയുള്ള പുസ്തകങ്ങൾ പരാമർശിക്കുന്ന ഗ്രന്ഥസൂചി ഉൾപ്പെടെയുള്ള ഇടങ്ങൾ ഒക്കെ ഉദാഹരണങ്ങൾ. വിലാസം, പുസ്തകപ്രസാധനവിശദാംശങ്ങൾ - ഇവ ഇംഗ്ലീഷിലെഴുതുന്നതിൽ ചില സൗകര്യങ്ങൾ ഉണ്ടെന്നു പറയപ്പെടുന്നു. ഉണ്ടായിരിക്കാം. എങ്കിലും, മലയാളത്തിലുള്ള ഗവേഷണപ്രബന്ധത്തിൽ പുസ്തകവിവരം ഇംഗ്ലീഷിൽ ചേർക്കുന്നതിന്റെ യുക്തി എത്ര ആലോചിച്ചിട്ടും ബോദ്ധ്യപ്പെട്ടിട്ടില്ല. മലയാളലിപികളുപയോഗിച്ച് ചെയ്യാവുന്നതും ചെയ്യേണ്ടതുമല്ലേ അവിടുത്തെ കാര്യങ്ങൾ? അങ്ങനെ ചെയ്യാത്തത് പാതകമാണെന്നു കരുതിയല്ല പറയുന്നത്. അവിടെയൊക്കെ നമ്മുടെ ഭാഷാജീവിതത്തിൽ സവിശേഷാധികാരത്തോടെ ഇംഗ്ലീഷ് പെരുമാറുന്നുണ്ടെന്ന് ശ്രദ്ധയിൽപ്പെടുത്തുക മാത്രമാണ്. ഇതു മനസ്സിലാക്കാൻ ഒരു കാര്യം കൂടി പറയുന്നത് നന്നാകുമെന്നു തോന്നുന്നു: ഇംഗ്ലീഷു പ്രബന്ധങ്ങളിൽ ഇത്തരം സന്ദർഭങ്ങളിൽ സംസ്കൃതമുൾപ്പെടെയുള്ള മറ്റു ഭാഷകളുടെ ലിപികൾ സ്വീകരിച്ചുകാണില്ല.

ഇത്തരത്തിൽ, ശ്രദ്ധിച്ചാൽ മാത്രം വെളിച്ചത്തുവരുന്ന ഇംഗ്ലീഷ് സാന്നിദ്ധ്യമാണ് നമ്മുടെ ആധുനികജീവിതമായി നാം മനസ്സിലാക്കുന്നതുതന്നെ. സ്ഥാപനങ്ങളിലും ആശയങ്ങളിലും ഭാവനയിലും ലോകബോധത്തിലും അത് നിരന്തരം പ്രവർത്തിച്ചുകൊണ്ടിരിക്കുന്നു. നോവൽ വായിക്കുമ്പോൾ, കഥ വായിക്കുമ്പോൾ, റൊമാന്റിക് കവിത വായിക്കുമ്പോൾ, വിലാപകാവ്യം വായിക്കുമ്പോൾ ഇംഗ്ലീഷിലൂടെ പരിചയിച്ച സാഹിത്യജനുസ്സുകളുടെ സ്വതന്ത്രവിവർത്തനങ്ങളാണ് വായിക്കുന്നത് എന്നുപോലും കടത്തിപ്പറയാവുന്ന നിലയാണുള്ളത്. നാം പ്രഭാവമെന്നു പറയുമ്പോൾ നമ്മുടെ ഭാഷയിൽ പ്രത്യക്ഷതലത്തിലുള്ള

15. മലയാളഭാഷയുടെ 'തനതു'ലിപിസഞ്ചയത്തെ ഉപയോഗപ്പെടുത്തിക്കൊണ്ട് സായാഹ്ന പബ്ലിക്കേഷൻസ് പ്രസിദ്ധീകരിച്ച *കേരളപാണിനീയ*ത്തിൽപോലും ഇതാണ് സ്ഥിതി. (ഇതു തെറ്റാണെന്നല്ല സൂചിപ്പിക്കുന്നത്. ഒരു വസ്തുത ചൂണ്ടിക്കാണിക്കുന്നുവെന്നു മാത്രം). ഇവിടെ തനിമലയാളം തനതു മലയാളലിപിയിൽ ചേർക്കാൻ നമുക്ക് വിഘാതമുണ്ടാക്കുന്ന ഭാഷാ(അ)ബോധം പ്രവർത്തിക്കുന്നു. മലയാളത്തിൽ കൈകാര്യം ചെയ്യാവുന്ന കാര്യങ്ങൾ മലയാളത്തിൽ ചെയ്യാൻ നിഷ്കർഷിക്കുന്ന, ഭാഷയുടെ അപകോളണീകരണത്തെ സംബന്ധിച്ച് എഴുതുന്ന, ലേഖകരുടെ പ്രബന്ധങ്ങളിൽ പോലും, അവരുടെ ബോധത്തെ നിരാകരിച്ചുകൊണ്ട് അപകോളണീകരിക്കപ്പെടാത്ത മനസ്സ് പ്രവർത്തിച്ചിട്ടെന്നപോലെ, ഇംഗ്ലീഷ് പുസ്തകവിവരങ്ങൾ ഇംഗ്ലീഷ് ലിപിയിൽ, ഇംഗ്ലീഷ് മട്ടിൽ, കൊടുക്കുന്നതും കണ്ടിട്ടുണ്ട്. ഇത് വ്യക്തിപരമായ കഴപ്പമായെടുക്കേണ്ടതല്ല. ഇംഗ്ലീഷ് പ്രഭാവത്തിന്റെ ശക്തിയെ അത് സൂചിപ്പിക്കുന്നുണ്ട് എന്നു മാത്രമാണ് മനസ്സിലാക്കേണ്ടത്.

സാന്നിദ്ധ്യങ്ങളെ മാത്രമേ സാധാരണ ഗതിയിൽ പരിഗണിക്കാറുള്ളൂ. അപ്പോൾ ബുക്കുകളിൽ, പരസ്യത്തിൽ, കടകളുടെ ബോർഡുകളിൽ, ഗവ. ഉത്തരവുകളിൽ, കോടതി വിധികളിൽ, പേഴ്സനൽ ഡയറിയിൽ, ബില്ലുകളിൽ, കുറിപ്പുകളിൽ സ്ഥൂലമായിത്തെളിയുന്ന ഇംഗ്ലീഷേ കണ്ണിൽപ്പെടുകയുള്ളൂ. അതു പോരല്ലോ.

നോവൽ എന്ന സാഹിത്യരൂപംതന്നെ, നമ്മെ സംബന്ധിച്ചിടത്തോളം, ഇംഗ്ലീഷാണ്. ഇംഗ്ലീഷിലെ ആധുനികജീവിതകഥനരീതി മലയാളത്തിലേക്ക് ചാലുവെട്ടിത്തിരിഞ്ഞാണ് അത് ഇവിടെ ആവിർഭവിച്ചത്. ചന്തുമേനോനും ബഷീറും ഇംഗ്ലീഷിൽ നോവൽ തുടങ്ങിവെച്ചിട്ടാണ് മലയാളത്തിലേക്ക് തിരിഞ്ഞുമാറിയത്. ഇതുപോലെ ഒരു തിരിഞ്ഞുമറിയലിലാണ് ആധുനികമായ ചരിത്രം, തത്വചിന്ത, ശാസ്ത്രം തുടങ്ങിയവയുമൊക്കെ ഇവിടെ ഉരുത്തിരിയുന്നത്. അത്രത്തോളംഅവ ആധുനികവസ്തുങ്ങളെന്നപോലെ വൈദേശികമായ ഒരു സ്മരണ പേറുന്നു. നമ്മുടെ ഭാഷയിൽ അതുണ്ട്. പ്രത്യേകിച്ച് അതിന്റെ ചലനാത്മകവും ശ്രദ്ധിക്കപ്പെടുന്നതുമായ അടരുകളിൽ. ആ അർത്ഥത്തിലാണ് നമ്മുടെ ഭാഷയുടെ സുപ്രധാനമായ പ്രഭവങ്ങളിലൊന്ന് ഇംഗ്ലീഷാണെന്നു പറയേണ്ടിവരുന്നത്. പലതും ഇംഗ്ലീഷിലൂടെ വന്നുവെന്നേയുണ്ടാകൂ. ഉദാഹരണത്തിന് തത്വചിന്തയുടെയും ശാസ്ത്രത്തിന്റെയും ആദിമപ്രഭവങ്ങൾ മിക്കവാറും ഇംഗ്ലീഷൊന്നുമായിരിക്കില്ല. അവ ഉല്പാദിപ്പിക്കപ്പെട്ടത് ഫ്രഞ്ചിലോ ജർമ്മനിലോ ലാറ്റിനിലോ ഇറ്റാലിയനിലോ അറബിക്കിലോ ഗ്രീക്കിലോ ഒക്കെയാകും. അവ തന്നെ നാം കാണുന്ന ക്ലാസ്സിക്കൽ കൃതികൾക്കും മുമ്പത്തെ പ്രഭവങ്ങളിൽനിന്ന് ഊറിവരുന്നവയാകും. ആ ആദിമഭാഷകളാണ് ശരിക്കു പറഞ്ഞാൽ ആശയങ്ങളുടെ മാതൃഭാഷകൾ. ആശയങ്ങളുടെയും ഭാവനകളുടെയും നിരീക്ഷണങ്ങളുടെയും പ്രഭവമായിത്തീർന്ന ഭാഷകൾ.

നമ്മുടെ അമ്മ-മുലപ്പാൽ ഭാഷാചിന്തകളിൽ ജന്മഭാഷ (ജന്മപരിസരത്തിലെ ഭാഷ) യാണ് മാതൃഭാഷ. അങ്ങനെ കാണുന്നതിൽ കുഴപ്പമൊന്നുമില്ല. അർത്ഥം രൂഢിയായിത്തീർന്ന ഒരു ആലങ്കാരികപ്രയോഗമായി അതിനെ കണ്ടാൽ മതി. എങ്കിലും ജന്മപരിസരത്തിലെ മാതൃഭാഷാംശമായി തീർച്ചയായും കണക്കാക്കാവുന്ന പല അംശങ്ങളെയും സ്വീകരിക്കാതെ പുറത്തുനിർത്തുന്ന മാനകഭാഷയെയാണ് മാതൃഭാഷ എന്നതുകൊണ്ട് വിവക്ഷിക്കുന്നതെന്ന് സൂക്ഷ്മമായി ശ്രദ്ധിക്കുമ്പോൾ മനസ്സിലാകും. വാസ്തവത്തിൽ മാനകഭാഷയുടെ മാതൃഭാഷയാണ് വാമൊഴിഭാഷ.[16] പക്ഷേ മാനകഭാഷയ്ക്ക് പോറ്റമ്മയായ

16. മാതൃഭാഷ എന്ന സങ്കല്പനത്തെ ജോർജ്ജ് മാത്തൻ ഉപയോഗിക്കുന്നില്ല. പകരം

സംസ്കൃതത്തോടാണ് ആഭിമുഖ്യം. ഈ വഴിവിട്ട ചിന്തകൾ പോട്ടെ. ഒരു കാര്യം കൂടി ഇവിടെ സൂചിപ്പിക്കട്ടെ. ഭാഷകളെ മേൽ സൂചിപ്പിച്ച തരത്തിൽ ആശയാദികളുടെ പ്രഭവങ്ങൾ എന്ന മട്ടിൽ കാണുന്നത് പുതിയൊരു ഭാഷാസമീപനത്തിലേക്കുതന്നെ നമ്മെ നയിച്ചേക്കും. കുറേക്കൂടി വസ്തുനിഷ്ഠവും ഉദാരവുമായ ഭാഷാസമീപനമായിരിക്കും അത് എന്നും തോന്നുന്നു.

ഇംഗ്ലീഷ് പദസ്വീകാരത്തിൽ ശ്രദ്ധേയമായ ചില കീഴ്‌വഴക്കങ്ങൾ കാണാം. വാമൊഴിസാഹചര്യങ്ങളിൽ ഇംഗ്ലീഷ് പദങ്ങൾ അതേപടി സ്വീകരിക്കുന്നതിന് യാതൊരു മടിയും കാണിക്കാറില്ല. തമിഴിലും ഏറെക്കുറെ ഇതാണ് സ്ഥിതി. എന്നാൽ സമാനമായ വരമൊഴി സാഹചര്യങ്ങളിൽ അതനുവദിക്കുന്നില്ല. പകരം സംസ്കൃതരൂപങ്ങളെ പ്രതിഷ്ഠിക്കുന്നു. തമിഴർ സമാനസന്ദർഭത്തിൽ തനതുപാരമ്പര്യത്തിലെ പദമാകും സ്വീകരിക്കുക. വരമൊഴിയുടെ നിലവാരപ്പെട്ട സ്വരൂപത്തെ സംബന്ധിച്ച ധാരണകളാണ് ഇവിടെ പ്രവർത്തനക്ഷമമാകുന്നത്. മലയാളത്തിലെ നിലവാരഭാഷയെ സംബന്ധിച്ച സാമാന്യമായ ബോധം സംസ്കൃതോന്മുഖമാണ്. ചരിത്രപരമായ ഭാഷാസന്ദർഭത്തിൽനിന്നും ഉരുത്തിരിഞ്ഞതാണത്. നാട്ടറിവുകളുടെ ഇടയിലേക്ക് കടന്നുവന്ന ബ്രാഹ്മണസമൂഹം ഇവിടുത്തെ പ്രമാണസമൂഹമായി മാറിയിരുന്നുവല്ലോ. അവർ കൈകാര്യം ചെയ്തുവന്ന വൈദികവും ഐതിഹാസികവുമായ

ജന്മഭാഷ എന്നാണ് പ്രയോഗിക്കുന്നത്. അതു കണക്കിലെടുത്താൽ വേറൊരു മട്ടിൽ ഈ വിഷയം വിസ്തരിക്കുവാൻ കഴിയും. കുട്ടികൾ ജന്മപരിസരത്തിൽനിന്നും സ്വീകരിക്കുന്ന ഭാഷയെയയാണല്ലോ ഇവിടെ ഉദ്ദേശിക്കുന്നത്. സ്കൂളിൽ ചേർന്നു പഠിക്കുന്നതിനു മുമ്പ് ശിശു ചുറ്റുവട്ടത്തിൽനിന്നു സ്വായത്തമാക്കുന്ന ഭാഷയാണത്. അതു മാനകഭാഷയല്ല. മറിച്ച് പ്രാദേശികവും സാമുദായികവുമായ വാമൊഴിയാണ്. നാം മാതൃഭാഷ എന്നു പറയുമ്പോൾ ഈ വാമൊഴികളെ വിസ്മരിക്കുകയും സംസ്കൃതസമ്പന്നമായ മാനക-സാഹിത്യ-വരമൊഴിഭാഷയെ സങ്കല്പിക്കുകയും ചെയ്യും. അതിഖര-മൃദു-ഘോഷ ഉച്ചാരണങ്ങളിൽ പിഴവു വന്നാൽ മാതൃഭാഷയിൽ പിഴവു വരുത്തി എന്നാണ് കുറ്റപ്പെടുത്താറുള്ളത്. വാസ്തവത്തിൽ കുട്ടിയുടെ മാതൃഭാഷയായ വീട്ടുഭാഷയിൽനിന്ന് അന്യമായ വരമൊഴി ഉച്ചാരണം വശപ്പെടുത്തുന്നതിലെ പരാജയത്തെയാണ്, അതിൽ അധിനിവിഷ്ടഭാഷയുടെ ഉച്ചാരണനിയമങ്ങളെ അനുസരിക്കാത്തതിനെയാണ് കുറ്റമായി എണ്ണുന്നതെന്നും ആരും ഓർക്കാറില്ല. മാനക(മാതൃ)ഭാഷയ്ക്കു വേണ്ടിയുള്ള ശുദ്ധിവാദങ്ങൾ സംസ്കൃതത്തിനുവേണ്ടിയുള്ള വാദങ്ങളെയാണ് ഉൾവഹിക്കുന്നത് എന്ന വസ്തുതയാണ് ഇവിടെ ചൂണ്ടിക്കാണിക്കുന്നത്. ചരിത്രത്തിലൂടെ ഉടൽപൂണ്ട ഈ മാനകഭാഷാരീതികളെ അപ്പാടെ തള്ളിക്കളയേണ്ടതാണെന്നല്ല ഇവിടെ വിവക്ഷ. എന്നാൽ അതാണ് സനാതനമായ ശരിയും ശുദ്ധവുമെന്ന് മേന്മാവബോധത്തോടെ അവതരിപ്പിക്കുന്നതും ഇതരരീതികളെ വൈകല്യവും പാമരത്വവും മറ്റുമായി വിവരിക്കുന്നതും ചരിത്രബോധമില്ലാത്ത സ്വസാമുദായികവീക്ഷണമാണ് പേറുന്നതെന്ന വിമർശനം ഉണ്ടുതാനും.

അറിവിന് പ്രാമാണികത കൈവന്നു. വൈജ്ഞാനികഭാഷ എന്ന നിലയിൽ കേരളത്തിൽ അവരുടെ കൈവശമിരുന്ന സംസ്കൃതത്തിന് ആധികാരികതയും പദവിയും സിദ്ധിച്ചു.[17] അതാണെന്നു തോന്നുന്നു നിലവാരഭാഷയെ സംബന്ധിച്ച ബോധത്തിന് ഭൗതികാസ്പദമായിട്ടുള്ളത്. എഴുത്തച്ഛനെക്കുറിച്ചുള്ള മിത്തിൽ അതിന്റെ പ്രകാശനം കാണാം. സംസ്കൃതത്തെപ്പോലെ മികച്ച ഭാഷയായി തന്റെ നാട്ടുഭാഷയെ പരിവർത്തിപ്പിക്കുക എന്ന ലക്ഷ്യബോധമായിരുന്നുവല്ലോ കഥയനുസരിച്ച് അദ്ദേഹം പ്രടിപ്പിച്ചത്! [18] അതിനായി അദ്ദേഹം സംസ്കൃതത്തിലെ ഇതിഹാസങ്ങളെ മലയാളത്തിലേക്ക് ആനയിച്ചു. അപ്പോൾ മണിപ്രവാളത്തിലെന്നപോലെ സംസ്കൃതം കൂടെപ്പോരുകയും ചെയ്തു. സംസ്കൃതമേറുന്നതാണ് വിവരത്തിന്റെയും വിജ്ഞാനത്തിന്റെയും അളവുകോലെന്ന് നാം ധരിച്ചു. അറിവുള്ളവരുടെ മലയാളമായി സംസ്കൃതയോഗമലയാളം.മണിപ്രവാളത്തെക്കടന്ന് എഴുത്തച്ഛനിൽ സഫലമായത് ഈ വിശേഷമലയാളമാണ്. എഴുത്തുമലയാളമായി അത്. എഴുത്തിലും വായനയിലും പഠനത്തിലും ഔപചാരികപ്രയോഗങ്ങളിലും കൂടി പ്രതിഷ്ഠ നേടിയ ആ ഭാഷാരീതിയാണ് മാനകമലയാളം. സംസ്കൃതത്തിൽ ആവിഷ്കരിക്കപ്പെട്ട ഇമ്പമുള്ള കാര്യങ്ങൾ പ്രാദേശികഭാഷയുടെ പദാവലികൊണ്ട് ഒപ്പിയെടുക്കാവുന്നതല്ല എന്ന വിചാരം ഉണ്ടായി. പ്രാദേശികമൊഴിക്ക് അതിനുള്ള പോരിമയും ഊറ്റവും ഇല്ല എന്ന പ്രതീതിയായി ആ ബോധം ഉറച്ചു. മാനകമലയാളം ഗൗരവമുള്ളതാണ്. സംസ്കൃതമാണ് ഗൗരവത്തിനു നിദാനം. സംസ്കൃതം കുറഞ്ഞും പ്രാദേശികമൊഴി ഏറിയും നിൽക്കുന്ന ചെറുശ്ശേരിക്കു ഗൗരവം പോര; സംസ്കൃതം കൂടിയ എഴുത്തച്ഛനു ഗൗരവം വേണ്ടത്ര! ആ ഭാഷയുടെ ക്രമക്കണക്കേ മലയാളിക്ക് ശരണപ്പെടാവുന്നതായി അനുഭവപ്പെട്ടുള്ളൂ. പ്രാദേശികപദാവലികൊണ്ടു നിർമ്മിക്കപ്പെട്ടതാണെങ്കിൽപോലും ആ ഗൗരവം വെടിഞ്ഞുകൂടാത്തതാണ്: 'അവൻ വീണ്ടും വരുന്നു' എന്നു പറയാം; 'ഓൻ പിന്നും വന്നിക്കി' എന്നത് പോര! ചിരിയുണ്ടാക്കാൻ (മാരാരുടെ ചിരിയല്ല, കുഞ്ചന്റെ ചിരി) മാത്രമേ അത് കൊള്ളൂ. കൊള്ളൂ എന്നെഴുതിയാൽ കൊള്ളാമെന്നേയുള്ളൂ. ഉപകരിക്കൂ എന്നായാൽ വിശേഷമായി.

---

17. തമിഴിൽ ഇങ്ങനെയൊരു ബോധരൂപം മലയാളത്തിന്റെ കാര്യത്തിലെന്നപോലെ ദൃഢപ്പെട്ടുകാണുന്നില്ല.അതിനുണ്ടായിരുന്ന സാഹിത്യ-വൈജ്ഞാനികപാരമ്പര്യശക്തികൊണ്ടാവാം.

18. മലയാളത്തെക്കുറിച്ച് 1816-ൽ എഫ് ഡബ്ല്യൂ എല്ലിസ് എഴുതിയ ലേഖനത്തിൽ എഴുത്തച്ഛനെക്കുറിച്ച് നൽകുന്ന വിവരണം കാണുക. കുഞ്ഞുണ്ണിരാജയുടെ *ഭാഷാഗവേഷണം* എന്ന പുസ്തകത്തിൽ അതിന്റെ വിവർത്തനം ചേർത്തിട്ടുണ്ട്.

വാമൊഴിയെ പൊതുവെയും, അതിലെ പ്രാന്തസ്ഥവും പാമര ജനപ്രസിദ്ധവുമായ പദങ്ങളെ പ്രത്യേകിച്ചും നിരസിക്കുകയാണ് മാനകീകരണത്തിന്റെ സ്വഭാവമെന്നു പറയാം. ഒരു തരം അശുദ്ധി ബോധമാണ് ഇവിടെയുള്ളത്. സംസ്കൃതീകരിക്കുക, മാനകീകരിക്കുക, എന്ന ബോധം പ്രവർത്തനക്ഷമമാകുമ്പോൾ സംഭവിക്കുന്നതാണിത്. ശുദ്ധിയുള്ള ഭാഷയാണ്, മാന്യമായ ഭാഷയാണ് എന്നൊക്കെയുള്ള പ്രതീതിബോദ്ധ്യങ്ങളോടെയാണ് ഈ മാനകഭാഷ രൂപമെടുത്തത് എന്നും അതിന്റെ മറുപുറമായി അശുദ്ധിയെക്കുറിച്ചുള്ള ഉൽക്കണ്ഠ പുലർന്നിരുന്നുവെന്നുമാണ് മനസ്സിലാക്കാൻ കഴിയുന്നത്. ഈ ബോധ രൂപത്തിൽനിന്ന് പുറത്തുകടക്കാൻ കഴിയാത്ത വിധത്തിൽ ഒരു മാന കഭാഷാപ്രത്യയശാസ്ത്രം പ്രവർത്തിച്ചുപോന്നു. നിഘണ്ടുക്കളിലൊഴികെ പ്രയോഗത്തിൽ പ്രാന്ത-പാമരവാമൊഴിയിലെ പദങ്ങൾക്ക് പതിതത്വം കല്പിതമായി. പാതിരിഗദ്യത്തിൽ ചെറിയ തോതിലെങ്കിലും പ്രവേശം സിദ്ധിച്ചുവെങ്കിലും അയിത്തപ്രത്യയശാസ്ത്രം പിൽക്കാലഭാഷയിൽനിന്ന് കാലാന്തരത്തിൽ അതിനെ തള്ളിപ്പുറത്താക്കുക തന്നെ ചെയ്തു. മുഖ്യധാ രയുണ്ടാകുകയും ആധികാരികമായി മൂല്യമാർജ്ജിക്കുകയും ചെയ്യുമ്പോൾ അരിക്കാക്കപ്പെടുന്ന ആദിവാസികളാണ് നാട്ടുശബ്ദങ്ങൾ.

ചുരുക്കത്തിൽ, സംസ്കൃതകേന്ദ്രിതമായൊരു ഭാഷാദർശനം മലയാളത്തിനകത്തു നിക്ഷേപിക്കപ്പെട്ടിട്ടുണ്ട്. അതിന്റെ പ്രവർത്തനം നമ്മുടെ തെരഞ്ഞെടുപ്പുകളെ നിർണ്ണായകമായി സ്വാധീനിച്ചുപോരുന്നു. മലയാളത്തിന്റെ ശരീരവും ആത്മാവും സംസ്കൃതമായി എന്നു പറയാം. മിഷണറിമലയാളം പോലും വലിയൊരു പരിധിവരെ അതിനോട് രാജി യാവുകയായിരുന്നു ചെയ്തത്. *സംക്ഷേപവേദാർത്ഥ*വും *വേദതർക്ക*വും *മലയാഴ്മയുടെ വ്യാകരണ*വും ബൈബിൾ വിവർത്തനങ്ങളും നോക്കിയാൽ ഇതു വ്യക്തമാകും. വാമൊഴിയെ സ്വീകരിക്കുമ്പോഴും ആത്മീയവും ഭൗതി കവുമായ വിവരണത്തിന് അവർ എഴുത്തുഭാഷയുടെ ചേരുവയെത്തന്നെ മാതൃകയാക്കാൻ നിർബ്ബന്ധിതമായി. ജോർജ്ജ് മാത്തന് ഇംഗ്ലീഷിനു പുറമെ നിരവധി ഭാഷകളിൽ പാണ്ഡിത്യമുണ്ടായിരുന്നു. ആ പാണ്ഡിത്യ ത്തിന്റെ പിൻബലത്തിൽ ഭാഷാവിശകലനത്തിനും പ്രതിപാദനത്തിനും തുനിഞ്ഞപ്പോൾ ഏറെക്കുറെ സംസ്കൃതപദാവലി സ്വീകരിക്കുന്ന കാവ്യഭാഷാനിയമത്തെ അനുസരിക്കാനാണ് അദ്ദേഹവും തുനിഞ്ഞത്. ഇത് ഗുണ്ടർട്ടിന്റെയും ബെയ്‌ലിയുടെയും ഭാഷാസമീപനത്തിലുമൊക്കെ പൊതുവായി കാണാവുന്ന പ്രവണതയാണ്. നോവലിലും കഥയിലും കടന്നുവരുന്ന വാമൊഴിഭാഗങ്ങളിൽ മാത്രം അവ പിൽക്കാലത്ത് വെളിച്ചപ്പെട്ടു പിൻവാങ്ങിക്കൊണ്ടിരിക്കുന്നു. നാട്ടുവഴക്കത്തിന്റെ

ചൊൽവടിവുകളനുസരിക്കുന്ന മാപ്പിളരാമായണം പോലുള്ള ആവിഷ്കാരങ്ങളിൽ മാനകമലയാളത്തോട് ഭിന്നിക്കുന്ന രചനകളുണ്ടാകുന്നുണ്ട് എന്നു പറയാൻ കഴിഞ്ഞേക്കും. സമീപകാലത്തുണ്ടായ ദലിതുണർവ്വിന്റെയും മറ്റും ഭാഗമായി ഇത്തരം ചില പ്രവണതകൾ കവിതകളിലും ചർച്ചകളിലും സിനിമകളിലും ഉണ്ടായിക്കാണാം. അപവാദങ്ങളാണവ. ഗദ്യമെഴുത്തിലൊക്കെ ദലിത് ചിന്തകർ പിന്തുടരുന്ന എഴുത്തുരീതികൾ[19] പോലും സംസ്കൃതകേന്ദ്രിത മാനകമലയാളത്തെത്തന്നെയാണ് മാതൃകയാക്കുന്നത്.

പ്രാദേശികവാമൊഴിയിലുള്ള രൂപങ്ങൾ മാനകഭാഷയിലേക്ക് സ്വീകരിക്കാവുന്നതല്ലേ എന്ന ചോദ്യമൊക്കെ ഉന്നയിക്കപ്പെടുന്നുണ്ട്. 'വിസ്തീർണ്ണം എന്തിനാണ്, പരപ്പളവുപോരേ' എന്നൊക്കെ ചോദിക്കുന്നിടത്തെ ഈ ജാഗ്രത മാറ്റങ്ങൾ കൊണ്ടുവന്നേയ്ക്കാം. എന്നാൽ, വിസ്തീർണ്ണത്തിനുള്ള സാങ്കേതികഗൗരവം പരപ്പളവിനില്ലെന്ന തോന്നലും പൊതുവെയുണ്ട്. എന്നാൽ വാമൊഴിയിൽ പ്രാദേശികപദങ്ങളും പ്രയോഗരീതികളും വരുന്നത് ആരും കുറവായെടുക്കുന്നില്ല. അതിനെ അംഗീകരിക്കാൻ വൈമനസ്യമില്ലെന്നു മാത്രമല്ല, സ്വാഭാവികസന്ദർഭത്തെ ആവിഷ്കരിക്കാൻ അതു പര്യാപ്തമാണെന്നും നാം കരുതുന്നു. കഥാസാഹിത്യത്തിലെ സംഭാഷണത്തിൽ പ്രാദേശികവാമൊഴിയും ഇംഗ്ലീഷ് മിശ്രഭാഷണവുമൊക്കെ വരുന്നത് ഈ സൗജന്യത്തെ സ്വീകരിച്ചുകൊണ്ടാണ്. പക്ഷേ, അവിടെയും ആഖ്യാനത്തിൽ സംസ്കൃതസമ്പന്നമായ മാനകരീതി തന്നെയാണ് സാമാന്യമായി തുടരുന്നത്. സംസ്കൃതത്തോടുള്ള ഈ അഭിരതിയും അനുകൂലതയും നമ്മുടെ മലയാളഭാഷാവബോധത്തിന്റെ, അഥവാ, ഭാഷാമനോഭാവത്തിന്റെ ഒരു ചുഴികുറ്റിയായി നിലകൊള്ളുന്നുണ്ട്. അത് അനുസരിക്കാത്ത മലയാളം അപഭ്രംശമാണെന്നു തോന്നുന്നത്, ഈ തോന്നലിന് അഥവാ മനോഭാവത്തിനുള്ള പ്രഭാവത്തെയാണ് വ്യക്തമാക്കുന്നത്. ഇംഗ്ലീഷ് പദങ്ങളും വാക്യങ്ങളും വാമൊഴിയിൽ സ്വീകരിക്കുന്നതിനെ അലോസരമായി കാണാതിരിക്കുമ്പോഴും എഴുത്തുഭാഷയിലേക്ക് പ്രവേശിക്കുന്നതിനെ വിലക്കുന്ന ഒരു പ്രത്യയശാസ്ത്രയന്ത്രമായി ഈ മനോഭാവം പ്രവർത്തിച്ചുകൊണ്ടിരിക്കുന്നു. വാമൊഴിയിൽ അനുവദിക്കുന്ന പ്രാദേശികപദങ്ങളെയും ഇംഗ്ലീഷിനെയും വരമൊഴിയിൽ നിരാകരിക്കുന്ന അരിപ്പയാണ് ആ യന്ത്രം.

---

19. സോമനാഥൻ പി.യുടെ *മലയാളിയുടെ ഭാഷാപഠനം* എന്ന പുസ്തകത്തിലെ പുറം 59 നോക്കുക. (ഇൻസൈറ്റ് പബ്ലിക്ക, 2016)

സാങ്കേതികപദങ്ങളെ സംബന്ധിച്ച് നടക്കുന്ന ചർച്ചകളിൽ മേൽവിവരിച്ചുവന്ന കളിയുടെയും നിലവാരഭാഷാബോധത്തിന്റെയും വിശദരൂപം വരഞ്ഞുകിടക്കുന്നുണ്ട്. ഭാഷയിൽ നവരസങ്ങളുടെയും ഭക്തിരസത്തിന്റെയും വേദ-വേദാന്തചിന്തകളുടെയും പ്രകാശനത്തിനുള്ള മാനകരൂപമാണ് മണിപ്രവാളത്തിലൂടെയും ഇതിഹാസ-ഭക്തികാവ്യങ്ങളിലൂടെയും രൂപപ്പെട്ടുവന്നത്. ആധുനികശാസ്ത്രസാങ്കേതികവിഷയങ്ങൾ കടന്നുവന്നത് സംസ്കൃതത്തിലൂടെയല്ല; ഇംഗ്ലീഷിലൂടെയാണ്. ആധുനികശാസ്ത്രപ്രതിപാദനത്തിനു നിരക്കുന്ന ഒരു വിവരണകലാപാരമ്പര്യം സംസ്കൃതത്തെ ആശ്രയിച്ച മാനകഭാഷാരൂപീകരണഘട്ടത്തിൽപോലും മലയാളത്തിൽശക്തിപ്പെട്ടുവന്നിരുന്നില്ല. ഈ വസ്തുതയെ ഒരു *ഗണിതയുക്തിഭാഷ*[20] കൊണ്ട് മറയ്ക്കാവുന്നതല്ല. ജോർജ്ജ് മാത്തന്റെ ഭാഷാശാസ്ത്രപ്രതിപാദകമായ വ്യാകരണകൃതിയാകും[21] രീതിശ്ശാസ്ത്രപരമായ മാതൃക എന്നൊക്കെപ്പറയാവുന്ന തരത്തിൽ ഒരു ശാസ്ത്രരചനയുള്ളത്. അതിൽത്തന്നെ കാണാവുന്നത്, സംസ്കൃതപദാവലീസമ്പന്നമായൊരു ഭാഷാരീതിയിൽ ഭാഷാശാസ്ത്രപ്രതിപാദനശക്തി സംഭരിക്കാനുള്ള ശ്രമമാണെന്നു പറഞ്ഞു. രുതശബ്ദവും ഗദശബ്ദവും സങ്കല്പിക്കുന്നിടത്തൊക്കെ സങ്കല്പനപരമായ കരുത്തു പ്രകടിപ്പിക്കുന്ന മാത്തൻ സ്വീകരിച്ച രൂപങ്ങൾ പലതും സംസ്കൃതജന്യമായിരുന്നു.

---

20. *ഗണിതയുക്തിഭാഷ.* 16-ാം നൂറ്റാണ്ടിൽ ജ്യേഷ്ഠദേവൻ മലയാളത്തിൽ രചിച്ച ഗണിതശാസ്ത്രകൃതി. മലയാളത്തിൽ ശാസ്ത്രപ്രതിപാദനത്തിനു ശ്രമിച്ച ഒരു ധിഷണാശാലിയാണ് ഗ്രന്ഥകാരൻ. സംഗമഗ്രാമത്തിലെ സംസ്കൃതപണ്ഡിതരായ മാധവൻ, നീലകണ്ഠസോമയാജി, അച്യുതപ്പിഷാരടി, ജ്യേഷ്ഠദേവൻ എന്നിവരുടെ കണ്ടെത്തലുകളുടെ മലയാളത്തിലുള്ള അവതരണമാണിത്. യൂറോപ്യൻ ചിന്തകരായ ജെയിംസ് ഗ്രിഗറി, ഐസക് ന്യൂട്ടൺ തുടങ്ങിയവർക്കു നൂറ്റാണ്ടുകൾക്ക് മുമ്പേ കലനം (കാൽക്കുലസ്)സംബന്ധിച്ച് അടിസ്ഥാനാശയങ്ങൾ ആവിഷ്കരിച്ചതിന് തെളിവാണ് ഈ കൃതി. സംസ്കൃതസാങ്കേതികസംജ്ഞകളും മലയാളത്തനിമയാർന്ന ദ്രാവിഡവഴിക്കുള്ള പദാവലികളും സമന്വയിച്ചുള്ള ഒരു ഭാഷാശൈലിയാണ് അതിൽ കാണാവുന്നത്. ശാസ്ത്രത്തിന്റെ പ്രതിപാദനത്തിന് അതിന്റെ ലഭ്യമായ പ്രഭവങ്ങളിൽനിന്നുള്ള സാങ്കേതികസംജ്ഞകളെ സ്വീകരിക്കുന്നതാണ് ഉചിതമെന്ന് ഉദാഹരിക്കുന്നതാണ് ഈ ഭാഷശൈലി. 'ജ്യാനയനം'ജീവേ പരസ്പരന്യായവും വൃത്താന്തർഗ്ഗത ചതുരശ്ര കർണ്ണഘാതവും, 'സമസ്തജ്യാഘാതത്തെ വ്യാസംകൊണ്ട് ഹരിച്ചാൽ ലംബമുണ്ടാകും' - ഇങ്ങനെയൊക്കെയാണ് അതിന്റെ പോക്ക്. വാമൊഴിബന്ധത്തേക്കാൾ മൂലഗ്രന്ഥബന്ധമാണ് ഈ ഗദ്യത്തിലുള്ളത്.

21. ജോർജ്ജ് മാത്തന്റെ *മലയാഴ്മയുടെ വ്യാകരണം* അനിതരസാധാരണമായ സൂക്ഷ്മതയോടെ ഭാഷാചിന്ത നിർവ്വഹിച്ച പുസ്തകമാണ്. ഗദശബ്ദം, രുതശബ്ദം എന്നിങ്ങനെ മനുഷ്യഭാഷാശബ്ദവ്യവസ്ഥയെയും മനുഷ്യേതരജന്തുക്കളുടെ ശബ്ദവ്യവസ്ഥയെയും വേർതിരിക്കുന്നു. ഭാഷയിൽ നവീനമായ സങ്കല്പനം നടത്തുന്ന മുഹൂർത്തങ്ങളാണിവിടെയൊക്കെ കാണാവുന്നത്. തത്വചിന്ത, ശാസ്ത്രം, മാനവികവിഷയങ്ങൾ എന്നിങ്ങനെ വകതിരിക്കാവുന്ന വിവിധ മേഖലകളിൽ ചിന്താപരമായി വികസിക്കുന്ന നിരവധി രചനകൾ അദ്ദേഹം നടത്തി.

ഭാഷാപഠനരംഗത്ത് സംസ്കൃതത്തിനുണ്ടായിരുന്ന പാരമ്പര്യബലം അതിന് പിൻബലമായി ഉണ്ടായിരുന്നു. അതല്ല ആധുനികശാസ്ത്രരംഗത്തെ സ്ഥിതി.

ആധുനികകാലത്ത് വിദ്യാഭ്യാസരംഗത്തുണ്ടായ പുരോഗതിക്കൊപ്പമാണ് ഇവിടെ സയൻസ് എന്നു വിളിക്കുന്ന ശാസ്ത്രത്തിന്റെയും മറ്റ് മാനവികവിഷയങ്ങളുടെയും ഭാഷാമാതൃകകൾ ഉണ്ടായി വികസിക്കുന്നത്. ഇവിടെ ഉണ്ടായിവന്നതല്ല സയൻസ്. അത് നാട്ടുഭാഷയുടെയോ, ഇവിടെ രൂപമെടുത്ത മാനകഭാഷാപ്രയോഗത്തിലൂടെയോ സങ്കല്പനം ചെയ്യപ്പെട്ട് ഉല്പാദിപ്പിക്കപ്പെട്ടതല്ല. അതുകൊണ്ടുതന്നെ അവയെ ആവിഷ്കരിക്കുന്നതിനാവശ്യമായ പദാവലിയോ ഭാഷാസംവിധാനക്രമമോ ഇവിടെ ഉണ്ടായിരുന്നില്ല. പദങ്ങൾ അതിന്റെ ഭൗതികാസ്പദങ്ങളിൽനിന്നും ആവശ്യപരമായ മൂർത്തസാഹചര്യത്തിൽനിന്നുമാണ് സങ്കല്പനം ചെയ്യപ്പെട്ട് രൂപമെടുക്കുന്നത്. ആശയം സങ്കല്പനം ചെയ്യപ്പെടാത്തിടത്ത് പദം ഉണ്ടാവുകയില്ലതന്നെ. ആധുനികവിജ്ഞാനാവിഷ്കാരത്തിന് ആവശ്യമായ വിശേഷപദാവലിയുടെ അഭാവത്തെക്കുറിച്ചാണ് പറയുന്നത്. നീളവും വീതിയും കൂട്ടലും കിഴിക്കലും ചൂടും തണുപ്പും പോലുള്ള അടിസ്ഥാനപദങ്ങളൊന്നും ഇല്ലെന്നല്ല. ഇവിടെ സമ്പർക്കഭാഷയായി അവതരിച്ച ഇംഗ്ലീഷ് ഭാഷയാകട്ടെ, ഇതര യൂറോപ്യൻ ഭാഷകളോടൊപ്പം ആവശ്യമായ സാങ്കേതികപദാവലികൾ ശാസ്ത്രീയവിവരണങ്ങളുടെ വികാസത്തോടൊത്ത് സ്വന്തമാക്കിയിരുന്നു. യൂറോപ്യൻ ഭാഷകളിൽ നടന്ന ശാസ്ത്രവ്യവഹാരങ്ങളോടു ചേർന്ന് ആധുനികകാലത്ത് രൂപമെടുത്തവയായിരുന്നു അവ. പലപ്പോഴും പുതിയ പദങ്ങൾ പങ്കിടാൻ അവരുടെ ഭാഷകളുടെ ജൈവബന്ധം സഹായകമായി. പുതിയ സങ്കല്പനങ്ങൾ ആവശ്യമായി വന്നപ്പോൾ പദങ്ങളെ ജനിപ്പിക്കാൻ ലാറ്റിൻ-ഗ്രീക്ക് പദപ്രകൃതികളെ ആശ്രയിക്കാനും ആ ഭാഷകൾക്ക് കഴിഞ്ഞു.

ഇങ്ങനെ ശാസ്ത്രീയഗവേഷണത്തിന്റെയും അവയുടെ വിവരണത്തിന്റെയും സ്വാഭാവികമായ വികാസത്തോടൊപ്പമാണ് യൂറോപ്യൻ ഭാഷകളിൽ അതിനാവശ്യമായ് വന്ന ഭാഷാരൂപങ്ങളെ സ്വായത്തമാക്കിയത്. ഈ മട്ടിലുള്ള ഭൗതികപ്രക്രിയകളുടെ അഭാവം മൂലം, ആ മേഖലയിൽ സങ്കല്പനപരമായി മുന്നോട്ടുപോകാതിരുന്ന ഒരു നാട്ടിലേയ്ക്ക് ശാസ്ത്രീയമായ നേട്ടങ്ങളും അതിന്റെ അറിവുകളും പകരുന്ന ഒരു പ്രക്രിയയാണ് ഇന്ത്യയിലെ കൊളോണിയൽ ആധുനികതയിൽ സംഭവിക്കുന്നത്. ആ പകരലിന്റെ ഉപാധിയായി വർത്തിച്ചത് ഇംഗ്ലീഷ് ഭാഷയായിരുന്നു. ഇംഗ്ലീഷിലൂടെ രാഷ്ട്രീയവും സാമൂഹികവുമായ

യൂറോപ്യൻ സംവിധാനങ്ങളും രീതികളും എന്നപോലെ ആധുനികവിജ്ഞാനവും ശാസ്ത്രവും സങ്കല്പനങ്ങളും ഇവിടേയ്ക്ക് എത്തിച്ചേർന്നു. അത് ജീവിതസംസ്കാരത്തിന്റെ ഭാഗമായി. അതോടൊപ്പം ഭാഷയിലേക്ക് കൂട്ടിച്ചേർക്കുകയെന്നത് അനിവാര്യവുമായി. അതിനാൽ ഇംഗ്ലീഷ് പ്രഭാവമായിട്ടാണ് ശാസ്ത്ര-വിജ്ഞാനപ്രഭാവവും ഇവിടേയ്ക്ക് വരുന്നത്. ശാസ്ത്രവിവരണത്തിനാവശ്യമായ സങ്കല്പനപ്രക്രിയ തനതായ ശാസ്ത്രവികാസത്തോടൊപ്പം സംഭവിക്കുന്ന പ്രക്രിയയായല്ല ഇവിടെ സംഭവിച്ചതെന്നു സാരം. ആധുനികവിജ്ഞാനംതന്നെ ഇംഗ്ലീഷായി - അലോപ്പതിയെ ഇംഗ്ലീഷ് മെഡിസിനായിട്ടെന്നപോലെ - തിരിച്ചറിയപ്പെടുന്നതിനു കാരണമിതാണ്.

ഇംഗ്ലീഷിലൂടെ പരിചയസീമയിലെത്തുന്ന സങ്കല്പനങ്ങളെ ഈ ഭാഷയിലേക്ക് കൂട്ടിയെടുക്കുക എന്ന ദൗത്യമാണ് ഇവിടെ ഏറ്റെടുക്കേണ്ടിവന്നത്. യൂറോപ്പിന്റെയും നമ്മുടെയും ആധുനികവിജ്ഞാനസങ്കല്പനപ്രക്രിയകൾക്ക് അടിസ്ഥാനപരമായി അന്തരമുണ്ട്. അരി ഉല്പാദനവും കടയിൽനിന്ന് അരി വാങ്ങുന്നതും തമ്മിലുള്ള അന്തരത്തോട് സാദൃശ്യപ്പെടുത്താവുന്നതാണിത്. യൂറോപ്യൻ ഭാഷകളിലുണ്ടായ സങ്കല്പനങ്ങളെ പിന്തുടർന്ന് പുനർസങ്കല്പനം നടത്തുന്ന പ്രക്രിയയാണിത്. സങ്കല്പനത്തിന്റെ മൂലപ്രക്രിയ പാശ്ചാത്യഭാഷയിൽ നടന്നുകഴിഞ്ഞു. നമുക്ക് അതിനെ പിന്തുടർന്ന് വിവർത്തനമാണ് നടത്തേണ്ടിവരുന്നത്.

നമ്മുടെ വൈജ്ഞാനിക-ശാസ്ത്രസങ്കല്പനപ്രക്രിയയുടെ പ്രഭവം വിവർത്തനമാണ്. മൂർത്തവും സ്വാഭാവികവുമായ വാസ്തവസന്ദർത്തിലല്ല, ആശയസന്ദർഭത്തിലാണ് നമ്മുടെ സങ്കല്പനപ്രക്രിയ നടക്കുന്നത് എന്നു സാരം. പകർത്തൽ, വിവർത്തനം എന്നിവയാണ് ചിന്ത, അഥവാ ധൈഷണികപ്രവർത്തനം എന്ന ദുരന്തധാരണയുടെ പ്രഭവംകൂടിയാണ് ഈ പ്രക്രിയ. ആശയങ്ങളുടെ സൃഷ്ടിയ്ക്കും സാക്ഷാത്കാരത്തിനും ശ്രമിക്കുന്ന രീതികൾ വികസിപ്പിക്കുന്നതിനു പകരം, എപ്പോഴും പകർത്തിയെടുക്കുവാൻ ഉത്സാഹിക്കുകയും അങ്ങനെ പകർത്തിയെടുക്കാനുള്ള ആശയപ്രഭവമായി ഇംഗ്ലീഷിനെ കാണാനും നാം ശീലിച്ചു. ഇവിടുത്തെ ഏറ്റവും ധിഷണാശാലിയായ ആൾ ആരാണെന്ന ചോദ്യത്തിനുത്തരം ഏറ്റവും പുതിയ ഇംഗ്ലീഷ് പുസ്തകം പരിചയപ്പെട്ട, പരിചയപ്പെടുത്തുന്ന ആളാണെന്നു വരുന്നത് ഈ സാഹചര്യത്തിലാണ്. പഠിച്ചറിയുന്ന കാര്യങ്ങൾ ഗ്രഹിച്ച് തനതുഭാഷയിൽ സ്വതന്ത്രാവിഷ്കാരം നടത്താനുള്ള ശ്രമങ്ങൾ പോലും നടക്കാതെ പോകുന്നുവെന്നത് ആധികാരികമായ ഒരു വൈജ്ഞാനികവ്യവഹാരം രൂപപ്പെടുന്നതിന് വിഘാതം സൃഷ്ടിക്കുകയും ചെയ്യുന്നു. നമ്മുടെ സർവ്വകലാശാലകളിലെ

ഏകഭാഷാവിദ്യാഭ്യാസക്രമീകരണം ഈ രംഗത്ത് യാതൊരു സംഭാവനയും ചെയ്യാൻ പോരുന്നതല്ല താനും.

ശാസ്ത്രമുൾപ്പെടെയുള്ള ആധുനികജീവിതവ്യവഹാരങ്ങൾ വിവർത്തനം ചെയ്യപ്പെട്ടുണ്ടാവുന്ന സാഹചര്യം പല തരത്തിലുള്ള മനോഭാവക്രമീകരണങ്ങൾ സൃഷ്ടിക്കുന്നു എന്നതാണ് ഏറ്റവും പ്രധാനം. ശാസ്ത്രം, ജനാധിപത്യം, സാങ്കേതികവിദ്യ- ഇതൊക്കെ പാശ്ചാത്യമാണെന്ന ബോധരൂപമാണ് ഏറ്റവും പ്രധാനപ്പെട്ട ഒന്ന്. പ്രമാണവ്യവഹാരം യൂറോപ്യനാണെന്ന, ഇവിടെ ഇംഗ്ലീഷാണെന്ന ബോധം കൂടിയാണ് ഇതിനോടൊപ്പം സൃഷ്ടിക്കപ്പെടുന്നത്. ഒരുതരം സാമന്തബോധമാണ് പ്രാദേശികജനവിഭാഗങ്ങളിൽ സൃഷ്ടിക്കപ്പെടുന്നത്. വിമോചകനും രക്ഷകനും ശാസകനും ഒക്കെയായി ഇംഗ്ലീഷ് ജീവിതത്തെ ഭരിക്കുന്നു. ശാസ്ത്രജ്ഞാനവും മറ്റ് ആധുനികവിജ്ഞാനങ്ങളും ഇംഗ്ലീഷ് ജ്ഞാനമാണെന്ന ധാരണ രൂപപ്പെടുന്നു. ഇംഗ്ലീഷെന്നാൽ അറിവിന്റെയും പരിഷ്കാരത്തിന്റെയും അധികമൂല്യമാർജ്ജിക്കുന്നത് രാഷ്ട്രീയാധികാരം കൊണ്ടു മാത്രമല്ല, ഈ അറിവധികാരം കൊണ്ടുകൂടിയാണ്. ആധികാരികതയണയ്ക്കുന്നത് ഇംഗ്ലീഷ് വാക്കും ഉദ്ധരണികളുമാണെന്നു പഠിപ്പിക്കുക കൂടിയാണ് ഇവിടുത്തെ വിദ്യാഭ്യാസം ചെയ്യുന്നത്. ആധുനികവിജ്ഞാനസ്വീകാരസന്ദർഭത്തിലെ, എളുപ്പത്തിൽ ഊരിപ്പോകാനാവാത്ത, ഒരു കെണിയാണിത്.

പല തരത്തിൽ ആധുനികവിജ്ഞാനത്തെ അഥവാ ഇംഗ്ലീഷിനെ അഭിമുഖീകരിച്ച സാഹചര്യത്തെ കൈകാര്യം ചെയ്യാം. ശാസ്ത്രവ്യവഹാരങ്ങൾക്ക് ഇംഗ്ലീഷ് തന്നെ ഉപയോഗപ്പെടുത്തുക എന്നതാണ് ഒരു വഴി. ശങ്കരാചാര്യർ സംസ്കൃതത്തെ സ്വീകരിച്ച് വേദവിജ്ഞാനത്തിന്റെ പാതയിൽ മുന്നോട്ടുപോയതുപോലെ ആളുകൾക്ക് ഇംഗ്ലീഷിലൂടെ യൂറോപ്യൻ വിജ്ഞാനിയായി മാറാം. അതിൽ ലജ്ജിക്കാനൊന്നുമില്ല. വിജ്ഞാനത്തിന് വിജ്ഞാനത്തിന്റെ മാതൃഭാഷയെയോ പോറ്റുഭാഷയെയോ സ്വീകരിച്ച് ഭാഷകളുടെ അതിരുകൾ കടന്നു സഞ്ചരിക്കുന്ന നടപടിയാണത്. അത്തരമൊരു കൂട്ടരെ ഒഴിവാക്കിക്കൊണ്ട് മറ്റൊരു പാരമ്പര്യത്തിൽ രൂപമെടുത്ത അറിവുകളെ സ്വായത്തമാക്കാൻ കഴിയില്ല. ബാലാഭ്യസനം ജന്മഭാഷയിലാവുന്നത് ഗുണകരമാണ് എന്നു ചിന്തിച്ച ജോർജ്ജ് മാത്തൻ[22] അതേ സന്ദർഭത്തിൽത്തന്നെ

22. ബാലാഭ്യസനത്തെക്കുറിച്ച് 1867 ഓഗസ്റ്റ് 11 ന് കൊല്ലത്തുവെച്ച നടത്തിയ പ്രസംഗം ജന്മഭാഷയിലുള്ള പരിജ്ഞാനത്തിന്റെ പ്രാധാന്യം വ്യക്തമാക്കുന്നതായിരുന്നു. ജന്മഭാഷ മാധ്യമമാക്കിയുള്ള വിദ്യാഭ്യാസം ഉറപ്പവരുത്തുന്നതുകൊണ്ടു കുട്ടികൾക്കുള്ള പ്രയോജനവും അതുമൂലം ഭാഷയ്ക്കുണ്ടാകുന്ന അഭിവൃദ്ധിയും അദ്ദേഹം വ്യക്തമാക്കി. അതേസമയം മറ്റു ഭാഷകൾ പഠിക്കേണ്ടതിന്റെ

ഇംഗ്ലീഷ് പഠിച്ചറിഞ്ഞ ഒരു കൂട്ടരുടെ ആവശ്യം എടുത്തുപറയുന്നത് ഇക്കാരണത്താലാണ്. അവർ അവരുടെ വൈജ്ഞാനികവികാസം വഴി ജ്ഞാനപീഠാരോഹണം നടത്തി തൃപ്തരാകുന്നവരല്ല. വ്യക്തി പരമായ വിജ്ഞാനാർജ്ജനത്തിനും വികാസത്തിനും അപ്പുറത്ത് ജന്മഭാഷയുടെ മാധ്യമപരമായ വികാസത്തിനു സംഭാവന നൽകുന്ന വിജ്ഞാനവിവർത്തകരായി സേവനം ചെയ്യേണ്ടവരാണ്. തനതുഭാഷ യിലേക്ക് അന്യഭാഷയിലിരിക്കുന്ന വിജ്ഞാനത്തെ കടത്തിക്കൊണ്ടു വരുന്ന അപ്സരസ്സുകളായി ചിലർ പ്രവർത്തിച്ചാലേ ആധുനികമായ അറിവുകളെ അഭിസംബോധന ചെയ്യുന്ന ബാലാഭ്യസനത്തിനും ആ മേഖലയിലെ വ്യവഹാരസമ്പന്നതയ്ക്കും വഴിയൊരുങ്ങുകയുള്ളൂ.

വാസ്തവത്തിൽ നമ്മുടെ സർവ്വകലാശാലാവിദ്യാഭ്യാസം ഇത്തര മൊരു ലക്ഷ്യബോധംകൂടി ഉള്ളതാകേണ്ടതായിരുന്നു. നിർഭാഗ്യവശാൽ അവ അങ്ങനെയല്ല നാളിതുവരെ ആസൂത്രണം ചെയ്യപ്പെട്ടിരിക്കുന്നത്. അതിനാൽ ഒറ്റപ്പെട്ട വ്യക്തികളൊഴിച്ചുനിർത്തിയാൽ, പൊതുവിൽ, ശങ്ക രാചാര്യരെപ്പോലെ ജന്മഭാഷയെ കടന്നുപോകുന്നവർ കടന്നെത്തിയ ഭാഷയിൽത്തന്നെ വ്യവഹരിച്ച് തങ്ങളുടെ വിശേഷവിജ്ഞാനലോക ത്ത് വിലസുകയാണ് ചെയ്തുപോരുന്നത് (അതൊന്നും വ്യക്തിപരമായ കുറ്റമോ കുറവോ ആയി കാണേണ്ടതല്ല). ഇംഗ്ലീഷിലൂടെ വിദ്യാഭ്യാസം നടത്തി അവർ വളർന്നുമാറി. അവർ ഇംഗ്ലീഷ്-അറിവുള്ള അസാധാ രണക്കാരായിത്തീർന്നു. ഇങ്ങനെയുണ്ടായ അറിവ് നാട്ടുഭാഷയിൽ ആവിഷ്കരിക്കുന്ന സന്ദർഭങ്ങൾ ചുരുക്കമായി ഉണ്ടായി. ഇന്നാട്ടിൽ സർവ്വകലാശാലകളും ആ നിലയിലുള്ള സ്ഥാപനങ്ങളും രൂപപ്പെടുന്ന തിനു വളരെ മുമ്പേ അത് തുടങ്ങിയിരുന്നു.

മിഷണറിമാരെപ്പോലുള്ളവർ ശാസ്ത്രവിജ്ഞാനം നാട്ടുഭാഷാസമൂഹ ത്തിനു ലഭിക്കേണ്ടതുണ്ടെന്ന ബോദ്ധ്യത്തോടെ നടത്തിയ പശ്ചിമോദയ മട്ടിലുള്ള ഭാഷാപ്രവർത്തനങ്ങളുണ്ടായി. ജോർജ്ജ് മാത്തനും ഫ്രോൺ മെയറും ജന്മഭാഷ വൈജ്ഞാനികതയാർജ്ജിക്കുന്നതിന്റെയും അതിൽ വിദ്യാഭ്യാസം നടക്കേണ്ടതിന്റെയും ആവശ്യകതയെക്കുറിച്ച് ചിന്തിക്കു കയും പ്രവർത്തിക്കുകയും ചെയ്തു. അതിന്റെയൊക്കെ തുടർച്ചയിലാണ്

ആവശ്യകതയിലേക്കും അദ്ദേഹം അതേ പ്രസംഗത്തിൽ വിരൽ ചൂണ്ടുന്നുണ്ട്. 1930-കളിൽ ഒ.എം. ചെറിയാനും ഇതേ പോലുള്ള ആശയങ്ങൾ മുന്നോട്ടു വെയ്ക്കു കയുണ്ടായി. മലയാളഭാഷയ്ക്ക് മികച്ച പരിഗണന കൊടുക്കേണ്ടതുണ്ടെന്നു വാദി ക്കുമ്പോഴും ഇംഗ്ലീഷ് പാഠപുസ്തകങ്ങൾ, ഇംഗ്ലീഷ് സാങ്കേതികപദങ്ങൾ എന്നിവയ്ക്ക് ഇടം കൊടുക്കണമെന്ന നിലപാടും അദ്ദേഹംപ്രകടിപ്പിച്ചു. (തൃശ്ശൂർ കേരളവർമ്മ കോളേജിലെ ഡോ. എസ്. ഗിരീഷ് കുമാർ അദ്ദേഹത്തെക്കുറിച്ചു തയ്യാറാക്കിയ ഒരു ലേഖനം എഴുതിയത് വായിക്കാൻ തന്നിരുന്നു.)

നേരിയ ഒരു ധാരയായെങ്കിലും ആധുനികവൈജ്ഞാനികമലയാളം വികസിച്ചുവന്നത്. വളരെ പതുക്കെ ഇത് മുന്നോട്ടുപോയി. ഇവിടെ ശ്രദ്ധേയമായ ഒരു കാര്യം വെറും വിവർത്തനമായിരുന്നില്ല അവർ സ്വീകരിച്ച രീതി എന്നുള്ളതാണ്. അവർ ഇംഗ്ലീഷിലൂടെ അറിഞ്ഞ പശ്ചിമവിജ്ഞാനം പൗരസ്ത്യഭാഷയിൽ സ്വതന്ത്രമായി ആവിഷ്കരിക്കുകയായിരുന്നു. വിവർത്തനത്തിന്റെ സാങ്കേതികരീതി ഉപയോഗിച്ചുപറഞ്ഞാൽ, ലക്ഷ്യഭാഷയിൽ ചിന്തിക്കുകയും ഭാവന ചെയ്യുകയും ആവിഷ്കരിക്കുകയുമായിരുന്നു അവർ ചെയ്തത്. അതിൽ സർഗ്ഗാത്മകതയുടെ ഒരു തലമുണ്ട്. മലയാളത്തിൽ സൃഷ്ടി നടത്തുകയായിരുന്നു എന്ന അർത്ഥത്തിലാണിതു പറയുന്നത്.

യാന്ത്രികമായ വിവർത്തനമോ, സാങ്കേതികസംജ്ഞ തേടലോ ആയിരുന്നില്ല അത്. അറിയാനും അറിയിക്കാനുമുള്ള മൗലികമായ ശ്രമത്തിൽ ഭാഷ പരുവപ്പെടുന്നു. വാക്കുകൾ ഉരുത്തിരിയുന്നു. മുമ്പ് എഴുത്തച്ഛനിൽ സംഭവിച്ചതുപോലൊരു രൂപാന്തരീകരണം. ഇത്തരം ശ്രമങ്ങളിലൂടെ സ്വാഭാവികമായി മലയാളം വൈജ്ഞാനികാവിഷ്കാരങ്ങളുള്ളതായി പരിണമിച്ചിരുന്നെങ്കിൽ ബാലാഭ്യസനവും യുവാഭ്യസനവും മാത്രമല്ല മൗലികമായ ചിന്തകൾ പോലും ഈ ഭാഷയിലൂടെ സാദ്ധ്യമാകുന്ന അവസ്ഥ സംജാതമാകുമായിരുന്നു എന്നാണ് തോന്നുന്നത്. സംസ്കൃതവിജ്ഞാനലോകത്ത് പ്രവർത്തിച്ച് തങ്ങൾക്കറിയാവുന്ന മലയാളത്തിൽ ഗണിതാശയങ്ങൾ ആവിഷ്കരിക്കാൻ ശ്രമിച്ച ജ്യേഷ്ഠദേവനിലൊക്കെ സംഭവിച്ചതുപോലെ ഭാഷയെ രൂപാന്തരപ്പെടുത്തുന്ന സർഗ്ഗവൈജ്ഞാനികപരിശ്രമങ്ങൾ ഉണ്ടാകുമായിരുന്നു. ഭാഷയെക്കുറിച്ച് പ്രസ്താവനകളിറക്കി അഭിമാനിപ്പിക്കേണ്ട അവസ്ഥ അവസാനിക്കുമായിരുന്നു. നമ്മുടെ ആസൂത്രണങ്ങൾ, വിശേഷിച്ച് സ്വാതന്ത്ര്യാനന്തരം ഭരണകൂടത്തിന്റെ ഒത്താശയോടെ നടത്തിയ പരിശ്രമങ്ങളാണ് അതിന് തടയിട്ടത്. സർഗ്ഗാത്മകതയുടെ അംശം വളരെ കുറഞ്ഞ യാന്ത്രികവിവർത്തനവും അതിനെ നയിച്ച യാന്ത്രികദേശീയതയുൾപ്പെടെയുള്ള ധാരണകളും ഭാഷയുടെ ജീനിയസ്സിനിണങ്ങാതെ പോവുകയും ചെയ്തു. മാറുന്ന മലയാളത്തെയല്ല, പൊയ്പ്പോയ മധ്യകാലചമ്പൂലോകത്താണ് അവരുടെ സങ്കല്പനലോകം അഭയം തേടിയത്. ആധുനികവിജ്ഞാനത്തെ ഗൈർവ്വാണിയിലെ പദാവലികൊണ്ട് പകരം വെയ്ക്കാനുള്ള പരിശ്രമങ്ങൾ എങ്ങുമെത്തിയില്ല. മലയാളിയോട് ചോദിക്കേണ്ട ചോദ്യവും മലയാളി പറയേണ്ട ഉത്തരവും ഉൾപ്പെടെ എല്ലാം വിവർത്തനം ചെയ്യപ്പെട്ടുവരാനുള്ള ഒരിടമായി മലയാളത്തെ സങ്കല്പിക്കുന്നിടത്തോളം മിഥ്യാധാരണകളിലേക്ക് തള്ളിയിടാൻ ഈ

യത്നങ്ങൾ ഉപകരിക്കുകയും ചെയ്തു. മലയാളം അധമമാണ്, ഒന്നിനും പാങ്ങില്ലാത്തതാണ് എന്ന സാമാന്യബോധവും കൂടിയാണ് ഇക്കൂട്ടത്തിൽ പിറവികൊള്ളുന്നത്.

സർവ്വകലാശാലകളിലെ ശാസ്ത്ര-മാനവികപഠനവകുപ്പുകൾ പ്രാദേശികഭാഷോന്മുഖമായ യാതൊരു പരിഗണനയുമില്ലാത്ത സങ്കേതങ്ങളായി രൂപപ്പെടുത്തപ്പെട്ടു. അവിടങ്ങളിൽനിന്ന് പുതിയ ഒരു ജ്യേഷ്ഠദേവനും ജോർജ്ജ് മാത്തനും നാരായണഗുരുവും ഉണ്ടായില്ല. പാഠപുസ്തകവിവർത്തനത്തിലൂടെ ഒരു ഭാഷയെ ആധുനികമാക്കാനുള്ള ശ്രമമായിരുന്നു മുഖ്യമായി നടന്നത്. അതുകൊണ്ടുതന്നെ അതൊരു ആശ്രിതവൃത്തിയായി കലാശിച്ചു. സ്വതന്ത്രമായി വൈജ്ഞാനികരചനകളിലേർപ്പെടാൻ ആ മേഖലയിൽ പ്രവർത്തിക്കുന്നവർ പ്രേരിപ്പിക്കപ്പെട്ടുകാണുന്നില്ല. അക്കാരണംകൊണ്ടുതന്നെ ആധുനികമായ ഒരു വൈജ്ഞാനികമലയാളം നാളിതുവരെ വികസിച്ചുവന്നിട്ടില്ല. ഉണ്ടായ വിവർത്തനപരിശ്രമങ്ങൾ സാങ്കേതികസംജ്ഞകളുടെ ഉടക്കുകളില്പെട്ട് അസ്വീകാര്യമായ ഒരു നിലയിലാണുള്ളത്. സാങ്കേതികപദങ്ങൾ എങ്ങനെ രൂപപ്പെടുത്തും എന്ന കാര്യത്തിൽ സമകാലഭാഷാജീവിതത്തോട് ജൈവബന്ധം പുലർത്തുന്ന തരത്തിലുള്ള വ്യക്തമായ ഒരു കാഴ്ചപ്പാട് വികസിപ്പിക്കാൻ നമുക്ക് കഴിഞ്ഞിട്ടില്ല.

സാഹചര്യങ്ങൾ മാറുമ്പോൾ അതുവരെ ഉപയോഗത്തിലിരുന്ന വസ്തുക്കൾ നിരുപയോഗമോ അപ്രസക്തമോ ആകുന്നതോടൊപ്പം അവയുമായി ബന്ധപ്പെട്ട പദാവലിയും വേണ്ടാതെയാകും. പുതിയസാഹചര്യങ്ങൾക്കൊപ്പമുള്ള വസ്തുക്കളും ആശയങ്ങളും ഉപയോഗത്തിലാകുന്നതിനൊപ്പം പുതിയ പദങ്ങൾ കടന്നുവരികയും വാമൊഴിയുടെ ഭാഗമാവുകയും ചെയ്യും. സാങ്കേതികവിദ്യയുടെ ഭൗതികഫലങ്ങൾ ജനജീവിതത്തിലേക്ക് കടന്നുവരുന്നതോടൊപ്പം അവയെ പരാമർശിക്കുന്ന പദാവലികളും ഭാഷാജീവിതത്തിന്റെ ഭാഗമായിത്തീരുന്നു. ഇതാണ് സാമാന്യമായി കണ്ടുവരുന്ന പ്രവണത. ഇംഗ്ലീഷ് വാക്കുകളുടെ തൽഭവമോ തൽസമമോ സമാനമായ അർത്ഥം പ്രകടിപ്പിക്കാവുന്ന പുതുപദമോ ഒക്കെയായി ആധുനികജീവിത-വിജ്ഞാനചിഹ്നങ്ങൾ പ്രത്യക്ഷമാകുന്നത് ഇതേ ക്രമത്തിലാണ്. പേർഷ്യൻ വാക്കുകളും പോർച്ചുഗീസുവാക്കുകളും സുറിയാനിവാക്കുകളുമൊക്കെ ഭാഷയുടെ ഭാഗമായതുപോലെ നിരവധി ഇംഗ്ലീഷ് പദങ്ങൾ സംഭാഷണഭാഷയുടെയും എഴുത്തുഭാഷയുടെയും ഭാഗമായി. മലയാളത്തനിമയുള്ളതെന്നു കരുതപ്പെടുന്ന പല പദങ്ങളും ഇത്തരത്തിൽ പരകീയമാണ്. നമ്മുടെ വെറ്റില പോർത്തുഗീസുപദമാണെന്നു നാം അറിയാറില്ല. ഇല എന്ന ഘടകം

അതിന് നല്ല മലയാളപ്രതീതി കൊടുക്കുന്നു. അതുപോലെ സ്വാഭാവികവ്യവഹാരങ്ങളിലൂടെ ഭാഷയുടെ സ്വാഭാവികാംശങ്ങളായി വാക്കുകൾ ആദാനം ചെയ്യപ്പെട്ടുകൊണ്ടിരുന്നു.ഇങ്ങനെ നമ്മുടെ വാമൊഴിയുടെ ഭാഗമായിക്കഴിഞ്ഞ ഉല്പന്നനാമങ്ങളും ക്രിയാനാമങ്ങളും ഒക്കെയായ പദങ്ങളെ സാധാരണക്കാർ പോലും ഇംഗ്ലീഷായി അനുഭവിക്കുന്നില്ല എന്നതാണ് വാസ്തവം. അതൊക്കെ മലയാളിവ്യവഹാരങ്ങളിലൂടെ മലയാളമായിക്കഴിഞ്ഞു.

ഇന്ന് അടിയന്തിരത്തേക്കാൾ സാധാരണണത്വമുള്ള പദമാണ് എമർജൻസി. വിശ്വാസ്യത എന്ന വാക്കുപോലെത്തന്നെയാണ് ക്രെഡിബിലിറ്റിയും. ക്രയവിക്രയത്തേക്കാൾ അടുപ്പമുണ്ടോ (അടുപ്പമില്ലേ) ട്രാൻസാക്ഷന്? വിറ്റാമിനും ഓയിന്റ്മെന്റും സർക്കുലേഷനും റെമഡിയും കാസ്റ്റിങ്ങും ടെലകാസ്റ്റും ഫോളോഅപ്പും ക്യാച്ചും ഫ്രണ്ടും ബാസ്കും ഡെപ്തും ലെങ്ത്തും മാറ്റും കോക്കനട്ടും കേക്കും ചിക്കനും മട്ടനും കട്‌ലറ്റും നാച്വറും നാച്വറലും റെഗുലറും റെഗുലറൈസേഷനും കാറ്റഗറിയും കാറ്റഗറൈസേഷനും മാറ്ററും കാൽസ്യവും കോപ്പറും സോഡിയവും ആൽക്കഹോളും ആസിഡും ബ്ലീച്ചിങ്ങും റക്കമെന്റേഷനും സ്ട്രക്ചറും റിട്ടേണും മാർക്കും ന്യൂട്രോണും പ്രോട്ടോണും ആറ്റവും ഫോസിലും ഫ്യൂവലും ബ്രദർഹുഡും നൊട്ടോറിയസും ടീച്ചറും സ്റ്റുഡന്റും ക്രിമിനലും സ്പെഷലൈസേഷനും ലീഡ് ചെയ്യലും ഫോർവേഡുചെയ്യലുമൊക്കെ വാമൊഴിമലയാളത്തിന്റെ അംശങ്ങളാണ്. അവയ്ക്ക് സമാനമായ പല നാട്ടുപദങ്ങളെയും പുറംതള്ളിക്കൊണ്ടാകും ഇവ കടന്നിരിക്കുന്നത്. അത്രത്തോളം അവയ്ക്ക് വാമൊഴിയിൽ സ്വീകാര്യത കൈവന്നുവെന്നതാണ് ഇവിടുത്തെ വിഷയം.വ്യവഹാരവൈവിദ്ധ്യങ്ങളിൽ വെളിപ്പെടുന്ന സമാനാർത്ഥകപദങ്ങളെന്ന നിലയിലെങ്കിലും മലയാളമായി അവ മാറിയിട്ടുണ്ട്. എന്നാൽ, ഇവയെ എഴുത്തുഭാഷയിലേക്കു കൊണ്ടുവരുമ്പോൾ എന്തോ ഒരു വിമ്മിട്ടം, അസ്വീകാര്യത പൊതുവെ നാം (നമ്മുടെ ഭാഷ) അനുഭവിക്കുന്നു. സാങ്കേതികപദസ്വീകാരത്തിലും സമാനമായ ഗതിയാണ് കാണുന്നത്. ശാസ്ത്രവും മറ്റു വൈജ്ഞാനികവിഷയങ്ങളും ഇംഗ്ലീഷിൽ പഠിച്ചറിഞ്ഞവരുടെ വാമൊഴിവ്യവഹാരങ്ങളിൽ ശാസ്ത്രീയസങ്കല്പനങ്ങളും സംജ്ഞകളും അതേപടി പകരുന്നതുകാണാം. അങ്ങനെയെങ്കിൽ സമാനമായൊരു മിശ്രഭാഷയിൽ വൈജ്ഞാനികരചനകൾ ആവിഷ്കരിക്കുന്നതിൽ എന്താണ് തെറ്റ് എന്നു ചോദിക്കാം. പക്ഷേ,അവിടെയും ഏതോ തരത്തിലുള്ള ഒരു വൈമുഖ്യം നമ്മെ തടയുന്നുണ്ട്. മാനകഭാഷയിലേക്ക് ഇംഗ്ലീഷിനെ കടത്തിവിടാനുള്ള വൈമുഖ്യം, പ്രതിരോധസജ്ജമാകുന്ന ഒരു ഭാഷാബോധം, ഒരു ഭാഷാമാനസികപ്രശ്നം നാം (നമ്മുടെ ഭാഷ) അനുഭവിക്കുന്നു

ഉല്പന്നനാമങ്ങളെപ്പോലെ വിശേഷമായ സാങ്കേതികസംജ്ഞകളെ കൈകാര്യം ചെയ്യാനാവുകയില്ല എന്ന പ്രശ്നമുണ്ട്. കേവലം നാമങ്ങളെപ്പോലെ പരിചരിക്കാവുന്നതല്ല, സാങ്കേതികപ്രക്രിയകളെ കുറിക്കുന്ന ശബ്ദങ്ങൾ. സാങ്കേതികശബ്ദങ്ങൾ പലതും രൂപപ്പെടുത്തുമ്പോൾ രൂപാവലീനിർമ്മിതിക്കുള്ള സാദ്ധ്യതകളും പരിഗണിക്കേണ്ടതായി വരും. സംസ്കൃതശബ്ദങ്ങളെ ഉപയോഗപ്പെടുത്തുന്നതിനുള്ള ഒരു യുക്തിയായി എടുത്തു കാട്ടാറുള്ളത് അതാണ്. അനുപ്രയോഗങ്ങളിലൂടെയും മറ്റും മറികടക്കാനാകാത്ത തരത്തിലുള്ള പ്രശ്നങ്ങൾ അല്ല അവയൊന്നും. എങ്കിലും ഇംഗ്ലീഷ് പദാവലിയെ നിരസിക്കുവാനുള്ള ഒരു സമീപനപ്രവണത മാനകഭാഷയുമായി ബന്ധപ്പെട്ട് നമ്മുടെ ഭാഷാബോധത്തിന്റെ ഭാഗമായിത്തീർന്നിട്ടുണ്ട്. അതുകൊണ്ട്, ആശയങ്ങൾക്കായി ഇംഗ്ലീഷിനെയും രൂപത്തിനായി സംസ്കൃതത്തെയും ആശ്രയിക്കുന്ന ഒരു രീതിശ്ശാസ്ത്രമാണ് ഈ രംഗത്ത് ഉടലെടുത്തത്. നമ്മുടെ സാഹിത്യമാനകഭാഷയായി ചിട്ടപ്പെട്ട സംസ്കൃതസമ്പന്നമായ ചേരുവയുടെ സാന്നിദ്ധ്യം അതിന് സഹായകമായ ഒരു ഭാഷാന്തരീക്ഷം ഒരുക്കിക്കൊടുത്തു എന്നു കരുതണം. മാനകഭാഷയിലെ സംസ്കൃതസമ്പന്നാവസ്ഥയോട് നിരക്കുന്ന ഒരു പദ്ധതിയാണ് വൈജ്ഞാനികവ്യവഹാരത്തിന് അഭികാമ്യം എന്ന ധാരണ സംജാതമായി. നിലവിലെ പ്രമാണവൈജ്ഞാനികസമൂഹം (സംസ്കൃതവിജ്ഞാനവും മാനകമലയാളവും പരിശീലിച്ചുപോരുന്ന വരേണ്യപണ്ഡിതസമൂഹം) പുതിയ സാഹചര്യത്തെ അഭിമുഖീകരിക്കുമ്പോൾ ഇതു തികച്ചും സ്വാഭാവികമാണ്: മലയാളത്തിലുള്ള വൈജ്ഞാനികാവിഷ്കാരപരിശ്രമങ്ങൾ സാങ്കേതികപദങ്ങൾക്ക് നേരെ പ്രവേശം അനുവദിക്കുന്നതിനേക്കാൾ ഉചിതമെന്നു കണ്ടത് സംസ്കൃതത്തിൽനിന്നുള്ള സമാനപദങ്ങളെ തേടിപ്പിടിച്ച് പ്രതിഷ്ഠിക്കുക എന്നതായി. മുമ്പു വിവരിച്ച മണിപ്രവാള-ഭക്തി-ഐതിഹാസിക-കാവ്യപാരമ്പര്യത്തിൽ പദാവലിക്കായി ആ സാഹിതീയ വ്യവഹാരങ്ങളുടെ പ്രഭവഭാഷയായ സംസ്കൃതത്തെ ആശ്രയിച്ചതും, ആധുനിക വൈജ്ഞാനികവ്യവഹാരങ്ങളിൽ അതിന്റെ പ്രഭവഭാഷയായി നിലകൊണ്ട ഇംഗ്ലീഷിനെ ആശ്രയിക്കാതെ സംസ്കൃതത്തെ സ്വീകരിച്ചതും തമ്മിലുള്ള ഭിന്നിപ്പാണ് ശ്രദ്ധിക്കേണ്ട കാര്യം.

ഇതിന് ചില ആശയ-ഭൗതിക ആസ്പദങ്ങളുണ്ട്. മുമ്പ്, സംസ്കൃതപദാവലീസ്വീകാരം നടന്നത് ഒരു അഭാവത്തിലേക്കാണ്. പ്രമാണഭാഷയായി നിലകൊള്ളുന്ന മാനക-എഴുത്തുഭാഷയുടെ അസാന്നിദ്ധ്യത്തിലേക്ക്. ഈ അസാന്നിദ്ധ്യം ഒരുതരത്തിൽ ഭാഷയുടെ സ്വത്വബോധത്തിന്റെ അസാന്നിദ്ധ്യവും കൂടിയാണ്. പാശ്ചാത്യബന്ധത്തിലുണ്ടായ

വൈജ്ഞാനികവ്യവഹാരനിർമ്മിതിയുടെ ഘട്ടത്തിൽ ഇതല്ല അവസ്ഥ. വലിയൊരു പരിധിവരെ വൈജ്ഞാനികമൂല്യങ്ങളുള്ള മാനകഭാഷ രൂപമെടുത്ത്, ഭാഷയ്ക്ക് സ്വത്വബോധപരമായ മാനം പ്രദാനം ചെയ്തുകൊണ്ട്, വിശേഷവ്യവഹാരമാധ്യമമായി പരിവർത്തിപ്പിച്ചുകഴിഞ്ഞിരുന്നു. മലയാളഭാഷാസ്വത്വബോധത്തിന്റെ ഭാഗമാണ് ഈ സംസ്കൃതനിഷ്ഠമായ അവബോധവും എന്നാണ് മനസ്സിലാക്കേണ്ടത്. ഈ ഭാഷാ-മാനസികസാഹചര്യവ്യത്യാസങ്ങൾ പരിഗണിച്ചാലേ പുതിയ ഘട്ടത്തിൽ സാങ്കേതികപദാവലിക്കായി സംസ്കൃതത്തിലേക്ക് നോക്കിയതിന്റെ കാരണങ്ങൾ വ്യക്തമായി ഉൾക്കൊള്ളാൻ കഴിയുകയുള്ളൂ. അതൊരു ശീലത്തിന്റെ പ്രശ്നമാണെന്നു പറയാം. വിശേഷവ്യവഹാരത്തിൽ സംസ്കൃതത്തെ ആശ്രയിക്കുക എന്ന ശീലം. അത് രൂപമെടുത്തു കഴിഞ്ഞിരുന്നു. ആ വഴിക്കു നീങ്ങുന്നതാണ് ഈ സന്ദർഭത്തെ അഭിമുഖീകരിക്കാൻ നിയോഗിക്കപ്പെട്ട സാഹിത്യപ്രണയികളായ പരമ്പരാഗത-സംസ്കൃതബുദ്ധിജീവികൾക്ക് അഭിലഷണീയമായി അനുഭവപ്പെട്ടത്. എന്നാൽ അതുവഴിയുണ്ടായ സൃഷ്ടികൾ ആധുനികമായ ആശയങ്ങൾക്കുവേണ്ടി യൂറോപ്പിലേക്ക് ഉറ്റുനോക്കുന്ന, സംസ്കൃതത്തിന്റെ പാരമ്പര്യഭാരങ്ങളില്ലാത്ത നാഗരിക-പൗരർക്ക് അസ്വീകാര്യമായി, അന്യതയുള്ളതായി അനുഭവപ്പെടുകയും ചെയ്തു.

നിത്യവ്യവഹാരഭാഷയിലേക്ക് ഇംഗ്ലീഷിനെ ഇഷ്ടംപോലെ സ്വീകരിക്കുമ്പോഴും വിശേഷവ്യവഹാരഭാഷയിലേക്ക് അവയെ പ്രവേശിപ്പിക്കാൻ മടി കാണിക്കുന്നതിൽ ഒരു ഇരട്ടത്താപ്പുണ്ട്. അത് വാമൊഴിയും വരമൊഴിയും രണ്ടുവഴിയിൽ സഞ്ചരിക്കുന്നതിന് കാരണമാകുന്നു. ഇത് വളരെ ശ്രദ്ധിക്കേണ്ട ഒരു വിഷയമാണ്. ആധുനികകഥാസാഹിത്യത്തിലെ സംഭാഷണഖണ്ഡങ്ങളെയും വിവരണാത്മകഭാഗങ്ങളെയും പരിശോധിച്ചാൽ ഭാഷയുടെ ഈ വഴിഭേദങ്ങൾ വ്യക്തമായി കാണാൻ കഴിയും. സംഭാഷണത്തിൽ വാമൊഴിയും അതിൽത്തന്നെ ഇംഗ്ലീഷ് പദങ്ങളും നിറഞ്ഞുതുളുമ്പും. വിവരണത്തിൽ മാനകസാഹിത്യഭാഷയിലേക്ക് മടങ്ങും. ബെന്യാമിന്റെ *മഞ്ഞവെയിൽ മരണങ്ങൾ* എന്ന രചന വായിച്ചുകൊണ്ടിരിക്കുകയാണ് ഞാൻ. അതിലുടനീളം ഇതിനുള്ള സാക്ഷ്യങ്ങളുണ്ട്. കഥാസാഹിത്യത്തിലെ പുത്തനെഴുത്തുകളിലൊക്കെ ഇതു കുറേക്കൂടി പ്രകടമായി കാണാം. അവിടെ വിവരണത്തിലും വാമൊഴി-ഇംഗ്ലീഷ് മിശ്രണത്തിന് സാഹിതീയമായ ലൈസൻസുണ്ട്. വി. ജെ. ജയിംസിന്റെ ഏറ്റവും പുതിയ കഥയായ 'മീനാക്ഷി'[23] യെ ഇതിനുദാഹരിക്കാം. മലയാറ്റൂരിന്റെ *വേരുകളിൽ*നിന്ന് സമകാല

---

23. 'മീനാക്ഷി'-മാതൃഭൂമി ആഴ്ചപ്പതിപ്പ്, 2019 സെപ്തംബർ 22-28

നോവലുകളിലേക്ക് എത്തിച്ചേരുമ്പോൾ ഇതിന്റെ വളർച്ചാചരിത്രം കൂടി നമുക്കു കാണാൻ സാധിക്കും. വാമൊഴിസാന്നിദ്ധ്യത്താലും ഇംഗ്ലീഷ് സാന്നിദ്ധ്യത്താലും ഉല്പാദിപ്പിച്ചെടുക്കുന്ന ഇംഗ്ലീഷ് മിശ്രത്തിന്റെ വികാസചരിത്രം.

കഥാസാഹിത്യത്തിലും വാമൊഴിവ്യവഹാരത്തിലും ഭാഷയും ഭാഷാബോധവും ഇംഗ്ലീഷുമായി കൂടിക്കുഴഞ്ഞ് ഇങ്ങനെ പരിണമിക്കുന്നുണ്ടെങ്കിലും നമ്മുടെ ഭാഷാബോധത്തിൽ ഇത് സാർവ്വത്രികമായി എന്നു കരുതിക്കൂട. വരമൊഴി സംസ്കൃതത്തിന്റെ തട്ടകമാണ്. അവിടേയ്ക്ക് ഇംഗ്ലീഷ് വന്നാൽ ദേവത കോപിക്കും. വെളിച്ചപ്പാട് തുള്ളും. മൂർദ്ധാവിൽ വെട്ടും. ശപിക്കും. നിങ്ങൾ ആചാരലംഘനത്തിനു പഴി കേൾക്കും. പിഴയേൽക്കും. വാമൊഴിയിലെ സ്വത്വബോധവും വരമൊഴിയിലെ സ്വത്വബോധവും രണ്ടുതരമായി വേർപിരിഞ്ഞ് സജീവമായിരിക്കുന്നു എന്നതാണ് വാസ്തവം. വാമൊഴിയിൽ അയഞ്ഞ ഒരു സ്വത്വബോധം, അഥവാ സ്വത്വബോധരാഹിത്യം ആണുണ്ടായിരുന്നത്. വരമൊഴിയിൽ അല്പം ബലം പിടിക്കുന്ന സംസ്കൃതനിഷ്ഠമായ സ്വത്വബോധമാണുള്ളത്.[24] വരമൊഴിയിൽ സംസ്കൃതാഭിമുഖ്യം, വാമൊഴിയിൽ ഇംഗ്ലീഷ് അനുഭാവം - ഈ നിലയിലാണ് നമ്മുടെ ഭാഷാമിശ്രരൂപീകരണനയം ഇന്നു പ്രവർത്തിച്ചുവരുന്നത്. ഇതിന്റെ ഫലമായി വൈജ്ഞാനികവിവരണാത്മകമായ രചനകളിൽ സാങ്കേതികസ്വഭാവമുള്ള സങ്കല്പനങ്ങളെ സാക്ഷാത്കരിക്കാനായി സംസ്കൃതപദങ്ങളെ ഉപാസിക്കുകതന്നെ ചെയ്തുപോരുന്നു. ഇത് ചില സൗകര്യങ്ങൾ നൽകുന്നുവെന്നത് ഈ സമീപനത്തിന് തുണയാകുന്നുമുണ്ട്. രണ്ട് ഇന്തോ ആര്യൻ ഭാഷകൾക്കിടയിലുള്ള വിവർത്തനമാണല്ലോ അവിടെ നടക്കുന്നത്. സ്വാഭാവികമായും സമാനമായ ധാതുക്കളുടെ സാന്നിദ്ധ്യവും അവയുടെ വ്യുല്പാദനപരമായ സമാനതകളും സാങ്കേതികസംജ്ഞാവൽക്കരണത്തിന്

---

24. വരമൊഴി സംസ്കൃതത്തിന്റെ തട്ടകമാണ്. അവിടേയ്ക്ക് ഇംഗ്ലീഷ് വരുന്നതിനോട് മലയാളത്തിൽ ഒരുതരം "ചെറുത്തുനില്പ്" കാണാം. കവിതയിലേക്കു വരുന്നത് ഏറെ അനഭിലഷണീയമാണെന്ന് വരേണ്യഭാഷാസ്വത്വബോധം കരുതുന്നു. സഹോദരൻ അയ്യപ്പന്റെ 'സയൻസ് ദശക'ത്തിൽ സയൻസായും ബുക്കായും ഇംഗ്ലീഷ് കടന്നിരുന്നു. (സയൻസിന്റെ ഭാഷയാണ് ഇംഗ്ലീഷ്!) ആ വഴിക്കു പോകാൻ ഏറെപ്പേരുണ്ടായില്ല. പിന്നെ ആധുനികതാപ്രസ്ഥാനകാലത്താണ് ചുരുക്കം ചില ഇംഗ്ലീഷ് പദപ്രവേശാതിക്രമങ്ങൾ കാണുന്നത്. "അവനീയിരുപതാം നൂറ്റാണ്ടിലിപ്പോൾ അനാസിനാക്കുന്നു പ്രധാന ഭക്ഷണം" എന്ന് പാലൂരെഴുതുന്നത് ഉദാഹരണം. അപ്പോഴും അതിനെയൊക്കെ വൈചിത്ര്യമായും കുസൃതിയായും തെറ്റായും കാണാനാണ് താല്പര്യം. പദദോഷമായിട്ടാണ് അത് ചോദ്യപ്പേപ്പറിൽ ഇടം പിടിച്ചതെന്ന് കവി എസ്. ജോസഫ് അടുത്തിടെ ഖേദത്തോടെ പറയുകയുണ്ടായി.

തത്വത്തിലെങ്കിലും സൗകര്യവും എളുപ്പവും നൽകുന്നു.

സൈൻ എന്നതിനു പകരം വെയ്ക്കുന്ന സംജ്ഞ എന്ന പദംതന്നെ നോക്കുക. അതിൽനിന്നു സംജ്ഞാകരണം, സംജ്ഞാവലി എന്നിങ്ങനെ വ്യുല്പന്നപദങ്ങൾ നിർമ്മിക്കാൻ എളുപ്പം കഴിയും. പേര് എന്ന പദം പകരം വെച്ചാൽ ഇത്തരം സൗകര്യങ്ങൾ ലഭിക്കില്ല. വ്യുല്പന്നക്ഷമത ഏറിയിരിക്കുന്നു എന്നത് പരിഗണിക്കേണ്ട കാര്യം തന്നെയാണ്. പക്ഷേ, മുമ്പ് സൂചിപ്പിച്ചതുപോലെ പലതും അനുപ്രയോഗത്തിലൂടെയും മറ്റും മറികടക്കാവുന്നതാണ്. മാത്രമല്ല, ഈ കാരണം പറഞ്ഞ് സുപരിചിതമായ പ്രാദേശികപദമോ നിത്യവ്യവഹാരത്തിൽ ഇടം പിടിച്ചുകഴിഞ്ഞ ഇംഗ്ലീഷ് പദമോ അസ്വീകാര്യമായി കരുതുന്നതിന് ന്യായവുമില്ല. ഉണ്ടെങ്കിൽ, അത് ഭാഷാമനോഭാവപരമായ ന്യായം മാത്രമാണ്. മേന്മാവബോധമെന്നോ വരേണ്യബോധമെന്നോ അതിനെ വിവരിക്കേണ്ടിവരും. ഭാഷയുടെ സ്വരൂപ-ഭാവനിർണ്ണയനങ്ങളിൽ ഇത്തരം മനോഭാവങ്ങൾക്ക് വലിയ പങ്കുണ്ട്. അതിന്റെ പരിവർത്തനം സാംസ്കാരികമായിത്തന്നെയുള്ള ജാഗ്രതകൊണ്ടും ഭൗതികമായ ക്രമീകരണങ്ങൾകൊണ്ടും മാത്രമേ സാദ്ധ്യമാവുകയുള്ളൂ. നമ്മുടെ റേഡിയോജോക്കി മലയാളവും ആങ്കർ മലയാളവും വാഹനമലയാളവും പരസ്യമലയാളവുമൊക്കെ ഈ ഭാഷാബോധത്തെ കുടഞ്ഞുകളഞ്ഞുകൊണ്ടാണ് മുന്നോട്ടുപോയിക്കൊണ്ടിരിക്കുന്നത്. ഛെ ഛെ എന്ന് ജുഗുപ്സാപ്രകടനത്തോടെ സംസ്കൃത-വരേണ്യ-മാനകഭാഷാബോധം അതിനെ കുറ്റം വിധിച്ച് നേരിടുന്നതും കാണാം.

വൈജ്ഞാനികഭാഷയിലേക്ക് നേരിട്ട് ഇംഗ്ലീഷുപദസ്വീകാരത്തെ വിരോധിക്കുന്നതിൽ വരേണ്യമായ ഒരു തരം അശുദ്ധിബോധം തന്നെ പ്രവർത്തിക്കുന്നില്ലേ എന്നും സംശയിക്കണം. ഇംഗ്ലീഷിലൂടെ കടന്നുവരുന്ന വിജ്ഞാനവും പ്രത്യയശാസ്ത്രവുമൊക്കെ സ്വീകാര്യമാണ്. അതേസമയം, മാനകമലയാളത്തെ ചൂഴുന്ന ഭാഷാമനോഗതി ഇംഗ്ലീഷിനെ അന്യവും വരത്തനും അശുദ്ധിയും ആയി വിധിക്കുന്നു. മാനകഭാഷയെ ആചാരപരമായൊരു തലത്തിലാണ് കാണുന്നതെന്നു പറയാം. പാശ്ചാത്യവസ്ത്രവും ഭക്ഷണരീതികളും സ്വീകരിക്കുമ്പോൾത്തന്നെ അവയെ ആചാരപരമായ ചടങ്ങുകളിൽനിന്ന് ഒഴിവാക്കിനിർത്തുന്നതുപോലെയാണിവിടത്തെ നീക്കിനിർത്തലെന്നു പറയാം.[25] മലയാളമാനകഭാഷ വിശാലമായൊരു

25. മലയാളസാഹിത്യഭാഷയുടെയും പരമ്പരാഗത വൈജ്ഞാനികതയുടെയും ബ്രാഹ്മണിക-സംസ്കൃതപാരമ്പര്യമാണ് ഇതിനു കാരണമാകുന്നതെന്നു സ്പഷ്ടമാണ്. ആധുനികവിജ്ഞാനത്തിന്റെയും രാഷ്ട്രീയസംസ്കാരത്തിന്റെയും വാഹകമെന്ന നിലയിൽ ഇംഗ്ലീഷിനെ നിവൃത്തികേടുകൊണ്ടു സ്വീകരിക്കുന്നു. അതേ സമയം അതിനെ സംബന്ധിച്ച് ഒരു അയിത്തബോധം നിലനിർത്തുകയും ചെയ്യുന്നു.

അർത്ഥത്തിൽ വരേണ്യതയുടെ സാംസ്കാരികസാന്നിദ്ധ്യമുള്ള ഒരു ആചാരഭാഷയായാണ് പ്രവർത്തിക്കുന്നത്. വാമൊഴിഭേദങ്ങളെ നിരാകരിക്കുവാനുള്ള മാനകഭാഷാപ്രവണതയുടെ തുടർച്ച സംസ്കൃതാശ്രിതവൈജ്ഞാനികഭാഷാരൂപീകരണപരിശ്രമങ്ങളിലുണ്ടായിരുന്നു. സമീപകാലത്ത് പ്രയോഗത്തിലേക്ക് കടന്നുകയറിയ തിളനില എന്നൊരു പദരൂപീകരണം ആയകാലത്ത് നടക്കാതെ പോയത് ഈ സംസ്കൃതാഭിമുഖമായ വരേണ്യബോധത്താലാണ്. പ്രചുരപ്രചാരമുള്ള സംസ്കൃതജന്യപദങ്ങളെ സ്വീകരിക്കുന്നതിൽ തരക്കേടൊന്നും ഇല്ല. എങ്കിലും തിളനിലയെ വിട്ട് വിശേഷവ്യവാഹാരത്തിൽ എവിടെയോ പ്രത്യക്ഷപ്പെടുകമാത്രം ചെയ്തിട്ടുള്ള ഒരു ക്വഥനാങ്കത്തിന് ഇടം കൊടുത്തതെന്തുകൊണ്ടായിരിക്കും എന്ന് ആലോചിക്കേണ്ടതുണ്ട്.

ഈ മട്ടിലുള്ള സാങ്കേതികസംജ്ഞാകരണം സാങ്കേതികമായി തെറ്റൊന്നുമല്ലെങ്കിലും ഒട്ടും ഗുണകരമായിത്തീർന്നിട്ടില്ല എന്നതാണ് വാസ്തവം. തികച്ചും അപരിചിതമായ പദങ്ങളെ തേടിപ്പിടിച്ച് സ്വീകരിച്ചുണ്ടാക്കുന്ന പാഠപുസ്തകഭാഷ കൃത്രിമവും അരസികവുമായി അതിന്റെ ഉപയോക്താക്കളായ "പാമര"പാരമ്പര്യക്കാർക്ക് അനുഭവപ്പെട്ടു. എങ്ങനെ അനുഭവപ്പെടാതിരിക്കും? കോമയ്ക്ക് അങ്കുശം എന്നൊക്കെ വിവർത്തനം കൊടുത്താൽ എന്താകും സ്ഥിതി? അതിൽ സാങ്കേതികമായി തെറ്റൊന്നുമില്ല.എന്നാൽ വാമൊഴിയിൽ കോമയിരിക്കെ സംസ്കൃതത്തിന്റെ അട്ടത്തുകിടക്കുന്ന തോട്ടിയുമായി വരുന്നതെന്തിനെന്ന് ചോദിച്ചുപോകും. ഭാഷാപ്രയോക്താക്കൾക്ക്, അനിഷ്ടവും അകൽച്ചയും അസ്വാഭാവികതയും തോന്നും.

ഇതിനർത്ഥം, വാമൊഴിപോലെ അടുപ്പവും ഇഷ്ടവും തോന്നിക്കുന്നതായിരിക്കണം വൈജ്ഞാനികഭാഷ എന്നല്ല. ഒരു ജീവൽഭാഷയിലും അങ്ങനെയായിരിക്കില്ല. ഇംഗ്ലീഷിലായാലും വൈജ്ഞാനികഭാഷയും കാവ്യഭാഷയുമൊക്കെ ആ വ്യവഹാരവുമായി ബന്ധപ്പെട്ടവർക്കൊഴികെ ഒരു തരം അപരിചിതത്വം സൂക്ഷിക്കുന്നുണ്ട്; അങ്ങനെയാവാതിരിക്കാൻ വഴിയില്ല. എങ്കിലും, അതത് വ്യവഹാരങ്ങളുടെ ഭാഗമാകുന്നവർക്കെങ്കിലും അസ്വാഭാവികമായി അനുഭവപ്പെടാത്ത തരത്തിലുള്ള ഒരു ഭാഷാരീതി വികസിപ്പിച്ചെടുത്തുകൊണ്ടേ ഈ വഴിക്കുള്ള മുന്നേറ്റം സാദ്ധ്യമാകൂ. ഇത്തരം സന്ദർഭങ്ങളിൽ പ്രചുരപ്രചാരമുള്ള പദങ്ങളെയെടുത്ത് പ്രതിഷ്ഠിക്കാനും വൈജ്ഞാനിക-വാമൊഴിവ്യവഹാരങ്ങളിലൂടെ

പത്തൊമ്പതാം നൂറ്റാണ്ടിൽ ഇംഗ്ലീഷിനെ മ്ലേച്ഛമായി കണ്ടിരുന്നു. (കാണുക- *പത്തൊമ്പതാം നൂറ്റാണ്ടിലെ കേരളം*, ഭാസ്കരനുണ്ണി, കേരളസാഹിത്യഅക്കാദമി പ്രസിദ്ധീകരണം, 2012, പുറം 10760.)

കടന്നുവരുന്ന ഇംഗ്ലീഷ് പദങ്ങളെ ആവുന്നത്ര സ്വീകരിക്കാനുമുള്ള ഉദാരത[26] കാണിച്ചിരുന്നുവെങ്കിൽ ഈ രംഗത്തുണ്ടായ വലിയ പരാജയം ഒഴിവാക്കാൻ കഴിയുമായിരുന്നു. കൻഫെഷനെ കുമ്പസ്സാരമാക്കുന്ന, ക്രോസ്സിനെ കുരിശ്ശാക്കുന്ന, സാത്താനെ ശെയ്ത്താനാക്കുന്ന മതവ്യവഹാരങ്ങളിലെന്നപോലെയുള്ള തദ്ഭവീകരണപദ്ധതിയൊക്കെ പരീക്ഷിച്ചാൽപോലും കുറേയേറെ വിജയമുണ്ടാകുമായിരുന്നു എന്നാണെന്റെ തോന്നൽ.[27] ഇലാസ്റ്റിസിറ്റിയെ ഇലാസ്തികതയാക്കിയപ്പോഴൊക്കെ ലഭിച്ച സ്വീകാര്യത കാണുക.

ഭാഷാ ഇൻസ്റ്റിറ്റ്യൂട്ടുവഴിക്കും പാഠപുസ്തകസമിതികൾ വഴിക്കും ഉണ്ടായ പരിശ്രമങ്ങളിലെ സംസ്കൃതാഭിമുഖമായ ആചാരവിശുദ്ധിബോധത്തോടെയുള്ള ഏകപക്ഷീയമായ സാങ്കേതികസംജ്ഞാവൽക്കരണം മിക്കവാറും പരിഹാസ്യമായ ഒരു നിലയിലാണ് എത്തിപ്പെട്ടത്. അത് വ്യക്തികളുടെ കുറ്റമായി കാണേണ്ടതല്ല. ഇന്ത്യൻ ഭാഷകളിലെല്ലാം സമാനമായ രൂപങ്ങൾ വിന്യസിച്ചുകൊണ്ട് വൈജ്ഞാനികഭാഷയിൽ

---

26. ഇംഗ്ലീഷിലൂടെ കടന്നുവരുന്ന ശാസ്ത്ര-സാങ്കേതികപദങ്ങളെ അതേപടി സ്വീകരിക്കാനുള്ള പ്രവണതയാണ് മലയാളവാമൊഴിയിലുള്ള വിനിമയങ്ങളിൽ കാണുന്നത്. അതിനോട് നിരക്കുന്ന മട്ടിൽ വരമൊഴിയിൽ ലിപ്യന്തരണം നടത്തി ഉപയോഗപ്പെടുത്തുന്ന രീതി സ്വീകാര്യമാണ് എന്നാണിവിടെ സൂചിപ്പിക്കുന്നത്. ശാസ്ത്ര-സാങ്കേതികപദങ്ങളുടെ കാര്യത്തിൽ ഒ.എം. ചെറിയാന് ഈ അഭിപ്രായമായിരുന്നു ഉണ്ടായിരുന്നത്. അടിക്കുറിപ്പ് 22 കാണുക.

27. ചരിത്രഗവേഷകനും സാമൂഹികചിന്തകനുമായിരുന്ന എം. മുരളീധരന്റെ ഒരു പ്രബന്ധത്തിൽ ('കമ്യൂണിറ്റീസ് ആന്റ് കമ്യൂണൽ പൊളിറ്റിക്സ് ഇൻ ഇൻഡ്യ') ബൈബിൾവിവർത്തനത്തിലെ പദതെരഞ്ഞെടുപ്പിനെക്കുറിച്ച് ചർച്ച ചെയ്യുന്നുണ്ട് (അതിന്റെ വിവർത്തനഭാഗം കാണുക - *കേരളപഠനങ്ങൾ,* ലക്കം 6, എഡി. കെ.ടി. റാംമോഹൻ, 1997 ജനുവരി). പുതുപദസൃഷ്ടിയിൽ അന്തർഭവിച്ചിരിക്കുന്ന ചില താത്വികവിവക്ഷകളെയാണ് അദ്ദേഹം വെളിവാക്കുന്നത്. പുതുപദങ്ങളുടെ സൃഷ്ടിയിലൂടെ ഒരു പുതിയ ഭാഷാലോകം തന്നെയാണ് ജനിക്കുന്നത്. കുമ്പസാരം, കർത്താവ്, ഭവനം തുടങ്ങിയ പദപ്രയോഗങ്ങളിലൂടെ ഒരു സമുദായത്തിലെ അംഗങ്ങൾ ബന്ധിപ്പിക്കപ്പെടുന്നതിനെക്കുറിച്ചാണ് അദ്ദേഹം അവിടെ ചിന്തിക്കുന്നത്. ഈ മട്ടിൽ ഒരു ആധുനികവൈജ്ഞാനികവ്യവഹാരലോകത്തെ രൂപപ്പെടുത്തുന്ന പ്രക്രിയയായി ഈ മേഖലയിലെ മലയാളപദരൂപീകരണപ്രക്രിയ മാറുകയുണ്ടായില്ല എന്നതാണ് ഈ ചർച്ചയിൽ പ്രസക്തമായ വിഷയം. ബൈബിൾ വിവർത്തകർ "ദ ലോഡ്" എന്ന പ്രയോഗത്തെ സമമായ "ഹിന്ദുപദം" കൊണ്ട് പകരം വെയ്ക്കാതെ "കർത്താവ്" എന്നുപയോഗിച്ചു എന്നത് അദ്ദേഹത്തിനു ചിന്താവിഷയമായി. ഹിന്ദുപദം എന്നതിനു പകരം നമുക്ക് സംസ്കൃതപദം എന്നുപയോഗിക്കാം. ഇംഗ്ലീഷിനെ ആശ്രയിച്ചുണ്ടായ വൈജ്ഞാനികവ്യവഹാരങ്ങളിൽ, സമമായ സംസ്കൃതപദം ഉപയോഗിക്കാൻ ശ്രമിച്ചപ്പോൾ നഷ്ടമായത് ആവശ്യമായ നവീനതയെ സൂചിപ്പിക്കാനുള്ള സാദ്ധ്യതയും ആധുനികമായൊരു സാമുദായികബന്ധത്തിന്റെ രൂപീകരണവും ആയിരുന്നു. (ദിലീപ് രാജിന്റെ 2019 മെയ് 28-ലെ ഒരു ഫെയ്സ് ബുക്ക് പോസ്റ്റാണ് ഇതിലേക്ക് ശ്രദ്ധയാകർഷിച്ചത്)

ഒരു ദേശീയമായ പൊരുത്തം ആസൂത്രണം ചെയ്യതിന്റെ ഫലമായി ക്കൂടി സംഭവിച്ചതാണിതെന്നു കാണാം. അതിന്റെ പിന്നിലെ ധൈഷണി കാധ്വാനത്തെ വിലമതിക്കുകതന്നെ വേണം. ഈ മലയാളത്തേക്കാൾ എളുപ്പം വഴങ്ങുന്നത് ഇംഗ്ലീഷാണെന്ന് സാധാരണക്കാരെക്കൊണ്ടും വിദ്യാർത്ഥികളെക്കൊണ്ടും പറയിക്കുന്ന തരത്തിൽ അത് സാമാന്യവ്യവ ഹാരത്തോട് ജൈവബന്ധമറ്റ ഒരു നിലയിലെത്തി എന്ന വാസ്തവത്തെ അഭിസംബോധനചെയ്യാനും സാധിക്കേണ്ടതുണ്ട്. കൂടുതൽ ഉചിതമായ മട്ടിൽ ചിന്തിക്കാനും സൃഷ്ടിക്കാനുമൊക്കെ കഴിയേണ്ടതുണ്ട്. അപ്പോൾ മാത്രമേ പരിഹാസം വിട്ട് ഗുണകരമായതെന്തെങ്കിലും സംഭവിക്കൂ. മുദ്രാ വാക്യപ്രവർത്തനമൊക്കെ അതിന് പ്രചോദനമായേക്കാം. ടെംപറേ ച്ചർ എന്നും ബോയിലിങ് പോയിന്റെന്നുംഎന്നും പറയാൻ മടിക്കാത്ത ഒരു ജനത താപം എന്നും ക്വഥനാങ്കം എന്നു പറയേണ്ടിവരുന്നത് ഗുണകരമാണോ? തിളയ്ക്കുക എന്നു പറയുന്ന ഒരു ജനത ക്വഥനം എന്നെ ഴുതേണ്ടിവരുന്നത് നന്നോ? സിന്റാഗ്മാറ്റിക്കെന്നും പാരഡൈം എന്നും ഓർബിറ്റെന്നും പ്രൊജക്റ്റൈൽ എന്നും സ്വാഭാവികതയോടെ പറയുന്ന ഒരു അക്കാദമിഷൻ ബന്ധാനുരൂപമെന്നും പരാദ്ദൃഷ്ടം എന്നും ഭ്രമണ പഥമെന്നും പ്രക്ഷേപ്യമെന്നും കരുതലോടെ എഴുതാനും പറയാനും നിർബ്ബന്ധിക്കപ്പെടുമ്പോൾ നഷ്ടപ്പെടുന്നത് ഒരേ സമയം അതിന്റെ ജീവൽഭാഷാബന്ധവും ആഗമികബന്ധവും അല്ലേ? പെർഫോമൻസ് എന്ന് നിരന്തരം പറയുന്ന ആളുകൾതന്നെ എഴുത്തിൽ നിർവ്വഹണ മെന്നോ പ്രകടനം എന്നോ ഒക്കെ പ്രയോഗിക്കാൻ നിഷ്കർഷിക്കുന്ന തോടെ അതിന്റെ വ്യവഹാരഭാഷാബന്ധം നഷ്ടപ്പെടുകയല്ലേ? അതല്ലേ, അന്യതയ്ക്കും പരിഹാസ്യതയ്ക്കും ഇട നൽകുന്നത്. അന്വയം എന്നൊരു വാക്കിരിക്കെ സിന്റാഗ്മാറ്റിക്കിനെ സ്വീകരിക്കാതിരിക്കാമായിരി ക്കും. ഇനി ഒരു പര്യായം കണക്കെ അതിനെക്കൂടി സ്വീകരിക്കാമെന്നു വെച്ചാലും കുഴപ്പമൊന്നുമില്ലെന്ന് ചിന്തിക്കാനും കഴിയേണ്ടേ?

ആധുനികവിജ്ഞാനത്തെ വേദഭാഷയിലോ പ്രാചീന-മധ്യകാലവി ജ്ഞാനത്തിന്റെ ഭാഷയിലോ പ്രകടിപ്പിക്കാൻ ശ്രമിക്കുന്നതിൽ ഒരു കാലപരമായ വിവേചനത്തിന്റെ പ്രശ്നവും അന്തർഭവിക്കുന്നുണ്ട്. ഈ പിടിവാശി ഉപേക്ഷിക്കാനും പരിചിതമായ സംസ്കൃതജന്യപദ ങ്ങളോടൊപ്പം തനതുദേശ്യപദങ്ങളെയും ജനകീയഭാഷണങ്ങളിലെ പദങ്ങളെയും ഇംഗ്ലീഷ് പദങ്ങളെത്തന്നെയും അയിത്തബോധമോ അത്യാസക്തിയോ കൂടാതെ ഉപയോഗപ്പെടുത്താനുമുള്ള ഒരു ശ്രമമാണ് വാസ്തവത്തിൽ ഈ രംഗത്തു പ്രവർത്തിക്കുന്നവർ ഉണ്ടാക്കിയെടു ക്കേണ്ടിയിരുന്നത്. നമ്മുടെ വ്യാകരണകാരന്മാരുടെ സമീപനമാണ്

ഇക്കാര്യത്തിൽ മാതൃകാപരമായിട്ടുള്ളത്. ഗുണ്ടർട്ട് സഹായക്രിയ (അനുപ്രയോഗം) എന്നു പ്രയോഗിച്ചു. ജോർജ്ജ് മാത്തന്റെ രുതശബ്ദം, ഗദശബ്ദം വിവേചനത്തെക്കുറിച്ചു പറഞ്ഞു. ആ മേഖലയിൽ വായിക്കുന്നവർക്കും പഠിക്കുന്നവർക്കും മുഷിവുതോന്നിക്കാത്ത പദങ്ങളാണവ. അവയോടൊപ്പം തനി പ്രാദേശികത്വം തോന്നിക്കുന്ന അർദ്ധാച്ച്, മൗണ്യം തുടങ്ങിയ സംജ്ഞകളും അദ്ദേഹം ഉപയോഗിച്ചു. [28] അതിൽ നിന്നു തുടർച്ചയുണ്ടാക്കാൻ ശ്രമിച്ചില്ലെങ്കിലും എ.ആർ. രാരാജവർമ്മ *കേരളപാണിനീയ*മെന്ന ഭാഷാചിന്താഗ്രന്ഥം രൂപപ്പെപ്പെടുത്തുമ്പോൾ സംസ്കൃതസംജ്ഞകളെ ഉപയോഗപ്പെടുത്തുമ്പോൾത്തന്നെ മുറ്റുവിന, വിനയെച്ചം പോലുള്ള തമിഴ് മട്ടിലുള്ള സംജ്ഞകളെയും സ്വീകരിച്ചു. ഇത്തരത്തിൽ ആവതും ഉദാരമായൊരു സമീപനമാണ് ഭാഷയുടെ വികാസത്തിന് ഗുണകരമാവുക. ഇങ്ങനെയൊരു വീക്ഷണത്തോടെ പദങ്ങൾ സ്വീകരിച്ച് സങ്കല്പനങ്ങളുടെ പ്രകാശനം നിർവ്വഹിക്കേണ്ടത് അതിന്റെ മേഖലയിൽ പ്രവർത്തിക്കുന്നവരാണ്. അത് യാന്ത്രികമായി നിർവ്വഹിക്കപ്പെടേണ്ടതുമല്ല. ആ മേഖലയിലുള്ള സ്വതന്ത്രവും സർഗ്ഗാത്മകവുമായ ആവിഷ്കാരങ്ങളിലൂടെ സംഭവിക്കുന്നതാണ് ഉചിതം. അതിനാവശ്യമായ സാഹചര്യങ്ങൾ നമ്മുടെ ഉന്നതവിദ്യാഭ്യാസരംഗത്തുണ്ടായാലേ ഇത് ഫലപ്രദവും വിജയകരവുമായിത്തീരുകയുള്ളു. ഇംഗ്ലീഷ് പദങ്ങളെ വർജ്ജിച്ചേ തീരൂ എന്ന ഭാഷാവിശുദ്ധിബോധത്തിൽനിന്ന് പുറത്തുകടക്കാൻ കഴിയണം.

സംസ്കൃതത്തിൽനിന്നു പദങ്ങളും സങ്കല്പനങ്ങളും സ്വീകരിക്കാമെങ്കിൽ ഇംഗ്ലീഷിൽനിന്നാവുന്നതിൽ മനഃപ്രയാസപ്പെടേണ്ട കാര്യമില്ല തന്നെ. വാമൊഴിയിലെന്നപോലെ സന്ദർഭത്തിനു യോജിച്ച മട്ടിൽ പദങ്ങൾ കടന്നുവന്ന് ഇടകലരട്ടെ എന്ന അയവുള്ള സമീപനമാകും ജീവൽഭാഷാപരിഗണനയിൽ ഉത്തമമായിരിക്കുക. ഗതികോർജ്ജവും സ്ഥാനികോർജ്ജവും ആവാം, ആവരണകല ആകാം, പക്ഷേ വാക്യൂളിനെ ഫേനം ആക്കേണ്ടതുണ്ടോ? വാക്യൂൾ തന്നെ പോരേ? ഇനി ഫേനവും ഒരു പര്യായമായി സ്വീകരിക്കുന്നതിൽ അസ്വസ്ഥമാകേണ്ടതുമില്ല. ഇങ്ങനെ ഉദാരമാകുന്നതിനു പകരം, മാനകഭാഷയെ

---

28. ജോർജ്ജ് മാത്തന്റെ രുതശബ്ദം, ഗദശബ്ദം, അർദ്ധാച്ച്, മൗണ്യം തുടങ്ങിയ പ്രയോഗങ്ങൾ വ്യാകരണ-ഭാഷാവ്യവഹാരങ്ങളിൽ ഉറയ്ക്കുകയുണ്ടായില്ല. അത് തുടർച്ചയില്ലാത്തതുകൊണ്ടു സംഭവിക്കുന്നതാണ്. രുതശബ്ദം, ഗതശബ്ദം എന്നിവകൊണ്ട് സാക്ഷാത്കരിക്കപ്പെട്ട സങ്കല്പനങ്ങൾ പിന്നീട് വലിയൊരു കാലം നമുക്ക് ആവശ്യമായി വന്നതേയില്ല! അർദ്ധാച്ച്, മൗണ്യം എന്നിവയുടെ സ്ഥാനത്ത് സംവൃതോകാരം, വർത്സ്യം എന്നീ സംസ്കൃതപ്രൗഢിയേറിയ പദങ്ങൾ എ. ആർ. സ്വീകരിച്ചു. ഏ. ആറിനെ പിന്തുടരുന്നതായി പില്ക്കാലവ്യാകരണചർച്ച.

തികച്ചും യാന്ത്രികമായ സംസ്കൃത-ആചാരലോകമായി പരിവർത്തിപ്പിക്കുമ്പോൾ ഭാഷയിൽ ഒരു പിളർപ്പുണ്ടാവുകകൂടിയാണ് ചെയ്യുക. ഒരുതരം ഇരട്ടമൊഴി അവസ്ഥ. അങ്ങനെയാണ് മാനകഭാഷ ബഹുജനഭാഷാബന്ധമില്ലാത്തതും പരിഹാസ്യവുമായ ഗീർവ്വാണമായി കലാശിക്കുന്നത്. ഇത് ഭാഷയുടെ വികാസത്തെ തടസ്സപ്പെടുത്തുകയാണ് ചെയ്യുക. ഭാഷാമരവിപ്പിനെയും, ഒരു പക്ഷേ, ഭാഷാമരണത്തെയുമാകും അത് സൃഷ്ടിക്കുക. മറിച്ചുള്ള ഒരു സമീപനവും ആവിഷ്കാരസന്നദ്ധതയും വൈജ്ഞാനികമേഖലയിൽ സംഭവിക്കേണ്ടതുണ്ട്. അതിനുതകുന്ന ആവശ്യബോധവും ആശയസാഹചര്യവും സൃഷ്ടിക്കുന്ന, ഭൗതികസാഹചര്യങ്ങളുളവാക്കുകയാണ് ഭാഷാവികാസതല്പരർ ചെയ്യേണ്ടത്. [29]

ചുരുക്കത്തിൽ, പരിചിതസംസ്കൃതശബ്ദങ്ങളോടൊപ്പം വാമൊഴിയിൽനിന്നു ലഭിക്കുന്ന വ്യക്തതക്കുറവു വരാനിടയാകാത്ത രൂപങ്ങളെയും ഇംഗ്ലീഷ് വഴി വരുന്ന രൂപങ്ങളെയും സമന്വയിപ്പിക്കുന്ന ഒരു സമീപനമാണ് ഈ രംഗത്ത് ആവശ്യം എന്നു പറയാം. എന്നാൽ സാങ്കേതികപദാവലി സാധാരണക്കാർക്കെല്ലാം ഗ്രാഹ്യമായിരിക്കണമെന്നു നിശ്ചയിക്കുന്നതിൽ കാര്യമില്ലെന്ന തിരിച്ചറിവും കൂട്ടിനുണ്ടാകണം. പേരെച്ചം എന്ന വ്യാകരണശാസ്ത്രസംജ്ഞ ഒരു സാധാരണക്കാരന് അറിയേണ്ടതില്ല. ഒരു ഭാഷയിലും അത്തരത്തിൽ ബഹുജനങ്ങളറിയുന്ന പദങ്ങളുപയോഗിച്ച് വിശേഷവ്യവഹാരം നടക്കുന്നില്ല, നടക്കുകയുമില്ല.

ഇംഗ്ലീഷ് വാക്കുകളും മറ്റു ഭാഷാസവിശേഷതകളും സ്വീകരിക്കുന്നതിനെതിരായ പ്രതിരോധപരമായ സമീപനം ആവശ്യമല്ല, ആരോഗ്യകരമല്ല എന്നാണ് പറഞ്ഞുവരുന്ന കാഴ്ചപ്പാട്. ഇവിടെ ഭാഷാശാസ്ത്രപരമായിത്തന്നെ ചില തെളിച്ചങ്ങൾ ലഭിക്കുന്നത് നന്നാകുമെന്നു തോന്നുന്നു. സംസ്കൃതരൂപങ്ങളെന്നപോലെ ഇംഗ്ലീഷുരൂപങ്ങളും വാമൊഴിയുടെ ഭാഗമാകുന്നതോടെ അവ മലയാളമായിക്കഴിഞ്ഞു എന്നതാണ് വാസ്തവം. ലിപ്യന്തരണം ചെയ്ത് സ്വീകരിക്കപ്പെടുന്നതോടെ അവ മാനകമലയാളമായിക്കഴിഞ്ഞെന്നും കരുതുന്നതാണ് യുക്തി.

---

29. ഉദാഹരണത്തിന്, മലയാളത്തിലുള്ള പരിജ്ഞാനം ഇംഗ്ലീഷിനൊപ്പം ഉദ്യോഗസ്ഥനിയമനങ്ങളിൽ ഒരു പരിഗണനയാണെന്നു കരുതുക. ആളുകൾ ഗൗരവബുദ്ധിയോടെ മലയാളം പഠിക്കും. സർവ്വകലാശാലകളിലെ ഇംഗ്ലീഷൈകശാസ്ത്ര-മാനവികപഠനവകുപ്പുകളിലെ പണ്ഡിതരുടെ പ്രവർത്തനങ്ങളിൽ മലയാളത്തിലുള്ള ആവിഷ്കാരങ്ങൾക്ക് അധികപരിഗണന കിട്ടുന്നുവെന്നു കരുതുക. ആളുകൾ അതിൽ പ്രയത്നിക്കാൻ തുടങ്ങും. യാന്ത്രികവിവർത്തനങ്ങൾക്കു പകരം മൗലികതയുടെ സ്പർശമുള്ള ചില പരിശ്രമങ്ങളെങ്കിലും ഉണ്ടാവാതിരിക്കില്ല. ഇന്റർനാഷനൽ ജേണലിനു മാത്രം പരിഗണന കിട്ടുന്ന സാഹചര്യത്തിൽ ആളുകൾ അവ തേടിപ്പോവുകയേയുള്ളൂ. അരി തരാത്ത പണി തരാത്ത സുരക്ഷ നൽകാത്ത ഭരണത്തെയെന്നപോലെ തുണയാകാത്ത ഭാഷയെയും ആളുകൾ തള്ളും.

ഈ വീക്ഷണത്തോടെയല്ലാതെ മുന്നോട്ടുപോയാൽ ബുദ്ധിശൂന്യമായ ഭാഷാവിശുദ്ധിവാദചിന്തകളിൽ തളഞ്ഞുകിടക്കുകയാകും ഫലം. അതും ഇംഗ്ലീഷ് ഭാഷയുടെ പ്രഭാവത്തിൽ ഈ നാട്ടിൽ സംഭവിക്കുന്നുണ്ട്. മലയാളത്തിന്റെയും ഇംഗ്ലീഷിന്റെയും പദവികൾ സംബന്ധിച്ച് ചർച്ചകൾ നടക്കുമ്പോഴൊക്കെ ഇത്തരം വാദങ്ങൾ രംഗത്തുവരുന്നതു കാണാം. നിങ്ങൾ പേരിട്ടത് ഇംഗ്ലീഷിലല്ലേ, നിങ്ങൾ വിളിച്ച മുദ്രാവാക്യത്തിൽ ഇംഗ്ലീഷില്ലേ എന്നൊക്കെ ചോദ്യം ഉയർത്തും. ഇതിൽ കാര്യമില്ലെന്ന് ഭാഷയെ ചരിത്രപരമായും ഘടകപരമായും ശ്രദ്ധിച്ചാൽ മനസ്സിലാക്കാവുന്നതേയുള്ളൂ. അവയൊക്കെ മലയാളീകരിക്കപ്പെട്ടുകഴിഞ്ഞു എന്നു മനസ്സിലാക്കാത്തതുകൊണ്ടാണ് അത്തരം വാദങ്ങളുയരുന്നത്. വാക്കുകളല്ല ഭാഷയെ നിർണ്ണയിക്കുന്നതെന്ന കുന്തൽവാദ[30] ചിന്തയെ അനുസരിക്കുന്നതാണ് ഉചിതം.

വാക്ക് ഏതു ഭാഷയിലേതാണ് എന്നു നിർണ്ണയിക്കുന്നത് അത് ഏത് ഭാഷയിലെ വ്യവഹാരത്തിന്റെ ഭാഗമായിരിക്കുന്നു എന്നു നോക്കിയാണ്. ഭാഷാന്തരസമങ്ങളിൽ മാത്രമല്ല പരകീയപദങ്ങളുടെ കാര്യത്തിലും പ്രസക്തമാണ് *ലീലാതിലക*കാരൻ അവതരിപ്പിച്ച വീക്ഷണം. പരകീയപദങ്ങൾ മറ്റു ഭാഷകളിൽനിന്നു സ്വീകരിക്കപ്പെട്ടു എന്നതു വാസ്തവം. അതേ സമയം അത് ഒരു ഭാഷയുടെ വ്യവഹാരങ്ങളിൽ ഭാഗഭാക്കാവുന്നതോടെ അതിനു സ്വന്തമായിക്കഴിഞ്ഞു എന്നതാണ് വാസ്തവം. പല കാലത്തായി ഇങ്ങനെ കടംകൊണ്ട പദങ്ങളിലൂടെയാണ് വികസ്വര ഭാഷകൾ അതിന്റെ ആധുനികമായ തനിമ നിർമ്മിച്ചെടുത്തിട്ടുള്ളത്. അവയെ ശ്രദ്ധിച്ചു തിരഞ്ഞുപിടിച്ച് പുറത്താക്കേണ്ടതാണെന്നു കരുതുന്ന സമീപനം യുക്തമല്ല. നാം നമ്മുടേതെന്നു കരുതുന്ന 'അച്ഛ'നുൾപ്പെടെയുള്ള പദങ്ങൾ പരകീയങ്ങളാണെന്നു മനസ്സിലാക്കിയാൽ ശുദ്ധിവാദപരമായ സമീപനത്തിലെ ബുദ്ധിശൂന്യത മനസ്സിലാവുകയും ചെയ്യും.

ഇംഗ്ലീഷ് ഭാഷയിലായാലും മേല്പറഞ്ഞ മട്ടിലാണ് കാര്യങ്ങൾ.

---

30. *ലീലാതിലക*ത്തിൽ ഗ്രന്ഥകാരൻ തന്റെ മണിപ്രവാളനിർവ്വചനത്തെ ഡിഫന്റ് ചെയ്യുന്നതിന്റെ ഭാഗമായി നടത്തുന്ന ഒരു ചർച്ച. മണിപ്രവാളത്തിൽ കാണുന്ന കുന്തൽ കുഴൽ, കൊങ്ക എന്നിവ തമിഴല്ലേ എന്ന ചോദ്യത്തിനുള്ള പ്രതികരണമെന്ന നിലയിൽ *ലീലാതിലക*കാരൻ, ഒരു പദം ഏതു ഭാഷയിലേതാണ് എന്നു നിശ്ചയിക്കുന്നത് അത് ഏത് സന്ദർഭത്തിലാണ്, എന്നുവെച്ചാൽ ഏത് ഭാഷാവ്യവഹാരത്തിലാണ് എന്നതിന്റെ അടിസ്ഥാനത്തിലാണ് എന്ന് സമർത്ഥിക്കുന്നു. വളരെ ആരോഗ്യകരമായ ഒരു മൗലികഭാഷാസമീപനമാണ് ഈ കേരളീയ (സംസ്കൃത) ഭാഷാചിന്തകൻ ഇവിടെ അവതരിപ്പിച്ചിരിക്കുന്നത്. മലയാളവും തമിഴും തമ്മിലുള്ള താരതമ്യവിവേചനവും അവിടെയുണ്ട്. കേരളപാണിനിക്ക് ഭാഷാപരിണാമനയങ്ങൾ രൂപീകരിക്കാൻ സഹായകമായത് ഇവിടെ വിന്യസ്തമായ ബീജരൂപത്തിലുള്ള ആശയങ്ങളായിരുന്നുവെന്നു കരുതാൻ ന്യായമുണ്ട്.

അവിടെ ലാറ്റിനും ഗ്രീക്കും തുടങ്ങിയ യൂറോപ്യൻ ഭാഷകളിൽനിന്നു മാത്രമല്ല, ഇന്ത്യൻ ഭാഷകളിൽനിന്നുവരെ കടംകൊണ്ട വാക്കുകൾ നിരവധിയാണ്. മലയാളത്തിലെ പരകീയപദങ്ങളിൽ ഇംഗ്ലീഷ് പദങ്ങളുടെ സാന്നിദ്ധ്യം പെട്ടെന്നു തിരിച്ചറിയപ്പെടുന്ന നിലയിലാണുള്ളത്. പാലി-സംസ്കൃത-പോർച്ചുഗീസ്-പോർച്ചുഗീസ് പദങ്ങളൊക്കെ വേറിട്ടറിയാത്ത വിധത്തിൽ ലയിച്ചുകിടക്കുന്നതായി മാറി. എന്നാൽ ഇംഗ്ലീഷ് അന്യമായ ഘടകങ്ങളെന്ന മട്ടിൽ നമ്മുടെ ശ്രദ്ധയിലേക്ക് പെട്ടെന്നു വരും. അതിനു പ്രധാനമായ കാരണം ഇംഗ്ലീഷ് ഇംഗ്ലീഷായിത്തന്നെ നമ്മുടെ ഭാഷാജീവിതത്തിന്റെ ഭാഗമായി നിലനിൽക്കുന്നു എന്നതാണ്. നമ്മുടെ ഭാഷാജീവിതത്തെ സജീവമാക്കുകയും പ്രശ്നഭരിതമാക്കുകയും ചെയ്യുന്ന മൂർത്തവും സന്നിഹിതവുമായ ഒരു ഭാഷാസാന്നിദ്ധ്യമാണ് ഇംഗ്ലീഷ് ഭാഷ. അതിന്റെ റോമൻ പാരമ്പര്യത്തിലെ ലിപികളിൽത്തന്നെ അത് നമ്മുടെ വായനയുടെയും പഠനത്തിന്റെയും ഗ്രഹണത്തിന്റെയും ചിന്തയുടെയും ഭാവനയുടെയും ലോകങ്ങളെ നോക്കിക്കൊണ്ടിരിക്കുന്നു. മലയാളലേഖനങ്ങളിൽപോലും ഇംഗ്ലീഷ് വാക്കുകൾ ഇംഗ്ലീഷ് ലിപിയിൽ എഴുന്നേറ്റ് നോക്കിനിൽക്കുന്നതു കാണാം.[31] റോഡിലിറങ്ങി നോക്കിയാൽ നമുക്കും കാണാം, നമ്മുടെ ഭാഷയും ഇംഗ്ലീഷും തമ്മിലുള്ള സഹജീവിതം. ലൈബ്രറിയിൽ പ്രവേശിച്ചാൽ അത് നമ്മെ തുറിച്ചുനോക്കുന്നതായി കാണാം. കലാശാലകളിലും സർവ്വകലാശാലകളിലും അത് നമ്മെ വെല്ലുവിളിക്കുന്നു. അന്യായക്കോടതിയിലും ഭരണത്തിലും അത് സാധാരണജനത്തെ സദാ ഭീഷണിപ്പെടുത്തുന്നു.[32]

ഇംഗ്ലീഷ് നമുക്ക് പലതരം അനുഭവങ്ങളുടെയും ആശയങ്ങളുടെയും ഭാവനകളുടെയുമൊക്കെ പ്രഭവമായി അനുഭവപ്പെട്ടുവരുന്നു. ആധുനികവും പാശ്ചാത്യവുമായതെന്തും ഇംഗ്ലീഷ് സ്പർശമുള്ളതായി നമുക്ക് അനുഭവപ്പെടുന്നു. അങ്ങനെയൊരു നീർപ്പാലമാണത്. വെറുമൊരു ഭാഷ എന്നതിനെക്കവിഞ്ഞ് ഇംഗ്ലീഷിനെ അറിവിന്റെ പ്രവാഹമാധ്യമമായി നാം അനുഭവിക്കുന്നു. കൊളോണിയൽ കാലസ്മരണകൾ ചേർന്ന് അധികാരത്തിന്റെയും ആധികാരികതയുടെയും

31. അവ ലിപ്യന്തരണത്തിനുപോലും വിധേയമാക്കി ഭാഷീകരിക്കാതെയിരിക്കുമ്പോൾ സൂക്ഷ്മമായ ചില വിവക്ഷകൾ ഉല്പാദിപ്പിക്കപ്പെടുന്നുണ്ട്. മലയാളലേഖനം വായിക്കാൻ വരുന്ന മലയാളി സാമാന്യം ഇംഗ്ലീഷ് അറിയാതെ അതുവഴി വരേണ്ട എന്നതാണ് മുഖ്യമായ ഒരു സന്ദേശം.ഇതിനെ വേറൊരു തരത്തിലും പറയാം - അത്തരം ലേഖനങ്ങൾ സംബോധന ചെയ്യുന്നത് ഇംഗ്ലീഷ് കൂടി അറിയാവുന്നവരെ മാത്രമാണ് എന്ന്.

32. പള്ളിക്കൂടം പഠനത്തിൽ വിദ്യാഭ്യാസം അവസാനിപ്പിച്ച് കായികാദ്ധ്വാനപരമായ ഉല്പാദന-നിർമ്മാണവർത്തികളിൽ ഏർപ്പെട്ടുകൊണ്ടിരിക്കുന്നവരാണ് ഈ സാധാരണക്കാർ.

അധികാർത്ഥവും അതിനു കൈവരുന്നു. നമ്മെ സംബന്ധിച്ചിടത്തോളം അറിവധികാരിയാണ് ഇംഗ്ലീഷ് എന്നു പറഞ്ഞാൽ തെറ്റാവില്ല. സ്വാതന്ത്ര്യാനന്തര ഭരണകൂടവൃത്തികൾ അതിന് അടിവരചേർത്തുകൊണ്ടിരിക്കുന്നു. അതുകൊണ്ടൊക്കെത്തന്നെ ഇംഗ്ലീഷ് നമുക്ക് പരിചിതമെങ്കിലും, കൂട്ടുകാരനെങ്കിലും ആദരമുളവാക്കുന്ന, ഭയമുളവാക്കുന്ന ഗുരുവും കൂടിയാണ്. സൂര്യകാന്തിയും സൂര്യനും തമ്മിലുള്ള, രമണനും ചന്ദ്രികയും തമ്മിലുള്ള ഒരു അനുരാഗബന്ധത്തിന്റെ സ്വഭാവമാണ് അവിടെയുള്ളത്. ഒരാൾ മട്ടുപ്പാവിലും മറ്റെയാൾ കണ്ടത്തിലും നിൽക്കുന്ന പ്രണയം.

ഇംഗ്ലീഷുകാർക്ക് അങ്ങനെയല്ല ഇംഗ്ലീഷ്. നമുക്കു മലയാളം എങ്ങനെയോ അതുപോലെയാണ് അവർക്ക് ഇംഗ്ലീഷ്. അവർക്കറിയാം അവരുടേത് അധികം മൗലികതയൊന്നും അവകാശപ്പെടാനില്ലാത്ത ഒരു കുഞ്ഞുഭാഷ[33]യാണെന്ന്. നമുക്ക് എഴുത്തച്ഛനെന്നപോലെ, ഉണ്ണായിവാര്യരെന്നപോലെ, കുഞ്ചൻ നമ്പ്യാരെന്ന പോലെ, അവർക്കൊരു ഷേക്സ്പിയറും പിന്നെ കുറച്ചു കാല്പനികകവികളും ഒക്കെയുള്ളതു ഭാഗ്യം. ബാക്കി മിക്കവാറും ഒരു കച്ചവടാടിസ്ഥാനത്തിൽ ഉല്പന്നങ്ങളുണ്ടാക്കി വിപണനം ചെയ്യുന്ന ഒരു ഭാഷയാണത്. വിപുലമായ അർത്ഥത്തിലുള്ള ഒരു കൊമേഴ്സ്യൽ ലാംഗ്വേജ്. അവർക്ക് ഭാഷാപകർഷബോധമുണ്ടായിരുന്ന ഒരു കാലമുണ്ടായിരുന്നു. ആധുനികകാലത്ത് പൗരസ്ത്യനാടുകളെ വരുതിയിലാക്കി മൂലധനം വികസിപ്പിച്ച് വലിയ മുതലാളിയായപ്പോഴാണ് അവർക്ക് സ്വഭാഷാമമതയൊക്കെ ഉണ്ടായിവന്നത്. ഇന്ത്യയിലെ കൽക്കത്തയിലും തിരുവിതാംകൂറിലുമൊക്കെ പഠനവസ്തു ആയി ഇംഗ്ലീഷ് കടന്നിരുന്ന കാലത്തുതന്നെയാണ് ഇംഗ്ലണ്ടിലെ സർവ്വകലാശാലകളിലും ഇംഗ്ലീഷ് പഠനാർഹത നേടിയുള്ളൂ എന്നു പറഞ്ഞാൽ അവരുടെ തനതുഭാഷാബോധത്തിന്റെ സ്വഭാവമെന്തെന്ന് മനസ്സിലാകും. വീട്ടിലും നാട്ടിലുമൊക്കെ വർത്തമാനം പറയലിനും മറ്റ് നിത്യവ്യവഹാരങ്ങൾക്കും, ബഹുജനവിനോദകേന്ദ്രങ്ങളിലെ നാടകം കളിക്കുമപ്പുറത്ത് തത്വചിന്തയുടെയോ പ്രഭാഷണകലയുടെയോ ശാസ്ത്രവിജ്ഞാനത്തിന്റെയോ ഭാഷയായി ഇംഗ്ലീഷുകാർ ഇംഗ്ലീഷിനെ കണക്കാക്കിയിരുന്നില്ല ഏറെക്കുറെ, മലയാളികൾ മലയാളത്തെ കണ്ടുപോരുന്നതുപോലെ ഒരു സമീപനമായിരുന്നു അവരുടെ തനതു ഭാഷയോടുള്ള സമീപനം.

എന്തുകൊണ്ടാണിതെന്ന് ആലോചിച്ചുനോക്കാവുന്നതാണ്. മഹത്വം കല്പിക്കപ്പെടുന്ന കൃതികൾ, കൊണ്ടാടപ്പെടുന്ന കൃതികൾ ധാരാളമായി

---

33. വി. ജെ. ജെയിംസിന്റെ *ലെയ്ക്ക* എന്ന കൃതിയിലെ ആമുഖക്കുറിപ്പിൽ ഗ്രന്ഥകാരൻ നടത്തുന്ന നൈസായ പ്രയോഗം ഓർത്തുകൊണ്ട്.

ഉണ്ടായില്ല എന്നു പെട്ടെന്നൊരുത്തരം പറയാം. ഉള്ളതുതന്നെയും പ്രതിഷ്ഠ നേടിയില്ല എന്നതാണ് വസ്തുത. അതിനാവശ്യമായ സാഹിത്യ സ്ഥാപനം അഥവാ സംവാദസംവിധാനം ഉണ്ടായില്ല എന്നതാവണം കാരണം. അത്തരം സംവിധാനങ്ങളും കൂടിയാണ് സാഹിത്യത്തെ പുരസ്കരിക്കുന്നതും മാമൂല്യവൽക്കരിക്കുന്നതുമൊക്കെ. കൃതികൾ കേവലമായി സാഹിത്യമോ തത്വചിന്തയോ ഒന്നുമാകുന്നില്ല. അവയെ കോർത്തുകെട്ടി വ്യവസ്ഥപ്പെടുത്തുന്നതിലൂടെയാണ് സാഹിത്യപദവിയും മറ്റും കൈവരുന്നത്. കൃതികൾ ക്ലാസ്സിക്ക് കൃതിയാകുന്നതും ഭാഷകൾ ക്ലാസ്സിക്ക് ആകുന്നതുമൊക്കെ ശ്രദ്ധിച്ചാലും ഇത്തരമൊരു പദ്ധതി അറിഞ്ഞോ അറിയാതെയോ നടക്കുന്നുണ്ടെന്നു കാണാം. പഠനങ്ങൾ, സിദ്ധാന്തവൽക്കരണങ്ങൾ, പുനരാവിഷ്കാരങ്ങൾ - ഇവയെല്ലാം ഒത്തുചേരുകയും ക്ലാസ്സുകളിൽ പഠിപ്പിക്കപ്പെടുകയുമൊക്കെ ചെയ്യുന്ന തോടെ രചനകൾ പദവികളിലേക്ക് കടന്നിരിക്കുകയാണ് ചെയ്യുന്നത്. നാട്ടാശാൻ ഗുരുവും ആചാര്യനുമായിത്തീരുന്ന മട്ടിലുള്ള പ്രക്രിയയാണിത്. ഇതിനർത്ഥം രചനകൾക്കും തൽക്കർത്താക്കൾക്കും അതായിത്തന്നെ ഒരു മൂല്യവുമില്ല എന്നല്ല. അവപരിചരിക്കപ്പെടുന്നതിന് വലിയ പ്രാധാന്യമുണ്ടെന്നു മാത്രമാണ് സൂചിപ്പിക്കുന്നത്.

മഹത്വം മഹത്വമായി അറിയപ്പെടുന്നത് അതു പറയപ്പെടുമ്പോൾ മാത്രമാണ്. അതിനുള്ള സാഹചര്യവും ആളുകളും ഉണ്ടായിവരണം. അതുണ്ടായിവരുമ്പോൾ, സ്വത്വാന്വേഷണപരമെന്നൊക്കെ പറയാവുന്ന മട്ടിലുള്ള നോട്ടങ്ങളുണ്ടാവുകയും പ്രവർത്തനങ്ങളുണ്ടാവുകയും ചെയ്തിട്ടാണ്, ആവിഷ്കാരങ്ങൾ ഉള്ളതൊക്കെ തേച്ചുമിനുക്കി വെടിപ്പാക്കിയും കാണിച്ചാണ് സ്വന്തം നില ഭദ്രമാക്കുന്നത്. ഷേക്സ്പിയറൊക്കെ അങ്ങനെ വീണ്ടെടുക്കപ്പെട്ടവരാണ്. പോരായ്മകളുള്ളതെന്നു കണ്ട ഇടങ്ങളിലേക്ക് ആശയങ്ങളുടെ ഇറക്കുമതിയും അവയ്ക്കാവശ്യമായ വ്യവഹാരരൂപനിർമ്മാണവും ഒക്കെ ഏറെക്കുറെ അനാസൂത്രിതമായിത്തന്നെ നടന്നു. അങ്ങനെയാണ് ഇംഗ്ലീഷ് ഒരു ഭാഷയെന്ന നിലയിൽ ബ്രിട്ടീഷ് ജനതയുടെ ആത്മാഭിമാനചിഹ്നമായി രൂപാന്തരപ്പെട്ടത്. അതോടെ ആത്മവിശ്വാസത്തോടെ അവരുടെ ജന്മഭാഷ സർവ്വകലാശാലകളിലേക്ക് പ്രവേശിച്ചു. ഇത്തരത്തിൽ സൃഷ്ടിപരമായ നീക്കങ്ങളുണ്ടാവുകയും മികവു കാണിക്കുകയും മികവുറ്റ ക്ലാസ്സിക്കെന്നു വിശേഷിപ്പിക്കാവുന്ന രചനകളാൽ വിവിധ വ്യവഹാരങ്ങൾ ശക്തിപ്പെടുകയും ചെയ്താൽ മാത്രമേ മലയാളത്തിനും സമകാലത്ത് പ്രസക്തിയും ജീവനും ജീവിതവുമുണ്ടാവുകയുള്ളൂ. ഇംഗ്ലീഷിനെ ഈ മട്ടിൽ മാതൃകാപരമായി അറിയുന്നതിൽ നമുക്കു വീഴ്ച പറ്റിയിട്ടുണ്ടോ എന്നു സംശയിക്കണം.

ആശയങ്ങളും വാക്കുകളും കടം വാങ്ങുമ്പോഴും ഇംഗ്ലീഷുകൊണ്ട് ചെയ്യാവുന്നത് അവർ ഇംഗ്ലീഷിൽത്തന്നെ ചെയ്യുന്നു. നമ്മളോ? ചുരുങ്ങിയത് ട്രാൻസ്ലിറ്ററേറ്റ് ചെയ്തെങ്കിലും ഇംഗ്ലീഷാക്കിയാണ് അവരുടെ ഭാഷീകരണം മുന്നോട്ടുപോവുന്നത്.

നാം ഇംഗ്ലീഷ് ഭാഷയെ അറിഞ്ഞത് നമ്മുടേതായ ചരിത്രത്തിന്റെ ഒക്കത്തിരുന്നുകൊണ്ടാണ്. അവിടെയാണ് വരത്തനും ശക്തനും ജ്വലനകാന്തിയുള്ളവനുമായ കാമ്യലോകാവതാരമായി ഇംഗ്ലീഷ് മാറുന്നത്. ഇതിലൊന്നും വലിയ ഗൂഢാലോചനയൊന്നുമല്ല നടന്നിട്ടുള്ളത്. ഇപ്പറഞ്ഞ വിശേഷാർത്ഥങ്ങളോടെ പ്രത്യക്ഷമായ ഇംഗ്ലീഷ് നമ്മുടെ ആധുനികവിദ്യാഭ്യാസത്തിലൂടെ ചിലർക്കെങ്കിലും ആധികാരികതയും ബൗദ്ധികതയും പ്രദാനം ചെയ്തു. ഇംഗ്ലീഷ് മരുന്നെന്നപോലെ ഇംഗ്ലീഷ് വിദ്യാഭ്യാസവും ഇവിടെ ജ്ഞാനസ്നാനത്തിന്റെ പരല്പേരായിത്തീർന്നു. അതിനുള്ള ബ്രിട്ടീഷ് ഭരണകൂടത്തിന്റെ പ്ലാനിങ് നടത്തുമ്പോൾ മെക്കാളെപ്രഭു പോലും, ഇന്നത്തെ ഹിന്ദി പ്രോത്സാഹകരായ ആളുകൾ പറയുന്നതുപോലെയെങ്കിലും, പ്രാദേശികഭാഷാവികസനത്തെക്കുറിച്ച് ഊന്നിപ്പറയുകയുണ്ടായി.

കേരളത്തിലെ വിദ്യാഭ്യാസത്തിന് ഉറച്ച അടിത്തറ തീർക്കുന്നതിൽ വലിയ പങ്കുവഹിച്ച വൈദേശിക മിഷണറിമാർ നാട്ടുഭാഷാവിദ്യാഭ്യാസത്തിനും സംസ്കൃതപഠനത്തിനുമൊക്കെ പ്രോത്സാഹകമായ സമീപനവും പ്രായോഗികപ്രവർത്തനങ്ങളുമാണ് നടത്തിയിരുന്നത്.[34]

---

34. ഇംഗ്ലണ്ടുകാരനായ ബെഞ്ചമിൻ ബെയിലി, ജർമ്മൻകാരനായ ഹെർമ്മൻ ഗുണ്ടർട്ട് എന്നിവർ ഈ വഴിയിൽ ചെയ്ത സേവനങ്ങൾ അന്യഥാ പ്രതിപാദിക്കപ്പെട്ടിട്ടുണ്ട്. ജർമ്മൻകാരനായ ഫ്രോൺ മേയറുടെ സംഭാവനകളും വിശേഷപരാമർശം അർഹിക്കുന്നുണ്ട്. മലയാളത്തിന് *എ പ്രോഗ്രസ്സിവ് ഗ്രാമർ ഓഫ് മലയാളം* എന്ന പേരിൽ ഒരു ബോധനവ്യാകരണം ആദ്യമായി രചിച്ചത് അദ്ദേഹമാണ്. *പ്രകൃതിശാസ്ത്രം- എ കാറ്റകിസം ഓഫ് ഫിസിക്സ് വിത്ത് എ റിപർട്ടറി ഇൻ ഇംഗ്ലീഷ്* എന്ന പേരിൽ ശാസ്ത്രം മലയാളത്തിൽ പ്രതിപാദിക്കാൻ മുൻകൈയെടുത്ത ആളുമാണ് അദ്ദേഹം. ആധുനികമലയാള ഉള്ളടക്കങ്ങൾക്കായി അടിസ്ഥാനപരമായി ജോലി ചെയ്ത മാതൃക കാട്ടിയ ഇവരൊന്നും മാതൃഭാഷാപ്രണയികളായിരുന്നില്ല. മലയാളത്തെ മലയാളമായി വികസിക്കാൻ തങ്ങളാലായതു ചെയ്യുക എന്നതായിരുന്നു അവർ സ്വീകരിച്ച പോളിസി. മലയാളത്തിനുൾപ്പെടെ തെന്നിന്ത്യൻ ഭാഷകൾക്ക് റോമൻ ലിപി ഉപയോഗിക്കുന്നതാണ് ഉചിതമെന്ന ആശയം അവതരിപ്പിക്കപ്പെട്ട സന്ദർഭത്തിൽ ഗ്രന്ഥലിപികൾക്കായി നിലകൊണ്ടതും പ്രവർത്തിച്ചതും ഈ മിഷണറിമാരായിരുന്നു എന്നത് വിസ്മയകരമായിരിക്കുന്നു. റോമൻ ലിപി പൊതുലിപിയാക്കാമെന്ന നിർദ്ദേശവുമായെത്തിയ കാൾ റിച്ചാർഡ് ലെപ്സിയൂസിനോട് ഗുണ്ടർട്ട് യോജിച്ചില്ല. ഡോ. സ്കറിയ സക്കറിയയെ ഉദ്ധരിച്ചുകൊണ്ട് ഡോ. ജോസഫ് കോയിപ്പിള്ളി ഇതിനെക്കുറിച്ച് എഴുതിയിട്ടുണ്ട്. കാണുക- *മിഷണറി ഭാഷാശാസ്ത്രം* (എഡിറ്റർ-എം. ശ്രീനാഥൻ, തുഞ്ചത്തെഴുത്തച്ഛൻ മലയാളം സർവ്വകലാശാല, പുറം 281)

നാട്ടുഭാഷയെ പ്രോത്സാഹിപ്പിക്കാനും വളർത്താനും അവർ കാണിച്ച ഉത്സാഹവും പ്രായോഗികപ്രവർത്തനങ്ങളും മലയാളഭാഷാചരിത്രത്തിലെതന്നെ മഹത്തായ ഒരേടാണ്. കേരളവർമ്മയെയും രാജരാജവർമ്മയെയും ഉള്ളൂരിനെയും പോലുള്ള ഭാഷാദ്ധ്വാനികളുടെ പ്രവർത്തനങ്ങളിലൂടെ അതിന്റെ അലയൊലികൾ കുറച്ചുകാലം മുമ്പോട്ടുപോയി. വിശേഷാർത്ഥത്തിൽ, ഇംഗ്ലീഷ് വിദ്യാഭ്യാസമായിരുന്ന മിഷണറിമാരുടെ കാലം മുതൽ ഇവിടെ നടപ്പിലായത്. പാശ്ചാത്യവിജ്ഞാനത്തിലേക്കായിരുന്നു അതിന്റെ ചെരിവ്. മലയാളഭാഷ പഠിക്കുമ്പോൾത്തന്നെയും അത് പാശ്ചാത്യമായ സമീപനത്തിലായിരുന്നു സംവിധാനം ചെയ്യപ്പെട്ടത്. അതുവഴി മലയാളത്തെ ആധുനികമാക്കുന്ന പ്രവർത്തനങ്ങളും ആശയങ്ങളും അവർ പ്രദാനം ചെയ്തു. മുമ്പ് വ്യക്തമാക്കിയതുപോലെ, വെറും വിവർത്തനമെന്ന നിലയിലായിരുന്നില്ല അവരുടെ ആസൂത്രണങ്ങൾ നടന്നത്. ഭിന്നഭാഷകളിലൂടെ തങ്ങൾ പരിചയിച്ച അറിവുകളുടെ പ്രേരണയിൽ ഒരു തരം സർഗ്ഗാത്മകതയോടെ രചനാവൃത്തികളിലേർപ്പെട്ട് ഭാഷയെ അബോധാത്മകമായി പരുവപ്പെടുത്തുന്ന, സജ്ജമാക്കുന്ന കൂട്ടത്തിൽ സങ്കല്പനങ്ങളെ ഉല്പാദിപ്പിക്കുകയായിരുന്നു അവർ ചെയ്തുപോന്നത്. സാങ്കേതികപദമെടുക്കൽ എന്നിട്ടാവാം വിജ്ഞാനവിതരണം എന്ന മട്ടിലായിരുന്നില്ല അവരുടെ ഭാഷാപ്രവർത്തനങ്ങൾ.

കേരളവർമ്മയും രാജരാജവർമ്മയും ഉള്ളൂരുമൊക്കെ ആരെന്തെല്ലാം വിമർശനങ്ങൾ പറഞ്ഞാലും, നാമെന്തെല്ലാം അഭിപ്രായാന്തരങ്ങൾ പ്രകടിപ്പിക്കേണ്ടിവന്നാലും മിഷണറിയുഗത്തിന്റെ ഭാഷാവെളിച്ചം കെടാതെ സൂക്ഷിച്ച, സർഗ്ഗചിത്തരായ, ഉന്മേഷകരമായ മനസ്സോടെ നിലകൊണ്ട ഭാഷാസൂത്രകരാണ്. ബുദ്ധിപരമായ ഒരു തരം സ്വാതന്ത്ര്യവും അതിൽനിന്നുണ്ടാകുന്ന അന്വേഷണസ്വഭാവവും അവരുടെയൊക്കെ ധൈഷണികതയുടെ സവിശേഷതയായിരുന്നു. അതിലും പ്രധാനമാണ് അവർ ഭാഷകളെ സമീപിച്ചിരുന്ന രീതി. മയാളഭാഷയുടെ വികാസത്തിനായി തങ്ങളുടെ ശേഷികളുടെ അവസാനകണികയും പുറത്തെടുത്തു പ്രവർത്തിച്ച അവർ ഇക്കാലത്തെ അടഞ്ഞ സ്വത്വഭാഷാസമീപനത്തോടെയല്ല ഇംഗ്ലീഷ് ഉൾപ്പെടെയുള്ള ഇതരഭാഷാസാന്നിദ്ധ്യങ്ങളെ കണ്ടിരുന്നത്. മലയാളത്തെ അവഹേളിക്കുന്ന സമീപനങ്ങളോട് വിട്ടുവീഴ്ചയില്ലാതെ പോരടിക്കുമ്പോഴും അവയെയെല്ലാം അറിവുകളുടെയും പ്രചോദനങ്ങളുടെയും പ്രഭവങ്ങളായി കണ്ടു സമീപിക്കുന്ന രീതിയാണ് അവരുടെ യത്നങ്ങളെ ശ്രദ്ധാപൂർവ്വം വീക്ഷിച്ചുപോകുമ്പോൾ കാണാവുന്നത്. മാതൃഭാഷയുടെ മഹിമ പറയുന്ന വൈകാരികസമീപനവുമായിരുന്നില്ല

അവരുടേത്. ഉള്ളൂർസ്വാമിയുടെ ജന്മഭാഷ തമിഴായിരുന്നു എന്നുപോലും ഓർക്കണം. ഗുണ്ടർട്ട് ഉൾപ്പെടെയുള്ള മിഷണറിമാരെപ്പോലെ, ജന്മഭാഷയെ പരിപോഷിപ്പിക്കുന്ന പ്രവർത്തനമൊന്നും നടത്താതെ, അവരെ സംബന്ധിച്ചിടത്തോളം അന്യഭാഷയായ മലയാളത്തെ സേവിച്ച ഒരു അവധൂതനായി വേണം അദ്ദേഹത്തെയും മനസ്സിലാക്കാൻ.

ഇത്തരം നിരവധി ഭാഷാപ്രവർത്തകരുടെ പ്രവർത്തനങ്ങളിലൂടെയാണ് മലയാളം അതിന്റെ ആധുനിക ആരോഹണകാലം ആഘോഷിച്ചത്. ആധുനികമായ ഒരു ഭാഷ എന്ന നിലയിൽ വിവിധങ്ങളായ വിശേഷവ്യവഹാരങ്ങളും സാഹിത്യജനുസ്സുകളും ചിന്താപ്രക്രിയയും ഒക്കെ നടക്കുന്ന ഒരു ഭാഷയായി മലയാളം മാറി. വിജ്ഞാനവിനിമയത്തിന്റെ കാര്യത്തിലുള്ള കുറവുകൾ പരിഹരിച്ച് സർവ്വകലാശാലകളിലും അതുപോലുള്ള സ്ഥാപനങ്ങളിലും ആദരിക്കപ്പെട്ടുവാൻ പോകുന്ന ഒരു നിലയിലെത്തിയിരുന്നു അന്നത്തെ മലയാളാവസ്ഥ. ഇംഗ്ലീഷിലൂടെ വിജ്ഞാനം കൈവരിച്ചവർ മലയാളത്തിൽ ജീവിക്കുകയും പ്രവർത്തിക്കുകയും ചെയ്യുന്ന അവസ്ഥയായിരുന്നു അതുണ്ടാക്കിയത്. ചന്തുമേനോനും സി. വി. രാമൻപിള്ളയും ആശാനും കേസരിയും എം. പി. പോളും ഐ. സി. ചാക്കോയും ഒക്കെ അണിനിരക്കുന്ന ഒരു മലയാളിധൈഷണികസമൂഹത്തെ ആ വികസ്വരയുഗത്തിന്റേതായിട്ട് നമുക്ക് സങ്കല്പിച്ചുകാണാം. ഇപ്പറഞ്ഞവരല്ലാതെ ഒരു പാടുപേരെ ഇതിൽ കൂട്ടിച്ചേർത്തു കാണാനുണ്ടാകും. ഇംഗ്ലീഷ് മലയാളത്തിന്റെ പ്രചോദകശക്തിയായി നിലകൊണ്ട കാലമാണത്. സാങ്കേതികമായി പറയുമ്പോൾ ജനാധിപത്യമൊന്നും വന്നിട്ടില്ലാത്ത കാലം. സാഹിത്യപരിഷത്തും മറ്റും ബോധപൂർവ്വകമായിത്തന്നെ മലയാളത്തിന്റെ വികാസത്തെ ത്വരിതപ്പെടുത്തുവാനുള്ള ആഹ്വാനങ്ങളും ആസൂത്രിതപ്രവൃത്തികളും നടത്തിവന്ന കാലം.

ഈ കാലത്തെ കടന്ന് ഭാഷാനിഷ്ഠമായ ഒരു സംസ്ഥാനരൂപീകരണവും നടന്നതോടെ നമ്മുടെ മലയാളം വാസ്തവത്തിൽ വലിയ വികാസത്തിലേക്ക് വരേണ്ടതായിരുന്നു. നമ്മുടെ സാഹിത്യത്തിലും സാഹിത്യചിന്തയിലുമൊക്കെ വികാസമുണ്ടാകാതിരുന്നിട്ടില്ല. പക്ഷേ, ഇംഗ്ലീഷ് എന്നത് വലിയൊരു പ്രശ്നമായി മാറുന്ന സന്ദർഭം ഇതോടെയാണ് സംജാതമാകുന്നത്. 1957-ലെ ജനാധിപത്യ ഗവൺമെന്റിന് ഭാഷയിലും സാഹിത്യത്തിലും വിശേഷമായ താല്പര്യം പ്രകടിപ്പിച്ചുവന്നിട്ടുള്ള ഇം. എം. എസ്. ആയിരുന്നു നേതൃത്വം കൊടുത്തത്. 'പ്രഭാതം ഗ്രൂപ്പ്' എന്ന പേരിൽ അദ്ദേഹംതന്നെ രേഖപ്പെടുത്തിയിട്ടുള്ള ഒരു സംഘത്തിന്റെ മുഖ്യ ആസൂത്രകനായിനിന്ന് 1937-ൽ ജീവൽ(പുരോഗമന)

സാഹിത്യപ്രസ്ഥാനത്തിനു രൂപം കൊടുത്ത ആളായിരുന്നു അദ്ദേഹം എന്നോർക്കണം. പണ്ഡിതനും സർവ്വോപരി ഭാഷാരാഷ്ട്രീയത്തെക്കുറിച്ച് വ്യക്തമായ കാഴ്ചപ്പാടുള്ള ആളുമായിരുന്നു അദ്ദേഹം. *മലയാളം മലയാളികളുടെ മാതൃഭൂമി* എഴുതിയ ആളാണ് അദ്ദേഹം. അങ്ങനെയുള്ള അദ്ദേഹത്തിന്റെ നേതൃത്വത്തിലുള്ള മന്ത്രിസഭയ്ക്ക് ഇംഗ്ലീഷിനെ ഭരണഭാഷ എന്ന പദവിയിൽ ഉറപ്പിച്ചുവെയ്ക്കാനേ സാധിച്ചുള്ളു. ആ ഗവർൺമെന്റ് മലയാളത്തിനുവേണ്ടി കോമാട്ടിൽ അച്യുതമേനോൻ കമ്മറ്റി ഉണ്ടാക്കി. (ഒരു കാര്യം ഉഴപ്പാനുള്ള ഏറ്റവും നല്ല പണി അതിനൊരു കമ്മറ്റിയെ വെയ്ക്കലാണ്). പിന്നാലെ സാഹിത്യ അക്കാദമിയും ഭാഷാ ഇൻസ്റ്റിറ്റ്യൂട്ടും സർവ്വകലാശാലകളും വന്നു. പക്ഷേ, മലയാളം അതിന്റെ പേരിൽ സ്ഥാപിതമായ സംസ്ഥാനത്ത് അധികാരത്തിലും അറിവധികാരത്തിലും പ്രവേശിക്കപ്പെടാതെ പുറത്തുനിന്നു. മേരിയുടെ ആട്ടിൻകുട്ടിയെപ്പോലെ അത് പള്ളിക്കൂടത്തിനു പുറത്ത് മഴ നനഞ്ഞ് മ്മേ മ്മേ വിളിച്ച് നടന്നു. ഈ സാഹചര്യത്തിലാണ് മലയാളം അതിന്റെ ആരോഹണത്തിന്റെ ത്വരണാവസ്ഥ വെടിഞ്ഞ് ഇഴയാൻ തുടങ്ങിയത്. കമ്മറ്റികളും റിപ്പോർട്ടുകളും സ്ഥാപനങ്ങളുടെ ആസൂത്രണവുമൊക്കെ മലയാളത്തിന് കാര്യമായ ഗുണം ചെയ്തില്ല. പ്രത്യേകിച്ച് അവ ലക്ഷ്യമിട്ട വിജ്ഞാനഭാഷാവികസനമേഖലകളിൽ മലയാളത്തിന് ചില കുറവുകളുണ്ട് എന്ന അറിവാണ് പ്രധാനമായും അവ ഉണ്ടാക്കിയത്. ദൗർബ്ബല്യബോധമെന്നോ അപകർഷബോധമെന്നോ വിശേഷിപ്പിക്കാവുന്ന ഒരു മനോനിലയാണിത്.

ഈ സാഹചര്യത്തിൽ, അറിവ് വിവർത്തനം ചെയ്യപ്പെടുന്നതാണെന്നും (ചെയ്യപ്പെടേണ്ടതാണെന്നും) അത് ഇംഗ്ലീഷിൽനിന്ന് സ്വീകരിക്കപ്പെടുന്നതാണെന്നും ആവർത്തിച്ചുറപ്പിക്കപ്പെട്ടു. ഇംഗ്ലീഷ് ഒരു കറവ വറ്റാത്ത പശുവായി മലയാളിയുടെ മുന്നിൽ പുനരവതരിച്ചു. നേർവിവർത്തനം മുതൽ നിഴൽവിവർത്തനം വരെയുള്ള പദ്ധതികളിലൂടെ നമ്മുടെ വൈജ്ഞാനികവൃത്തികൾ അധപ്പതിച്ചതിനുള്ള കാരണം ഛായാഗ്രഹിണിയെപ്പോലെ അദൃശ്യമായി നിലകൊള്ളുന്ന ഈ ബോധരൂപത്തിന്റെ ഇടപെടലാണ്. ഇതിന് ആരെയെങ്കിലും കുറ്റപ്പെടുത്തിയതുകൊണ്ട് കാര്യമൊന്നുമില്ല. ചരിത്രത്തിന്റെ ഗതിവിഗതികളിൽ ഇത്തരം ചില കുഴമറിച്ചിലുകൾ സംഭവിക്കും. ഇംഗ്ലീഷുമായി സംവാദത്തിലായി ഉണർന്നുവന്ന ഭാഷ, ഇംഗ്ലീഷിനെത്തന്നെ ആശ്രയിച്ച് ശാസ്ത്രവും സാങ്കേതികവിദ്യയുടെയും കൈകാര്യം ചെയ്യുന്ന സന്ദർഭത്തിൽ കുഴങ്ങിനിന്നുപോയി. ഇക്കാര്യങ്ങളെ മുൻനിർത്തിയാണ് ഇപ്പോഴും മലയാളത്തിൽ ഒടുങ്ങാത്ത ഭാഷാനയചർച്ചകൾ നടക്കുന്നത്. പഴകിയ തമാശകൾ

പറഞ്ഞുകൊണ്ടേയിരിക്കുന്നത്.

ഇംഗ്ലീഷ് അധിനിവേശം ഭൗതികമായി ഒഴിഞ്ഞുപോയി, ഇന്ത്യ എന്നൊരു പുതിയ രാഷ്ട്രം രൂപമെടുത്ത്, കേരളം അതിന്റെ ഭാഗമാക്കപ്പെട്ടു. അതോടെ ഒരു തരം 'വിത്ഡ്രോവൽ സിൻഡ്രോം' പ്രദർശിപ്പിച്ചുകൊണ്ട് ഭരണകൂടങ്ങളെ നയിച്ച അസ്വതന്ത്രരും അവരെ നിയന്ത്രിച്ച ഉദ്യോഗസ്ഥവർഗ്ഗവും ചേർന്നാണ് സ്വാതന്ത്ര്യപൂർവ്വകാലഘട്ടത്തിൽ ഇംഗ്ലീഷുമായി സംവാദപരമായി ഇടപെട്ടുകൊണ്ട് വികസിച്ചുവന്ന ഭാഷാനവോത്ഥാനത്തെ തല്ലിക്കെടുത്തിയത്. പുരോഗമനസാഹിത്യപ്രസ്ഥാനഘട്ടത്തിൽ റഷ്യയിൽനിന്ന് ഇംഗ്ലീഷിലൂടെ വന്ന സാഹിത്യപ്ലാനിങ്ങോടെ ഒരുതരം ഉപരിപ്ലവമായ വാമപക്ഷ മനശ്ശാസ്ത്രം സംഭാവനചെയ്ത് സാഹിത്യനവോത്ഥാനത്തിന് കർട്ടൻ വീഴ്ത്തിയിരുന്നു. ഇരുപതാം നൂറ്റാണ്ടിന്റെ ആരംഭദശകങ്ങളിലൊക്കെ മലയാളസാഹിത്യത്തിൽ സ്വയം പ്രതിനിധാനം ചെയ്തുകൊണ്ടുവന്ന പൊയ്കയിൽ അപ്പച്ചന്റെയും മറ്റും പിന്തുടർച്ച, പണ്ഡിറ്റ് കറുപ്പന്റെയും കുമാരനാശാന്റെയും സഹോദരൻ അയ്യപ്പന്റെയും പിന്മുറക്കാരെ പിന്നെ കാണുന്നത് പുരോഗമനത്തിനു കണ്ണാടി പിടിച്ച എഴുത്തുകാരുടെ കൃതികളിലെ കഥാപാത്രങ്ങളായി മാത്രമായി. ഒരു അയ്യപ്പനോ മറ്റോ ഉണ്ട് അപവാദമായിട്ട്. പിന്നെ ആ നിരയിൽ കരുതാവുന്ന നവോത്ഥാനശക്തിയുള്ള എഴുത്തുകാർ ഉണർന്നുവരുന്നത് പുരോഗതിയുടെ കുത്തകാവകാശം ഏറ്റെടുത്ത സംഘടിതസംഘങ്ങളുടെയും, രക്ഷാകർതൃമനോഭാവത്താൽ രോഗഗ്രസ്തമായ വിപ്ലവസാഹിത്യത്തിന്റെയും പിടി അയഞ്ഞതിനു ശേഷം 1990-കളോടെ മാത്രമാണ്. ഈ വിഷയം ഇവിടെ ആനുഷംഗികമായി പറഞ്ഞുവെന്നേയുള്ളൂ. ഭരണകൂടസ്ഥാപനങ്ങളും സ്ഥാപനസ്വഭാവമുള്ള സംഘടിതപ്രസ്ഥാനങ്ങളും ചില ചലനങ്ങളൊക്കെ ഉണ്ടാക്കുമ്പോഴും സർഗ്ഗാത്മകമായ വികാസത്തെ എങ്ങനെ നിഷേധാത്മകമായി തടസ്സപ്പെടുത്തുകയോ അസാദ്ധ്യമാക്കുകയോ ചെയ്യുന്നു എന്നതിന്റെ അടയാളമായി ഈ ക്ഷീണങ്ങളെ കാണേണ്ടതുണ്ടെന്നു തോന്നുന്നു.

നവോത്ഥാനസാഹിത്യത്തിനുണ്ടായ ക്ഷീണത്തിനു സമാന്തരമായി ഭാഷാസൂത്രണരംഗത്തും വലിയ തിരിച്ചടികളുണ്ടായി. മിഷണറിമാരിൽ ആരംഭിച്ച് കേരളവർമ്മയും ഏ ആറും ഉള്ളൂരും കേസരിയും ഭാഷാശാക്തീകരണദിശയിൽ നയിച്ച ദീർഘവീക്ഷണത്തോടെയുള്ള യത്നങ്ങളൊന്നും സ്വാതന്ത്ര്യം കിട്ടി തിരഞ്ഞെടുപ്പിലൂടെ അധികാരത്തിൽവന്നവരുടെ കാലത്ത് ഗുണകരമായ ദിശാബോധം പ്രാപിച്ച് പ്രാവർത്തികമായില്ല. വൈജ്ഞാനികവും ചിന്താപരവുമായ സ്വതന്ത്രവികാസത്തെ

തടസ്സപ്പെടുത്തുന്നതും വിധേയവൽക്കരിക്കുന്നതുമായ ഭരണകൂട-ആസൂത്രണയത്നങ്ങൾ ഭാഷയുടെ ഈ മേഖലകളിലുള്ള സർഗ്ഗാത്മകമായ വികാസത്തെത്തന്നെയാണ് തടസ്സപ്പെടുത്തിയത്. സ്ഥാപനങ്ങളിലൂടെ ഭാഷയുടെ കെട്ടുകാഴ്ചകളുണ്ടായി. ഭാഷാ ഇൻസ്റ്റിറ്റ്യൂട്ടും മറ്റും കുത്തിക്കെട്ടിയുണ്ടാക്കി വായനശാലകളിൽ ഇടമില്ലാതാക്കിയ വൈജ്ഞാനികനെട്ടുംകെട്ടുകുതിരകളുണ്ടായി. ഇതൊക്കെ ഈ മേഖലയിൽ വിപരീതഫലമാണ് ഉളവാക്കിയത്: ഇംഗ്ലീഷിലൂടെ മാത്രമേ വിദ്യാഭ്യാസവും വിജ്ഞാനാർജ്ജനവും കരഗതമാവൂ എന്ന ധാരണ ഉറച്ചുപ്രഖ്യാപിക്കുന്നവർക്ക് ഉദാഹരിക്കാനുള്ള തെളിവുകളായിത്തീർന്നു അവയെല്ലാം.

ഇംഗ്ലീഷിനെ അധികാരത്തിന്റെയും അറിവിന്റെയും പ്രഭവമായി കാണുന്ന വീക്ഷണം ഇക്കാലയളവിൽ ദൃഢപ്പെട്ടുവന്നു. മലയാളം പറയുന്ന മന്ത്രിമാരുടെ ഓഫീസുകളിൽനിന്നും സർക്കാർ ഓഫീസുകളിൽനിന്നും ഇംഗ്ലീഷിൽ മാത്രം ഉത്തരവുകൾ ഇറങ്ങി. സർവ്വകലാശാലകളിൽ വിജ്ഞാനേതരകാര്യങ്ങളുടെ മാധ്യമം മാത്രമാണ് മലയാളമെന്ന ധാരണ ഉറപ്പിച്ചു. അതേ സമയം ഭാഷാ ഇൻസ്റ്റിറ്റ്യൂട്ട് വഴി മലയാളത്തെ വിജ്ഞാനത്തിന്റെ മാധ്യമമാക്കുവാനുള്ള നടപടികൾ ഉണ്ടായിക്കൊണ്ടിരുന്നു. മുഖ്യമായും കോളേജ് തലത്തെ കണ്ടുള്ള മലയാളപുസ്തകങ്ങളുടെ സൃഷ്ടിയാണ് അവിടെ നടന്നത്. പുറത്ത് സ്വകാര്യ പ്രസാധകരും മറ്റും മലയാളസാഹിത്യരചനകളുടെയും വിവർത്തനങ്ങളുടെയും നിഘണ്ടുക്കളുടെയും ലോകത്ത് ശ്രദ്ധ കേന്ദ്രീകരിച്ചു. ഇതെല്ലാം ചേർന്നുളവായ സവിശേഷസാഹചര്യത്തിലാണ് ഇംഗ്ലീഷിനെ കേന്ദ്രത്തിലും മലയാളത്തെ പ്രാന്തത്തിലും നിർത്തുന്ന ഒരു സാമൂഹികമനശ്ശാസ്ത്രം ദൃഢപ്പെട്ടുവന്നത്. ജനാധിപത്യത്തിൽ അതിന് വ്യാപകമായ പ്രഭാവം ചെലുത്താനും സാധിച്ചു. അത് പൊതുജനമനശ്ശാസ്ത്രമായി ഉറച്ചു.

കഥാസാഹിത്യത്തിലും ·കവിതയിലും,ഇംഗ്ലീഷിലൂടെ കടന്നുവന്ന പല തരം വൈദേശികപ്രവണതകളുടെ പിന്നാലെ പോയാണെങ്കിലും ഉന്മേഷകരമായ കൃതികൾ പലതുണ്ടായി എന്നതൊന്നും മറക്കുന്നില്ല. വൈജ്ഞാനികഭാഷാസൂത്രണപരമായി സ്ഥാപനങ്ങൾ രൂപീകരിച്ചു പ്രവർത്തിച്ചത് ഏതേത് ലക്ഷ്യങ്ങളിലായിരുന്നുവോ അത് നിറവേറുകയുണ്ടായില്ല എന്ന വിമർശനമാണ് ഉന്നയിക്കുന്നത്. സ്ഥാപനങ്ങളും കക്ഷിപോഷകസാഹിത്യസംഘടനകളും അതിന്റെ അധികാരസൂത്രങ്ങളും ഒക്കെ വന്നതോടെ സ്വതന്ത്രമായ ചിന്താസഞ്ചാരങ്ങൾക്ക് വിരാമമായി. ജനപ്രിയതയിലോ പോഷകരാഷ്ട്രീയപ്രവർത്തനത്തിലോ കൊളുത്തപ്പെട്ട് പ്രവർത്തിക്കാനേ കഴിയൂ എന്ന നില വന്നു. അതുകൊണ്ടുതന്നെ

ഭാഷ അവികസിതമാണെന്ന് പൊതുവെ വിലയിരുത്തിയ വൈജ്ഞാനികമായ മേഖലകളിലൊന്നുംതന്നെ സർഗ്ഗാത്മകമായി വലിയ പുരോഗതിയൊന്നും കൈവരിക്കാൻ മലയാളത്തിനു കഴിഞ്ഞില്ല.

ആവർത്തിച്ച് സൂചിപ്പിച്ചതുപോലെ ഇംഗ്ലീഷ് നമ്മുടെ ഭാഷാശരീരത്തിൽ മാത്രമല്ല മനസ്സിലും അവയുടെ സൂക്ഷ്മമായ ഇടങ്ങളിൽവരെ സന്നിഹിതമായിരിക്കുന്നു. അതോടൊപ്പം സ്ഥൂലതലത്തിൽ ഇംഗ്ലീഷ് ഇംഗ്ലീഷായിത്തന്നെ നമ്മുടെ വിദ്യാഭ്യാസത്തിലും ഭരണത്തിലും ഇടം പിടിച്ചിരിക്കുകയും ചെയ്യുന്നു. അത് മാറിവന്ന് ഭരണവും ചിന്തയും ഭാവനയും തനതായൊരു ഗതിയിൽ ഉയരുന്നതിനെക്കുറിച്ചും, അറിവിന്റെ വിവിധങ്ങളായ രൂപാന്തരങ്ങൾ ആവിഷ്കരിക്കപ്പെടുകയും ചിന്തിക്കപ്പെടുകയും ചെയ്യുന്നതിനെക്കുറിച്ചുമുള്ള സ്വപ്നവും സ്വപ്നനഷ്ടവുമാണ് മലയാളത്തിന്റെ വർത്തമാനം നമ്മോടു സംസാരിച്ചുകൊണ്ടിരിക്കുന്ന പ്രധാന ഭാഷാവർത്തമാനങ്ങൾ. അവിടെയെല്ലാം ഇംഗ്ലീഷ് എന്നൊരു അപരത്തെ നാം അഭിമുഖീകരിക്കുന്നുമുണ്ട്. ഇംഗ്ലീഷ് എന്നത് ഒരു ഭാഷയോ മുമ്പു സൂചിപ്പിച്ചതുപോലുള്ള ഒരു പാലമോ ആയി മാത്രമല്ല, സംഘർഷജനകമായ ഒരു സന്നിഹിതപ്രതിഭാസം കൂടിയായാണ് ഒരു ജനത എന്ന നിലയിൽ മലയാളികൾ അനുഭവിച്ചുപോരുന്നത്.

പല തരത്തിലുള്ള ചിന്താസംഘർഷങ്ങൾക്കാണ് ഇംഗ്ലീഷ് കാരണമാകുന്നത്. മലയാളത്തിന്റെ സ്വച്ഛന്ദമായ വികാസത്തെ തടയുന്ന ഒരു ഭൗതികശക്തിയായി അത് മനസ്സിലാക്കപ്പെടുന്നു. ഒരു ഭാഗത്ത് അത് ആനന്ദകരമായ സിദ്ധിയായി പരിലാളിക്കപ്പെടുന്നു. വലിയൊരു വിഭാഗം ആളുകൾ അതിനെ ഭയക്കുന്നു - ഇങ്ങനെ ഒരു ജനത ഭിന്നിക്കുന്നു. പല തരത്തിൽ ഈ നിലയെ വ്യാഖ്യാനിക്കുന്നുണ്ടെങ്കിലും അതീവ ഗുരുതരമായ ഒരു ഇടർച്ചയാണ് ഒരു ജനത എന്ന നിലയിൽ ഈ സന്ദിഗ്ധാവസ്ഥയിൽ പ്രദർശിപ്പിക്കുന്നത്. ഒരു പിളർപ്പല്ല ഇവിടെയുള്ളത്. അതീവസങ്കീർണ്ണമായ, വൈരുദ്ധ്യാത്മകമായി മാത്രം ഇഴപിരിക്കാവുന്ന ഒരു കുഴമറിഞ്ഞ നിലയാണിത്. ഇതാണ് സമകാലാവസ്ഥയിലെ ഇംഗ്ലീഷ് പ്രഭാവത്തിന്റെ നില. ബാബേൽ ഗോപുരത്തിനു ചുറ്റും കലങ്ങിയ ഭാഷകളുമായി കലഹിച്ച് ചിതറിപ്പോയ ശപ്തജനതയുടെ അവസ്ഥയാണ് ഇത്. എന്തെങ്കിലുമൊരു ഭാഷാപ്രശ്നം ചർച്ചയ്ക്കെടുത്താൽ ഈ കലഹത്തിന്റെ ഭീകരത മനസ്സിലാകും. മലയാളത്തിലാണ് എല്ലാവരും സംസാരിക്കുന്നത്. പക്ഷേ ആരും ഒന്നും കേൾക്കുന്നില്ല. വഴികൾ തെളിഞ്ഞുവരുന്നുമില്ല.

വലിയ പാരമ്പര്യം അവകാശപ്പെടാവുന്ന ഒരു ഭാഷയല്ല മലയാളം. വാമൊഴി രൂപത്തിൽ ഒരു പക്ഷേ സഹസ്രാബ്ദങ്ങളുടെ പഴക്കവും

പാരമ്പര്യവും ഉണ്ടായിരിക്കാം. നിരവധി പ്രാദേശികവും കൂട്ടായ്മാപര വുമായ പാരമ്പര്യങ്ങളിലൂടെ വന്നുപെട്ട പദാവലിയും പ്രയോഗവ്യതി യാനങ്ങളുമൊക്കെയായി വികസിച്ച ധാരകളുടെ സമന്വയത്തിലൂടെ രൂപപ്പെട്ടു വളർന്നുവന്ന ഈ ഭാഷയിൽ പരകീയമായ പല അംശങ്ങളും ചേർന്നാണ് ഇന്നത്തെ വൈവിധ്യപൂർവ്വകമായ അവസ്ഥയിൽ എത്തിയിരിക്കുന്നതെന്ന വസ്തുത മറന്നു കൂട. ഈ പ്രയാണത്തിൽ സംസ്കൃതവും ഇംഗ്ലീഷും അതിന്റെ വികാസത്തിൽ വലിയ പങ്കുവഹിച്ചു. മലയാളത്തിലുള്ള അവയുടെ പ്രഭാവത്തെ ജനകീയമാക്കുന്ന നടപടി കളിലൂടെ മുന്നോട്ടുപോവുകയാണ് നമ്മുടെ സാഹിത്യവും വാമൊഴി വ്യവഹാരവും ചെയ്തുപോരുന്നത്. അതിനെ ശ്രദ്ധിക്കുക. അവയുടെ ഗതിയുമായി ജൈവബന്ധം പുലർത്തുന്ന സമീപനത്തോടെ വിശേഷ വ്യവഹാരങ്ങളെ വളരാനനുവദിക്കുകയും ചെയ്യുക എന്നതാണ് ഈ ഭാഷയുടെ വികാസത്തിനു സഹായകമാവുക. അത് ആ ഭാഷകളുടെ വരേണ്യസ്വഭാവത്തെ നിർവ്വീര്യമാക്കുന്നതിനും കാരണമായേക്കും. മാനകഭാഷയുടെ വരേണ്യപരത ഇല്ലാതാക്കുന്ന ഇടപെടലായും അത് മാറേണ്ടതുണ്ട്.

ബഹുഭാഷാപഠനാത്മകമായ ഒരു ആസൂത്രണം ഉണ്ടാകുന്നത് ഭാഷാ പരമായ ശാഠ്യങ്ങളിൽനിന്ന്, യാഥാസ്ഥിതികതകളിൽനിന്ന്, മുക്തമായ ഒരു മനോനില രൂപപ്പെടുന്നതിന് സഹായകമായേക്കുകയും ചെയ്യും. ഭാഷകളെ അതിരുകളും എതിരുകളുമായി വീക്ഷിക്കുന്ന സമീപനം കൈയൊഴിക്കുകയെന്നത് ഇതിന് മുന്നുപാധിയാണ്. മാതൃഭാഷ തുടങ്ങിയ വൈകാരികതകൾ വിട്ട് അതിന്റെ ആന്തരവൈവിദ്ധ്യസൗ ന്ദര്യത്തെയും അതിനെ പല മട്ടിൽ തഴുകിനിൽക്കുന്ന ഇതരഭാഷാവൈ വിദ്ധ്യത്തിന്റെ സൗന്ദര്യത്തെയും അഭിമുഖീകരിക്കുവാൻ കഴിയുന്ന ഒരു തുറന്ന വീക്ഷണവിശേഷം മലയാളഭാഷയ്ക്കും ഒരു പരിധിവരെ ജനതയ്ക്കും ഉണ്ട്. മറിച്ചുള്ള ശുദ്ധിബോധധാരയുമുണ്ട്. അതിനെ മറികടക്കുന്ന ഒരു വിപ്ലവകരമായ നീക്കം വൈജ്ഞാനികഭാഷാരംഗത്ത് സംഭവിക്കുന്ന തിലൂടെ മാത്രമേ അതിന്റെ ആധുനികീകരണപ്രക്രിയ മുന്നോട്ടുപോകൂ. അതിന് വൈജ്ഞാനികകേന്ദ്രങ്ങളുടെ പ്രവർത്തനങ്ങൾ പുതിയൊരു വീക്ഷണത്തോടെ പുനഃസംഘടിപ്പിക്കേണ്ടതുണ്ട്. ഇംഗ്ലീഷ് ഭാഷയെ പരമാവധി പ്രയോജനപ്പെടുത്താനും മലയാളഭാഷയെ ആവിഷ്കാ രമാധ്യമമാക്കി വികസിപ്പിക്കാനും പ്രതിജ്ഞാബദ്ധവും ഏകഭാഷാവാ ദത്തെ തിരസ്കരിക്കുന്നതുമായ ഒരു സമീപനവും പ്രായോഗികപ്രവർ ത്തനവും അതിനാവശ്യമാണ്.

തുറന്ന ഭാഷാസമീപനം എന്നതുകൊണ്ട് ഏതെങ്കിലും ഒരു

വൈദേശികഭാഷ (ഇവിടെ ഇംഗ്ലീഷ്)യുടെ അപ്രമാദിത്വം അംഗീകരിക്കുക എന്നായിക്കുട വിവക്ഷ. ഉദാഹരണത്തിന് സർവ്വകലാശാലകളിലും ഭരണതലത്തിലും ഏകപക്ഷീയമായി ഇവിടുത്തെ സാധാരണ ജനങ്ങളുടെ വ്യവഹാരവുമായി നിരക്കാത്ത ഇംഗ്ലീഷ് എന്ന ഭാഷയിൽ മാത്രം സകലതും നടക്കുന്ന ഒരവസ്ഥ സ്വീകാര്യമാമോ? അല്ലതന്നെ. ഭരണഭാഷയുടെ കാര്യത്തിൽ ഈ നാട്ടിലെ ജനങ്ങളുടെ ഭാഷയിൽ വേണം വിനിമയങ്ങൾ നടക്കാൻ എന്നു വാദിക്കുന്നതിൽ ഒരു ഭാഷാ തീവ്രവാദവും ആരോപിക്കാവുന്നതല്ല. അവിടെ വിവർത്തനപ്രയാസമൊക്കെ പറയുന്നത് തികച്ചും അസംബന്ധമാണ്. അതിന് കാരണമാകുന്നത് നേരത്തെ സൂചിപ്പിച്ചതുപോലെ, വിജ്ഞാനം വിവർത്തനം വഴി സംജാതമാകുന്നതാണെന്ന തെറ്റിദ്ധാരണയാണ്. വിവർത്തനമെന്നാൽ സംസ്കൃതജന്യപദംകൊണ്ടുള്ള പകരം വെപ്പാണെന്ന മട്ടിലുള്ള ധാരണയും കൂടിയാകുമ്പോൾ ഇത് ഇരട്ടിക്കുന്നു. ഭാഷാസൂത്രകന്മാർ ഇതിന് ഇട നൽകി. ഇതാണ് തിരുത്തപ്പെടേണ്ടത്. വാസ്തവത്തിൽ മലയാളസാഹചര്യത്തിൽ ആവിഷ്കാരവും ചിന്തയും ആവിഷ്കാരങ്ങളും സാദ്ധ്യമാകുന്നതിലൂടെ മാത്രമേ ഈ മട്ടിലുള്ള ധാരണകളെ മറികടക്കാൻ കഴിയൂ. ഇംഗ്ലീഷ് എങ്ങനെ മലയാളത്തിൽ വിവർത്തനം ചെയ്യും എന്നതിനു പകരം മലയാളിയുടെ സാഹചര്യങ്ങളെ എങ്ങനെ ഇംഗ്ലീഷിലും മലയാളത്തിലും ആവിഷ്കരിക്കും എന്നതാകേണ്ടതുണ്ട് നമ്മുടെ ചിന്താവിഷയം.

ഇംഗ്ലീഷ് രീതിയിലുള്ള ഭരണകൂടത്തിന്റെ തുടർച്ചയാണ് ഇവിടെ നിലനിൽക്കുന്നത്. അതിൽ ഭാഗഭാക്കാവുന്ന ഉദ്യോഗസ്ഥവർഗ്ഗം, ഭാഷയെ സബന്ധിച്ച തല കീഴായ കപടാവബോധങ്ങളുടെ തടവറയിൽ വസിച്ച്, ചിന്തിക്കാതെ പ്രവർത്തിക്കുന്നതുകൊണ്ടാണ് ഈ സാഹചര്യം ഉടലെടുക്കുന്നത്. അവർ ഭരണകാര്യത്തിൽ മലയാളികളോട് സംസാരിക്കാനും അതിനാവശ്യമായ കാര്യങ്ങൾ എഴുതാനും ശ്രമിച്ചാൽ മലയാളത്തിലേക്കല്ല വിവർത്തനം ആവശ്യമായിവരിക എന്നു മനസ്സിലാവും. നമ്മുടെ ഫെഡറൽ ഭരണവ്യവസ്ഥയും ബഹുഭാഷാപരമായ രാജ്യാവസ്ഥയും പരിഗണിച്ച് ഇംഗ്ലീഷ് വെർഷനുകളോ ഹിന്ദി വെർഷനുകളോ ഒക്കെ ആവശ്യമായി വന്നേക്കും. അപ്പോഴൊക്കെ മലയാളത്തിൽനിന്ന് ഇംഗ്ലീഷിലേക്കും ഹിന്ദിയിലേക്കും വിവർത്തനം ചെയ്യപ്പെടേണ്ടതാണ് ഭരണകാര്യങ്ങൾ. ഇങ്ങനെ ഭാഷായാഥാർത്ഥ്യത്തെ നേരെ കാണാതെ പ്രത്യയശാസ്ത്രത്തിൽ അവർ തല കീഴായി കാണുന്നു.

ഭരണഭാഷയും നിയമഭാഷയും മലയാളമായി മാറ്റുന്ന സന്ദർഭത്തിൽ നിലവിലുള്ള റൂളുകളും ചട്ടങ്ങളുമൊക്കെ വിവർത്തനം ചെയ്ത്

വെയ്ക്കേണ്ടതുണ്ടാകാം. അതൊക്കെ എളുപ്പം കഴിയുന്നതാണ്. അവിടെ സംസ്കൃതത്തിലേക്ക് വിവർത്തനം ചെയ്യുന്ന ആ പഴയ ശാഠ്യം ഒഴിവാക്കിയാൽ മതിയാകും. മലയാളം മാത്രം മതിയാകില്ല. പ്രാദേശികമായ ന്യൂനപക്ഷഭാഷകൾക്കും ഇംഗ്ലീഷിനും പ്രായോഗികമായി അർഹമായ സ്ഥാനം നൽകേണ്ടിവരും. ബഹുഭാഷാത്മകമായ യാഥാർത്ഥ്യത്തെ അംഗീകരിക്കുകയും അതിനനുഗണമായ ഉദാരസമീപനം സ്വീകരിക്കുകയും ചെയ്യുന്നതിന്റെ ഭാഗമായിത്തന്നെ ഭരണഭാഷാപരമായ മലയാളസമൂഹത്തിന്റെ ഭാഷാവകാശം അംഗീകരിക്കപ്പെടേണ്ടതാണ്. അതിനുവേണ്ടി സമരം നടത്തേണ്ടിവരുന്നു എന്നത് ഭരണകൂടം അത്രത്തോളം ജനാധിപത്യബോധമില്ലാതെയാണ് സ്വാതന്ത്ര്യാനന്തരകാലത്ത് പ്രവർത്തിച്ചുവന്നത് എന്ന വസ്തുത മാത്രമേ തെളിയിക്കുന്നുള്ളൂ. അതേസമയം മലയാളൈകവാദമുയർത്തി ഭാഷകളെ അതിരും എതിരുമായി സങ്കല്പിക്കുന്ന സമീപനം വളർത്തിയെടുക്കുന്നത് അനാരോഗ്യകരവുമാണ്. ഭരണഭാഷ മലയാളമാകണം എന്നും കേരളത്തിലെ സർക്കാർ ഉദ്യോഗസ്ഥർക്ക് മലയാളപരിജ്ഞാനം ഉണ്ടാകണമെന്നും അത് പരീക്ഷിക്കപ്പെടണമെന്നും പറയുന്നത് ശരിയാകുമ്പോൾത്തന്നെ എല്ലാം മലയാളത്തിൽ പഠിക്കുകയും പഠിപ്പിക്കപ്പെടുകയും ചെയ്യുന്ന സർവ്വകലാശാല സങ്കല്പിക്കുന്നതു സർഗ്ഗാത്മകമായ വീക്ഷണത്തെയല്ല പ്രതിഫലിപ്പിക്കുന്നത് എന്ന് ഓർമ്മിക്കാതെ വയ്യ. തത്വത്തിലെങ്കിലും വിവിധ ഭാഷകളുടെ സംഗമഭൂമിയായിവേണം സർവ്വകലാശാലയെ സങ്കല്പിക്കാൻ. ഇന്ത്യൻ ബഹുഭാഷാസാഹചര്യത്തെ പരിഗണിക്കുമ്പോൾ ഇത് അനിവാര്യവുമാണ്. ഭരണകാര്യവും പഠനകാര്യവും പരസ്പരബന്ധിതമായിരിക്കുമ്പോഴും അവയുടെ ആസൂത്രണത്തിൽ പാലിക്കേണ്ട കരുതലുകൾ വ്യത്യസ്തമാണെന്ന തിരിച്ചറിവും പരമപ്രധാനമാണ്. ഭാഷയെ വൈകാരികമായി സമീപിക്കുമ്പോൾ ഇത്തരം വിവേകങ്ങൾ പ്രവർത്തിക്കാതെ പോകും.

ബഹുഭാഷാത്മകമായ നമ്മുടെ സാഹചര്യത്തെയും ആവശ്യങ്ങളെയും ഉദാരതയോടെ കണക്കിലെടുക്കുന്ന സമീപനം വിദ്യാഭ്യാസ രംഗത്ത് ആവശ്യമാണ്. ഒന്നും പഠിക്കാതെ പുറത്തു തൊഴിൽതേടി യാത്രയാകുന്നവരിൽ പ്രവർത്തനക്ഷമമാകുന്നുണ്ട് ഈ യാഥാർത്ഥ്യബോധം! വൈജ്ഞാനികവിഷയങ്ങൾ പഠിക്കുകയും ഗവേഷണം നടത്തുകയും ചെയ്യുന്ന ആളുകൾക്ക് ചുരുങ്ങിയത് മലയാളത്തിലും ഇംഗ്ലീഷിലും പരിജ്ഞാനമുണ്ടാവുന്നതാണ് ഈ ജനതയുടെ വികാസത്തിന് ഗുണകരമാവുക. അതിന് ആവശ്യമായ ആസൂത്രണം നടക്കണം. മലയാളത്തിന്റെ വികാസത്തിൽ ഏറ്റവും വലിയ സംഭാവനനൽകുന്ന

കേന്ദ്രങ്ങളായി സർവ്വകലാശാലകളിലെ വൈജ്ഞാനികവിഭാഗങ്ങൾ വികസിക്കേണ്ടതാണ്. കണ്ടിടത്തോളം നമ്മുടെ 'ഇംഗ്ലീഷ് സർവ്വകലാശാലകൾ'അതിനു തയ്യാറാകുകയില്ല. (മലയാളം സർവ്വകലാശാല ഒരു സാംസ്കാരികചിഹ്നമെന്ന നിലയിൽ ശോഭിക്കുമെങ്കിലും ഇത്തരമൊരു നീക്കത്തിൽ പങ്കുചേരാൻ ഇടയില്ല.) ഇംഗ്ലീഷിൽ ചിന്തിക്കുന്നതുപോലെ (ചിന്തിക്കുന്നുണ്ടോ എന്ന കാര്യവും സംശയാസ്പദമാണ്) മലയാളത്തിലും ചിന്തിക്കാനും ആവിഷ്കരിക്കാനും വിനിമയം ചെയ്യാനും പണ്ഡിതർക്കു കഴിയാത്തിടത്തോളം കാലം വൈജ്ഞാനികരംഗത്ത് ഈ ഭാഷയിൽ വലിയ പുരോഗതി ഉണ്ടാകാൻ ഇടയില്ല. ശാസ്ത്രവും തത്വചിന്തയും അറിവും ഒക്കെ ഇംഗ്ലീഷിന്റെ കുത്തകയാണെന്ന ബോധം വളർത്തുന്ന, ഇംഗ്ലീഷ് പോഷണവൃത്തിയിൽ തളഞ്ഞുകിടക്കുന്ന, ഒരു അന്യവൽകൃതസംഘമായി കഴിഞ്ഞുകൂടാനേ അവർക്കു കഴിയുന്നുള്ളൂ. അവരുടെ സാന്നിദ്ധ്യം ഈ ഭാഷയ്ക്ക് പ്രത്യേകിച്ച് പ്രയോജനമൊന്നും ചെയ്യുവാൻ പര്യാപ്തമാവുന്നില്ല. അത് അവരുടെ കുറ്റമല്ല,നമ്മുടെ വിധിയാണ് എന്നാണോ വിചാരിക്കേണ്ടത്?

ഡോ.ഏ.എം. ഉണ്ണിക്കൃഷ്ണന്റെ നിർദ്ദേശപ്രകാരം എഴുതിയ പ്രബന്ധം. അദ്ദേഹം എഡിറ്റു ചെയ്ത ഭാഷാപഠനസമാഹാരത്തിൽ 'ഇംഗ്ലീഷ് സ്വാധീനത' എന്ന തലക്കെട്ടോടെ ഉൾപ്പെടുത്തിയിരുന്നു. മാറ്റങ്ങളോടെ, കെ.എസ്.എൽ.ആർ.-ഉം എസ്. ബി. കോളേജിലെ ബെർക്ക്മാൻസ് പ്രസ്സും ചേർന്ന് പുസ്തകമായി പ്രസിദ്ധീകരിച്ചിരുന്നു.

ഉച്ചാരണവും പാരമ്പര്യങ്ങളും

"തിരിഞ്ഞുനോക്ക്യാൽ ന്താ പറ്റ്ന്ന് നിശ്ചണ്ടോ ഉണ്ണിക്ക്? അച്ഛൻ ചോദിച്ചു.

തടഞ്ഞുവീഴും, കുഞ്ഞുണ്ണി പറഞ്ഞു.

വീണാൽ ന്താ ണ്ടാവ്വാ?

ബന്ധുക്കൾ ചിരിക്കുംന്നല്ലേ അച്ഛൻ പറഞ്ഞുതന്ന പഴഞ്ചൊല്ല് ?

കുട്ടി മറന്നില്ല്യാ, വ്വോ ?''

(ഗുരുസാഗരം, ഒ.വി. വിജയൻ)

"തെറ്റിയും വികലമായും സംസ്കൃതം ഉച്ചരിക്കുന്നതുകേട്ട് ചിലർ ചിരിച്ചു. അംഗഭംഗം വന്ന പദം നേരെചൊവ്വേ തിരുത്തിപ്പറയാൻ പലരും മുതിർന്നു. അന്ധമായി വിശ്വസിക്കാനും സംസ്കൃതം അർത്ഥമറിയാതെ ഉച്ചരിക്കുന്നവരുടെ മേൽക്കോയ്മ ചോദ്യം കൂടാതെ അംഗീകരിക്കാനും കളരിയിൽ പഠിക്കുന്നവരോ പഠിച്ചവരോ തയ്യാറില്ലായിരുന്നു.''

(തീക്കടൽ കടഞ്ഞ് തിരുമധുരം, സി. രാധാകൃഷ്ണൻ)

"ദേ ആനേനെ കണ്ടോ?" പവിത്ര തുള്ളിച്ചാടി.

'ആനേനെ അല്ല, ആനയെ എന്നു പറയെടീ.' കളിയായി അവനവളുടെ ചെവിക്കുനുള്ളി."

('മോദസ്ഥിതനായങ്ങു വസിപ്പൂ മലമേലെ', എസ്. ഹരീഷ്)

കോട്ടയത്തെ 'അച്ചായ'ന്മാരുടെ വർത്തമാനത്തിൽ മാത്രമല്ല, കൊല്ലംകാരനായ പ്രിയപ്പെട്ട മഹാകവി ഒ.എൻ.വി. കുറുപ്പിന്റെ കാവ്യാലാപനത്തിൽപോലും ചില ഉച്ചാരണസ്ഖലിതങ്ങൾ കണ്ട് (കേട്ട്) പരിഹാസമടക്കാൻ പാടുപെടുന്നവരെ കണ്ടിട്ടില്ലേ? ഫയെയും ഭയെയും ഫാനിലെ ഫ പോലെയോ, അത്തരമൊരു ച്വവയോടെയോ

ഉച്ചരിക്കുന്നത് കേട്ട് ചെവിയിൽ വിരൽ തള്ളിക്കേറ്റാനിടവന്നതും ചെന്നിക്കുത്തുണ്ടായതും കഷ്ടം തോന്നിയതും കരച്ചിൽവന്നതുമൊക്കെ പറഞ്ഞുകേൾക്കാൻ ഇടവന്നിട്ടില്ലേ? 'മലയാളോച്ചാരണകാര്യങ്ങളിൽ മലയാളം അദ്ധ്യാപകർക്കു ഒരു നിശ്ച്യോല്ല' എന്നതാണ് അത്തരത്തിൽ പ്രതികരിക്കുന്ന പലർക്കും ഏറെ വേദനാജനകമായിരിക്കുന്നത്. ശിക്ഷിക്കേണ്ട കുറ്റമായിരിക്കുന്നത്. അതിഖരം, മൃദു, ഘോഷം എന്നിവ സംസ്കൃതോച്ചാരണശിക്ഷപ്രകാരം ഉച്ചരിക്കാത്തതാണ് പ്രശ്നം. സംസ്കൃതസംഭാഷണചതുരരെല്ലാവരും ഇതൊക്കെ ഒരേ മട്ടിൽ സ്ഥാനനിർണ്ണയം ചെയ്തു വേണ്ടപോലെ നാവു തൊട്ടും തൊടാതെയും ശ്വാസിനാദിഭേദങ്ങളോടുകൂടിയും പ്രാണഭേദങ്ങളോടെയുമാണോ ഉച്ചരിച്ചുപോന്നിരുന്നത്? അങ്ങനെ നിയമാനുസാരിയായി ഉച്ചരിച്ചുച്ചരിച്ചാണോ ആ ഭാഷതന്നെയും ഉച്ചാരണരൂപത്തിൽനിന്ന് മിക്കവാറും നിഷ്കാസിതമായത്? നിശ്ചയമില്ല. ഇങ്ങനെയുള്ള സംശയങ്ങൾ പോട്ടെ. ഈ വൈചിത്ര്യങ്ങളുടെ അടിയിലോ മീതെയോ ആയി നിലകൊണ്ട് പ്രവത്തിക്കുന്ന ഗൂഢശക്തികളെന്തൊക്കെയാണ്? അതിനെക്കുറിച്ച് ചിലതു വഴിവിട്ടുചിന്തിക്കാനാണ് ഇവിടെ ശ്രമിക്കുന്നത്.

നമ്മുടെ ഭാഷയെ നമ്മൾ മലയാളമെന്നു വിളിക്കുന്നു. മലയാളം എന്ന ഈ ഒരൊറ്റപ്പേരുകൊണ്ടു കുറിക്കുന്നു എന്നതിനർത്ഥം കേരളത്തിലെ ജനങ്ങൾ എല്ലാവരും ഒരേ പദാവലിയും ഒരേ ഉച്ചാരണക്രമവും ഉപയോഗിച്ചുപോരുന്നു എന്നല്ലെന്നു നമുക്കറിയാം. എഴുത്തിൽപോലും വ്യത്യസ്തതകളുണ്ട്. പക്ഷേ, പരസ്പരവിനിമയം സാദ്ധ്യമാക്കുന്ന തരത്തിൽ പരിചിതമായ പദങ്ങളുടെയും ഉച്ചാരണങ്ങളുടെയും വാക്യക്രമങ്ങളുടെയും സംഘാതമെന്ന നിലയിൽ നമുക്ക് മലയാളത്തിന്റെ വകഭേദങ്ങളാണ് അതെല്ലാമെന്നു മനസ്സിലാക്കാനാകുന്നുണ്ട്. ഇങ്ങനെ ഭേദങ്ങളോടെ നാം വ്യക്തിപരമായി പ്രയോഗിക്കുന്നതും, മനസ്സിലാക്കാൻ പ്രയോജനപ്പെടുത്തുന്നതുമായ ഒരു ചിഹ്നവ്യവസ്ഥയെയും അതിന് താങ്ങായി നിൽക്കുന്ന ധാരണകളേയും ചേർത്താണ് മലയാളം എന്നു വിശേഷിപ്പിക്കുന്നത്. ആ മാനസികമലയാളവ്യവസ്ഥയുടെ പ്രത്യക്ഷീകരണങ്ങളായ ചീന്തുകളായി നമ്മളുടെ സംസാരത്തെയും എഴുത്തിനെയും മനസ്സിലാക്കാം. പ്രത്യക്ഷമായ ഭാഷണങ്ങൾതമ്മിൽ ഭൗതികമായി അന്തരമുണ്ടാകുമ്പോഴും അവ മനസ്സിൽ ഉണർത്തുന്ന ആശയബിംബങ്ങളെ തിരിച്ചറിയാൻ നമുക്കു സാധിക്കുന്നു.

പ്രത്യക്ഷബിംബങ്ങൾക്ക് ഈ മാനസികബിംബങ്ങളെ ഉണർത്താൻ പര്യാപ്തമായ വ്യാവർത്തകത്വം ഉണ്ടായിരിക്കുക എന്നത് പ്രധാനമാണ്. അതില്ലെങ്കിൽ ആശയവിനിമയം തടസ്സപ്പെടും. എല്ലാവരും ക എന്ന

അക്ഷരം സമാനസന്ദർഭങ്ങളിൽപോലും ഉച്ചരിക്കുന്നത് ഭൗതികമായ അവയുടെ ഗുണത്തെ സംബന്ധിച്ച പരിഗണനകളോടെ നോക്കിയാൽ വ്യത്യസ്തങ്ങളായിട്ടാണ് എന്നതു വാസ്തവം. പ, ഭ, ബ്ദ, ക്ര, ജ്ഞ, ർ, ർത്ഥ, ന്ദ്ര, ശ്രു, ... തുടങ്ങിയവയുടെ ഉച്ചാരണത്തെക്കുറിച്ച് ഒന്നാലോചിച്ചു നോക്കൂ. ചെകിടോർത്തുനോക്കൂ. എത്ര വ്യത്യസ്തമായാണ് അവയൊക്കെ ഉച്ചരിക്കപ്പെടുന്നതെന്ന് കേൾക്കൂ.

നോക്കൂ, എഴുത്തിലുമുണ്ട് വ്യത്യാസം. അച്ചടിയിൽപോലും ഭേദങ്ങളുണ്ട്. ഇങ്ങനെ വ്യത്യാസങ്ങളിരിക്കുമ്പോഴും അവയ്ക്ക് ഒരു ആദർശ മാതൃകയിലേക്ക് നമ്മെ നയിക്കാൻ കഴിയുന്നു. മാനസികമായ ആ ആദർശമാതൃകയുടെ തലത്തിൽവെച്ചാണ് നാം ശബ്ദത്തെയായാലും ലേഖനരൂപത്തെയായാലും മനസ്സിലാക്കുന്നത്.

ഇങ്ങനെ ആലോചിച്ചാൽ, മാനസികതലത്തിലാണ് ഭാഷ നില കൊള്ളുന്നതുതന്നെ എന്നു പറയേണ്ടിവരും. മനസ്സിലാക്കലിന്റെ ഉപാധിയായ ഭാഷ മനസ്സിലാണ് നിലകൊള്ളുന്നതെന്ന്! ലോകത്തെ മനസ്സിലാക്കാനുള്ള മാനസികവൈഭവമാണ് ഭാഷ. വസ്തുലോകത്തെ മനോവസ്തു - അറിവ് - ആക്കി രൂപാന്തരപ്പെടുത്തി സഞ്ചയിച്ചിരിക്കുന്ന വൈഭവമാണത്. ഭാഷയ്ക്ക് ഇങ്ങനെ ലാങ് എന്നൊരു മാനസികതല മുണ്ടെന്നു സങ്കല്പിച്ചതാണ് സൊസ്യൂറിന്റെ ഏറ്റവും വലിയ സംഭാവന. പ്രത്യക്ഷഭാഷണവും പ്രത്യക്ഷലിഖിതവുമായ പരോളിന് ഈ ആന്തരികഭാഷയെ ഓർമ്മിപ്പിക്കുന്നതിനുള്ള കഴിവാണുള്ളത്. നാം കേൾക്കുകയും പറയുകയും ചെയ്യുന്ന ഭാഷണമെന്ന പ്രത്യക്ഷരൂപം (പരോൾ) മാനസികമായ ഭാഷയുടെ ഒരു പകർപ്പുമാത്രം. അത് ഒറിജിനലല്ല. അത് ഏതാണ്ട് അഥവാ ഏറെക്കുറെ മാത്രമാണ്. അതുവെച്ച് നമുക്ക് ആദർശത്തെ അറിയാം, സങ്കല്പിച്ചെടുക്കാം, ഗ്രഹിക്കാം. അങ്ങനെ വേർതിരിച്ച് അറിയാനാവുന്നിടത്തോളമേ ആദർശം വിട്ടുള്ള പ്രത്യക്ഷത്തിലെ കളി പാടുള്ളൂ. വേർതിരിച്ചറിവ് - സാങ്കേതികമായി പറഞ്ഞാൽ വ്യത്യാസമെന്നോ വ്യാവർത്തകത്വമെന്നോ വിവരിക്കാം.

ക എന്ന ഉച്ചാരണത്തിന് (അല്ലെങ്കിൽ എഴുത്തിന്) മറ്റ് ഉച്ചാരണങ്ങളിൽനിന്നും (എഴുത്തുകളിൽനിന്നും) വ്യത്യാസം ഉണ്ടായാൽ മാത്രമേ അതിനെ തിരിച്ചറിയാനാകൂ എന്നതു വാസ്തവമാണല്ലോ. അങ്ങനെ വ്യവച്ഛേദിക്കാൻ കഴിയുന്നതിനുപകരിക്കുന്നത്ര വ്യത്യസ്തത സൂക്ഷിക്കണം, ഒപ്പം ആദർശരൂപത്തോട് ആവതും അടുപ്പവും സൂക്ഷിക്കണം എന്നതിനപ്പുറത്ത് കൃത്യമായ, നിയതമായ രൂപമനുശാസിക്കുന്നില്ല (അഥവാ ആവശ്യപ്പെടുന്നില്ല) ഭാഷ. ആ നിലയിൽ അയഞ്ഞ രൂപബോധ്യമേ ഭാഷയ്ക്കുള്ളൂ. മലയാളഭാഷയിൽ ഇത് വളരെ പ്രകടമാണ്.

ഒരു ലേഖനചിഹ്നം കൊണ്ട് വളരെ വ്യത്യസ്തമായ ഉച്ചാരണങ്ങളെ കുറിക്കാറുണ്ട്. ന എന്ന ചിഹ്നം നോക്കുക. ഇതിന് വ്യത്യസ്തമായ എഴുത്തുരീതികളുണ്ട്. വ്യത്യസ്തമായ ഉച്ചാരണരീതികളുണ്ട്. ക്ഷ എന്ന എഴുത്തുകൊണ്ട് ക്ഷ എന്നും ക്.ഷ എന്നും ഉള്ള ഉച്ചാരണങ്ങൾ നമുക്ക് സാധ്യമാക്കാനാവുന്നുണ്ട്. സംസ്കൃതജന്യങ്ങൾക്ക് ക്ഷ ഉച്ചാരണവും ഇംഗ്ലീഷ് ജന്യങ്ങൾക്ക് ക്.ഷ ഉച്ചാരണവുമെന്ന ലീനബോധ്യം നമുക്കുണ്ടുതാനും. ഫ കൊണ്ട് സാദ്ധ്യമാകുന്ന ഉച്ചാരണഭേദങ്ങളെക്കുറിച്ച് തുടക്കത്തിൽ പറഞ്ഞു. ഇങ്ങനെ മാനസികഭാഷയിലെ വ്യാവർത്തനങ്ങളെ ലംഘിക്കാത്തിടത്തോളം ഉച്ചാരണഭേദം സംഭവിക്കുന്നതിൽ പരിതപിക്കേണ്ട കാര്യമൊന്നുമില്ല.

ചർച്ചകളിൽ തെറ്റും ശരിയുമൊക്കെയായ ഉച്ചാരണസവിശേഷതകളായി പരാമർശിക്കാറുള്ള പലതും രൂപഭേദങ്ങൾതന്നെയാവും. ആനേനെ എന്നല്ല ആനയെ എന്നാണ് പറയേണ്ടതെന്നു പഠിപ്പിക്കുമ്പോൾ ഉച്ചാരണപ്രശ്നം ഇങ്ങനെ രൂപപരമായ തലത്തിലേക്ക് കടക്കുന്നുണ്ട്. ഉസ്കൂള്, ഇസ്കൂള്, ഇഷ്കോള്, ഇണ്ട്, ഒണ്ട്, ഇണ്ടായിറ്റിണ്ട്, പോയിനു, പോയിക്കി തുടങ്ങിയ രുപങ്ങൾ നോക്കുക. ആദ്യത്തെ അഞ്ചെണ്ണം മാനകമെന്നു വെച്ചിട്ടുള്ള (ശരിരൂപം എന്നും കരുതിപ്പോരുന്ന) ഉച്ചാരണങ്ങളിൽനിന്നുള്ള വ്യതിയാനമെന്ന നിലയിലാണ് തെറ്റായ ഉച്ചാരണമെന്നു വിധിക്കപ്പെടുന്നത്. ഇനു. ഇക്കി എന്നിവ ചേരുന്ന രൂപങ്ങൾ വെറും ഉച്ചാരണഭേദമായി കണ്ടുകൂടാത്ത ഒരു നിലയിലുള്ളതാണ്. ഉച്ചാരണഭേദം എന്ന് പറയുന്നുവെന്നേയുള്ളൂ. യഥാക്രമം ഇരിക്കുന്നു, ഇരുന്നു എന്നീ രൂപങ്ങളുടെ ഉച്ചാരണഭേദങ്ങളാണവ എന്നു പറഞ്ഞാൽ ഒരർത്ഥത്തിൽ തെറ്റാണെന്നു പറഞ്ഞുകൂടെങ്കിലും അവ പ്രാദേശികമോ സാമൂഹികമോ ആയി നിജപ്പെടുത്താവുന്ന വാമൊഴിഭേദങ്ങളാണ്. ഇരിക്കുന്നു എന്നെഴുതിയതിനെ ഇക്കി എന്ന് ഉച്ചരിക്കുകയല്ല അവിടെ ചെയ്യുന്നത്. എന്നിരിക്കെ ഉച്ചാരണപ്രശ്നമായി അതിനെ വിവരിക്കുന്നത് വാമൊഴി-വരമൊഴിഭേദങ്ങളെ സംബന്ധിച്ച പരിഗണനകൾ കൂടാതെയുള്ള ഒരു ഒഴുക്കൻ മട്ടിലാണ്. ഇതൊക്കെ കണക്കിലെടുക്കുന്ന ഉദാരമായ ഒരു സമീപനത്തോടെ കണ്ടാൽ ഉച്ചാരണങ്ങളുടെ വൈവിദ്ധ്യങ്ങളും രൂപഭേദങ്ങളും ഒക്കെ നിലനിൽക്കുകയും വിനിമയസാദ്ധ്യത നിലനിർത്തുകയും ചെയ്യുന്ന പ്രതിഭാസമാണ് ഭാഷ എന്നു കാണേണ്ടിവരും. അതിൽ ചില ആദർശബിന്ദുക്കളെ സങ്കല്പിച്ചുകൊണ്ടാണ് വർണ്ണ(സ്വനിമ)വ്യവസ്ഥയൊക്കെ സങ്കല്പിച്ച് നിയമവത്കരണം നടത്തുന്നത്. എഴുത്തിന് അനുഗുണമായ ഒരു ആസൂത്രണത്തോടൊത്താണ് അഥവാ മാനകീകരണം ആവശ്യമാക്കുന്ന

സാങ്കേതികവത്കരണവുമായി ബന്ധപ്പെട്ടാണ് സംഭവിക്കുന്നതെന്നു വിലയിരുത്തുന്നതിൽ യുക്തിയുണ്ട്. വർണ്ണവിജ്ഞാനം എഴുത്തിനൊപ്പം വളരുന്നതാണ്. സ്വനിമവിജ്ഞാനമെന്നത് ഭാഷയെ എഴുത്തിനു പര്യാപ്തമാക്കുന്ന ഏർപ്പാടുകൂടിയാണ് എന്ന കെ. എൽ. പൈക്ക് [1] വ്യക്തമാക്കിയിട്ടുള്ളതാണ്.

സ്വനിമനിർണ്ണയ പ്രക്രിയയിൽ മാനകീകരണത്തിന്റേതായ ഒരു തലമുണ്ട്. മാനസികഭാഷയോട് നിരക്കുന്ന ഒരു ആദർശഭാഷാവ്യവസ്ഥയാണ് ഉണ്ടായിവരുന്നത്. ഉച്ചാരണത്തിലെ സ്വനങ്ങളല്ല, മറിച്ച് സ്വനിമങ്ങളെന്നു വിളിക്കുന്ന ആദർശോച്ചാരണബിന്ദുക്കളാണ് അതിന്റെ നിർമ്മാണവസ്തുക്കൾ. സ്വനിമങ്ങൾ മുമ്പു സൂചിപ്പിച്ചതുപോലെ പ്രത്യക്ഷതലത്തിലെത്തുന്നതിൽ കുറേയേറെ സ്വാതന്ത്ര്യം അനുവദിക്കുന്നുണ്ട്. പ്രത്യക്ഷത്തിലെത്തുന്ന ഭാഷാസ്വരൂപം ലാങ് എന്നു വിശേഷിപ്പിക്കപ്പെടുന്ന ഒന്നല്ല. ലാങ് എന്ന വ്യവസ്ഥ ആദർശവ്യവസ്ഥയല്ല. വൈവിദ്ധ്യാത്മകമായ സംസാരഭേദങ്ങളെ അനുവദിക്കുന്ന ഭാഷാവ്യവസ്ഥയെയാണ് അത് സൂചിപ്പിക്കുന്നത്. ലാങ്ങിലെ സ്വനിമവ്യവസ്ഥയോട് നിരക്കാനാണ് എഴുത്തുഭാഷയ്ക്കും അതുവഴി മാനകഭാഷയ്ക്കും ആഭിമുഖ്യം. അങ്ങനെ ആദർശോന്മുഖവ്യവസ്ഥയായതുകൊണ്ടുതന്നെ അതിന് ഒരു വിശേഷമൂല്യം കൈവരുന്നു. സംസ്കരിക്കപ്പെടുന്നതിന് ലഭിക്കുന്ന വിശേഷാധികാരമാണ് അത്. എഴുത്തിലൂടെ അതിന് സാക്ഷാത്കാരവും ലഭിക്കുന്നു. ഒരുതരം കാനോനീകരണമാണിത്. തിരഞ്ഞെടുക്കപ്പെട്ട ഉച്ചാരണമാണത് എന്നു വരുന്നു. ആദർശോച്ചാരണത്തിന്റെ പ്രത്യക്ഷരൂപമായി എഴുത്തുരൂപത്തെ അഥവാ ലിപിയെ സങ്കല്പിക്കുന്നു. അതിന് ഒരു മാനകമഹിമ കൈവരുന്നു. ചിലതിനെ അപരകല്പന നടത്താനും തിരസ്കരിക്കാനുമുള്ള വിശേഷാധികാരം കൈവരുന്നു. അത് ശരിയും കൃത്യവും സ്പഷ്ടവും മാന്യവും പ്രൗഢവും, അതിനപ്പുറത്ത് 'ഒറിജിന'ലും (!) ആയി ആദരവു കൈവരിക്കുന്നു. എഴുത്തിലൂടെ ആവിഷ്കരിക്കപ്പെടുന്ന കൃതികൾ അവയ്ക്ക് ആധികാരികതയും മാന്യതയും പ്രദാനം ചെയ്യുന്നു. അത് ആചരിക്കുന്നവർക്കും ലഭിക്കുന്നു മഹത്വം.

ഇങ്ങനെ വിശേഷപദവി ലഭിക്കുന്ന വ്യവസ്ഥയെ അനുസരിക്കുന്നവ ശരിയും മറ്റുള്ളവ തെറ്റും (അപഭ്രംശവും) എന്ന് കല്പിക്കപ്പെടുന്നു. എഴുത്തറിയാവുന്നവർ സാങ്കേതികവിദ്യ അറിയുന്നവരാണ്. അവർ

1. സ്വന-സ്വനിമവിജ്ഞാനിയായ കെന്നത്ത് ലീ പൈക്ക് സ്വനിമപഠനത്തെ പ്രായോഗികമായി ഭാഷയെ ലേഖനത്തിനു വിധേയമാക്കാനുള്ള അന്വേഷണമായിട്ടാണ് കണ്ടത് എന്ന് ഇവിടെ ഓർക്കാവുന്നതാണ്. *ഫൊണീമിക്സ്, എ ടെക്നിക് ഫോർ രെഡ്യൂസിങ് ലാംഗ്വെജസ് റ്റു റൈറ്റിങ്* എന്ന പുസ്തകനാമം തന്നെ ഇക്കാര്യം വെളിപ്പെടുത്തുന്നതാണ്.

പണ്ഡിതരോ പാണ്ഡിത്യത്തിനായി നിയോഗിക്കപ്പെട്ടവരോ ആണ്. പണ്ഡിതർ കൃതികൾക്ക് രൂപം കൊടുക്കുന്നവരും കൃതികളനുസരിക്കുന്ന വരുമാണ്, അതിനൊക്കെ പരിശീലിക്കുന്നതിന് അവസരം ലഭിച്ചവരു മാണ്. പ്രിവിലെജ്ഡ് സമുദായം എന്നു വേറൊരു തരത്തിൽ പറയാം. അവരുടെ കണക്കിൽ, പാമരജനങ്ങൾ ഭാഷാപരമായി വികലതയായി വിലയിരുത്തപ്പെടുന്നു.

ഭാഷാചരിത്രത്തിലെ അനിവാര്യമായ (?) ഒരു ദുരന്തമാണിത്. ഒരുതരം പ്രാന്തവൽക്കരണപ്രക്രിയയാണിത്. എഴുത്തും മാനകഭാഷ യും ഉള്ളവർ, അവയില്ലാത്തവർ എന്നു രണ്ടു വർഗ്ഗം രൂപപ്പെടുന്നു. പിന്നീട് എഴുത്തുണ്ടായിവന്നാലും, ഇല്ലാതിരുന്നവരുടെ പാരമ്പര്യത്തിന് മാനകഭാഷയിൽനിന്നു കുതറിമാറി നിൽക്കുന്ന ഒരു സ്വഭാവമുണ്ടാകും. അവർക്ക് മാതൃഭാഷയാകുന്നത് പാരമ്പര്യത്തിലൂടെ കൈമാറിയെ ത്തിയ അനാദർശഭാഷയാണ്. അതിനാൽ അവരുടെ ഭാഷാജീ വിതത്തിനുള്ളിൽത്തന്നെ രണ്ടു പാരമ്പര്യങ്ങളുടെ സംഘർഷമുണ്ട്. എഴുത്തിന്റേതായ വിശേഷസന്ദർഭങ്ങളിൽ മാനകഭാഷാരീതികളിൽ ജീവിക്കും. മറിച്ചുള്ള സംസാരസന്ദർഭങ്ങളിൽ ആ ആദർശഭാഷണത്തെ മിക്കവാറും കൈവിടും.

മാനകീകരിക്കപ്പെട്ട ഭാഷാരീതിയുമായി പരമ്പരാഗതമായി സംസർ ഗ്ഗത്തിലാകുന്നവരെ സംബന്ധിച്ചിടത്തോളം ഈ സംഘർഷമില്ല. അവരുടെ വേദനകൾ മറ്റൊരുതരമാണ്. അവരുടെ വീക്ഷണത്തിൽ അപരരുടെ അനാദർശഭാഷണം തെറ്റായി അനുഭവപ്പെട്ടും. തെറ്റുകൾ കേട്ട് നെറ്റിചുളിക്കലും വേവലാതിപ്പെടലും ചെന്നിക്കുത്തനുഭവിക്കലു മൊക്കെയാണ് അവരുടെ വിധി. ഇങ്ങനെ ഭാഷകളിൽ പലതരം കോംപ്ലക്സുകളും പീഡകളുമുണ്ട്. എഴുത്തുപാരമ്പര്യം ശക്തിപ്പെട്ട സമൂഹങ്ങൾക്ക് ആദർശ-മുഖ്യധാരാപരിവേഷവും വിധിക്കാനുള്ള വിശേഷാധികാരം കിട്ടുന്നു എന്നതാണ് ഇതൊരു കോയ്മാധികാരപ്രശ്ന മാക്കിത്തീർക്കുന്നത്. അത് നിശ്ശബ്ദനിയമമായി ഭാഷയിൽ ഇടപെടുന്നു. സഭാനിയന്ത്രകനെപ്പോലെ, ദേശാധികാരിയെപ്പോലെ പെരുമാറുന്നു. ഭയപ്പെടുത്തുന്നു.

ശരിയുടെ വിധാതാക്കളാൽ അപഹസിക്കപ്പെടുന്ന ഭാഷാഭേദങ്ങളു മായി ജീവിക്കുന്ന ഇരകളെയാണ് പാമരരെന്ന നിലയിൽ *ലീലാതിലക* ത്തിൽ പരാമർശിക്കുന്നത്, നേരിട്ടല്ല, അപാമര-ജനപരാമർശത്തിലെ അപരമായി, ദമിതജനമായിട്ട്. അപാമരർ എന്ന് *ലീലാതിലക*ത്തിൽ പരാമർശിതരായ വിശേഷാധികാരമുള്ള ജനതയുടെ സാംസ്കാരിക മൂലധനമായിരുന്ന അന്തസ്സും ആഭിജാത്യവും സാഹിത്യമൂല്യവുമൊക്കെ

(അതിന്റെ വിധാതാക്കളാൽത്തന്നെ) കല്പിക്കപ്പെട്ട ഭാഷാഭേദം. അത് മണിപ്രവാളത്തിൽ കടന്നിരിക്കാൻ യോഗ്യതയുള്ള ഭേദമായിരുന്നുവെന്ന് മനസ്സിലാക്കാം. അതിന്റെ അപരമായി ജീവിക്കുന്ന ഭാഷകളാകട്ടെ ചിലപ്പോൾ കാരുണ്യത്തിന്റെയും ചിലപ്പോൾ അവഹേളനത്തിന്റെയുമൊക്കെ ഇരയാകുന്നു. പാട്ടും കേട്ടുമായ ആളുകളെയെന്ന പോലെ ഭാഷാരീതികളെയും നോക്കിയുള്ള ചിരിയും പരിഹാസവും ചിലപ്പോൾ കരച്ചിലുമാണ് ശ്രേഷ്ഠതയുടെയും അറിവിന്റെയും നിറവിന്റെയും ആളായി സ്വയം അവരോധിക്കാൻ ഉപകരിക്കുക. ഭാഷയുടെ നിഴലായി, പ്രത്യക്ഷബോധ്യങ്ങളുടെ വിപരീതദ്രവ്യമായി[2] ഇത്തരം ധാരണകൾ നമ്മെ ഭരിക്കുകയാണ്. ഭാഷയിലെയും ഭാഷകരിലെയും ശരി നിർണ്ണയിക്കുന്ന ലീനധാരണകളാണിവ. മാനകഭാഷയെ സംബന്ധിച്ച ധാരണകൾ. വ്യാകരണത്തിനുമപ്പുറത്തെ വ്യാകരണത്തിന്റെ, ഭാഷയുടെ അബോധമെന്നു വിശേഷിപ്പിക്കാവുന്ന സാമൂഹികധാരണകളുടെ ഇഴകൾ.

മലയാളഭാഷയെ സംബന്ധിച്ചിടത്തോളം മാനകീകരണപ്രക്രിയ ചരിത്രത്തിൽ ഉളവാക്കിയ ഭാഷാധാരണകളും ഭാഷാമനോഭാവങ്ങളും വളരെ സങ്കീർണ്ണമാണ്. അത്, മുകളിൽ സൂചിപ്പിച്ച ആദർശവർണ്ണ-ലിപി-രൂപവ്യവസ്ഥ ചിട്ടപ്പെടുന്നതോടൊന്നിച്ച് സംഭവിക്കുന്നതാണ്. ഇത് പല പാരമ്പര്യങ്ങളുടെ സമ്മേളനവുമായി ബന്ധപ്പെട്ടതാണ്. മലയാളത്തിന്റെ ലിപിവ്യവസ്ഥ പരിണമിച്ചതുമായി ബന്ധപ്പെടുത്തി ചിന്തിച്ചാൽത്തന്നെ ഈ വഴിയിൽ കുറേ വെളിച്ചം ലഭിച്ചേക്കും.

മനസ്സിലാക്കിയിടത്തോളം ഇന്ത്യയിലെ മിക്ക ഭാഷകളുടെയും ലിപികളെന്നപോലെ മലയാളത്തിന്റെ ലിപികളും ബ്രാഹ്മിയിൽനിന്നു പരിണമിച്ചുണ്ടായതുതന്നെയാണ്. ഏണും കോണും മാറി വട്ടെഴുത്തായും കോലെഴുത്തായും പരിണമിച്ചുവന്ന ഈ എഴുത്തുസമ്പ്രദായത്തിന് തമിഴ്നാട്ടിനും കൂടി പൊതുമ പറയാവുന്ന ഒരു പൂർവ്വഘട്ടമുണ്ടായിരുന്നതായി ഈ മേഖലയിൽ വിവരമുള്ള ആളുകൾ ചൂണ്ടിക്കാണിച്ചിട്ടുണ്ട്. എന്തായാലും നമ്മുടെ വട്ടെഴുത്തിനും കോലെഴുത്തിനും പ്രാഥമികദശയിൽ തമിഴ്സംഘാതാക്ഷരത്വമേ ഉണ്ടായിരുന്നുള്ളു. എന്നുവെച്ചാൽ സംസ്കൃതതിലെ വിശേഷോച്ചാരണങ്ങളെ കണക്കിലെടുത്തുള്ള വ്യവസ്ഥപ്പെടുത്തലായിരുന്നില്ല അവയിൽ ഉണ്ടായിരുന്നത്. അന്നത്തെ ആദർശഭാഷയ്ക്ക് അത്രയ്ക്ക് ആദർശബിന്ദുക്കൾ, അഥവാ വർണ്ണങ്ങളേ

---

2. വിപരീതദ്രവ്യം എന്ന ഈ "സൈദ്ധാന്തികപരികല്പന" ടി. പി. രാജീവന്റെ *പാലേരി മാണിക്ക*മെന്ന പ്രസിദ്ധ കുറ്റാന്വേഷണനോവലിൽനിന്നു സ്വീകരിച്ചിട്ടുള്ളതാണ്. തെളിവുകളെ വിശകലനം ചെയ്യുമ്പോൾ സി ഐ ഡി മാർക്കെന്നപോലെ ഗവേഷകർക്കും പ്രയോജനപ്പെടുത്താവുന്ന, വിപുലമായ സാദ്ധ്യതകളുള്ള ഒരു നല്ല താക്കോൽ സങ്കല്പനമാണിത്.

ആവശ്യമായിരുന്നുള്ളൂ. അതിന് ഒമ്പതു സ്വരവർണ്ണങ്ങളും പത്തൊമ്പതു വ്യഞ്ജനങ്ങളും മാത്രമേ വേണ്ടിയിരുന്നുള്ളൂ. തെക്കൻ (ദ്രാവിഡ, തമിഴ്) ബ്രാഹ്മിലിപിയുടെ പരിണാമം ഈ വർണ്ണവ്യവസ്ഥയ്ക്ക് അനുരോധമായിട്ടായിരുന്നു. അതായിരുന്നു നമ്മുടെ ആദർശവ്യവസ്ഥ. എന്നു വെച്ചാൽ, മാനകഭാഷാരീതി. അതിനോട് പൊരുത്തപ്പെടുന്നതാണ് നമ്മുടെ പാട്ടുസാഹിത്യപ്രസ്ഥാനത്തിന്റെ ഉച്ചാരണവ്യവസ്ഥ നിജപ്പെട്ടത് എന്നു കരുതണം. പാട്ടുസാഹിത്യം പ്രതിനിധാനം ചെയ്യുന്നത് ഒരു മാനകഭാഷാ-ഉച്ചാരണരീതിയാണെന്നും അതാണ് അക്കാലത്തെ ശരി ഉച്ചാരണത്തിന് പ്രമാണമായിരുന്നതെന്നും കൂടി കരുതുന്നതിന് ന്യായമുണ്ട്. തീർച്ചയായും പ്രാദേശികവടിവുകളും സാമൂഹികവടിവുകളും ഉണ്ടായിരുന്നിരിക്കണം. ചെന്തമിഴ് കരിന്തമിഴ് തിസൈച്ചൊല്ലുകല്പനകളൊക്കെ സൂചിപ്പിക്കുന്നതു മറ്റൊന്നല്ല. അവ്വിധമുള്ള വ്യതിയാനങ്ങളിരിക്കെത്തന്നെ ഒരു ദ്രാവിഡവർണ്ണവ്യവസ്ഥയും അതിനെ സംബന്ധിച്ച അവബോധവും ഉണ്ടായിരുന്നു. അതാണ് അക്കാലഭാഷയുടെ മാനകരൂപത്തെ നിശ്ചയിച്ചിരുന്നത്. സംസ്കൃതോച്ചാരണങ്ങളായ അതിഖരവും ഘോഷവുമൊക്കെ ഉള്ള ശബ്ദങ്ങളെ പാട്ടിൽ സ്വീകരിക്കുമ്പോൾ തത്ഭവമായി മാറ്റുന്നതിൽ ഇപ്പറഞ്ഞ മാനകഭാഷാബോധം പ്രവർത്തിക്കുന്നുണ്ടാകണം. അപ്പോഴത് ച്യുതിയായിരുന്നില്ല. പിൽക്കാലത്ത് *ലീലാതിലക*ത്തിലൊക്കെ ആര്യവീക്ഷണത്തിലാണത് ആരിയച്ചിതൈവായി വിവരിക്കപ്പെട്ടത്.

പറഞ്ഞുവരുന്നത് ദ്രമിഡസംഘാതാക്ഷരനിബദ്ധത്വം ആചരിച്ചിരുന്ന ഒരു മാനകഭാഷാരീതിയും ഉച്ചാരണരീതിയും നിലനിന്നിരുന്നു എന്നാണ്. അവിടെനിന്നുണ്ടായ ഒരു പരിണാമമാണ് ലിഖിതതലത്തിൽ ഗ്രന്ഥലിപിയിലേക്കും ഉച്ചാരണതലത്തിൽ സംസ്കൃതവർണ്ണങ്ങളെയാകെ സ്വീകരിക്കുന്നതിലേക്കും നയിച്ചത്. ആരിയച്ചിതൈവ് രൂപമായാലേ ശരിയായ, അഥവാ മാനകമായ രൂപമാകൂ എന്ന നില വിട്ട് പുതിയ ഭാഷാബോധത്തിലേക്ക് കേരളീയസമൂഹം പതുക്കെ പരിണമിച്ചു. സമൂഹത്തിൽ കോയ്മ കൈവന്ന ആര്യപാരമ്പര്യക്കാരുടെ സംസ്കൃതോച്ചാരണബഹളവും അവരിലൂടെ ബീജാവാപം നടന്ന മണിപ്രവാളസാഹിത്യവുമൊക്കെ ചേർന്നാണ് ഈ പുതിയ ഭാഷാകാലാവസ്ഥയ്ക്ക് കാരണമായതെന്നു വിചാരിക്കാം. ശബ്ദങ്ങളിലും ഉച്ചാരണത്തിലും 'തമിഴ് മാനകത'യെ തുടരാൻ അനുവദിക്കാത്ത മട്ടിൽ പുതിയ ഭാഷാന്തരീക്ഷവും ഭാഷാധികാരവും പതുക്കപ്പതുക്കെ രൂപപ്പെടുകയും അതിന് സർവ്വാദരണീയത കൈവരികയും ചെയ്തിരിക്കണം. പുതിയ മാനകഭാഷയും അതിന്റേതായ പുതിയ വർണ്ണവ്യവസ്ഥയും അതിനെ

ആദരിക്കുന്ന ഭാഷാ-മാനകഭാഷാബോധ്യങ്ങളും ഉടലെടുത്തു. ഈ മാറ്റത്തോടൊപ്പം പാട്ടുകവിതാപ്രസ്ഥാനത്തിനും പരിണമിക്കേണ്ടിവന്നു. രാമചരിതത്തിൽനിന്ന് കണ്ണശ്ശകൃതികളിലേക്കും എഴുത്തച്ഛനിലേക്കും വരുമ്പോൾ ഈ സ്വത്വപരിണാമം, അഥവാ സ്വത്വനിർമ്മിതി പൂർത്തിയാകുന്നു.

പുതിയ ആദർശഭാഷ കേരളീയരുടെ ഭാഷാബോധത്തിൽ ഉരുത്തിരിഞ്ഞുവന്നു. അതിന്റെ നിയമങ്ങൾ മിക്കവാറും സംസ്കൃതനിയമങ്ങളായി. കേരളഭാഷയുടെ ഗുരുത്വകേന്ദ്രം തമിഴ‌പാരമ്പര്യത്തിൽനിന്നു വഴിമാറിയെന്നു വേറൊരുതരത്തിൽ പറയാം. ഈ പരിണാമത്തെയാണ് സ്വത്വാർജ്ജനമായി നാം വിവരിച്ചുപോരുന്നത്. വാസ്തവമാലോചിച്ചാൽ സ്വത്വനഷ്ടമായിരുന്നില്ലേ സംഭവിച്ചത്? പാരമ്പര്യമാണ് തനിമയെങ്കിൽ ദ്രമിഡസംഘാതാക്ഷരത്വത്തെ പിന്തുടരുന്ന ആദർശഭാഷയെയാണ് തനതെന്നും സ്വത്വമെന്നും വിവരിക്കേണ്ടത്. ഇവിടെയുണ്ടായ പരിവർത്തനത്തിൽ കേരളഭാഷയുടെ തനിമാനഷ്ടമായിരുന്നു, അഥവാ സ്വത്വനഷ്ടമായിരുന്നു സംഭവിച്ചതെന്നു പറഞ്ഞാൽ അതല്ലേ സത്യത്തോട് അടുത്തുനിൽക്കുക?

പക്ഷേ, നമുക്കങ്ങനെ തോന്നാറില്ല. നമ്മുടെ ഭാഷാബോധത്തിനു സംഭവിച്ച പരിണാമമാണിതിനു കാരണം. ഭാഷയിലുണ്ടായ സംസ്കൃതസാന്നിദ്ധ്യത്തെ മേന്മയും കേമത്തവും ശ്രേഷ്ഠതയുമായി കേരളീയ സമൂഹത്തിലെ മുഖ്യധാര കൊണ്ടാടി. സംസ്കൃതത്തിനുണ്ടായിരുന്ന പദസമ്പത്തും സാഹിത്യസമ്പത്തും അതിന്റെ വക്താക്കൾക്കുണ്ടായിരുന്ന പദവിയുമൊക്കെച്ചേർന്ന് ഉളവാക്കിയ ആധികാരികത, ഇവിടെയുണ്ടായ പരിണാമത്തെ സ്വത്വനഷ്ടമായി കാണുന്നതിനു പകരം സ്വത്വാർജ്ജനമായി മനസ്സിലാക്കുവാൻ ഇടയാക്കി. വലിയൊരു തലകീഴ്ക്കാഴ്ച ഇവിടെയുണ്ട് എന്നത് നമുക്ക് പിടികിട്ടുന്നേയില്ല. പ്രത്യശാസ്ത്രത്തിന്റെ കളി എന്നേ ഇതേക്കുറിച്ച് പറയാൻ കഴിയൂ. സ്വത്വം പ്രത്യയശാസ്ത്രപരംകൂടിയാണ്. അതിനകത്താണ്, അതിന്റെ ഭാഗമായാണ് നാം നമ്മുടെ ഭാഷാജീവിതം ജീവിച്ചുതീർക്കുന്നത്. സമ്പൂർണ്ണമായൊരു കോളനൈസേഷൻ നടന്നതിന്റെ ഫലമായാണ് നമ്മുടെ ഭാഷയുടെ സ്വത്വാർജ്ജനപ്രക്രിയ പൂർത്തീകരിക്കപ്പെട്ടത് എന്നു പറഞ്ഞാൽ അതായിരിക്കും ശരി. എന്തായാലും, അതുവഴി പുതിയ സ്വത്വബോധമുളവായി. ദ്രാവിഡപാരമ്പര്യത്തിലെ തനിമാബോധം അഴിഞ്ഞുപോയി. സംസ്കൃതോച്ചാരണത്തെയും പദസമൃദ്ധിയെയും ജനത ആദരണീയമായി കണ്ടു. ഉച്ചാരണത്തിലെയും രൂപങ്ങളിലെയും, കഴിയുന്നത്ര വ്യാകരണത്തിലെയും സംസ്കൃതരീതികളെ ലംഘിക്കില്ല എന്ന പ്രതിജ്ഞ,

അഥവാ സാമൂഹികകരാർ രൂപപ്പെട്ടു. മാനകഭാഷയെന്നത് സംസ്കൃതത്തെ പരിപാലിക്കുന്ന, ശുശ്രൂഷിക്കുന്ന ഒന്നായി പുനർനിർവ്വചിക്കപ്പെടുകയായിരുന്നു. ഇതോടെ പഴയ ഭാഷാ-ആത്മബോധചിഹ്നമായ ആരിയച്ചിതൈവ്വ ച്യുതിയായി, കുറവായി, കുറച്ചിലായി, കുറ്റമായി മാറി. അപ്പനും ബിംബിഷ്ഠവും പോലുള്ള അതിപരിഷ്കരണം തോളത്തിട്ട വേഷ്ടി പോലെ മികവുമായി, കേമത്തത്തിന്റെ തെളിവായി.

ആര്യഭാഷയെ സ്വീകരിച്ചു പ്രതിഷ്ഠിച്ചുകൊണ്ടുണ്ടായ പുതുക്രമം കേരളഭാഷയുടെ മാനകസ്വരൂപമായി പ്രതിഷ്ഠ നേടിയ കഥയിലെ ഇഴകളാണ് നാം കണ്ടുകണ്ടുവരുന്നത്. പുതിയ മാനകഭാഷയുടെ വിധാതാക്കളായ ഒരു പുത്തൻ വർഗ്ഗം കടന്നുവന്നു. അവർ ആദർശമെന്നു നിനയ്ക്കുന്ന സംസ്കൃതീകരിച്ച കേരളഭാഷ നമ്മുടെ ഭാഷാക്രമക്കണക്കിന് ആധാരമായി. മാതൃഭാഷ എന്നൊക്കെ പറയുമ്പോൾ ഈ പുതിയ മാനകഭാഷയെയാണ് വാസ്തവത്തിൽ നാമറിയാതെ പരാമർശിക്കാനിടയാകുന്നത്. അതിൽനിന്നുള്ള വ്യതിയാനമായി, അപഭ്രംശമായി പ്രാദേശികഭാഷകളും പഴയ സമ്പ്രദായങ്ങളിൽ നിലകൊണ്ട ഭാഷകളും തിരിച്ചറിയപ്പെട്ടു. പുതിയതായി ഉരുത്തിരിഞ്ഞത് അവികലമായ തനിസ്വരൂപവും, പഴയതും പാരമ്പര്യബലമുള്ളതുമായ സമ്പ്രദായങ്ങൾ പോരിമയില്ലാത്ത അയിത്തഭാഷകളായി. വിരുന്നുകാർ വീട്ടുകാരായി എന്നു പറയുന്നതുപോലുള്ളൊരു അട്ടിമറി ഇതിൽ അന്തർഭവിച്ചിട്ടുണ്ട്. പുരാതനമായൊരു കോളണീകരണമായിത്തന്നെ ഇതിനെ വിലയിരുത്തുന്നതിൽ തെറ്റില്ല. ഈ വഴിയിൽ കേരളഭാഷയിലുണ്ടായ നവോദയത്തെ അംഗീകരിക്കുമ്പോൾത്തന്നെ ഈ ചരിത്രപരമായ അട്ടിമറിപ്രക്രിയയെ ഭാഷാപഠിതാക്കൾ മനസ്സിലാക്കേണ്ടതുണ്ട്. അതുണ്ടാക്കുന്ന വിവേകം ചരിത്രബോധപരമാണ്. ഭാഷയുടെ കാര്യത്തിലുള്ള ചരിത്രപരമായ അറിവ് വിവേകപൂർവ്വമായ കാഴ്ചപ്പാടോടെ ഭാഷയെയും ഭാഷാവിവാദങ്ങളെയും തിരിച്ചറിയാൻ സഹായകമായേക്കും. കേരളപാണിനിയ്ക്ക് അതുണ്ടായിരുന്നു. അതുകൊണ്ടാണ് അദ്ദേഹം അക്ഷരമാലയിലെ നവീകരണത്തെക്കുറിച്ച് ഇങ്ങനെ എഴുതിയത്: "സംസ്കൃതക്കാരായ ആര്യന്മാരുടെ ആഗമനമായിരിക്കണം ദ്രാവിഡരുടെ അക്ഷരമാലയിൽ കുഴപ്പങ്ങളുണ്ടാക്കിയത്" (പുറം. 34). നിഷേധധ്വനികളുള്ള "കുഴപ്പം" എന്ന വാക്കിൽനിന്നു പുറപ്പെടുന്നത് ചരിത്രബോധത്തിന്റെ വെളിച്ചമാണ്.

ചരിത്രത്തിൽ ഇങ്ങനെയുണ്ടായ പരിവർത്തനങ്ങളുടെ ഫലമായ ബോധക്രമീകരണത്തിനും ഭാഷാനുഭവങ്ങൾക്കും അകത്താണ് നാം ഇന്ന് ജീവിക്കുന്നത്. നമ്മുടെ ഭാഷ എന്നു വിളിക്കപ്പെടുന്നത് ഈ പുതിയ

ക്രമീകരണങ്ങളും ക്രമക്കണക്കുകളും ഒക്കെ ആചരിച്ചുള്ളതുകൂടിയാണ്. അതിനു താങ്ങായി ദ്രമിഡസംഘാതാക്ഷരത്വത്തെ ഉല്ലംഘിക്കുന്ന സംസ്കൃതവർണ്ണക്കണക്കും ഉച്ചാരണക്രമങ്ങളും ലിപിസമ്പ്രദായവും വന്നു. തമിഴ്പാരമ്പര്യത്തിനു മതിയായിരുന്ന വട്ടെഴുത്ത്-കോലെഴുത്ത് ലിപിവ്യവസ്ഥയിലേക്ക് അതിഖരഘോഷങ്ങൾക്കും ശഷസഹകൾക്കും വിസർഗ്ഗത്തിനും വരെ പ്രവേശം കൊടുത്ത് നാം ആദരിച്ചു. ഭാഷയുടെ സൗന്ദര്യത്തെയും സമ്പന്നതയെയും മാത്രമല്ല, തമിഴിൽനിന്നുള്ള വ്യതിരിക്തതയെയും പ്രകാശിപ്പിക്കുന്ന ഘടകങ്ങൾ അവയായി ത്തീർന്നു. ഗ്രന്ഥലിപിയുടെ പ്രതിഷ്ഠാപനം നടക്കുന്നത് ഇങ്ങനെയുള്ള ഭാഷാ-ഭാഷാബോധപരിവർത്തനവുമായി കണ്ണിചേർന്നാണ്.

എന്താണ് ഗ്രന്ഥലിപിയെന്നു വിസ്തരിക്കേണ്ട സന്ദർഭമല്ല ഇത്. എങ്കിലും ചെറിയ വിശദീകരണം വേണ്ടതുണ്ട്. വട്ടെഴുത്ത്, കോലെഴുത്ത് എന്നിങ്ങനെ രണ്ടു ലേഖനരീതികളാണ് കേരളത്തിൽ പ്രചുരപ്രചാര ത്തിലുണ്ടായിരുന്നത്. നേരത്തെ സൂചിപ്പിച്ചതുപോലെ തമിഴെഴുത്തിന് പര്യാപ്തമായ ഈ സമ്പ്രദായത്തിന് ചേര-പാണ്ഡ്യ-ചോള നാടുകളായി പിരിഞ്ഞിരുന്ന തമിഴകത്താകെ പ്രചാരമുണ്ടായിരുന്നു. തെക്കൻ ബ്രാഹ്മിയുടെ സവിശേഷതകളായ വലത്തോട്ട് കെട്ടി കൂട്ടക്ഷരങ്ങളും ഇരട്ടിപ്പുകളുമെഴുതുന്ന രീതിയുൾപ്പെടെയുള്ള സവിശേഷതകളാണ് അതിനുണ്ടായിരുന്നത്. അതിൽ വടക്കൻ ബ്രാഹ്മിയിലേതുപോലെ സംസ്കൃതത്തിലെ അധികാക്ഷരങ്ങളെ രേഖപ്പെടുത്താൻ കഴിയുമാ യിരുന്നില്ല. ഈ പ്രതിസന്ധിയെ മറികടക്കേണ്ട സന്ദർഭമാണ് മണി പ്രവാളസാഹിത്യവും പിൽക്കാല വൈഷ്ണവ-ഇതിഹാസപ്പാട്ടുകൃതികളും ഉണ്ടാക്കിയെടുത്തത്. മണിപ്രവാളസാഹിത്യമാണ് കേരളഭാഷയെ സംബന്ധിച്ച ഒരു ചരിത്രപ്രധാനമായ ചർച്ചയ്ക്ക് ഹേതുവായത്. ആ ഭാഷാസംവാദത്തിന്റെ അനന്തരഫലമാണ് *ലീലാതിലക*മെന്ന കൃതി.

ഇതിഹാസപ്പാട്ടുപ്രസ്ഥാനത്തിന്റെ, അഥവാ വൈഷ്ണവഭക്തി പ്രസ്ഥാനത്തിന്റ രാമചരിതാനന്തരവികാസം കേരളഭാഷയുടെ സംസ്കൃതീകരണപ്രക്രിയയെ അതിവേഗം മുന്നോട്ടുകൊണ്ടുപോയി. ആര്യാവർത്തത്തിൽ പ്രചുരപ്രചാരം നേടിയിരുന്ന രാമകഥയും ഭാര തകഥയുമൊക്കെ സംസ്കൃതത്തിൽനിന്നു സ്വീകരിച്ചവയായതിനാൽ എഴുത്തച്ഛനിലും മറ്റും സംസ്കൃതപദാവലി ധാരാളമായി കൂടെപ്പോന്നു. ഭാഗവതത്തെ അവലംബിച്ച് രചന നിർവ്വഹിച്ച ചെറുശ്ശേരി നമ്പൂതിരി യിലും പൂന്താനത്തിലും കാണുന്ന സംസ്കൃതം കുറഞ്ഞ ഭാഷാരീതിയും ഉണ്ട്. എന്നാൽ അവിടെയും സംസ്കൃതസ്വീകാരം തന്നെയായിരുന്നു നയം. ഫലത്തിൽ, എഴുതാനും പറയാനുമുള്ള കഥയും വസ്തുതയുമൊക്കെ

അതിഖരഘോഷസമ്മേളിതമായി. അതിന്റെ ആലേഖനത്തിന് ബ്രാഹ്മിപാരമ്പര്യങ്ങളുടെ സഹായമാണ് സ്വീകരിച്ചത്. ഗ്രന്ഥലിപിയുടെ ഉപയോഗം അങ്ങനെയാണ് നടപ്പിലാകുന്നത്. നമ്മുടെ ലേഖനവ്യവസ്ഥയിൽ വടക്കൻ ബ്രാഹ്മിയുടെയും തെക്കൻ ബ്രാഹ്മിയുടെയും രീതികൾ ഇടകലർന്നത് അക്കൂട്ടത്തിലാണ്. കൂട്ടക്ഷരരചനയിൽ ചേർത്തെഴുതുന്നതിനെക്കുറിച്ച് പറഞ്ഞല്ലോ. അത് തെക്കൻ ബ്രാഹ്മിരീതിയാണ്. വടക്കൻ രീതിയിൽ ചുവട്ടിലായിട്ടാണ് കൂട്ടക്ഷരവും ഇരട്ടിപ്പും കാണിക്കുവാനുള്ള ചേർത്തെഴുത്ത്. ഇതു രണ്ടും നമ്മുടെ ലേഖനസമ്പ്രദായത്തിലുണ്ട്. ഇങ്ങനെ സകല തലങ്ങളിലും സംസ്കൃതത്തിനുവേണ്ടി പരിഷ്കാരങ്ങളേർപ്പെടുത്തിയതിന്റെ ഫലമായുണ്ടായ മലയാളമായി മാനകമലയാളം. അതിൽ അത്യാവശ്യത്തിനായുള്ള സ്വീകാരവും ആഡംബരത്തിനായുള്ള സ്വീകാരവുമുണ്ട് എന്നു കേരളപാണിനി (പുറം.9). ആനുഷംഗികമായ പ്രയോഗമെങ്കിലും ആഡംബരമെന്ന പ്രയോഗം വളരെ അർത്ഥവത്തായ ഒന്നാണ്. മാനകമലയാളം ആഡംബരമലയാളവും കൂടിയാണ്. അതിനകത്തിരുന്നാണ് നാം ഉച്ചാരണസംബന്ധിയും എഴുത്തുസംബന്ധിയുമായ തീർപ്പുകളും തീരുമാനങ്ങളും എടുക്കേണ്ടിവരുന്നത്.[3]

മുഖ്യധാരാസമൂഹങ്ങളിൽ പ്രാബല്യമുണ്ടായിരുന്ന രൂപങ്ങൾ, അതിൽത്തന്നെ ലോപിച്ച് സ്പഷ്ടത നഷ്ടപ്പെടാത്ത രൂപങ്ങൾ, അവരുടെ വ്യവഹാരങ്ങളിൽ ഇടംപിടിച്ച സംസ്കൃതരൂപങ്ങൾ എന്നിവയൊക്കെ ചേർന്നാണ് ഗ്രന്ഥലിപിയുടെയും അതുപയോഗിച്ചുള്ള എഴുത്തുകളുടെയും സഹായത്തോടെ ഭാഷയിലെ മാനക-മുഖ്യധാരയായി പ്രതിഷ്ഠ കൈവരിച്ചത്. സംസ്കൃതാവിഷ്ടമാനകമലയാളമെന്ന് ആ രീതിയെ കുറിക്കാം. അതിന് പ്രാബല്യം വന്നതോടെ ഇതരങ്ങൾ തരംതാണതായി മാറി. വട്ടെഴുത്ത്-കോലെഴുത്തുകാലത്തെ ഉച്ചാരണരീതികളെയൊക്കെയാണ് പലപ്പോഴും അറച്ചും പലപ്പോഴും വെറുത്തും കാണുന്നത്. ആ ഘട്ടത്തിലെ പേരുകൾ ഉൾപ്പെടെയുള്ള പദരൂപങ്ങൾക്കും പതിതത്വം കല്പിക്കപ്പെട്ടുന്നതായി കാണാം. ശരിയായ ഉച്ചാരണത്തിനുവേണ്ടി വാദിക്കുമ്പോൾ മിക്കവാറും സംസ്കൃതോച്ചാരണം തെറ്റിക്കുന്നതിനെക്കുറിച്ചാണ്

---

3. "സംസ്കൃതവല്ലഭയായിച്ചമഞ്ഞ മലയാളഭാഷയ്ക്ക് തമിഴിന്റെ ജീർണ്ണവും വർണ്ണകലുഷവുമായ അക്ഷരമാലാകഞ്ചുകം ഒട്ടും പര്യാപ്തമല്ലാതായി. കേരളീയവിവാഹസമ്പ്രദായത്തിൽ "മുണ്ടുകൊടുക്കുക"യാണല്ലോ ഒരു പ്രധാന ക്രിയ. ഭാഷകൾക്ക് വസ്ത്രസ്ഥാനം വഹിക്കുന്നത് അക്ഷരമാലയാണ്; അതിനാൽ മലയാളഭാഷ സംസ്കൃതദത്തമായ ആര്യ എഴുത്ത് ഇക്കാലത്ത് സ്വീകരിച്ചു" (*കേരളപാണിനീയം*, പുറം 45). ജീർണ്ണം, വർണ്ണകലുഷം എന്നീ പ്രയോഗങ്ങൾ ഊന്നലോടെ ശ്രദ്ധിക്കാവുന്നതാണ്.

നാം വേവലാതിപ്പെടുന്നത്. ഗ്രന്ഥലിപിക്ക് സംസ്കൃതത്തിലുറച്ചിട്ടുള്ള ഉച്ചാരണക്രമങ്ങളിൽനിന്നുള്ള വ്യതിയാനം ആചാരലംഘനം പോലെ കുറ്റകരമായി മുഖ്യധാരയുടെ വക്താക്കൾക്ക് അനുഭവപ്പെടുന്നു. ഇതിന്റെ വ്യസനത്തോടെയുള്ള പ്രകാശനങ്ങൾ നമ്മുടെ ഭാഷാചർച്ചകളുടെ ഒരു പ്രധാന ഭാഗമാണ്. വാമൊഴിഭേദങ്ങളിലെ വ്യത്യസ്തതകളെയാണ് മിക്കവാറും മിടുക്കും മോടിയുമില്ലാത്ത ഉച്ചാരണങ്ങളായി കണക്കാക്കി വിലക്കുന്നത്.

പ്രാകൃതദ്രാവിഡരൂപങ്ങൾക്കു പുറത്ത്, പിൽക്കാലത്ത് ഇംഗ്ലീഷ് സ്വാധീനത്തിലും അറബിക് സ്വാധീനത്തിലും മറ്റും ഉണ്ടായ ചില ഉച്ചാരണപരിഷ്കൃതികളെയും പരിഹാസ്യമായി കാണുന്ന നിലയുണ്ട്. അത്, ന്യായവും യുക്തവുമായി സംസ്കൃതാവിഷ്ടമാനകമലയാളത്തെ മാനിക്കുന്ന മനസ്സുകൾ വിലയിരുത്താറുണ്ട്. തുടക്കത്തിൽ പരാമർശിച്ച ഫ ഉച്ചാരണം അക്കൂട്ടത്തില്പെട്ട ഒന്നാണ്. ഫഹദ് ഫാസിൽ റീമാ കല്ലിങ്കലുമൊത്ത് നടിച്ച *22 ഫീമെയ്ൽ കോട്ടയം* സിനിമയിൽ മധ്യതിരുവിതാംകൂറിലെ (കൊല്ലം, കോട്ടയം) ദേശ്യഭേദങ്ങളിൽ കേൾക്കാറുള്ള ഫകാരോച്ചാരണത്തെ കളിയാക്കിപ്പറയുന്നത്, തിരുത്താൻ ശ്രമിക്കുന്നത് ഇവിടെ ഓർക്കാം. തുടക്കത്തിൽ സൂചിപ്പിച്ചതുപോലെ, കൊല്ലം ചവറ സ്വദേശിയായ മലയാളത്തിന്റെ പ്രിയ കവി പ്രൊഫസർ ഒ.എൻ.വി. കുറുപ്പ് ഫ ഉച്ചരിക്കുന്നതുകേട്ട് അലോസരപ്പെട്ട ഒരു ശിഷ്യൻ[4] വളരെ ആത്മാർത്ഥമായും നിഷ്കളങ്കമായും ഇക്കാര്യം (അലോസരം) ഏറ്റുപറയുന്നത് (എഴുതിയത്) എനിക്ക് കാണേണ്ടിവന്നിട്ടുണ്ട്. എന്താണിവിടെ മോശവും പരിഹാസ്യവും ശരിപ്പെടുത്തേണ്ടതും എന്ന് ചിന്തിക്കാവുന്നതാണ്. ഈ പരിഹാസ്യമായ ഫയുടെ ഉച്ചാരണം എങ്ങനെ വന്നുപെട്ടതാണ്? ഇവിടെ ഒരു ആലോചന മാത്രം നടത്തുകയാണ്. ഇവ ദ്രാവിഡമായ ഒരു ഉച്ചാരണപാരമ്പര്യത്തിൽ വരുന്നതല്ല. സംസ്കൃത പാരമ്പര്യത്തിൽ വരുന്നതുമല്ല. അതിനാൽ യൂറോപ്യൻ ഉച്ചാരണങ്ങൾ വഴിക്ക്, മിക്കവാറും ഇംഗ്ലീഷ് വഴിക്ക് വന്നു കയറിക്കൂടിയതാകാനാണ് ഇടയെന്ന് ഉറപ്പിക്കാം. ഫാൻ, ഫാൻസി, ഫാന്റസി, ഫിലിം, ഫീൽ, ഫ്രന്റ്, ഫ്രണ്ട്, ഫ്രെഷ്, ഫെയ്സ്, ഫെസ്റ്റിവൽ, ഫിസിക്സ്, ഫീമെയ്ൽ എന്നിങ്ങനെയുള്ള വാക്കുകളിലൂടെ ഫ ഇംഗ്ലീഷിൽനിന്നു വന്ന് നമ്മുടെ

4. വളരെ മികച്ച പണ്ഡിതനും ആദരണീയനായ അദ്ധ്യാപകനും എഴുത്തുകാരനും ഒക്കെയാണ് അദ്ദേഹം. ഈ ലേഖകന് അദ്ദേഹത്തോട് തികഞ്ഞ ആദരവുമാണുള്ളത്. ഒരു സ്വകാര്യവിനിമയത്തിലെ ആശയപ്രകാശനമായതിനാലാണ് പേരൊന്നും പറയാത്തത്. അദ്ദേഹം ഒരു കൊള്ളരുതാത്ത കാര്യം പറഞ്ഞു എന്ന വിവക്ഷയും ഇവിടെ ഇല്ല. നമ്മുടെ പൊതുബോധ്യങ്ങളുടെ പ്രഭാവം തെളിഞ്ഞ ഒരു ഉദാഹരണമെന്ന നിലയിൽ മാത്രമാണ് പരാമർശിക്കുന്നത്.

ഉച്ചാരണവ്യവസ്ഥയുടെ ഭാഗമായി. ഇംഗ്ലീഷ് തദ്ഭവങ്ങളിൽ ഈ ഫ നമുക്ക് പ്രയാസമുളവാക്കുന്നില്ല. പക്ഷെ, സംസ്കൃതത്തിൽനിന്നു സ്വീകരിച്ച ഫലം പോലുള്ള പദങ്ങളിലെ ഫയുടെ സംസ്കൃത-അതിഖരോച്ചാരണത്തെ അത് ആദേശം ചെയ്യുന്നിടത്ത് നമുക്ക് പ്രയാസം തോന്നും. എന്നാൽ, മുകളിൽ സൂചിപ്പിച്ചപോലെ, വിമ്മിട്ടത്തെ വിമ്മിഷ്ടമാക്കുന്നതോ, അച്ചനെ അച്ഛനാക്കുന്നതോ അപ്പനെ അപ്ഫനാക്കുന്നതോ ഒക്കെ മോടിയായല്ലാതെ വികലീകരണമായി നമുക്ക് തോന്നാറുമില്ല. സംസ്കൃതോച്ചാരണത്തെ വികലമാക്കുന്നിടത്താണ് നമ്മുടെ ബുദ്ധിമുട്ട് എന്നു സാരം.

ഇംഗ്ലീഷ് ജന്യപദങ്ങളിലെ ഫയെ കുറിക്കാൻ ഫ എന്ന ലിപി ഉപയോഗിച്ചതാണ് തുടക്കം എന്നു വിചാരിക്കാം. അതോടെ ലിപിയിൽ ഒട്ടിപ്പിടിച്ച ഈ ഇംഗ്ലീഷ് ഉച്ചാരണം സംസ്കൃതജന്യപദങ്ങളിലേക്കും പകർന്നുപടർന്നിരിക്കണം. എന്തായാലും ഇത് വ്യാപകമായി പ്രചരിച്ച് സംസ്കൃതജന്യപദങ്ങളിലെ ഫയുടെ ഉച്ചാരണത്തെയും ഇംഗ്ലീഷ് മട്ടിലാക്കിമാറ്റി. അത് സംസ്കൃതപദങ്ങളിലെ ഉച്ചാരണത്തെ പിഴപ്പിച്ചു. ഫലം, ഫലിതം, ഫൽഗുനൻ എല്ലാം ഫാഷനിലേതുപോലായി. ശരിയായ ഭാഷയെക്കുറിച്ചു നിരൂപിക്കുമ്പോഴൊക്കെ സംസ്കൃതചിത്തം വിഷമിക്കാനും തുടങ്ങി.

മലയാളത്തിലേക്ക് ഇംഗ്ലീഷ് വഴിക്കു മാത്രമല്ല ഫയുടെ വരവ് എന്നു നാം കണ്ടു കഴിഞ്ഞു. ഫഹദും ഫാസിലും ഫാത്തിമയും ഫിദയും ഫസലുർ റഹ്മാനും മറ്റുമായി അറബി വഴിക്കു വന്ന ഫ-കളുമുണ്ട്. അതിലൊന്നും കുഴപ്പമുള്ളതായി പൊതുവെ കാണുന്നില്ല. സംസ്കൃതശബ്ദങ്ങളിൽ അവയൊക്കെ കടന്നുകയറുന്നതിലേ നമുക്കു വിഷമമുള്ളൂ. അറബി ഉച്ചാരണങ്ങൾക്കൊപ്പം ശ(ഷ)യും, യ (ഴ)യും ഒക്കെയായി പല ഭിന്നതകളും ചേർന്നുണ്ടാകുന്ന മാപ്പിളമലയാളത്തെ ഭാഷാഭേദമായല്ലാതെ മാനകമലയാളമായി കാണുവാൻ മാനകഭാഷാബോധം അനുവദിക്കാറില്ല. ദ്രാവിഡപാരമ്പര്യത്തിലുള്ള, എന്നാൽ തനിമലയാളിത്തമുള്ള ഒരു ഉച്ചാരണമാണ് ഴയുടേത്. അത് യകാരമാക്കുന്നതിലും (ഉദാ: മഴ-മയ, കുഴപ്പം-കൊയപ്പം, വഴി-വയി) മാനകമലയാളഭാഷാബോധം വൈകല്യം ദർശിക്കുന്നുണ്ട്. അതിനർത്ഥം ഴകാരത്തെ മാനകഭാഷാംശമായി ആദരിക്കുന്നു എന്നാണ്.

പൊതുവെ പറഞ്ഞാൽ സംസ്കൃതോച്ചാരണങ്ങളെ അവലംബിച്ചുള്ള ഒരു ശുദ്ധിവിചാരത്തിലാണ് ഉച്ചാരണപ്പിശകുകളെ സംബന്ധിച്ച നമ്മുടെ ധാരണകൾ പ്രവർത്തിക്കുന്നത്. എങ്കിൽ, ഴ അതിൽ വരില്ലല്ലോ എന്നു ചോദിക്കാം. അധികാക്ഷരങ്ങളെ സംബന്ധിച്ചിടത്തോളം

അത് ദ്രാവിഡമായ പാരമ്പര്യത്തെയാണ് അനുസരിക്കുന്നത്. അതുകൂടി കണക്കിലെടുത്ത്, സംസ്കൃതാക്ഷരങ്ങൾ + അധികാക്ഷരങ്ങൾ വ്യവസ്ഥയിൽ വ്യവസ്ഥാപനം ചെയ്തിട്ടുള്ള ഉച്ചാരണങ്ങളാണ് മലയാളത്തിന്റെ മാനകോച്ചാരണങ്ങൾ എന്നു പറയാം. അതിൽ ഖരാക്ഷരങ്ങൾക്ക് (അനുനാസികങ്ങൾക്കും) ദ്രാവിഡപാരമ്പര്യത്തിലും വേരുകളുണ്ട്. എന്നാൽ, അവയുടെ കാര്യത്തിലും ഉച്ചാരണവിഷയത്തിൽ സംസ്കൃതമാണ് പ്രമാണമാകുന്നത്. 'ച'കാരോച്ചാരണം 'ശ'കാരച്ഛായയിലാകുന്നതിനെ നമുക്ക് മാനകരീതിയായി കാണാനാവുന്നില്ലെന്ന് കാണുക.

മുമ്പ് പരാമർശിച്ച ആരിയച്ചിതൈവിന് പാട്ടുപ്രസ്ഥാനകാലത്ത് കവിതയിൽവരെ പ്രവേശമുണ്ടായിരുന്നു. അത് ച്യുതിയായി അറിയുന്നിടത്ത് തുടങ്ങുന്നു നമ്മുടെ സംസ്കൃതീകൃതമാനകഭാഷാബോധത്തിന്റെ ആധിപത്യം. ബുദ്ധിമാൻ പുത്തിമാനായി ഉച്ചരിക്കപ്പെടുന്നതോടെ ബുദ്ധിയൊക്കെയും ചോർന്നുപോകുന്നു എന്നാണ് നമ്മുടെ പുതിയ ബോധത്തിലെ അനുഭവം. വിരിത്തലും മാനകമല്ല. സത്യം സത്തിയമാക്കിയാൽ മലയാളത്തിൽ സ്ലാങ്ങായി മാറുന്നു. തമിഴപാരമ്പര്യം നമ്മൾ കുടഞ്ഞുകളയാനിച്ഛിക്കുന്നു എന്നു പറയാം. മാനകീകരണമെന്നത് തമിഴിൽനിന്നുള്ള അകല്ചയും സംസ്കൃതത്തോടുള്ള അടുക്കലും ചേർന്ന ഒരു പ്രക്രിയയാണ്. തമിഴവഴി നമുക്ക് പഥ്യമല്ല. തമിഴ് രീതിയോടടുക്കുമ്പോൾ അർത്ഥാപകർഷം പോലും നമ്മുടെ ഭാഷാബോധം അനുഭവപ്പെടുത്തും. സിദ്ധാന്തത്തെ ചിത്താന്തമെന്നു കുറിച്ചാൽ സംഭവിക്കുന്ന മാറ്റം കാണുക. ഇതെല്ലാം വെച്ച് ആലോചിച്ചാൽ, സംസ്കൃതരീതികൾക്ക് മാന്യത കല്പിക്കുന്ന ഒരു മനോഭാഷയാണ് അഥവാ ആദർശഭാഷയാണ് നമ്മുടെ മാനകഭാഷയെന്ന് ആവർത്തിച്ചുറപ്പിക്കാം.

എഴുത്തച്ഛൻകാലമാകുമ്പോഴേയ്ക്ക് സംസ്കൃതാനുസാരിയായ ആഡംബരഭാഷാരീതി പുതിയ ആദർശഭാഷയായി മാറി. അതാണ് അപാമരജനപ്രസിദ്ധമായ, ഉത്കൃഷ്ടമായ ഭാഷാധാര! അതാകുന്നു മാനകഭാഷ. സംസ്കൃത-സമ്പന്നവത്കൃതഭാഷ. പാമരജനപ്രസിദ്ധഭാഷണങ്ങളെ തെറ്റെന്നു വിധിക്കുന്നതിന് അധികാരം ലഭിച്ച ആദർശഭാഷയാണത്. അത് പ്രയോഗരൂപത്തിലുള്ള പാമരജനഭാഷണത്തോടല്ല നിരക്കുന്നത്. ഫ്യൂഡൽ (?) പ്രതാപത്തോടെ ആ ആദർശഭാഷ ഭാഷണങ്ങളെ നിയന്ത്രിക്കാൻ ഒരുമ്പെടുന്നു. നിയന്ത്രിക്കാൻ മാത്രമല്ല, ഇതരവത്കരിക്കാനും മുതിരുന്നു. ഇംഗ്ലീഷിൽനിന്നും അറബിയിൽനിന്നും സ്വീകരിച്ചിട്ടുള്ള ചില്ലറ ഉച്ചാരണസവിശേഷതകളെയും സാമാന്യമായി ദ്രാവിഡപാരമ്പര്യം കല്പിക്കപ്പെടാറുള്ള വാമൊഴിഭേദങ്ങളെയുമൊക്കെ ദൂഷ്യമായും വൈകല്യമായും കാണുന്ന ഒരു അദൃശ്യരക്ഷാധികാരിയാണത്.

മലയാളഭാഷാമാനകീകരണത്തിൽ എഴുത്തച്ഛൻ ചെയ്ത സേവനങ്ങളെ പട്ടികപ്പെടുത്തുന്ന കൂട്ടത്തിൽ എ. ആർ. രാജരാജവർമ്മ ആര്യ എഴുത്ത് സ്വീകരിക്കേണ്ടതിനെക്കുറിച്ച് നടത്തുന്ന നിരീക്ഷണം അദ്ദേഹത്തിന്റെയെന്നല്ല, നമ്മുടെ പൊതുവായ മാനകഭാഷാബോധത്തിലെ രക്ഷാധികാരിയുടെ സ്വരമാണ് കേൾപ്പിക്കുന്നത്. വായിക്കുക: "വിഭക്ത്യന്തങ്ങളായാലും പ്രകൃതികൾ മാത്രമായാലും സംസ്കൃതശബ്ദങ്ങളെ സ്വൈരമായി[5] ഉപയോഗിക്കുന്ന സ്ഥിതിക്ക് അതുകളിൽ അക്ഷരസ്ഫുടതയ്ക്കുവേണ്ടി സാഹിത്യമെല്ലാംതന്നെ ആര്യ എഴുത്തിൽ എഴുതണം'' (*കേരളപാണിനീയം*, 2017, പുറം 49). സ്ഫുടത എന്നൊരു തത്വമാണ് ഇവിടെ മുന്നോട്ടുവരുന്നത്. സംസ്കൃതരൂപങ്ങളെ തമിഴ് രീതിയിലെഴുതി, തമിഴ് രീതിയിൽ ഉച്ചരിക്കുന്ന ആരിയച്ചിതൈവ് ശൈലി പിന്തുടരുന്നത് ഒഴിവാക്കുന്നതാണ് ഉചിതം അഥവാ സ്ഫുടതയ്ക്ക് അനുഗുണമാവുകയെന്ന ധാരണ എഴുത്തച്ഛനെഴുത്തുകളിൽ ഉറച്ചുവന്നതിനെയാണ് ഇവിടെ എഴുത്തച്ഛൻ ചെയ്ത ഏർപ്പാടായി വിവരിക്കുന്നത്. ഈ മട്ടിലുള്ള സംസ്കൃതോന്മുഖമായ ഏർപ്പാടുകളുടെ പ്രതിഷ്ഠാപനത്തിലൂടെയാണ് ഌ-റ കൾ ഒരുപോലെ ഉച്ചരിക്കുന്ന തമിഴിലെ രീതിയും ഉപേക്ഷിക്കപ്പെട്ടുന്നത്. പ്രമാണഭാഷ എന്ന നില തമിഴിനു നഷ്ടപ്പെടുകയായിരുന്നുവെന്ന് വേറൊരു തരത്തിൽ പറയാം[6]. ആ സ്ഥാനം സംസ്കൃതം ഏറ്റെടുത്തു. തമിഴ് തള്ളയാണെന്നൊക്കെ പറഞ്ഞാലും അതിന്റെ രീതികൾ പലതും ഉപേക്ഷണീയമായിത്തീർന്നു. സംസ്കൃതം പറയുന്ന പ്രമാണമേ അനുസരിക്കൂ. ഭർത്താവ്, അഥവാ വരൻ സംസ്കൃതമാണ്. "ദ്രാവിഡഗോത്രജാതയായ "സൗഭാഗ്യവതി കേരളഭാഷ'' ആര്യവംശാലങ്കാരഭൂതനായ "ചിരഞ്ജീവി സംസ്കൃതവരന്റെ'' സ്വയംവരവധുവായ്ച്ചമഞ്ഞ് മേല്ക്കുമേൽ ഉല്ലസിക്കുന്നു'' എന്ന് രാജരാജവർമ്മ (*കേരളപാണിനീയം*, പുറം 45). ഈ വരൻ തന്നെയാണ് മലയാളത്തിന്റെ രക്ഷാധികാരിയായി ചമതലയേറ്റ് മാനകഭാഷയുടെ മറവിൽ പരിലസിക്കുന്നത്.

---

5. ഈ ലേഖനത്തിൽ പരാമർശിച്ചിട്ടുള്ള *കേരളപാണിനീയം* 2017-ലെ സായാഹ്ന പതിപ്പാണ്. അതിൽ "സ്വൈരമായി" എന്നത് തെറ്റിച്ച് "സ്വരമായി" എന്ന് അച്ചടിച്ചത് തിരുത്തിയാണ് ഇവിടെ ചേർത്തിരിക്കുന്നത്.

6. "ഇക്കാലത്താകട്ടെ, തമിഴിലെ ഉച്ചാരണം വളരെ മോശപ്പെട്ടിരിക്കുന്നു'' എന്നൊരു വാക്യവും *കേരളപാണിനീയ*ത്തിലുണ്ട് (*കേരളപാണിനീയം*, പുറം 34). - മോശമെന്ന ഈ പ്രയോഗത്തിന്റെ സൂചനകൾ സ്പഷ്ടമാണ്. സംസ്കൃതാധിഷ്ഠിതശ്രേഷ്ഠബോധം എന്നു പറയാവുന്ന വിപരീതദ്രവ്യമുണ്ട് ഇവിടെ. കുറിപ്പ് 3 ൽ കാണുന്ന, 'തമിഴിന്റെ ജീർണ്ണവും വർണ്ണകലുഷവുമായ അക്ഷരമാലാകഞ്ചുകം'എന്ന പ്രയോഗവും ഇതിനോട് ചേരുന്നതുതന്നെ

തുടക്കത്തിൽ ഉദ്ധരിച്ചുചേർത്ത, രണ്ടു സാഹിത്യകൃതികളിൽനിന്നുള്ള ഉദ്ധരണികൾ സാമാന്യജീവിതത്തിൽത്തന്നെ ഭാഷാരക്ഷാധികാരിസാന്നിദ്ധ്യം ഭാഷയിൽ സജീവമായി പ്രവർത്തിച്ചുകൊണ്ടിരിക്കുന്നതിന്റെ പ്രത്യക്ഷങ്ങളാകുന്നു. അതിനെയൊക്കെ പരിഹാസവിഷയമാക്കുന്ന (അപഹാസത്തിനു മറുപടി പരിഹാസം!) ഒരു കഥാസന്ദർഭത്തിലേക്ക് പകർന്നുകൊണ്ട് ഈ വിചാര-വിചാരണകൾ അവസാനിപ്പിക്കാം :

" 'ഒരിടത്ത് ഭാസി എന്ന പേരോടുകൂടിയ ഒരു മന്ത്രിയുണ്ടായിരുന്നു... ... ... 'ഭ'എന്ന അക്ഷരത്തെച്ചൂണ്ടി മന്ത്രി എല്ലാവരോടുമായി തന്റെ പേരിന്റെ ശരിയായ ഉച്ചാരണമെന്ത് എന്നു ചോദിച്ചു.

സെൻട്രി പറഞ്ഞു : ഉച്ചാരണം മലയാളരീതിയിൽ പറയുക പ്രയാസമായതിനാൽ ബാസി എന്ന് ഇംഗ്ലീഷ് രീതിയിൽ പറഞ്ഞാൽ മതി.

വേലക്കാരൻ : ഏമാനേ, പാസി, അട്ടർ പാസി! പാസിയണ്ണന്റെ തമാശേയ്...

ഭാര്യ, വേലക്കാരനെ തടഞ്ഞുകൊണ്ട്: അങ്ങനെയല്ലെടാ ഫാസി, അട്ടർ ഫാസി. വേറെ പറഞ്ഞാൽ ഫാസ്കരച്ചേട്ടൻ, ഫാര്യ, ഫംഗി...

അളിയൻ ഏതാനും ഉദാഹരണങ്ങൾ കൂടി നിരത്തി അതെയതെ, ഫരണകക്ഷി, ഫസ്മാസുരൻ, ഫാഗീരൻ, ഫഗീരഥി...

ഇതോടുകൂടി മന്ത്രിയുടെ സംശയം മാറി..."

('മലയാളഭാഷാപരിണാമം: സിദ്ധാന്തങ്ങളും വസ്തുതകളും',

വി. പി. ശിവകുമാർ)

ഭാഷാശാസ്ത്രത്തെ നിർവ്വചിക്കുമ്പോൾ

ഭാഷയെ സംബന്ധിച്ച ശാസ്ത്രീയമായ അറിവുകൾ, അഥവാ, ശാസ്ത്രീയമായ ഭാഷാപഗ്രഥനം എന്ന് ഭാഷാശാസ്ത്രത്തെ ലളിതമായി പരിചയപ്പെടുത്താം. എന്നാൽ ഈ മേഖലയിൽ വരുന്ന ചില വിശേഷധാരകളെയാണ് ഈ പദപ്രയോഗത്താൽ വിവക്ഷിക്കുന്നത്. ആധുനികകാലത്ത് യൂറോപ്പിലും അമേരിക്കയിലുമുള്ള സർവ്വകലാശാലാകേന്ദ്രങ്ങളിലും മറ്റുമായി ഭാഷാസാഹിത്യപഠനത്തിലേർപ്പെട്ടിരുന്ന അക്കാദമിക്കുകളുടെയും നരവംശശാസ്ത്രപഠനങ്ങളിൽ ഏർപ്പെട്ടിരുന്ന ഗവേഷകരുടെയും ഇടപെടലുകളിലൂടെ വികസിച്ചുവന്ന ഘടനാപരമായ ഭാഷാപഠനശാഖകളെ കുറിക്കാനാണ് ഭാഷാശാസ്ത്രം (ലിംഗ്വിസ്റ്റിക്സ്) എന്ന സംജ്ഞ ഉപയോഗിച്ചുപോരുന്നത്. അവയിൽ ഉരുത്തിരിഞ്ഞു വന്ന സങ്കല്പനങ്ങളെ ഉപയോഗപ്പെടുത്തി വളർന്നുവന്ന ഭാഷാ നിരീക്ഷണമേഖലകളെ ഭാഷാശാസ്ത്രത്തിന്റെ കൈവഴികളായി കണ്ടുപോരികയും ചെയ്യുന്നു.

ഭാഷാശാസ്ത്രം (ലിംഗ്വിസ്റ്റിക്സ്) എന്ന സംജ്ഞയ്ക്ക് ആധുനികഭാഷാശാസ്ത്രം എന്നറിയപ്പെടുന്ന ഘടനാപരമായ സമീപനങ്ങളുടെ പിന്നിലേക്കും പരപ്പുണ്ട്. ചരിത്രപരമായ വീക്ഷണത്തോടെ ഭാഷയെ(കളെ) സമീപിച്ച് അവയുടെ പരിണാമപരമായ വശങ്ങളിലേക്ക് വെളിച്ചം വീശിയ പത്തൊമ്പതാം നൂറ്റാണ്ടിലെ ഭാഷാപഠനപരിശ്രമങ്ങളെ, ഭാഷാവിജ്ഞാന (ഫിലോളജി)ത്തെ കുറിക്കുമ്പോഴാണ് ഈ സംജ്ഞ ആദ്യം കടന്നുവന്നത്. ചരിത്രാത്മകഭാഷാശാസ്ത്രം, താരതമ്യാത്മക ഭാഷാശാസ്ത്രം എന്നീ സംജ്ഞകളുടെ ഭാഗമായി അത് ഭാഷാപഠന ചരിത്രത്തിൽ കടന്നിരുന്നു. ഭാഷയുടെ ഭൗതികസവിശേഷതകളെ അഭിസംബോധന ചെയ്തുകൊണ്ട്, വസ്തുനിഷ്ഠമായ തെളിവുകളുടെ

പിൻബലത്തോടെ അവതരിപ്പിക്കപ്പെട്ട ഭാഷാസംബന്ധിയായ നിരീക്ഷണങ്ങളെന്ന നിലയിൽ ലഭിക്കുന്ന ശാസ്ത്രീയതാപരിവേഷമാണ് അവിടെ കാണാവുന്നത്. പരിശോധിച്ച് അറിയാവുന്ന അറിവുകളാണ് അവിടെയുള്ളത്. അതിന് മറ്റൊരു വശം കൂടിയുണ്ട്. പതിനെട്ട് പത്തൊമ്പത് നൂറ്റാണ്ടുകളിൽ മാനവിക വിഷയങ്ങൾക്ക് ശാസ്ത്രപദവി ലഭക്കുന്നതിനു കല്പിക്കപ്പെട്ടിരുന്ന ചരിത്രാത്മകസമീപനത്തിന്റെ ആനുകൂല്യം. ആ സമീപനംവഴി ചരിത്രാത്മകഭാഷാപഠനം ഒരു ശാസ്ത്രമെന്ന നിലയിൽ ആദരവുനേടി. അതിനുമുമ്പ് സംസ്കൃതം, ഗ്രീക്ക്, ലാറ്റിൻ ഭാഷകളിൽ രൂപപ്പെട്ടുകയും ഇന്ത്യയിലെയും യൂറോപ്പിലെയും ദേശീയ ജനവിഭാഗങ്ങളുടെ ഭാഷകളുടെ വികാസകാലത്ത് പ്രതിഷ്ഠനേടുകയും ചെയ്ത വ്യാകരണപാരമ്പര്യങ്ങളും തത്വചിന്താസരണികളുമായി ചേർന്ന് രൂപപ്പെട്ട ഭാഷാർത്ഥചിന്തകളുമൊക്കെ നിരീക്ഷണപരമായും സങ്കല്പനപരമായും സിദ്ധാന്തപരമായും ശാസ്ത്രീയം എന്ന വിശേഷണത്തിനു യോഗ്യമായ വലിയ ഉൾക്കാഴ്ചകൾ നിറഞ്ഞവയായിരുന്നുവെങ്കിലും ഭാഷാശാസ്ത്രം എന്ന പ്രയോഗത്തിന്റെ വിവക്ഷയ്ക്ക് പുറത്താണ് നിലകൊള്ളുന്നത്. അവയിൽനിന്ന് വ്യത്യസ്തമായി ആധുനികമായ ഒരു ലോകബോധവുമായി ഇണങ്ങിനിൽക്കുന്ന ഭാഷാപഠനരംഗമാണ് ഭാഷാശാസ്ത്രത്തിന്റേത്.

ആധുനികമായ ഈ ഭാഷാശാസ്ത്രത്തിന്റെ ചരിത്രത്തിൽ, മേൽസൂചിപ്പിച്ചതുപോലെ ചരിത്രാത്മകമായ ഭാഷാശാസ്ത്രമാണ് ആദ്യം ഉടലെടുത്തത്. യൂറോപ്പിലെ സർവ്വകലാശാലകളിലാണ് അത് ഉദയംകൊള്ളുന്നത്. ജർമ്മനിയിലെ പ്രധാനപ്പെട്ടൊരു സർവ്വകലാശാലയായ ലീപ്സിഗ് അതിന്റെ പ്രധാനപ്പെട്ട പ്രഭവകേന്ദ്രമായി. ജർമ്മൻകാരനായ ഫ്രാൻസ് ബോപ്, ഡെന്മാർക്കുകാരനായ റാസ്മസ് റാസ്ക് എന്നിവരിലാരംഭിച്ച ബഹുകാലികവും താരതമ്യാത്മകവുമായ ഭാഷാപഠനധാരയ്ക്ക് ഒരുതരം മേൽക്കോയ്മതന്നെ ലീപ്സിഗിൽ ലഭിച്ചു. അതിനുമുമ്പ്, 17, 18 നൂറ്റാണ്ടുകളിൽ യൂറോപ്യൻ ഭാഷാപഠനത്തിൽ ശക്തമായ പ്രഭാവം ചെലുത്തിവന്നത് പാരമ്പര്യവ്യാകരണമെന്ന് അറിയപ്പെട്ട സിംക്രോണികമായ (ഏകകാലികമായ) ഭാഷാപഗ്രഥനവിദ്യകളായിരുന്നു. ശബ്ദചിഹ്നചിന്ത, അക്ഷരവിചാരം, പദവർഗ്ഗീകരണം, പ്രത്യയനിർണ്ണയം, വാക്യനിർമ്മിതി തുടങ്ങിയ കാര്യങ്ങളിൽ ശ്രദ്ധചെലുത്തിപ്പോന്ന ഈ മാർഗ്ഗത്തിൽനിന്നുള്ള വിടുതിയായിട്ടാണ് ഡയക്രോണിക (ബഹുകാലിക, ചരിത്രാത്മക) സമീപനത്തിന്റെ വരവുണ്ടായത്. റൊമാൻസ് ഭാഷകളുടെ സാദൃശ്യത്തെ നിരീക്ഷിച്ചുകൊണ്ട് ആരംഭിച്ച താരതമ്യാത്മകസമീപനം പൊതുവായ ഒരു പ്രഭവത്തിൽനിന്നു

പിരിഞ്ഞുവളർന്നതിന്റെ തെളിവുകളായി മനസ്സിലാക്കിയതോടെ ആരംഭിച്ച ചരിത്രത്മകസമീപനം വളരെ വേഗം ശ്രദ്ധേയമായി വളർന്നു.

പരമ്പരാഗതവ്യാകരണം അശാസ്ത്രീയമായ ഒരു ഭാഷാസമീപനമാണ് എന്നും, തങ്ങൾ ശാസ്ത്രീയമായ ഭാഷാപഗ്രഥനമാണ് നടത്തുന്നതെന്നും ബഹുകാലികമായ സമീപനത്തിന്റെ വക്താക്കൾ ഉറച്ചുവിശ്വസിച്ചു. വസ്തുനിഷ്ഠസമീപനത്ത്ന്റെയും പരിണാമദർശനത്തിന്റെയും പിൻബലത്തോടെ വികസിച്ചുവന്ന ഈ ധാരയിൽ നടന്ന പഠനങ്ങൾ ഭാഷകളുടെ നൂറ്റാണ്ടുകൾ നീണ്ട പരിണാമചരിത്രത്തെയും അതിലെ പരിണാമനിയമങ്ങളെയും രൂപീകരിച്ചു. ലിഖിതരേഖകളെ അവലംബിച്ച് ഫിലോളജി എന്ന വിശേഷനാമവും സ്വീകരിച്ച് നടത്തിയ ഭാഷാപഠനങ്ങളും, ആധുനികനാഗരികതയിലേക്ക് പ്രവേശിക്കാതെ നിലകൊണ്ട സമൂഹങ്ങളുടെ വാമൊഴികളിൽ ലിഖിതഭാഷയുടെ പൂർവ്വരൂപങ്ങൾ കണ്ടെത്താനാകുമെന്ന പ്രത്യാശയോടെ നടത്തിയ അന്വേഷണങ്ങളുമൊക്കെ ഈ ചരിത്രാത്മകഭാഷാശാസ്ത്രത്തിന്റെ ഭാഗമാണ്.

യൂറോപ്യൻ ഭാഷാപഠിതാക്കൾ സംസ്കൃതഭാഷ പരിചയിക്കാൻ ഇടവന്നതോടെ താരതമ്യപഠനത്തിന്റെ പ്രസക്തി കൂടുതൽ വെളിപ്പെട്ടു. ചരിത്രാത്മകസമീപനത്തിന് ഇത് വലിയ ഉത്തേജനമാണ് പ്രദാനം ചെയ്തത്. യൂറോപ്യൻ ഭാഷകൾക്കും സംസ്കൃതത്തിനും തമ്മിലുണ്ട് എന്നുകണ്ട സാദൃശ്യങ്ങൾ ഭാഷാചിന്തകൾക്ക് പുതിയ വഴികാട്ടി. അതോടെ ഭാഷാപരിണാമത്തെ സംബന്ധിച്ച ചിന്തകൾക്ക് കൂടുതൽ വ്യക്തത കൈവന്നു. രൂപതലത്തിലും പ്രത്യയയോജനാതലത്തിലും വാക്യഘടനാപരമായ തലത്തിലുമൊക്കെ സമാനതകളുള്ള ഭാഷകളെ സഹോദരഭാഷകളായി കണ്ട് ഒരു ഗണമായെടുക്കാനും അവയ്ക്കു പൊതുവായ ഉറവിടം കല്പിക്കാനുമൊക്കെ സാധിച്ചു. ആദിഭാഷ (പ്രോട്ടോലാംഗ്വെജ്), ഭാഷാകുടുംബം, ഭാഷാകുടുംബചിത്രം എന്നു വിശേഷിപ്പിക്കാവുന്ന കുടുംബവൃക്ഷം തുടങ്ങിയ കല്പനകൾ ആവിഷ്കരിച്ചും, ഒരു ഭാഷയിലെ പഴക്കമേറിയ രൂപങ്ങളെ കണ്ടെത്താൻ ഉതകുന്ന ആന്തരഭാഷാതാരതമ്യവിശകലനം, സഹോദരഭാഷകളിൽ ഏറ്റവും പഴയ രൂപത്തെ നിർണ്ണയിക്കാൻ ഉതകുന്ന അന്തർഭാഷാതാരതമ്യവിശകലനം എന്നീ പദ്ധതികൾ മുന്നോട്ടുവെച്ചും പദനിഷ്പത്തിവിജ്ഞാനം വികസിപ്പിച്ചും, നിർണ്ണയിക്കപ്പെട്ട പ്രാചീനരൂപങ്ങളിണക്കി ഒരു ആദിഭാഷയെ കല്പിച്ചുമൊക്കെ വികസിച്ച ഈ ഭാഷാശാസ്ത്രപ്രസ്ഥാനം മനുഷ്യചരിത്രവിജ്ഞാനത്തെത്തന്നെ ഒട്ടു വിപുലനം ചെയ്തു. ലോകത്തു നിലവിലുള്ള ഭാഷകളെയാകെ ഏതാനും ഭാഷാകുടുംബങ്ങളിലെ അംഗങ്ങളായി സ്ഥാനപ്പെടുത്തിയ ഈ നീക്കം പത്തൊമ്പതാം നൂറ്റാണ്ടിന്റെ

അന്ത്യമാകുമ്പോഴേയ്ക്ക് ഇനിയും ഈ സമീപനവുമായി മുന്നേറാനില്ലാത്ത വിധത്തിൽ പരിസമാപ്തിയോട് അടുത്തിരുന്നു. ഈ സന്ദർഭത്തിലാണ് ഏകകാലികമായ പുതിയ മട്ടിലുള്ള ഭാഷാസമീപനങ്ങളുടെ കടന്നുവര വുണ്ടായത്. അതിന്റെ മുഖ്യമായൊരു ധാര പുറപ്പെട്ടത് ലീപ്സിഗിൽനി ന്നുതന്നെ ആയിരുന്നു.

ലീപ്സിഗിൽവെച്ച് ചരിത്രാത്മകസമീപനത്തിൽ പരിശീലനം ലഭി ക്കുകയും ആഴത്തിലുള്ള സംസ്കൃതപഠനം നടത്തുകയും ചെയ്ത സ്വിസ് ഭാഷാചിന്തകനായ ഫെർഡിനന്റ് ദ് സൊസ്യൂറും സമകാലികരായ മറ്റു പലരും ഏകകാലികമായ വീക്ഷണത്തിലേക്കുള്ള ഈ പരിവർത്ത നത്തിൽ പങ്കുവഹിച്ചു. ജർമ്മൻ ഭാഷാചിന്തകനായ വിൽഹെം വോൺ ഹംബോൾട്ട്, പോളിഷ് ഭാഷാശാസ്ത്രജ്ഞനായ ബെദ്യൂയിൻ ദ കോട്നെ, ചെക്ക് ഭാഷാശാസ്ത്രജ്ഞനായ വിലെം മത്തേസിയുസ് തുടങ്ങിയവ രുടെ ഭാഷാസമീപനത്തിലും നിരീക്ഷണങ്ങളിലും ഏകകാലികവും ഘടനാപരവുമായ സമീപനം തിരിച്ചുപിടിക്കുന്നതിന്റെ തെളിവുകളുണ്ട്. ഘടനാവാദഭാഷാശാസ്ത്രത്തിന്റെയും ഘടനാവാദചിന്തയുടെയും അടി സ്ഥാനപരമായ പരികല്പനകൾ അവതരിപ്പിക്കപ്പെട്ട കോഴ്സ് എന്ന റിയപ്പെടുന്ന *കൂർ ദ ലിംഗ്വിസ്റ്റിക് ഴെനറാൽ* എന്ന സൊസ്യൂറിന്റെ ഗ്രന്ഥം പ്രസിദ്ധപ്പെടുത്തുതിനുമുമ്പുതന്നെ മത്തേസിയുസ് തന്റെ ഏകകാലിക വീക്ഷണം സ്പഷ്ടമാക്കുകയുണ്ടായി. ചരിത്രാത്മകസമീപനത്തിന്റെ പ്രസക്തി അംഗീകരിക്കുമ്പോൾത്തന്നെ ഭാഷാവസ്തുവിനെ സ്റ്റാറ്റിക് (നിശ്ചലം, ഏകകാലികം) ആയെടുത്ത് വിശകലനം ചെയ്യുന്നതിന്റെ പ്രാധാന്യം അദ്ദേഹം ചൂണ്ടിക്കാണിച്ചു. എങ്കിലും സൊസ്യൂറിന്റെ കൃതിയും അതിനുണ്ടായ വിമർശനങ്ങളും അതിന്റെ പ്രയോഗപരീക്ഷണങ്ങളും ചേർന്നാണ് ആധുനികഭാഷാശാസ്ത്രം എന്ന വൈജ്ഞാനികശാഖയുടെ മുഖ്യധാര വികസിപ്പിച്ചെടുത്തത് എന്നതു ശ്രദ്ധിക്കേണ്ടതുതന്നെ.

സൊസ്യൂറിന്റെ ഭാഷാശാസ്ത്രപരമായ പരികല്പനകൾ സെമിയോ ളജിക്കൽ (ചിഹ്നശാസ്ത്രപരം) ആയ ഒന്നായിരുന്നു. ഇക്കാര്യമാണ് അതിന്റെ ഏറ്റവും ശ്രദ്ധേയമായ വശം. ഇത് അല്പം വിശദീകരിക്കപ്പെ ടേണ്ട സംഗതിയാണ്. വ്യവസ്ഥ എന്ന നിലയിലുള്ള പരിഗണനയാണ് അതിന്റെ അടിസ്ഥാനസവിശേഷത. ഭാഷയെ അംശങ്ങൾ ഘടനാത്മ കമായി ചേർന്ന വ്യവസ്ഥയായി പരിഗണിക്കുന്ന കാഴ്ചപ്പാടാണിത്. ഇത് ഭാഷയ്ക്കു മാത്രമായുള്ള പരിഗണനയല്ല. മനുഷ്യരുടെ സാംസ്കാരിക മായ എല്ലാ വിനിമയങ്ങളെയും സൊസ്യൂർ കണക്കിലെടുക്കുന്നുണ്ട്. ഇത്തരം വ്യവസ്ഥകളെ വ്യവസ്ഥയെന്ന അടിസ്ഥാനസവിശേഷതയെ മുൻനിറുത്തിത്തന്നെ സമീപിക്കേണ്ടതുണ്ട്. അതാണ് ശാസ്ത്രീയമായ

സമീപനം എന്നു സൊസ്യൂർ കരുതി. ശാസ്ത്രീയം എന്നതിന്റെ അർത്ഥം ചരിത്രാത്മകസമീപനത്തിൽനിന്ന് സൊസ്യൂറിലേക്കെത്തുമ്പോൾ അപ്പാടെ മാറിപ്പോയി എന്നു സാരം. സൊസ്യൂറിന്റെ വീക്ഷണത്തിൽ, വ്യവസ്ഥയെന്ന നിലയിൽ പഠിക്കുന്നതാണ് ഭാഷാപഠനത്തിന്റെ ശാസ്ത്രീയതയെ നിർണ്ണയിക്കുന്നത്. അതാണ് ചിഹ്നശാസ്ത്രപരമായ പഠനം എന്നതിനർത്ഥം.

ഭാഷയെ ശാസ്ത്രീയമായി പഠിക്കുമ്പോൾ പഠിക്കുന്നത് ഭാഷയെയാകണം. വ്യവസ്ഥാപരമായി അഥവാ ഘടനാത്മകമായി പഠിക്കുമ്പോഴേ അതു നടക്കു. ഏകകാലികമായ സമീപനം അതിന് (വ്യവസ്ഥയെ പരിഗണിക്കാൻ) കൂടിയേതീരൂ. ബഹുകാലികമായ പഠനം നല്ലതു തന്നെ. പക്ഷേ അവിടെ പഠിക്കുന്നത് ഭാഷയുടെ പരിണാമമമാണ്. ചരിത്രാത്മകഭാഷാശാസ്ത്രക്കാരുടെ പഠനവസ്തു അതാണ്. മനുഷ്യരെ ആശയവിനിമയത്തിനു പ്രാപ്തമാക്കുന്ന ഭാഷ എന്ന വ്യവസ്ഥയല്ല അവർ പഠിക്കുന്നത്, മറിച്ച്, ഭാഷയിൽ കാലാന്തരത്തിൽ ഉണ്ടാകുന്ന മാറ്റത്തെയാണ്. ഭാഷാശാസ്ത്രത്തിന്റെ പഠനവസ്തു ഭാഷ, അതായത്, ഭാഷയെന്ന ചിഹ്നവ്യവസ്ഥ ആയിരിക്കണമെന്ന് നിഷ്കർഷിക്കുകയായിരുന്നു സൊസ്യൂർ ചെയ്തത്.

ലാങ് എന്ന പദമാണ് ഭാഷാവ്യവസ്ഥയെ കുറിക്കാനായി സൊസ്യൂർ ഉപയോഗപ്പെടുത്തിയത്. ലാങ് എന്ന ഭാഷാവ്യവസ്ഥയെ പ്രയോജനപ്പെടുത്തിയാണ് ആളുകൾ സംസാരിക്കുകയും കേട്ടു ഗ്രഹിക്കുകയും എഴുതുകയും ടൈപ്പ് ചെയ്യുകയും വായിച്ചു മനസ്സിലാക്കുകയുമൊക്കെ ചെയ്യുന്നത്. ഇങ്ങനെ പറയപ്പെടുകയും എഴുതപ്പെടുകയും അച്ചടിക്കപ്പെടുകയും ടൈപ്പ് ചെയ്യപ്പെടുകയുമൊക്കെ ചെയ്ത് ഇന്ദ്രിയഗ്രാഹ്യമായിത്തീരുന്ന ഭാഷാരൂപങ്ങളെ സൊസ്യൂറിയൻ രീതിയിൽ ഭാഷ, അഥവാ ലാങ് എന്നു വിളിക്കാനാവില്ല. അതിനെ ആന്തരികവും അമൂർത്തവുമായ ലാങിന്റെ പ്രകടിതരൂപം എന്ന നിലയിൽ അദ്ദേഹം പരോൾ എന്നു വിശേഷിപ്പിച്ചു. മലയാളത്തിൽ ഭാഷണം എന്ന ഒരു പദമാണ് ഇതിനു സമാനമായി ഭാഷാപഠിതാക്കൾ ഉപയോഗിച്ചുപോരുന്നത്.

ചുരുക്കത്തിൽ, സൊസ്യൂറിയൻ ഭാഷാശാസ്ത്രത്തിലെ പഠനവസ്തു ലാങ് അഥവാ ഭാഷാവ്യവസ്ഥയാണ്. ഇത് ഭാഷ അറിയാവുന്ന ആളുകളുടെ 'ഉള്ളി'ലാണ് നിലകൊള്ളുന്നത്. തലച്ചോറിലെന്നോ മനസ്സിലെന്നോ ഇഷ്ടംപോലെ എടുക്കാം. ഭാഷയെപ്പോലെ ഒരുപാടു ചിഹ്നവ്യവസ്ഥകളുണ്ടെന്നും എന്നാൽ ഭാഷയാണ് കൂട്ടത്തിൽ ഏറ്റവും വികസിതവും വിശേഷവുമായ വിനിമയവ്യവസ്ഥയെന്നും, അതിനെക്കുറിച്ചുള്ള ശാസ്ത്രീയമായ (വ്യവസ്ഥാത്മക) സമീപനം മറ്റു സൂചനവ്യവസ്ഥകളെ

പഠിക്കുന്നതിലും മാതൃകയാക്കാവുന്നതാണെന്നും സൊസ്യൂർ സൂചിപ്പിച്ചു. വ്യവസ്ഥയിൽ ലീനമായിട്ടുള്ള ഘടനാപരതയ്ക്ക് ഈ സമീപനത്തിൽ വലിയ പ്രാധാന്യമാണ് കൈവരുന്നത്. അതിനാൽ, ഘടനാവാദമെന്ന ബദല്പേരും ഈ സമീപനത്തിനു കൈവന്നു. ഘടകങ്ങൾ അഥവാ അംശങ്ങൾ ചേർന്നതാണ് സമഗ്രമായ വ്യവസ്ഥ. ഈ ഘടകങ്ങളെ വ്യാകരണങ്ങളിൽ എന്നപോലെ നാമം, ക്രിയ, പ്രത്യയം എന്നൊക്കെ വർഗ്ഗീകരിച്ചു നാമകരണം നടത്താനോ, അവയുടെ ചേർച്ചയിലൂടെ ഏതെങ്കിലും ഭാഷയിൽ വാക്യങ്ങൾ രൂപപ്പെടുന്നതെങ്ങനെയെന്നു വിശദീകരിക്കാനോ സൊസ്യൂർ മുതിരുന്നില്ല. മറിച്ച്, ഈ വ്യവസ്ഥയുടെ അടിസ്ഥാന ഘടകങ്ങളായ ചിഹ്നങ്ങളുടെ സ്വഭാവമെന്തെന്നും അവ ഭാഷാവ്യവസ്ഥയിൽ ബന്ധപ്പെടുന്നതിൽ അന്തർഭവിച്ചിട്ടുള്ള തത്വങ്ങളെന്തെന്നും ചൂണ്ടിക്കാണിക്കാനാണ് അദ്ദേഹം കോഴ്സിൽ ശ്രമിച്ചത്.

ഭാഷാവ്യവസ്ഥയുടെ അടിസ്ഥാനഘടകങ്ങൾ വാചിക ചിഹ്നങ്ങളാണ്. വാക്കെന്നോ പദമെന്നോ ശബ്ദമെന്നോ ഒക്കെ മുൻകാല ഭാഷാപഠിതാക്കൾ വ്യവഹരിച്ചുപോരുന്നതാണ് ഈ ചിഹ്നം. ശാബ്ദികമോ ആലേഖിതമോ ആയ രൂപവും അതിനു നേരായ അർത്ഥവുമുള്ള ഭാഷാഘടകങ്ങളാണ് ഭാഷയെ നിർമ്മിക്കുന്ന ചിഹ്നങ്ങൾ. യഥാക്രമം സിഗ്നിഫയർ (സൂചകം), സിഗ്നിഫൈഡ് (സൂചിതം) എന്നു പേരിട്ടിരിക്കുന്ന ഈ രണ്ടു തത്വങ്ങളെയും അമൂർത്തമായ വ്യവസ്ഥയുടെ ഭാഗമായാണ് സങ്കല്പിച്ചിരിക്കുന്നത് എന്നത് ശ്രദ്ധിക്കണം. അതിനാൽ അവയും അമൂർത്തമാണ്. നാം കേൾക്കുകയും കാണുകയും ചെയ്യുന്ന സൂചകങ്ങൾ അമൂർത്തസൂചകത്തെ പ്രതിനിധാനം ചെയ്യുന്ന രൂപങ്ങളാണ്. അവ പരോളിന്റെ ഭാഗമാണ്. അവയെ ഇന്ദ്രിയങ്ങളിലൂടെ ഗ്രഹിക്കുമ്പോൾ ലാങ്ങിലെ അമൂർത്ത സൂചിതം ഉണരുകയും അത് സൂചിതത്തിലേക്ക് നയിക്കുകയും ചെയ്യുന്നുവെന്നു പറയാം. സൂചിതവുമായുള്ള ബന്ധം പ്രകൃത്യാ ഉള്ളതല്ല. അത് ഒരു ഭാഷ സംസാരിക്കുന്ന സമൂഹം കല്പിച്ചാദരിച്ചു പോരുന്നതുവഴി കൈവരുന്നതാണ്. സൂചക-സൂചിതബന്ധം കല്പിതമാണ്, സ്വേച്ഛാപരമാണ്, അഥവാ ആരോപിതമാണ് എന്നു സാരം. ഭാഷാവ്യവസ്ഥയിൽ, പ്രസ്തുത ചിഹ്നങ്ങൾ അർത്ഥദായകശേഷി കൈവരിക്കുന്നത് വ്യത്യാസമെന്ന തത്വത്തെ അടിസ്ഥാനമാക്കിയാണ് എന്നതാണ് സൊസ്യൂറിന്റെ പ്രധാനപ്പെട്ടൊരു ആശയം. വാക്കിന് ഒറ്റയ്ക്കൊറ്റയ്ക്കായി അർത്ഥമില്ല. അത് വ്യവസ്ഥയുടെ ഭാഗമായിരുന്ന്, മറ്റ് അംശങ്ങളുമായി സൂക്ഷിക്കുന്ന വ്യത്യാസത്താൽ ജനിക്കുന്നതാണ്. ഇന്ത്യൻ അപോഹവാദചിന്തകരുടെ ആശയങ്ങളുമായി ചേർന്നു പോകുന്ന ഒരു സമീപനമാണ് ഇത്തരം നിരീക്ഷണങ്ങളിൽ

കാണാവുന്നത്. ഒരു ഭാഷാശബ്ദം അർത്ഥയുക്തമായിരിക്കുന്നത് അതു ഭാഗമായിരിക്കുന്ന ഭാഷയിലാണ്. അതിന് അർത്ഥം ഉണ്ടായിരിക്കുന്നത് മറ്റു ചിഹ്നങ്ങളിൽനിന്നു ഭിന്നമായ സ്വരൂപത്തോടെയുള്ള നില കൊണ്ടുമാണ്. ആ നിലയ്ക്ക് ചിഹ്നത്തിന്റെ ആരോപിതത്വം, വ്യത്യാസത്വം എന്നീ ആശയങ്ങളെ മനസ്സിലാക്കാൻ പ്രയാസമില്ല.

ഭാഷയിലെ ചിഹ്നങ്ങൾ പ്രവർത്തനക്ഷമമാകുന്നതിൽ രണ്ടു സുപ്രധാന ബന്ധതലങ്ങൾ പങ്കുവഹിക്കുന്നുണ്ട് എന്നും സൊസ്യൂർ കണ്ടു. ചിഹ്നങ്ങൾ കണ്ണിചേരുന്ന ബന്ധതലമാണ് ഒന്ന്. സിന്റാഗ്മാറ്റിക് അഥവാ വാക്യാത്മകബന്ധം. സംയോജനാത്മകബന്ധം എന്നും പറയാം. പ്രത്യക്ഷതലത്തിലെ ഘടനാബന്ധമാണത്. അതിൽനിന്നു വ്യത്യസ്തമായി പ്രത്യക്ഷഘടനയിൽ സ്ഥാനം ലഭിച്ച ഒരു ചിഹ്നം അതേ സ്ഥാനത്തു വരാവുന്ന, പിന്നിൽ മറയത്തായി നിൽക്കുന്ന ചിഹ്നവ്യവസ്ഥയിലെ മറ്റ് അംശങ്ങളുമായി പുലർത്തുന്ന ഗണപരമായ ബന്ധത്തെ കണക്കിലെടുത്താണ് സൊസ്യൂർ രണ്ടാമത്തെ ബന്ധതലത്തെക്കുറിച്ച് പറയുന്നത്. പാരഡിഗ്മാറ്റിക് ബന്ധതലമാണിത്. ഒരു സ്ഥാനത്ത് പ്രത്യക്ഷപ്പെടാവുന്ന ചിഹ്നങ്ങൾ ഒരു ഗണത്തില്പെടുത്താവുന്ന തരത്തിൽ സാദൃശ്യം ഉള്ളവയായിരിക്കുമല്ലോ. അങ്ങനെ സാദൃശ്യം അടിസ്ഥാനപരമായി വരുന്നതിനാൽ സാദൃശ്യാ(സാ-അദൃശ്യ)ത്മകബന്ധം എന്നു വിവർത്തനം ചെയ്യാം. (ഈ തലം ഒരു ഉദാഹരണത്തിലൂടെ വ്യക്തമാക്കാം. ഒരു വാക്യത്തിൽ ഒരു നാമം പ്രത്യക്ഷമാവുമ്പോൾ മറ്റു നാമങ്ങളെല്ലാം അദൃശ്യമായി പിന്നിൽ നിൽക്കുകയാണ്. ഒരു നിലയ്ക്ക്, അവയെ മറയത്താക്കിയാണ് പ്രത്യക്ഷഘടനയിൽ വന്ന നാമം അർത്ഥവിനിമയത്തിൽ പങ്കു ചേരുന്നത്. ഇതിലൊരു പിന്തള്ളൽ ആരോപിക്കാം. രൂപകം, ദമനം തുടങ്ങിയ ഘടനാവാദചിന്തകളിലെ സങ്കല്പനങ്ങളിൽ ഈ പിന്തള്ളൽ വായനയുണ്ട്.)

സൊസ്യൂറിനെ പിന്തുടർന്ന് ഏകകാലികവും ഘടനാപരവുമായ അന്വേഷണങ്ങളിൽ ഏർപ്പെട്ട നിരവധിപേരുടെ യത്നങ്ങളിലൂടെ ആധുനികഭാഷാശാസ്ത്രപരമായ ആശയങ്ങൾ യൂറോപ്പിൽ വികസിച്ചുവന്നു. ഭാഷാചിഹ്നങ്ങളെ ആവിഷ്കരിക്കുന്നതിന് വ്യത്യാസതത്വത്തെയാണ് ആധാരമാക്കുന്നതെന്ന വസ്തുത സൊസ്യൂറിന് അറിയാമായിരുന്നു. ഈ വ്യത്യാസതത്വത്തെ പ്രയോജനപ്പെടുത്തി ട്രൂബറ്റ്സ്കോയ്യെപ്പോലുള്ളവർ ഭാഷയുടെ രൂപഘടനയെ സംബന്ധിച്ച വിശദമായ അറിവുകളിലേക്കു മുന്നേറി. സ്വനം, സ്വനിമം, രൂപിമം, വാക്യം എന്നീ അടരുകളുള്ള വ്യവസ്ഥയായി ഭാഷയെ കണ്ട് ഘടനാപരമായി വിശദമാക്കാൻ യൂറോപ്പിലെ വിവിധ കേന്ദ്രങ്ങളിലായി തമ്പടിച്ചു പ്രവർത്തിച്ച

ഭാഷാശാസ്ത്രജ്ഞർക്കു സാധിച്ചു. സൊസ്യൂറിന്റെ പിന്മുറക്കാരായ ജനീവാ സ്കൂളുകാർ, ബെദ്ദുവിൻ ദ കോട്നെ, എൽ.വി.സേർബാ തുടങ്ങിയവരിൽനിന്ന് പ്രചോദനമാർജ്ജിച്ച് മോസ്കോ കേന്ദ്രമാക്കി പ്രവർത്തിച്ച റഷ്യൻ ഗ്രൂപ്പുകൾ, സ്റ്റാലിന്റെ റഷ്യൻ അടിയന്തിരാവസ്ഥയിൽ ഗതികെട്ട് നാടുവിട്ട് ചെക്കസ്ലോവോക്യയിൽ എത്തിയ റോമൻ യാക്കോബ്സനും ട്രൂബറ്റ്സ്കോയിക്കും കാർസെവ്സ്കിക്കും ഒപ്പം, ചെക്ക് ഭാഷാശാസ്ത്രജ്ഞനായ വിലെം മത്തേസിയുസിന്റെ നേതൃത്വത്തിൽ പഠനപ്രവർത്തനങ്ങളിൽ ഏർപ്പെട്ടിരുന്ന ഭാഷാശാസ്ത്രജ്ഞരും ചേർന്ന് രൂപം കൊടുത്ത പ്രാഗ് ഭാഷാശാസ്ത്രസംഘം, വ്യഞ്ജനാത്മകചിഹ്നം (കൊനേട്ടേറ്റിവ് സൈൻ) എന്ന സങ്കല്പനമവതരിപ്പിച്ച ലൂയി ജെംസ്ലേവും ശിഷ്യന്മാരും അടങ്ങിയ കോപൻഹേഗൻ സ്കൂൾ, എഡ്വാർഡ് സപീറും ലിയൊനാർഡ് ബ്ലൂംഫീൽഡും കെന്നത്ത് ലീ പൈക്കും മറ്റും അണിനിരക്കുന്ന അമേരിക്കൻ വിവരണാത്മകഭാഷാശാസ്ത്രധാര, എം. എ. കെ. ഹാലിഡേയും മാലിനോവ്സ്കിയും ജെ. ആർ. ഫിർത്തും കൂട്ടരും പ്രവർത്തിച്ച ലണ്ടൻ സ്കൂൾ, ഡാനിയൽ ജോൺസിനെപ്പോലുള്ളവർ പ്രവർത്തിച്ച ഇന്റർനാഷനൽ ഫൊനറ്റിക് അസോസിയേഷൻ, ഫ്രഞ്ച് ഭാഷാശാസ്ത്രജ്ഞനായ എമിൽ ബെൻവിനിസ്റ്റെയും കൂട്ടരും - ഇങ്ങനെ വലിയൊരുനിര ഭാഷാചിന്തകസംഘങ്ങളിലൂടെയാണ് ആധുനികഭാഷാശാസ്ത്രരംഗം വികസിച്ചുവന്നത്.

സൊസ്യൂറിനെ വിമർശിച്ചുകൊണ്ടാണ് ഇക്കൂട്ടത്തിൽ പലരും മുന്നോട്ടുപോയത്. ചിലർ മൗലികമായ സങ്കല്പനങ്ങൾതന്നെ വികസിപ്പിച്ചെടുത്തു. സൊസ്യൂറിനെ ലോകത്തിനു മുമ്പിൽ പരിചയപ്പെടുത്തുന്നതിൽത്തന്നെ നിർണ്ണായകമായ പങ്കുവഹിച്ച യാക്കോബ്സൺ സൊസ്യൂറിന്റെ ചിഹ്നസങ്കല്പനത്തെത്തന്നെ വിമർശനാത്മകമായി കണ്ട ആളാണ്. കേവലമായ ഏകകാലിക സങ്കല്പത്തെ നിരാകരിക്കാനും ചിഹ്നത്തെ തികച്ചും വ്യത്യാസതത്ത്വത്തിൽ അധിഷ്ഠിതമായി വ്യാഖ്യാനിക്കുന്നതിനെ ചോദ്യം ചെയ്യാനും സിന്റാഗ്മാറ്റിക്, പാരഡിഗ്മാറ്റിക് ദ്വന്ദ്വകല്പനയെ കാവ്യശാസ്ത്രോചിതമായി വികസിപ്പിക്കാനും, ട്രൂബറ്റ്സ്കോയിയെപ്പോലുള്ള ആളുകൾ ഭാഷാവ്യവസ്ഥയുടെ അടിസ്ഥാനാംശമായി കണ്ട സ്വനിമത്തെ അവിഭാജ്യമായ ഏകകം എന്ന നിലയിൽ കാണുന്നതിനപ്പുറത്ത് വ്യാവർത്തകാഭിലക്ഷണങ്ങളുടെ (ഡിസ്റ്റിങ്റ്റിവ് ഫീച്ചേഴ്സ്) കെട്ടായി തിരിച്ചറിയാനുമൊക്കെ യാക്കോബ്സനു കഴിഞ്ഞു. ഘടനാവാദ ഭാഷാശാസ്ത്രത്തെ ലെവി-സ്ട്രോസിനെപ്പോലുള്ളവരുടെ ശ്രദ്ധയിലെത്തിച്ച് നരവംശശാസ്ത്രപഠനരംഗത്ത് ഘടനാവാദ ചിന്തയുടെ വിത്തുവിതയ്ക്കാനും അദ്ദേഹത്തിനു

നിയോഗമുണ്ടായി. ഭാഷ, ഭാഷണം എന്ന വേർതിരിവ് അസംഗതമാണെന്നു ചൂണ്ടിക്കാണിക്കുകയും അട്ടറൻസ്, ഡയലോഗ് എന്നീ സങ്കല്പനങ്ങളെ മുന്നോട്ടുവെയ്ക്കുകയും ചെയ്ത് ഭാഷയെയും സാഹിത്യത്തെയും സമീപിച്ച മിഖായിൽ ബാക്തിനും സൊസ്യൂറിനെ കടന്നുപോവാനാണ് തുനിഞ്ഞത്. ഫ്രഞ്ചുഭാഷാശാസ്ത്രകാരനായ ബെൻവിനെസ്റ്റെയും സൊസ്യൂറിന്റെ ചിഹ്നസങ്കല്പനത്തെ തന്റേതായ രീതിയിൽ വിമർശനത്തിന് വിധേയമാക്കുകയുണ്ടായി. ഭാഷാപ്രയോക്താവിന്റെ കാഴ്ചപ്പാടിൽ നിരീക്ഷിക്കുമ്പോൾ സൂചകസൂചിതബന്ധത്തെ സ്വേച്ഛാപരമായി കാണുന്നത് ശരിയാവില്ലെന്ന് അദ്ദേഹം ചൂണ്ടിക്കാണിച്ചു.

ഭാഷാശാസ്ത്രത്തിന്റെ ചിഹ്നശാസ്ത്രപരമായ സാദ്ധ്യതകൾ പ്രയോജനപ്പെടുത്തി സാഹിത്യകലാസാംസ്കാരികരംഗങ്ങളിലും പ്രസക്തമായ ഒരു പഠനപദ്ധതിയായി ചിഹ്നശാസ്ത്രപരമായ ഭാഷാവീക്ഷണത്തെ വികസിപ്പിക്കുവാൻ ആദ്യം സാധിച്ചത് പ്രാഗ് സ്കൂളുകാർക്കായിരുന്നു. സ്ട്രക്ചറലിസം (ഘടനാവാദം), സെമിയോട്ടിക്സ് (ചിഹ്നശാസ്ത്രം) എന്നീ സംജ്ഞകൾ പൊതുവായ അംഗീകാരം നേടിയതുതന്നെ അവരുടെ പഠനങ്ങളിലൂടെയാണ്. കാൾ ബ്യൂളറെപ്പോലുള്ളവർ അവതരിപ്പിച്ച ആശയവിനിമയമാതൃകയിലെ വക്താവ്, ശ്രോതാവ്, മാധ്യമം (മീഡിയം), സങ്കേതം (കോഡ്) തുടങ്ങിയ ഘടകങ്ങളെക്കൂടി കണക്കിലെടുത്തുകൊണ്ടുള്ള ഒരു ഘടനാസങ്കല്പനമായിരുന്നു അവർ വികസിപ്പിച്ചെടുത്തത്. ഭാഷയെ ആശയവിനിമയധർമ്മം നിർവ്വഹിക്കുന്ന ഒരു വ്യവസ്ഥയായാണ് പ്രാഗ് സ്കൂളുകാർ സങ്കല്പിച്ചത്. ഇതൊക്കെ മുഖറോവ്സ്കിയെ പോലുള്ളവരുടെ സാഹിത്യസിദ്ധാന്തീകരണത്തിലും മറ്റും വലിയ സ്വാധീനം ചെലുത്തുകയുണ്ടായി. സ്വനം, സ്വനിമം, രൂപിമം എന്നീ തലങ്ങളിൽ ഭാഷാഘടകങ്ങളെ ഘടനാപരമായി നിർവ്വചിക്കാനും അവയുടെ പരസ്പരബന്ധങ്ങളെ കണ്ടെത്തുന്നതിനുമൊക്കെ പ്രാഗ് സ്കൂളുകാർക്ക് കഴിഞ്ഞു. സ്വനിമത്തെ സംബന്ധിച്ച് ട്രൂബറ്റസ്കോയിയും യാക്കോബ്സണും അവതരിപ്പിച്ച സിദ്ധാന്തങ്ങൾ പിൽക്കാലപഠനങ്ങളെ നിർണ്ണായകമായ വിധത്തിൽ സ്വാധീനിച്ചു. പ്രാഗ് സ്കൂളുകാർ സ്വനിമസിദ്ധാന്തങ്ങളുടെ പേരിലാണ് ഏറെ അറിയപ്പെട്ടതും. സ്വനിമത്തെ സംബന്ധിച്ച ധാരണകളുടെ വെളിച്ചത്തിലാണ് ഭാഷയുടെ ഇതര തലങ്ങളെയും ഭാഷേതര സാംസ്കാരികവ്യവസ്ഥകളെയും അവർ വിശകലനവിധേയമാക്കിയത്.

സൊസ്യൂറിയൻ പാരമ്പര്യത്തിൽനിന്ന് തികച്ചും വ്യത്യസ്തമായ ഒരു വഴിയിലൂടെ ഘടനാവാദപരമായ ഭാഷാവിശകലനങ്ങളിലേക്ക് എത്തിച്ചേർന്ന ഒരു ആധുനികഭാഷാശാസ്ത്രധാരയാണ്

അമേരിക്കൻ വിവരണാത്മകഭാഷാശാസ്ത്രത്തിന്റേത്. എഡ്വാർഡ് സപീർ, ലിയൊനാർഡ് ബ്ലൂംഫീൽഡ് എന്നിവരായിരുന്നു അതിന് അടിത്തറ പാകിയത്. കെ. എൽ. പൈക്കിനെയും സി. എഫ്. ഹോക്കറ്റിനെയും പോലുള്ളവർ അതിന് ശക്തമായ പിന്തുടർച്ചയുണ്ടാക്കുകയും ചെയ്തു. പ്രത്യക്ഷത്തിൽ, അവരുടെ പഠനവസ്തു ലാങ് ആയിരുന്നില്ല; വാമൊഴിയായിരുന്നു. ലിഖിതപാഠങ്ങളില്ലാത്ത ഗോത്രഭാഷകളിൽ ഗവേഷണം നടത്തുമ്പോൾ സ്വാഭാവികമായി കൈക്കൊള്ളേണ്ടിവന്ന 'തെരഞ്ഞെടുപ്പാ'ണത്. ഫലത്തിൽ, ഭാഷയെ ഒരു വ്യവസ്ഥയായി കാണാനും ഘടനാപരമായി തിരിച്ചറിയാനും സ്വനം സ്വനിമം രൂപിമം എന്നീ സങ്കല്പനങ്ങളെ സ്വീകരിച്ചുകൊണ്ട് ഭാഷാവിശകലനം സാദ്ധ്യമാക്കാനും, പ്രാഗ് സ്കൂളുകാർ അവതരിപ്പിച്ചതിനോട് സമാനമായ സിദ്ധാന്തങ്ങൾ അവതരിപ്പിക്കാനും അവർക്ക് സാധിച്ചു. ഭാഷയുടെ വ്യവസ്ഥാപരമായ ആന്തരികതലത്തെക്കുറിച്ച് മനനവാദിയായ സപീറിന് ബോധ്യമുണ്ടായിരുന്നു. സ്വനിമത്തെ സംബന്ധിച്ച പഠനം ആന്തരികമായ വ്യവസ്ഥയെ (പാറ്റേണിലെ ബിന്ദുക്കൾ) സംബന്ധിച്ച പഠനമാണെന്ന് അദ്ദേഹം നിരീക്ഷിച്ചു.

ബ്ലൂംഫീൽഡ് ബിഹേവിയറിസത്തിന്റെ വക്താവായിരുന്നു. നിരീക്ഷണപരീക്ഷണങ്ങൾക്ക് വഴങ്ങാത്ത സങ്കല്പനങ്ങൾ നിരസിക്കപ്പെടേണ്ടതാണെന്ന് അദ്ദേഹം കരുതി. അതിനാൽ ആന്തരികമായ വ്യവസ്ഥയെന്ന സങ്കല്പനത്തെയും അദ്ദേഹം കണക്കിലെടുക്കുന്നില്ല. പക്ഷേ, ആവേദകരിൽനിന്നു ശേഖരിച്ച ഡാറ്റയിൽനിന്നു രൂപപ്പെടുത്തുന്ന ഒരു സമ്പൂർണ്ണഭാഷാമാതൃകയെ സങ്കല്പിക്കുക വഴി സമാനമായ ഒരു സമഗ്രവ്യവസ്ഥയെ അദ്ദേഹത്തിനും പരിഗണിക്കേണ്ടിവന്നു. ആ മാതൃകയെ വിശകലനം ചെയ്ത് ഭാഷാസംരചനയിൽ പ്രസക്തമായ അടരുകളെയും, ആ അടരുകളിലോരോന്നിലെയും ഘടകങ്ങളെയും നിർവ്വചിച്ചുദാഹരിച്ചും വർഗ്ഗീകരിച്ചും മുന്നോട്ടുപോയ ബ്ലൂംഫീൽഡ് ഘടനാപരമായ വിന്യാസക്രമത്തെ നിയമം ചെയ്തുകൊണ്ട് വാക്യഘടനയെ വരെ സ്പർശിച്ചു. സന്നിഹിതഘടകാപഗ്രഥനം (ഇമ്മിഡിയറ്റ് കോൺസ്റ്റിറ്റിയുവന്റ് അനാലിസിസ്) എന്നറിയപ്പെട്ട ആ ശ്രമം സമ്പൂർണ്ണമായ വിജയമായിരുന്നില്ല. എന്തായാലും, ഘടകങ്ങളുടെ വിവിധ തലങ്ങളിലായുള്ള സംഘാടനം എന്ന നിലയിൽ അദ്ദേഹം ഭാഷാവ്യവസ്ഥയെ സങ്കല്പിച്ചു എന്നു കാണാം. ഇങ്ങനെ ലാംഗ്വെജ് എന്ന കൃതിയിലൂടെ അദ്ദേഹം മുന്നോട്ടുവെച്ച ഭാഷാശാസ്ത്രമാതൃകയെ പിന്തുടർന്ന് ചാൾസ് എഫ്. ഹോക്കറ്റ്, യുജിൻ നിഡ, സെലിഗ് ഹാരിസ് എന്നിവരും സപീറിന്റെ ശിഷ്യനായ കെന്നത്ത് ലീ പൈക്കും വാമൊഴിനിഷ്ഠമായി ഭാഷാവിശകലനങ്ങൾ നടത്തി. സ്വനം, സ്വനിമം, രൂപിമം എന്നീ ഭാഷാഘടകങ്ങളെ

ഘടനാപരമായി വിവേചിക്കുന്നതിനും അവയെ നിർണ്ണയിക്കുതിനുള്ള വ്യത്യയനിഷ്ഠമായ പദ്ധതികളാവിഷ്കരിക്കാനും അവർക്കു കഴിഞ്ഞു.

വാക്യമാണ് ഭാഷാഘടനയിൽ ഏറ്റവും ഉയർന്ന തലമായി കണക്കാക്കപ്പെട്ടത്. പക്ഷേ, വാക്യരചനാപരമായ തലത്തിന്റെ സിദ്ധാന്തീകരണത്തിൽ പൊതുവിൽ ഘടനാവാദപരമായ ഭാഷാശാസ്ത്ര ധാരകൾ കാര്യമായ ശ്രദ്ധ പതിപ്പിച്ചതായി കാണുന്നില്ല. ബ്ലൂംഫീൽഡ് *ലാംഗ്വെജിൽ* അവതരിപ്പിച്ച സന്നിഹിതഘടക അപഗ്രഥനമാണ് ഈ മേഖലയിലുണ്ടായ ശ്രദ്ധേയമായ ഒരു നീക്കം എന്നു പറഞ്ഞു. പരമ്പ രാഗത വ്യാകരണം വാക്യവിചാരത്തിൽ കൂടുതൽ ശ്രദ്ധ പുലർത്തിയി രുന്നുവെന്നു കാണാം. വാക്യരചനയെ മുന്നിൽ നിറുത്തിക്കൊണ്ടുള്ള താത്വികമായ പദവർഗ്ഗീകരണവും പ്രത്യയനിർണ്ണയവുമായിരുന്നു വ്യാ കരണത്തിന്റെ മുഖ്യമായ അജണ്ട. ഭാഷാശാസ്ത്രം സ്വന-സ്വനിമ-രൂപി മതലങ്ങളിലാണ് പുതിയ അറിവുകൾ സമ്മാനിച്ചത്. എന്നാൽ, വിവരണാത്മകഭാഷാശാസ്ത്രജ്ഞരെ തുടർന്ന് കടന്നുവന്ന സെലിഗ് ഹാരിസ്, നോം ചോംസ്കി എന്നിവർ വാക്യരചനാപരമായ തലത്തെ ഘടനാപരമായി വിശദീകരിക്കുന്നതിൽ വളരെയേറെ മുന്നോട്ടുപോയി. ഭാഷാജ്ഞാനം-ഭാഷാപ്രയോഗം (കോംപീറ്റൻസ്-പെർഫോർമൻസ്), ഉപരിഘടന-ഗഹനഘടന (സർഫസ് സ്ട്രക്ചർ-ഡീപ് സ്ട്രക്ചർ) തുടങ്ങിയ സങ്കല്പനങ്ങളവതരിപ്പിച്ചുകൊണ്ട് ചോംസ്കി നടത്തിയ വാക്യഘടനാ സിദ്ധാന്തീകരണപരിശ്രമങ്ങൾ ആധുനികഭാഷാ ശാസ്ത്രത്തിന്റെ മേഖലയിലെ വിപ്ലവകരമായ പരിവർത്തനത്തിനു തുടക്കമിട്ടു.

വാക്യഘടനയിലുള്ള ഊന്നൽ തിരിച്ചുവന്നതുകൊണ്ടെന്ന പോലെ വ്യാകരണം (ഗ്രാമർ) എന്ന സംജ്ഞയുടെ തിരിച്ചുവരവ് ചോംസ്കിയുടെ അന്വേഷണങ്ങളിൽ കാണുന്നു. പ്രജനക-രചനാന്തരണവ്യാകരണ മാണ് ചോംസ്കിയുടെ ഒരു പ്രധാന സംഭാവന. മനനവാദപരമായി രുന്ന അദ്ദേഹത്തിന്റെ ഭാഷാസമീപനത്തിന്റെ അടിപ്പടവ്. ജനറേറ്റിവ് (പ്രജനകം), രചനാന്തരണം (ട്രാൻസ്ഫൊർമേഷൻ) എന്നീ സങ്കല്പന ങ്ങൾ അവതരിപ്പിക്കപ്പെട്ടതോടെ വാക്യഘടനാപരമായ ചിന്തകൾ മനുഷ്യന്റെ ഭാഷാജന്മസിദ്ധി, ഭാഷാർജ്ജനം, ഭാഷാസാർവ്വലൗകിക ങ്ങൾ, സാർവ്വലൗകികഭാഷാവ്യാകരണം, പ്രജനക അർത്ഥവിചാരം എന്നിങ്ങനെ ഭാഷാവിശകലനത്തിന്റെ വിവിധ മേഖലകളിലേക്ക് വഴിതുറന്നു.

ഭാഷാശാസ്ത്രരംഗത്തുണ്ടായ പൊതുവായ ഈ വികാസത്തോ ടൊപ്പം, വിവിധ ധാരകളിൽ രൂപപ്പെട്ട അടിസ്ഥാന സങ്കല്പനങ്ങളെ

പ്രയോജനപ്പെടുത്തിക്കൊണ്ട് വിവരണം നിർവ്വഹിക്കുന്നതും, ഭാഷയുടെ വംശീയവും സാമൂഹികവും സാംസ്കാരികവും മനോവൃത്തിപരവും ധൈഷണികവുമായ വിവിധ തലങ്ങളെ വിസ്തരിക്കുന്നതുമായ അന്വേഷണങ്ങളും ധാരാളമായി നടന്നിട്ടുണ്ട്. വംശീയഭാഷാശാസ്ത്രം, ഭാഷാഭേദവിജ്ഞാനം, സാമൂഹികഭാഷാശാസ്ത്രം, മനോഭാഷാശാസ്ത്രം, പ്രകരണാർത്ഥവിജ്ഞാനം, പ്രജനകാർത്ഥവിജ്ഞാനം, കോഗ്നിറ്റിവ് ഭാഷാശാസ്ത്രം, പാരിസ്ഥിതികഭാഷാശാസ്ത്രം, സ്ത്രീവാദഭാഷാശാസ്ത്രം, ദലിത് ഭാഷാചിന്ത, എഴുത്തുശാസ്ത്രം (ഗ്രാമറ്റോളജി), ഭാഷാദർശനം (ഫിലോസഫി ഓഫ് ലാംഗ്വെജ്), കമ്പ്യൂട്ടേഷനൽ ലിംഗ്വിസ്റ്റിക്സ്, ഭാഷാതത്വവിചാരം, ഭാഷായുക്തിവിചാരം എന്നിങ്ങനെ വിവിധ മേഖലകളിലായി ആധുനികഭാഷാശാസ്ത്രസങ്കല്പനങ്ങളെ ആശ്രയിക്കുന്നതും ഉല്ലംഘിക്കുന്നതുമായ വൈവിദ്ധ്യമേറിയ ഭാഷാപഠനപരിശ്രമങ്ങളാണ് കഴിഞ്ഞ നൂറ്റാണ്ടിൽ രൂപമെടുത്തത്. സാംസ്കാരികവും സാമൂഹികവുമായ പഠനരംഗങ്ങളിലെമ്പാടും അതിന്റെ പ്രതിധ്വനികൾ പരിവർത്തനങ്ങളുളവാക്കുകയും ചെയ്യുന്നു. വന്നുവന്ന് ഭാഷാപഠനം അതിന്റെ ശാസ്ത്രീയതാഭാവമൊക്കെ വെടിഞ്ഞ് ഭാഷാവിചാരമെന്നോ ഭാഷാചിന്തയെന്നോ വിവരിക്കാവുന്ന ഒരു തലത്തിലേക്ക് വഴിമാറിക്കൊണ്ടിരിക്കുകയാണ്. വിപുലമായ ഈ പഠനമേഖലയുടെ ഭാഗമായി, ഇരുപതാം നൂറ്റാണ്ടിൽ വളർച്ച പ്രാപിച്ച ഒരു ശാസ്ത്രീയഭാഷാപഠനഘട്ടത്തെ കുറിക്കുന്ന പ്രയോഗമായി വേണം ഇന്ന് ഭാഷാശാസ്ത്രത്തെ മനസ്സിലാക്കുവാൻ. അവിടെനിന്ന്, ഭാഷയെ തത്വചിന്താപരമായും രാഷ്ട്രീയമായും സാംസ്കാരികമായും വിചിന്തനവിധേയമാക്കുന്ന ഒരു സന്ദർഭത്തിലേക്കാണ് ഇപ്പോൾ നീങ്ങിക്കൊണ്ടിരിക്കുന്നതെന്നു കാണാം. ഭാഷയുടെ ഘടനാപരമായ പ്രവർത്തനത്തെ ശ്രദ്ധിക്കുന്നതിലുപരി, സാമൂഹികഘടനാനിർമ്മാണപരമായ ധർമ്മങ്ങളെ സംബന്ധിച്ചാണ് ഇപ്പോളത്തെ ഭാഷാചിന്തകരുടെ ശ്രദ്ധയേറെയും. വാക്കുകളുടെ ചരിത്രഭാരങ്ങളെക്കുറിച്ചുള്ള വിമർശനാത്മകമായ കാഴ്ചപ്പാട് പൊതുസമൂഹത്തിന്റെ ബോധത്തിൽത്തന്നെ ഇടം പിടിച്ചുകഴിഞ്ഞു എന്നതും ശ്രദ്ധിക്കേണ്ടതുണ്ട്. കീഴ്വഴക്കങ്ങളെന്ന നിലയിൽ ഭാഷ എടുത്തുപയോഗിക്കാവുന്നതല്ലെന്നും ശ്രദ്ധാപൂർവ്വമുള്ള തെരഞ്ഞെടുപ്പ് ആവശ്യമാണെന്നും വന്നിരിക്കുന്നു. മുമ്പ് അനുവദനീയമായ പ്രയോഗങ്ങളും രീതികളും എന്നു കരുതിപ്പോന്ന ആചാരപദങ്ങളും വിലക്കുപദങ്ങളും മാത്രമല്ല, സ്വാഭാവികമായ ആവിഷ്കാരങ്ങളെന്നു കണക്കാക്കിയിരുന്ന ശൈലികൾ പോലും വിലക്കുപ്രയോഗങ്ങളായിക്കണ്ട് നിരാകരിക്കുന്ന വിമർശാത്മകമായ ഇടപെടലുകൾ നടന്നുകൊണ്ടിരിക്കുകയാണ്. ഭാഷയിലൂടെ പ്രവഹിച്ചുകൊണ്ടിരുന്ന ദുരധികാരത്തെയാകെ വെളിക്ക

കാണുന്ന മട്ടിൽ ഭാഷാമനോഭാവം ജാഗ്രതയുറ്റതായി മാറിയിരിക്കുന്നു. മുമ്പ് രൂഢധാരണകൾക്കാണ് പ്രാമാണികതയുണ്ടായിരുന്നതെങ്കിൽ ഇന്ന് ഭാഷയെക്കുറിച്ച് വിമർശനാത്മകമായ പ്രതിബോധധാരണകളാണ് കരുത്തുകാട്ടിനിൽക്കുന്നതെന്നു പറയാം. ഈ സാഹചര്യത്തിൽ ഭാഷയെന്ന പഠനവസ്തുവും ഭാഷാപഠനമെന്ന വിജ്ഞാനമേഖലയും പരിണമിക്കാതെ നിവൃത്തിയില്ല. പഠനവസ്തു ആയല്ല, വിമർശനവസ്തുവായാണ് ഇന്ന് ഭാഷ പഠിതാക്കളുടെ മുന്നിൽ പ്രത്യക്ഷമാകുന്നതെന്നു പറയാം. ഭാഷയിലെ മുള്ളും മുനയും കാണലാണ് അവരുടെ ദൗത്യം. ആ നിലയിൽ, തത്വചിന്തയും രാഷ്ട്രീയവും വഴികാട്ടുന്ന പഠനമാണ് സമകാലം ആവശ്യപ്പെടുന്നത്. തത്വചിന്തയുടെയും സാമൂഹികശാസ്ത്രത്തിന്റെയും 'ഉൾക്കാഴ്ച'കളോടെ മാത്രമേ അതിനു കഴിയുകയുള്ളൂ.

നരവംശശാസ്ത്രം, ഭൂവിജ്ഞാനം, ജീവശാസ്ത്രം തുടങ്ങിയ ശാസ്ത്രശാഖകളോടും മനോവിജ്ഞാനീയം, സാമൂഹികവിജ്ഞാനം പോലുള്ള വിഷയങ്ങളോടുമുണ്ടായിരുന്ന സഹവർത്തനത്തിന്റെ പാതകളിലൂടെ വികസിച്ച ഭാഷാശാസ്ത്രത്തെ ആദരിച്ചുകൊണ്ടുതന്നെ സംഭവിക്കുന്ന ഈ പരിവർത്തനത്തെ തിരിച്ചറിയുവാൻ നമ്മുടെ ഭാഷാപഠനകേന്ദ്രങ്ങൾക്ക് കഴിയേണ്ടതുണ്ട്. ദാർശനികഭാഷാചിന്തയും ഭാഷാതത്വചിന്തയും രാഷ്ട്രീയതത്വചിന്തയുമൊക്കെ പരിശീലിച്ചുകൊണ്ടുള്ള വിപുലവും സൂക്ഷ്മവുമായ പഠനപദ്ധതി വികസിപ്പിച്ചുകൊണ്ടു മാത്രമേ കലാശാലാതലത്തിലുള്ള ഭാഷാപഠനം പ്രസക്തമായ മട്ടിൽ മുന്നോട്ടുകൊണ്ടുപോകാൻ കഴിയുകയുള്ളൂ. ഹൈദഗറും വിറ്റ്ഗൻസ്റ്റീനും ബാഖ്തിനും അഡോണോയും അഗംബെനും ബോർദ്യൂവും ഒക്കെ ഭാഷാദർശനരംഗത്ത് അവതരിപ്പിച്ച ആശയങ്ങൾ വ്യാകരണത്തോടും ഭാഷാശാസ്ത്രത്തോടും ചേർത്തുവെയ്ക്കുന്ന തരത്തിൽ ഭാഷാപഠനം പുനഃക്രമീകരിക്കേണ്ടതുണ്ട്.

(കേരള ഹയർ എഡ്യൂക്കേഷൻ കൗൺസിലിന്റെ ആഭിമുഖ്യത്തിൽ, *ലേണേഴ്സ് ഹാൻഡ്ബുക്ക് ഓൺ തിയററ്റിക്കൽ ടേംസ് - സിദ്ധാന്തപഠനസഹായി* എന്ന പേരിൽ ദിലീപ് രാജ് നയിച്ച ഒരു പ്രോജക്ടിന്റെ ഭാഗമായി എഴുതിയ പ്രബന്ധം ചില്ലറ പരിഷ്കാരങ്ങളോടെ, 2020 ജൂൺ)

സാമൂഹികഭാഷാശാസ്ത്രപഠനങ്ങൾക്ക് ഒരു ആമുഖം

ഭാഷയെക്കുറിച്ച് സന്ദേഹംകൂടാതെ പറയാവുന്ന ഒരു കാര്യം അത് മാനുഷികമാണ് എന്നാകുന്നു. പ്രാഥമികമായി, ഭാഷ ഒരു വ്യക്തിക്ക് മറ്റൊരു വ്യക്തിയുമായി ആശയവിനിമയം നടത്താനുള്ള ഉപാധിയാണ്. ഭാഷയിലൂടെ സമർത്ഥമായി ആശയവിനിമയം ചെയ്യാൻ കഴിയുന്നതുകൊണ്ടാണ് മനുഷ്യർക്ക് പരസ്പരം ബന്ധപ്പെട്ട് ഒരു സമൂഹമായി ജീവിക്കാനും അതുവഴി സംസ്കാരജീവികളാകാനും സാധിക്കുന്നത്. പരസ്പരം സഹകരിക്കുന്നതിന് ആശയവിനിമയം കൂടിയേ തീരൂ. അതിനുള്ള വാസന മനുഷ്യപ്രകൃതിയുടെ സഹജഭാവമാണ്. ഇത് ഉത്തരോത്തരം വികസിച്ചതിന്റെ ഫലമായാണ് ഭാഷ എന്ന ശബ്ദചിഹ്നവ്യവസ്ഥ രൂപപ്പെട്ടത് എന്നു കരുതേണ്ടിയിരിക്കുന്നു. മൃഗാവസ്ഥയിൽനിന്ന് മനുഷ്യാവസ്ഥയിലേക്കുള്ള പരിണാമത്തിലുണ്ടായ പ്രധാനവും നിർണ്ണായകവുമായ സിദ്ധി മറ്റൊന്നല്ല. മൃഗങ്ങളുടെ ഇടയിൽ സാധാരണമായി ശാരീരികസഹകരണത്തിനപ്പുറം, ഉയർന്ന തോതിലുള്ള മാനസികസഹകരണംകൂടി സാധ്യമാക്കുന്ന തരത്തിൽ ആശയവിനിയമയം നടത്താൻ നിർബന്ധിതമായതിന്റെ ഫലമായിട്ടാവണം മനുഷ്യഭാഷ ഇത്രത്തോളം വികസിതമായത്.

അതിസങ്കീർണ്ണമായ ഈ ആശയവിനിമയവ്യവസ്ഥ മൃഗങ്ങളുടെ ആശയവിനിയോപാധികളിൽനിന്ന് തുലോം വ്യത്യസ്തമാണ്. മനുഷ്യഭാഷയ്ക്കുള്ള സ്വാച്ഛന്ദ്യം അവയ്ക്കൊന്നുമില്ല. വിശേഷബുദ്ധിയുടെ, അഥവാ, തലച്ചോറിന്റെ വികാസവുമായി പൊരുത്തപ്പെട്ടാണ് ഭാഷ ഈ വികസിതതലത്തിലേക്കു മുന്നേറിയത് എന്ന കാര്യത്തിൽ സംശയമില്ല. മാനുഷികസാമൂഹികജീവിതത്തിന്റെ അനുപേക്ഷണീയമായ മുന്നുപാധിയാണ് ഭാഷ. സമൂഹമില്ലാതെ ഭാഷയ്ക്ക് നിലനില്പില്ലതാനും.

സൂക്ഷ്മവിചിന്തനത്തിൽ, ഏതൊരു ഭാഷയും ഒരു സമൂഹത്തെ വിഭാവനം ചെയ്യുന്നുണ്ട് എന്ന് കണാവുന്നതാണ്. ഇങ്ങനെ, ഒരു ഭാഷകൊണ്ടോ ഭാഷാഭേദംകൊണ്ടോ നിർവ്വചിക്കപ്പെടുന്ന സാമൂഹികഗണത്തെയാണ് ഭാഷണസമൂഹം (speech community) എന്നു വിളിക്കുന്നത്. ഭാഷണസമൂഹത്തിന്റെ പൊതുസ്വത്താണ് ഭാഷ. ഭാഷണത്തിലൂടെ ഒരു സാമൂഹികധർമ്മമാണ് നിർവഹിക്കപ്പെടുന്നത് എന്നു പറയാം. സമൂഹത്തിനകത്ത് ഉടലെടുക്കുന്ന സന്ദർഭങ്ങളിലാണ് ഭാഷ ആശയവിനിമയധർമ്മം നിർവ്വഹിച്ചുകൊണ്ട് മൂർത്തമായ പ്രയോഗമായി പ്രവർത്തനക്ഷമമാകുന്നത്. ഭാഷ ഒരു ആന്തരികവ്യവസ്ഥ എന്നതിനേക്കാളുപരിയായി ഒരു സാമൂഹ് കപ്രയോഗമാണ് എന്നു പറയുന്നത് അതുകൊണ്ടാണ്. ഒരു സാമൂഹികഗണം പരസ്പരസഹകരണത്തിന് ഉപാധിയാക്കുന്ന ശാബ്ദികചിഹ്നവ്യവസ്ഥയാണ് എന്നു നിർവ്വചിക്കുമ്പോൾ ഭാഷയുടെ സാമൂഹികാസ്പദത്വമാണ് ആദരിക്കപ്പെടുന്നത്.

വികസിതമായ ചിന്ത സാധ്യമാക്കുന്നതും സാംസ്കാരജീവിയായ മനുഷ്യനെ നിർണ്ണയിക്കുന്നതും ഭാഷയാണ്. ഇതുകൊണ്ടൊക്കെത്തന്നെ ഭാഷയെക്കുറിച്ചുള്ള പഠനം മനുഷ്യനെക്കുറിച്ചുള്ള പഠനമായിത്തീരുന്നു. സാമൂഹികഭാഷാശാസ്ത്രവും മനോഭാഷാശാസ്ത്രവും ഈ വസ്തുതയെ കൂടുതൽക്കൂടുതൽ തെളിയിച്ചുകൊണ്ടിരിക്കുകയാണ്. മനുഷ്യൻ എന്ന സാമൂഹികജീവിയെ നിർമ്മിച്ചെടുക്കുന്ന സാമൂഹികപ്രതിഭാസമാണ് ഭാഷ.

ഭാഷയെ അതിന്റെ സംരചനാപരമായ (structural) കാര്യങ്ങളിൽ ഊന്നിമാത്രം സമീപിക്കുന്ന പാരമ്പര്യവ്യാകരണങ്ങളും, പിൽക്കാലത്ത് വികസിച്ചുവന്ന, ആഗമികവും താരതമ്യാത്മകവും വിവരണാത്മകവുമായ ഭാഷാപഠനസമ്പ്രദായങ്ങളും ചിഹ്നശാസ്ത്രപരമായ ഭാഷാശാസ്ത്രവുമെല്ലാം ഭാഷാപഠനരംഗത്ത് വലിയ സംഭാവനകൾ നല്കിയിട്ടുണ്ട്. എങ്കിലും ഭാഷയുടെ സാമൂഹികവും മാനസികവുമായ അടിസ്ഥാനങ്ങളെ വിശദമായി പരിഗണിച്ചിരുന്നില്ല. ഭാഷണത്തിന്റെ ധർമ്മങ്ങളിലായിരുന്നില്ല, ഭാഷ എന്ന രൂപവ്യവസ്ഥയിലായിരുന്നു അവിടെയെല്ലാം പഠിതാക്കളുടെ ശ്രദ്ധ പതിഞ്ഞത്. അതുകൊണ്ടുതന്നെ ഭാഷയുടെ സാമൂഹിക-മാനുഷികമാനങ്ങളെ ശ്രദ്ധിക്കാൻ അവർക്ക് കഴിഞ്ഞിരുന്നില്ല. ഭാഷാപഠനത്തെ സാമൂഹികവിഷയമായി പരിഗണിക്കണമെന്നു വിശ്വസിച്ച എഡ്വാർഡ് സപീർ 1929-ൽ എഴുതിയ 'ദി സ്റ്റാറ്റസ് ഓഫ് ലിംഗ്വിസ്റ്റിക്സ് ആസ് എ സയൻസ്' എന്ന ലേഖന (Sapir 1949:160-166)ത്തിൽ ഈ പ്രശ്നത്തിലേക്ക് ശ്രദ്ധക്ഷണിക്കുകയുണ്ടായി.

ഭാഷാശാസ്ത്രം അതിന്റെ സംരചനാപരമായ വശങ്ങൾപ്പുറത്തേയ്ക്ക് ദൃഷ്ടി പതിപ്പിക്കാൻ കൂട്ടാക്കുന്നില്ലെന്നു ചൂണ്ടിക്കാട്ടിക്കൊണ്ട്, അതിനു

മനുഷ്യസ്വഭാവത്തെ വിശദീകരിക്കാനുള്ള സാധ്യതകൾ ആരായാൻ ഭാഷാശാസ്ത്രജ്ഞർ സന്നദ്ധരാകേണ്ടതുണ്ടെന്ന് അദ്ദേഹം പറഞ്ഞു. ഭാഷാപഠനരംഗത്ത് സംഗതമായ നരവംശശാസ്ത്രപരവും സാമൂഹിക ശാസ്ത്രപരവും മനഃശാസ്ത്രപരവുമായ പ്രശ്നങ്ങളെ ഗൗരവമായി പരിഗണിക്കേണ്ടതുണ്ടെന്ന് ഒരു ആഹ്വാനത്തിന്റെ സ്വരത്തിൽ അദ്ദേഹം വ്യക്തമാക്കി. ഭാഷാശാസ്ത്രത്തിന്റെ മേൽസൂചിപ്പിച്ച തരത്തിലുള്ള പരിമിതികളെക്കുറിച്ച് സാമൂഹികഭാഷാശാസ്ത്രത്തിന്റെ അഗ്രദൂതന്മാരിൽ ഒരാളായ ബ്രോണിസ്ലാ മലിനോവ്സ്കിയും ബോധവാനായിരുന്നു. 1936-ൽ, എം. എം. ലിവിസിന്റെ 'ഇൻഫെന്റ് സ്പീച്ച്' എന്ന കൃതിയെ വിലയിരുത്തിക്കൊണ്ടെഴുതിയ ലേഖനത്തിൽ (Hymes 1964 : 63-65) അദ്ദേഹം ഭാഷയെ അതിന്റെ സ്വാഭാവികസന്ദർഭത്തെയും സാഹചര്യത്തെയും കണക്കിലെടുത്തുവേണം പഠിക്കാൻ എന്നു നിർദ്ദേശിച്ചു. ലിഖിതപാഠത്തെ മാത്രം കണക്കിലെടുത്ത് ലഘൂകരണങ്ങളിൽ എത്തിപ്പെടുന്നതു ശരിയല്ലെന്നും അദ്ദേഹം പറഞ്ഞു. ഇങ്ങനെ സമകാലത്ത് പ്രബലമായിരുന്ന ഭാഷാപഠനരീതികളുടെ ദൗർബല്യങ്ങളിലേക്ക് വിരൽ ചൂണ്ടിക്കൊണ്ട് പുതിയ പന്ഥാവുകളിലേക്ക് ശ്രദ്ധ ക്ഷണിക്കുവാനാണ് മലിനോവ്സ്കി ഈ ലേഖനത്തിൽ മുഖ്യമായി ശ്രമിച്ചിരിക്കുന്നത്.

പാരമ്പര്യവ്യാകരണങ്ങളുടെയും വിവരണാത്മകഭാഷാശാസ്ത്രത്തിന്റെയും പരിമിതികളെ അതിലംഘിച്ചുകൊണ്ട് ഭാഷയുടെ സാമൂഹികവും സാംസ്കാരികവും മാനസികവുമായ തലങ്ങളിലേക്ക് അന്വേഷണങ്ങൾ മുന്നേറിയത് പ്രധാനമായും ഇരുപതാം നൂറ്റാണ്ടിലാണ്. അതുവഴി രൂപമെടുത്ത രണ്ടു നവീനഭാഷാശാസ്ത്രശാഖകളാണ് സാമൂഹികഭാഷാശാസ്ത്രവും മനോഭാഷാശാസ്ത്രവും. വിവരണാത്മകഭാഷാശാസ്ത്രവും ചിഹ്നശാസ്ത്രപരമായ സൊസ്യൂറിയൻ ഭാഷാശാസ്ത്രവും നരവംശശാസ്ത്രപരമായ ഭാഷാശാസ്ത്രവും ഉണ്ടാക്കിയ വിപ്ലവകരമായ മാറ്റങ്ങൾക്കു പിന്നാലെ സംഭവിച്ച ഈ പഠന-സമീപനപരിവർത്തനങ്ങൾ ഭാഷാപഠനരംഗത്തെ വളരെയധികം മുന്നോട്ടുകൊണ്ടുപോയി.

ഭാഷയെ ചിഹ്നവ്യവഹാരങ്ങളുടെ ഉപവിഭാഗമായി പരിഗണിക്കുകയും ശാസ്ത്രീയപഠനത്തിനാവശ്യമായ പരികല്പനകൾ അവതരിപ്പിക്കുകയും ചെയ്ത ഫെർഡിനന്റ് ഡി സൊസ്യൂർ ഭാഷാപഠനത്തെ ശാസ്ത്രീയവും സൈദ്ധാന്തികവുമായ ഒരടിത്തറയിൽ പ്രതിഷ്ഠിച്ചു. ബ്ലൂംഫീൽഡ് ഉൾപ്പെടെയുള്ള ഘടനാഭാഷാശാസ്ത്രജ്ഞന്മാരുടെ വിവരണാത്മകമായ ഭാഷാപഠനരീതി, ഭാഷയിലെ ശരിതെറ്റുകൾ നിശ്ചയിച്ച് പ്രസ്താവിക്കുകയും, "ശരിയായ" ഭാഷാപ്രയോഗത്തിന്റെ നിയമങ്ങൾ ആവിഷ്കരിച്ച് പ്രഖ്യാപിക്കുകയും ചെയ്യുന്ന ലിഖിതഭാഷാനിഷ്ഠമായ വ്യാകരണങ്ങളുടെ

ശാഠ്യങ്ങളെ കയ്യൊഴിയുകയും വാമൊഴിക്കുള്ള പ്രാഥമ്യം അംഗീകരിക്കുകയുമാണ് ചെയ്തത്. ലഭ്യമായ ഭാഷണപാഠത്തെ വസ്തുനിഷ്ഠമായി വിശകലനം ചെയ്യുന്ന അവരുടെ സമീപനം ഭാഷയുടെ യാഥാർത്ഥ്യങ്ങളിലേക്ക് സമീപിക്കാൻ സഹായിച്ചു. ഭാഷാഘടനയെ അപഗ്രഥിച്ച് ഘടകങ്ങൾ പരിശോധിച്ചുകൊണ്ടുള്ള ഈ പഠനരീതി ഭാഷാപഠനത്തെ ഒരു ശാസ്ത്രമായി വികസിപ്പിച്ചു. ഇതിന്റെ ഫലമായി സ്വന-രൂപ-രൂപിമവിചാരമണ്ഡലങ്ങൾ ഭാഷാപഠനത്തിന്റെ കേന്ദ്രഭാഗമായിത്തീർന്നു. ഈ മണ്ഡലങ്ങളിലാണ് അവരുടെ കാര്യമായ സംഭാവനകൾ ഉണ്ടായത്. അതേസമയം, വാക്യവിചാരരംഗത്ത് പാരമ്പര്യവ്യാകരണങ്ങളെ അതിശയിപ്പിക്കുന്ന തരത്തിലുള്ള സംഭാവനകൾ നൽകാൻ ബ്ലൂംഫീൽഡിനെപ്പോലുള്ള ഭാഷാശാസ്ത്രജ്ഞർക്കും കഴിയാതെപോയി. നോം ചോംസ്കിയുടെ വിപ്ലവകരമായ നിരീക്ഷണങ്ങളാണ് ഈ പരിമിതിയെ മറികടക്കാൻ പര്യാപ്തമായത്.

യാന്ത്രികമായി കുറേ ശബ്ദചിഹ്നങ്ങൾ ഉപയോഗിക്കലല്ല ഭാഷ. ചില അടിസ്ഥാനനിയമങ്ങൾക്കു വിധേയമായി ശബ്ദചിഹ്നങ്ങളെ ഉപയോഗിച്ചു അർത്ഥബോധനക്രിയ നിർവ്വഹിക്കുകയാണ് ഭാഷണത്തിലൂടെ ചെയ്യുന്നത്. ഈ നിയമങ്ങളെ നിർദ്ധാരണം ചെയ്യാനുള്ള ശ്രമത്തിൽ പ്രത്യക്ഷപ്രമാണവാദപരമായ വിവരണാത്മകവ്യാകരണം പരാജയപ്പെട്ടു. സെലിംഗ് ഹാരിസും അദ്ദേഹത്തെ പിന്തുടർന്ന നോം ചോംസ്കിയും നടത്തിയ നിരീക്ഷണങ്ങൾ ഭാഷാഘടനയിൽ ഘടകങ്ങൾ എപ്രകാരം പ്രവർത്തിക്കുന്നു എന്നതിലേക്കു വെളിച്ചംവീശി. യാന്ത്രികവും അനുഭവവാദപരവുമായി ചുരുക്കിയ ഒരു വസ്തുനിഷ്ഠതാബോധത്തെ മറികടന്ന് യുക്ത്പൂർണ്ണമായ അനുമാനങ്ങളെക്കൂടി കണക്കിലെടുക്കുന്ന തരത്തിൽ ഭാഷയെ സമീപിക്കാൻ ചോംസ്കി തയ്യാറായി. മനനവാദപരമായ ദെകാർത്തിയൻ വീക്ഷണമാണ് അദ്ദേഹത്തെ നയിച്ചത്. ഭാഷാനിർവ്വഹണ (performance) ത്തെ ആശ്രയിച്ചുകൊണ്ട് ഭാഷാശേഷി (competence) യെ വിവരിക്കുവാൻ ചോംസ്കി ശ്രമിച്ചു.

ചോംസ്കി മുന്നോട്ടുവെച്ച വാക്യവിചാരനിരീക്ഷണങ്ങൾ, ചോദന-പ്രതികരണസിദ്ധാന്തത്തെ അടിസ്ഥാനമായി സ്വീകരിച്ച് ഭാഷയുടെ വിശകലനം നടത്തിയ സ്കിന്നറെപ്പോലുള്ള വൃത്തിവാദികൾ (behaviourists) കാർക്കശ്യത്തോടെ ഒഴിച്ചുനിർത്തിയിരുന്ന 'മനസ്സ്' എന്ന സങ്കല്പനത്തെ യുക്തിസഹമായി വീണ്ടെടുക്കുന്നതിലാണ് കലാശിച്ചത്. അർത്ഥവിജ്ഞാനീയവും മനോഭാഷാവിജ്ഞാനീയവുമൊക്കെ ഒത്തുകൂടുന്ന സംഗമസ്ഥാനത്താണ് അദ്ദേഹത്തിന്റെ

താക്കോൽസങ്കല്പനങ്ങളായ ഭാഷാശേഷിയും ആന്തരഘടന (deep structure)യും നിലകൊള്ളുന്നത്. അർത്ഥവിചാരത്തിലും മനോഭാഷാവിജ്ഞാനീയത്തിലും വിപ്ലവകരമായ വികാസത്തിന് ചോംസ്കിയുടെ വാക്യവിചാരപരമായ ആശയങ്ങൾ കാരണമായിത്തീർന്നു.

നാലുവയസ്സ് പ്രായമാകുമ്പോഴേക്കും മനുഷ്യശിശു താൻ ജനിച്ചുവളർന്ന സമൂഹത്തിൽ നിലനിൽക്കുന്ന ഭാഷ പ്രത്യേകപഠനമൊന്നും കൂടാതെതന്നെ സ്വാംശീകരിച്ച് സമർത്ഥമായി കൈകാര്യംചെയ്യാൻ തുടങ്ങുന്നുണ്ട്. ചുറ്റുപാടു നിന്ന് കേൾക്കാനിടയാകുന്ന ഭാഷ അനുകരിച്ച് ആവർത്തിച്ച് തത്ത പഠിക്കുന്നതുപോലെ മനഃപാഠമാക്കി ഉരുവിടുകയല്ല ശിശു ചെയ്യുന്നത്. കേട്ടറിയുന്ന ഭാഷയുടെ നിയമങ്ങളെ സ്വായത്തമാക്കി അതിന്റെ അടിസ്ഥാനത്തിൽ ശബ്ദങ്ങളെ പ്രയോഗിക്കുകയാണ്. മനോഭാഷാപഠനവുമായി ബന്ധപ്പെട്ട് നടന്നിട്ടുള്ള ശിശുഭാഷാപഠനങ്ങൾ ഇക്കാര്യങ്ങൾ ആവർത്തിച്ച് തെളിയിച്ചിട്ടുള്ളതാണ്. ഈ അറിവുകൾ വെച്ചുകൊണ്ട് ചോംസ്കി, ഭാഷ സ്വായത്തമാക്കാനുള്ള ഭാഷാസ്വാംശീകരണസംവിധാന(language aquistition device)വുമായാണ് ശിശു ജനിക്കുന്നത് എന്ന നിഗമനത്തിലാണ് എത്തിച്ചേർന്നത്.

ഭാഷ മനുഷ്യസഹജമാണ് എന്നിടത്തോളം എത്തുന്ന ഈ ചിന്ത ഭാഷയുടെ സാമൂഹികാടിസ്ഥാനത്തെ നിരാകരിക്കുന്ന ഒന്നല്ല. ഭാഷയുടെ ചരിത്രപരതയോ സാമൂഹികാടിസ്ഥാനത്തെയോ നിഷേധിക്കുന്ന ഒന്നല്ല ചോംസ്കിയുടെയും അദ്ദേഹത്തെ പിൻപറ്റുന്നവരുടെയും സിദ്ധാന്തങ്ങൾ. വസ്തുലോകത്തെ അമൂർത്തീകരിച്ച് സംപ്രത്യയങ്ങൾ രൂപീകരിക്കുവാനും അവയെ ശബ്ദബിംബങ്ങളോടിണക്കി ചിഹ്നീകരിക്കാനും ഘടനാത്മകമായി കൊരുത്തുകൊണ്ട് ആന്തരികവത്കരിച്ച ആശയലോകത്തെ പ്രകാശിപ്പിക്കാനുമുള്ള കഴിവിനെയും ചുറ്റുപാടുമുള്ള ഭാഷാനുഭവങ്ങളെ ഏറ്റെടുക്കാനുള്ള കഴിവിനെയും എടുത്തുകാട്ടുന്നതിലൂടെ അവർ മനുഷ്യബുദ്ധിയുടെ സവിശേഷമായ നിലയെ യുക്തസഹമായി ഉയർത്തിക്കാട്ടുകയാണ് ചെയ്യുന്നത്. മനുഷ്യന്റെ ജന്മസിദ്ധമായ തലച്ചോറ്, അഥവാ നാഡീവ്യൂഹം ഭാഷയെന്ന പ്രതിഭാസത്തെ ഉല്പാദിപ്പിക്കാനും സ്വീകരിക്കാനും സജ്ജമാണ് എന്ന വസ്തുതയാണ് ചോംസ്കിയും കൂട്ടരും വെളിവാക്കുന്നത്.

ഭാഷാസ്വാംശീകരണത്തിന്, ഒരുപക്ഷേ ഭാഷ സൃഷ്ടിക്കുന്നതിനുള്ള സിദ്ധിയുമായിട്ടാണ് മനുഷ്യൻ പിറവിയെടുക്കുന്നതുതന്നെ. എങ്കിലും ഒരു സാമൂഹികപരിസരത്തിലേ അത് വിടരുന്നുള്ളൂ. രണ്ടാമതൊരു വ്യക്തിയുടെയെങ്കിലും സാന്നിധ്യം ഭാഷാശേഷിയുടെ പ്രകാശനത്തിന്

ആവശ്യമാണ് എന്നർത്ഥം. ഭാഷയുടെ സാമൂഹികസ്വഭാവത്തെയാണ് ഈ വസ്തുത വെളിപ്പെടുത്തുന്നത്. മനുഷ്യന്റെ സാമൂഹികസ്വഭാവമാണ് ഭാഷയുടെ അടിസ്ഥാനം എന്നും പറയാം. മനുഷ്യന് ജന്മസിദ്ധമായ ഈ സാമൂഹികത ഭാഷാപരമാണ് എന്നുകരുതാം. അത് മനുഷ്യമസ്തിഷ്ക ത്തിന്റെ ഭാഗമായിരിക്കുന്നു. ചോംസ്കി മിക്കവാറും ഘടനാപരമായി മനസ്സിലാക്കുന്ന ഈ മാനസസന്നാഹത്തിന്റെ ബാഹ്യവത്കരണവും വിടർച്ചയുമാണ് ഭാഷയിലൂടെ സംഭവിക്കുന്നത്. ഇങ്ങനെ മൌലികമായി ഭാഷാവരമുള്ള ഒരു വ്യക്തിക്ക് രണ്ടാമതൊരു വ്യക്തിയിലൂടെ സാമൂ ഹികസാന്നിധ്യം ഉണ്ടെന്നുവന്നാൽ, മിക്കവാറും ശാബ്ദികചിഹ്നവ്യവ സ്ഥയായിത്തന്നെ ഒരു ആശയവിനിമയരീതി സൃഷ്ടിക്കപ്പെട്ടുമെന്നു കരുതുന്നതിൽ തെറ്റില്ല. അത് വികസിതമായ ഒരു ഭാഷയാകാൻ ഇടയില്ലെങ്കിലും ഭാഷ എന്നു വിളിക്കപ്പെടാൻ യോഗ്യമായ ചെറു ചിഹ്നവ്യവസ്ഥയായിരിക്കുമെന്നും അനുമാനിക്കുന്നതിൽ ന്യായമുണ്ട്.

നിരവധി മനുഷ്യർ കണ്ണിചേർന്ന സാമൂഹികജീവിതങ്ങളുടെ നിരവധി തലമുറകളിലൂടെയുള്ള വികാസത്തോടൊപ്പം പെരുകിവിക സിതമായ ഭാഷകളെയാണ് നാം ഇന്നുകാണുന്നത്. അത്തരം ഭാഷകൾ പ്രയോഗത്തിലുള്ള സമൂഹത്തിലേക്കാണ് ഇന്ന് ശിശു പിറന്നുവീഴുന്നത്. അതുകൊണ്ടുതന്നെ ശിശുവിന് പുതുതായി ഒരു ഭാഷ സൃഷ്ടിച്ചെടു ക്കേണ്ടിവരുന്നില്ല. ആദിമനുഷ്യൻ തൊട്ടിങ്ങോട്ടുള്ളവർ ആർജ്ജിച്ച് കൈമാറി സമ്പന്നമാക്കിയ ഭാഷാസമ്പാദ്യത്തിന്റെ അവകാശി യായാണ് അയാളുടെ വരവ്. ഒരു വലിയ ഭാഷാസാമ്രാജ്യം തന്നെ അതിവേഗത്തിൽ മനുഷ്യന്റെ വരുതിയിലാകുന്നു. (നേരെ തിരിച്ച്, ശിശു ചുറ്റുപാടുമുള്ള ഭാഷയുടെ വരുതിയിലാവുന്നു എന്നും പറയാവുന്നതാണ്). സമൂഹത്തിന്റെ ആർജ്ജിതസംസ്കാരത്തെ ഏറ്റുവാങ്ങുന്ന പ്രക്രിയ യാണ് ശിശുഭാഷാരൂപീകരണത്തിൽ സംഭവിക്കുന്നത്. ചുരുക്കത്തിൽ വ്യക്തിയുടെ സാമൂഹീകരണത്തിന്റെ പ്രധാനഭാഗമാണ് ഭാഷാർജ്ജന ത്തിൽ അന്തർഭവിക്കുന്നത് എന്നു വരുന്നു. ശിശു ഭാഷയോട് ചേർന്ന് സമുദായാംഗമായി മാറുന്ന പ്രക്രിയയാണിത്.

ശിശു ചുറ്റുപാടുമുള്ള സംസാരിക്കുന്ന ഭാഷയുടെ നിയമങ്ങൾ സ്വാ യത്തമാക്കുന്നതിലൂടെ വ്യാകരണസാധുതയുള്ള ഭാഷണശകലങ്ങൾ ഉല്പാദിപ്പിക്കുന്നതിനും മനസ്സിലാക്കുന്നതിനുമുള്ള കഴിവ് നേടുന്നു. എന്നാൽ, ഇതുകൊണ്ടുമാത്രം ഔചിത്യപൂർണ്ണമായ ഭാഷാപ്രയോഗം സാധ്യമാകില്ല. സന്ദർഭത്തിന് അനുയോജ്യമായതെന്ന് സമൂഹം അംഗീകരിക്കുന്ന ഭാഷണരീതികൾ മാത്രമേ, വ്യാകരണസാധുവാണെ ങ്കിൽക്കൂടി, സ്വീകാര്യമാവൂ. വാക്കും വാക്യനിർമ്മാണവും മാത്രം പോര.

അതിനപ്പുറത്ത് കുറേ കാര്യങ്ങൾ കൂടി ഭാഷാപ്രയോഗത്തിനു മുന്നുപാധിയായി ഭാഷകൻ അറിഞ്ഞിരിക്കേണ്ടതുണ്ട് എന്നാണ് ഇതിനർത്ഥം. സന്ദർഭം, സാഹചര്യം, വിഷയം, ശ്രോതാവ്, വാക്കുകളെയും ഭാഷണരീതിഭേദങ്ങളെയും കുറിച്ച് സമൂഹം പങ്കിടുന്ന ധാരണകൾ -ഇതെല്ലാം ഭാഷാപ്രയോഗത്തെ നിയന്ത്രിക്കുന്നുണ്ട്. ഭാഷകർ അത്തരം കാര്യങ്ങൾ കൂടി സ്വാംശീകരിക്കുന്നുണ്ട്, അഥവാ സ്വാംശീകരിക്കേണ്ടതുണ്ട്.

ഭാഷണത്തിൽ ദീക്ഷിക്കേണ്ട ഈവക കാര്യങ്ങൾ സാമൂഹികവും സാംസ്കാരികവുമായ സവിശേഷതകളുമായി ബന്ധപ്പെട്ടതാണ്. സാധാരണഗതിയിൽ ഭാഷ സ്വാശീകരിക്കുന്നതോടൊപ്പം ശിശു ഇത്തരം കാര്യങ്ങൾ സ്വായത്തമാക്കുന്നുണ്ട്. സൂക്ഷ്മമായ അർത്ഥത്തിൽ ഭാഷയുടെ അവിഭാജ്യമായ അംശങ്ങളാണിവ. ഭാഷയുടെ സാമൂഹിക വ്യാകരണമാണിത്. എന്നിരിക്കെ, സാമ്പ്രദായികഭാഷാപഠനങ്ങളിൽ ഇവ പരിഗണിക്കപ്പെടുന്നില്ല.

ഭാഷയെ സ്വാഭാവികപരിസരത്തുനിന്നു വേർപെടുത്തി, അതിന്റെ ഘടനയെ സംബന്ധിച്ച ആലോചനകളിൽ ഏർപ്പെടുകയാണ് ഭാഷാശാസ്ത്രം ചെയ്യുന്നത്. സപീറും മലിനോവ്സ്കിയും ചൂണ്ടിക്കാണിച്ച ഭാഷാശാസ്ത്രത്തിന്റെ ഈ പരിമിതി പിൽക്കാലത്ത് ആവർത്തിച്ച് വിമർശിക്കപ്പെട്ടിട്ടുണ്ട്. ഭാഷാശാസ്ത്രജ്ഞന്മാർ ഭാഷ പ്രവർത്തനക്ഷമമാകുന്ന സാമൂഹികവും സാംസ്കാരികവുമായ മൂർത്തസാഹചര്യത്തെപ്പറ്റി നിശ്ശബ്ദത പാലിക്കുകയാണ് ചെയ്യുന്നതെന്ന് ഫെർഗുസൻ 1960-ൽ എഴുതിയ 'ഡയഗ്ലോസിയ' എന്ന പ്രബന്ധത്തിൽ (Hymes 1964) വിമർശിക്കുന്നു. ഘടനയിൽ ശ്രദ്ധയൂന്നുന്ന പഠനരീതി ഭാഷയുടെ സാമൂഹികയാഥാർത്ഥ്യത്തെ, അതായത്, ആളുകൾ സംസാരിക്കുയും മറ്റുള്ളവരുടെ സംസാരത്തോട് പ്രതികരിക്കുകയും ചെയ്യുന്നത് സാമൂഹികബന്ധങ്ങളിൽ ഉരുത്തിരിയുന്ന മൂർത്തസന്ദർഭങ്ങളിലാണെന്ന വസ്തുതയെ അവഗണിക്കുന്നതിലാണ് എത്തിനില്ക്കുന്നതെന്ന് വ്യക്തമാക്കി ആർ. ഒ. ഹാൾ ജൂനിയർ ഉന്നയിക്കുന്നതും (1965, ഉദ്ധരണം: Pride 1971:2) ഇതേ വിമർശനംതന്നെയാണ്. വാസ്തവത്തിൽ, ഭാഷയുടെ സാമൂഹികസ്വഭാവത്തിലേക്ക് ഭാഷാപഠിതാക്കളുടെ ശ്രദ്ധക്ഷണിക്കുകയാണ് ഇവർ ചെയ്യുന്നത്.

ആശയവിനിമയമെന്ന മൗലികധർമ്മത്തെ മുൻനിറുത്തി ഭാഷ മനുഷ്യജാതിയുടെ സാമൂഹികജീവിതസ്വഭാവത്തിന്റെ പ്രത്യക്ഷീകരണമാണെന്നു പറഞ്ഞു. ഭാഷയിലെ സാമൂഹികജീവിതബന്ധങ്ങളുടെ പ്രതിഫലനസ്വഭാവം നിരീക്ഷിക്കുന്നത് ഇതിനു കൂടുതൽ സ്പഷ്ടത നൽകും. ഭാഷ അതുപ്രയോഗിക്കുന്ന സമൂഹത്തിന്റെ പ്രത്യേകതകളെ

പ്രത്യക്ഷപ്പെടുത്തുന്നു: സമൂഹവിഭാഗങ്ങളുടെ മൂല്യധാരണകൾ, വിശ്വാസങ്ങൾ, ആചാരങ്ങൾ, അനുഷ്ഠാനങ്ങൾ, അധികാരബന്ധങ്ങൾ, ശ്രേണിപരമായ സ്വഭാവം, പരിണാമങ്ങൾ, മനോഭാവം എന്നിവയൊക്കെ ഭാഷയിൽ മുദ്രിതമാകുന്നുണ്ട്. ചാർച്ചപ്പേരുകൾ, സംബോധനാരൂപങ്ങൾ, പര്യായോക്തി (euphemism), ഇരട്ടമൊഴി (diaglossia), മൊഴിമാറ്റൽ (code switching), ലിംഗസങ്കല്പനം, വിലക്കുകൾ തുടങ്ങിയവ സമൂഹത്തിന്റെ സാംസ്കാരികസവിശേഷതകളുടെ പ്രതിഫലനം കൂടി ഉൾക്കൊള്ളുന്നുണ്ട്. ഭാഷാപ്രയോഗത്തിന്റെ സവിശേഷതയിൽനിന്ന് വക്താവിന്റെയും ശ്രോതാവിന്റെയും സാമൂഹികസ്ഥാനം, ആധികാരികത, അധികാരം, രാഷ്ട്രീയം, വിശ്വാസം, കാഴ്ചപ്പാട് തുടങ്ങി അവരുടെ ഭാഷാമനോഭാവം വരെയുള്ള കാര്യങ്ങൾ നിരീക്ഷിക്കാവുന്നിടത്തോളം ഈ മുദ്രണം പ്രകടമാകുന്നു. ഭാഷാപ്രയോഗത്തിൽ സമ്മേളിച്ചിട്ടുള്ള ഇത്തരം സാമൂഹികാടിസ്ഥാനങ്ങളെ പരിഗണിച്ചുകൊണ്ട് പഠിക്കുമ്പോൾ മാത്രമേ ഭാഷയുടെ യാഥാർത്ഥ്യം വേണ്ടവിധത്തിൽ സ്പഷ്ടമാകുകയുള്ളൂ. സാമൂഹികഭാഷാശാസ്ത്രം പ്രധാനമായും ഈ ദൗത്യമാണ് ഏറ്റെടുക്കുന്നത്.

ഭാഷയിലെ വ്യത്യസ്തതകളെ അംഗീകരിച്ചു രേഖപ്പെടുത്തുന്ന ഭാഷാഭേദപഠനത്തെ സാമൂഹികവ്യവഹാരങ്ങളുമായി ബന്ധപ്പെടുത്തി ചലനാത്മകമായ ഒരു ഭാഷാസമീപനം വികസിപ്പിച്ചതിന്റെ ഫലമാണ് സാമൂഹികഭാഷാശാസ്ത്രം. സംസ്കാരത്തിന്റെയും സമൂഹജീവിതപെരുമാറ്റത്തിന്റെയും ഭാഗമെന്ന നിലയിൽ ഭാഷയെ പഠിക്കുകയാണ് അതിന്റെ ഊന്നം. ഭാഷയിലൂടെ പ്രകാശനം നേടുന്നത് മനുഷ്യന്റെ സാമൂഹികമായ അസ്തിത്വമാണ് എന്ന തത്വത്തിലാണ് അതിന്റെ അധിഷ്ഠാനം.

ഭാഷയെ അതുപ്രയോഗിക്കുന്ന സമൂഹവുമായിച്ചേർത്ത് ആലോചിക്കുവാൻ തുടങ്ങിയത് ഭാഷാശാസ്ത്രജ്ഞന്മാരല്ല എന്ന കാര്യം കൗതുകകരമാണ്. നരവംശശാസ്ത്രജ്ഞന്മാരാണ് ഈ പഠനരീതിക്കു നിദാനമായ നിരീക്ഷണങ്ങൾ ആദ്യം നടത്തിയത്. പത്തൊമ്പതാം നൂറ്റാണ്ടിന്റെ ആദ്യപകുതിയിൽത്തന്നെ നരവംശപഠനത്തിന്റെ ഭാഗമെന്ന നിലയിൽ ഭാഷാപഠനം നടത്തുന്ന രീതി വളർന്നുവന്നിരുന്നു. നരവംശങ്ങളുടെ വിന്യസനവും ഭാഷകളുടെ വിന്യസനവും തമ്മിൽ ചില പൊരുത്തങ്ങൾ ഉള്ളതായി കണ്ടതിനെത്തുടർന്ന് വംശപഠനങ്ങളിൽ ഒരു തെളിവായി ഭാഷയെ പരിഗണിക്കാമെന്ന് അവർ ചിന്തിച്ചു. വംശം, ഭാഷ എന്നിവ തമ്മിൽ കൃത്യവും നിത്യവുമായ ബന്ധമാണുള്ളത് എന്നു കരുതിയവർപോലും ഇക്കൂട്ടത്തിൽ ഉണ്ടായിരുന്നു. മാക്സ്മുള്ളർക്ക് ആദ്യമൊക്കെ ഈ വീക്ഷണമാണ് ഉണ്ടായിരുന്നത്. എന്നാൽ ഈ

സമീപനം ശാസ്ത്രീയമായ ഒന്നല്ല എന്ന് ഇ.ബി. ടെയ്‌ലറും മറ്റും ചൂണ്ടിക്കാട്ടി. വംശമല്ല സമൂഹമാണ് ഭാഷയുടെ കാര്യത്തിൽ പ്രസക്തമാകുന്നത്. മാക്സ്മുള്ളറെപ്പോലുള്ളവർ പിൽക്കാലത്ത് ഈ അഭിപ്രായത്തോട് യോജിച്ചു.

ഏതായാലും, നിലവാരഭാഷ(standard language)യെ മാത്രം പഠനാർഹമെന്നു കാണുന്ന സമീപനത്തെ മറികടക്കാൻ നരവംശവിജ്ഞാനക്കാരുടെ ഭാഷാതാത്പര്യം ഹേതുവായി. സാഹിത്യഭാഷ കൃത്രിമമാണെന്നും ഭാഷയുടെ യാഥാർത്ഥ്യവും സർഗ്ഗാത്മകമായ ചൈതന്യവും ഭാഷാഭേദങ്ങളിലാണ് കുടികൊള്ളുന്നത് എന്നും മാക്സ്മുള്ളർ പ്രസ്താവിച്ചത് (1861 :47) ഭാഷാസമീപനത്തിലുണ്ടായ ഈ മാറ്റത്തെ വ്യക്തമാക്കുന്നതാണ് (Milroy 1989:487). നിലവാരഭാഷയ്ക്ക് സാംഗത്യമില്ല, അഥവാ ഉപേക്ഷണീയമാണ് എന്ന മട്ടിൽ ഈ പ്രസ്താവത്തെ മനസ്സിലാക്കരുത്. നിലവാരഭാഷയെന്നപോലെയോ വിശേഷിച്ചോ പഠനാർഹമാണ് ഭാഷാഭേദങ്ങളെന്ന കാര്യമാണ് മുള്ളർ ചൂണ്ടിക്കാണിച്ചത്.

ഒറ്റപ്പെട്ട ദിക്കുകളിലെ മൊഴിഭേദങ്ങൾ ഭാഷയുടെ പ്രാക്തനരൂപങ്ങളെ സംരക്ഷിക്കുന്നുണ്ടാവും എന്നൊരു ധാരണ പത്തൊമ്പാം നൂറ്റാണ്ടിലെ ഭാഷാപഠിതാക്കളിൽ മിക്കവർക്കും ഉണ്ടായിരുന്നു. ഭാഷയുടെ 'ശുദ്ധ'മായ പ്രാചീനരൂപത്തെ പുനഃസൃഷ്ടിക്കാനും ഭാഷയുടെ ആദിമസ്വഭാവം കണ്ടെത്താനും ഇത്തരം മൊഴിഭേദങ്ങളെക്കുറിച്ചുള്ള അന്വേഷണങ്ങൾ വഴി തെളിച്ചേക്കുമെന്ന വിശ്വാസത്താൽ പ്രചോദിതരായ അവരുടെ പഠനങ്ങൾ പ്രാദേശിക ഭാഷാഭേദവിജ്ഞാനം എന്ന ശാഖയുടെ വളർച്ചയ്ക്കു സഹായകമായി. ഭാഷാഭേദസർവ്വേകൾ, ഭാഷാഭേദഭൂപടനിർമ്മിതി, ഭാഷാഭേദ നിഘണ്ടുനിർമ്മാണം തുടങ്ങിയ പ്രവർത്തനങ്ങൾ ഇതിന്റെ ഫലമായുണ്ടായ നേട്ടങ്ങളാണ്. ഭാഷാപഠിതാക്കളുടെ ശ്രദ്ധ പതുക്കെപ്പതുക്കെ സാമൂഹികഭാഷാഭേദങ്ങളിലേക്കും തിരിഞ്ഞു. അതുവഴി സാമൂഹികഭാഷാഭേദവിജ്ഞാനം എന്ന ശാഖയും വളർന്നുവന്നു.

പ്രാദേശികഭാഷാഭേദപഠനം ഒറ്റപ്പെട്ട അവികസിതസമൂഹങ്ങളുടെ ഭാഷകളിലേക്കും നിലവാരം കുറഞ്ഞത് എന്നു കണക്കാക്കപ്പെട്ടിരുന്ന ഭാഷാഭേദങ്ങളിലേക്കുമാണ് പ്രധാനമായും ശ്രദ്ധയൂന്നിയതെങ്കിൽ സാമൂഹികഭാഷാഭേദവിജ്ഞാനം നാഗരികസമൂഹങ്ങളിലെ ഭാഷാപ്രയോഗത്തിൽ പ്രകടമാകുന്ന സങ്കീർണ്ണതകളിലേക്കാണ് ശ്രദ്ധ കേന്ദ്രീകരിച്ചത്. ഭാഷയുടെ ഭൂതകാലത്തെ പുനഃസൃഷ്ടിക്കുക എന്ന ലക്ഷ്യം ഇരു ശാഖകളും ഏറെക്കുറെ ഒരേപോലെ പങ്കുവെച്ചിരുന്നു. എങ്കിലും

അതിനപ്പുറത്തേക്കുള്ള നിരീക്ഷണങ്ങളും പിൽക്കാലത്ത് 1920-കളോട് അടുപ്പിച്ച് ഉണ്ടാകുന്നുണ്ട്. 'എ ഹിസ്റ്ററി ഓഫ് ഇംഗ്ലീഷ്' (1914), 'എ ഹിസ്റ്ററി ഓഫ് മോഡേൺ കൊളോക്യൽ ഇംഗ്ലീഷ്' (1920) എന്നീ കൃതികളുടെ കർത്താവായ എച്ച്. സി. വൈൽഡ് ഭാഷാഭേദശ്രേണീകരണം സാമൂഹികശ്രേണീകരണവുമായി ബന്ധപ്പെട്ടുനിൽക്കുന്നു എന്ന കാര്യം പ്രസ്താവിക്കുന്നുണ്ട്. ചില കോശാംശങ്ങൾ കൃത്യമായി 'ക്ലാസ് മാർക്കേഴ്സ്' ആയി നിൽക്കുന്നുണ്ടെന്ന് അദ്ദേഹം കണ്ടെത്തുകയും ചെയ്തിരുന്നു (Milroy 1989 : 48890).

ഏറെക്കുറെ ഇതേ കാലത്ത് ഭാഷയും സമൂഹവും തമ്മിലുള്ള പാരസ്പര്യത്തെ വ്യത്യസ്തമായ ഒരു വീക്ഷണകോണിലൂടെ നോക്കിക്കാണാൻ ശ്രമിച്ചവരാണ് എഡ്വാർഡ് സപീർ, ബെഞ്ചമിൻ ലീ വോർഫ് എന്നിവർ. ഭാഷയും സംസ്കാരവും തമ്മിലുള്ള ബന്ധത്തെക്കുറിച്ച ഗവേഷണപഠനങ്ങൾ നടത്തിയ സപീർ 1930 കാലത്ത്, ഭാഷ സംസ്കാരത്തെ അതിനിർണ്ണയം ചെയ്യുന്നുവെന്ന നിഗമനത്തിലെത്തിച്ചേർന്നു. മനുഷ്യൻ താൻ പങ്കാളിയായിരിക്കുന്ന സമൂഹത്തിൽ നിലവിലുള്ള ഭാഷയുടെ അധീനത്തിലാണെന്ന് അദ്ദേഹം സിദ്ധാന്തിച്ചു. ഭാഷ അതു സംസാരിക്കുന്നവരുടെ ലോകവീക്ഷണത്തെ നിർണ്ണയിക്കുന്നു എന്നു സാരം. അദ്ദേഹത്തോടൊപ്പം റെഡ് ഇന്ത്യൻ സമൂഹങ്ങളിൽ പഠനം നടത്തിയ വോർഫും ഇതേ സമീപനത്തിലാണ് നിലയുറപ്പിച്ചത്.

സമൂഹത്തിന്റെ സാംസ്കാരികസവിശേഷതകൾ ഭാഷയിൽ പ്രതിഫലിക്കുന്നു എന്നു നിരീക്ഷിച്ച നരവംശശാസ്ത്രപാരമ്പര്യക്കാരായ ഭാഷാപഠിതാക്കളുടെ കാഴ്ചപ്പാടിന് കടകവിരുദ്ധമാണ് സപീറിന്റെയും വോർഫിന്റെയും സമീപനം. ഭാഷ കേവലം ഒരു ഉപാധി എന്നതിൽക്കവിഞ്ഞ് ഭാഷകരുടെ ലോകദർശനത്തെ നിയന്ത്രിക്കുന്ന സജീവഘടകമായാണ് നിലനിൽക്കുന്നതെന്ന ചിന്ത പിൽക്കാലത്ത് പ്രബലമായ ഭാഷാകേന്ദ്രിതദർശനങ്ങളോട് തോളൊത്തുനിൽക്കുന്ന ഒന്നാണ്. അതുകൊണ്ട് തത്വചിന്താപരമായി വലിയ പ്രാധാന്യവും അതിനുണ്ട്. എന്നാൽ, സമൂഹത്തെ പ്രാഥമികമായി പരിഗണിക്കുകയും ഭാഷയെ അതിന്റെ പ്രകാശനമെന്നുകണ്ട് പഠിക്കുകയും ചെയ്യുന്ന സാമൂഹികഭാഷാശാസ്ത്രത്തിന്റെ സമീപനത്തോട് അതിനെ ലളിതമായി വിളക്കിച്ചേർക്കാവുന്നതല്ല.

ആദിമനിവാസികളെക്കുറിച്ചുള്ള വംശവിജ്ഞാനീയപഠനങ്ങളുടെ ഭാഗമായി നടത്തേണ്ട ഭാഷാശാസ്ത്രഗവേഷണത്തിനു മാർഗ്ഗദർശനം നല്കാൻ പര്യാപ്തമായ ഒരു ഭാഷാസിദ്ധാന്തത്തിന്റെ ആവശ്യകതയെക്കുറിച്ച് മലിനോവ്സ്കി 1920 കാലത്തുതന്നെ ചിന്തിച്ചിരുന്നു

(Hymes1964:5). ഭാഷാപഠനം വംശവിജ്ഞാനീയവുമായി ഒത്തൊരുമിച്ചുകൊണ്ടേ പൂർണ്ണത കൈവരിക്കൂ എന്ന് അദ്ദേഹം ഉറച്ചുവിശ്വസിച്ചു (Hymes1971:67). മലിനോവ്സ്കിയുടെ ഇത്തരം ആശയഗതികളെ ബ്രിട്ടീഷ് സാംസ്കാരികനരവംശശാസ്ത്രജ്ഞന്മാർ പൊതുവെ പിന്തുടരുകയുണ്ടായി. ഇതിന്റെ ഫലമായി ഭാഷ മറ്റു സാമൂഹികപ്രവർത്തനെങ്ങളെപ്പോലെയുള്ള ഒന്നായി പരിഗണിക്കപ്പെട്ടു. പൂർവ്വനിശ്ചിതമായ ആശയത്തോടുകൂടിയ ശബ്ദങ്ങളെ അങ്ങനെത്തന്നെയെടുത്ത് ഉപയോഗിക്കുകയാണ് ഭാഷാപ്രയോഗത്തിൽ സംഭവിക്കുന്നതെന്ന കാഴ്ചപ്പാടിൽനിന്നുള്ള മാറ്റമാണ് ഇവിടെ ശ്രദ്ധേയമായ കാര്യം. തൽസ്ഥാനത്ത്, വക്താവും ശ്രോതാവും പങ്കുചേരുന്ന വിശേഷഭാഷണസാഹചര്യത്തിൽ ശബ്ദങ്ങൾ ആശയം കൈവരിക്കുകയാണ് ചെയ്യുന്നത് എന്ന പുതിയ നിലപാട് പ്രത്യക്ഷപ്പെടുന്നു.

മലിനോവ്സ്കി തുടക്കമിട്ട ഈ വംശീയഭാഷാസമീപനം ഫിർത്തിനെപ്പോലുള്ള ഭാഷാശാസ്ത്രജ്ഞർ ഉയർത്തിപ്പിടിച്ചു. അങ്ങനെ നരവംശവിജ്ഞാനീയത്തിന്റെ തണലിൽ ഭാഷാശാസ്ത്രത്തിന്റെ സാമൂഹികമായ ഈ പുതുവീക്ഷണം വികസിച്ചുവന്നു. ജോൺ ജെ ഗുമ്പേഴ്സ് ഇന്ത്യയിൽ നടത്തിയ പഠനങ്ങൾ, ഡെൽ ഹൈംസ് അമേരിക്കയിൽ നടത്തിയ പഠനങ്ങൾ എന്നിവ ഈ വികാസഘട്ടത്തിലെ ശ്രദ്ധേയമായ ചുവടുവെപ്പുകളാണ്. നരവംശശാസ്ത്രത്തിന്റെ ഭാഗമായി വളർന്നുതുടങ്ങിയ ആദ്യകാലങ്ങളിൽ 'എത്തോഫിലോളജി', 'എത്തോ ലിംഗ്വിസ്റ്റിക്സ്', എത്തോഗ്രാഫി ഓഫ് സ്പീക്കിംഗ്' തുടങ്ങിയ പേരുകളിൽ അറിയപ്പെട്ട ഈ വിജ്ഞാനശാഖ പില്ക്കാലത്ത് 1960-കളോടെയാണ് 'സോഷ്യോ ലിംഗ്വിസ്റ്റിക്സ്' എന്ന പേരിൽ വ്യക്തതയും കൃത്യമായ പഠനരീതികളുള്ളതുമായ ഭാഷാശാസ്ത്രശാഖയായിത്തീർന്നത്.

ഭാഷയും സമൂഹവും തമ്മിലുള്ള പാരസ്പര്യത്തെ വസ്തുനിഷ്ഠമായി അപഗ്രഥിച്ചു പരിശോധിക്കുന്ന വില്യം ലബോവിന്റെ പഠനങ്ങളാണ് പ്രധാനമായും ഈ വളർച്ചയിൽ നിർണ്ണായകമായിത്തീർന്നത്. ന്യൂയോർക്ക് നഗരത്തിൽ വ്യത്യസ്ത സാമൂഹിക-സാമ്പത്തികനിലക്കാരുടെ ഇംഗ്ലീഷ് ഭാഷാപ്രയോഗവൈജാത്യങ്ങളെ വിശകലനം ചെയ്തുകൊണ്ട് അദ്ദേഹം നടത്തിയ പഠനങ്ങൾ സാമൂഹികഭാഷാശാസ്ത്രത്തിന് ശാസ്ത്രീയമായ ഒരു പഠനരീതി ആവിഷ്കരിച്ചുനല്കി. അവയുടെ ചുവടുപിടിച്ചുകൊണ്ട് പീറ്റർ ട്രഡ്ഗിൽ, ബേൺസ്റ്റീൻ, തുടങ്ങിയവർ പഠനങ്ങൾ നടത്തി. ചാൾസ് ഫെർഗുസൻ, വില്യം ബ്രൈറ്റ്, റാൽഫ് ഫസോൾഡ്, എഫ്. സി. സത്വർത്, ജെ. എ. ഫിഷ്മാൻ തുടങ്ങിയവരുടെ പഠന-നിരീക്ഷണങ്ങൾ ഈ പഠനശാഖയുടെ വികാസത്തിൽ വലിയ പങ്കുവഹിക്കുകയും ചെയ്തു.

ഒരു നിശ്ചിത ഭാഷണക്രിയ(speech event)യോ ഒരു ഭാഷണസമൂഹത്തിന്റെ ഭാഷാപരമായ ഏതെങ്കിലും പെരുമാറ്റസവിശേഷതയോ ഒക്കെ സാമൂഹികഭാഷാശാസ്ത്രത്തിന്റെ വിശകലനവിഷയമാകാം. ഭാഷണത്തിന്റെ വൈവിദ്ധ്യത്തിനും പരിണാമത്തിനും നിദാനമായ സാമൂഹികവ്യതിയാനങ്ങളെയും പരിണാമങ്ങളെയും ഭാഷണസമൂഹത്തിന്റെ ഭാഷാമനോഭാവത്തെയും പാരമ്പര്യത്തെയുമെല്ലാം സാമൂഹിക ഭാഷാശാസ്ത്രജ്ഞർ പഠനവിധേയമാക്കുന്നു. ഭാഷണത്തെ സൂക്ഷ്മമായി വിശകലനം ചെയ്ത് അതിലെ വ്യതിയാനങ്ങളിൽ സൂചിതമായിരിക്കുന്ന സാമൂഹികാർത്ഥങ്ങൾ കണ്ടെടുക്കുകയാണ് സാമൂഹികഭാഷാശാസ്ത്രപഠനങ്ങളിൽ ചെയ്യുന്നത്.

വക്താവും ശ്രോതാവും തമ്മിൽ നടക്കുന്ന വാചിക-ആശയവിനിമയത്തെ നിശ്ചിത സാമൂഹികസന്ദർഭവുമായി ചേർത്തുനിർത്തി പരിശോധിച്ച് അതിൽ അന്തർഭവിച്ചിരിക്കുന്ന സാമൂഹികസൂചനകളോട്ടുകൂടിയ വ്യതിരിക്താംശങ്ങളെ കണ്ടെത്തുവാനും അവയ്ക്ക് നിയാമകമായ സാമൂഹിക-മനഃശാസ്ത്ര-ഭാഷാശാസ്ത്രവശങ്ങളിലേക്കു വെളിച്ചംവീശാനുമുള്ള ശ്രമങ്ങളാണ് സാമൂഹികഭാഷാശാസ്ത്രപഠനങ്ങൾ നടത്തിവരുന്നത്. അതിന്റെ ഫലമായി ഭാഷാപഠനം സാമൂഹിക-സാംസ്കാരികപഠനമായി പരിണമിക്കുന്നു. ചലനാത്മകമായ ഈ ഭാഷാസമീപനത്തിന് വിദ്യാഭ്യാസം, ഭാഷാസൂത്രണം തുടങ്ങിയവയുമായി ബന്ധപ്പെട്ട മേഖലകളിൽ പ്രസക്തമായ അറിവുകൾ നല്കാൻ കഴിയുന്നു എന്നതുകൊണ്ട് വലിയ പ്രാധാന്യമാണ് കല്പിക്കപ്പെടുന്നത്.

ഏകഭാഷാസമൂഹങ്ങളെ അപേക്ഷിച്ച് ബഹുഭാഷാസമൂഹങ്ങളിലാണ് സാമൂഹികഭാഷാശാസ്ത്രപഠനങ്ങൾ ഏറെ പ്രസക്തമാകുന്നത്. ഭാഷയുടെ വൈവിദ്ധ്യത്തെയും സൌന്ദര്യത്തെയും അധികാരപരതയെയുമൊക്കെ ശ്രദ്ധിക്കുന്ന വിമർശാത്മക(ക്രിട്ടിക്കൽ)മായ അന്വേഷണങ്ങളിലേക്കുള്ള കവാടമാണ് സാമൂഹികഭാഷാശാസ്ത്രം തുറന്നിട്ടതെന്ന് ഈ മേഖലയിലുണ്ടായ പഠനങ്ങളെ മുൻനിറുത്തി വിലയിരുത്താൻ കഴിയും.

റഫറൻസ്:

Bright, William (Ed) 1971 *Sociolinguistics* Paris : Mouton and Co. Crystal.

David 1980 *A First Dictonary of Linguistics and Phonetics* London: Andre Deutsch. Fishman, Joshua A. (Ed) 1970 *Readings in Sociolingustics* Paris : Mouton and Co.

... ... 1977 *Languange, Enthnicity and Communications* London : Academic Press.

Gumperz, John J 1964 ‘Linguistic and Social Interactions in Two Communities’, in John J. Gumperz and Dell Hymes (Eds) *The Ethnography of Communications,* Manesha : American Anthropological Accociation.

... ... 1968 ‘The Speech Community’, in Pier Paolo Giglioli (Ed) *Language and Social Context,* London: Penguin Books.

Hymes, Dell 1964 *Language in Culture and Society - A Reader in Linguistics and Anthropology* Harper and Row Publishers INC.

... ... 1971 ‘Sociolinguistics and Ethnography of Speaking’, in Edwin Ardner (Ed.)*Social Anthropology and*

Language London : Tavistock Publications.

Jesperson, Otto 1922 *Language - Its Nature, Development and Origin* Lonn : Allen and Unwin.

Labove, William 1966 *The Social Stratification of Enghlish in New York City* Washington : C A L.

Milroy, James and Lesley Milroy 1989 Langauage in Society: Socilinguistics in N.E. Collinge (Ed) *An Encyclopedia of Lanaguage,* London and New Yourk : Routledge.

Mohanlal, Sam 1982 *Convergence and Language Shift in a Lingusitic Minority A Case Study of Tamils in Banglore City* Mysore: C I I L.

Muller, F Max 1861 *Lectures on the Sciences of Language* (First series, London.

Murphy, Robert F 1989 *Cultural and Social Psychology : An Overture* New Jersy : Pretice Hall.

Pride, J B 1971 *The Social Meaning of Language* London: Oxford University Press.

Spir, Edward 1949 *Selected Writings of Edward Sapir þ Language, Culture and Personality* D.G Mandelbaum (Ed.) Breakely Loss Angeles : University of California Press.

South worth, Franklin C. 1980 Functional Aspects of Bilingualism *I.J.D.L* Vol ix, No 1 Jannary 1980.

Sturtevant, E. H. 1973 *Linguistic Change.* Chicago : The University of Chicago Press.

Weinreich, Uriel 1974 *Languages in Contact- Findings and Problems* Paris: Mouton and Co.

(കേരളസാഹിത്യഅക്കാദമിയുടെ പ്രസിദ്ധീകരണമായ *സാഹിത്യലോകത്തിൽ* 1995ലെ 19,6 ലക്കത്തിൽ വന്ന ലേഖനം. *വാക്കിന്റെ സാമൂഹികശാസ്ത്രം* എന്ന ഗവേഷണകൃതിയുടെ ആമുഖലേഖനമായും ഇത് ചേർത്തിട്ടുണ്ട്)

ഭാഷാശാസ്ത്രം വ്യാകരണത്തെ നോക്കുമ്പോൾ

കേരളപാണിനീയത്തെ, അല്ലെങ്കിൽ *മലയാഴ്മയുടെ വ്യാകരണ*ത്തെ, അതുമല്ലെങ്കിൽ മറ്റേതെങ്കിലും വ്യാകരണകൃതിയെ ഭാഷാശാസ്ത്രപരമായി വായിക്കുന്നത് വ്യാകരണസെമിനാറുകളിലും ഭാഷാശാസ്ത്രസെമിനാറുകളിലും സാധാരണമാണ്. തിരിച്ച് കണ്ടിട്ടില്ല; ഭാഷാശാസ്ത്രത്തെ വ്യാകരണദൃഷ്ടിയിൽ പരിശോധിക്കാൻ ആരും തുനിഞ്ഞുകാണുന്നില്ല. എന്തായാലും വ്യാകരണവും ഭാഷാശാസ്ത്രവും രണ്ടു പഠനമേഖലകളാണ് എന്ന പൂർവ്വധാരണയുണ്ട് ഇപ്പറഞ്ഞ വായനാപരിപാടികളിൽ. രണ്ടു വ്യത്യസ്തവിഷയങ്ങൾ എന്ന പ്രതീതി സൃഷ്ടിക്കുന്ന നമ്മുടെ ബോധനപരിപാടികൾ അതിന് അടിത്തറയൊരുക്കുന്നതുമാണ്. അതേസമയം, അവയെ വ്യാവർത്തിപ്പിച്ച് മനസ്സിലാക്കാനുള്ള ശ്രമങ്ങൾ അത്രയൊന്നും വ്യക്തത കൈവരിച്ചുകാണുന്നുമില്ല. ഒന്നു പഴയ സമ്പ്രദായമാണ്, അതുകൊണ്ടുതന്നെ അശ്ശാസ്ത്രീയവും! ഇത്തരം ഫോക് ധാരണകളാണ് പൊതുവിൽ പ്രവർത്തനക്ഷമമായിക്കാണുന്നത്. ഭാഷാശാസ്ത്രം പുതിയതും ശാസ്ത്രീയവുമാണെന്ന ധാരണയിൽ അത് ആകാംക്ഷാപൂർത്തി കൈവരിക്കുന്നു. ഇതു മതിയോ? ഭാഷാശാസ്ത്രത്തിന്റെ വെളിച്ചത്തിൽ വ്യാകരണത്തെ വായിക്കുമ്പോൾ പ്രത്യേകിച്ചും.

വ്യാകരണവും ഭാഷാശാസ്ത്രവും രണ്ടു വിജ്ഞാനധാരകളാണോ, ഇവ രണ്ടു സംഗമിക്കുന്നതിലൂടെ ഉരുത്തിരിയുന്നത് ഇന്റർ ഡിസിപ്ലിനറിയായ പഠനമാണോ, ഇവ രണ്ടു വ്യതിരിക്തവിഷയങ്ങളെങ്കിൽ അതിനെ എങ്ങനെ വ്യാവർത്തിപ്പിക്കാം തുടങ്ങിയ പല ചോദ്യങ്ങൾക്ക് ഉത്തരം തേടാൻ ശ്രമിച്ചുനോക്കേണ്ടതില്ലേ? ഭാഷാശാസ്ത്രപരമായി വ്യാകരണത്തെ നോക്കിക്കാണണമെങ്കിൽ അവ വേറിട്ട രണ്ടു

വിചിന്തനധാരകളായിരിക്കുമല്ലോ. അങ്ങനെ വേറിട്ടുന്നുണ്ടെങ്കിൽ ആ വേർതിരിവ് എന്താണെന്നു കാണേണ്ടതുണ്ട്, ഭാഷാപഠനോത്സുകരായ ആളുകളെങ്കിലും. ഭാഷാവിദ്യാർത്ഥികളുടെ പഠനത്തിലെങ്കിലും വലിയ പ്രാധാന്യത്തോടെയും തെളിച്ചത്തോടെയും സമീപിക്കേണ്ട ഒന്നാണ് ഭാഷയെ സംബന്ധിച്ച് ഉണ്ടായിട്ടുള്ള ഈ വിജ്ഞാനധാരകൾ. ഭാഷയെന്നാൽ ആശയവിനിമയോപാധി എന്ന ലളിതമായ മനസ്സിലാക്കലിനപ്പുറത്ത് ഭാഷ എന്ന നമ്മുടെ അടിസ്ഥാനപഠനവിഭവത്തെ അടുത്തറിയാനുള്ള വഴികളായി ഈ മേഖലകളിലുള്ള പരിശീലനം മാറിത്തീരേണ്ടതുണ്ട്.

ഭാഷാപഠനത്തിൽ സാഹിത്യജനുസ്സുകളെക്കുറിച്ചുള്ള സാമാന്യപരിചയം ലഭിക്കുന്നതിനപ്പുറത്ത്, ഭാഷ എന്ന പ്രതിഭാസത്തെക്കുറിച്ച് കാര്യമായ ധാരണയുണ്ടാകേണ്ടതില്ല എന്ന അയഞ്ഞ സമീപനമാണ് സമീപകാലത്ത് പൊതുവിൽ കണ്ടുവരുന്നത്. വ്യാകരണപഠനത്തിന്റെയും ഭാഷാപഠനത്തിന്റെയും ഭാഗമായി *കേരളപാണിനീയ*ത്തിലും *ലീലാതിലക*ത്തിലും മറ്റുമായി ആവിഷ്കരിക്കപ്പെട്ടിരിക്കുന്ന കുറച്ചുകാര്യങ്ങളെ വ്യാകരണം എന്ന പേരിലും, പ്രഭാകരവാര്യരുടെയും പ്രബോധചന്ദ്രൻനായരുടെയും വേണുഗോപാലപ്പണിക്കരുടെയും ആൻഡ്രൂസുകുട്ടിയുടെയും മറ്റും പരിചായകകൃതികളെ ആശ്രയിച്ച് ചില സങ്കല്പനങ്ങളെ ഭാഷാശാസ്ത്രമെന്ന പേരിലും പരിചയപ്പെടുവാൻ മാത്രമേ കഴിയുന്നുള്ളൂ. മുമ്പു സൂചിപ്പിച്ചതുപോലെ, വ്യാകരണം ഭാഷാനിയമപരിപാലനജാഗ്രത പുലർത്തുന്ന ഒരു പഴയ സമീപനമാണെന്നും ഭാഷാശാസ്ത്രം ഭാഷയുടെ ആധുനികവും ഉദാരവും വസ്തുനിഷ്ഠവുമായ പഠനമാണെന്നും പഠിപ്പിച്ചെടുക്കാനേ പൊതുവിൽ നമ്മുടെ കലാശാലാതലത്തിലുള്ള ഭാഷാപഠനം സഹായകമാകുന്നുള്ളൂ. മലയാളഭാഷാ-സാഹിത്യവിദ്യാർത്ഥികളുടെ മനസ്സിലാക്കലുകളെ കണക്കിലെടുത്താണ് ഇങ്ങനെ പറയുന്നത്. വ്യാകരണം ഒരു രാജാധിപത്യവ്യവഹാരമാണ്, ഭാഷാശാസ്ത്രം ഒരു ജനാധിപത്യവ്യവഹാരവും എന്നു പ്രസ്താവിക്കുന്നിടത്തോളമൊക്കെ വിമർശനാത്മകവിചിന്തനം മുന്നേറാറുണ്ട്. എന്നാൽ എന്താണ് അതിന്റെ വിവക്ഷ എന്നു സ്പഷ്ടമാകാത്ത ഒരു നിലയിലാണ് നമ്മുടെ ഈ മേഖലകളിലുള്ള പഠനം ഭാഷാവിദ്യാർത്ഥികളിൽ സമർത്ഥരായ ആളുകളെപ്പോലും കൊണ്ടുചെന്നെത്തിക്കുന്നത്. ഭാഷയിലെ അധികാരത്തെക്കുറിച്ച് ജാഗ്രത നടിക്കുമ്പോഴും വ്യാകരണവും ഭാഷാശാസ്ത്രവും തമ്മിലുള്ള അധികാരപരമായ ശ്രേണീകല്പനയെ ഒരു കൗതുകത്തിനുവേണ്ടിപ്പോലും നാം പരിശോധനാവിഷയമാക്കുന്നില്ല, പ്രശ്നവൽക്കരിക്കുന്നുമില്ല.

വ്യാകരണത്തെയും ഭാഷാശാസ്ത്രത്തെയും രണ്ടു സംജ്ഞകളെന്ന നിലയിൽ സാദ്ധ്യമാക്കുന്ന വിഷയഭിന്നതയെയെങ്കിലും മനസ്സിലാക്കാൻ ഈ മേഖലയിൽ ശ്രദ്ധ പതിച്ചുപോരുന്നവർ ശ്രമിക്കേണ്ടതില്ലേ? അത്തരമൊരു സൂക്ഷ്മവിവേചനത്തിലാണ് ഭാഷാശാസ്ത്രപഠനം തുടങ്ങേണ്ടതുതന്നെയെന്നു തോന്നുന്നു. ഈ രണ്ടു സമീപനങ്ങളിലെ പഠനവിഷയം, പഠനരീതികാര്യങ്ങളിലെ വ്യതിരിക്തത എന്നിവയെക്കുറിച്ച് അന്വേഷിച്ചും വിലയിരുത്തിയും കൊണ്ടല്ലാതെ ഇതു സംബന്ധിച്ച് വ്യക്തത കൈവരുത്താൻ കഴിയില്ല. മലയാളവ്യാകരണ-ഭാഷാശാസ്ത്ര സംവാദങ്ങളിൽ പങ്കുചേരാവുന്ന മട്ടിൽ പഠിതാക്കൾ സജ്ജരാകുന്നതിന് ഇങ്ങനെയൊരു ഊന്നൽ, അഥവാ സൂക്ഷ്മവിവേചനത്തോടെയുള്ള ശ്രദ്ധ ഈ വിഷയങ്ങളുടെ ബോധനത്തിൽത്തന്നെ രൂപപ്പെട്ടുത്തേണ്ടതുണ്ട്. വ്യാകരണമെന്തെന്നും ഭാഷാശാസ്ത്രമെന്തെന്നും മാത്രമല്ല, വ്യാകരണവും ഭാഷാശാസ്ത്രവും തമ്മിലെന്ത് എന്നും ഗ്രഹിക്കാൻ സാധിക്കണം. എങ്കിൽ മാത്രമേ വ്യാകരണത്തെ ഭാഷാശാസ്ത്രപരമായി വിലയിരുത്തുന്നു എന്നൊക്കെ ഉപരിവിചാരപരമായി പറയുന്നതിൽ കഴമ്പും കാര്യവുമുണ്ടാകൂ.

വ്യാകരണത്തിന്റെയും ഭാഷാശാസ്ത്രത്തിന്റെയും പ്രയോഗങ്ങൾ എന്താണെന്നു നോക്കിയാൽ ഈ രണ്ടു സംജ്ഞകൾ ഊന്നലുകളിൽ ഭിന്നിക്കുമ്പോഴും ഭാഷാപഗ്രഥനമെന്ന വിപുലമായ അർത്ഥത്തിൽ സമാനാർത്ഥകങ്ങളായി പ്രവർത്തിക്കാൻ കെല്പുള്ളവയാണെന്നു കാണാം. ഭാഷാശാസ്ത്രത്തിന്റെ ചരിത്രം പറയുമ്പോൾ വ്യാകരണം സ്വാഭാവികമായി കടന്നുവരാറുണ്ട്. ഭാഷാശാസ്ത്രത്തിന്റെ തുടക്കഭാഗമായി വ്യാകരണത്തെ കാണാമെന്നർത്ഥം. ഇങ്ങനെ ചരിത്രം നോക്കുമ്പോൾ മാത്രമല്ല വ്യാകരണത്തെ ഭാഷാശാസ്ത്രത്തിന്റെ ഒരു ഉപവിഭാഗമായി കാണാറുള്ളത്. ഭാഷാപഠനം എന്ന വിശാലവിവക്ഷയിൽ ഭാഷശാസ്ത്രമെന്ന് ഉപയോഗിക്കുകയും അതിന്റെ ഭാഗമായി വ്യാകരണത്തെ കല്പിക്കുകയും ചെയ്യുക സാധാരണമാണ്. *വ്യാകരണപഠനങ്ങൾ* എന്ന രാമചന്ദ്രപൈയുടെ പുസ്തകത്തിൽ 'ഭാഷണാംശങ്ങളുടെ രൂപവിശേഷങ്ങൾ അപഗ്രഥിച്ച് ഇന്നിന്ന അർത്ഥങ്ങളിൽ ഇന്നിന്ന രൂപങ്ങൾ വരുമെന്നു വിവരിച്ചുതരുന്ന ഭാഷാശാസ്ത്രവിഭാഗമാണ് വ്യാകരണം' എന്ന പ്രസ്താവം ഉദാഹരണം. തൊട്ടുപിന്നാലെ, 'പ്രചാരത്തിലിരിക്കുന്ന പ്രയോഗങ്ങളുടെ വിവരണമാണ് വ്യാകരണം' എന്നു പറയുമ്പോൾ വിവരണാത്മകഭാഷാശാസ്ത്രത്തിന് പൊതുവിൽ പറയാറുള്ള വിവക്ഷകളുമായി വ്യാകരണസങ്കല്പം സാമരസപ്പെടുന്നതും കാണാം.

വ്യാകരണം എന്ന സംജ്ഞയുമായി ചരിത്രപരമായി താരതമ്യപ്പെടുത്തിയാൽ ഭാഷാശാസ്ത്രം നവീനമായ ഒന്നാണ്. എന്നാൽ, ഭാഷാശാസ്ത്രം എന്ന സംജ്ഞ ഉപയോഗിച്ച് നാം മനസ്സിലാക്കാറുള്ള ആധുനികകാലത്തെ ഭാഷാപഠനശാഖകളെ കുറിക്കുമ്പോൾ പലപ്പോഴും വ്യാകരണം എന്ന സംജ്ഞയും പ്രയോഗിച്ചുകാണാം. ചരിത്രാത്മകവ്യാകരണം, വിവരണാത്മകവ്യാകരണം, പ്രജനകവ്യാകരണം എന്നൊക്കെയുള്ള പ്രയോഗങ്ങൾ ഓർക്കുക. അങ്ങനെയെങ്കിൽ വ്യാകരണത്തിന്റെ ഉപവിഭാഗമായി ഭാഷാശാസ്ത്രത്തെ സങ്കല്പിക്കാം. ഈ രണ്ടു പഠനധാരകളെ പരസ്പരനിരാസകമായി അതിന്റെ സംജ്ഞാതലത്തിലെങ്കിലും പണ്ഡിതർ സ്വീകരിച്ചിട്ടില്ല എന്നാണ് ഇതിൽനിന്നു മനസ്സിലാക്കാവുന്നത്. ഇങ്ങനെ, പരസ്പരം ഉള്ളടക്കിയും പരസ്പരപൂരകമായും ഒക്കെ കാണുമ്പോൾ പിന്നെങ്ങനെയാണ് ഇവ രണ്ടു ഗണങ്ങളായിക്കണ്ട് അവയിൽ ഒന്ന് മറ്റതിനെ നോക്കുന്നതായി കല്പിക്കുക? അതിലെന്തു യുക്തിയാണുള്ളത്? ഈ സംശയം ദൂരീകരിക്കുന്നതിനും ഈ സംജ്ഞകളെ അടുത്തറിയുന്നതിനും അവയുടെ പ്രയോഗത്തെയും വിഷയമേഖലകളെയും ഊന്നലുകളെയും ചരിത്രാത്മകതയെയും മുൻനിർത്തുന്ന ഒരു അവലോകനം സഹായിച്ചേക്കും.

പ്രാഥമികമായിപ്പറഞ്ഞാൽ, ഇന്ത്യയിലെ വ്യാകരണത്തിനും അതിനു സമാനമായി ഗ്രാമർ എന്നറിയപ്പെടുന്ന യൂറോപ്യൻ ഭാഷാസമീപനത്തിനും വളരെ പ്രാചീനത അവകാശപ്പെടാനുണ്ട്. പരമ്പരാഗതവ്യാകരണം, ട്രഡിഷനൽ ഗ്രാമർ എന്നീ പ്രയോഗങ്ങളിൽ അതു കൂടുതൽ സ്പഷ്ടമായി സൂചിപ്പിക്കപ്പെട്ടിരിക്കുന്നു. പാരമ്പര്യത്തിന്റെ, ട്രഡിഷന്റെ സൂചനകളിൽ പഴക്കം, പ്രാചീനത എന്നിവയുണ്ടല്ലോ. സംസ്കൃതഭാഷയെ അപഗ്രഥിക്കുന്ന ഇന്ത്യൻ വാക്യാപഗ്രഥനപാരമ്പര്യമാണ് വ്യാകരണത്തിലെ സമ്പന്നമായ ഒരു ധാര. ഗ്രീക്ക്-ലാറ്റിൻ ഭാഷകളെ വിശകലനം ചെയ്യുന്നതിലൂടെ വികസിച്ചുവന്ന യൂറോപ്യൻ പാരമ്പര്യം മറ്റൊരു പാരമ്പര്യവ്യാകരണധാര. വേറെയും ഉണ്ടാകാം. അവ നമ്മുടെ പഠനങ്ങളിൽ കാര്യമായി കടന്നുവരാറില്ല. അതിനാൽ നമുക്കിതു മതിയാക്കാം കാര്യങ്ങൾ മനസ്സിലാക്കാൻ.

പരമ്പരാഗതവ്യാകരണം എന്നതിനുപുറത്ത് മറ്റൊരു പ്രയോഗവും ഉണ്ട്. സാമ്പ്രദായികവ്യാകരണം. കാലങ്ങളായി പരിചയിച്ചുവരുന്ന രീതിയിലുള്ളത്, മട്ടിലുള്ളത് എന്ന സമ്പ്രദായത്തിലെ വിവക്ഷയും പാരമ്പര്യമെന്ന ആശയത്തോട് കണ്ണിചേരുന്നതുതന്നെ.

വ്യാകരണത്തെ പരമ്പരാഗതവ്യാകരണമെന്നും സാമ്പ്രദായികവ്യാകരണമെന്നും വിളിക്കേണ്ടിവരുന്നത് അത്തരത്തിലല്ലാത്ത,

എന്നുവെച്ചാൽ മറ്റൊരു രീതിയിലുള്ള സമീപനം ഉണ്ടായിവരുമ്പോഴാണ്. ആധുനികകവിതയുണ്ടാകുമ്പോഴാണ് പ്രാചീനകവിതയുണ്ടാകുന്നത് എന്നു പറയുന്നതുപോലെ. പുതിയ ബസ്റ്റാന്റ് വരുമ്പോൾ പഴയ ബസ്റ്റാന്റ് ഉണ്ടാകുന്നതുപോലെ. മുമ്പുണ്ടായിരുന്ന വ്യാകരണരീതികളെ പരമ്പരാഗതവ്യാകരണം എന്നു വിശേഷിപ്പിച്ചത് യൂറോപ്പിലാണ്. ലത്തീൻഭാഷയിലെ വ്യാകരണത്തെയും അതിന്റെ മാതൃകപിടിച്ച യൂറോപ്യൻഭാഷകളിലുണ്ടായ വ്യാകരണങ്ങളെയും അങ്ങനെ വിശേഷിപ്പിക്കാനുണ്ടായ സാഹചര്യം നവവൈയാകരണർ എന്നറിയപ്പെട്ടവരുടെ നവീനവ്യാകരണം ഉണ്ടായി എന്നതാണ്.

നവീനവ്യാകരണം ചരിത്രപരമായ സമീപനത്തിലുള്ളതായിരുന്നു. ചരിത്രപരമായ സമീപനത്തിലുള്ള ഭാഷാപഠനത്തെ ചരിത്രാത്മകഭാഷാശാസ്ത്രം അഥവാ ഹിസ്റ്റോറിക്കൽ ലിംഗ്വിസ്റ്റിക്സ് എന്നും (പിൽക്കാലത്ത്) വിശേഷിപ്പിച്ചുവരുന്നു. ചരിത്രപരമായ സമീപനം അതിന്റെ രീതിശ്ശാസ്ത്രംവെച്ച് ആലോചിച്ചാൽ താരതമ്യാത്മകവുമായിരുന്നു എന്നു കാണാം. വാസ്തവത്തിൽ, താരതമ്യം എല്ലായിടത്തുമുണ്ട്. അറിവിന്റെ ഉല്പാദനത്തിലാകെ അതു കാണാം. ഇവിടെ ഭാഷയിലെ രൂപങ്ങൾ തമ്മിലും ഭാഷകളിലെ രൂപങ്ങൾ തമ്മിലുമാണ് താരതമ്യം നടക്കുന്നത്. ഈ താരതമ്യപരിപാടി നിർവ്വഹിക്കുന്നതെന്ന വിവക്ഷയിൽ താരതമ്യഭാഷാശാസ്ത്രം അഥവാ കമ്പരറ്റിവ് ലിംഗ്വിസ്റ്റിക്സ് എന്നും പ്രയോഗമുണ്ടായി.

ഭാഷാശാസ്ത്രം (ലിംഗ്വിസ്റ്റിക്സ്) എന്ന പ്രയോഗം നവീനവ്യാകരണത്തോളം പഴയ കാലത്തേക്ക് കടന്നുചെല്ലുന്നുണ്ടെന്ന വസ്തുതയാണ് ഇവിടെ നാം ശ്രദ്ധിക്കേണ്ട ഒന്നാമത്തെ കാര്യം. അവിടെയൊക്കെ വ്യാകരണം എന്ന സംജ്ഞയും പ്രയുക്തമായിക്കാണുന്നു. ഹിസ്റ്റോറിക്കൽ ഗ്രാമർ (ചരിത്രാത്മകവ്യാകരണം) കമ്പരറ്റിവ് ഗ്രാമർ (താരതമ്യാത്മകവ്യാകരണം) എന്നിങ്ങനെ. അപ്പോൾ, അവിടെ വ്യാകരണവും ഭാഷാശാസ്ത്രവും (ഗ്രാമറും ലിംഗ്വിസ്റ്റിക്സും) തുല്യവിവക്ഷകളോടെ പ്രവർത്തിക്കുന്നു അഥവാ പ്രയോഗിക്കപ്പെടുന്നു എന്നു നമുക്കു വിലയിരുത്താം.

താരതമ്യാത്മകവും ചരിത്രപരവുമായ ഭാഷാപഠനത്തിന് അതുവരെയുണ്ടായിരുന്ന ഒരു പരിവേഷമുണ്ടായിരുന്നു. അത് സ്വയം ഒരു ശാസ്ത്രമായി കരുതിയിരുന്നു. എന്നുവെച്ചാൽ, അതിന്റെ വക്താക്കൾ താരതമ്യാത്മകവും ചരിത്രാത്മകവുമായ സമീപനത്തിലൂടെ മുമ്പുണ്ടായിരുന്ന വ്യാകരണസമീപനത്തിൽനിന്ന്, അതായത്, സാമ്പ്രദായിക/പരമ്പരാഗതസമീപനത്തിൽനിന്ന് വ്യത്യസ്തമായി ഒരു ശാസ്ത്രീയപദ്ധതിയിലാണ് ഏർപ്പെട്ടിരിക്കുന്നതെന്ന് വിശ്വസിച്ചു. അതോടെ,

പഴയത് ശാസ്ത്രീയമല്ലാത്തതായി. ശാസ്ത്രം എന്നത് ആധുനികതയുടെ ഇഴകളിൽ പ്രധാനമാണ്. വസ്തുനിഷ്ഠത, പരീക്ഷണനിരീക്ഷണപരത തുടങ്ങിയവയാണ് ശാസ്ത്രത്തിന്റേതായി പരിഗണിക്കപ്പെട്ട പ്രാഥമികമായ കാര്യങ്ങൾ. ചരിത്രാത്മക- താരതമ്യാത്മകസമീപനങ്ങൾക്ക് വസ്തുനിഷ്ഠതയും (തെളിവുകളുടെ പിൻതുണ), പരിശോധനാക്ഷമതയും ഉണ്ട്. അവിടത്തെ ആന്തരപുനഃസൃഷ്ടിയും ബാഹ്യപുനഃസൃഷ്ടിയും തെളിവുകളുടെ പിൻബലത്തിലാണ് നടക്കുന്നതെന്ന് പറയേണ്ടല്ലോ. ഇതിലൊക്കെ അനുമാനത്തിന്റേതായ വലിയൊരു പങ്കുണ്ടെന്നത് മനസ്സിലാക്കുമ്പോഴും ചരിത്രാത്മക-താരതമ്യാത്മക സമീപനത്തിന്റെ വസ്തുനിഷ്ഠതാവാദത്തെ അംഗീകരിച്ചുകൊടുക്കാവുന്നതുതന്നെ.

ഇവിടെ മറ്റൊരു ചോദ്യവും ആകാം. വ്യാകരണത്തിനു വസ്തുനിഷ്ഠതയില്ലെന്നു പറയാൻ കഴിയുമോ? അവിടെ വസ്തുനിഷ്ഠമായ ഭാഷാവസ്തുതകൾ എടുത്തുകാണിച്ചല്ലേ നിയമങ്ങൾ അവതരിപ്പിക്കുന്നത്. അവ പരിശോധനാക്ഷമവുമാണല്ലോ. ആ നിലക്ക്, വ്യാകരണവും ശാസ്ത്രീയമാണെന്നു പറഞ്ഞാൽ തെറ്റല്ലല്ലോ. പക്ഷേ, ഇവിടെ ശാസ്ത്രീയതക്ക് ആധാരമാകുന്നത് ഇപ്പറഞ്ഞ കാര്യങ്ങൾ മാത്രമല്ലെന്നും അതിലുപരി ചില ചരിത്ര-പ്രത്യയശാസ്ത്രപരമായ കാര്യങ്ങൾകൂടിയാണെന്നുമാണ് മനസ്സിലാക്കേണ്ട സംഗതി.

പതിനെട്ട്, പത്തൊമ്പത് നൂറ്റാണ്ടുകളിലൂടെ വികസിച്ചുവന്ന ആധുനികതാ ലോകബോധത്തിന് പ്രകൃതിശാസ്ത്ര-ഭൗതികശാസ്ത്രങ്ങളോടൊന്നിച്ച് വളർന്നുവന്ന ശാസ്ത്രീയതയെ സംബന്ധിച്ച ഉൽക്കണ്ഠയും അവകാശാധികാരമേന്മാബോധവും കൂടെപ്പിറപ്പായിത്തീർന്നിരുന്നു. ചരിത്രമായിരുന്നു മാനവികവിഷയങ്ങളിൽ ശാസ്ത്രത്തെ സംബന്ധിച്ച ഉൽക്കണ്ഠയെ ശമിപ്പിച്ചിരുന്നത്. ചരിത്രാത്മകമായാൽ ഭൗതികശാസ്ത്രങ്ങൾക്ക് സമശീർഷമായ ഒരു ശാസ്ത്രപദവിയിലേക്ക് കടന്നിരിക്കാൻ മാനവികവിഷയങ്ങൾക്കു കഴിയുമെന്ന ബോധം മാത്രമല്ല, അങ്ങനെയാവേണ്ടതുണ്ടെന്ന ഒരു നിർദ്ദേശാത്മകബോധരൂപംതന്നെയും രൂപപ്പെട്ടിരുന്നു. ചരിത്രാത്മക-താരതമ്യാത്മക ഭാഷാപഠനത്തിന്റെ ശാസ്ത്രീയപരിവേഷത്തിൽ ഈ ബോധ്യം കൂടിയാണ് പ്രവർത്തനക്ഷമമാകുന്നത്. ഹെർമ്മൻ പോൾ എന്ന ചരിത്രാത്മകഭാഷാശാസ്ത്രത്തിന്റെ വക്താവ്, ചരിത്രാത്മകമല്ലാത്ത ഭാഷസമീപനങ്ങളെയാകെ അശാസ്ത്രീയം എന്നു പ്രഖ്യാപിക്കുന്നതൊക്കെ ഈ പശ്ചാത്തലത്തിൽ മനസ്സിലാക്കേണ്ടതാണ്. ശാസ്ത്രീയതാബോധം പ്രസരിപ്പിക്കുന്ന ചരിത്രാത്മക സമീപനത്തിന്റെ ലോക-ശാസ്ത്രബോധത്താൽ വശീകൃതനായ ആദ്യത്തെ കേരളീയഭാഷാചിന്തകനാണ് എ. ആർ. രാജരാജവർമ്മ. ഹെർമ്മൻ പോളിനെപ്പോലുള്ളവരുടെ പ്രകടമായ ആശയങ്ങളാൽ പ്രേരിതനായി

എന്നല്ല പറയുന്നത്. ചരിത്രാത്മകസമീപനത്തിൽ അലിഞ്ഞുചേർന്ന ശാസ്ത്രീയതാബോധത്തെ വലിയൊരളവ് അദ്ദേഹം ഏറ്റെടുത്തിരുന്നു എന്നു സൂചിപ്പിക്കുക മാത്രമാണ്. ആധുനികതാപദ്ധതി ജനാധിപത്യപരമായ ഒരു രാഷ്ട്രീയവശം കൂടിയുള്ളതാണ്. ഇക്കാര്യത്തെ മുൻനിറുത്തി കേരളപാണിനി സംസാരിച്ചിരുന്നു എന്നതും ശ്രദ്ധേയമാണ്. ആഗമിക വ്യാകരണമാർഗ്ഗം രാജാധിപത്യപരമായ രീതിയെവിട്ട് പൗരാധിപത്യ പരമായ വഴിക്കു തിരിയലാണെന്ന് അദ്ദേഹം സൂചിപ്പിക്കുന്നുണ്ട്.

ഒരു നിലയ്ക്ക് ഭാഷാശാസ്ത്രവെളിച്ചത്തിൽ മലയാളവ്യാകരണത്തെ ആദ്യമായി നോക്കിയത് രാജരാജവർമ്മയാണെന്നു പറയാം. ഇവിടെ ഭാഷാശാസ്ത്രം എന്നതിന്റെ വിവക്ഷ ഹിസ്റ്റോറിക്കൽ-കമ്പരറ്റിവ് ലിംഗ്വിസ്റ്റിക്സ് എന്നാണ് എന്നതു മറക്കരുത്. ആ ഭാഷാശാസ്ത്രം വ്യാകരണത്തെ നോക്കിയതിന്റെ ആദിമലയാളമാതൃക *കേരളപാണിനീയ*മാണ്. മലയാളഭാഷാചിന്താരംഗത്ത് അതുണ്ടാക്കിയ ആഘാതഫലങ്ങളാണ് കഴിഞ്ഞ ഒരു നൂറ്റാണ്ടിലെ മലയാളഭാഷാചിന്ത എന്നു പറയാൻ പറ്റും. അത് ചരിത്രാത്മകചിന്തയുടെയും താരതമ്യാത്മകചിന്തയുടെയും പരമ്പരാഗതമായ സംസ്കൃതവ്യാകരണചിന്തയുടെയും മേളനമായിരുന്നുവെന്നു നമുക്കറിയാം. അതിലേക്കാണ്, പിന്നീട് വന്ന പഠനങ്ങളിലൂടെ യൂറോപ്പിലെ പിൽക്കാല(ആധുനിക)ഭാഷാശാസ്ത്രചിന്തകൾ കൂടികലരുന്നത്. അതിൽ രാജരാജവർമ്മയ്ക്കു പങ്കുചേരാനായില്ല.

*കേരളപാണിനീയ*ത്തിന്റെ ചരിത്രാത്മകമായ രണ്ടാം പതിപ്പ് രാജരാജവർമ്മയുടെ ചിന്തകളിൽ ഉരുത്തിരിയുന്നതിന് അധികം അകലെയല്ലാത്ത കാലത്ത്, ദൂരെ യൂറോപ്പിലെ ചരിത്രാത്മകഭാഷാശാസ്ത്രവിജ്ഞാനകേന്ദ്രങ്ങളുടെ പരിസരങ്ങളിലിരുന്ന് പരമ്പരാഗതവ്യാകരണത്തെ വീണ്ടുവിചാരങ്ങളോടെ നോക്കിയ സൊസ്യൂർ കണ്ടതും സാക്ഷാത്കരിച്ചതും മറ്റൊന്ന്. ചരിത്രാത്മക സമീപനത്തോട് സലാംപറഞ്ഞ് ഏകകാലികമായ, ചിഹ്നവ്യവസ്ഥോന്മുഖമായ (സെമിയോളജിക്കലായ) ഭാഷാചിന്ത വികസിപ്പിക്കാനാണ് അദ്ദേഹത്തിന് യോഗമുണ്ടായത്.

ഇരുപതാം നൂറ്റാണ്ടിന്റെ ആദ്യദശകം മുതൽക്കാണ് ചരിത്രാത്മകവും താരതമ്യാത്മകവുമായ ഭാഷാപഠനത്തിന്റെ ശാസ്ത്രീയതാഭാവത്തെ പിൻതള്ളി ഘടനാവാദപരമെന്ന് വിശേഷിപ്പിക്കപ്പെടുന്ന ഭാഷാശാസ്ത്രധാരകൾ ഉടലെടുക്കുന്നത്. ശാസ്ത്രീയം എന്ന സങ്കല്പനംതന്നെ വ്യവസ്ഥാപരമെന്ന് പുനർനിർവ്വചിക്കപ്പെട്ടു. ഇന്ന് ഭാഷാശാസ്ത്രമെന്നു കേൾക്കുമ്പോൾ മനസ്സിലേക്കു കടന്നുവരുന്ന വിഷയങ്ങൾ അങ്ങനെ കടന്നുവന്നുണ്ടായവയാണ്.

ചരിത്രാത്മകഭാഷാശാസ്ത്രവും ശാസ്ത്രീയമാണെന്ന് അനുവദിച്ചുകൊണ്ടാകാം ആധുനികകാലത്തെ, അഥവാ, പരമ്പരാഗതവ്യാകരണാനന്തരഘട്ടത്തിലെ ഭാഷാസമീപനങ്ങളെയൊന്നാകെ കണക്കിലെടുത്ത് ആധുനികമെന്നും ശാസ്ത്രീയമെന്നും വിശേഷിപ്പിച്ചു പോരുന്നത്. എന്നാൽ, ആധുനികഭാഷാശാസ്ത്രമെന്ന കല്പനയുടെ പരിധിയ്ക്കകത്ത് അതിന്റെ വക്താക്കൾ ചരിത്രാത്മകഭാഷാസമീപനത്തിന് ഇടം അനുവദിക്കുന്നില്ലെന്നാണ് മനസ്സിലാകുന്നത്.

വളരെ പഴക്കമുള്ള, വേരുകളോടുകൂടിയ പരമ്പരാഗത- സാമ്പ്രദായികഭാഷാപഠനത്തിൽനിന്ന്, അതായത് വ്യാകരണരീതികളിൽനിന്ന് വ്യത്യസ്തമായി ആധുനികമായത് എന്ന അർത്ഥത്തിൽ സ്വയം ഗ്രഹിക്കാനുള്ള പ്രവണതയാണ് ആധുനിക ഭാഷാശാസ്ത്രപഠനസമീപനങ്ങളിൽ സാമാന്യമായി കാണുന്നത്. വ്യക്തമാക്കാം. ചരിത്രാത്മകസമീപനത്തെ പിൻതള്ളി വന്നതെങ്കിലും, അതിനും മുമ്പത്തെ വ്യാകരണപഠന സമ്പ്രദായത്തോടു വേറിടുന്നതാണെന്ന നിലയിൽ പൊതുവിൽ ആധുനിക ഭാഷാശാസ്ത്രത്തെ മനസ്സിലാക്കുന്നു. താരതമ്യം തൊട്ടുപിന്നിലുണ്ടായ ചരിത്രാത്മകസമീപനത്തോടല്ല. വ്യാകരണസമ്പ്രദായങ്ങളോടാണ്. അതിനാൽ, ആധുനികഭാഷാശാസ്ത്രത്തെ പരിചയപ്പെടുത്തുമ്പോൾ ചരിത്രാത്മകഭാഷാശാസ്ത്രത്തിൽനിന്നുള്ള വിടുതലും അന്തരവുമല്ല, ആധുനികഭാഷാശാസ്ത്രവും വ്യാകരണവും തമ്മിലുള്ള വ്യത്യസ്തതകളാണ് ചർച്ചയ്ക്കെടുക്കുന്നത്. അതിലും അവസാനിക്കുന്നില്ല. ആധുനികഭാഷാശാസ്ത്രത്തെത്തന്നെ വിവരണാത്മകഭാഷാശാസ്ത്രമെന്ന മട്ടിൽ ചുരുക്കിക്കാണുകയും ചെയ്യും. എന്നിട്ട്, ആധുനികഭാഷാശാസ്ത്രവും വ്യാകരണവും തമ്മിലുള്ള പൊരുത്തങ്ങൾ എന്തെങ്കിലുമുണ്ടോ എന്നു ചിന്തിക്കാതെ പൊരുത്തക്കേടുകളെ മാത്രം പൊന്തിച്ചുകാണിച്ച് മുന്നോട്ടുപോകുന്നു. വ്യാകരണം വെഴ്സസ് ഭാഷാശാസ്ത്രം എന്നൊരു ഇരട്ടയിൽ കുരുങ്ങി നാം ഇവയെ രണ്ട് വിരുദ്ധപദ്ധതികൾ എന്ന മട്ടിൽ മനസ്സിലുറപ്പിക്കുന്നു. എന്തായാലും ഈ വഴിയിൽ പൊതുവായ ഭാഷാശാസ്ത്രത്തിന്റെയും, അതിന്റെ സങ്കല്പനങ്ങളും ഉൾക്കാഴ്ചകളും പ്രയോജനപ്പെടുത്തി വിവരിക്കപ്പെടുന്ന സാമൂഹിക-മനശ്ശാസ്ത്ര-ധൈഷണിക-പ്രകരണ ഭാഷാശാസ്ത്രധാരകളുടെയും നോട്ടങ്ങൾ ഭാഷാപഠനരംഗത്ത് ഇടം പിടിക്കുന്നുണ്ട്. മലയാളത്തിൽ, *കേരളപാണിനീയ*ത്തിനുശേഷം അതിനെ കേന്ദ്രസ്ഥാനത്തുനിർത്തിക്കൊണ്ട് രൂപമെടുത്ത ഭാഷാവിചാരസംവാദത്തെ ഇതെല്ലാം സ്വാധീനിച്ചുകൊണ്ടിരിക്കുന്നു.

ഇവിടെ ശ്രദ്ധേയമായ ചില കാര്യങ്ങൾ കൂടിയുണ്ട്. ഭാഷാശാസ്ത്രമെന്ന പ്രയോഗം സാമാന്യമായി സ്വീകരിക്കപ്പെട്ടു. ആധുനികം എന്ന

വിശേഷണം ചേർത്താലും ഇല്ലെങ്കിലും ആധുനികഭാഷാശാസ്ത്രമെന്നു മനസ്സിലാക്കുന്ന നില വന്നു. അത് ശാസ്ത്രീയമാണെന്നും വിവരണാത്മകമാണെന്നും വാമൊഴിയെ പ്രാഥമികമായെടുക്കുന്നതാണെന്നും ഉള്ള ധാരണകൾ അതിന്റെ വിശദാംശങ്ങൾ കൂടാതെ മനസ്സിലാക്കിവരുന്നു. ശരിതെറ്റുകൾ പ്രഖ്യാപിക്കുന്ന, നിർദ്ദേശാത്മകമായ വ്യാകരണം, അതൊന്നും കൂടാതെ ജനങ്ങളുടെ ഭാഷയെ ഉള്ളത് ഉള്ളതുപോലെ പറയുന്നതുമായ ഭാഷാശാസ്ത്രവും എന്ന മട്ടിലാണ് ഇതിന്റെ ഗ്രഹണം നടക്കുന്നത്. വ്യാകരണം ജനാധിപത്യവിരുദ്ധമായ മൂല്യമുള്ളതാണെന്നുള്ള ഒരു ധാരണയും ഉറച്ചു.

രാജരാജവർമ്മ പൗരാധിപത്യത്തെക്കുറിച്ചു സാദൃശ്യപ്പെടുത്തി പറഞ്ഞത് ചരിത്രാത്മകവ്യാകരണ(ഭാഷാശാസ്ത്ര)ത്തെ മുൻനിറുത്തിയായിരുന്നുവെങ്കിലും അത് ആധുനികഭാഷാശാസ്ത്രത്തെ സംബന്ധിച്ചാണെന്നുള്ള തെറ്റദ്ധാരണയും ചില വ്യാകരണചർച്ചകളിൽ പ്രകാശിപ്പിച്ചു കണ്ടിട്ടുണ്ട്. (വ്യാകരണത്തിന്റെ നിർദ്ദേശാത്മകതയിൽ രാജാധിപത്യത്തിന്റെ അധികാരപ്രഭാവം വായിക്കുന്നതിലൊക്കെ ആലങ്കാരികതയാണ് ഉള്ളത്. രാജരാജവർമ്മ പരമ്പരാഗതവ്യാകരണത്തെയും ചരിത്രാത്മകവ്യാകരണത്തെയും വേർതിരിച്ച് മനസ്സിലാക്കാൻ വേണ്ടി ഉപയോഗിച്ച സാദൃശ്യകല്പനയാണത്. അതിനപ്പുറത്ത് വ്യാകരണത്തെ ആകെ ഒരു ഫ്യൂഡൽപ്രത്യയശാസ്ത്രഉപകരണമായും ഭാഷാശാസ്ത്രത്തെ പൗരാധിപത്യപ്രത്യയശാസ്ത്രഉപകരണമായും വിലയിരുത്തുന്നതിൽ കാര്യമില്ല എന്നാണ് ഈ ലേഖകന്റെ വിചാരം.)

ആധുനികഭാഷാശാസ്ത്രവും പരമ്പരാഗതവ്യാകരണവും ഏകകാലികമായ പഠനങ്ങൾ എന്ന നിലയിലും ഘടനാപരമായ പരിഗണനകളോട്ടുകൂടിയതെന്ന നിലയിലും ഐക്യപ്പെടുന്നുണ്ടെന്ന വാസ്തവംപോലും മിക്കവാറും ശ്രദ്ധിക്കാതെ പോകുന്നു. മുമ്പു സൂചിപ്പിച്ചതുപോലെ, ഘടനാവ്യാകരണം, വിവരണാത്മകവ്യാകരണം, രചനാന്തരണ-പ്രജനകവ്യാകരണം എന്നിങ്ങനെ വ്യാകരണമെന്ന സംജ്ഞ ഭാഷാശാസ്ത്രത്തിന്റെ ആധുനികധാരകളിൽ ഉപയോഗിക്കപ്പെടുന്നതിന്റെ സാംഗത്യമോ, സൊസ്യൂറും ബ്ലൂംഫീൽഡും ഒക്കെ പരമ്പരാഗത വ്യാകരണത്തെയും പാണിനിയെയും ആദരവോടെ കാണുന്നതിന്റെ യുക്തിയോ ഒന്നും നമ്മുടെ ശ്രദ്ധയിൽ തെളിഞ്ഞുനിന്നില്ല. ഇതിനൊക്കെ കാരണമായത് നമ്മുടെ ഭാഷാശാസ്ത്രപഠനത്തിൽ ആധുനികഭാഷാശാസ്ത്രത്തിന്റെ കൈവഴികളെ വേണ്ടത്ര അവധാനതയോടെ അവതരിപ്പിക്കുന്ന പഠനങ്ങൾ ഉണ്ടായില്ല എന്നതാണ്. വിവിധ ധാരകളുടെ ഇടയിലുള്ള അന്തരവും മറ്റും കാര്യമായി ചർച്ച ചെയ്യപ്പെട്ടില്ല. ഭാഷാപഠനത്തിന്റെ

ആധുനികകാലവികാസത്തെ ഇഴതിരിച്ച് അവതരിപ്പിക്കുന്നതിൽത്തന്നെ നാം വേണ്ടത്ര വിജയിച്ചുവെന്നു പറഞ്ഞുകൂടാ. ഭാഷാശാസ്ത്രപഠനം ഭാഷാപഠനത്തിന്റെ ഭാഗമാക്കിയെങ്കിലും വളരെ പരിമിതവും ശോചനീയവുമായ നിലയിലേ അത് നടന്നുള്ളൂ. അതിനാൽ, പാതിവെന്ത നിലയിൽപോലും ഭാഷാശാസ്ത്രത്തിന്റെ ഉൾക്കാഴ്ചകളെ ഉൾക്കൊള്ളാൻ ഭാഷാവിദ്യാർത്ഥികൾക്ക് സാധിക്കാതെ പോയി.

പാശ്ചാത്യർ ഇന്ത്യയിലെ വിജ്ഞാനഭാഷയായിരുന്ന സംസ്കൃതഭാഷയെ ശ്രദ്ധിച്ചപ്പോഴാണ് താരതമ്യാത്മകവും ചരിത്രപരവുമായ സമീപനം ഉറവെടുത്തതെന്നും അതിനപ്പുറത്ത് ഇന്ത്യയിലെ വ്യാകരണത്തെ അടുത്തുകണ്ട വേളയിലാണ് ഘടനാവാദപരമായ സമീപനത്തിന് പുനരുജ്ജീവനം സിദ്ധിച്ച് ആധുനികഭാഷാശാസ്ത്രത്തിന്റെ യൂറോപ്യൻ ധാരകൾ ഉടലെടുത്തതെന്നുമുള്ള വസ്തുതയും നാം ശ്രദ്ധിക്കാറില്ല. അമേരിക്കൻ ധാരയില്പെട്ടവർ നരവംശശാസ്ത്രപരമായ പശ്ചാത്തലത്തിൽ വാമൊഴി മാത്രമുള്ള ജനവിഭാഗങ്ങളെ മുൻനിറുത്തി പഠിച്ചപ്പോൾ സ്വാഭാവികമായി വാമൊഴിയെ പഠിക്കേണ്ടിവരികയായിരുന്നു എന്ന കാര്യവും പൊതുവെ ശ്രദ്ധിക്കാറില്ല. വാമൊഴി അന്യായമൊന്നുമില്ല, അതു പഠനയോഗ്യമാണ് എന്നു വ്യക്തമാക്കുന്ന അമർത്തിപ്പറച്ചിലായേ വിവരണാത്മകരുടെ വാമൊഴിനിഷ്ഠതയെ വാസ്തവത്തിൽ മനസ്സിലാക്കേണ്ടതുള്ളൂ. ലിഖിതഭാഷ മാത്രം പഠനാർഹമെന്നു കാണുന്ന വീക്ഷണത്തെ മറികടക്കുവാൻ അവർക്കു സാഹചര്യവശാൽ സാധിച്ചു. വാമൊഴിയെ വിവരിക്കാനും അതുവഴി അവയ്ക്ക് ലിഖിതരൂപം കൊടുക്കാനുള്ള ശ്രമവും ആ അന്വേഷണത്തിന്റെ ഭാഗമായിരുന്നു എന്നും ഇവിടെ ഓർക്കണം. പൈക്കിന്റെ വിഖ്യാതമായ സ്വനവിജ്ഞാനഗ്രന്ഥത്തിന്റെ പേരിൽത്തന്നെ ഇതുണ്ട്. *ഫൊണറ്റിക്സ്-എ ക്രിട്ടിക്കൽ അനാലിസിസ് ഓഫ് ഫൊണറ്റിക്ക് തിയറി ആന്റ് എ ടെക്നിക്ക് ഫോർ ദ പ്രാക്റ്റിക്കൽ ഡിസ്ക്രിപ്ഷൻ ഓഫ് സൗണ്ട്സ്* (1943). ആധുനികഭാഷാശാസ്ത്രത്തിന്റെ യൂറോപ്യൻധാരകൾക്ക് മാർഗ്ഗദർശകമായ സൊസ്യൂർ പഠനവസ്തുവായി കല്പിച്ചത് വാമൊഴിയായിരുന്നില്ല, മറിച്ച് ലാങ് എന്ന വ്യവസ്ഥയായിരുന്നുവല്ലോ. അത് വാമൊഴിക്കും വരമൊഴിക്കും അപ്പുറത്താണ്. അമൂർത്തമായ ഭാഷാവ്യവസ്ഥയാണ് അത്.

സൊസ്യൂർ മുന്നോട്ടുവെച്ച ശാസ്ത്രീയതാസങ്കല്പനവും ശ്രദ്ധിക്കേണ്ടതാണ്. ചരിത്രമോ വസ്തുനിഷ്ഠതയോ ആയിരുന്നില്ല അദ്ദേഹത്തിന്റെ ശാസ്ത്രീയതയ്ക്ക് ആധാരം. സെമിയോളജിക്കൽ എന്നു വിശേഷിപ്പിക്കുന്ന വ്യവസ്ഥാപരമായ സങ്കല്പനമാണ് ഭാഷ ഉൾപ്പെടെയുള്ള സാംസ്കാരികവിനിമയപ്രതിഭാസങ്ങളെ മനസ്സിലാക്കാൻ ആവശ്യമെന്നും ഭാഷയെ

ഭാഷയെന്ന നിലയിൽ മനസ്സിലാക്കാൻ അത്തരമൊരു സമീപനം അനിവാര്യമാണെന്നും അതാണ് ഭാഷയോടുള്ള ശാസ്ത്രീയമായ സമീപനം എന്നും ആയിരുന്നു അദ്ദേഹം കരുതിയത്.

ഇങ്ങനെ ഭാഷാശാസ്ത്രമെന്നതുകൊണ്ടു വിവക്ഷിക്കുന്ന ആധുനികയൂറോപ്യൻ വിജ്ഞാനംതന്നെ ബഹുശാഖിയായ ഒന്നാണെന്ന വാസ്തവം കാണേണ്ടിയിരിക്കുന്നു. ഈ തരത്തിൽ ഭിന്നധാരകളോടുകൂടിയ ആധുനികഭാഷാശാസ്ത്രം മൊത്തത്തിൽ വ്യാകരണവുമായി അടിസ്ഥാനപരമായ യോജിപ്പിലാണുള്ളത്. രണ്ടും ഏകകാലികമായ ഭാഷാവിശകലനരീതികൾ മുന്നോട്ടു വെയ്ക്കുന്നു. അതുകൊണ്ടുതന്നെ അവ ഘടനാപരമായ സമീപനത്തെ ഉൾവഹിക്കുന്നു പിന്നെന്താണ് ഭാഷാശാസ്ത്രത്തിന്റെ വെളിച്ചത്തിൽ വ്യാകരണത്തിൽ നോക്കാനുണ്ടാവുക. അതു മനസ്സിലാക്കുന്നതിന് വീണ്ടും അവ തമ്മിലുള്ള അടിസ്ഥാനപരമായ ചില പൊരുത്തക്കേടുകൾകൂടി നോക്കേണ്ടതായി വരും.

വ്യാകരണകാരൻ ഭാഷയെ അപഗ്രഥിക്കുകയാണ് ചെയ്യുന്നത്. ഭാഷാശാസ്ത്രകാരനും അതേ. ഭാഷയെ അയാളും അപഗ്രഥിക്കുന്നു. ഭാഷയെ അറിഞ്ഞോ അറിയാതെയോ ഘടനയായി കാണുന്നു എന്നാണിതിനർത്ഥം. വ്യാകരണകാരൻ ലിഖിതഭാഷയെ മുഖ്യമായെടുത്തു പഠിക്കാനും വിവരിക്കാനും (വിവരിക്കുന്നു എന്ന അർത്ഥത്തിൽ അവരെയും വിവരണാത്മക ഭാഷാശാസ്ത്രകാരർ എന്നു വിളിക്കാനാകും; ലിഖിതഭാഷാവിവരണഭാഷാശാസ്ത്രകാരർ) ശ്രമിച്ചതിനാൽ അവർക്ക് ചില എളുപ്പങ്ങളുണ്ടായി. അവർ ശബ്ദങ്ങളെ വർഗ്ഗീകരിക്കാനും ശബ്ദങ്ങൾ ചേർന്ന് വാക്യമാകുമ്പോൾ സംഭവിക്കുന്ന സംസ്കാരപ്രക്രിയകളെന്താണെന്നു മനസ്സിലാക്കാനും ശ്രമിച്ചു. ശബ്ദങ്ങൾ ചേർന്നാണ് പദമുണ്ടാകുന്നത്. അങ്ങനെ ചേരുമ്പോഴും ചില ക്രമങ്ങളുണ്ട്, ചില സംസ്കരണകാര്യങ്ങളുണ്ട് എന്ന് അവർ കണ്ടു. വാക്യനിഷ്ഠമാണ് ഭാഷാപ്രയോഗം. അത് സംഭവിക്കുമ്പോൾ നടക്കുന്ന സംസ്കരണമാണ് വ്യാകരണത്തിന്റെ പ്രധാനപഠനവിഷയം. ശബ്ദങ്ങളുടെയും വാക്യത്തിന്റെയും പരിഗണനകളാണ് അവിടെയുള്ളതെന്നു പറയാം.

നാമവും ക്രിയയുമാണ് വാക്യത്തിന്റെ അടിസ്ഥാനഘടനയെ നിർണ്ണയിക്കുന്ന ശബ്ദങ്ങൾ. പലതരം വിവക്ഷകളുല്പാദിപ്പിക്കാനായി അവ പലതരത്തിൽ കൂടിച്ചേരുന്നു. വിവക്ഷകൾക്കനുസൃതമായി നാമശബ്ദങ്ങൾ ക്രിയാസൂചകശബ്ദങ്ങളോടു ചേരുമ്പോൾ അവയോട് പ്രത്യയങ്ങൾ എന്നു വിളിക്കുന്ന കൊളുത്തുകൾ ചേർത്ത് ഓരോരോ തരത്തിൽ സംസ്കരിക്കേണ്ടിവരുന്നു. ഈ കൊളുത്തുകളെ സ്വീകരിക്കുന്നതിലൂടെയാണ് ഭാഷാപരമായി ശബ്ദങ്ങൾ വർഗ്ഗീകരിക്കപ്പെടുന്നത്.

ആ നിലയിൽ കൊളുത്തുകളും വർഗ്ഗങ്ങളായി തിരിയുന്നുണ്ട്. അവ ചേരുന്നതുകൊണ്ടുതന്നെ നാമമേതെന്നും ക്രിയയേതെന്നും നിശ്ചയിക്കപ്പെടുന്നു.

ഇപ്പറഞ്ഞ ശബ്ദങ്ങളുടെ വിശേഷണങ്ങളും നിഷ്പാദനരൂപങ്ങളും വ്യാകരണകാരൻ പരിഗണിക്കേണ്ടിവരും. പദങ്ങൾ ചേരുമ്പോഴുണ്ടാകുന്ന പരിണാമം എന്ന നിലയിൽ സന്ധിയും മറ്റും പരിശോധിക്കേണ്ടിവരുന്നു. അന്വയക്രമവും പ്രധാനം. ഇതൊക്കെ വ്യവച്ഛേദിച്ച് വിവരിച്ചാൽ ഒരു ഭാഷയുടെ വ്യാകരണമായി. വ്യാകരണമെന്നാൽ രൂപസിദ്ധിക്രമവും അന്വയസമ്പ്രദായവും വിവരിക്കലാണെന്ന് എ.ആർ. രാജരാജവർമ്മ. ശബ്ദങ്ങളുടെ ചേർച്ചയുടെ, അതിനാവശ്യമായിവരുന്ന കൊളുത്തുകളുടെ (പ്രത്യയങ്ങളുടെ) പഠനമാണ് മുഖ്യമായും വ്യാകരണം. നാമത്തോടും ധാതുവിനോടും ചേരുന്ന പ്രത്യയങ്ങൾ വിവരിച്ച് വാക്യഘടന(അന്വയക്രമം)യും വിശദീകരിച്ചാൽ അടിസ്ഥാനവ്യാകരണമായി.

നാമാധികാരവും ധാത്വധികാരവുമാണ് വ്യാകരണത്തിന്റെ മുഖ്യഭാഗം എന്നു വരുന്നതിനു കാരണം വ്യക്തം. പ്രത്യയങ്ങളുടെ ചേർച്ചയിൽ ഏത് രൂപം ചേരുന്നു, സംഹിതയിൽ വരുന്ന മാറ്റങ്ങളെ നിജപ്പെടുത്തുന്നതെന്ത് എന്നതുപോലുള്ള കാര്യങ്ങളൊക്കെ വിശദമാക്കേണ്ടതും വ്യാകരണത്തിന്റെ ധർമ്മമാണ്. കാരണം അതൊക്കെ വാക്യരചനയിൽ സംഗതമാണ്. വാക്യം ഉണ്ടാക്കുന്ന കലയുടെ വിവരണം പ്രത്യയനിഷ്ഠമായി നിർവ്വഹിക്കുകയാണ് വ്യാകരണകാരൻ ചെയ്യുന്നത് എന്നു ചുരുക്കിപ്പറയാം. ശബ്ദം നിർമ്മിക്കുന്ന ഘടകങ്ങളൊക്കെ വേർതിരിച്ച് പഠിക്കാനുള്ള ശ്രമവും അതിന്റെ ഭാഗമാകാം. അങ്ങനെയാണ് വർണ്ണവിജ്ഞാനം ഉണ്ടാകുന്നത്. (ശിക്ഷാപാരമ്പര്യത്തിൽനിന്ന് ഊർജ്ജം സ്വീകരിച്ച് വർണ്ണവിവരണം നടത്തുന്നിടത്തൊക്കെ വാമൊഴിപരമായ വീക്ഷണവും വ്യാകരണകാരന് സഹായത്തിനെത്തുന്നുണ്ട്.)

വാക്യത്തെ അപഗ്രഥിച്ച് ഘടകബന്ധം കാണിക്കുന്ന വ്യാകരണത്തിന്റെ പണിയിൽ, വാക്യബോധം വിട്ടുവെച്ചുള്ള, എന്നാൽ കുറേ കണിശതകളുള്ള ഒരു പഠനരീതിയാണ് ആധുനികഭാഷാശാസ്ത്രത്തിൽ നാം പൊതുവെ കാണുന്നത്. വാക്യവിചാരമോ വാക്യത്തെ ലക്ഷ്യമാക്കുന്ന തരത്തിലുള്ള അവബോധത്തോടെയുള്ള സമീപനമോ ആധുനികഭാഷാശാസ്ത്രത്തിൽ സാമാന്യമായി കാണില്ല. ഐ-സി അനാലിസിസ് ഒഴിച്ചുനിർത്തിയാൽ. ഭാഷാശബ്ദങ്ങളെ നിർമ്മിക്കുന്ന സ്വനം, അതിൽ ഘടനാപരമായി സാംഗത്യമുള്ള സ്വനിമം, ചിഹ്നപദവിയുള്ള രൂപങ്ങൾ ഇവയെ വിശദമാക്കുന്ന ജോലിയാണ് സാമാന്യമായി ആധുനികഭാഷാശാസ്ത്രം ഏറ്റെടുക്കുന്നത്. ഭാഷയെ സ്വനം,

സ്വനിമം, രൂപിമം എന്നിങ്ങനെ ഫങ്ഷനലായ ഘടകങ്ങളുടെ വിവിധ തലങ്ങളുള്ള ഘടനയായി കാണുവാൻ അവർക്കു കഴിയുന്നു. ഭാഷയെ ഇങ്ങനെ വിവിധ തലങ്ങളിലുള്ള ഘടനകളുടെ ഘടനയായിക്കാണുന്ന തിനാലാവണം ഘടനാവാദപരം എന്ന വിശേഷണം അതിനു വന്നു ചേരുന്നത്. ഇങ്ങനെ കാണുമ്പോഴും ഭാഷയിലെ സാധുവായ വാക്യം തീർക്കുന്നതിന്റെ നിയമങ്ങൾ പറയുക എന്ന ദൗത്യം ഘടനാവാദിയായ ഭാഷാശാസ്ത്രജ്ഞർ ഏറ്റെടുക്കുന്നില്ല.

വാക്യപരിഗണനയിലുള്ള ഈ ഉദാസീനത ഒരു സാമ്പ്രദായിക-പരമ്പരാഗത വ്യാകരണകാരനെ ചൊടിപ്പിക്കും. ഭാഷയുടെ ഭാഷാത്വം കാണാതിരിക്കുന്ന, വാക്യനിർമ്മിതിയുടെ വിശദീകരണം നിർവ്വഹിക്കുന്നില്ല എന്നത് ഭാഷാശാസ്ത്രത്തിന്റെ ഒരു കുറവായി അവർക്കു തോന്നിയേക്കും. ഇത്തരം വിപ്രതിപത്തികളുടെ ഒരു മാതൃക എൻ. എൻ. മൂസ്സതിന്റെ *വ്യാകരണവിവേക*ത്തിന് എഴുതിയ അവതാരികയിൽ പ്രൊഫ. കെ. രാമചന്ദ്രൻനായർ പ്രദർശിപ്പിക്കുന്നുണ്ട്. ഈ ന്യൂനതയെ മറികടന്ന് വാക്യഘടനയെ വിശദീകരിക്കാൻ പുറപ്പെട്ട ചോംസ്കിയിൽ വ്യാകരണമെന്ന സംജ്ഞയ്ക്ക് പുതുജീവൻ കിട്ടുന്നതും ശ്രദ്ധേയമാണ്. വ്യാകരണക്കാർക്ക് (വാക്യ)ഘടനയിലേക്ക് കണ്ണു ചായുമ്പോൾ ഭാഷാശാസ്ത്രജ്ഞന് കമ്പം ഘടകങ്ങളിലേക്കാണ്.

വിവരണാത്മകഭാഷാശാസ്ത്രജ്ഞരിലൂടെയും, സൊസ്യൂറിയൻപാരമ്പര്യവും യാക്കോബ്സൺ-പ്രാഗ് പാരമ്പര്യവുമൊക്കെ പറയാവുന്ന യൂറോപ്പിലെ വിവിധ പഠനകേന്ദ്രങ്ങളിലായി ഭാഷാശാസ്ത്രജ്ഞർ നടത്തിയ പഠനങ്ങളിലൂടെയും വികസിച്ചുവന്നത് മുഖ്യമായും സ്വന-സ്വനിമ-രൂപിമ പഠനമേഖലകളാണ്. ഘടനാപരമായ സങ്കല്പനങ്ങൾ ഉപയോഗിക്കുന്നു എങ്കിലും ഘടകങ്ങളെയാണ് ശ്രദ്ധിക്കുന്നത്. ഘടകങ്ങളെ സിദ്ധാന്തീകരിക്കുന്നു. ഇങ്ങനെ സിദ്ധാന്തിക്കപ്പെട്ടുണ്ടായ അടിസ്ഥാന സങ്കല്പനങ്ങളെ വിവരണത്തിനു സ്വീകരിച്ചുകൊണ്ട് നടത്തുന്ന ഭാഷാഭേദപഠനങ്ങളും സാമൂഹികഭാഷാപഠനങ്ങളും ശിശുഭാഷാപഠനങ്ങളും ശൈലീപഠനങ്ങളും ഒക്കെ ആധുനിക ഭാഷാശാസ്ത്രം എന്ന സംജ്ഞയുടെ വിവക്ഷയിൽ വരുന്നുവെന്നു പറയാം. അതിനപ്പുറത്ത് സൊസ്യൂർ ഏതാനും ഇരട്ടകൾ അവതരിപ്പിച്ചുകൊണ്ട് പ്രതിഷ്ഠ നൽകിയ അടിസ്ഥാനപരികല്പനകളും ഭാഷാശാസ്ത്രചിന്തകളെ ഉദ്ദീപിപ്പിക്കുന്നു. ഇവയെയെല്ലാം അവലംബിച്ച് പൂർവ്വാശ്രമത്തിലേക്ക് കണ്ണുയക്കുകയാണ് വ്യാകരണപുനർവ്വായനക്കാർ ചെയ്യുന്നത്.

ഇങ്ങനെ തിരിഞ്ഞുനോക്കുമ്പോൾ വ്യാകരണരചയിതാക്കൾ ഭാഷാശാസ്ത്രത്തിലുണ്ടായ മിക്കവാറും സങ്കല്പനങ്ങൾ പൂർവ്വകല്പനം ചെയ്തതായി

മനസ്സിലാക്കാൻ ഇടവരും. *ലീലാതിലക*ത്തിലും *മലയാഴ്മയുടെ വ്യാകര ണ*ത്തിലും ഗുണ്ടർട്ടവ്യാകരണത്തിലും *കേരളപാണിനീയ*ത്തിലുമൊക്കെ സാമാന്യഭാഷാശാസ്ത്രത്തിലെയും സാമൂഹികഭാഷാശാസ്ത്രത്തിലെയും ധൈഷണിക ഭാഷാശാസ്ത്രത്തിലെയും സൂക്ഷ്മവിവേചനങ്ങളും തിരിച്ചറി വുകളും പ്രവർത്തിച്ചിരുന്നുവെന്നു മനസ്സിലാകും. ചില അപര്യാപ്തതകൾ മനസ്സിലായെന്നും വരും. അങ്ങനെ ചില പുത്തനറിവുകൾ സൃഷ്ടിക്കാ നുള്ള ശ്രമമാണ് *കേരളപാണിനീയ*ത്തിലേക്ക്, അല്ലെങ്കിൽ *ലീലാതി ലക*ത്തിലേക്കോ മറ്റേതെങ്കിലും വ്യാകരണപരിശ്രമത്തിലേക്കോ ഭാഷാശാസ്ത്രം പരിശീലിച്ചവർ തിരിഞ്ഞുനോക്കുമ്പോൾ നടത്തുന്നത്.

ഇത്തരം നോട്ടങ്ങളുടെ ഭാഗമായി, സൊസ്യൂറിയൻ പരികല്പന യായ ഏകകാലികതയെ സംബന്ധിച്ച ധാരണകൾ മനസ്സിലുറപ്പിച്ച്, വ്യാകരണം എന്നാൽ ഏകകാലികമാണെന്നും അതിൽ ബഹുകാലി കമായ സമീപനം തുന്നിച്ചേർക്കുന്നത് അയുക്തമാണെന്നും ഒരാൾക്ക് വാദിക്കാൻ കഴിഞ്ഞേക്കും. ആഗമിക(ബഹുകാലിക) മാർഗ്ഗത്തിലുള്ള താണ് തന്റെ വ്യാകരണമെന്ന രാജരാജവർമ്മയുടെ ഭാഗികമായി മാത്രം ശരിയാകുന്നതാണ് എന്നൊരു നിരീക്ഷണത്തിനും വകയുണ്ട്. പലതരം സമീപനങ്ങളുടെ കൂടിക്കുഴയലുണ്ട് എന്നതുതന്നെ കാര്യം. അതിനെ സൈദ്ധാന്തികസംവാദമെന്നു വിളിച്ചാൽ ബഹുമതിയായി മാറും. ഭാഷാശാസ്ത്രവും ഭാഷാപഠനസമീപനങ്ങളുടെ ചരിത്രവുമൊക്കെ പഠിക്കുമ്പോഴാണ് ഇങ്ങനെ പലതരം വായനകളുണ്ടാകുന്നത്.

ഇനി, ലാങ് പരോൾ സങ്കല്പനത്തിന്റെ വെളിച്ചത്തിൽ *കേരളപാ ണിനീയ*ത്തെ സമീപിക്കുക. സെമിയോളജിക്കലായ പഠനത്തിന്റെ വസ്തുവായിട്ടുള്ള വ്യവസ്ഥയാണ് ലാങ് എന്ന സങ്കല്പത്തിലുള്ളത്. *കേര ളപാണിനീയ*ത്തിന്റെ പഠനവസ്തു എന്തായിരുന്നുവെന്ന മിതമായ ചോദ്യ മെങ്കിലും ഇതിന്റെ വെളിച്ചത്തിൽ ചോദിക്കാമല്ലോ. കാണപ്പെട്ടതുവെച്ച് അതിന്റെ ഭാഷാവ്യവസ്ഥയിൽ നിരന്ന ചിഹ്നങ്ങളുടെ സാമാന്യമായ സ്വഭാവമെന്താണ് എന്നു ചോദിക്കാം. ആ ഭാഷാവ്യവസ്ഥയിൽ വാമൊ ഴിഭേദങ്ങൾക്കു സ്ഥാനമുണ്ടായിരുന്നില്ലേ? ഉണ്ടെങ്കിൽ എത്രത്തോളമാ ണത്? ഏതു സ്പീച്ച്കമ്യൂണിറ്റിയുടെ ഭാഷയാണ് *കേരളപാണിനീയ*ത്തിന്റെ പഠനവസ്തുവായി പ്രവർത്തിച്ചത്? അതിലെന്തെല്ലാം പെട്ടു? എന്തെല്ലാം ഒഴിവാക്കപ്പെട്ടു? ഇതൊക്കെ പരിശോധിക്കാൻ ഈ ഒരു സങ്കല്പനപ രിചയം പ്രേരണ ചെലുത്തിയേക്കാം. അവബോധപരമായി ഇതൊന്നും തോന്നില്ലെന്നോ തിരിഞ്ഞുകിട്ടില്ല എന്നോ അർത്ഥമാക്കുന്നില്ല.

സ്വനത്തെക്കുറിച്ചും സ്വനിമത്തെക്കുറിച്ചുമുള്ള അറിവ് സംവൃ തോകാരചർച്ചയിലൊക്കെ എളുപ്പത്തിൽ ഇടപെടാനും അതിനെ

യുക്തിപൂർവ്വകമായ നിഗമനങ്ങളിലേക്ക് എത്തിക്കാനും സഹായിച്ചേക്കും. സ്വനിമവിജ്ഞാനം വർണ്ണവിജ്ഞാനത്തെ സൂക്ഷ്മവത്ക്കരിക്കാനുതകാം. രൂപിമവിജ്ഞാനം പ്രകൃതിപ്രത്യയങ്ങളെ സംബന്ധിച്ച ചർച്ചകളെ ചിട്ടപ്പെടുത്താൻ സഹായിച്ചേക്കാം. ഇപ്പറയുന്നതൊന്നും ഭാഷാശാസ്ത്രവിജ്ഞാനം വ്യാകരണവിഷയങ്ങളിൽ അന്തിമമായ തീർപ്പുണ്ടാക്കാനുതകുന്നതാണ് എന്ന തരത്തിൽ മനസ്സിലാക്കരുത്. പലതരത്തിലുള്ള ആലോചനകളിലേക്ക് നയിക്കുന്നു എന്നു കാണുന്നതാകും ശരിയാവുക.

ഉദാഹരണത്തിന് സംവൃതോകാരചർച്ച നോക്കുക. അല്ലെങ്കിൽ വർത്സ്യഖരത്തിന്റെ കാര്യമെടുക്കുക. നമ്മുടെ ഭാഷാശാസ്ത്രജ്ഞർക്ക് ഇക്കാര്യത്തിലൊന്നും ഒരേ നിഗമനത്തിലേക്ക് എത്തിച്ചേരാൻ കഴിഞ്ഞിട്ടില്ല. പക്ഷേ, അതിനെ സംബന്ധിച്ച് കുറേയധികം ആലോചനകൾ നടന്നിട്ടുണ്ട്. അവയെ പരിശോധിച്ച ചില തീർപ്പുകളിലേക്ക് എത്താനുള്ള ശ്രമങ്ങളും നടന്നിട്ടുണ്ട്. അതുതന്നെ മതിയാകും, അന്വേഷണബുദ്ധിയെ ത്വരിപ്പിക്കലാണ് വ്യാകരണകലയുടെയും അതിന്റെ തുടർച്ചയെന്നനിലയിൽ പരിഗണിക്കാവുന്ന ഭാഷാശാസ്ത്രത്തിന്റെയും മുഖ്യമായ ധർമ്മം എന്നുകണ്ടാൽ. അത്യന്തം സങ്കീർണ്ണമായ മാനങ്ങളോടുകൂടിയ ഭാഷയെന്ന വ്യവസ്ഥയെ ഘടനാപരമായി അഴിച്ചുപരിശോധിച്ച് അതിന്റെ പ്രവർത്തനനിയമങ്ങളെ കണ്ടെടുക്കുകയെന്ന പഠനപ്രവർത്തനത്തിലാണ് വ്യാകരണകാരനും ഭാഷാശാസ്ത്രജ്ഞനും പങ്കുചേരുന്നത്.

വിശകലനവസ്തുവിലും സമീപനത്തിലും ഏതാണ്ട് പൊരുത്തമുള്ളതും അക്കാര്യങ്ങളിൽ തുടർബന്ധം കല്പിക്കാവുന്നതും, അതേ സമയം സങ്കല്പനങ്ങളിലും പരിചരണരീതികളിലും ഭിന്നതകളുള്ളതുമായ രണ്ടു സമീപനങ്ങളാൽ നിർണ്ണയിക്കപ്പെടുന്ന രണ്ടു പഠനമേഖലകൾ എന്ന നിലയിൽ വ്യാകരണത്തെയും ഭാഷാശാസ്ത്രത്തെയും കാണുന്നതിലൊന്നും തരക്കേടില്ല. ഒരു വിശാലവിഷയമേഖലയിലെ അന്തർസംവാദമായി കണ്ടാലും തരക്കേടില്ല. പ്രധാനമായ കാര്യം ഇതാണ്. ഈ സംജ്ഞകളുടെ വിവക്ഷകളെ ചരിത്രപരവും വസ്തുനിഷ്ഠവുമായ ബന്ധങ്ങളെ മുൻനിറുത്തി മനസ്സിലാക്കേണ്ടതുണ്ട്. ഉദാസീനതകളിൽനിന്നുളവാകുന്ന പ്രതീതിനിഷ്ഠധാരണകളെ ആശ്രയിക്കുന്നത് ഒരു നിലയ്ക്കും ശാസ്ത്രീയമല്ല. ശാസ്ത്രീയമെന്നും അശാസ്ത്രീയമെന്നും കല്പിക്കുന്നതിൽപോലും ചില ചരിത്രപരമായ ധാരണകൾ ഉൾച്ചേർന്നിരിക്കുന്നത് കണ്ടേ തീരൂ.

തുടക്കത്തിൽ സൂചിപ്പിച്ചിരുന്നപോലെ, വ്യാകരണവീക്ഷണത്തിൽ ഭാഷാശാസ്ത്രത്തെ പരിശോധിക്കാൻ കഴിയാതെ പോകുന്നതിലും

ഇത്തരം ധാരണകളുടെ പ്രവർത്തനം നിരീക്ഷിക്കാൻ കഴിയും. പുതിയതു വെളിച്ചമാണെന്നും ഭൂതം വെളിച്ചത്തിൽ തെളിയാവുന്ന ഇരുട്ടുതങ്ങുന്ന മേഖലകളാണെന്നുമുള്ള ഒരബോധധാരണ. സംജ്ഞകളെ ഇത്തരം ധാരണകൾ പൊതിഞ്ഞുകിടക്കുന്നു. അവയ്ക്കുമുണ്ട് അപനിർമ്മിക്കപ്പെടേണ്ട അർത്ഥതലങ്ങൾ.

അവലംബകൃതികൾ

ഗോപിചന്ദ് നാരംഗ് 2013, (വിവർത്തനം - പി. കൃഷ്ണൻ) *ഘടനാവാദവും ഉത്തരഘടനാവാദവും പൗരസ്ത്യകാവ്യശാസ്ത്രവും* സാഹിത്യ അക്കാദമി, ന്യൂഡൽഹി.

ജോർജ്ജ്, സി. ജെ., 1998 '*കേരളപാണിനീയം*, ബോധനം, സിദ്ധാന്തം, സംവാദം' *സംസ്കാരകേരളം*, പു.12, ല.1, തിരുവനന്തപുരം.

ജോർജ്ജ്, സി. ജെ., 2001 ഭാഷാശാസ്ത്രം, *ചിഹ്നശാസ്ത്രവും ഘടനാവാദവും* ഡി സി ബുക്സ്, കോട്ടയം.

പ്രഭാകരവാര്യർ കെ.എം., *പൂർവ്വകേരളഭാഷ* മദിരാശി സർവ്വകലാശാല.

മൂസത് എൻ. എൻ., 1987 *വ്യാകരണവിവേകം* നാഷനൽ ബുക്സ്റ്റാൾ, കോട്ടയം.

രാമചന്ദ്രപൈ കെ.വി., 1979 *വ്യാകരണപഠനങ്ങൾ* ലില്ലി ബുക് സെന്റർ, ചങ്ങനാശ്ശേരി.

രാജരാജവർമ്മ, ഏ. ആർ. 2010 *കേരളപാണിനീയം* ഡി സി ബുക്സ്, കോട്ടയം.

ഷൺമുഖം, എസ്. വി., 1995 (വിവർത്തനം - ഡോ. ടി. ബി. വേണുഗോപാലപ്പണിക്കർ) *ലീലാതിലകം സാമൂഹികഭാഷാശാസ്ത്രദൃഷ്ടിയിൽ* കേരളഭാഷാഇൻസ്റ്റിറ്റ്യൂട്ട്, തിരുവനന്തപുരം.

(തലശ്ശേരി ബ്രണ്ണൻ കോളേജിലെ മലയാളവിഭാഗം 2017 ഒക്ടോബർ 12-13 തിയ്യതികളിലായി സംഘടിപ്പിച്ച *കേരളപാണിനീയം* സെമിനാറിൽ അവതരിപ്പിച്ച പ്രബന്ധം)

ഭാഷയുടെ ചരിത്രം: ഭാവനയുടെയും ചിന്തയുടെയും

'സ്വന്തം ഏകാന്തതയുടെ അർത്ഥം പോലും അറിയാതെ
അമ്മ ജീവിച്ചു.
അമ്മയുടെ ലോകം തീരെ ചെറുതായിരുന്നു.
അല്ലെങ്കിൽ,
ഞങ്ങളുടെ താല്പര്യക്കിന്റെയത്രയും വലുതായിരുന്നു.'

-അമ്മ, എസ് ജോസഫ്

ഭാഷയുടെ ധർമ്മങ്ങളെ സംബന്ധിച്ച് ഒരു പരിധിവരെ യുക്തിസഹവും, എന്നാൽ അതിവാദപരമെന്ന് തോന്നാവുന്നതുമായ ഒരു വീക്ഷണത്തോടെ, ഭാഷയെയും ഭാഷാചരിത്രത്തെയും നോക്കിക്കാണാനുള്ള ഒരു ശ്രമമാണ് നടത്തുന്നത്. ശാസ്ത്രീയമായിട്ടൊന്നുമല്ല ഇവിടെ ചിന്തിക്കുന്നത്. ചരിത്രപരമായ വസ്തുതകൾ എടുത്തുകാട്ടിയൊന്നുമല്ല മുന്നോട്ടുപോവുക. ഒരു തരം കൗതുകം, അഥവാ ആനന്ദം തേടൽ മാത്രമെന്ന നിലയിലാകാം ഇത് സാർത്ഥകമാകുന്നത്. വാസ്തവത്തിൽ, ഭാഷയുടെ ഒരു പ്രയോജനം അതുമാണ്. ആനന്ദവും സാന്ത്വനവും സന്തോഷവും പ്രദാനം ചെയ്യുകയെന്നതും ഭാഷയുടെ ദൗത്യം തന്നെ. ഇതൊരു സഹനമാണെന്നും പീഡയാണെന്നും വരാം. അങ്ങനെ വരാതിരിക്കട്ടെ എന്ന് ആശംസിക്കാം. അതും ഭാഷയുടെ പ്രയോജനം തന്നെ.

മനുഷ്യജീവിതത്തെ പൊതിഞ്ഞുപുണർന്നുനിൽക്കുന്ന ഒരു പ്രതിഭാസമാണ് ഭാഷ. അതിനകത്താണ് നാമുള്ളത്. അതിന്റെ

ബാധ്യതകളൊക്കെയാണ് നാം പേറുന്നത്. അത് സ്വാതന്ത്ര്യമാണെന്നു വരാം. സ്വാതന്ത്ര്യം വേദനാകരവുമാണ്. സ്വാതന്ത്ര്യമൊക്കെയും അസ്വതന്ത്രതയുടെ അതിർത്തിപ്രദേശങ്ങളുടെ അകത്ത് നിലകൊള്ളുന്ന കൊച്ചുലോകമാണ്. നമ്മുടെ ഭാഷയോളം വരും നമ്മുടെ സ്വാതന്ത്ര്യത്തിന്റെ ലോകം. ഭാഷയുടെ അപൂർണ്ണതയെക്കുറിച്ച് ആശാൻ വേപഥുകൊണ്ടു. ഭാഷ സൌകര്യങ്ങളുള്ള ഒരു തടവറയാണ്. തടവറയിലിരുന്ന് ഓർക്കാം. അതും ഭാഷയുടെ ധർമ്മം തന്നെ. ഞാൻ ഓർക്കുകയാണ്. പഠിക്കുന്ന കാലത്ത് ഹോസ്റ്റലിലെ റൂമിലൊക്കെ കൂടിയിരുന്ന, ചിലപ്പോൾ ടെറസ്സിലോ സുഹൃത്തിന്റെ വീട്ടിലോ ഒക്കെയാകും, ഉറങ്ങാതെ കുത്തിയിരുന്നും കിടന്നുമൊക്കെ വെളുക്കുവോളം വർത്തമാനം പറഞ്ഞത് എന്തിനായിരുന്നു? എന്തായിരുന്നു അപ്പോഴൊക്കെ വിനിമയം ചെയ്തിരുന്നത്? വെറുതെ വർത്തമാനം പറയുകയായിരുന്നു. വെറുതെ രസത്തിന് എന്നൊക്കെയേ ഇന്നു കാണാനൊക്കുന്നുള്ളു. രസിക്കുന്നത് കവിതയല്ലേ? അതിനാൽ, കവികൾ കവിതയെഴുതുന്നതെന്തിന് എന്നു ചോദിക്കുന്നതുപോലെയുള്ള ചോദ്യമാണിതൊക്കെയെന്ന് പറഞ്ഞാൽ അതിശ്ശയോക്തിയാകുമോ? വാക്കിന്റെ സ്വർഗ്ഗങ്ങൾ. നാക്കുണ്ടാക്കുന്ന നരകങ്ങൾ. ("നൃകസ്യ ഇതി നാർക്കം!") ചിത്തമാം വൈരി - ഒരു വാഗിന്ദ്രിയം!

വാക്ക് രക്ഷയാകുന്ന സന്ദർഭങ്ങളെയോർക്കുകയാണ്. നാക്ക് നരകമുണ്ടാക്കുന്ന സന്ദർഭങ്ങളെയും ഓർക്കുകയാണ്. വാക്കാകുന്ന വൈരിയും വാക്കാകുന്ന രക്ഷകനും ഒന്നിക്കുന്ന ഒരു കവിത ഓർക്കുകയാണ്. 'അവരവരിലേക്ക് ഒളിച്ചോടുന്നവർ' എന്ന കവിത. വി. വി. ഷാജുവിന്റെ രചനയാണത്. ഒന്നിപ്പിക്കുകയും ഭിന്നിപ്പിക്കുകയും ചെയ്യുന്ന വാക്കിന്റെ അപാരമായ ശേഷിയെ അവിടെ വായിക്കാം. ഇങ്ങനെയുള്ള ഭാഷയെ കേവലം ആശയവിനിമയോപാധിയെന്നു പറഞ്ഞ് കുറച്ചുകാണാമോ? ഭാഷയുടെ ധർമ്മങ്ങളെ അടുത്തുകാണാൻ, അടുത്തുകേൾക്കാൻ, ഈ ഭാഷയിലൂടെ കഴിയുമോ? അതിനെന്തു വഴി, ചിന്തയും ഭാവനയുമല്ലാതെ?

ഭാഷയുടെ പ്രാഥമികമായ ധർമ്മം അതിന്റെ വികാസചരിത്രത്തിന്റെ ആദ്യത്തെ പടവിൽ പ്രകടമാകുന്ന ആശയവിനിമയമാണെന്നും, ആശയനിർമ്മിതിയെന്ന മുൻകൂറായ പ്രക്രിയ അതിൽത്തന്നെ അന്തർഭവിച്ചിട്ടുണ്ടെന്നും ഭാവിച്ചുകൊണ്ടാണ് ഈ ചിന്ത തുടങ്ങിവെയ്ക്കുന്നത്. പരമപ്രധാനമായ ഈ പടവുകളെ നിലനിർത്തി

പ്രയോജനപ്പെടുത്തുമ്പോൾത്തന്നെ ഭാഷ ഭാവനയുടെയും ചിന്തയുടെയും ധർമ്മങ്ങൾ ഏറ്റെടുക്കുന്ന പടവുകളിലേക്ക് പടർന്നേറിയേക്കും. ഇങ്ങനെയാണ് ഭാഷ ചരിത്രം സൃഷ്ടിക്കുന്നത്. ഈ ഹൈപ്പോതിസിസിന്റെ അടിസ്ഥാനത്തിലുള്ള ആലോചനകളാണ് ഇവിടെ മുന്നോട്ടുവെയ്ക്കുന്നത്.

ഇവിടെ ചരിത്രത്തിന് സ്ഥാനമെവിടെ എന്ന് ചോദിക്കാൻ ഇടമുണ്ട്. സമകാലികമായൊരു വീക്ഷണത്തിൽ, മേല്പറഞ്ഞ ധർമ്മങ്ങൾ ഭാഷകൾ ഏകകാലികമായി നിർവ്വഹിക്കുന്നതല്ലേയെന്നു ന്യായമായും ചൂണ്ടിക്കാണിക്കാം. റോമൻ യാക്കോബ്സൺ നടത്തിയ സൊസ്യൂറിയൻ ഏകകാലികതാസങ്കല്പത്തിന്റെ വിമർശനത്തിന്റെ ഭാഗമായി ഏകകാലികഘടനയിൽത്തന്നെ ബഹുകാലികതയെ സങ്കല്പിച്ചതിന്റെ വെളിച്ചമാണ് ഇവിടെ വഴികാട്ടുന്നത്. അതിനെ തുടർന്ന് ചിന്തിച്ചാൽ, ലീനമായ ചരിത്രം വർത്തമാനത്തിലുണ്ടെന്നു കാണാം. നാമിവിടെ വർത്തമാനമായി കേട്ടുകൊണ്ടിരിക്കുന്ന ഭാഷയിൽത്തന്നെ ചരിത്രത്തിന്റെ ശേഷിപ്പുകളാണ് വാസ്തവത്തിൽ വന്നുകിടക്കുന്നതെന്നു കാണാം. പല കാലത്തിൽ പിറന്ന വാക്കുകൾ, ഘടനകൾ. പലവഴികളിലൂടെ വന്നൊത്തുകൂടിയ വാക്കുകൾ ഘടനകൾ. പലരുപയോഗിച്ചവരുടെ സ്മരണകൾ പറ്റിയ വാക്കുകൾ. ഇവയെ ചേറിച്ചേറിപ്പോയാൽ ഒരു കുഞ്ഞുഭാഷയുടെ, പ്രാചീനജീവിതത്തിനിണങ്ങിയ നിത്യനിദാന-ലളിത-കാര്യങ്ങളുടെ ഒരു ചരിത്രസന്ദർഭത്തെ അഭ്യൂഹിക്കാൻ ഇന്നു നമുക്കു കഴിയും. ഭാവനകൾക്കും ചിന്തകൾക്കും എത്തിച്ചേരാവുന്ന ഒരിടമാണത്. ആദിമഭാവനകളിലൂടെ ഉരുവം തിരിഞ്ഞ, വിനിമയത്തിന്റെ ആദിമസ്വഭാവങ്ങളുള്ള ശബ്ദങ്ങളോളം എത്തിപ്പിടിക്കാവുന്ന ഒരു ഭാവനാലോകമാണത്. അതിനെ നമുക്കു സങ്കല്പിക്കാനേ കഴിയൂ. പുനഃസൃഷ്ടിക്കാനും മറ്റും കഴിയില്ല. കാലത്തെ പിന്നോട്ടുതിരിക്കുന്ന സാങ്കേതികവിദ്യ വികസിപ്പിക്കപ്പെടുകയോ അതിനുതകുന്ന തരത്തിലൊരു മഹാവിസ്ഫോടനം സംഭവിക്കുകയോ ചെയ്താൽ നടക്കുമായിരിക്കാം. തത്കാലം അതുണ്ടാകില്ല എന്നു വിചാരിക്കാം. സിനിമയിൽ പറ്റും. മൈക്കിൾ ജാക്സൺന്റെ 'എർത്ത് സോങ്'' എന്ന സിനിമയിലെന്നപോലെ. എല്ലാം ഒരു പിന്നോടിക്കാഴ്ച ഓർക്കുക. മുറിഞ്ഞുവീണ മരങ്ങൾ, എക്സ്റ്റിങ്റ്റായ മൃഗജാതികൾ പക്ഷികൾ എല്ലാം എഴുന്നേറ്റു മടങ്ങിവരുന്ന മനോഹരമായൊരു ഭാവനയുടെ സാക്ഷാത്കാരമാണത്.

ഭൂതകാലദശയിലെ ഭാഷയെക്കുറിച്ചുള്ള അഭ്യൂഹികധാരണയെ ആധാരമാക്കിയാണ് ചരിത്രാത്മകഭാഷാശാസ്ത്രജ്ഞർ പണി ചെയ്യുന്നത്. എന്നിട്ട് വികാസഗതിയിലെ പടവുകൾ സങ്കല്പിക്കാൻ ഉതകുന്ന വസ്തുനിഷ്ഠവുമായ തെളിവുകൾ കണ്ടെത്തിയും, ചിലതൊക്കെ സങ്കല്പിച്ച് പുനഃസൃഷ്ടിച്ചുകൂട്ടിയും ഭാഷയുടെ ചരിത്രം നിർമ്മിക്കുന്നു. ഘടകങ്ങളെയും ഘടനയെയും ആ അന്വേഷണത്തിനിടയിൽ കല്പിച്ചെടുക്കും. ഇവിടെയും ചില അഭ്യൂഹങ്ങൾക്കാണ് ശ്രമം. അതുകൊണ്ടുതന്നെ 'ശാസ്ത്രീയത' കുറയും. ചരിത്രാത്മകമായ സമീപനത്തിലും അഭ്യൂഹത്തിന്റെ സ്പർശം ഇല്ലാതില്ല. അതിനാൽ ഏറെ ഖേദിക്കേണ്ട ഒരു കാര്യമല്ല ഈ അശാസ്ത്രീയതാപ്രശ്നം.

ഘടനയെയും ഘടകങ്ങളെയുമല്ല ഭാഷയുടെ ധർമ്മങ്ങളെയാണ് ഈയൊരാലോചനയിൽ ശ്രദ്ധിക്കുന്നത്. ഇങ്ങനെ നോക്കുമ്പോൾ, ആശയവിനിമയധർമ്മമനുഷ്ഠിക്കുന്ന ഭാഷയ്ക്കു പിന്നിലേക്ക്, ആശയങ്ങൾ അഥവാ സങ്കല്പനങ്ങൾ രൂപപ്പെടുന്ന ഒരു ആദിമമായ ഘട്ടത്തിലേക്ക് കടന്നുകാണാൻ കഴിഞ്ഞേക്കും. അത് ഒരു ഭാവനയാണ്. ഭാവന ചെയ്തെടുക്കുന്ന ഒരു പ്രക്രിയയെയാണ് അത് തൊടുന്നതും. ആശയരൂപീകരണം എന്ന ഭാഷാധർമ്മത്തെയാണ് ഇവിടെ ഭാവന ചെയ്യുന്നത്. ഭാഷയിൽ പ്രാഥമികമായി ഉൾച്ചേർന്നിരിക്കുന്ന ധർമ്മം ആശയരൂപീകരണമല്ലേ എന്ന് ആലോചിച്ചു നോക്കുന്നു. ലോകത്തെ ഗ്രഹിക്കാനുള്ള, ലോകത്തെ ചിഹ്നാത്മകമാക്കി പരിവർത്തിപ്പിച്ച് ആശയമാക്കി മാറ്റിയെടുക്കുന്ന, ഓരോരോ ഇടപെടലുകളുടെ ഫലമല്ലേ, ആ ചരിത്രസന്ദർഭത്തിന്റെ രേഖയല്ലേ ഓരോ വാക്കും എന്നും ചിന്തിക്കാം. ഇങ്ങനെ ഉല്പാദിപ്പിക്കപ്പെട്ട വാക്കുകളിലൂടെയല്ലേ ലോകം പ്രകാശിതമാകുന്നത് അഥവാ വെളിപ്പെടുന്നത്? അങ്ങനെ ഉരുവംതിരിഞ്ഞ വാക്കുകളെ ഉപയോഗപ്പെടുത്തിയാണല്ലോ ഭാഷയുടെ 'പ്രഥമ'വും പ്രകടവുമായ ആശയവിനിമയധർമ്മം നിറവേറ്റപ്പെടുന്നത്?

ആശയരൂപീകരണത്തിന്റെ പ്രേരണാശക്തി എന്തായിരിക്കും? ആശയപ്രകാശനദാഹംതന്നെയാകുമോ? അതോ ഇനി ആശയരൂപീകരണമെന്നത് മനുഷ്യന്റെ അനിവാര്യമായ, വിധി എന്ന നിലയിലുള്ള സിദ്ധിയാണോ? ആ സിദ്ധിയുടെ തള്ളിച്ചയിൽനിന്നുറവാകുന്നതാണോ വാക്കുകൾ? അവ്യക്തമായ, ഒന്നിനും വാക്കില്ലാത്ത, വാക്കിനും മുമ്പായ അനുഭവത്തെ പ്രകാശിപ്പിക്കുന്നതിനുള്ള ചോദനയിൽനിന്ന്, പ്രേരണയിൽനിന്ന് ലോകത്തെ ശബ്ദരൂപങ്ങളിലേക്ക് സംഗ്രഹിക്കാൻ നിർബ്ബന്ധിതനായിത്തീരുകയാണ് മനുഷ്യൻ

എന്ന സിദ്ധാന്തിക്കാമോ? ഉറപ്പിച്ച പറയാവുന്ന കാര്യമല്ല ഇതൊന്നും. ഇങ്ങനെയൊക്കെ ഭാഷയുടെ ഉല്പത്തിയെ സംബന്ധിച്ച് ഭാവന ചെയ്യാനാകുന്ന എന്ന പറഞ്ഞു നിർത്താനേ തരമുള്ളൂ. ഇത്തരം ഭാവനകൾക്കപ്പുറത്ത് മിറർ ന്യൂറോണുകളായി ആശയരൂപീകരണസിദ്ധിവിശേഷം നമ്മുടെ നാഡീവ്യൂഹത്തിൽ ഭൗതികരൂപം കൊള്ളുന്നതിനെയും മറ്റും സങ്കല്പിക്കാൻ ന്യൂറോചിന്തകർക്കു സാധിക്കുന്നുണ്ട്.

വാക്കുകളുടെ, അഥവാ ഭാഷാചിഹ്നങ്ങളുടെ രൂപീകരണത്തിൽ നടക്കുന്ന ലോകത്തോടുള്ള കൊഗ്നിറ്റിവായ പ്രക്രിയയിൽ ലോകഗ്രഹണം എന്നൊരു പ്രക്രിയ അന്തർഭവിക്കുന്നുണ്ടെന്നു വ്യക്തമാണ്. ചിന്തയിൽ, ഗ്രഹണത്തിൽ ഒക്കെ ഭാവനയുടെ സ്പർശവുമുണ്ട്. ഒരു വാക്ക് രൂപപ്പെടുത്തുന്നതിൽ ഭാവനയല്ലാതെ മറ്റെന്താണ് പ്രവർത്തിക്കുന്നത്? ഉത്ഭാവനം ചെയ്യുന്നു എന്നൊക്കെ പറയുന്നതിൽ ഈ ഭാവനാംശത്തെ വരവുവെയ്ക്കുന്നുണ്ട്. ഭാഷയിലേക്ക് വാക്കായി വെളിപ്പെടാത്ത ഒരു വസ്തു അഥവാ ഒരു വസ്തുത, അതുമല്ലെങ്കിൽ അനുഭവമോ അനുഭൂതിയോ വചോരൂപം കൈക്കൊള്ളുന്നതിനെക്കുറിച്ച് ആലോചിച്ചാൽ അതിൽ ഭാവനാത്മകമായ ഒരു തലമുണ്ട് എന്നല്ല, ഭാവനയേയുള്ളൂവെന്നുതന്നെ പറഞ്ഞുപോകില്ലേ? അങ്ങനെയല്ലേ സൂചക-സൂചിതബന്ധനം നടക്കുന്നത്? അതുവഴിയല്ലേ ലോകം വെളിവാകുന്നത്? അങ്ങനെയൊക്കെയെങ്കിൽ, ഭാഷയുടെ പ്രാഥമികധർമ്മം ഭാവനയുടെ സഞ്ചാരവും ലോകഗ്രഹണവും വെളിപ്പെടലുമെല്ലാം കൂടിക്കുഴഞ്ഞ ഈ പ്രാഥമികമായ പ്രക്രിയയിലല്ലേ നാം തേടേണ്ടത്?എങ്കിൽ, ആശയവിനിമയമാണ് പ്രാഥമികമെന്ന നമ്മുടെ ധാരണയെത്തന്നെ തിരുത്തേണ്ടതില്ലേ?

പറഞ്ഞുവരുന്നത് ഭാഷയുടെ ഉദയഘട്ടത്തിൽ അന്തർഭവിച്ചിട്ടുള്ള ധർമ്മസവിശേഷതകളെക്കുറിച്ചാണ്. ഭാഷയ്ക്ക് പല ധർമ്മങ്ങളുള്ളതായി പറയും. ഭാഷയുടെ ധർമ്മപരമായ തലങ്ങളെക്കുറിച്ചുള്ള ധാരാളം സിദ്ധാന്തീകരണങ്ങൾ നടന്നിട്ടുണ്ട്. യാക്കോബ്സണും മറ്റും ഈ വിഷയത്തിൽ നന്നായി ചിന്തിച്ചിട്ടുണ്ട്. നിർദ്ദേശകവും നിയോജകവും സൗന്ദര്യാത്മകവും സാമൂഹീകരണാത്മകവും മറ്റും മറ്റുമായ ധർമ്മങ്ങൾ വഹിക്കുന്ന ഭാഷയെ യാക്കോബ്സൺ കണ്ടു. പ്രത്യക്ഷമാണവ. അങ്ങനെയുള്ള ഒരു ഭാഷയെ സങ്കല്പിക്കാനാണ് നമുക്കും എളുപ്പം കഴിയുക. കാരണം, നമുക്ക് മുൻകൂറായി ലഭിച്ച ഭാഷയുടെ പ്രത്യക്ഷത്തിലുള്ള ധർമ്മങ്ങളെ മാത്രമേ ഇവിടെ

അഭിമുഖീകരിക്കേണ്ടിവരുന്നുള്ളൂ എന്നതാണ്. നമുക്ക് അതിനു പിന്നിലേക്ക് ആലോചിക്കേണ്ടിവരുന്നില്ല. ആലോചിക്കുകയാണെങ്കിൽ കല്ലുകൾ ഉരസി തീയുണ്ടാക്കുന്നതുപോലുള്ള ഒരു പ്രക്രിയയിൽ വാക്കാകുന്ന വെളിച്ചവും, ആ വെളിച്ചത്തിൽ വെളിപ്പെടുന്ന ലോകവുമൊക്കെ നമുക്കു സങ്കല്പിക്കാൻ കഴിയും. അവിടെ, മുമ്പു സൂചിപ്പിച്ചതുപോലെ ഭാവനയുടെ ആദിമമായ ഇടപെടലുകൾ ഉണ്ടായതിനെക്കുറിച്ചുള്ള തെളിച്ചവും ലഭിക്കും. നമ്മുടെ നിത്യനിദാന ജീവിതത്തിലെ ഭാഷയുടെ ഉപയോഗങ്ങളിലുള്ളത് ഇങ്ങനെ ഉണ്ടായിക്കഴിഞ്ഞ വാഗ്ദീപത്തിൽനിന്നുള്ള വെളിച്ചവും തീപ്പകരലുകളും ഒക്കെയാണ്.

വാക്കാകുന്ന വിളക്ക് ഉദിക്കുന്ന രാസഭൗതികസന്ദർഭങ്ങളെ ഓർക്കുമ്പോൾ നമുക്കു ഭാഷയുടെ വിശേഷമായൊരു ചരിത്രബോധംതന്നെ വെളിപ്പെട്ടുകിട്ടും. ഓരോ വാക്കും പിറവികൊണ്ട മുഹൂർത്തങ്ങൾ. അങ്ങനെ പലകാലങ്ങളിലായി ഉദിച്ച നക്ഷത്രങ്ങൾപോലുള്ള വാക്കുകൾ. അവയുടെ താരാപഥങ്ങൾ. ആകാശം. ഓരോ വാക്കിനുപിന്നിലുമുണ്ട് മനുഷ്യധിഷണയുടെ സൃഷ്ടിപരമായ സ്പർശങ്ങൾ. അങ്ങനെയങ്ങനെ ചിന്തിക്കുമ്പോൾ ഓരോ വാക്കിലുമുണ്ട് കവിതയെന്നും സങ്കല്പിക്കാൻ കഴിയും. അടുപ്പ് എന്നൊരു വാക്ക് (അല്ലെങ്കിൽ ഏതൊരു വാക്കുമാകട്ടെ) ഓർത്തുനോക്കൂ. മൂന്നു കല്ലുകളെടുത്തടുത്തുവെച്ചുണ്ടാക്കിയ ആ നിർമ്മാണത്തിൽത്തന്നെ മനുഷ്യഭാവനയുടെ പ്രകാശനവും പ്രകാശവുമുണ്ട്. അതിനെ മൂന്നക്ഷരങ്ങളിലേക്ക് കൂട്ടിയെടുക്കുന്ന വാക്കുല്പാദനവൃത്തിയിൽ, അക്കണ്ട ഭൗതികമായ വസ്തുത വാചികവസ്തുതയായി രൂപാന്തരപ്പെടുന്നു. അതുവരെ ഇല്ലാതിരുന്ന ഒന്ന് ഉണ്ടാകുന്നു. അതാണ് സൃഷ്ടി. സൃഷ്ടിയാണ് കലയും കവിതയും. സൃഷ്ടിക്കുമ്പോൾ സൃഷ്ടിപ്പെടുന്നതാണ് മനുഷ്യൻ. സ്രഷ്ടാവായ മനുഷ്യനാണത്. സൃഷ്ടിയാണ് സമരമെന്ന് സി. ജെ. തോമസ്. എങ്കിൽ, മനുഷ്യന്റെ സൃഷ്ടികർമ്മങ്ങളെയാകെ സമരകർമ്മങ്ങളായും കാണാം. നമ്മുടെ സമരോത്സുകസമരങ്ങളില്പെട്ട് സമരം നിഷേധാർത്ഥകമായ ഒരു സൃഷ്ടിയായിത്തീർന്നത് വേറൊരു സൃഷ്ടി.

ഓരോ വാക്കിലും ഓരോ ബന്ധനസ്ഥനായ പ്രൊമിത്തിയൂസ് വാഴുന്നുണ്ട്. അപ്പോളതിന്റെ കവിതയും ബന്ധിതമായി പിൻവാങ്ങി നിൽക്കുകയാണ്. 'അന്തർദ്ദാഹ'ത്തിൽ ശങ്കരക്കുറുപ്പു ഭയന്ന നക്ഷത്രം പോലെ, അത് പറുദീസയിൽനിന്ന് മനുഷ്യനെപ്പോലെ

പതിച്ച കരിക്കട്ടയാകുന്നു. വീണ്ടും പ്രാണവായു ഊതിക്കൊടുത്താൽ തീ പടർന്ന് കനലായി എരിയും. സ്ഫുലിംഗങ്ങൾ വീണ്ടും പുറപ്പെടും. ജ്വലിക്കും. പ്രാണന്റെ തീ പടരും. വെളിച്ചം തൂകും. ചൂട് പകരും. കവികൾ അവരുടെ പണിയാലയിൽ വെച്ചുചെയ്യുന്നത് ഇതൊക്കെയാണ്. അവർ വാക്കിനെ വീണ്ടെടുക്കുന്നു. വാക്കിനെ വീണ്ടും കവിതയാക്കുന്നു. ഇരുമ്പ് മനുഷ്യനെ കൊല്ലനും കർഷകനുമാക്കുന്നു. ഭാഷ മനുഷ്യനെ കവിയാക്കുന്നു! വെറുതെ എടുത്ത് ഉപയോഗിക്കുമ്പോൾ വാക്കിൽ കവിതയൊന്നും ഇല്ല. ഉപയോക്താക്കൾ കവികളല്ല. സ്രഷ്ടാക്കളല്ല. പക്ഷേ, വാക്കിൽ അതിന്റെ മൗലികമായ സാദ്ധ്യതകൾ കെടാതെ കിടപ്പുണ്ട്. അതു മറക്കാതിരിക്കുന്നു കവികൾ. അവർ അവരുടെ സവിശേഷമായ ബലഹീനതകൊണ്ട് വാക്കിനെ കരിക്കട്ട പോലുള്ള അവസ്ഥയിൽനിന്നു വിമോചിപ്പിക്കുന്നു. നക്ഷത്രങ്ങളെ വീണ്ടെടുക്കുന്നു. പുതിയ ആകാശവും പുതിയ ഭൂമിയും സൃഷ്ടിക്കുന്നു, ലോകത്തെ നവീകരിക്കുന്നു.

സാധാരണമായ, സന്ദർഭങ്ങളിൽ വാക്കുകൾ ഈ 'കവിതാത്വ'മൊക്കെ മറന്ന, മറഞ്ഞ, വെറും ഉപാധികൾ മാത്രം. അപ്പോൾ വാക്കിലെ കവിതയെ നാം കാണുന്നേയില്ല. കേൾക്കുന്നേയില്ല. ഓർക്കുന്നേയില്ല. ഓർത്താൽ അതിശയം തോന്നും. ഓർത്താൽ! നാമാകെ കവിതയിലാണ് ജീവിക്കുന്നതെന്നറിഞ്ഞ് പുളകിതരായേക്കും. വാക്കുകളാൽ അലങ്കൃതമായ ഒരു മനോഹരമായ ലോകത്തെത്തന്നെ സങ്കല്പിച്ച് അതിൽ ഒരു താരാപഥത്തിലെവിടെയോ ഒരു വാക്കായിരുന്ന്, വാക്കുകളിൽ പടർന്ന്, അതിനെ ജീവിതമെന്ന് വിളിച്ച് കടന്നുപോകുന്നതിനെയുമോർത്ത് കവിഞ്ഞുനിറഞ്ഞേക്കും. അങ്ങനെ കവികളായി മാറിയേക്കും. വേദനയുടെ കടൽ എന്നൊരു കല്പന ഓർക്കുകയാണ്. അവിടെനിന്ന്, നീന്തി മധുരമായ വേദനകൾ പുരണ്ട വാക്കുകളുടെ കടലിനെ ഭാവന ചെയ്യാനും കഴിയുന്നുണ്ട്.

ഇപ്പോൾ നമുക്ക് വാക്കിന്റെ പൂർവ്വാശ്രമത്തിൽനിന്ന് പിൽക്കാലസന്ദർഭങ്ങളിലേക്ക് സഞ്ചരിച്ചുനോക്കാം. മുൻകൂറായി ലഭിച്ച വാക്കുകളുടെ ലോകത്ത്, സാധാരണമായൊരു നിലയിൽ ശ്വസോച്ഛ്വാസം ചെയ്യുന്നതു പോലുള്ള സ്വാഭാവികതയോടെ ആശയങ്ങളുടെ കൈമാറ്റത്തിനായി വാക്കുകൾ ഉപയോഗിക്കുമ്പോൾ ഭാവനയുടെയും കാവ്യവൃത്തിയുടെയും മിന്നിക്കുന്ന പ്രവർത്തനങ്ങളൊന്നും നടക്കുന്നില്ല. അതിന്റെ ആവശ്യവുമില്ല. ഭാഷയുടെ അംശങ്ങളെ

ഉപയോഗപ്പെടുത്തി, ഉപകരണമാക്കി തത്കാലസാഹചര്യത്തി ലെ ആവശ്യങ്ങൾ നിറവേറ്റുവാനാണ് അപ്പോൾ തുനിയുന്നത്. സാധാരണമായ ഭാഷണമാണത്. ഭൂതകാലം സമ്മാനിച്ച വാക്കുകളുപയോഗിക്കുന്നുവെന്നിരിക്കിലും വർത്തമാനത്തിലാണ് അതിന് ഊന്നൽ. വർത്തമാനം പറയുന്നു എന്ന പ്രയോഗത്തിൽ ആ ആശയം മനോഹരമായി വന്ന് ഒത്തിരിക്കുന്നു.

ഇപ്പറഞ്ഞ വാക്കുപയോഗപ്പെടുത്തലിന് തെളിമകിട്ടാൻ ഒരു ആലങ്കാരിക വിശദീകരണം സഹായിച്ചേക്കും. തോട്ടികെട്ടുന്നതും തോട്ടികൊണ്ട് മാങ്ങ പറിക്കുന്നതും തമ്മിലുള്ള അന്തരമുണ്ട് ഒരു ഭാഷാചിഹ്നത്തിന്റെ നിർമ്മിതിയും അതിന്റെ എടുത്തുപയോഗവും തമ്മിൽ. ആദ്യത്തേതിൽ കൊഗ്നിഷന്റെയും ഭാവനയുടെയും സൃഷ്ടിപരമായ മാനങ്ങൾ മുന്തിനിൽക്കുമ്പോൾ, രണ്ടാമത്തേതിൽ പ്രായോഗികമായ തലമാണ് പ്രധാനമാകുന്നത്. ഭാഷയുടെ പ്രാഥമിക ധർമ്മമെന്നു നാം പൊതുവെ കരുതുന്ന ആശയവിനിമയം ഈ രണ്ടാം ഘട്ടവുമായി ബന്ധപ്പെട്ടാണ് പ്രാഥമ്യവും പ്രാധാന്യവും കൈവരിക്കുന്നത്. ഭാവനാത്മകമായ പൂർവ്വഘട്ടത്തെ ഓർത്തുകൊണ്ടുള്ള ഒരു രേഖീയചരിത്രാത്മകസമീപനത്തിൽ, സത്താപരമായ പരിഗണനകളോടെ നിരീക്ഷിച്ചാൽ ഭാഷയുടെ പുതിയൊരു വിതാനമായി ഇതിനെ വിലയിരുത്തേണ്ടിവരും.

ആശയവിനിമയമെന്ന 'പ്രാഥമികധർമ്മം' ദ്വിതീയമായൊരു സന്ദർഭത്തിൽ പദങ്ങളിൽ മുൻകൈ നേടുന്ന ധർമ്മമാണെന്ന വസ്തുതയാണ് ഇവിടെ ശ്രദ്ധേയമായ കാര്യം. നൂതനതയുടെ പരിവേഷം കൈവിട്ട, അഥവാ മറഞ്ഞ, അഥവാ ആലോചനകൊണ്ട് തേച്ചുതിളക്കി മനസ്സിലാക്കിയാൽ മാത്രം പ്രകാശമുണ്ടെന്നു കാണാവുന്ന, വാക്കുകൾകൊണ്ടാണ് ഭാഷയുടെ ഈ ഘട്ടം അടയാളപ്പെടുന്നത്. ഭാവനയുടെ ഘട്ടത്തെ പിൻപറ്റിവരുന്ന രണ്ടാം ഘട്ടമായി ഇതിനെ തിരിച്ചറിയുന്നത് ഭാഷയെ കുറേക്കൂടി ആഴമേറിയ പരിഗണനയോടെ മനസ്സിലാക്കാൻ സഹായിക്കും. ഈ മാറിയ ഭാഷാചരിത്രബോധത്തിന്റെ വെളിച്ചത്തിൽ കണ്ടാൽ സങ്കല്പനം അഥവാ ആശയരൂപീകരണം എന്നതാണ് ഭാഷയിൽ നിലീനമായിട്ടുള്ള പ്രാഥമികധർമ്മം എന്നു മനസ്സിലാകും. അത് ഭാവനയ്ക്ക് മേൽക്കൈയുള്ള ഘട്ടവുമാണ്. ഭാവന ചെയ്യുകയെന്നതാണ് ഭാഷയുടെ മൗലികമായ, ആ നിലയിൽ പ്രാഥമികമായ ധർമ്മം എന്ന് ചിന്തിക്കാനും ഇത് ഇട നൽകുന്നു.

വളരെ കുറഞ്ഞ സങ്കല്പനങ്ങളുമായി, അവയെ സൂചിപ്പിക്കുന്ന കുറഞ്ഞ വാക്കുകളുമായി വളരെ ചെറിയ ഭാഷാജീവിതം നയിക്കുന്ന, അതിൽ അനുവദനീയമായ കർമ്മസ്ഥാനങ്ങൾ പേറി മനുഷ്യർ വർത്തമാനം പറഞ്ഞ് വർത്തമാനത്തിൽ മാത്രം ജീവിക്കുന്ന ഒരു നേർത്ത ചരിത്രസന്ദർഭത്തെ സങ്കല്പിക്കുവാനും കഴിയും. ഭാഷയുടെ ശൈശവകാലമെന്ന് വ്യാകരണചിന്തകർ കാണുന്ന ഘട്ടമാണത്. അവിടെ ഭാഷ വളരെ ചെറിയ ഒന്നാണ്. ഒരു കുലത്തോളമോ ഗ്രാമത്തോളമോ വളർന്ന ഇടങ്ങളിൽ സഞ്ചരിക്കാനും ചെറിയ കാര്യങ്ങൾ ചെയ്യാനുമേ ആ ഭാഷ തുണയ്ക്കുന്നുള്ളൂ.

നിർദ്ദേശിക്കൽ, നിയോഗിക്കൽ എന്നീ ധർമ്മങ്ങളുടെ നിലയിൽ മാത്രം ജീവിതത്തെ തുണയ്ക്കുന്ന ഈ ഘട്ടത്തിലെ ഭാഷയെ ഭാഷയെന്നു വിളിക്കണോ എന്നുപോലും സംശയമാണ്. കുഞ്ഞുഭാഷയെന്നു വിളിച്ച് ഓമനിക്കാവുന്ന ഒരു ഭാഷയാകുമത്. മാതൃഭാഷയെന്നൊക്കെ വിളിച്ച് ഭാഷയെ ആദരവു പ്രകാശിപ്പിക്കാമെങ്കിൽ ഇതിൽ തെറ്റൊന്നുമില്ല. പേച്ചുവഴക്കങ്ങൾ എന്നൊരു പ്രയോഗം രാജൻ ഗുരുക്കളിൽനിന്നു കേട്ടതോർക്കുന്നുണ്ട്. പേശുവാനുപയോഗിക്കുന്നത് എന്ന വിവക്ഷയിൽ പേച്ചുകൾ എന്നുപയോഗിക്കാം. പേശുന്നു, അത് കേട്ട് അറിയുന്നു, പ്രവർത്തിക്കുന്നു. മനുഷ്യജീവിതത്തിന്റെ പ്രാഥമികാവശ്യങ്ങളുമായി ബന്ധപ്പെട്ട് ഇങ്ങനെ ചെറിയ പേച്ചുകളിലവസാനിക്കുന്ന ഭാഷാജീവിതം! ഇങ്ങനെയൊരു ചരിത്രഘട്ടകല്പനയിൽ, മിക്കവാറും എന്നല്ല, പൂർണ്ണമായിത്തന്നെ വാമൊഴിരൂപത്തിലുള്ള ഭാഷയെയാണ് സങ്കല്പിക്കാൻ കഴിയുക. അത് വളർന്നാണ് 'ഭാഷ'യായി പരിണമിക്കുന്നത്.

വളർച്ച, പുരോഗതി, വികാസം എന്നൊക്കെയുള്ള സങ്കല്പങ്ങളിൽ നിന്ന് നമുക്ക് എളുപ്പത്തിൽ വിമുക്തമാകാൻ കഴിയില്ല. ഈ ഭാഷാചരിത്രഭാവനയിലും കഥ അതുതന്നെ. പേച്ച് വളർന്ന് മൊഴിയായി മാറുന്നു. വാമൊഴിയിൽ പാട്ടുണരുന്നതും കളികളുണ്ടാകുന്നതുമൊക്കെ കണക്കിലെടുത്ത് ഭാവനയുടെ വിടർച്ച പറയാവുന്ന തുടർഘട്ടത്തെയും സങ്കല്പിക്കാൻ കഴിയും. അപ്പോൾ ഭാഷ പതുക്കെപ്പതുക്കെ അതിന്റെ മൂന്നാമതുഘട്ടത്തിലേക്ക് പ്രവേശിക്കുകയാണ്. അവിടെവെച്ച്, ഭാഷയുടെ ഭാവനാപരമായ മിടുക്കുകൾക്ക് പുനഃപ്രവേശനം ലഭിക്കുന്നു. വാക്ക് വചിക്കാനുള്ളത് എന്ന നിലയെ ഉല്ലംഘിക്കുന്നു. വാക്ക് കഥനമാകുന്നതും, വാക്ക് വാക്കിനെത്തന്നെ കാട്ടിക്കൊടുക്കുന്ന തരത്തിൽ, ഒരുങ്ങിപ്പുറപ്പെടുന്നതുമായ ഒരു

വേളയാണിത്. യാക്കോബ്സണെപ്പോലുള്ളവരുടെ ശൈലീവിചാരത്തിൽ പറയുന്നല്ലോ, മാധ്യമത്തിലേക്ക് തന്നെ ശ്രദ്ധ ക്ഷണിക്കുന്നതാണ് സാഹിത്യത്തിന്റെ കലാപരതയുടെ അടിസ്ഥാനമെന്ന്. ഭാഷ അതിന്റെ ആശയവിനിമയമെന്ന പൂർവ്വധർമ്മത്തെ ചെറിയ തോതിലെങ്കിലും പിന്തള്ളി, അല്പം മാറ്റിവെച്ച്, അതിൽത്തന്നെ കറങ്ങിത്തിരിഞ്ഞ് വചോശില്പനിർമ്മാണം തുടങ്ങുന്ന സന്ദർഭമാണത്.

അതുവരെ ഭാഷ വാക്കുകളുടെ സമാഹാരമായി നിർവ്വചിക്കാവുന്ന ഒന്നായിരുന്നെങ്കിൽ, ഈ പുതിയ സന്ദർഭത്തിൽ ഭാഷ ആവിഷ്കാരങ്ങളുടെ ഉള്ളടക്കമുള്ള, വാമൊഴിപ്പടർപ്പുകളുടെ ലോകം കൂടിയായി മാറുന്നു. വാക്കുൾക്കപ്പുറം വാക്കിന്റെ കെട്ടുകളും കൂട്ടങ്ങളും ശൈലീകൃതങ്ങളായ വാക്യങ്ങളും ഒക്കെ ഭാഷയുടെ മൂലധനമായിത്തീരുകയാണ്. ആളുകളുടെ ഭാവനാസഞ്ചാരങ്ങളിലൂടെ പടരുന്ന പാട്ടും കൂത്തുമായി ഓർമ്മകളുടെയും അറിവുകളുടെയും പടർപ്പുകളായി, അത് ഒരു ഭാഷാന്തരീക്ഷമായി, ഒരു ജനതയുടെ ജ്ഞാനാന്തരീക്ഷമായി പകർന്നാടി നിൽക്കുന്നു. കുഞ്ഞുഭാഷയെന്ന നിലയൊക്കെ വിടുകയാണപ്പോൾ. ഈ അന്തരീക്ഷത്തിനകത്താണ് മനുഷ്യനെന്ന ജന്തു ഭാഷാ-സംസ്കാരജീവിയായി അസ്തിത്വമാർജ്ജിക്കുന്നത്. പാട്ടുകൾ, ചൊല്ലുകൾ, ശൈലികൾ - അതൊക്കെയാവും ഇപ്പറഞ്ഞ വാമൊഴിഘട്ടത്തിന്റെ ഈടുവെപ്പുകൾ. അവ വാക്കുകളെന്നപോലെ വർത്തമാനത്തെ കവിഞ്ഞുപോകുന്നു. ഇത് ഒറ്റയൊറ്റ വാക്കുകളായിട്ടല്ല എന്ന വ്യത്യാസമുണ്ട്, വാക്യാത്മകത എന്നു വിശേഷിപ്പിക്കാവുന്ന ഘടനകളായിട്ടാണ് ചൊല്ലുകളുടെയും ശൈലികളുടെയും ചരിത്രസഞ്ചാരം. കഥനാത്മകതയെന്നും പറയാം.

ഭാഷ അതിന്റെ പേച്ചുനിലയെ പിന്തള്ളി ആവിഷ്കാരങ്ങളുടെ ലോകമായി മാറുന്നതോടെ ഭാഷ വികസിക്കുന്നു. ഭാഷയോടൊത്ത് മനുഷ്യന്റെ ലോകവും വളർന്നുവികസിക്കുന്നു. ഭാഷയിലെ ആവിഷ്കാരങ്ങളുടെ ലോകമാണ് മനുഷ്യരുടെ മനോലോകത്തെ രൂപഭാവനിർണ്ണയം ചെയ്യുന്നത്. അതിനിടയിൽ കഥനരൂപം പ്രാപിച്ച് വാഗ് വൃക്ഷങ്ങൾ എന്നു പറയാവുന്ന മഹാഖ്യാനങ്ങളുമൊക്കെ രൂപപ്പെടാം. അതോടെ ഭാഷ മഹത്വമാർജ്ജിക്കുന്നു. ഉള്ളടക്കവും രൂപമാതൃകകളും വർദ്ധിക്കുന്നു. അവ പാടിയും പറഞ്ഞും ആവർത്തിക്കപ്പെടുന്നു. പലകുറിയാവർത്തിച്ചു ബലപ്പെടുന്നു. സംസ്കരിക്കപ്പെടുന്നു. സാംസ്കാരികമായ ഉള്ളടക്കം ഭാഷയിൽത്തന്നെ

നിക്ഷേപിച്ച് സൂക്ഷിക്കുന്ന തേനടയിൽ തേനറകൾ എന്നപോലെ അറകളുണ്ടാക്കുന്നു. സംഗീതവും നടനവുമൊക്കെ അതിന് അകമ്പടിയാകാം. ഭാഷ കൂടുതൽ ആചാരപരമായി, കലാപരമായി, വിശ്വാസപരമായി ഒക്കെ മൂല്യമുള്ളതായി മാറുന്നു. മിത്തുകളുടെ ലോകം മനുഷ്യരെ തഴുകിനിൽക്കുന്ന ഒരു ഭാഷായുഗമാണിവിടെ വികസിച്ചു വരുന്നത്. ആശയവിനിമയമല്ല, ആശയശില്പനിർമ്മാണകൗതുകവും സൗന്ദര്യശില്പനിർമ്മാണവുമൊന്നിച്ചും വേറെയായും നടക്കുന്ന യുഗമാണത്. ഇവിടെ വെച്ചാണ് ഭാഷകൾ ശരിക്കു പറഞ്ഞാൽ മാതൃഭാഷയാകുന്നത്. ഭാഷയെന്ന തള്ള പെറ്റ കുഞ്ഞുങ്ങളത്രേ ഇപ്പറഞ്ഞ സാഹിതീയവിഷ്കാരരൂപം പൂണ്ട ആശയങ്ങളും ഭാവനകളും !

അവിടെയും അവസാനിക്കുന്നില്ല ഭാഷയുടെ നവീകരണം. ഈ മിത്തുകെട്ടൽ യുഗത്തിന്റെ സമ്പാദ്യങ്ങളെയും ഉൾക്കൊണ്ട് നാലാമതൊരു പടവിലേക്ക് ഭാഷ വളരുന്നത് എഴുത്തിലേക്ക് പരിണമിക്കുന്നതോടെയാണ്. ശൈലീകരിച്ചും മറ്റും സൂക്ഷിക്കുന്നതിനപ്പുറത്ത് ബാഹ്യമായ സാങ്കേതികവിദ്യയുടെ സഹായത്തോടെ ഭാഷ പുതിയ സാദ്ധ്യതകളിലേക്ക് പ്രവേശിക്കുന്നു. ഭാഷയ്ക്ക് ഭാഷണരൂപത്തിനു പുറമെ ലേഖനരൂപം ഉരുത്തിരിയുന്നു. ഭാവനയും ചിന്തയും വ്യക്തിപരമായ ദൗത്യമായി മാറുന്നതൊക്കെ ഈ പരിവർത്തന സന്ദർഭത്തിലാകണം. സന്ദർഭനിഷ്ഠമായ ആശയവിനിമയം, കൂട്ടായ മേളനോപാധി എന്നിങ്ങനെയുള്ള ധർമ്മങ്ങൾക്കപ്പുറത്ത് ഏകാന്തധ്യാനത്തിന്റെയും സങ്കല്പസഞ്ചാരങ്ങളുടെയും മറ്റും ഘട്ടമായി ഈ ഭാഷാചരിത്രസന്ദർഭത്തെ കല്പിക്കാം. ലോകത്തെയും ജീവിതത്തെയും നാളതുവരെ പാടിപ്പതിഞ്ഞ കഥകളെത്തന്നെയും ആഖ്യാനം ചെയ്യുന്ന വ്യക്തികളുടെ, അഥവാ കവികളുടെ കാലമാണിവിടെ സമാഗതമാകുന്നത്. അവരിലൂടെ, സംഭവിക്കുന്ന, അഥവാ വെളിപ്പെടുന്ന ആവിഷ്കാരങ്ങളിലൂടെ ഭാഷ ഉന്നതമായ വിതാനത്തിലേക്ക് പ്രവേശിക്കുകയാണ്. എഴുത്തിന്റെ മാത്രമല്ല വായനയെന്ന അത്ഭുതത്തിന്റെയും വിതാനമാണത്. ഭാഷയുടെ അലകും പിടിയും മാറുകയായി. ഭാഷയ്ക്കകത്ത് പുതിയ പുതിയ ഭാഷാലോകങ്ങൾ സംജാതമാവുകയാണ്. ഭാഷാനുഭവം വികസിക്കുകയാണ്. ആവിഷ്കാരങ്ങളുടെ സമൃദ്ധിയുണ്ടാകുന്നു. ആശയരൂപീകരണവും ആവിഷ്കാരവും ഏറുന്നു. ആശയവിനിമയം കാലദേശങ്ങളുടെ പരിമിതികളെ ഏറിയ അളവിൽ ഉല്ലംഘിക്കുന്നു. തുടർച്ചകളിൽ പാരമ്പര്യങ്ങളുണ്ടാകുന്നു. വിവിധങ്ങളായ സാഹിത്യജനുസ്സുകൾ

ഉണ്ടാകുന്നു. ധാരാളം സാഹിത്യസന്തതികളുള്ള മാതാവ് എന്ന വിവക്ഷയിൽ ഭാഷയുടെ മാതൃഭാഷാപദവി ഉയരുന്നു.

കവികൾ ഭാഷയ്ക്കുള്ളിൽ ഭാഷയെ വാർക്കുന്നവരാകുന്നു. ഭാഷയെ വിസ്തരിക്കുന്നവരാകുന്നു. അവരുടെ ആവിഷ്കാരങ്ങൾ അവശേഷിപ്പിക്കുന്നത് പുതിയ ഭാഷയാണ്. പുതിയ സൃഷ്ടികളുണ്ടാകുന്നതോടെ പഴയ ഭാഷയും ഭാഷാന്തരീക്ഷവും ആകെ മാറിപ്പോകുന്നു. എഴുത്തച്ഛനു മുമ്പുള്ള ഭാഷയല്ല അതിനു ശേഷമുണ്ടായതെന്ന് ഓർത്താൽ ഇക്കാര്യം വ്യക്തമാകും. ഭാഷയിലുണ്ടാകുന്ന ആവിഷ്കാരങ്ങൾ ഓരോന്നും ഓരോ സംഭവമാണ് എന്നു പറയാം. ഭാഷയിൽ ഉണ്ടാകുന്ന ഓരോ സംഭവത്തിനും പിന്നാലെ പുതിയ ഭാഷായുഗമാണ് ആവിർഭവിക്കുന്നത്. ഇങ്ങനെ മാറ്റിക്കളയുന്ന ആവിഷ്കാരങ്ങൾ മാത്രമാണ് സംഭവങ്ങൾ എന്നു വിവരിക്കാവുന്ന മട്ടിൽ പ്രസക്തി കൈവരിക്കുന്നുള്ളൂ. ഇങ്ങനെ പുതിയ ഭാഷാന്തരീക്ഷം സൃഷ്ടിക്കുകയെന്നത് പ്രതിഭാശാലികളായ കവികളുടെയും ചിന്തകരുടെയും നിയോഗമാണ്. അതുളവാകുന്നതിന് ഉപാധിയാവുകവഴി അവർ ഭാഷയുടെ ഐക്കണുകളായി രൂപാന്തരപ്പെടുന്നു, അറിയപ്പെടുന്നു. തിരുവള്ളുവർ തമിഴിനും എഴുത്തച്ഛൻ മലയാളത്തിനും, ദാന്തെ ഇറ്റാലിയനും മുതല്പേരായി മാറുന്നതോർക്കുക. ഓരോരോ കാലങ്ങളിലായിട്ട് ബസവണ്ണയും അക്ക മഹാദേവിയും കന്നടത്തിനും, ഷേക്സ്പിയർ ഇംഗ്ലീഷിനും, മാർക്കേസ് കൊളംബിയൻ സ്പാനിഷിനും സല്പേരായി വന്നത് ഓർക്കുക. അവരൊക്കെ വെറും കവികളല്ല. അവർ ആവിഷ്കർത്താക്കളായി മാറിയ ഭാഷയുടെ പ്രവാചകരാണ്. ഭാഷയെ വർത്തമാനത്തിലേക്ക് എത്തിക്കുന്നവർ, ഭാവിയിലേക്ക് തൊടുക്കുന്നവർ. സൗന്ദര്യത്തെ പുനർനിർവ്വചിക്കുന്നവർ. ഇവിടെ ആചാരപരമായി കവികളെ പരാമർശിച്ചത് സാഹിത്യകേന്ദ്രിതശീലബദ്ധതകൊണ്ടു മാത്രമാണ്. കാന്റും റൂസോയും മാർക്സും ഗാന്ധിയും അംബേദ്കറും നാരായണഗുരുവുമൊക്കെ ഭാഷയുടെ ഈ അതിവർത്തനത്തിൽ പങ്കാളികളായി പരാമർശിക്കപ്പെടാം. മേലോട്ടുനോക്കുന്ന, കീഴോട്ട് നോക്കുന്ന ഒരു ഭാഷയെ ഇടംവലം കൈകൾ നീട്ടുന്ന ഒരു ഭാഷയാക്കി പരിവർത്തിപ്പിച്ച നാരായണഗുരുവിനെ കാണിച്ചുതന്നു ഒരു കുട്ടി. അവൾക്ക് ആത്മോപദേശശതകം കിട്ടിയതിന്റെ സമ്മാനം. നവീനമായ ഒരു മുദ്രാവാക്യം കൊണ്ടുമാത്രം ഒരാൾ ഇത്തരം ഭാഷാദൗത്യം നിർവ്വഹിച്ചുവെന്നുവരാം. എണ്ണമറ്റ കൃതികൾ കൃതിച്ചാലും ഇത്തരം പരിണാമത്തിൽ

ഭാഗധേയത്വം നിർവ്വഹിക്കാത്ത കഥാകാലക്ഷേപരചയിതാക്കളും ഉണ്ടായേക്കും. അതവരുടെ കുറ്റമല്ല.

എഴുത്ത്, ലിപി തുടങ്ങിയ വസ്തുതകളിൽ ശ്രദ്ധയൂന്നി ഭാഷാചരിത്രവിചാരത്തിലേർപ്പെടുന്നവർ ഇവിടംമുതൽക്കുള്ള ഭാഷാചരിത്രത്തെ മിക്കവാറും സാഹിത്യചരിത്രത്തിനു വിട്ടുകൊടുക്കും. മുമ്പു കണ്ട വാമൊഴിപ്പാട്ടിന്റെ ഘട്ടത്തെ സാഹിത്യചരിത്രനിർമ്മിതിക്കാർ ഫോക്‌ലോറിനു വിട്ടുകൊടുക്കും. ഇതൊക്കെ ഒന്നിച്ചുചേർത്തു പരിഗണിക്കുമ്പോൾ ഭാഷാവികാസത്തിന്റെ രണ്ടാമത്തേതെന്നു പറയാവുന്ന ഭാവനാപരമായ ഘട്ടത്തിലെ രണ്ട് ഉപഘട്ടങ്ങളായി ഫോക് -മിത്ത്-ഗാനഘട്ടത്തെയും കവിതാഘട്ടത്തെയും വേർതിരിച്ചു പറയുന്നതിനും യുക്തിയുണ്ട്. വീണ്ടും പരിശോധിച്ചാൽ, ഭാഷകൾ സങ്കല്പനങ്ങളാൽ സമ്പന്നമാകുന്ന വേള മാത്രമല്ല, ഭാഷ വഴക്കിയെടുക്കപ്പെടുന്ന, അതിന്റെ ഭാവശില്പനിർമ്മാണക്ഷമതയെ ഭാഷകർ തിരിച്ചറിയുന്ന, വാക്കുകൾ ഇമേജുകളായി രൂപാന്തരപ്പെടുന്ന ഘട്ടം കൂടിയാണതെന്നു പറയേണ്ടിവരും. ആശയവിനിമയോപാധി എന്ന നിലയെ ഉൾവഹിക്കുമ്പോൾത്തന്നെ ആ നിലയെ പിന്തള്ളുക കൂടിയാണ് ഭാഷകൾ ഈ ചരിത്രഗതിയിൽ ചെയ്യുന്നത്. ഭാവനയുടെയും ചിന്തയുടെയും പ്രകടനത്തിന്റെയും ഉപാധിയായി ഭാഷ മാറുന്നു. ആശയങ്ങളുടെ മേൽ ആശയങ്ങൾ പെയ്ത് ഭൂഗർഭജലം പോലെ സഞ്ചിതനിധിയുണ്ടാവുന്നു.

ആശയങ്ങളുടെയും അനുഭൂതികളുടെയും അറിവുകളുടെയും ആവിഷ്കാരവൈവിദ്ധ്യങ്ങളുടെയും മൂല്യങ്ങളുടെയും സമ്പന്നതയായി, സാന്നിദ്ധ്യമായി, രൂപാന്തരപ്പെട്ട ഭാഷ - അതൊരു അനുഗ്രഹമാണ്. അത്തരം ഭാഷകളുടെ ലോകത്ത് വന്നുപിറക്കുന്നവർ ഭാഗ്യമുള്ളവർ. നക്ഷത്രങ്ങൾ നിരന്ന ആകാശം പോലെയോ, മിന്നാമിനുങ്ങുകൾ തെളിഞ്ഞുവിളങ്ങുന്ന താഴ്‌വരകൾ പോലെയോ നിലാവിൽ കാണാകുന്ന ചഞ്ചലസമുദ്രംപോലെയോ കാറ്റിലുലയുന്ന നിബിഡവനം പോലെയോ ഒക്കെയാണ് അത്തരം ഭാഷകൾ ഒരു ജനതയുടെ ജീവിതസാഹചര്യമായി നിലകൊള്ളുന്നത്. അതിനകത്ത് ജീവിക്കുകയെന്നത് സംഗീതമാസ്വദിക്കുന്നതുപോല ഹൃദ്യം. ഇനിയും പിറക്കുന്നാകിൽ ഇമ്മാതിരി ഭാഷാലോകങ്ങളിൽ ചെന്നു പിറക്കണം എന്നു ചിന്തിപ്പിക്കുന്ന തരത്തിൽ മോഹനമായ ലോകങ്ങളാണ് അവ. അതിൽ പിറക്കുന്നവരാകെ കവികളായി മാറിപ്പോകും. ഭാവുകത്വവികാസമുള്ളവരെങ്കിലുമാകും. ചിന്തകൾ പേറുന്നവരായി

തീരും. കവിതയും കഥയും നാടകവും ഗാനവും ചരിത്രവും ദർശനവുമൊക്കെ അവിടെ ജനതയുടെ ജീവിതത്തെ ഇണങ്ങിപ്പൊതിഞ്ഞു നിൽക്കും. സാംസ്കാരികജീവിതോചിതമായ ഭാഷാകാലാവസ്ഥ പ്രദാനം ചെയ്യുന്ന അത്തരം ഭാഷകൾ ആദർശമായിരിക്കാം. എന്നു വന്നാലും, പല ഭാഷകളും ആ നിലയോട് സമീപിച്ചുകൊണ്ടിരിക്കുകയാണ് എന്നു പറയാം. നമ്മുടെ ഭാഷയും ആ വഴിയിലാണെന്നു കരുതുന്നതിൽ തെറ്റില്ല. എത്തിക്കഴിഞ്ഞു എന്നു കരുതി ക്ലാസ്സിക്കലായി നാം പ്രഖ്യാപിച്ചതിലൊക്കെ ഈ ആത്മവിശ്വാസം കാണാനും കഴിയും.

കവിതയ്ക്ക് മേൽക്കൈയുള്ള ഘട്ടത്തിൽത്തന്നെയാണ് ഭാഷ നാടകത്തിലേക്കും തികഞ്ഞ ചിന്തയിലേക്കും തത്വദർശനത്തിലേക്കുമൊക്കെ കടക്കുന്നത്. കവിതയിൽത്തന്നെ നാടകത്തിന്റെ വിത്തുകൾവീണു വേരുന്നുന്നുണ്ടെന്നു തോന്നുന്നു. ഭാഷയുടെ സംവാദസ്വഭാവിയായ ഒരു വിനിമയത്തിലൂടെ, ആശയസംഘർഷങ്ങളിലൂടെ ചിന്തയുടെ പടവുകൾ കയറുകയാണ് നാടകത്തിൽ നടക്കുന്നത്. നാടകം തത്വവിചാരത്തിന്റെ ഒരു രൂപമാണ്. സി. ജെ.യുടെ *ക്രൈം* നാടകത്തെയോ ഇബ്സന്റെ *ജനശത്രു*നാടകത്തെയോ ഓർക്കുക. *റാഷമോൺ* സിനിമാനാടകത്തെ ഓർക്കുക.

തത്വചിന്തയുടെ ആദിമരൂപങ്ങൾ ഡയലോഗുകളുടെ രൂപത്തിലാണ് കാണാവുന്നത് എന്നും ഓർക്കുക. ഗ്രീക്കിലെ ഡയലോഗുകളെ ഓർക്കുക. ഭാഷാപഗ്രഥനഗ്രന്ഥങ്ങളിൽപോലും ചിലപ്പോൾ നാടകീയമുഹൂർത്തങ്ങൾ സംവിധാനം ചെയ്യപ്പെടുന്നു. *ലീലാതിലക*ത്തിലും *കേരളപാണിനീയ*ത്തിലുമൊക്കെ ഇതുണ്ട്. പല വിഷയങ്ങളിലും തെളിച്ചമുണ്ടാക്കാൻ സംവാദരൂപത്തെ ഉപയോഗപ്പെടുത്തുന്ന കാഴ്ച നമുക്കു കാണാം. മോക്ഷപ്രദീപം ഒരു ഉദാഹരണം മാത്രം. *ഹിന്ദ് സ്വരാജിൽ* ഗാന്ധി പരീക്ഷിച്ചതും സംവാദരൂപം തന്നെ. ഇതിൽനിന്നു വ്യത്യസ്തമായി ആത്മഗതരൂപത്തിലും ചിന്തയുടെ പടവുകളിലൂടെ സഞ്ചരിക്കാം. *മലയാഴ്മയുടെ വ്യാകരണ*ത്തിലെന്നപോലെ യുക്തിപരമായി ധ്യാനിച്ചുകയറുന്ന ചിന്തകളും ചിന്താവിഷ്ടയായ സീതയിൽ സീതാദേവി ആവിഷ്കരിക്കുന്ന ചിന്തകളുമൊക്കെ ഓർക്കാവുന്നതാണ്. ഇതൊക്കെ പരിഗണിച്ചുള്ള ഒരു പര്യാലോചനയിൽ ഭാഷകൾ തികച്ചും ചിന്താപരമായ തലങ്ങളിലേക്ക് എത്തിപ്പെടുന്നത് അതത് ഭാഷകളുടെ വികസിതാവസ്ഥയെ കുറിക്കുന്ന ഒരു കാര്യമായി വിലയിരുത്താമെന്നു തോന്നുന്നു.

ഭാഷയുടെ ആദിമമായ ആശയരൂപീകരണഘട്ടത്തിൽത്തന്നെ ചിന്താപരമായ ഒരു മാനം പ്രവർത്തനക്ഷമമാകുന്നുണ്ട്. മിത്തുകളിലത് അറിഞ്ഞോ അറിയാതെയോ ഊറിനില്പുണ്ട്. എന്നാലതിന് സ്വതന്ത്രതയും മുൻകൈയും മേൽക്കൈയും വിസിബിലിറ്റിയും ലഭിക്കുന്നത് ഭാഷയുടെ പുതിയൊരു ഘട്ടത്തെ കുറിക്കുന്നുണ്ട്. ഭാഷയെന്നാൽ ചിന്താപരമായ ധർമ്മം നിർവ്വഹിക്കുന്നതിനുതകുന്ന ഒരു വിശിഷ്ടമായ പ്രതിഭാസമാണെന്നു വരുന്ന ഘട്ടം. ഭാഷ ചിന്തയുടെ ഉപാധിയായി രൂപാന്തരപ്പെടുന്ന ഘട്ടം. ചിന്തകരുടെ ഭാഷയായി ഭാഷ വിളങ്ങുന്ന വേള.

ഭാവനയുടെ അഭാവത്തിൽ, ചിന്തയിലേക്ക് പ്രവേശമില്ല എന്നാണു തോന്നുന്നത്. പുതിയ ആശയങ്ങളും അറിവുകളും ഉല്പന്നമാകുന്നത് ഭാവനാത്മകമായ പരികല്പനകളുടെ ആവിഷ്കാരത്തിലൂടെ, അതിനെ മുൻനിറുത്തി, പിന്നാലെ സഞ്ചരിച്ചിട്ടാണ്. സത്യത്തിൽ, ഭാവനയുടെ സ്വച്ഛന്ദസഞ്ചാരപഥങ്ങളായി കാണാറുള്ള കവിത ചിന്തയുടെ മുന്നുപാധിയാണ് എന്നാണ് തോന്നുന്നത്. ഒരർത്ഥത്തിൽ, ചിന്തയുടെ മാത്രമല്ല, വിജ്ഞാനത്തിന്റെയും മുന്നുപാധിയാണത്.

കവികൾ അഥവാ എഴുത്തുകാർ ചിന്തകരായി പരിണമിക്കുന്നു. അതുകൊണ്ടാണ് നമ്മൾ അവരെ ബുദ്ധിജീവികളായി കണക്കാക്കി ആദരിക്കുന്നത്. എഴുത്ത് എന്ന വൃത്തിതന്നെയും ചിന്തയെ അനിവാര്യമാക്കുന്ന ഇടപെടലാണ്. എല്ലാത്തരം എഴുത്തിനെയും കുറിച്ചല്ല പറയുന്നത്. ഭാവനയുടെ സ്പർശമുള്ള എഴുത്തിനെ വേറിട്ടു തന്നെ കാണണം. വിശേഷാർത്ഥത്തിലുള്ള ഈ എഴുത്ത് വിശേഷാർത്ഥത്തിൽ നീണ്ട സംഭാഷണമാണ്. കാല-ദേശാതിർത്തികൾക്കതീതമായി വസിക്കുന്ന നിരവധിയായ വായനക്കാരെ പ്രതീക്ഷിച്ചുള്ള ദീർഘസംഭാഷണം. യുക്തിയും ഭാവനയും ഒരുമിക്കുന്ന അഭ്യാസമാണത്. നമ്മുടെ തലച്ചോറിൽ ഒരു ചിന്തായന്ത്രമുണ്ടെന്നു തിരിച്ചറിയാനും, (അതു കണ്ടെത്താനാണ് ഗവേഷണം) അത് ഉപയോഗിക്കാനും ഉള്ള പരിശീലനമാണ് വാസ്തവത്തിൽ എഴുത്തുപരിശീലനം. ഗവേഷകരെക്കൊണ്ട് പ്രബന്ധമെഴുതിക്കുന്നത് വെറുതെയല്ല.

ഭാഷയുടെ സാദ്ധ്യതകളിലൂടെ സഞ്ചരിച്ച് മുത്തുമായെത്തുന്ന മാന്ത്രികരാണ് ചിന്തകരായ കവികൾ, എഴുത്തുകാർ. അവർ പ്രവാചകരെപ്പോലെ നാളേക്കു നീട്ടിയ വാക്കുകളാൽ സംസാരിക്കുന്നു.

വിപുലമായ വിവക്ഷകളുള്ള വിനിമയങ്ങളിലേർപ്പെടുന്നവർ. ചിന്ത യാൽ ആവർത്തിച്ച് വീര്യം വരുത്തിയ വാക്കുകളിൽ തത്വഗ്രഹ ണം നടത്തുന്നവർ. അവർ മാത്രമാണ് എഴുത്തുകാർ. അവരിലൂടെ ഭാഷകൾ അതിന്റെ ഏറ്റവും ഉന്നതമായ ധർമ്മങ്ങളെയാണ് പുൽ കുന്നത്. തത്വചിന്താപരമായും വൈജ്ഞാനികമായും ഒരു ഭാഷ വിടർത്തപ്പെടുന്നു. എന്നുവന്നാൽ, ആ ഭാഷയുടെ ജീവിതം ഫലിച്ചു എന്നാണ് അർത്ഥം. അത് ശ്രേഷ്ഠഭാഷയായി എന്നാണ് അർത്ഥം. അങ്ങനെ വരുന്നതോടെ ആ ഭാഷ ചിന്താപരമായ പ്രേരണകൾ പ്രസന്റായി സജീവമായ ഒരു ഭൗതികപരിസരമായി മാറുകയാണ്. എല്ലാ മനുഷ്യരും അതറിയുന്നൊന്നുമുണ്ടാകില്ലെങ്കിലും അത് അവി ടെയുണ്ട്. അതിനകത്തു ജീവിച്ചാണ് ആളുകൾ ചിന്തകരായും തത്വ ജ്ഞരായും ഒക്കെ മാറുന്നത്. ജർമ്മൻ ഭാഷയുടെ ആശയവാദദർശ നസമ്പന്നതയാണ് മാർക്സിനു മാർക്സാകാൻ, ചിന്തകരുടെ ചിന്തകനാകാൻ പശ്ചാത്തലമൊരുക്കിയത്. നമ്മുടെ പരമ്പരാഗത പണ്ഡിതർ സംസ്കൃതത്തിന്റെയും തമിഴിന്റെയും ലോകങ്ങളിൽ ജീവിച്ചാണ് ജ്ഞാനികളായി മാറിയത്. അവയിൽ നീരാടിയിട്ടാ ണ് നാരായണഗുരു ഗുരുവായി മാറിയത്. ചട്ടമ്പിസ്വാമികൾ സ്വാ മികളായത്. നമ്മുടെ ആധുനികന്മാർ ഇംഗ്ലീഷിന്റെ ലോകത്തു വിഹരിച്ചാണ് യൂറോപ്യൻ ഭാഷകളുടെ സമ്പാദ്യങ്ങൾ സ്വീകരിച്ച് തത്കാലനാട്ടുഭാഷയ്ക്കും സംസ്കൃതത്തിനും അജ്ഞാതമായിരുന്ന നവീനചിന്താലോകങ്ങളെ പുൽകിയത്.

ഭാഷയെന്ന മൂലധനം അതേപടി ഏറ്റുവാങ്ങുകയല്ല കവികളുടെ യും ചിന്തകരുടെയും ദൗത്യം. ആ ഭാഷയുടെ ചരിത്രത്തോടും വർ ത്തമാനത്തോടും, കീറ്റ്സ് പറയുന്ന നെഗറ്റിവ് കേപ്പബിലിറ്റിയോ ടെ സംവാദത്തിലാവുകയാണ് അവരുടെ നിയോഗം. അത് വളരെ പ്രധാനമാണ്. വെറുതെ പരിചയിച്ചറിഞ്ഞു സാമ്പ്രദായികരീതി യിൽ ജീവിക്കുന്ന ആളുകൾ കേവലം ഭാഷോപഭോക്താക്കൾ മാ ത്രമായി ഒടുങ്ങുന്നു. ഉപഭോക്താക്കൾ ഉല്പാദകരല്ല. മറിച്ച്, ഭാഷാമൂ ലധനത്തെ സൃഷ്ടിയുടെ അവസരമാക്കുന്നവരാണ്, ഭാഷയിൽ പുതിയ ആഴങ്ങളും പുതിയ നോട്ടങ്ങളും ഉല്പാദിപ്പിക്കുന്നവരാണ് പുതിയ കാലത്തിന്റെയും പുതിയ ഭാഷയുടെയും ഭാഷാന്തരീക്ഷത്തി ന്റെയും സ്രഷ്ടാക്കളായി മാറുന്നത്. അവർ ഭാഷയുടെ ഭാവിയുടെ വി ധാതാക്കളാകുന്നു. അവർ കാലത്തെയും ദേശത്തെയും മാത്രമല്ല, അവരുടെ ഭാഷയെത്തന്നെയും കവിഞ്ഞുപോകുന്നു.

അത്രയൊന്നും വ്യക്തമായിട്ടല്ലെങ്കിലും ഭാഷയുടെ വികാസഗതിയെ സംബന്ധിച്ച ഒരു ഏകദേശരൂപരേഖയുണ്ടാക്കാനുള്ള പരിശ്രമമാണ് ഇവിടെ നടത്തിയത്. ഒരു തരം അയഞ്ഞ ചരിത്രാലോചന. അതുവഴി സിദ്ധിച്ച തെളിച്ചത്തോടെ നമ്മുടെ ഭാഷയുടെ ചരിത്രത്തിലേക്കും വർത്തമാനത്തിലേക്കും നോക്കാവുന്നതാണ്. നമ്മുടെ ഭാഷയുടെ നിലയും വിലയുമൊക്കെ വിവേചിക്കുവാൻ അത് സഹായകമായേക്കും. ഭാഷയുടെ പേച്ചുഘട്ടത്തെ മറികടന്ന്, മിത്തുഘട്ടത്തെക്കടന്ന്, പാട്ടുഘട്ടത്തെക്കടന്ന് സാഹിത്യജനുസ്സുകളുടെ സമൃദ്ധിയിലേക്ക് വന്ന ഭാഷയാണിതെന്ന് നിസ്സംശയം പറയാം.

നമ്മുടെ കവിവചനങ്ങളുണ്ട് നമ്മുടെ ജീവിതത്തിന് താങ്ങും തണലുമായിട്ട്. തമിഴർ തിരുവള്ളുവരുടെ തിരുവചനം സ്റ്റേറ്റുബസ്സിലും പൊതുസ്ഥലങ്ങളിലും എഴുതിവെയ്ക്കുന്നപോലെ ചെയ്യാനൊന്നും നമുക്കു താല്പര്യമില്ലെന്നതു കുറ്റമായി കാണേണ്ട. എഴുത്തച്ഛന്റെയും കുഞ്ചൻ നമ്പ്യാരുടെയും ചില വരികളെങ്കിലും നമ്മുടെ സാമാന്യജീവിതത്തോട് കണ്ണിചേരുന്നുണ്ടോ? 'കാരസ്കരത്തിൻ കുരു പാലിലിട്ടാൽ വരുന്നതെല്ലാമവനെന്നുതോന്നും' എന്നു കളിപറയാനൊക്കുന്നുണ്ടല്ലോ? 'പാഥസാം നിചയം വാർന്നൊഴിഞ്ഞളവ് എന്തിനാടോ സേതുബന്ധനോദ്യോഗം' എന്നു തമാശയ്ക്കുവേണ്ടിയെങ്കിലും പറയാനൊക്കെ കഴിയുന്ന മട്ടിൽ സാഹിത്യം നമ്മുടെ ജീവിതത്തെ തലോടിനിൽക്കുന്നുണ്ട് എന്നതല്ലേ വാസ്തവം?

പൊയ്കയിൽ അപ്പച്ചനോ ആശാനോ ഇടശ്ശേരിയോ വൈലോപ്പിള്ളിയോ ചങ്ങമ്പുഴയോ കേസരിയോ മാരാരോ വിജയനോ (ഈ ലിസ്റ്റ് എത്രയും നീട്ടാം) ഒക്കെ നമ്മുടെ വിചാരപരമ്പരകളോട് സംവാദത്തിലാകുന്നില്ലേ? മലയാളം പഠിച്ചവരുടെ സാഹിത്യവിവാദങ്ങളിലെ കാര്യമല്ല. നമ്മുടെ പൊതുസമൂഹത്തിന്റെ സാധാരണമായ ജീവിതത്തെ അവയൊക്കെ എത്രത്തോളം തൊട്ടുനിൽക്കുന്നുണ്ട് എന്നാണ് ആലോചിക്കുന്നത്. കാര്യമില്ലായിരിക്കാം. ബുദ്ധിജീവികളുടെ അടരിനെയെങ്കിലും ഇതൊക്കെ ഉന്മേഷപ്പെടുത്തുന്നുണ്ടോ അവരുടെ ആലോചനകളിൽ? ഉണ്ടെങ്കിലും ഇല്ലെങ്കിലും നമ്മുടെ ഭാഷയിൽ കോറിയ ഭാവനാചിത്രങ്ങൾ ഉണ്ട്. ചിന്തയുടെ ഇഴകൾ ഉണ്ട്. കിസ്സപ്പാട്ടു മുതൽ ചലച്ചിത്രഗാനം വരെയുമുള്ള സാഹിത്യജനുസ്സുകൾ ഉണ്ട്. വ്യാകരണസാഹിത്യം മുതൽ പാഠപുസ്തകശാസ്ത്രകൃതികൾ വരെയും ഉണ്ട്. ഒരു ആധുനികഭാഷയെന്ന നിലയിൽ അത് സംസാരിക്കുന്ന ആളുകളുടെ എണ്ണംകൊണ്ടും അതിലുണ്ടായിരിക്കുന്ന

വിവിധങ്ങളായ ആവിഷ്കാരങ്ങൾകൊണ്ടും സാമാന്യം സമൃദ്ധമായ ഒരു ഭാഷാലോകം മലയാളികളെ പൊതിഞ്ഞുനിൽക്കുന്നുണ്ട്. എന്നാൽ, ചിന്താപരമായി നമ്മുടെ ഭാഷയുടെ നിലയെന്താണ്?

സച്ചിദാനന്ദന്റെ ഒരു കവിത ഓർക്കുന്നു. ഇംഗ്ലീഷിലാണത് കണ്ടത്. സ്റ്റാമർ. മലയാളത്തിൽ പറഞ്ഞാൽ ഗമ പോരാത്ത 'വിക്ക്'. എല്ലാവരും നിന്നു വിക്കുമ്പോൾ വിക്ക് ഒരു ജനതയുടെ ദേശീയഭാഷയായിത്തീരുന്നു എന്ന് അർത്ഥം വരുന്ന വരികളുണ്ട് അതിൽ. അതിന്റെയൊരു തണൽപറ്റിനിന്നു പറഞ്ഞാൽ, ചിന്താപരമായ ഒരു തരം വിക്കുകളുടെ തലത്തിലാണ് നമ്മുടെ ഭാഷ നിലകൊള്ളുന്നതെന്നു പറയാം. തെറ്റായ നിഗമനമാകാം. ആലോചിക്കാൻ വേണ്ടി ഉന്നയിക്കുന്നതാണ്. ചോദിക്കുന്നതാണ്. നമ്മുടെ ഭാഷയിലുണ്ടായ, അല്ലെങ്കിൽ ഉണ്ടായിക്കൊണ്ടിരിക്കുന്ന സൃഷ്ടികൾക്ക് ഒരു തരം നിഴലിൽ, അനുകരണനിലയിൽ സ്ഥാനപ്പെടാനുള്ള വെമ്പലല്ലേ ഉള്ളത് ? വിധേയാത്മകമായി ഒരു നിലയിൽ ചിന്തിക്കാ(തിരിക്കാ)നും ഭാവന ചെയ്യാ(തിരിക്കാ)നുമല്ലേ നാം പൊതുവെ കഷ്ടപ്പെട്ടു ശ്രമിച്ചുവരുന്നത് ? എല്ലാം അങ്ങാടിപ്പെട്ടിയിൽ ഉണ്ടെന്ന സമാശ്വാസത്തിലല്ലേ നാം, നമ്മുടെ ഭാഷ ഉറങ്ങാൻ കിടക്കുന്നത് ? സാമന്തമായ ഈ നീചനിലയെ ചിലരൊക്കെ ചൂണ്ടിക്കാണിച്ചിട്ടുണ്ട്.

നമുക്കു തിരിച്ചാലോചിക്കാം. ലോകത്തിനു മുമ്പിൽ മലയാളത്തിൽ ഉറന്നത്, പിറന്നത് എന്ന മട്ടിൽ കാണാവുന്ന, കാണിക്കാവുന്ന എന്തൊക്കെയാണുള്ളത്. അന്യഭാഷക്കാർക്ക് മൂല്യവത്തായി തോന്നാവുന്ന ഔന്നത്യമുള്ള ഏതേത് ആശയങ്ങളാണ്, ഭാവനാത്മകമായ ആവിഷ്കാരങ്ങളാണ് നമുക്കു ചൂണ്ടിക്കാണിക്കാനാവുക? ഇതൊക്കെ ആലോചനയ്ക്കായി ചോദിക്കാനേ ഇവിടെ തുനിയുന്നുള്ളൂ. ഒന്നുമില്ലെന്ന ആത്മനിന്ദാപരമായ അവജ്ഞയോടെയല്ല, പലതും ഉണ്ടെന്ന വിശ്വാസത്തോടെയാണ് ഇത് ചോദിക്കുന്നതും.

നാം ഇതരഭാഷകളിൽനിന്ന് ആശയങ്ങളും രൂപങ്ങളും പ്രവണതകളും ധാരാളമായി സ്വീകരിക്കുന്നുണ്ട്. പണ്ട് പ്രാകൃതങ്ങളിൽനിന്ന് എന്നപോലെ, സംസ്കൃതത്തിൽനിന്ന് എന്നപോലെ പിൽക്കാലത്ത് സുറിയാനി, അറബി, പേർഷ്യൻ, പോർട്ടുഗീസ്, ഇംഗ്ലീഷ് ഭാഷകളിൽനിന്നൊക്കെ ഭാവനാസ്വരൂപങ്ങളും ആവിഷ്കാരമാതൃകകളും സ്വീകരിച്ചിട്ടുണ്ട്. മലയാളത്തെ ഉത്തേജിപ്പിച്ച ഭാഷകളാണിവയൊക്കെയെന്നു പറയാം. ഇതിൽ ഇംഗ്ലീഷ് ഭാഷയുടെ

ഉത്തേജനം വളരെ വലുതാണ്. ആ ഭാഷ യൂറോപ്യൻ ഭാഷകളിൽ നിന്നുള്ള ഒരു ചാലായിട്ടാണ് പ്രവർത്തിച്ചത്. അതുവഴി നമ്മുടെ ഭാഷ എത്തിപ്പെട്ട കൊളോണിയൽ സവിശേഷതകളുള്ള ഭാവമണ്ഡലത്തെയാണ് ആധുനികത എന്നു വിവരിക്കേണ്ടിവരുന്നത്.

ഇതര ഭാഷകളിലെ ചിന്തയും രൂപങ്ങളും അസ്വീകാര്യമാണെന്ന തനത് അതിവീക്ഷണമൊന്നും ഇവിടെയില്ല. ലോകത്ത് ഏതൊരു ഭാഷയിലുണ്ടാകുന്ന ഭാവനകളും ചിന്തകളും മനുഷ്യകുലത്തിന്റെ പൊതുവായ പൈതൃകമായി കാണുന്നതാണ് ഉചിതമെന്നാണ് വിചാരം. അവയോട് ഇതരകല്പന വെയ്ക്കാതെ സംവാദത്തിലാകുക എന്നത് ഭാഷകളുടെ വികാസത്തിനും ഉണർവ്വിനും സഹായകമാവുന്നു എന്നാണ് ചരിത്രം കാണിച്ചുതരുന്നത്. ആശയങ്ങളിൽനിന്നാണ് ആശയങ്ങൾ തളിർക്കുന്നത്. ഭാവനകളിൽ നിന്നാണ് ഭാവനകൾ തളിർക്കുന്നത്. അവ ഭാഷകളിൽനിന്നു ഭാഷകളിലേക്ക് കൈമറിയുന്ന ഒരു തുടർപ്രക്രിയയുമാണ്. നാം പൊതുവെ മൃതഭാഷ എന്നൊക്കെ വിശേഷിപ്പിക്കാറുള്ള ഗ്രീക്ക്, സംസ്കൃതം, ലാറ്റിൻ ഭാഷകളൊക്കെ ക്ലാസ്സിക്കലായ ചിന്തകളുടെയും ഭാവനകളുടെയും ഭാഷകളായിരുന്നു. അവ വാസ്തവത്തിൽ ഇപ്പോഴും ജീവിക്കുന്നുണ്ട്. നമ്മുടേതുപോലുള്ള ഭാഷകളിലൂടെയാണ് ആ തുടർജീവിതം സാദ്ധ്യമാകുന്നത്. അവ പെറ്റിട്ട ചിന്താപ്രപഞ്ചങ്ങൾ പുതുക്കിയും വിമർശിക്കപ്പെട്ടും പല നിലയിൽ അതിന്റെ സംവാദജീവിതം തുടരുകയാണ്. നമ്മുടേതുപോലുള്ള ജീവൽഭാഷകളിലേക്ക് അവ പരകായപ്രവേശം നടത്തി ജീവിക്കുന്നു. അവ മഹത്തായ ഭാഷകളായി അനുസ്മരിക്കപ്പെടുന്നു.

എന്താണ് ഈ മഹത്വം? അവ മുമ്പു സൂചിപ്പിച്ചതുപോലെ സൃഷ്ടികളുടെ പ്രഭവമായി എന്നതുന്നെ. ഭാഷകളുടെ പരമമായ സാഫല്യം അതാണ്. സൃഷ്ടികളാണ് ഭാഷയെ വികസിതവും സമ്പന്നവുമാക്കുന്നത്. രാമായണവും മഹാഭാരതവും വേദവേദാന്തങ്ങളും ഭാഷാചിന്തയും കലാചിന്തയും ഒഴിച്ചാല്പിന്നെ എന്തു സംസ്കൃതമാണ്? സെമിറ്റിക് മിത്തുകളില്ലാത്ത അറബി എന്താണ്? ഗാനങ്ങളില്ലാത്ത ഉറുദു എന്താണ്? കാൾ മാർക്സിന്റെ വിമർശനങ്ങൾക്ക് ഇരയായ ആശയവാദചിന്തകരില്ലാത്ത ജർമ്മനെന്താണ്? ഇതൊക്കെയല്ലേ അതാത് ഭാഷകളെ തനിമയുള്ളതും സമ്പന്നവും ആക്കുന്നത്? ഇങ്ങനെ ഭാഷകളുടെ ആവിഷ്കാരപരവും ധാരണാപരവുമായസാംസ്കാരിക-ഉള്ളടക്കത്തെകാണുമ്പോൾഭാഷകളോരോന്നും

യുണീക് ആണ് എന്ന മനസ്സിലാക്കേണ്ടിവരും. അപ്പോൾ ഭാഷകൾ വ്യത്യസ്തമാണ്, അവ ഒരർത്ഥത്തിൽ തുല്യമല്ല, എന്നും വന്നുകൂടും. മൗലികമായ ജീവാവകാശതുല്യത പറയാനാകുമ്പോഴും അളവിലും ഗുണത്തിലും തുല്യത കല്പിക്കാനാകാത്ത വിധത്തിൽ വേറിട്ട തനിമയും തങ്ങൾപോരിമയും ഭാഷകൾക്കുണ്ട്. ഇപ്പറഞ്ഞത് ഏതെങ്കിലും ഭാഷയ്ക്ക് ശാസനാധികാരത്തിനുള്ള അവകാശമുണ്ട് എന്ന കരുതിയല്ല താനും. ഭാഷകളുടെ ജനാധിപത്യവും ഭാഷയ്ക്കകത്തെ ജനാധിപത്യവും വളരെ പരമപ്രധാനപരമായ ഒരു സംഗതിയാണ്. ഭാഷയിലെ അധികാരപരമായ കേളികളെക്കുറിച്ചുള്ള പഠനവും വിവേകവും വളർത്തിയെടുക്കേണ്ടത് അത്യാവശ്യവുമാണ്. അതൊക്കെ സാദ്ധ്യമാവണമെങ്കിൽ ഭാഷയെ ചിന്തയുടെ ഉപാധിയായി കാണാനും പ്രയോജനപ്പെടുത്താനും കഴിയേണ്ടതുണ്ട്. ഭാഷയ്ക്കകത്തെ ജനാധിപത്യത്തെക്കുറിച്ചുള്ള ഉത്കണ്ഠ കൂടാതെ ഭാഷയുടെ ജനാധിപത്യാവകാശത്തെക്കുറിച്ച് ചിന്തിച്ചിട്ട ഗുണമുണ്ടോ? ഉണ്ടാവാം... ഉണ്ടാകും... ഉണ്ട്. ദേശീയസ്വാതന്ത്ര്യസമരം ആഭ്യന്തരസ്വാതന്ത്ര്യസമരത്തെ ഉത്തേജിപ്പിച്ചതുപോലെ.

നേരത്തെ സൂചിപ്പിച്ചതുപോലെ, മനുഷ്യമസ്തിഷ്കത്തിലൊരു ചിന്താസംവിധാനമുണ്ടെന്നും അത് ഭാഷയാൽ ഉത്തേജിതമാകുമ്പോൾ പ്രവർത്തനക്ഷമമാകുന്ന എന്നും സങ്കല്പിക്കാം. വാസ്തവത്തിൽ അതിന്റെ പ്രവർത്തനത്തിലൂടെയാണ് ഭാഷയിലെ സൃഷ്ടി നടക്കുന്നത്. അതുണ്ടായാൽ ഭാഷയുടെ നില ഉയരുകയായി. മുമ്പു പറഞ്ഞ സ്വീകാരമൊക്കെ അതിനുതകുമ്പോളാണ് സഫലമാകുന്നത്. മറിച്ച്, കടം വാങ്ങിയതുകൊണ്ടുള്ള ധൂർത്തിൽ ഒടുങ്ങുമ്പോൾ നാം പെരുംകടക്കാരായി മാറുകയാണ്. സൃഷ്ടിയില്ല, എടുത്തുപയോഗം മാത്രം നടക്കുന്നു. മുമ്പു സൂചിപ്പിച്ച സാമന്തബുദ്ധിജീവിതമൊക്കെ ഇതിന്റെ ഫലമാണ്. ശാസ്ത്രവിജ്ഞാനസ്വീകാരത്തിലും മാനവികവിജ്ഞാനസ്വീകാരത്തിലുമൊക്കെ ഇത്തരം കാലുഷ്യത്തിൽ അകപ്പെടുന്നതിനപ്പുറത്ത് നമ്മുടെ ഭാഷയ്ക്ക് എത്രത്തോളം വികസിക്കാനായി എന്നതൊക്കെ ആത്മവിമർശനപരമായി ചിന്തിക്കാനും അങ്ങനെയെങ്കിലും നമ്മുടെ ചിന്തായന്ത്രത്തെ കണ്ടെത്താനും കഴിഞ്ഞാൽ ഗുണമുണ്ടായേക്കും. വ്യവഹാരത്തിലുള്ളതെന്ന അർത്ഥത്തിനപ്പുറത്ത് അതിജീവനാർഹമായ ആശയങ്ങളുടെയും ഭാവനാസൃഷ്ടികളുടെയും ഉറവിടം എന്ന അർത്ഥത്തിൽ നമ്മുടേത് ഒരു ജീവൽഭാഷയാണെന്നു പറയാൻ അപ്പോൾ നമുക്കു കഴിഞ്ഞേക്കും.

നരവംശശാസ്ത്രജ്ഞർ സംസ്കാരത്തെ മനുഷ്യന്റെ ഇടപെടലുകളുമായി ബന്ധപ്പെടുത്തി വിശദീകരിക്കുന്നുണ്ടല്ലോ. അതിനോട് നിരന്നുകൊണ്ട് ഭാഷ അതുപയോഗിക്കുന്ന ജനത മസ്തിഷ്കപരമായി ഇടപെട്ടു രൂപാന്തരപ്പെടുത്തുന്നതിന്റെ അളവിൽ സംസ്കാരത്തിന്റെ പടവുകൾ താണ്ടുന്നതായി സങ്കല്പിക്കാം. അപ്പോൾ അതിലുണ്ടായ അറിവുകൾ, ആശയങ്ങൾ, ആവിഷ്കാരങ്ങൾ ഒക്കെ, അതിൽ നടന്ന സംസ്കരണപ്രക്രിയകളുടെ തെളിവുകളായി കാണാം. അതിനിടയാക്കുന്ന അഭിമുഖീകരണങ്ങളുടെ ചരിത്രപരമായ അനുഭവങ്ങൾ നിർണ്ണായകമെന്നു കാണുകയും ചെയ്യാം. കുടിയേറ്റങ്ങൾ, അധിനിവേശങ്ങൾ, സംഘർഷങ്ങൾ, വിപ്ലവങ്ങൾ - ഇതൊക്കെയാണ് ചരിത്രപരമായ സംസ്കാരചാലകശക്തികൾ. സംസ്കാരങ്ങളെ മുഖാമുഖം നിർത്തുന്ന സന്ദർഭങ്ങളാണവ. തട്ടിന്റെയും തടസ്സിന്റെയും സന്ദർഭങ്ങൾ. അവിടെ സന്ദിഗ്ധതകളെ ഉല്ലംഘിച്ചുപായുന്ന നിഷേധസിദ്ധിയാൽ മനുഷ്യർ ഭാഷയെ പുതിയ വിതാനങ്ങളിലേക്ക് ഉയർത്തും. മറിച്ച്, എല്ലാവരും വിക്കിക്കൊണ്ടിരുന്നാൽ ഭാഷ വലിയൊരു വിക്കായി മാറിയേക്കും. വിവർത്തനം ചെയ്തുകൊണ്ടിരുന്നാൽ ഭാഷതന്നെ വിവർത്തനമായി മാറും. നമ്മുടെ ജീവിതവും വിവർത്തനമായി മാറും. വിലപിച്ചുകൊണ്ടേയിരുന്നാൽ വിലാപത്തിന്റെ ഭാഷയായി മാറും. മൈം ചെയ്തുകൊണ്ടിരുന്നാൽ മിമിക്രിയായി മാറും. അതു മതിയെങ്കിൽ അതു മതിയാകും. പക്ഷേ, മതി എന്ന ഭാവം മണ്ണുണ്ണികളുടെ ഭാവമാണത്രേ. മനുഷ്യന്റെ ലോകം മണ്ണുണ്ണികളുടെ ലോകവും തമ്മിൽ ഭിന്നമാകുന്നത് ഭാഷകൊണ്ടെന്നു പറയും ഹ്യൂമനിസ്റ്റുകൾ. ഭാഷയുടെ ഉപഭോഗത്താലല്ല. ഭാവനാപരവും ചിന്താപരവുമായ ഉപയോഗത്താലാണ് എന്നു കൂടി പറയേണ്ടേ? ഇതൊക്കെ പറഞ്ഞാൽ കലമ്പുമോ പോസ്റ്റ് ഹ്യൂമനിസ്റ്റുകൾ?

ഭാഷയുടെ പ്രവാചകരെക്കുറിച്ച് ഇടയ്ക്ക് പറയുകയുണ്ടായി. കവികളും ചിന്തകരും ശാസ്ത്രജ്ഞാനികളുമൊക്കെ അതിൽ വരും. 'ഭാഷയുടെ രക്ഷാധികാരികൾ' (പ്രയോഗത്തിന് ജോസഫ് സ്കറിയയോട് കടപ്പാട്) വേറെയാണ്. ഭാഷയെ വശത്താക്കി നിയന്ത്രിക്കുന്ന ശക്തികൾ. അധീശാധികാരം ഉറപ്പിച്ചെടുക്കുന്നവർ, വ്യവസ്ഥാനുകൂലഭാവുകത്വത്തെ ഉറപ്പിച്ചെടുക്കുന്ന പ്രസ്ഥാനങ്ങൾ. അത് നമ്മുടെ ഭാഷയിലൊക്കെയുണ്ട്. ഭാഷയെ കെട്ടുകാഴ്ചയാക്കുമ്പോൾ ഇതാണ് സംഭവിക്കുന്നത്. അവിടെ ഭാഷ ആഡംബരവും

പുളപ്പമാകുന്നു. അത് സംസ്കാരത്തെയല്ല സൂചിപ്പിക്കുന്നത്. സംസ്കാരം ആഡംബരമല്ല. സംസ്കാരം സാധാരണമാണ് എന്ന് താക്കോൽവാക്കുകളുടെ ആഖ്യാതാവ്. താക്കോലുകൾ വളരെ പ്രധാനമാണ്. ലോകത്തെ അറിയാൻ അതാവശ്യമാണ്. സ്വീകരിക്കണം. എവിടെനിന്നായാലും. ഒരു പക്ഷേ, ഇവിടെത്തന്നെ വാക്കുകളുടെ കൂമ്പാരത്തിനിടയിൽ, കുടിയൊഴിക്കലിലെ ചീവീടുകളുടെ പാട്ടിനൊട്ടുവിൽ പറയുന്ന മാതിരിയിൽ മറയത്തായിക്കിടക്കുന്നുണ്ടാകാം താക്കോലുകൾ. സങ്കല്പനസാമഗ്രികൾ. അവ കാണാതെ കിടക്കുന്ന ലോകങ്ങൾ കാണിച്ചുതരും. അതിനാൽ, അവയൊക്കെ തേടിപ്പിടിക്കുന്നതും നല്ലതാകും. അതിന് പ്രചോദനമായി വെളിച്ചങ്ങളുടെ ഇറക്കുമതി സംഭവിച്ചാൽ അതിലും സന്തോഷിക്കേണ്ടതാണ്. പക്ഷേ, വെളക്കു സ്വീകരിക്കുന്നത് കണ്ണിലേക്ക് വെട്ടമടിക്കാനാണെങ്കിൽ എന്തുചെയ്യും?

ഭാഷ സാംസ്കാരികമൂലധനമാണെന്നു സൂചിപ്പിച്ചല്ലോ. അതോടൊപ്പം കാണണം, ആ മൂലധനം കൈയാളുന്ന ശക്തികളും ഉണ്ടെന്ന കാര്യവും. ഭാഷയുടെ ചരിത്രത്തിൽ ഈ മൂലധനം സ്വരൂപിക്കുന്നതിനിടയിൽ അരിക്കാക്കലും പുറത്താക്കലും നടക്കുന്നുണ്ട്. ആവിഷ്കാരങ്ങളുടെ രാഷ്ട്രീയം പ്രധാനമാവുന്നത് ഇതുകൊണ്ടാണ്. ഒരുവേള ഭാഷയെ കാല്പനികമായ പദാവലിയിൽ സ്വപ്നക്കൂടായി, കാണുമ്പോഴും ഇതൊന്നും മറക്കാവുന്നതല്ല. ഭാവനയുടെയും ചിന്തയുടെയും മനോഹരചക്രവാളപ്പരപ്പുകൾ മാത്രമല്ല, ജീവിതത്തിന്റെ പീഡാകരമായ ചുഴികളുമുണ്ട് ഭാഷയിൽ. ഭാഷയാൽ അരിക്കാക്കപ്പെട്ടവരും ഭാഷയിൽ അരിക്കാക്കപ്പെട്ടവരുമുണ്ട്. ഭയപ്പെടുത്തപ്പെട്ടവർ. വിലങ്ങുവീണ വാക്കുകൾ, വിലക്കപ്പെട്ട ഉച്ചാരണങ്ങൾ. നകം വെയ്ക്കുന്ന മിത്തുകൾ, നോട്ടങ്ങൾ ഒക്കെയുണ്ട് ഭാഷയുടെ മൂലനിധികളായിട്ട്. വിയർപ്പും വിപരീതദ്രവ്യങ്ങളുമുണ്ട്. ചെരിവുകളുണ്ട്. ദമിതകഥകളുണ്ട്, ചരിത്രങ്ങളുണ്ട്. കാണുന്നീലോരക്ഷരവും എന്നു വേകുന്ന വാക്കുകളുടെ ചരിത്രങ്ങൾ. അങ്ങനെ കണ്ടാൽ മൈനുകൾ പാകിയ ഒരു യുദ്ധക്കളവുമാണ് ഭാഷ എന്നു പറയേണ്ടിവരും. ഇങ്ങനെ പലതായ നിനവുകളിലേക്ക് ഭാഷ നമ്മെ കൊണ്ടുപോകുന്നു.

കൊഴിഞ്ഞുപോകുന്ന ഇലകൾ എന്നൊരു വൃക്ഷബന്ധിയായ രൂപകത്തണലിൽ, മറ്റൊരു കാഴ്ചയിൽ, നിഴലത്തായ ചരിത്രങ്ങളെയും വാക്കുകളെയും ഭാഷാവികാസത്തിലെ സ്വഭാവികമായ

പ്രക്രിയയായി വിവരിക്കാൻ കഴിയും. പക്ഷേ അവിടെയും നിലയ്ക്കില്ല. നിഴൽ എന്ന കല്പനയും, സ്വാഭാവികമെന്ന ഈ പാവംനടിയ്ക്കലും അസ്വാഭാവികതകളെ മറയ്ക്കുന്ന ഉപനിർമ്മാണമല്ലേയെന്നു ചിന്തിക്കാനും ഭാഷ അനുവദിക്കുന്നു. ഭാഷയുടെ ധർമ്മം/പ്രയോജനം ഇങ്ങനെ നിരന്തരമായ ചിന്തയും, ചിന്തയെ പൂരിപ്പിക്കുന്ന ഭാവനയുടെ മുന്നേറ്റവും കൂടിയാണ്. അത് അതായിത്തന്നെ പൂർവ്വകല്പനകളെ കടന്നുപോകുന്ന സൃഷ്ടിപരമായ പ്രയോഗവുമാണ്. അത് സൌന്ദര്യസൃഷ്ടിതന്നെ. അത് അതായിത്തന്നെ അതിന്റെ രാഷ്ട്രീയം ചെയ്യുന്നു. സ്ഥിതവ്യവസ്ഥകളെയും സ്വീകൃതസിദ്ധാന്തങ്ങളെയും ഉല്ലംഘിക്കുന്ന ഉദാരമായ നവലോകത്തെ അത് പകരം കാണിക്കുന്നു. ഇതത്രേ സൌന്ദര്യത്തിന്റെ രാഷ്ട്രീയം. പ്രതിഫലനമല്ല, സൃഷ്ടിയാണ് അതിൽ അന്തർഭവിച്ചിട്ടുള്ള ഭാഷാധർമ്മം.

(2017 നവംബർ 8-10 തിയ്യതികളിലായി കട്ടപ്പന ഗവ. കോളേജിലെ മലയാളവിഭാഗത്തിൽ 'ഭാഷയും ഭാവനയും' എന്ന പേരിൽ നടന്ന സെമിനാറിൽ സംക്ഷിപ്തരൂപത്തിലും, ചങ്ങനാശ്ശേരി എസ് ബി കോളേജിൽ 2017 നവംബർ 29 തിയ്യതിയിൽ നടത്തിയ ഡോ. കെ. വി. രാമചന്ദ്ര പൈ മെമ്മോറിയൽ ലക്ചറിൽ വിശദമായും നടത്തിയ അവതരണങ്ങൾക്ക് ആധാരമായ കുറിപ്പുകൾ. ഇതിന്റെയൊരു കരടുരൂപം 2020 ഡിസംബർ 13 ന് 'ട്രൂ കോപ്പി വെബ്സീൻ'-ൽ പ്രസിദ്ധീകരിച്ചു)

മലയാളവും ചില സർവ്വകലാശാലാവിചാരങ്ങളും

"നമ്മുടെ ഈ കൊച്ചുകേരളം പലതരത്തിലുള്ള ഭാഷകൾകൊണ്ട് നിറഞ്ഞു നിൽക്കുന്നു." കോഴിക്കോട് ജില്ലയിലെ പേരാമ്പ്ര ഹയർ സെക്കണ്ടറി സ്കൂളിൽ പ്ലസ് വൺ വിദ്യാർത്ഥിയായിരുന്ന അനിരുദ്ധ് ഡി. വി. തയ്യാറാക്കിയ പ്രാദേശികഭാഷാനിഘണ്ടു എന്ന കൈയെഴുത്തു പുസ്തകത്തിന്റെ ആമുഖത്തിലെ ആദ്യവാക്യമാണിത്. സവിശേഷപ്രത്യയശാസ്ത്ര-സിദ്ധാന്ത ആധികൾ കലരാത്ത കുഞ്ഞുമനസ്സിൽ തെളിയുന്ന ഈ ഭാഷായാഥാർത്ഥ്യം ഒന്നു മനസ്സിരുത്തിയാൽ ഏതു മലയാളിയുടെ മനസ്സിലും തെളിഞ്ഞുവരും. എന്നാൽ, അതിനു തുനിയാതെ നമ്മുടെ സൈദ്ധാന്തികർ ഇംഗ്ലീഷിൽ ഇനി എഴുതില്ലെന്നു ശഠിക്കുന്നവരെക്കുറിച്ച് ഇംഗ്ലീഷിൽ വായിച്ചുപഠിച്ചിട്ട്, 'എല്ലാം തനിമലയാളത്തിൽ വേണം, തനി മലയാളസർവ്വകലാശാലവേണം' എന്നിങ്ങനെ ശഠിക്കുന്നു കൊള്ളാവുന്ന ഭാഷാസ്നേഹികൾ.

മലയാളഭാഷയുടെ പുരോഗതിക്ക് ഒരു സർവ്വകലാശാല ആവശ്യമാണെന്നു മുമ്പും ചിലർ ചൂണ്ടിക്കാട്ടിയിട്ടുള്ളതാണ്. അക്കാലത്തൊന്നും അതിനു ചെവികൊടുക്കാൻ നമ്മുടെ ജനതയോ ഭരണകൂടമോ തയ്യാറാവുകയുണ്ടായില്ല. ഭാഷയുടെ പുരോഗതിക്കുതകുന്ന പണികൾ ചെയ്യാൻ സാഹിത്യഅക്കാദമി, ഭാഷാഇൻസ്റ്റിറ്റ്യൂട്ട് എന്നിവയും സർവ്വകലാശാലകളിലെ ഭാഷാപഠനവിഭാഗങ്ങളും ഉണ്ടെന്നിരിക്കേ ഒരു സർവ്വകലാശാലയുടെ ആവശ്യം ഇല്ലെന്ന ബോധ്യമാവാം, ഒരുപക്ഷേ, അതിനു കാരണം.

മലയാളസർവ്വകലാശാല എന്ന ആശയം പുതിയ ന്യായങ്ങളോടെ വീണ്ടും ഉയർന്നുവരുന്നതിനു നിമിത്തമായിത്തീർന്നത് തമിഴ്, തെലുങ്ക്

തുടങ്ങിയ ഭാഷകൾക്ക് ക്ലാസിക്കൽ പദവി നല്കിയതുമായി ബന്ധപ്പെട്ടുളവായ തോറ്റങ്ങളാണ്. തമിഴിനും തെലുങ്കിനും കന്നടയ്ക്കുമെല്ലാം ക്ലാസിക്കൽ പദവി കിട്ടിയെങ്കിൽ നമുക്കും കിട്ടണം എന്ന ഭാഷാസ്നേഹവിചാരത്തിനിടയിൽ നമുക്ക് ഭാഷയുടെ പേരിൽ സർവ്വകലാശാലയില്ലെന്നതു ശ്രദ്ധയില്പെടുക സ്വാഭാവികം. എന്തായാലും മലയാളസർവ്വകലാശാലയ്ക്കുവേണ്ടി ഉയർന്നുവരുന്ന മുറവിളി മലയാളിസമൂഹം ഒരു മുദ്രാവാക്യമായി പൊതുവിൽ എടുക്കുന്നതായി കാണുന്നില്ല. ഇതെന്തുകൊണ്ടാണെന്ന് ആലോചിക്കേണ്ടതുണ്ട്. 'മലയാളികൾ സ്നേഹമില്ലാത്തവരാണ്' എന്ന നിഗമനത്തിലേക്കെത്തി ദുഃഖിക്കാൻ വളരെ എളുപ്പമാണ് മാനസികഅടിമത്തമാണ് മലയാളിയെ വഴിതെറ്റിക്കുന്നതെന്നു വിശദീകരിച്ചാൽ സമാധാനം കിട്ടാനും മതി. ഭാഷയെ ആശയവിനിമയത്തിനുള്ള ഉപാധിയായിമാത്രം കാണുന്ന വീക്ഷണവൈകല്യമാണ് നമ്മുടെ മാതൃഭാഷാസമീപനത്തെ 'അനാരോഗ്യകര'മാക്കിത്തീർക്കുന്നതെന്ന സൈദ്ധാന്തികചിന്തയാണ് ഇക്കൂട്ടത്തിൽ പുതിയത്.

ഭാഷ ഒരു ജനത മാനവീകരിച്ചെടുത്ത ലോകത്തെയും ഒപ്പം ലോകവീക്ഷണത്തെയും വെളിപ്പെടുത്തുന്നതും മനുഷ്യരെ നിർമ്മിച്ചെടുക്കുന്നതുമായ അത്യന്തം സങ്കീർണ്ണമായ സാംസ്കാരികപ്രതിഭാസമാണ്. അതിന്റെ ധർമ്മങ്ങൾ പലതാണ്. അതുകൊണ്ടുതന്നെ അതിനെ പല വീക്ഷണത്തിൽ പലതായി നിർവ്വചിക്കേണ്ടിവരുന്നു. മാനുഷികശാബ്ദിക വ്യവസ്ഥ എന്നു നിർവ്വചിക്കാം. ആശയവിനിമയോപാധിയെന്നു നിർവ്വചിക്കാം. സമൂഹം പങ്കിടുന്ന ധാരണകളുടെ ആകെത്തുകയായി നിർവ്വചിക്കാം. സമൂഹം സ്വയം പ്രാകശിപ്പിക്കുകയും ലോകാനുഭവങ്ങളെ ആവിഷ്ക്കരിക്കുകയും ചെയ്യുന്ന മാധ്യമമെന്നു നിർവ്വചിക്കാം. അറിവുകളുടെ ഉപാധിയും സ്രോതസ്സുമെന്നു നിർവ്വചിക്കാം.

ഇക്കൂട്ടത്തിൽ ഭാഷയെ കേവലം ആശയവിനിമയോപാധിയായി കാണുന്ന വീക്ഷണമാണ് സാമാന്യമായി സ്വീകരിക്കപ്പെട്ടുകാണുന്നത്. എന്നാൽ, സാമാന്യമായി മാത്രം ശരിയായ കാര്യങ്ങളെ ആശ്രയിച്ച് അസാമാന്യമായ കാര്യങ്ങൾ വിശദീകരിക്കാനോ ആസൂത്രണം ചെയ്യാനോ ആവുകയില്ല. മലയാളസമൂഹത്തെ മുൻനിർത്തുന്ന ആസൂത്രണകാര്യങ്ങളിൽ അതുകൊണ്ടുതന്നെ സൈദ്ധാന്തികമായ സമീപനം നല്ല തുടക്കമാണ്. എന്നാൽ, സിദ്ധാന്തം വർത്തമാന ഭാഷായാഥാർത്ഥ്യത്തെ അവഗണിച്ചുകൊണ്ട് പ്രയോഗിക്കുന്നിടത്ത് പ്രമാണവാദരീതിയിൽ പിഴയ്ക്കുകയും ചെയ്യും. മലയാളം എന്ന ഭാഷയെ മാനകഭാഷാ-കോശ-വ്യാകരണവ്യവസ്ഥ മാത്രമായി മനസ്സിലാക്കിയാൽ മതിയാകില്ല. അത് നിരവധി ഭാഷാഭേദങ്ങളും ശീലുകളും

ഭാഷാബോധസ്വരൂപങ്ങളും ഉള്ളടക്കങ്ങളും എല്ലാംചേർന്ന ഒന്നാണ്. പലതും ഈ ദേശത്തു തന്നെ ഉറവെടുത്തതാണ്. പലതും പരദേശങ്ങളിൽ ഉറവെടുത്തതും.

വ്യത്യസ്ത ജനസമൂഹങ്ങളിൽ ഉരുവം തിരിഞ്ഞ ഭാഷകൾ തമ്മിൽ ശാബ്ദികചിഹ്നവ്യവസ്ഥ എന്ന നിലയിലുള്ള അടിസ്ഥാനപരമായ വലിയ സമാനതകൾ നിലനിൽക്കുമ്പോൾതന്നെയാണ് പ്രത്യക്ഷതലത്തിൽ വലിയ വ്യത്യാസങ്ങളുണ്ടായിരിക്കുന്നത്. ചിഹ്നങ്ങളും വ്യാകരണങ്ങളും വ്യത്യസ്തമായിരിക്കുന്നു. അതിനാൽ, വ്യത്യസ്ത ഭാഷകളായി അവ പരിഗണിക്കപ്പെടുന്നു. എന്നാൽ ഭാഷകൾ അഭിമുഖമായി വരുന്ന സാഹചര്യമുണ്ടായാൽ ഇത്തരത്തിൽ അതിരു കല്പിക്കുന്നതിനൊക്കെ പരിമിതികളുണ്ട്. ശാബ്ദികചിഹ്നങ്ങൾ ഇടകലരുന്നതോടൊപ്പം അവ വ്യത്യസ്ത വ്യവഹാരങ്ങളുടെ ധർമ്മങ്ങളെ ഏറ്റെടുത്തുകൊണ്ടു പരസ്പരപൂരകമായി പെരുമാറുകയും ചെയ്യും. ശാബ്ദികചിഹ്നവ്യവഹാരങ്ങളും ചിന്താ-ഭാവനാലോകങ്ങളും വീക്ഷണലോകവുമെല്ലാം 'ഒരു ഭാഷ'യുടേത് എന്നു പറയാനാവാത്ത തരത്തിൽ ഇഴകലരുന്നു. അത്തരം ഭാഷാസാഹചര്യങ്ങളിൽ ഭിന്നമായ ഭാഷകളുണ്ടാക്കുന്ന സങ്കീർണ്ണതകൾ, ഭാഷകൾ തമ്മിലുള്ള താരതമ്യങ്ങളുളവാക്കുന്ന ബോധരൂപങ്ങൾപോലും സമൂർത്തമായ അംശങ്ങളായി നിലകൊള്ളുന്നു. ഇതെല്ലാം ഒരു ഭാഷയുടെ ഭാഗമായെടുക്കുന്ന വിപുലമായ സമീപനത്തിലേക്ക് എത്തിച്ചേരുവാനാണ് ആധുനികമായ ഭാഷാദർശനങ്ങൾ നമ്മെ ഉത്സാഹിപ്പിക്കുന്നത്. എന്നിരിക്കേ, ജനതകൾക്ക് അതിരുകല്പിക്കുന്ന സ്വത്വനിർണ്ണയാംശങ്ങളായി ഭാഷയെ അവതരിപ്പിക്കുന്നത് കഷ്ടമാണ് ഭാഷകളുടെ പരിണാമചരിത്രത്തിനുതന്നെ എതിരു നില്ക്കുന്ന ഈ വീക്ഷണം ഭാഷയെന്ന 'മത'ത്തിലേക്ക്, അടഞ്ഞ പ്രത്യയശാസ്ത്രത്തിലേക്ക് നയിക്കുന്നതാണ്.

വാസ്തവത്തിൽ, ഭാഷയുടെ സംവാദാത്മകസ്വഭാവത്തിൽനിന്നും പാഠമുൾക്കൊണ്ട് മതങ്ങൾക്കു മൗലികവാദത്തിൽനിന്നു രക്ഷപ്പെടാൻപോലും കഴിഞ്ഞേക്കും അതിനുള്ള ശ്രമങ്ങൾ കാര്യമായി ഉണ്ടാകുന്നതായിക്കാണുന്നില്ല. ആ സമയത്ത് ഭാഷകൾ മതമായിച്ചമയാൻ ഇടയാകുന്നുവെങ്കിൽ അത് അത്യന്തം വ്യസനകരമാണെന്നല്ലേ പറയേണ്ടത്. ഭാഷാഭിമാനം (?) മൂലം മഹാരാഷ്ട്രനവനിർമ്മാണക്കാരനു മറാത്തേതരഭാഷ കർണ്ണശൂലമാകുന്നു. യദുകുലമിശിഹായുടെ സമാജവാദത്തിൽ ഹിന്ദി ദേശാഭിമാനത്തിന്റെ അടയാളവും ആകുന്നു! മറ്റുഭാഷകളെ അതിരിട്ടു പ്രതിരോധിക്കുന്നത് ഭാഷകളുടെ സ്വഭാവമല്ലെന്ന് വസ്തുത മുന്നിലിരിക്കെ മനുഷ്യർ ഭാഷയുടെ പേരിൽ അതിരിടുന്നതിന്റെ ദുരന്തമാണ് ഇതെല്ലാം കാണിച്ചുതരുന്നത്.

മലയാളത്തിൽ എല്ലാം നിർവ്വഹിക്കപ്പെടേണ്ടതുണ്ട് എന്ന ചിന്തയിൽ തനിമാവാദത്തിന്റെ വിത്തുകളില്ലേ? അവിടെ, മലയാളം എന്നത് നമ്മെ സംബന്ധിച്ചിടത്തോളം ഏറ്റവും അരികത്തായി നില യുറപ്പിച്ചിട്ടുള്ള ഇംഗ്ലീഷിനെ അപരമായും എതിരിയായും എടുത്ത ഒരു സങ്കല്പനമാണ്. ഇംഗ്ലീഷ് നമ്മുടെ ഭാഷാവ്യവഹാരത്തിന്റെ ഭാഗമായിക്ക ഴിഞ്ഞിട്ടുള്ളതാണ്. മാനകഭാഷയെപ്പോലെ ഒരു ഭാഷാഭേദം മാത്രമായി കാണാവുന്നതരത്തിൽ അതു നമ്മുടെ സന്നിഹിതസാഹചര്യമായിത്തീർ ന്നിരിക്കുന്നു. മാത്രമല്ല, ഈ അംശം നമ്മുടെ ചിന്തയേയും പഠനത്തേയും സർഗ്ഗാത്മകമായി സ്വാധീനിച്ചുകൊണ്ടിരിക്കുന്ന ഒന്നുമാണ്. അതിനെ ഏതെങ്കിലും മുൻകരുതലുകളുടെ അടിസ്ഥാനത്തിൽ അന്യമായി കാണു ന്നതിൽ വസ്തുനിഷ്ഠ സമീപനമാണ് കൈമോശംവരുന്നത്. അങ്ങനെ ചെയ്യുന്നത് നിലവിലുള്ള ഭാഷാസാഹചര്യത്തിൽ ഇംഗ്ലീഷ് നിർവ്വഹി ച്ചുകൊണ്ടിരിക്കുന്ന മണ്ഡലങ്ങളെ ഉപേക്ഷിച്ച് ഇതരഭാഷാവ്യവഹാ രങ്ങളുടെ പരിമിതിയിലേക്കു ഗൃഹാതുരതയോടെ ചുരുങ്ങിക്കൂടുവാൻ മാത്രമേ സഹായിക്കുകയുള്ളൂ. ഭാഷാസ്നേഹമെന്നത് ജനതയുടെ ഭാഷാപരമായ വികാസത്തിനുതകുന്ന തരത്തിലുള്ള ഭാഷാവീക്ഷണം കരുപ്പിടിപ്പിക്കുന്നതിലാണ് പ്രകടമാകേണ്ടത്. പരിമിതികളെ മഹത്വ വല്ക്കരിക്കുന്നതിൽ കാര്യമില്ല.

ഇക്കാര്യങ്ങൾ ഉൾക്കൊള്ളുകയാണെങ്കിൽ, ഇന്നുള്ള നമ്മുടെ സർവ്വ കലാശാലകളെല്ലാം മലയാളസർവ്വകലാശാലകളായി വിഭാവനം ചെയ്യപ്പെട്ടതാണെന്നു തിരിച്ചറിയാൻപോലും പ്രയാസമുണ്ടാവുകയില്ല. അവയ്ക്കെല്ലാം പരിമിതികളുണ്ട്. നമ്മുടെ വൈചാരികവും വൈകാരി കവുമായ വികസനത്തിനുതകുന്ന തരത്തിൽ അവ വളർന്നിട്ടില്ല. ഭരണ കൂടമനസ്കന്മാരുടെ നേതൃത്വത്തിലും കൂട്ടായ്മയിലും നീങ്ങുമ്പോൾ അവ ഒരുകാലത്തും നന്നായില്ലെന്നും വരാം. നമ്മുടെ പ്രതിഭാദാരിദ്ര്യത്തെ വെളിപ്പെടുത്തുന്ന മട്ടിൽ അവിടെനിന്ന് അക്കാദമികമായി കൊള്ളാവു ന്ന സംവാദങ്ങളോ സംഭാവനകളോ ഉണ്ടാവുന്നില്ല. എന്നാലും, അവിടെ നമ്മുടെ ഭാഷാസാഹചര്യം പ്രതിഫലിതമായിരിക്കുന്നു. സർവ്വകലകളും സംവാദത്തിലാകാനുള്ള നേരിയ സാദ്ധ്യതകൾ ചന്ദ്രനിൽ വെള്ളമെന്ന പോലെ അവിടെ സങ്കല്പിക്കാനാവുന്നുണ്ട്. ഈ പൊതുമണ്ഡലത്തിൽനി ന്ന് നമ്മുടെ മാതൃഭാഷയെ സ്വയം ഇറക്കിവിടുന്ന പ്രവൃത്തിയായിരിക്കും മലയാളം സർവ്വകലാശാല സ്ഥാപിക്കുന്നതോടെ സംജാതമാവുക. മലയാളം സർവ്വകലാശാല എന്നപേരിൽ മലയാളപദകോശവും മാനകഭാഷാവ്യാകരണവും അടിസ്ഥാനമാക്കുന്ന ഭാഷാവ്യവഹാര ങ്ങൾ മാത്രം അനുവദിക്കുന്ന സർവ്വകലാശാല സ്ഥാപിക്കുന്ന ആ

നിമിഷത്തിൽ നിലവിലുള്ള പൊതുസർവ്വകലാശാലകൾ മലയാളേതര (ഇംഗ്ലീഷ്?) സർവ്വകലാശാലകളായി അംഗീകരിക്കപ്പെട്ടുകയുകൂടിയാണ് ചെയ്യുക എന്ന് ഓർക്കുന്നത് നന്ന്. കന്നട, തമിഴ്, അറബി, സുറിയാനി, സർവകലാശാലകൾക്കുവേണ്ടിയുള്ള വാദങ്ങൾ ഇതിനുപിന്നാലെ ക്യൂ നില്ക്കുന്നുണ്ടെന്നും മറക്കേണ്ട.

"മൂന്നാം ലോകഭാഷകളുടെ ഐക്യം." "അവയുമായി നേരിട്ടുള്ള സംവാദം." എന്നൊക്കെയുള്ള മഹത്തായ സ്വപ്നങ്ങൾ ഉയർത്തിപ്പിടിക്കുവാൻ എളുപ്പമാണ്. മുറ്റത്തുള്ളത് കാണാത്തവർ മൂന്നാംലോകത്തെ കാണുമെന്ന സ്വപ്നം! അതിവിദൂരമായിരിക്കുന്ന ലോകഭാഷകൾ ഏതിനോടും സംവാദത്തിലാകുന്നത് നല്ലതുതന്നെ. എന്നാൽ, അതിന്റെ പേരിൽ യഥാർത്ഥമായ സാന്നിദ്ധ്യത്തെ, അതും നമ്മുടെ വികാസത്തിൽ വിമോചകമായ ദൗത്യം നിർവഹിച്ചുകൊണ്ടിരിക്കുന്ന ഭാഷാസാന്നിദ്ധ്യത്തെ, കൊളോണിയൻ ഉച്ഛിഷ്ടം എന്ന മട്ടിൽ തള്ളിത്തുരത്തേണ്ടതായി വിലയിരുത്തുന്നതിൽ ശരിയുണ്ടോ? ഭാഷ അതുപയോഗിക്കുന്ന ജനതയുമായി, അതല്ലെങ്കിൽ അധികാരവുമായി ജൈവികമായി ഇണങ്ങിനില്ക്കുന്നുവെന്ന വിചാരത്തിന് ഭാഷ വംശീയ സവിശേഷതയാണെന്നു ധരിച്ച പഴയ നരവംശാസ്ത്ര ഭാഷാവീക്ഷണത്തോടാണ് സാഹോദര്യമുള്ളത്. മാക്സ്മുള്ളറെപ്പോലുള്ള ഭാഷാശാസ്ത്രജ്ഞർ പില്ക്കാലത്തു തിരുത്തിയ ധാരണയാണത്. ഭാഷ സാമൂഹികമാണ്. അതേസമയം അതിന് അത് ഉരുവായ സാഹചര്യത്തിൽനിന്നും സമൂഹത്തിൽനിന്നും വേറിട്ട അസ്തിത്വമുണ്ട്. സ്വാച്ഛന്ദ്യമുണ്ട്. അതുകൊണ്ടാണ് അധിനിവേശകരുടെ ഭാഷയായ ഇംഗ്ലീഷ് ഇന്ത്യക്കു വിമോചനത്തിന്റെകൂടി ഭാഷയായിത്തീർന്നത്. സ്വാതന്ത്ര്യസമരം സാദ്ധ്യമാക്കിയത് ഇംഗ്ലീഷ് വിജ്ഞാനമായിരുന്നു. അതിനെ എതിരിയായെടുത്തുകൊണ്ടാണ്, എത്രയൊക്കെ മറച്ചുവെച്ചാലും നാം നവംബറിലെ ദുഃഖവാരത്തിൽ മലയാളഭാഷയെക്കുറിച്ചുള്ള അഭിമാനചിന്തകളിൽ ഏർപ്പെട്ടുപോരുന്നത്. ആ മുണ്ടുടുത്ത ആഴ്ചയിൽ നമുക്ക് നമ്മുടെ സർവ്വകലാശാലകൾ ഇംഗ്ലീഷ് ബോധനമാധ്യമമായി സ്വീകരിച്ചിരിക്കുന്നു എന്ന വസ്തുത അഭിമാനക്ഷതമുണ്ടാക്കുന്നു! സ്വത്വനാശത്തെക്കുറിച്ചു സങ്കീർത്തനമാലപിക്കുന്നു! പിതൃക്കൾക്കു ബലിയും ആരാധനയും സമർപ്പിക്കുന്ന ഈ വേളയിൽ ഉളവാകുന്ന വികാരവിവശതയിൽ പിതൃനിരാസത്തിൽ കുറ്റബോധമുള്ളവരായി നാം മാറുന്നു. വർത്തമാനം മറക്കുന്നു. ഇത്തരമൊരു ബോധത്തിലാണ് മലയാളത്തിൽ സകലതും നിർവഹിക്കുന്ന സർവകലാശാലയുണ്ടാവണം എന്ന ചിന്ത ജനിക്കുന്നത്.

മലയാളഭാഷ ഒരു സ്ഥിരപ്പെട്ട തനിമയുടെ പേരാണെങ്കിൽ ആ മലയാളം, മേല്പറഞ്ഞ മട്ടിൽ വികാരാധീനരാകുന്ന ഇടവേളകളിലൊഴികെ, മലയാളി മറക്കാനും മറയ്ക്കാനുമിച്ഛിക്കുന്ന ഒന്നാണെന്നതല്ലേ വാസ്തവം? മലയാളഭാഷയുടെ ചരിത്രവും വർത്തമാനവും കാണിച്ചു തരുന്നത് അതാണ്. മലയാളം മറ്റു ഭാഷകളുമായി തുറന്നരീതിയിൽ സംവാദത്തിലായി സ്വയം പുതുക്കി പരിണമിച്ചു വളർന്നുവന്ന ഒരു ഭാഷയാണ്. ഏതെങ്കിലും കാലത്തിൽ, ഏതെങ്കിലും ദേശത്തിൽ ബന്ധിപ്പിച്ചു മനസ്സിലാക്കാനാവാത്തവിധത്തിൽ അതു 'തനിമ'കളെ ഉപേക്ഷിച്ചുകൊണ്ടാണ് വികസിച്ചത്. വസ്ത്രധാരണരീതികളിലെന്നപോലെ, തീൻപണ്ടങ്ങളുടെ നിർമ്മാണത്തിലെന്നപോലെ, അതു പുതുമകളെ പുൽകിക്കൊണ്ടേയിരുന്നു. കൊള്ളാവുന്നതെന്നു തോന്നിയതെല്ലാം അതു സ്വീകരിച്ചുകൊണ്ടേയിരുന്നു. പുതുമകളുടെ മുന്നിൽ പഴഞ്ചനെന്നു തോന്നിയവ ഉപേക്ഷിച്ചുകൊണ്ടായിരുന്നു. അങ്ങനെ നാം പുത്തൻ മാനകഭാഷയെ രൂപീകരിച്ചു അതിനും പരിമിതികളുള്ളതായി അനുഭവപ്പെട്ടമേഖലകളുമായി പരിചയിക്കുന്നതിനു കാലം സാക്ഷ്യം വഹിച്ചു. അവിടെ നാം ഇതര ഭാഷകളെ, പ്രത്യേകിച്ച് ഇംഗ്ലീഷിനെ നമ്മുടെ ഭാഷാവ്യവഹാരങ്ങളുടെ ഭാഗമാക്കിത്തീർത്തു. അങ്ങനെ നിരവധി അടരുകളും രുചിഭേദങ്ങളുമുള്ള ഭാഷകളുടെ സമവായമായിത്തീർന്നു നമ്മുടെ ഭാഷാലോകം. ഇങ്ങനെ വൈവിദ്ധ്യപൂർണ്ണമായ ഒരു തുറന്ന സംസ്കാരത്തിന്റെ പേരാണ് മലയാളം എന്നത്. അതിനെയാണ് നമുക്ക് അഭിമാനമായെടുക്കാവുന്നത്. പരസ്പരം ഇടമനുവദിച്ചുകൊണ്ടു നിലനില്ക്കുന്ന അനവധി ധാരകളുള്ള ഒരു സങ്കീർണ്ണത. അതിൽ സർഗ്ഗാത്മകമായ സാഹോദര്യം ഉണ്ട്.

പല നാടുകളിൽനിന്നുവന്ന കപ്പളവും പേരയും പറങ്കിയും ചീനിയും റബ്ബറും ഒക്കെയുള്ള നമ്മുടെ സസ്യലോകം പോലെയാണത്. ചിലതെല്ലാം രൂപാന്തരപ്പെട്ടിരിക്കാം. ചിലതെല്ലാം 'തനിമ' കൈവിടാതെ നിലനില്ക്കുന്നുണ്ടാവാം. എന്നാൽ അവയെല്ലാം ചേർന്നതാണു നമ്മുടെ സസ്യലോകം. ഭാഷയുടെ വൈവിദ്ധ്യത്തെ വിശദീകരിക്കാനായി പരിസ്ഥിതിചിന്തയുടെ ഉൾക്കാഴ്ചകൾ സ്വീകരിച്ചുകൊണ്ട് കാടിനോടു സാദൃശ്യപ്പെടുത്താൻ ശ്രമിക്കാറുണ്ട്. പലതരം ജന്തുജാതികളും സസ്യജാതികളും സമ്മേളിക്കുന്നതാണ് കാട്. ഭാഷയിലെ വൈവിദ്ധ്യം ഈ മട്ടിലാണ്. മാനകഭാഷയും പ്രാദേശികഭാഷാഭേദങ്ങളും സാമൂഹികഭാഷാഭേദങ്ങളും വ്യത്യസ്ത വ്യവഹാരങ്ങളുമായി ബന്ധപ്പെട്ട ഭാഷാഭേദങ്ങളും സന്ദർഭഭാഷാഭേദങ്ങളും എല്ലാം ഏതൊരു ഭാഷയിലുമുണ്ട്. ഒരു സമൂഹജീവിയെന്ന നിലയിൽ മനുഷ്യൻ ഇത്തരം പല

ഭാഷകളെയും പലലെവലിൽ സ്വായത്തമാക്കുന്നു. അയാളുടെ മനസ്സ് അനവധി ഭാഷകളുടെ സംഗമസ്ഥലമാണ് മലയാളിയുടെ ഭാഷയും അഥവാ മനസ്സും ഏതാണ്ടിങ്ങനെയാണ്. തനിമയുള്ള മലയാളം എന്ന കല്പനതന്നെ അവിടെ അപ്രസക്തമാകുന്നു.

ഭാഷാസ്വത്വമെന്നൊക്കെപ്പറഞ്ഞാൽ ഏതുകാലത്തെ, ഏതു ദേശത്തെ ഏതു സമുദായത്തിന്റെ ഏതു തലമുറയുടെ ഭാഷ എന്നൊക്കെ ചോദ്യവും പൊങ്ങിവരും. ചരിത്രത്തിൽ ഭാഷയെ ആധാരമാക്കി തനിമാസങ്കല്പവും മൗലികവാദപരമായ സങ്കല്പങ്ങളും ഉണ്ടായിട്ടുണ്ടെന്നതു വേറെ കാര്യം. രാഷ്ട്രവ്യവഹാരമാണ് അവിടെയുള്ളത്. അത്തരം ഛായാഗ്രഹിണികളിൽനിന്നു മുക്തമായി ചിന്തിച്ചാൽ മലയാളികളുടെ ഇച്ഛകളുടെ, ആഹ്ലാദങ്ങളുടെ, വ്യസനങ്ങളുടെ, വിനിമയങ്ങളുടെ, വിസ്മയങ്ങളുടെ, വ്യവഹാരങ്ങളുടെ ആകെത്തുകയായി മലയാളത്തെക്കാണുന്ന ഒരു വിശാലമായ വീക്ഷണം സാദ്ധ്യമാണ്. മലയാളസംസ്കാരത്തെയാകും അപ്പോൾ മലയാളമെന്നു വിളിക്കുക. അതിൽ ഈ നാട്ടിൽ പ്രചരിക്കുന്ന ഭാഷാഭേദങ്ങൾ സകലതും ഉണ്ടായിരിക്കും. വാമൊഴിയും വരമൊഴിയും സംസ്കൃതവും ഇംഗ്ലീഷുമെല്ലാം അതിന്റെ ഭാഗംതന്നെ. അവയിലേതെങ്കിലും അംശത്തെ അന്യമെന്നു കാണാനാവില്ല. എല്ലാവർക്കും മനസ്സിലാകുന്നില്ലല്ലോ എന്നു ചോദിക്കാം. മാനകഭാഷ എല്ലാവർക്കും അറിവുള്ളതല്ല. വാമൊഴിഭേദങ്ങൾ എല്ലാവർക്കും പൂർണ്ണമായി അറിയുകയില്ല എന്നെല്ലാം മനസ്സിലാക്കുമ്പോൾ ഈ വാദത്തിൽ കാര്യമില്ലെന്നു കാണാം. കാവ്യഭാഷ എല്ലാവർക്കും അഴിഞ്ഞുകിട്ടുന്നില്ലെന്നുവെച്ച് ഉണ്ണായിവാര്യരെയോ കുമാരനാശാനെയോ മലയാളകവിയല്ലെന്ന് ആരെങ്കിലും പറയുമോ എന്നും ആലോചിക്കുക.

മലയാളിയുടെ ഭാഷാജീവിതത്തിൽ വഹിക്കുന്ന പങ്കു പരിഗണിക്കുമ്പോൾ ഇംഗ്ലീഷിനെ അന്യമായി കാണുന്നതിൽ കാര്യമില്ലെന്നു ബോധിപ്പിക്കാനാണ് ഇത്രയും പറഞ്ഞത്. ഏറിയും കുറഞ്ഞും 'ഇംഗ്ലീഷ്' നമ്മുടെ വാചികവ്യവഹാരത്തിൽ ഭാഗഭാക്കായിരിക്കുന്നു. ഒപ്പിടാനും കത്തിൽ വിലാസമെഴുതാനും ബോർഡെഴുതാനും ഓർഡറിറക്കാനും ശാസ്ത്രപഠനം നടത്താനും സർട്ടിഫിക്കറ്റുകൊടുക്കാനും ഔപചാരികമായി വണങ്ങാനും അഭിനന്ദിക്കാനും കൊഞ്ചാനുമൊക്കെ അതിന്റെ വകഭേദങ്ങൾ മലയാളികൾ പ്രയോഗിക്കുന്നു. എന്നിരിക്കെ, അതിനെ അപരമായി കാണുന്ന മാതൃഭാഷാവാദം യാഥാർത്ഥ്യത്തെ വിലക്കുകയാണ് ചെയ്യുന്നത്. പുറമെനിന്നുവന്നു എന്നതുകൊണ്ട് ഇംഗ്ലീഷിനെ അന്യമായി കാണേണ്ടതില്ല. മലയാളിക്കു സ്വന്തമെന്നു പറയാവുന്ന സാംസ്കാരികാംശങ്ങളിൽ പലതും പുറത്തുനിന്നുവന്നവയാണ്

എന്നോർക്കുക. നമ്മുടെ മിത്തുകളുടെ ലോകത്തെക്കുറിച്ച് ചിന്തിച്ചാലറിയാം കേരളത്തെ മുഴുവൻ പ്രതിനിധീകരിക്കാവുന്ന എത്രപ്രാദേശികമായ മിത്തുകളുണ്ട് നമുക്ക്? ഇവിടെ ഇന്നു പരിചയിച്ചു വരുന്ന നാട്ടുമിത്തുകളിൽ മിക്കവയും പഴയ നാട്ടുകളുടെ അതിരുകളിൽ വന്നു നിലയ്ക്കുന്നതാണ്. പുരാണങ്ങളും ഇതിഹാസങ്ങളും സമ്മാനിച്ച മിത്തുകളാണ് നമ്മുടെ പൊതുവായ മിത്തുകൾ. കേരളോല്പത്തിക്കഥയും മഹാബലിക്കഥയുംപോലും ഇക്കൂട്ടത്തിൽ വരുന്നു.

ഒരുപക്ഷേ, തനിമാവാദപരമായ ഒരു അടഞ്ഞ ചിന്തയിൽനിന്ന് നമ്മെ രക്ഷിച്ചുനിർത്തുന്നതിന് ഇതെല്ലാം കാരണമാകുന്നുണ്ടാകാം. മലയും കാട്ടും കടന്നു വന്ന വിശ്വാസങ്ങൾ, തത്വചിന്തകൾ, മതങ്ങൾ, ഭാഷകൾ, മനുഷ്യർ എല്ലാം ഇവിടെ സഹജീവിതം നടത്തുന്നു. ഇതിൽ ഏതെങ്കിലുമൊന്നിനെ നമ്മുടെ തനിമയായി കണക്കാക്കാതെ, ഇതെല്ലാമുണ്ട് എന്ന മട്ടിൽ അയഞ്ഞ സ്വത്വബോധത്തോടെ കഴിഞ്ഞു പോരുന്നു. സംവാദവും സമന്വയവും ആണ് അതിന്റെ മുഖമുദ്ര ഇതിൽ ഏതെങ്കിലും ഒന്നിനെ, അതു ഭാഷതന്നെയാകട്ടെ തനിമയുടെ നിർണ്ണായകമായെടുത്തു നാമെന്തിന് 'നവനിർമ്മാണസമിതി'ക്കാരാവുന്നു!

ഇന്നത്തെ നിലയിൽ തനിമലയാളം സ്വയം ഒരു സർവ്വകലാശാല ആയിട്ടില്ല എന്ന കാര്യവും പരിഗണിക്കേണ്ടതുണ്ട്. 'തനിമലയാള'ത്തിൽ ചില 'കലകൾ' ഇല്ലെന്നതല്ലേ വാസ്തവം? ശാസ്ത്രം, തത്വചിന്ത തുടങ്ങിയ കലകളെക്കുറിച്ചാണു പറയുന്നത്. ആധുനികമായ വിദ്യാഭ്യാസത്തിന് അടിത്തറ തീർ[1]ക്കുന്ന ഈ കലകളുടെ അഭാവമാണ് നമ്മുടെ തനിമലയാളം പോരാത്തതും കൊള്ളരുതാത്തതുമാണെന്ന ബോധം ഉത്പാദിപ്പിക്കുന്നതിൽ പ്രധാന പങ്കുവഹിക്കുന്നതെന്നു തോന്നുന്നു. മലയാളത്തെ ശാസ്ത്രംപോലുള്ള കലകൾ കൈകാര്യം ചെയ്യാൻ പ്രാപ്തമാക്കണമെങ്കിൽ അതിൽ ശാസ്ത്രവും മറ്റും കൈകാര്യം ചെയ്യപ്പെടുന്ന അവസ്ഥയുണ്ടാവുകയല്ലാതെ വേറെ വഴിയില്ല. അതിനുള്ള ആസൂത്രണത്തിൽ മുൻകൈയെടുക്കേണ്ടത് ശാസ്ത്രം കൈകാര്യം ചെയ്യുന്നവരും തത്വചിന്ത കൈകാര്യം ചെയ്യുന്നവരുമൊക്കെയാണ്. സാഹിത്യവിദ്യാർത്ഥികളും ഭാഷാവിദ്യാർത്ഥികളും ശാസ്ത്രം കൈകാര്യം ചെയ്യുന്ന അവസ്ഥ പ്രതീക്ഷിക്കാവുന്നതല്ല. സാമൂഹ്യശാസ്ത്രത്തിന്റെയും ശാസ്ത്രത്തിന്റെയും രംഗത്തുനിന്നുവരുന്ന സർഗ്ഗധനരായ ആളുകൾ ഭാഷയിൽ ശാസ്ത്രവിചാരങ്ങൾ പ്രകാശിപ്പിക്കുവാൻ തുടങ്ങുമ്പോഴാകും അതിനു തുടക്കമാവുക. അപ്പോൾ ശാസ്ത്രമലയാണ്മ 'ജീവൻ' വെച്ചുവന്നേക്കും.

1. 1867-ൽ ജോർജ്ജ് മാത്തൻ നടത്തിയ 'ബാലാഭ്യസനം' പ്രസംഗത്തിലും, വള്ളത്തോളിന്റെ പ്രസിദ്ധമായ, 'എന്റെ ഭാഷ' കവിതയിലുമൊക്കെ ഈ കുറവ് വ്യക്തമാക്കുന്നുണ്ട്.

ഭാഷയ്ക്കു സ്മാരകമായി സർവ്വകലാശാലയുണ്ടാക്കുന്നതിനുപകരം ഭാഷയെ സർവ്വകലാശാലയാക്കുന്നതിനുതകുന്ന കൃത്യങ്ങളെക്കുറിച്ചാണു പറയുന്നത്. അതിനുള്ള കരുത്തും കമ്മിറ്റ്മെന്റും ഉള്ള ശാസ്ത്ര എഴുത്തച്ഛന്മാരുണ്ടോ നമ്മുടെ നാട്ടിൽ എന്നതാണു ചോദ്യം. സർഗ്ഗധനരായ ശാസ്ത്രജ്ഞന്മാർ ഇവിടെ രൂപപ്പെടാത്തതിന് വ്യക്തികൾ എന്ന നിലയിൽ ശാസ്ത്രസമൂഹത്തിലെ അംഗങ്ങൾ കുറ്റക്കാരാണെന്ന വിധിയോടെയല്ല ഇതു പറയുന്നത്. നമ്മുടെ ചരിത്രത്തിന്റെ, പാരമ്പര്യത്തിന്റെ, വർത്തമാനത്തിന്റെ ശൂന്യതയിൽ നിന്നുകൊണ്ടാണ് അവരും ഇടപെടുന്നത്. അവർ ഇംഗ്ലീഷ് എന്ന ശാസ്ത്രഭാഷയിൽ ശാസ്ത്രചിന്തയുടെ ചന്ദ്രയാനം നടത്തുന്നുണ്ടെങ്കിൽ അതുതന്നെ സന്തോഷകരമാണ്. അവർ ആക്ഷേപിക്കപ്പെട്ടുകൂടാ എന്നാൽ, സർവ്വകലാശാലാശാസ്ത്രജ്ഞന്മാരോട് വിനീതമായി, നിങ്ങൾ 'ഊഴിയിൽച്ചെറിയവർക്കറിയുമാറ്' ചിലത് ഉര ചെയ്യണമെന്നു ഉദ്ബോധിപ്പിച്ചാൽ തെറ്റാവുകയില്ലെന്നു തോന്നുന്നു. അങ്ങനെ നമ്മുടെ മലയാളമെന്ന പ്രതീതിയുളവാക്കുന്ന ഒരു ശാസ്ത്രഭാഷാഭേദം ഉണ്ടായിവന്നാൽ നല്ലതുതന്നെ. മലയാളഭാഷ ഒരു നവോത്ഥാനപരമായ ഉല്പരിവർത്തനത്തിലൂടെ ആധുനീകരിക്കപ്പെടുന്ന പ്രക്രിയയായി അതു മാറിയേക്കും. അതിനുള്ള സംവാദസാദ്ധ്യതകൾ ബഹുഭാഷാത്വത്തെ ഉൾക്കൊള്ളുന്ന പൊതുസർവകലാശാലകളിലാണുള്ളത്. അവയെ മലയാളവിരുദ്ധമായ സ്ഥാപനങ്ങളായി എണ്ണി കൃത്രിമമായി മലയാളൈക സർവ്വകലാശാലയുണ്ടാക്കിയാൽ നോക്കുകുത്തിയാകാനാവും അതിന്റെ വിധി. അവിടെ സംവാദമുണ്ടാകില്ല. ചലനവും. അതിനെ സർവ്വകലാശാല എന്നതിനേക്കാൾ മ്യൂസിയം എന്നു വിശേഷിപ്പിക്കുന്നതാവും ഉചിതമാവുക.

മൂന്നാംലോകനാടുകളുടെ സാഹിത്യവുമായി സംവാദത്തിലാകുന്ന ഒരു ഇടമായുള്ള സ്വപ്നമൊക്കെ ഹരംകൊള്ളിക്കുന്നതുതന്നെ. പക്ഷേ നമ്മുടെ സർവ്വകലാശാലകളിലുള്ള റഷ്യൻ പഠനവകുപ്പുപോലുള്ള ഭാഷാവകുപ്പുകൾ എത്ര ഇഫക്റ്റീവായി നമ്മുടെ സംസ്കാരവുമായി സംവാദം നടത്തുന്നുണ്ടെന്ന് ഈ സ്വപ്നത്തിൽനിന്ന് ഉണരുന്ന വേളയിൽ ആലോചിക്കുന്നതു നന്ന്. റഷ്യൻ സംസ്ക്കാരവുമായി നമുക്കുള്ള ബന്ധം ഉറപ്പിക്കുന്നതിൽ പ്രോഗ്രസ് പബ്ലിഷേഴ്സ് പ്രഭാത് ബുക്ക്ഹൗസുമായിച്ചേർന്നു നല്കിയ സംഭാവനകളെയും ഓർക്കുക. സർവ്വകലാശാലാവിഭാഗങ്ങളോ സർക്കാർവകുപ്പുകളോ അല്ല, ജ്ഞാനത്തോടും അനുഭൂതികളോടുമുള്ള ഒടുങ്ങാത്ത ദാഹത്തോടെ പ്രവർത്തിച്ച വ്യക്തികളും പ്രസ്ഥാനങ്ങളുമാണ് നമ്മുടെ ഭാഷയെ ആധുനീകരിച്ചുകൊണ്ടിരുന്നത് എന്ന കാര്യം അപ്പോൾ തെളിഞ്ഞു കിട്ടും.

കലാശാലാകൾ ബഹുജനസേവനാർത്ഥം രൂപീകരിക്കുന്ന കരിക്കുലവും പാഠപുസ്തകങ്ങളുമൊക്കെ മികവുറ്റ സംഭാവനകളായിരിക്കാം. അതിന് മൂല്യമുണ്ട്. പക്ഷേ, സർഗ്ഗാത്മകമായ ചലനങ്ങൾ ഭാഷയുടെ കാര്യത്തിലെങ്കിലും സംഭവിച്ചുകാണുന്നത് അവിടെനിന്നല്ല. ഭാഷാ ഇൻസ്റ്റിറ്റ്യൂട്ടും സാഹിത്യഅക്കാദമിയും മറ്റും ഉണ്ട്. അവാർഡുകൊടുക്കാനും പൊന്നാടയിടാനും ഘോഷയാത്രനടത്താനുമെല്ലാം കഴിയുന്നുണ്ട്. അതിനപ്പുറത്ത് ഭാഷയുടെ നവോത്ഥാനത്തിനുതകിയമട്ടിൽ ഈ സ്ഥാപനങ്ങളിലൂടെ എന്തുനേടി എന്നു ചിന്തിക്കാനെങ്കിലും സർവ്വകലാശാലയ്ക്കായി വാദിക്കുന്നവർ തയ്യാറാവേണ്ടതുണ്ട്. മലയാളസർവ്വകലാശാലയ്ക്കുള്ള ന്യായമായി പറയുന്ന ഒരു കാര്യം തമിഴിനു സർവ്വകലാശാലയുണ്ട്. തെലുങ്കിനുണ്ട് എന്നൊക്കെയാണ്. വാസ്തവത്തിൽ, തമിഴരും മറാഠികളും ഹിന്ദിക്കാരും മലയാളികളെ മാതൃകയാക്കി ഭാഷാമൗലികവാദരാഷ്ട്രീയത്തിൽനിന്നു രക്ഷപ്പെടാത്തതെന്ത് എന്നു തിരിച്ചുചോദിക്കേണ്ട സന്ദർഭമാണിത്.

ശുദ്ധാലോചനാസിദ്ധാന്തത്തിന്റെ ചുവടുപിടിച്ച് ആലോചിച്ചാൽ, നാഗരികമായ വെണ്ണപ്പാളി മലയാളികളുടെ സൃഷ്ടിയാണ് തനിമലയാളസർവ്വകലാശാലാവാദമെന്നു തോന്നും. പാർശ്വവൽക്കരിക്കപ്പെട്ടവരുടെ ഭാഷാരീതികളെ വാമൊഴിവഴക്കം പോലുള്ള സർട്ടിഫിക്കറ്റുകൾ നല്കി ആദരിക്കുന്ന ഒരു രീതി ഇവിടെ പ്രബലമായുണ്ട്. കുലീനമാംകളും അഥവാ മിനുക്കിപ്പറയൽ മാത്രമാണത്. വാമൊഴിവഴക്കത്തിനു ബഹുമതി കല്പിച്ചുകൊടുക്കുന്നവർ അവരുടെ പ്രബന്ധത്തിലൊന്നും ആ 'പാവം പിടിച്ച' ഭാഷാരീതി മരുന്നിനുപോലും ഉപയോഗിക്കുകയില്ല എന്നതുതന്നെ കൗശലം വ്യക്തമാക്കുന്നു. പാർശ്വവത്കൃതർ അത് സ്വീകരിച്ച് തന്റെ 'പ്രാന്ത'വൽകൃതാവസ്ഥയുടെ അടയാളമായി നെറ്റിയിലണിഞ്ഞ് പരിഹാസ്യമായ നിലയെ സ്വയംവരിക്കണം. ഒരേസമയം കീഴാളതയുടെ തെളിവും കെണിയുമായി വർത്തിക്കുന്ന, "ഏനിവിടെ വന്നേപ്പിന്നെ വെട്ടാക്കുളം വെട്ടിച്ചേ'' മട്ടിലുള്ള നാടൻ വിലാപങ്ങളെ മഹത്വവൽക്കരിക്കുന്നതിലും ഇതേ ചതിയുണ്ട്. ഈ മട്ടിൽ 'തനിമലയാള'ത്തിന്റെ ഭംഗികളെക്കുറിച്ചും അതിന്റെ മുലപ്പാൽമധുരത്തെക്കുറിച്ചും പറഞ്ഞ് ഗ്രാമത്തിലെ മലയാളിയെ അതിന്റെ പരിമിതികളിൽ ഉഴലാൻ വിടുകയാണ് തനിമലയാളവാദികൾ ചെയ്യുന്നത്.

വെണ്ണപ്പാളിക്കാരോ, മധുരമലയാളം കേട്ടു 'രസി'ക്കും എന്നിട്ട്, യൂറോപ്യൻ നിലവാരത്തിലുള്ള ഇംഗ്ലീഷ് സ്വായത്തമാക്കി ശാസ്ത്രീയ സംഗീതവും മോഹിനിയാട്ടവും ഓക്സ്ഫോഡ് ആക്സന്റുമായി നാഗരികവെണ്ണപ്പാളിയായി തുടരുകയും ചെയ്യും. അവരുടെ ഹനുമൽപാദർ

സ്ഥാനത്ത് ആളുകളെ ഉറപ്പുവരുത്താനാകും മലയാളസർവ്വകലാശാല, വാമൊഴിവഴക്കം, കീഴാളഗാനങ്ങൾ, കുറത്തി തുടങ്ങിയ 'പ്രത്യയശാസ്ത്രോപകരണ'ങ്ങൾ സഹായകമാകുക തനിമയുറ്റ പരിമിതഭാഷയിൽ ഒതുങ്ങിക്കൂടിയാൽ മതി എന്നു സങ്കല്പിക്കുകയാണ് സർവ്വകാലാശാലാവാദത്തിന്റെ വക്താക്കൾ ഫലത്തിൽ ചെയ്യുന്നത്. 'പാവം മലയാളി'ക്ക് കണ്ണാടി നോക്കിയിരിക്കാൻ ഒരു സർവ്വകലാശാല. വീട്ടുതടങ്കൽ. കീഴാളതയിൽനിന്നു വിമോചനമാഗ്രഹിക്കുന്ന ഗ്രാമീണ കർഷക-തൊഴിലാളിജനവിഭാഗങ്ങൾ ഇത്തരം വരേണ്യമായ കെണികളിയിൽ വീഴാതിരിക്കാൻ അതീവജാഗ്രത പുലർത്തേണ്ടതുണ്ട്. ഉന്നതവിദ്യാഭ്യാസത്തിലൂടെ, മാനകമെന്നു സമൂഹം മൊത്തത്തിൽ പങ്കിടുന്ന ഭാഷാരീതികളിൽ, അത് മാനകമലയാളമെങ്കിൽ മാനകമലയാളം, ഇംഗ്ലീഷ് എങ്കിൽ ഇംഗ്ലീഷ് ആർജ്ജിച്ചുകൊണ്ടേ അവർക്ക് ആധുനികമായ സ്വത്വബോധത്തിലേക്കു സ്വയം വിമോചിപ്പിക്കാനും കീഴാളനുകത്തിൽനിന്നു രക്ഷപ്പെടാനും സാധിക്കുകയുള്ളൂ. "ആധുനികവിദ്യാഭ്യാസത്തിലൂടെ മാത്രമേ സമത്വം അനുഭവിക്കാനുള്ള വഴിതുറക്കൂ'' എന്ന് തിരുവനന്തപുരത്തുവച്ച കാഞ്ച ഐലയ്യ പറഞ്ഞതിലാണ് വാസ്തവനാളമുള്ളത്. ഉന്നതമായ വിദ്യകൊണ്ടേ ശക്തരാവുകയുള്ളൂ. അതു തടസ്സപ്പെടുത്താൻ വരുന്ന, ഓലയെഴുത്താണിയെറിഞ്ഞിങ്ങണയൂ എന്ന് വിളിച്ചുവീഴ്ത്തുന്ന 'പുത'ങ്ങളിൽനിന്ന് ഒഴിഞ്ഞുമാറണം. ആധുനികവിദ്യാഭ്യാസത്തിന്റെ പൂർത്തീകരണത്തിന് ഏതു ഭാഷയെ ആശ്രയിക്കാമോ അതൊക്കെ ആശ്രയിക്കുകതന്നെ വേണം. ജന്മപരിസരത്തിലെ ഭാഷയെ ആധുനിക ജീവിതോപാധിയാക്കാൻ, പുഷ്ടിപ്പെടുത്താൻ തന്നെ ഇതാവശ്യമാണ്.

ഈ കുറിപ്പിന്റെ തുടക്കത്തിൽ ആശ്രയിച്ച പ്രാദേശികഭാഷാനിഘണ്ടുവിലെ ഒരു വാക്യംകൂടി ഉദ്ധരിക്കട്ടെ "പ്രാദേശികഭാഷ ഉപയോഗിക്കുന്നതിൽ പലതരത്തിലുള്ള ദോഷങ്ങൾ ഉണ്ടെങ്കിലും അതിന്റെ അകക്കാമ്പിലേക്കുള്ള എത്തിനോട്ടം വളരെ പ്രാധാന്യം നല്കുന്നു. ഈ നിഘണ്ടുവിൽ പ്രാദേശികരൂപവും അതിന്റെ ശരിയായ അർത്ഥവും കൊടുത്തിരിക്കുന്നു." വാമൊഴികളുടെ പരിമിതിയെക്കുറിച്ച് ഇവിടെ പ്രകാശിപ്പിക്കപ്പെട്ടിട്ടുള്ള ബോധം നമ്മുടെ ഭാഷായാഥാർത്ഥ്യത്തിൽ ഭാഗമാകുന്നു. ശരിയായ അർത്ഥം മാനകഭാഷയിലെ, അല്ലെങ്കിൽ, ഇംഗ്ലീഷിലെ തത്തുല്യമായ ആശയത്തെക്കുറിക്കുന്ന പദമാണെന്നുള്ള വിചാരവും അതിന്റെ ഭാഗംതന്നെ. മലയാളഭാഷാവിചാരകർ ഇത്തരം ഫോക് സൈക്കോലിംഗ്വിസ്റ്റിക് ധാരണകളെയും അതിനാധാരമായ ഭാഷായാഥാർത്ഥ്യത്തെയും കണക്കിലെടുക്കേണ്ടതുണ്ട്. എന്നാൽ

ഇതൊന്നും പരിഗണിക്കാതെ ചില മലയാളഭാഷാസാഹിത്യാദ്ധ്യാപകർ തലതിരിഞ്ഞ ചിന്തകളിലേർപ്പെടുന്നതിനു കാരണമെന്തായിരിക്കും?

*ജർമ്മൻ പ്രത്യയശാസ്ത്ര*ത്തിൽ, എന്തുകൊണ്ടാണ് പ്രത്യയശാസ്ത്രജ്ഞർ സകലതും കീഴ്മേൽ മറിക്കുന്നത് എന്നൊരു ചോദ്യം ചോദിച്ചിട്ട് മാർക്സ്-ഏംഗൽസ് ദ്വയം നല്കുന്ന ഉത്തരം കേൾക്കുവിൻ: "തൊഴിൽ വിഭജനത്തിന്റെ ഫലമായി തൊഴിൽ സ്വതന്ത്രമായ അസ്തിത്വമാർജ്ജിക്കുന്നു. അവരവരുടെ തൊഴിലാണ് ശരിക്കുള്ളതെന്ന് ഓരോരുത്തരും വിചാരിക്കുന്നു. അതായത് തൊഴിലിന്റെ സ്വഭാവംകൊണ്ടുതന്നെ അവർ തങ്ങളുടെ തൊഴിലും യാഥാർത്ഥ്യവും തമ്മിലുള്ള ബന്ധത്തെക്കുറിച്ചുള്ള വ്യാമോഹങ്ങൾക്ക് കൂടുതലെളുപ്പത്തിൽ വശംവദരാകാൻ ഇടയാകുന്നു. അവരുടെ ബോധത്തിൽ - നിയമശാസ്ത്രത്തിലും രാഷ്ട്രീയത്തിലും മറ്റും - ബന്ധങ്ങൾ ധാരണകളായിത്തീരുന്നു. അവർ ഈ ബന്ധങ്ങൾക്കപ്പുറം പോകാത്തതുകൊണ്ട് ഈ ബന്ധങ്ങളെക്കുറിച്ചുള്ള ധാരണകൾ അവരുടെ മനസ്സിൽ സ്ഥിരധാരണകളായി മാറുന്നു ഉദാഹരണത്തിന് ന്യായാധിപൻ നിയമസംഹിത പ്രയോഗിക്കുന്നു. അതിനാൽ യഥാർത്ഥവും സക്രിയവുമായ ചാലകശക്തി നിയമനിർമ്മാണമാണെന്ന് അയാൾ കരുതുന്നു. അവർ സ്വന്തം ചരക്കുകളെ ബഹുമാനിക്കുന്നു.''

അവർ സ്വന്തം ചരക്കുകളെ ബഹുമാനിക്കുന്നു!

('മലയാളം സർവ്വകലാശാല' എന്ന ആശയത്തെ മുൻനിറുത്തി കാലിക്കറ്റ് സർവ്വകലാശാലയിൽവെച്ച് ഡോ. കെ. എം. അനിലിന്റെ നേതൃത്വത്തിൽ സംഘടിപ്പിക്കപ്പെട്ട സംവാദപരിപാടിയിൽ അവതരിപ്പിച്ച കുറിപ്പ്. *പച്ചക്കുതിര മാസികയിൽ* 'മലയാളനവനിർമ്മാണശാല വേണോ' എന്ന തലക്കെട്ടിൽ 2010 മാർച്ചിൽ പ്രസിദ്ധീകരിച്ചു. ചെറിയ തിരുത്തുകൾ വരുത്തിയിട്ടുണ്ട്.)

സൈബർയുഗം വെല്ലുവിളിപ്പൂ മലയാളംസർവ്വകലാശാലയെ

ഇക്കാലത്ത്, സൈബർയുഗം എന്നതിനു സമകാലം എന്ന വിവക്ഷയും ഉണ്ടല്ലോ. പ്രധാനമായും ആ അർത്ഥത്തിൽ ഊന്നിക്കൊണ്ട് മലയാളസർവ്വകലാശാലയുടെ രൂപഭാവങ്ങളെക്കുറിച്ച് ചിന്തിക്കാനാണ് ഇവിടെ തുനിയുന്നത്. മുന്നോടിയായി സൈബർലോകവുമായി ബന്ധപ്പെട്ട ചില ആലോചനകൾ മുന്നോട്ടുവയ്ക്കാനും ഇവിടെ തുനിയുന്നുണ്ട്. സർവ്വകലാശാല അതിന്റെ ഭ്രൂണാവസ്ഥയൊക്കെ പിന്നിട്ടുകഴിഞ്ഞു. ഇനി പലതും പറയുന്നത് "പാഥസാം നിചയം വാർന്നൊഴിഞ്ഞളവു" നടത്തുന്ന ചിറകെട്ടാണെന്ന് തോന്നിയേക്കാം. എങ്കിലും ഇങ്ങനെ വന്നുപോകുന്ന സ്ഥിതിക്ക് പറയുന്നതാണ്. ചിലതൊക്കെ പ്രസക്തമാണെന്നു വെയ്ക്കാം. ചിലത് അതേപടി ഉപകാരപ്പെട്ടില്ലെങ്കിലും സാരമില്ല. പ്രസക്തമായ കാര്യങ്ങളിലേക്ക് ശ്രദ്ധതിരിക്കാൻ പ്രയോജനപ്പെട്ടാൽ അത്രകണ്ട് ഗുണമായിരിക്കുമല്ലോ.

ആധുനികവും വികസ്വരവുമായ ഭാഷാസമൂഹങ്ങളും, സ്വാഭാവികമായി അവരുടെ ഭാഷകളും സൈബർലോകത്തെ അഭിമുഖീകരിച്ചുകൊണ്ടിരിക്കുന്ന ഇക്കാലത്ത് രൂപപ്പെടുന്ന ഒരു ഉന്നത വിദ്യാഭ്യാസകേന്ദ്രം ഈ മേഖലയുമായി ബന്ധപ്പെട്ട് ഭാഷ കൈവരിക്കേണ്ട കാര്യങ്ങളെന്തൊക്കെയെന്നും അതിനുവേണ്ടി നടത്തേണ്ട ആസൂത്രണമെന്തെന്നുമൊക്കെ ഗൗരവബുദ്ധിയോടെ പരിശോധിക്കുകയും പഠിക്കുകയും കരുതലോടെ ആസൂത്രണം നടത്തുകയും ചെയ്യേണ്ടതുണ്ട്. സർവ്വകലാശാലയുടെ അധികൃതർക്ക് ഈ ബോധ്യമുണ്ടെന്നത് തീർച്ചയായും ആഹ്ലാദകരമാണ്. വിവരസാങ്കേതികതയുടെ യുഗത്തിൽ മലയാളം സർവ്വകലാശാലക്ക് എന്തു ചെയ്യാൻ കഴിയും എന്ന് ആലോചിക്കുന്ന

ഈ പരിപാടിയെ ആ നിലയിൽ സന്തോഷത്തോടെയാണ് കാണുന്നത്.

ഞാനൊരു വിവരസാങ്കേതികവിദഗ്ദ്ധനല്ല. ആ ബോധ്യത്തോടുകൂടിത്തന്നെ വിഷയത്തെ ശ്രദ്ധാപൂർവ്വം കാണുവാനാണ് ശ്രമിക്കുന്നത്. ഈ രംഗത്ത് ചില ആലോചനകളും പ്രവർത്തനങ്ങളും ഗവേഷണങ്ങളും നടത്തുന്നവരുമായി ബന്ധപ്പെട്ട് ചില സംവാദങ്ങളിലും ആസൂത്രണ പ്രവർത്തനങ്ങളിലും (മിക്കപ്പോഴും ഒരു ശ്രോതാവിന്റെ റോളിൽ) ഇടപഴകിയതിന്റെ വെളിച്ചത്തിൽ സൈബർകാലത്തിലേക്ക് പ്രവേശിക്കുന്ന വേളയിൽ മലയാളഭാഷയിലുണ്ടായിക്കൊണ്ടിരിക്കുന്ന പരിവർത്തനങ്ങൾ വളരെ വളരെ പതുക്കെയാണ് സംഭവിക്കുന്നതെന്ന് മനസ്സിലാക്കാൻ കഴിഞ്ഞിട്ടുണ്ട്. ബ്ലോഗും ഫെയിസ്ബുക്കും വെബ്മാഗസിനുകളും ഉൾപ്പെടെയുള്ള ഇന്റർനെറ്റ് ഇടങ്ങൾ ചേർന്ന് ഭാഷയിൽ വരുത്തിക്കൊണ്ടിരിക്കുന്ന നവീനതകളും വൈജ്ഞാനികപദ്ധതികളും വിവിധ സോഫ്റ്റ് വെയർ നിർമ്മാണങ്ങളും മാത്രമല്ല. മലയാളത്തിൽ ഇന്റർനെറ്റ് സൗകര്യങ്ങളിലേക്ക് കടക്കുവാൻ കഴിയുന്ന തരത്തിൽ സംവിധാനപരമായുണ്ടായ വികാസവും എല്ലാം നിലനില്ക്കുമ്പോഴും, നമ്മുടെ മലയാളം വിവരസാങ്കേതികരംഗത്തിന്റെ സാധ്യതകൾ വളരെ ചെറിയ തോതിൽ മാത്രമേ ഉപയോഗപ്പെടുത്തിവന്നിട്ടുള്ളൂ എന്നത് ഒരു പച്ചപ്പരമാർത്ഥമാണ്. അതുകൊണ്ട് മലയാളികൾ ദുരിതത്തിലാണെന്ന് വിവക്ഷയില്ല. മലയാളഭാഷയുടെ പിന്നോക്കാവസ്ഥയാണ് ശ്രദ്ധാർഹമായ വിഷയം.

വിവരസാങ്കേതികതയുടെ മേഖലയിൽ പ്രവർത്തിക്കുന്ന നമ്മുടെ തലച്ചോറുകൾ മലയാളഭാഷയ്ക്ക് വിവരസാങ്കേതികതയെ പ്രയോജനപ്പെടുത്തി ആധുനികസൗകര്യങ്ങളൊരുക്കുവാൻ ചെലവഴിക്കുന്നത് തുച്ഛമായ ഊർജ്ജം മാത്രമാണ്. വിവരസാങ്കതികവിദ്യയുടെ മേഖലയിൽ വ്യാപരിക്കുന്നവർ മിക്കവാറും ഇംഗ്ലീഷിനെയാണ് ആശ്രയിച്ചുപോരുന്നതും. അതിൽ തെറ്റുണ്ടെന്ന് പറയാനല്ല ശ്രമിക്കുന്നത്. മലയാളം ഈ സമകാലികാവസ്ഥയെ അഭിമുഖീകരിക്കുന്നതിലും അതിനെ പ്രയോജനപ്പെടുത്തി ഭാഷയെ പുതിയ യുഗത്തിൽ മറ്റ് ആധുനികഭാഷകളോടൊപ്പം എത്തുന്നതിനുള്ള ശ്രമത്തിൽ പിന്നോക്കാവസ്ഥയിലാണെന്ന യാഥാർത്ഥ്യം ചൂണ്ടിക്കാണിക്കുന്നു എന്നുമാത്രം.

അച്ചടിയുടെ യുഗത്തിലേക്ക് പ്രവേശിച്ചുകൊണ്ട്, അതിന്റെ സമസ്ത സാധ്യതകളേയും പ്രയോജനപ്പെടുത്തിക്കൊണ്ട് ആണ് നമ്മുടെ ഭാഷ ഇന്നത്തെ മട്ടിൽ വികസിതമായിത്തീർന്നത്. ഡിജിറ്റൽ യുഗത്തിൽ പുതിയ ഭാഷായുഗം ആരംഭിക്കുകയാണ്. ഇത് മനസ്സിലാക്കി

മുന്നേറുവാനുള്ള പരിശ്രമങ്ങൾ പതുക്കെയാവുന്നത് നമ്മുടെ ഭാഷയെ ക്കുറിച്ച് പൊതുവിൽ നിലവിലുള്ള അപകർഷബോധത്തെ ശക്തിപ്പെടു ത്താനേ സഹായിക്കുകയുള്ളൂ. (ലജ്ജിച്ച് ലജ്ജിച്ച് ഒരു മലയാളസർവ്വക ലാശാല എന്ന് കല്പറ്റ നാരായണനെഴുതുമ്പോൾ ഈ അപകർഷത്തെ യല്ലേ ആവിഷ്കരിച്ചുറപ്പിക്കുന്നത്?) രാഷ്ട്രീയമായ താല്പര്യങ്ങളാലുള്ള ബഹുമതികൾ. ശ്രേഷ്ഠഭാഷപോലുള്ള വിശേഷണങ്ങൾ വാങ്ങിയെടുക്കു ന്നതുകൊണ്ട് മാത്രം (അവ വേണ്ടെന്നു വിവക്ഷയില്ല) പരിഹരിക്കാവു ന്നതല്ല ഭാഷയുടെ പിന്നോക്കനിലയും പിന്നോക്കബോധവും. ഭാഷയെ വർത്തമാനകാലത്തിന് തോളൊത്തുനിൽക്കുന്ന അവസ്ഥയിലേക്കു നയിക്കുകയും സമകാലവൽക്കരിക്കുകയും ചെയ്യാൻ സാധിക്കണം. അപ്പോൾ മാത്രമേ മലയാളം ആധുനികാനന്തരമായ ഒരു യുഗത്തിന്റെ ഭാഷയായി മാറിത്തീരുകയുള്ളൂ. ആത്മവിശ്വാസത്തോടെ മലയാളിക്ക് സ്വന്തം നാട്ടിലെ ഭാഷയെ അനുഭവിക്കാനും ആവിഷ്ക്കരിക്കാനും കഴിയുകയുള്ളൂ. ഒരു ജനതയെ ആത്മവിശ്വാസത്തിലേക്ക് നയിക്കാത്ത ഭാഷ ഭാഷയല്ല. പേടിപെട്ട പേച്ചാണ്.

അതിരിക്കട്ടെ. ഇവിടെ ഓർക്കേണ്ടുന്ന മറ്റൊരു കാര്യമുണ്ട്. മലയാളപഠനം നടത്തുന്നവർക്കോ മറ്റു ഭാഷാസ്നേഹികൾക്കോ ഈ രംഗത്ത് മുന്നിൽ നില്ക്കാനോ ശക്തമായി മുന്നോട്ട് നയിക്കാനുള്ള ഉത്തരവാദിത്തം ഏറ്റെടുക്കാനോ കഴിഞ്ഞിട്ടില്ല. എന്ന വസ്തുതയാണത്. അക്കാദമികമായ നമ്മുടെ ഭാഷാപഠനം അത്തരത്തിൽ സമകാലികാ വശ്യങ്ങളെ മുന്നിൽക്കാണുന്ന തരത്തിൽ സജീവമായ ഒരു നിലയിലല്ല ഉള്ളത്. മലയാളത്തിനകത്ത് ഒരു മൃതഭാഷ ഒളിഞ്ഞു കിടപ്പുണ്ട്. ഇംഗ്ലീഷ് കലരാത്തതും വിശുദ്ധവുമായ തനിമലയാളത്തെ കുറിച്ചോർത്ത് ഖിന്ന രാവുന്നവരിലൂടെ ആദരിക്കപ്പെടുന്ന ഒരു ഭൂതകാലമലയാളം. വാസ്തവ ത്തിൽ അതിന് വലിയ പഴക്കമൊന്നുമില്ല. ആ അമലമലയാളത്തിന്റെ മഹിമ പാടാനും അത് ശ്രേഷ്ഠമാണെന്ന് ഉറപ്പിക്കാനും ആധുനികമായ മലയാളിയുടെ മതേതരസ്വത്വത്തെ നിതരാം സൂചിപ്പിക്കുകയും ഉറപ്പി ക്കുകയും ചെയ്യുന്ന കവചകുണ്ഡലമാണെന്ന് പഠിപ്പിക്കാനും കഴിയുന്ന ഉത്സാഹശാലികളെ എത്രയെങ്കിലും പ്രദാനം ചെയ്യാൻ കഴിയുന്നു ണ്ടെങ്കിലും നമ്മുടെ ഭാഷാപഠനം ഗൗരവബുദ്ധിയോടെ ഭാഷയുടെ സമകാലികമായ ആവശ്യങ്ങളെ മുൻനിർത്തി പ്രവർത്തിക്കാനുള്ള വർക്ക് ജന്മം കൊടുക്കുന്നില്ലെന്നതാണ് വേദനാജനകമായ വസ്തുത. ഇതിന് പരിഹാരമുണ്ടാക്കുവാനുള്ള അക്കാദമികശ്രമങ്ങൾ മലയാളം സർവ്വകലാശാലയിൽനിന്ന് ഉണ്ടാകുമെങ്കിൽ നല്ലതായിരിക്കും. ആ ശ്രമത്തിന്റെ ഭാഗമായി വിവരസാങ്കേതിക മേഖലയിൽ ശ്രദ്ധിക്കുന്ന ഒരു തുറന്ന വിവരസാങ്കേതികവിഭാഗത്തെ മലയാളവിനിമയത്തിനും

മലയാളികളുടെ വിദ്യാഭ്യാസത്തിനും ആശ്രയിക്കാവുന്ന തരത്തിൽ മലയാളം സർവ്വകലാശാലയിൽ ഉണ്ടാകുന്നത് അഭിലഷണീയമായിരിക്കും. അത് മലയാളഭാഷാപഠനത്തിന്റെയും ഗവേഷണത്തിന്റെയും പ്രധാനപ്പെട്ടൊരു ഭാഗമായിട്ടെങ്കിലും വരേണ്ടതുണ്ട്.

ഈയിടെയുണ്ടായ ഒരു അനുഭവത്തോട് ബന്ധപ്പെടുത്തി ചില കാര്യങ്ങൾ പറയാം. എസ്. സി. ഇ. ആർ. ടി.യുടെ മുൻകൈയ്യിൽ നടന്ന ഒരു ചെറുശില്പശാലയുടെ അനുഭവമാണ്. ഭാഷാചിന്തകനും ഗവേഷകനുമായ പ്രൊഫ. ടി. ബി. വേണുഗോപാലപണിക്കരെ പ്രധാനമായി ആശ്രയിച്ചുകൊണ്ടു നടത്തിയ ശില്പശാല. മലയാളത്തിന്റെ ഉച്ചാരണവ്യവസ്ഥയെ കമ്പ്യൂട്ടറിൽ പ്രയോഗിക്കുവാൻ കഴിയുന്ന തരത്തിൽ സങ്കേതവല്ക്കരിക്കുവാൻ വേണ്ടി നടത്തിയ ശില്പശാലയായിരുന്നു അത്. കാഴ്ച സംബന്ധമായ ബുദ്ധിമുട്ടനുഭവിക്കുന്ന ആളുകൾക്ക് ഇ-ടെകസ്റ്റുകൾ വായിച്ചുകേൾക്കാനുള്ള ഒരു മെച്ചപ്പെട്ട സോഫ്റ്റ് വെയർ വികസിപ്പിക്കാൻ വേണ്ടി പ്രയത്നിക്കുന്ന ദീപ ഗോപിനാഥാണ് ശില്പശാലയുടെ മുന്നാൾ. എഞ്ചിനീയറിങ്ങ് പഠിക്കുകയും പഠിപ്പിച്ചുകൊണ്ടിരിക്കികയും ചെയ്യുന്ന ആളാണ്. അവരുടെ പരിശ്രമത്തിന് ആവശ്യമായ അറിവുകൾ സമാഹരിക്കാൻ വേണ്ടിയാണ് ശില്പശാല ഓർഗനൈസ് ചെയ്തിരുന്നത്. വേണുഗോപാലപണിക്കരോടൊപ്പം അദ്ദേഹത്തിന് കീഴിൽ കുറച്ച് ഭാഷാശാസ്ത്രപരിശീലനം ലഭിച്ചിട്ടുള്ള ഞങ്ങൾ ഏതാനും പേരും ആ പരിപാടിയിൽ പങ്കുചേരുകയുണ്ടായി. രാസത്വരകങ്ങളെന്ന നിലയിലാണ് ഞങ്ങളുടെ സാന്നിധ്യം. കാലിക്കറ്റ് സർവ്വകലാശാലയിലെ അധ്യാപകരായ പി. സോമനാഥൻ, ആർ. വി. എം. ദിവാകരൻ, മേരി മാതാ കോളേജിലെ അധ്യാപകൻ ജോസഫ്. കെ. ജോബ്, ഗുരുവായൂരപ്പൻ കോളേജിലെ അധ്യാപിക സുനിത ടി. വി, മാഹി മഹാത്മാഗാന്ധി കോളേജിലെ അധ്യാപകൻ മഹേഷ് മംഗലാട്ട്, എസ്. സി. ഇ. ആർ. ടി. യിലെ ദിനേശൻ മാസ്റ്റർ എന്നിവരൊക്കെ ആ കൂട്ടത്തിലുണ്ടായിരുന്നു. മഹേഷും സുനിതയും ഈ രംഗത്ത് തങ്ങളാലാകുംവണ്ണം കാര്യങ്ങൾ ഗ്രഹിക്കാനും പ്രവർത്തിക്കാനും ശ്രമിച്ചിട്ടുള്ള മലയാളം അധ്യാപകരാണ്. അവരെപ്പോലുള്ള ചുരുക്കം ചിലരെ മാറ്റിനിർത്തിയാൽ ഈ പുതിയ സാഹചര്യത്തെ ഗൗരവത്തോടെ കാണാൻ ശ്രമിച്ചിട്ടുള്ള മലയാളസാഹിത്യപഠിതാക്കൾ ഇല്ലെന്നു പറയേണ്ടിവരും.

എന്നാൽ, ഈ മേഖലയിൽ വളരെ സീരിയസ്സായി ശ്രദ്ധ ചെലുത്തുന്ന ഒരുകൂട്ടം ശാസ്ത്രജ്ഞരും സന്നദ്ധപ്രവർത്തകരും ഉണ്ടായിവരുന്നുമുണ്ട്. ശില്പശാലയുടെ കേന്ദ്രസ്ഥാനത്ത് പ്രവർത്തിക്കുന്ന ദീപ തന്നെ ഉദാഹരണമാണ്. മലയാളത്തിന് ഫോണ്ടുകൾ ഉണ്ടാക്കാൻ വേണ്ടി യത്നം നടത്തിയ ആളുകൾ വ്യത്യസ്തമായ ലിപിവ്യവസ്ഥാ സോഫ്റ്റ് വേയറുകൾ

ഉണ്ടാക്കാനായി യത്നിച്ചിട്ടുള്ളവർ. വിക്കിപീഡിയ പോലുള്ള വിവര കോർപ്പസുകൾ രൂപീകരിക്കാനും വികസിപ്പിക്കാനും ശ്രമിച്ചിട്ടുള്ളവർ ഒക്കെയുണ്ട്. അവർ മുമ്പ് സൂചിപ്പിച്ച തരത്തിലുള്ള ഭാഷാപ്രേമികളോ ഉത്സവക്കാരോ അല്ല. ഭാഷയെ വൈകാരികമായി കാണുകയും ജയ് വിളിച്ച് ഭാഷയെ രക്ഷപ്പെടുത്തികളയാമെന്ന് കരുതുകയും ചെയ്യുന്നവരുമല്ല. ഭാഷയുടെ എഞ്ചിനീയർമാരാണവർ. സഹജമായ പ്രതിബദ്ധതയാൽ ജോലിയെടുക്കുന്നവർ. അത്തരക്കാരുടെ ഭാഷാപ്രയത്നങ്ങളെ കൂട്ടിയിണക്കാനും ആരോഗ്യകരമായ സംവാദങ്ങളിലൂടെ തെളിഞ്ഞ കാഴ്ചപ്പാടോടെ മലയാളത്തെ വിവരസാങ്കേതികതയുടെ തികവുറ്റ പ്രയോഗശേഷിയിലേക്ക് വളർത്തുവാനും വേണ്ട ശ്രമമുണ്ടായാൽ പുതിയ കാലത്തോടൊപ്പം നടക്കാൻ ശ്രമിച്ച എന്ന ആശ്വാസമെങ്കിലും മലയാളം സർവ്വകലാശാലയ്ക്ക് ഉണ്ടായേക്കും.

ആരോഗ്യകരമായ സംവാദം എന്നുപറഞ്ഞത് ബോധപൂർവ്വം തന്നെ. ഈ മേഖലയിൽ അറിയാനും അറിയിക്കാനുമുള്ള സംവാദങ്ങൾ നടക്കാതെ പോയതിന്റെ ഫലമായി പല തർക്കങ്ങളും തർക്കമായി കുതർക്കമായി സംവാദത്തിനുള്ള വാതിലുകളേതുമില്ലാത്തതായി മാറിയ അനുഭവങ്ങളുണ്ട്. രചന അക്ഷരവേദിക്കാരുടെ ശ്രമങ്ങളും ഭാഷാ ഇൻസ്റ്റിറ്റ്യൂട്ടിന്റെ പരിശ്രമങ്ങളും രണ്ടുവഴിക്ക് പോയതിന്റെയും യൂണിക്കോഡ് എൻകോഡിങ്ങുമായി ബന്ധപ്പെട്ടുണ്ടായ സന്ദിഗ്ദ്ധതകളെയും ഒക്കെ ഓർക്കുക. ഇത്തരം വാദവിവാദങ്ങളെവരെ കണക്കിലെടുത്തുകൊണ്ട് യുക്തിസഹവും വിശാലമായ പരിഗണനകളുള്ളതുമായ ഉയർന്ന പടവുകളിലേക്കെത്തുവാനുള്ള വിവേകം പ്രവർത്തനക്ഷമമാകുന്ന വേദിയാകണം മലയാളം സർവ്വകലാശാലയിലുണ്ടാകുന്ന വിവര-സാങ്കേതികതുറ; അങ്ങനെയൊന്ന് ഉണ്ടാകുന്നുണ്ടെങ്കിൽ.

മലയാളഭാഷയെ വിവരസാങ്കേതികതയുടെ പുതിയ പടവുകളിലൂടെ നയിക്കുന്നതിന് വലിയ പരിമിതിയാകുന്നത് ഇത്തരം ആളുകൾക്ക് മാർഗ്ഗനിർദ്ദേശം പോകട്ടെ. സഹായം പോലും നല്കാൻ കെല്പുള്ളവരെ സൃഷ്ടിക്കുവാൻ നമ്മുടെ ഭാഷാപഠനത്തിനു കഴിയുന്നില്ല എന്നതാണ്. മേല്പറഞ്ഞ ശില്പശാല ബോദ്ധ്യപ്പെടുത്തിയ ഒരുകാര്യം അതും കൂടിയായിരുന്നു. സ്വനവും സ്വനിമവും ജീവൽഭാഷയും മൃതഭാഷയും പാരഗ്രാഫിൽ ഉത്തരമാക്കി എഴുതാൻ പഠിച്ച് ഭാഷാശാസ്ത്രം പാസ്സായിപോകുന്നതിനപ്പുറത്ത് ആധികാരികമായി ഭാഷയെക്കുറിച്ച് എന്തെങ്കിലും പറയാനോ പ്രായോഗികമായി വിശദീകരിക്കാനോ ഉള്ള കഴിവൊന്നും ഞങ്ങൾ ചുരുങ്ങിയപക്ഷം ഞാനെങ്കിലും ആർജ്ജിച്ചിരുന്നില്ല എന്നാണ് മനസ്സിലായത്. സംഘടിതമായ യത്നംകൊണ്ട് ചിലചില തെളിച്ചങ്ങളിലേയ്ക്ക് എത്തിച്ചേരുകയുണ്ടായി എന്ന വസ്തുത വിസ്മരിക്കുന്നില്ല.

ഞാനുൾപ്പെടെയുള്ളവരുടെ ഈ മട്ടിലുള്ള ദൗർബ്ബല്യങ്ങളെ ഭാവിയിൽ ഭാഷാപഠനസർവ്വകലാശാലയെങ്കിലും തിരുത്തിയെടുക്കേണ്ടതുണ്ട്.

ഭാഷാപഠനം കൂടുതൽ ആഴമുള്ളതായിത്തീരേണ്ടതുണ്ട്. വിശാലമാകേണ്ടതുണ്ട്. വാമൊഴികേന്ദ്രിതവാദപരമായ ഭാഷാസമീപനങ്ങളിലൂടെ അതിനു കഴിയുമെന്ന് തോന്നുന്നില്ല. സൂത്രവാക്യങ്ങളിലേക്കും സ്വത്വാദിമുദ്രകളിലേക്കും ചുരുക്കി മനസ്സിലാക്കുന്ന കുറുക്കുവിദ്യകൊണ്ടൊന്നും ഭാഷയെന്ന സങ്കീർണ്ണമായ പ്രതിഭാസത്തെ മനസ്സിലാക്കാനോ സമകാലികമായ ആവശ്യങ്ങൾക്കനുസൃതമായി വഴക്കിയെടുക്കാനോ ഒന്നും സാധിക്കുകയില്ല. ഭാഷയെന്ന പ്രതിഭാസത്തെ പലതരത്തിൽ, പല സമീപനങ്ങളിലൂടെ മനസ്സിലാക്കുന്നതിനുള്ള സന്നദ്ധതയോടുകൂടിയ പരിശീലനം ഭാഷാപഠനത്തിന്റെ സർവ്വകലാശാലാതലത്തിലുള്ള അഭ്യസനത്തിലെങ്കിലും ലഭ്യമാകേണ്ടതുണ്ട്. അതു ലഭിച്ച വൈദഗ്ധ്യവും വികസിതമായ കാഴ്ചപ്പാടും ഉള്ള ഭാഷാവിജ്ഞാനികൾക്ക് ജന്മം കൊടുക്കാനും അവർക്ക് ഭാഷാസൂത്രണത്തിൽ ഭാഗധേയത്വം ഉറപ്പവരുത്തുവാനുമൊക്കെ സാധിക്കുമെങ്കിൽ മാത്രമേ ഈ ഭാഷാപഠനകേന്ദ്രം സഫലവും സാർത്ഥകവുമായ ഒരു കരുതലായി മുടക്കുമുതലായി ഭാവിയിൽ ശോഭിക്കാനിടയുള്ളൂ

ഭാഷയെ സംസ്കരിക്കുകയും വിവിധ ആവശ്യങ്ങൾക്കുവേണ്ടി വഴക്കിയെടുക്കുകയും ചെയ്യുന്നതിലൂടെ സൃഷ്ടിക്കുന്ന വിവിധങ്ങളായ സംസ്കൃതഭാഷകൾ അവയുടെ ഉന്മേഷകരമായ സാന്നിധ്യം ഉറപ്പുവരുത്തുന്നതിലൂടെ വിവിധ ഭാഷാമണ്ഡലങ്ങളെ സൃഷ്ടിക്കാനും വികസിപ്പിക്കാനും കഴിയുകയുള്ളൂവെന്ന് മനസ്സിലാക്കുന്ന ഒരു സമീപനം സ്വീകരിച്ചാലേ ഭാഷാപഠനത്തെ ഗൗരവമുള്ള ഒരു പരിശീലനപദ്ധതിയായി വികസിപ്പിക്കാൻ ഒക്കുകയുള്ളൂ. സൈദ്ധാന്തികമായും പ്രായോഗികമായും സജ്ജരായ മികച്ച ഭാഷാഎഞ്ചിനീയർമാരെ സൃഷ്ടിക്കാൻ ഉതകുന്ന തരത്തിലുള്ള ഭാഷാവിദ്യാഭ്യാസം - അതാവണം ഭാഷാപഠനതുറ ഏറ്റു നിർവ്വഹിക്കേണ്ട ധർമ്മം. ഒരേ സമയം ഭാഷാശാസ്ത്രവും സാങ്കേതികവിദ്യയും കൈകാര്യം ചെയ്യാനാവുന്നവർ അവിടെനിന്നും ഉണ്ടാവേണ്ടതുണ്ട്. ഭാഷയെ ഘടനാപരമായും തത്വചിന്താപരമായും കലാചിന്താപരമായും മനസ്സിലാക്കാനും കഴിവുള്ള സ്കോളർമാരെ സൃഷ്ടിച്ചെടുക്കാൻ കഴിയണമെന്ന് വേറൊരു തരത്തിൽ പറയാം.

മലയാളം സർവ്വകലാശാല ഇത്തരത്തിൽ എമിനന്റ് ആയ സ്കോളർമാരെ, കുറച്ചുകൂട്ടിപറഞ്ഞാൽ ഇന്റലക്ച്വൽസിനെ, പ്രായോഗികമായി മലയാളിയുടെ മാനസികജീവിതത്തിൽ അഥവാ ഭാഷാജീവിതത്തിൽ ഇടപെടുകയും പുതിയ ലോകത്തിന്റെ നിർമ്മാതാക്കളാവുകയും ചെയ്യുന്നവരെ സൃഷ്ടിക്കാനുതകിയെങ്കിൽ മാത്രമേ അത് വ്യത്യസ്തവും

ഉപകാരപ്രദവും അഭിമാനകരവുമായ ഒരു വൈജ്ഞാനികകേന്ദ്രമായി വളരാനിടയുള്ളൂ. മറിച്ച് കേരളത്തിലെ കോളേജുകളിലോ സർവ്വകലാശാലാപഠനവിഭാഗങ്ങളിലോ നടക്കുന്ന ബിരുദാന്തരബിരുദകോഴ്സുകളുടേയോ അവയുടെ പുനഃക്രമീകൃതമായ നിഴൽ കോഴ്സുകളുടേയോ നടത്തിപ്പുകേന്ദ്രമായിട്ടാണ് അത് പ്രവർത്തിക്കുന്നതെങ്കിൽ വലിയ പ്രതീക്ഷകൾക്ക് കോപ്പില്ല. അത്, തമിഴ് നാട്ടിലെ തമിഴ് സർവ്വകലാശാലയെ പോലെ കുപ്പത്തു സ്ഥാപിക്കപ്പെട്ടിരിക്കുന്ന ദ്രാവിഡസർവ്വകലാശാലപോലെ കൂട്ടത്തിലൊന്ന് അങ്ങനെയും എന്നമട്ടിൽ ആളുകൾക്ക് ഇരുന്നു നരക്കാനും നരകം തീർക്കാനുമുള്ള ലാവണങ്ങൾ പ്രദാനം ചെയ്യുന്ന ഒരു സ്ഥാപനമായിത്തീരും. അങ്ങനെയായിത്തീർന്ന് അതു ഭാവിയിൽ നമ്മെ അപകീർത്തിപ്പെടുത്തും എന്ന് ഉറച്ചു ഭയക്കുന്നു ഞാൻ.

ഇതര സർവ്വകലാശാലകളിലെ ഭാഷാപഠനത്തിന്റെ നിലവാരത്തിനപ്പുറത്തേക്കു പോകാൻ ഭാഷയെന്ന സാംസ്കാരികോപലബ്ധിയെ അഥവാ സാംസ്കാരികമൂലധനത്തെ അതുപയോഗിക്കുന്ന ജനതയുടെ വെളിച്ചത്തിലേക്കുള്ള പ്രയാണത്തിനുപകരിക്കുന്ന തരത്തിൽ ആസൂത്രണം ചെയ്യുക എന്ന ഉന്നതമായ ലക്ഷ്യബോധ മെങ്കിലും ഇല്ലെങ്കിൽ (അതിനു കഴിയുമോ എന്നതു പിന്നീടുമാത്രം വരുന്ന കാര്യമാണ്) പുതിയൊരു സർവ്വകലാശാല എന്തിനാണ് എന്ന ചോദ്യം ചോദിക്കുക തന്നെ വേണം. പുതിയ എന്ന് പറഞ്ഞതുകൊണ്ട് ആയില്ലല്ലോ. അത് പുതിയത് ആകേണ്ടേ?

ഭാഷാഭിമാനം വളർത്തലാണ് സർവ്വകലാശാലയുടെ ലക്ഷ്യങ്ങളിലൊന്ന് എന്നൊക്കെ പറയുമ്പോൾ ഏതെങ്കിലും തരത്തിൽ സുചിന്തിതമായ ഭാഷാദർശനമൊക്കെ കൂടെയുണ്ടോ എന്നെനിക്ക് അറിഞ്ഞുകൂടാ. തറവാടിത്തഘോഷണസ്വഭാവിയായ അഭിമാനമൊക്കെ ഇവിടെ ആവശ്യത്തിലധികം സ്റ്റോക്കുണ്ട്. അതിനിനിയൊരു സർവ്വകലാശാലയിലിരുന്ന് കുറച്ചു സന്നദ്ധഭടന്മാർ പാടുപെടേണ്ട ആവശ്യമുണ്ടോ? (സത്യത്തിൽ, ഇതൊക്കെ ഉച്ചത്തിൽ പറഞ്ഞുപോകുന്ന ആത്മഗതങ്ങളാണ്. ശിക്ഷിക്കപ്പെടാവുന്ന കുറ്റങ്ങളായിത്തീരുമോ എന്നറിയില്ല.)

ഈ ശാഖാചംക്രമണം വിടാം.

ഇവിടെ അവ്യക്തമായി വിഭാവനം ചെയ്ത മട്ടിലുള്ള ഒരു ഭാഷാസാങ്കേതികവിദ്യോന്മുഖമായ തുറ അല്ലെങ്കിൽ വകുപ്പ് ഉള്ള തരത്തിലാണ് സർവ്വകലാശാല ഉണ്ടാവുന്നതെങ്കിൽ അതിന് പൂരകമായി പ്രവർത്തിക്കുന്ന മികവുറ്റ ഭാഷാസാഹിത്യചിന്താവിദ്യാഭ്യാസം സാധ്യമാക്കുന്ന ഗവേഷണോന്മുഖമായ ഒരു സ്ഥാപമായിട്ടായിരിക്കും മലയാളസർവ്വകലാശാല മൊത്തത്തിൽ രൂപകല്പന ചെയ്യപ്പെടുക എന്നുതോന്നുന്നു.

മലയാളം സർവ്വകലാശാല ഒരു ഉന്നതവിദ്യാഭ്യാസ കേന്ദ്രമെന്നതിലുപരി കേരളത്തിന്റെ ധൈഷണികതയെ മലയാളത്തിൽ പ്രകാശിപ്പിച്ച് മുന്നോട്ട് കൊണ്ടുപോകാനുള്ള ദൗത്യത്തിന് നേതൃത്വം നല്കുന്ന, വഴികാട്ടുന്ന ആശയങ്ങൾ മുന്നോട്ടു വയ്ക്കുന്ന ഭാഷാചിന്താകേന്ദ്രമായി മാറും. ഭാഷാപഠനവും സാഹിത്യപഠനവും മനുഷ്യനെക്കുറിച്ചുള്ള പഠനമാണെന്നും അത് അന്തസ്സുള്ള കാര്യമാണെന്നും അത് മലയാളത്തിൽ സാധ്യമാകുമെന്നും വന്നാൽത്തന്നെ ഈ ഭാഷയുടെ പേരിലുള്ള വിലാപങ്ങൾക്ക് സൃഷ്ടിപരമായ മറുപടി രൂപപ്പെട്ടുമെന്ന് തോന്നുന്നു.

കാര്യങ്ങൾ കുറച്ചുകൂടി മൂർത്തവും വ്യക്തവുമാക്കാം. മലയാളസർവ്വകലാശാല പ്രാഥമികമായി മലയാളബിരുദബിരുദാനന്തരബിരുദങ്ങൾ സമ്പാദിക്കാനുള്ള ഇടമോ, എല്ലാ വിഷയങ്ങളും മലയാളത്തിൽ പഠിപ്പിക്കപ്പെടുന്ന ഒരു ഇടമോ, മലയാളത്തെ സംരക്ഷിച്ച് സൂക്ഷിക്കുന്ന ഒരു മ്യൂസിയമോ ആയിട്ടല്ല സങ്കല്പിക്കപ്പെടേണ്ടത്. മലയാളികളുടെ ഭാഷാജീവിതത്തെ അഭിസംബോധന ചെയ്യുകയും മലയാളത്തിൽ ഭാഷാചിന്തയും സാഹിത്യചിന്തയും കേരളസംസ്കാരചിന്തയും പരിശീലിക്കുകയും അതിനപ്പുറത്ത് ആവിഷ്ക്കരിക്കുകയും ചെയ്യാൻ കഴിവുള്ളവരെ വാർത്തെടുക്കുകയാവണം അതിന്റെ ലക്ഷ്യമെന്ന് ഞാൻ കരുതുന്നു. ആഴത്തിലുള്ള, പരപ്പുള്ള ഭാഷാപഠനഗവേഷണങ്ങൾ നടത്തുവാനുള്ള ഇടം എന്ന് ലളിതമായി പറയാം. സമഗ്രമായ ഭാഷാസാഹിത്യവിജ്ഞാനവും സവിശേഷമേഖലകളിൽ താത്വികമായ അറിവും സാമർത്ഥ്യവുമുള്ള സ്പെഷ്യലിസ്റ്റുകളെ, സാംസ്കാരികഎഞ്ചിനീയർമാരുടെ ഒരു നിരയെ, അറിവിന്റെ പതാകാവാഹകരെ രൂപപ്പെടുത്താനുള്ള ഇടം. മലയാളഭാഷയിൽ മലയാളിക്കാവശ്യമായ കാര്യങ്ങൾ അന്തസ്സായി പ്രകടിപ്പിക്കാനാകുമെന്ന് കാണിച്ചുകൊടുത്തുകൊണ്ട് നിലവിലുള്ള മറ്റു സർവ്വകലാശാലകളെ മലയാളോന്മുഖമായി രൂപാന്തരപ്പെടുത്താനുള്ള പ്രേരണ ചെലുത്തുകയെന്ന സാംസ്കാരികദൗത്യം നിർവ്വഹിക്കാൻ അതിനു കഴിയണം.

ഈ സർവ്വകലാശാലയുടെ രൂപീകരണദശയിൽ ഇവിടെ കവിതയിൽ എം. എ., കഥയിൽ എം. എ. തുടങ്ങിയ കോഴ്സുകൾ ആരംഭിക്കുവാനുള്ള സാധ്യതകൾ ആരാഞ്ഞിരുന്നുവല്ലോ. നാട്ടിൽ ഒരു പരിഹാസവിഷയമായ് അത് മാറുകയുണ്ടായി. ഇമ്മാതിരി കോഴ്സുകൾകൊണ്ടെന്തുകാര്യമാണുള്ളത് എന്ന വികാരവും വിചാരവുമാണ് പൊതുവിൽ പങ്കുവയ്ക്കപ്പെട്ടത്. തികച്ചും സ്വാഭാവികമാണത്. ഇത്തരം കോഴ്സുകൾ പഠിച്ചിറങ്ങുന്ന ആളുകൾക്ക് എന്തു തൊഴിലാണ് കിട്ടുക എന്ന ചോദ്യവും കൂട്ടത്തിൽ ഉന്നയിക്കപ്പെട്ടു. നിലവിലുള്ള എം. എ. കളുടെ പൊതുസ്വഭാവത്തെ ചിന്തയുടെ മൂശയായി

ഉപയോഗിക്കുന്നവരുടെ മനസ്സിൽ കഥയിൽ എം. എ. എന്നുപറ ഞ്ഞാൽ കഥയില്ലായ്മയായി അനുഭവപ്പെടും. പത്തിരുപതു പേപ്പറുകൾ പഠിക്കുന്ന കൂട്ടത്തിൽ ഒരു പേപ്പറായി പുതിയ ഭാഷയിൽ കോഴ്സായി കഥയേയും കവിതയേയും കണ്ടവർക്ക് കവിത മാത്രമായി ഒരു എം. എ. പ്രോഗ്രാമിനെ സങ്കല്പിക്കുക വിഷമകരം തന്നെ. ബിരുദാനന്തരബി രുദം പഠിച്ചാൽ തൊഴിൽ കിട്ടുന്ന തരത്തിൽ വൈജ്ഞാനികരംഗത്ത് തൊഴിൽവിഭാഗങ്ങൾ സംവിധാനം ചെയ്തിരിക്കുമ്പോൾ തൊഴിലിനെ ക്കുറിച്ചുള്ള ചോദ്യങ്ങളും ഉയർന്നുവരുന്നത് സ്വാഭാവികം. പക്ഷേ, ആ ആലോചനയെ തിരസ്കരിക്കുന്നവർ സാമ്പ്രദായികതയിൽനിന്നുള്ള വഴിമാറ്റവും സ്പെഷ്യലൈസേഷനെ സംബന്ധിച്ച ബീജരൂപത്തിലുള്ള ചിന്തയും അവിടെയുണ്ടെന്ന് തിരിച്ചറിയപ്പെട്ടില്ല. ആ തിരിച്ചറിവ് ഉണ്ടാ യിവന്നിരുന്നെങ്കിൽ അതിനെ വിമർശനം ചെയ്തുകൊണ്ട് മുന്നോട്ടുപോ കുവാനും പരികല്പനാരൂപത്തിലുള്ള ആ ആശയബീജത്തെ സഫലമായ ചില തലങ്ങളിലേക്ക് വളർത്താനും കഴിയുമായിരുന്നു. അതൊന്നും ഉണ്ടായില്ല. പകരം ആ ആലോചനയിൽനിന്ന് പിന്മാറി പുതിയ ചില പ്രോഗ്രാമുകൾക്ക് രൂപംകൊടുക്കുന്ന കാഴ്ചയാണ് കണ്ടത്. തൊഴിലിലേ ക്ക് നയിക്കുന്നതിനെക്കുറിച്ചുള്ള ആധികളും ആലോചനകളെ ബാധിച്ച തായാണ് സർവ്വലാശാലാ വൈസ് ചാൻസലർ ഭാഷാപോഷിണിയിൽ എഴുതിയ ലേഖനത്തിൽനിന്നും മനസ്സിലാകുന്നത്. എവിടെയിവരെ പ്ലെയ്സു ചെയ്യും എന്ന ചോദ്യം ചോദിക്കേണ്ടതുതന്നെ. തൊഴിലധി ഷ്ഠിതകോഴ്സുകൾ ഒരു മൂശയായി, ഒരു ചിന്താപ്രരൂപമായി മാറുന്നത് കഷ്ടമാണ്. ഈ തൊഴിലധിഷ്ഠിതവിദ്യാഭ്യാസചിന്ത തൊഴിലിനെ ഒരു കർമ്മമണ്ഡലമായി കാണാൻ പോലും സഹായിക്കില്ല. സൈബർകാ ലത്തിന്റെ വരവുകാലത്ത് എത്ര തൊഴിൽഭീതി തിന്നു തീർത്തതാണ് ഈ ജനത? എന്തായാലും തൊഴിൽചിന്തയുടെ പര്യവസാനം ഖേദക രമായേ തോന്നിയുള്ളൂ.

തൊഴിലിനായി ചില ഡിപ്ലോമാ കോഴ്സുകൾ ആരംഭിക്കാമെ ന്നാണ് സർവ്വകലാശാലയുടെ ഭാഗത്തുണ്ടായ ആലോചന. എന്ത് കഷ്ടമാണിതെന്ന് ചോദിക്കാതിരിക്കാൻ കഴിയുന്നില്ല. ഭാഷ പഠിച്ചവരെ, ഭാഷ എന്ന സാംസ്കാരിക ജീവിതപരിസ്ഥിതിയുടെ പ്രവർത്തനവും പ്രസക്തിയും മനസ്സിലാക്കിയവരെ യഥാർത്ഥത്തിൽ ഈ സമൂഹ ത്തിൽ ആവശ്യമില്ലെന്നല്ലേ ഇവിടെ ഈ ആസൂത്രണാഭാസംകൊണ്ട് നാം സമ്മതിച്ചുകൊടുക്കുന്നത്? വാസ്തവത്തിൽ അവരുടെ ആവശ്യം ഏറിനില്ക്കുന്ന ഒരു സാഹചര്യത്തിലാണ് നാം ജീവിക്കുന്നത്. ഈ ഭാഷ ശ്രേഷ്ഠതയുടെ എത്രയോ പടവുകൾ കേറാൻ കിടക്കുന്നു. ചിന്തിക്കാൻ കൊള്ളാവുന്ന ഒരു ഭാഷയായി ഇതുമാറുവാൻ, ചിന്തയുടെ സ്പർശമുള്ള

വാക്യഗോപുരങ്ങളുടെ നിർമ്മിതികൾ ഈ ഭാഷയെ എത്രയധികം മുന്നോട്ടുകൊണ്ടുപോകാൻ കിടക്കുന്നു? പേച്ചുകൾക്കപ്പുറത്തേക്കു കടന്ന ഭാഷയെക്കുറിച്ചുള്ള സങ്കല്പത്തോടെ പ്രവർത്തിക്കുന്ന ഭാഷാ ചിന്തകരുടെ യത്നംകൊണ്ട് നമ്മുടെ ജീവിത-ഭാഷാപരിസരം ഭാഷീ കരിക്കപ്പെടേണ്ടിയാണിരിക്കുന്നത്. അതിനു മാർഗ്ഗദർശനം നല്കാൻ. ചുരുങ്ങിയപക്ഷം ഭാഷയിലുണ്ടാകുന്ന ഭാഷാപരീക്ഷണയത്നങ്ങളെ വിലയിരുത്താനും ഭാഷാചിന്താപരമായി വ്യാഖ്യാനിക്കാനും ഭാഷയിൽ ആവിഷ്ക്കരിക്കാനും കഴിയുന്ന ഭാഷാപഠിതാക്കളെ സൃഷ്ടിച്ചെടുക്കാൻ നമുക്ക് കഴിയാത്തതുകൊണ്ടാണ് സൈബർയുഗത്തിൽ നമ്മുടെ ആളുകൾ 'അന്യ' ഭാഷകളുടെ പെട്ടിപ്പീടികയിൽ ക്യൂ നില്ക്കേണ്ടി വരുന്നത്. സമകാലഭാഷാസാഹചര്യത്തെ അഭിമുഖീകരിക്കുന്നതും വ്യാഖ്യാനിക്കുന്നതുമായ തൊഴിൽ ചെയ്യാനാവില്ലെന്നതുകൊണ്ടും അത്തരം തൊഴിൽ ചെയ്യുന്ന മേഖലകളെക്കുറിച്ച് ചിന്തിക്കാൻ ആവതി ല്ലെന്നതുകൊണ്ടുമാണ് മറ്റൊരു തൊഴിലധിഷ്ഠിത കോഴ്സിനെക്കുറിച്ച് ചിന്തിക്കേണ്ടിവരുന്നത്. പണി തരാത്ത അരി തരാത്ത ഒന്നാണ് ഈ ഭാഷയെന്നും അതിന്റെ പഠനം വ്യർത്ഥമാണെന്നുമല്ലേ നാം അറിഞ്ഞോ അറിയാതെയോ പറഞ്ഞുവയ്ക്കുന്നത്?

നമുക്ക് തിരിച്ചുപോകാം. എം. എ. കഥ അല്ലെങ്കിൽ എം. എ. കവിത അതുമല്ലെങ്കിൽ അത്തരത്തിലേതെങ്കിലും ജനുസ്സിനെ കേന്ദ്രീകരി ച്ചുള്ള പഠനം ബിരുദാനന്തരബിരുദം നല്കാൻ മാത്രം ആഴവും പരപ്പു മുള്ളതാക്കാൻ കഴിയില്ലെന്ന് നമ്മെ പഠിപ്പിച്ചത് നാം പഠിച്ചുപോന്ന കോഴ്സുകളുടെ ഘടനയും സ്വഭാവവുമല്ലേ എന്ന് ആലോചിച്ചുനോക്കുക. വാസ്തവത്തിൽ ഇങ്ങനെയൊരു സാഹിത്യജനുസ്സിനെ കേന്ദ്രീകരിച്ച്, എന്തിന് ഒരു കഥാകൃത്തിനെ അല്ലെങ്കിൽ ഒരു കഥാകൃത്തിന്റേയോ ഏതാനും കഥാകൃത്തുക്കളുടെയോ കഥകൾ വിശദമായി പഠിച്ച് പ്രബ ന്ധമെഴുതുമ്പോൾ ബിരുദാനന്തരബിരുദത്തിന്റെ മുകളിലുള്ള എം.ഫിലും പരമോന്നതബിരുദമായ ഡോക്ടർ ഓഫ് ഫിലോസഫി ബിരുദവും നല്കു ന്നതിൽ നാമെന്തുകൊണ്ടാണ് അപാകത കാണാതെ പോകുന്നതെന്ന് ആലോചിച്ചാൽ ചിന്തയിലെ വഴിതെറ്റൽ മനസ്സിലാക്കാൻ കഴിയുമായി രുന്നു. നമ്മുടെ ശീലങ്ങളാണ് നമ്മുടെ ധാരണകളെ ഉല്പാദിപ്പിക്കുന്നത്.

കഥ അല്ലെങ്കിൽ കവിത എന്ന ഒരു സാഹിത്യജനുസ്സിനെ പഠിക്കുക എന്നുവച്ചാൽ അതിൽ സ്പെഷ്യലൈസ് ചെയ്യുന്നതിനോടൊപ്പം അതിനെ വ്യവച്ഛേദിച്ചറിയാൻ ഇതരസാഹിത്യജനുസ്സുകളെ പഠിച്ചറി യുക കൂടിയല്ലേ ചെയ്യേണ്ടി വരുക? കഥ ആവിഷ്ക്കരിക്കപ്പെടുന്നത് ഭാഷയിലാണ് എന്നതിനാൽ ഭാഷയെക്കുറിച്ചുള്ള അറിവും ഒരാൾക്കുവേ ണ്ടി വരും. (മണിപ്രവാളസാഹിത്യജനുസ്സുകളെ മാത്രം പഠിക്കാനായി

പുറപ്പെട്ട *ലീലാതിലക*കാരൻ മലയാളഭാഷയെ നിർവ്വചിക്കുവോളവും ഭാഷയെ നിർവ്വചിക്കുവോളവുമൊക്കെ എത്തിയത് ഇവിടെ ഓർക്കാവുന്നതാണ്.) ഭാഷ എന്ന മാന്ത്രികമായ പ്രതിഭാസത്തെ സംബന്ധിച്ച അറിവ് വളരെ പ്രധാനമാണ്. നാം മനുഷ്യരാകുന്നതും അച്ഛനും അമ്മയുമാകുന്നതും അധ്യാപകനും വിദ്യാർത്ഥിയുമാകുന്നതും ചരിത്രകാരനാകുന്നതും ചിന്തകയാകുന്നതും ശാസ്ത്രജ്ഞയാകുന്നതും സാഹിത്യകാരിയാകുന്നതും കർത്താവും കർമ്മവുമാകുന്നതും ഇരയും വേട്ടക്കാരനുമാകുന്നതും എന്നുവേണ്ട നമ്മുടെ സ്വപ്നങ്ങളുണ്ടാകുന്നതും മനസ്സ് എന്ന സ്വപ്നലോകമുണ്ടാകുന്നതുമെല്ലാം ഈ പ്രതിഭാസത്തിലൂന്നിയും ഉപജീവിച്ചുമാണെന്ന് കാണുവോളം ആഴത്തിലും പരപ്പിലും ഭാഷയെ മനസ്സിലാക്കുന്നതിനെ സംബന്ധിച്ചാണ് പറയുന്നത്. അങ്ങനെ പഠിക്കുമ്പോൾ നാം നമ്മുടെ ഭാഷയുടെ അതിരുകൾ (അതുണ്ടെങ്കിൽ) ഭേദിക്കുകയും സകല ഭാഷകളിലുമുണ്ടായ ആശയങ്ങളോട് സംവാദത്തിലാവുകയും ചെയ്യും. അതുകൂടാതെ ഉയർന്ന ഭാഷാപഠനം പൂർത്തിയാക്കാനാവില്ല.

വാസ്തവത്തിൽ വിഷയപരമായ അതിരുകൾ പോലും ലംഘിക്കപ്പെടുന്ന പഠനമാണ് ഭാഷാപഠനം. ഇന്റർ ഡിസിപ്ലിനാരിറ്റിയൊക്കെ അതിനു ജാത്യാ ഉള്ള സവിശേഷതയാണ്. തത്വചിന്തയും മനശാസ്ത്രവും എന്നുവേണ്ട സമസ്ത ശാസ്ത്രങ്ങളും കൈകോർക്കുന്നതും, അതേ സമയം ഭാഷയെന്ന ചിഹ്നവ്യവഹാരത്തെ മുഖ്യമായി എടുക്കുന്നതുമായ പഠനമാണ് ഭാഷാപഠനം. അങ്ങനെ വിപുലമായ ഒരു പഠനത്തിന്റെ തിരികുറ്റിയായി കഥ എന്ന സാഹിത്യജനുസ്സിനെ പ്രതിഷ്ഠിക്കുക എന്ന കുറ്റമല്ലേ പരിഹസിക്കപ്പെടുന്നത് എന്നു ഞാൻ സംശയിക്കുന്നു. കഥയിൽ എം. എ. എന്നുവച്ചാൽ കഥ എന്ന സാഹിത്യജനുസ്സിനെ കേന്ദ്രീകരിച്ചുകൊണ്ട് ഭാഷയേയും സാഹിത്യത്തേയും സംബന്ധിച്ച അറിവുനേടലാണെന്നു വരണം. കഥ പഠിക്കലെന്നതിന് കുറേ കഥാസംഗ്രഹം ഗ്രഹിക്കലെന്ന വിവക്ഷയാണുള്ളതെന്നു ധരിച്ചാലെന്തു ചെയ്യാൻ?

കഥയിൽ സ്പെഷ്യലൈസ് ചെയ്യുന്ന ഒരാൾ കഥനം എന്ന ആദിമവാചികകലാരൂപത്തിന്റെ വിവിധങ്ങളും വിഭിന്ന ഭാഷകളിലൂടെ പ്രകാശനം ചെയ്യപ്പെട്ടിട്ടുള്ളതുമായ കഥയെ കഴിയുന്നത്ര പരപ്പിൽ മനസ്സിലാക്കുന്ന ഒരാളായിത്തീരണം. കഥയെ മുൻനിർത്തിയാണ് ഇവിടെ പറഞ്ഞത്. ഇതേ മട്ടിൽ കവിതയെ, വിവരസാങ്കേതികവിദ്യയെ, നാടകത്തെ, സിനിമാസാഹിത്യത്തെ, പരസ്യഭാഷയെ, ഭാഷാശാസ്ത്രത്തെ ഒക്കെ മുഖ്യമായെടുത്തു സമീപിക്കുന്ന പഠനവുമാകാം. ഭാഷാശാസ്ത്രം പഠിക്കുന്ന ഒരാൾ ലോകത്തിന്റെ വ്യത്യസ്ത ഭാഗങ്ങളിൽ വിവിധ വിജ്ഞാനശാഖകളിൽ ഭാഷാസംബന്ധിയായുണ്ടായ ആലോചനകളെയെല്ലാം

വിശദമായി മനസ്സിലാക്കുന്ന ഒരു പണിയാണ് ഏറ്റെടുക്കേണ്ടി വരുക. ഭാഷയുടെ സാഹിത്യമുൾപ്പെടെയുള്ള പ്രകാശനങ്ങളെക്കുറിച്ച് അയാൾ പഠിക്കാതെ വയ്യ. ഇത്തരമൊരു പഠനത്തിലും ഭാഷയുടെ അതിരുകൾ കഴിവുള്ളിടത്തോളം ലംഘിച്ചുകൊണ്ടേ മികവിലേക്ക് എത്തിച്ചേരാനാവുകയുള്ളൂ. ഇങ്ങനെ ജ്ഞാനത്തിന്റെയും വൈകാരികാനുഭവങ്ങളുടേയും വിസ്തൃതിയെ ലക്ഷ്യം വയ്ക്കുന്നില്ലെങ്കിൽ എന്തിന് പുതിയൊരു സർവ്വകലാശാല എന്ന് പിന്നും ചോദിക്കാതെ വയ്യ.

മലയാളസർവ്വകലാശാലയിലെ ഭാഷാപഠനം മറ്റു ഭാഷകളിലേക്കും കടന്നെത്തണമെന്ന വാദം അംഗീകരിച്ചാൽ അത് മലയാളസർവ്വകലാശാലയുടെ പരിധികളെ ലംഘിക്കുന്നതാവില്ലേ എന്ന ചോദ്യം വരാം. മലയാളസർവ്വകലാശാല ഏകഭാഷാവാദത്തിന്റെ സാക്ഷാത്ക്കാരമായാണ് സങ്കല്പിക്കുന്നതെങ്കിൽ അങ്ങനെയൊരു ചോദ്യത്തിന് സാംഗത്യമുണ്ട് മറിച്ച്, മലയാളിയെയും മലയാളമനസ്സിനെയും ഇരുപത്തിയൊന്നാം നൂറ്റാണ്ടിലേക്കും സൈബർയുഗത്തിലേക്കും നയിക്കുന്നതും മലയാളനാടിന്റെ അതിരുകൾക്കപ്പുറത്തേക്ക് വികസിപ്പിക്കുന്നതുമായ ഒരു വീക്ഷണത്തിൽ, മലയാളിയുടെ വിശ്വത്തോളം വിടർന്ന ദർശനത്തിന് ഭാഷാപരമായ പിന്തുണ കൊടുക്കുന്ന പഠനകേന്ദ്രമെന്ന അർത്ഥത്തിലാണത് വിഭാവനം ചെയ്യപ്പെടുന്നതെങ്കിൽ അത്തരമൊരു ഉത്കണ്ഠയ്ക്ക് ഇടമില്ല. അത്തരം വിശാലമായ ഒരു സമീപനത്തിൽ പ്രത്യക്ഷമായിത്തന്നെ മലയാളത്തിലേക്ക് ആശയങ്ങൾ കടന്നുവരാനും ആശയങ്ങൾ ഉല്പാദിപ്പിക്കപ്പെടാനും ഇടവരുമെന്നാണ് കരുതേണ്ടത്. അത് ഭാഷയെയും ഭാഷാചിന്തയെയും കലാചിന്തയെയും ശക്തിപ്പെടുത്തും.

ഭാഷയിലേതിലും വായിക്കുക. മറ്റു ഭാഷക്കാരോട് അവർക്കും നമുക്കും സൗകര്യമായിത്തോന്നുന്ന ഭാഷയിൽ സംവാദത്തിലേർപ്പെടുക, മലയാളത്തിൽ ആവിഷ്ക്കരിക്കുക, അതുവഴി ആശയസമ്പന്നമായ മികവുറ്റ മലയാളസാഹിത്യ-ചിന്താ സമ്പത്ത് സൃഷ്ടിക്കുക, മികവുറ്റ മലയാള ഭേദങ്ങളുടെ സമൃദ്ധിയുണ്ടാക്കുക, മലയാളമെന്നാൽ പൈങ്കിളി വ്യവഹാരങ്ങളുടെ മാത്രം ഭാഷയാണെന്ന ബോധത്തെ കടപുഴക്കുക, സാഹിത്യമെന്നാൽ മഞ്ഞണിമാമലയിൽ നിന്നൊരു മഞ്ഞളുർക്ക എന്ന മട്ടിലുള്ള അനുപ്രാസഭംഗികളിലൊതുങ്ങുന്നതല്ലെന്ന് സൃഷ്ടിപരമായി ബോധ്യപ്പെടുത്തുക. ഗഹനമായ ചിന്തകളുടെ പ്രകാശസ്ഥലമാണ് ഈ ഭാഷയെന്ന് ചുരുങ്ങിയപക്ഷം മലയാളികളെയെങ്കിലും ബോധ്യപ്പെടുത്തുക. അങ്ങനെയങ്ങനെ വന്നാൽ തറവാടിത്തഘോഷണപരമായല്ലാതെ വസ്തുനിഷ്ഠവും അനുഭവനിഷ്ഠവുമായി അഭിമാനകരമായ ഭാഷയാണെന്ന് അനുഭവിപ്പിക്കുന്ന നിലയാണുണ്ടാവുക. അങ്ങനെ

ഭാഷയെ സമ്പന്നവും സമൃദ്ധവുമാക്കുന്നതെങ്ങനെയെന്ന് മാതൃകപരമായി കാണിച്ചുകൊടുക്കുന്ന ഭാഷാസാഹിത്യ-ചിന്താകേന്ദ്രമായി ഒരു സർവ്വകലാശാല അതാവണം മലയാളം സർവ്വകലാശാല.

മാതൃകാപരമായി എന്ന് വെറുതേ പറഞ്ഞതല്ല. ഈ മാതൃകയുടെ ചുവടുപിടിച്ചുകൊണ്ട് മറ്റു സർവ്വകലാശാലകളിലെ ശാസ്ത്ര-മാനവികശാസ്ത്രവിഭാഗങ്ങളിലും, മെഡിക്കൽ കോളേജുകളിലും എഞ്ചിനീയറിങ്ങ് കോളേജുകളിലും, ആർട്സ് ആൻഡ് സയൻസ് കോളേജുകളിലുമൊക്കെയുള്ള വൈജ്ഞാനികപ്രവർത്തനങ്ങളെയും മലയാളോന്മുഖമാക്കാനുള്ള പ്രേരണയും പ്രചോദനവും നല്കാൻ കഴിഞ്ഞാൽ അത് ഈ പരമോന്നതപഠന കേന്ദ്രത്തിന്റെ സമ്പൂർണ്ണ വിജയമായിരിക്കും. മലയാളഭാഷയെ കൂടുതൽ സമ്പന്നമാക്കുന്നതിനുള്ള ഉത്തരവാദിത്തം മലയാളവിഭാഗങ്ങളുടെയും മലയാളം അദ്ധ്യാപകരുടെയും മലയാളം സർവ്വകലാശാലയുടേയും കടമ മാത്രമാണെന്ന കുഴപ്പം പിടിച്ച ചിന്തയെ മറികടക്കുന്നതായിരിക്കും ആ മുന്നേറ്റം. ഇംഗ്ലീഷിനോ സംസ്കൃതത്തിനോ അറബിക്കിനോ തമിഴിനോ കന്നടത്തിനോ അപരത്വം കല്പിക്കാതെതന്നെ, അവയ്ക്കൊക്കെ ആവുന്നത്ര ഇടം അനുവദിച്ചുകൊണ്ടുതന്നെ, മലയാളഭാഷയ്ക്ക് വികാസവും വീര്യവും പകരാൻ വേണ്ടിയുള്ള ആസൂത്രണം നടത്തുകയാണ് ആവശ്യം. കേരളത്തിലെ വിദ്യാഭ്യാസ പ്രവർത്തനരംഗത്ത് മലയാളത്തിന് സ്ഥലവും സമയവും സാമഗ്രികളും ഇല്ലാതാക്കാനുള്ള ഒഴികഴിവായി ഇതു മാറുകയും ചെയ്യരുത്.

ശ്രേഷ്ഠഭാഷാപദവിയുടെ പേരിൽ വല്ല ഫണ്ടും കിട്ടുമെങ്കിൽ അത് അത്തരം ആസൂത്രണകാര്യങ്ങൾക്ക് പ്രയോജനപ്പെടുത്തുകയാവും ഗുണകരമാവുക. മലയാളഭാഷയിൽ പ്രബന്ധങ്ങളും രചനകളും ഭംഗിയായി നിർവ്വഹിക്കുന്ന ശാസ്ത്രജ്ഞന്മാർക്കും ശാസ്ത്രഗവേഷകർക്കും ഇതരഭാഷാപഠനത്തിലേർപ്പെട്ട ആളുകൾക്കും അധിഷനലായ ഫെലോഷിപ്പുകൾ നല്കുക, സർക്കാർ സർവ്വീസിൽ മലയാളത്തിൽ പ്രാവീണ്യമുള്ളവർക്ക് മുൻഗണന നല്കുക, (മലയാളത്തിലുള്ള പരിജ്ഞാനം സർക്കാർ സർവ്വീസിനുള്ള മാനദണ്ഡങ്ങളിലൊന്നായി സർക്കാർ നിശ്ചയിച്ചുകഴിഞ്ഞു എന്നത് ആശാവഹമാണ്. പക്ഷേ, കാര്യങ്ങൾ കാത്തിരുന്നേ കാണാൻ പറ്റൂ.) ശാസ്ത്ര-മാനവികശാസ്ത്ര മേഖലകളിൽ മലയാളത്തിലും പരീക്ഷകൾ എഴുതാനുള്ള സാഹചര്യമുണ്ടാക്കുക, വിവിധ മേഖലകളിൽ ഹിന്ദി പ്രവർത്തനങ്ങൾക്ക് ഹിന്ദി ആഫീസർമാരെ നിയമിക്കുന്ന കേന്ദ്ര സർക്കാർ രീതിയിൽ ശാസ്ത്രമാനവിക-ശാസ്ത്ര-സാങ്കേതികമേഖലകളിൽ മലയാളത്തിലുള്ള ആവിഷ്ക്കാരങ്ങൾക്ക് ഭാഷാപരമായ സഹായം ചെയ്യുന്നതിന്, അവർ സ്വയം മികവു തെളിയിച്ചു കടന്നുവരും വരെ, മലയാളം ആഫീസർമാരായി നിയമിക്കുക തുടങ്ങിയ പ്രായോഗിക

നടപടികൾക്ക് തുക ഉപയോഗിച്ചാൽ വലിയൊരു ഭാഷാവിപ്ലവം തന്നെ ഇവിടെ സംഭവിക്കുമെന്നാണ് തോന്നുന്നത്. മലയാളത്തിൽ എഴുതുവാനും ചിന്തിക്കുവാനും പറയുവാനും ആഹ്വാനം ചെയ്താൽ ചെവി കൊടുക്കാത്ത പണ്ഡിതലോകം ഈ ഭാഷ സുഖം ചുരത്തുമെന്ന് മനസ്സിലാക്കുന്നതോടെ, അതിലുള്ള പര് ജ്ഞാനം അന്തസ്സിന്റെ സാന്നിദ്ധ്യവും അധികാരത്തിന്റെ പ്രീതിയും ഉള്ളതാണെന്ന് മനസ്സിലാക്കുന്നതോടെ അതിലേക്ക് ചെവി തിരിച്ചുവയ്ക്കുന്നതിലും അതിൽ നാവു-പേനകൾ ചലിപ്പിക്കുന്നതിലും സന്തോഷിതരായി പ്രവർത്തിക്കാതിരിക്കില്ല. സന്തോഷം വളരെ പ്രധാനമാണ്. തൊഴിലിലെ സന്തോഷമാണ് തൊഴിലിനെ മഹത്തരമാക്കുന്നതെന്ന് മാർക്സ്. മറിച്ചെങ്കിൽ തൊഴിൽ യാന്ത്രികമായി അന്യവൽകൃതമായി, ബോറായി.

ഭാഷയെ അധികാരത്തോട്, ആത്മവിശ്വാസത്തോട് ഇണക്കുന്നതിലൂടെ വേണം അതിനെ പരിപോഷിപ്പിക്കാൻ. ചിന്തയിലും ഭാവനയിലും ശീലങ്ങളിലും മുന്തിയ ഭാഷയാണെന്ന അവകാശവാദത്തിനപ്പുറത്ത് അനുഭവമുണ്ടാക്കുക എന്നത് വളരെ പ്രധാനമാണ്. അതിനുള്ള ഉദ്യമങ്ങളെ അധികാരപരമായും സാമ്പത്തികമായും സഹായിക്കുവാൻ സ്ഥാപനങ്ങൾക്ക് കഴിയണം. അങ്ങനെയൊക്കെ വേണം ഭാഷയെ സ്വീകാര്യമാക്കിത്തീർക്കാൻ. അതിനു പകരം നിരന്തരം വിലപിക്കുന്നു നമ്മുടെ കേവലഭാഷാപ്രേമികൾ. "മാതൃഭാഷ" എന്നത് ഒരു നീണ്ട വിലാപത്തിന്റെ പര്യായമായിത്തീരുന്നു. അതുകൊണ്ട് നാം കൂടുതൽ അവഹേളിതമായിത്തീരുകയും ചെയ്യുന്നു.

"മാതൃഭാഷ" ചരിത്രപരമായി വികസിച്ചുണ്ടായിവന്ന ജൈവ പരിസരമാണ്. ആ ചരിത്രപരായ രൂപപ്പെടലിൽ ചരിത്രം ഏല്പിച്ച കരിശ്ശുകളായ അനുഭവങ്ങൾ ഉണ്ട്. ചരിത്രപരവും ജൈവികവുമായ ബാധകളായി കുറേയേറെ ധാരണകൾ, വേണ്ടാതീനങ്ങൾ കൂടെപ്പിറന്നിട്ടുണ്ട്. പൊള്ളുന്ന അനുഭവങ്ങൾ പ്രസരിപ്പിക്കുന്ന, അധികാര മിഥ്യകളിലേക്കും പീഡാകരമായ അനുഭവങ്ങളിലേക്കും മനുഷ്യരെ തള്ളിയിടുന്ന അനവധിയായ ഫ്യൂഡൽക്കെണികൾ, ക്രമീകരണങ്ങൾ! അവയെ ഭൂതമാക്കി തളയ്ക്കാതെ ഈ ഭാഷ ഉയിരോ, ഉശിരോ, ആത്മവിശ്വാസമോ, അന്തസ്സോ, സാഹോദര്യമോ ആയിത്തീരുകയില്ല. ഇല്ലായ്മയും വല്ലായ്മയും അനുഭവപ്പെടുത്തുന്ന ഭാഷാസാഹചര്യങ്ങളെ അതിലംഘിക്കുന്ന ഒരുതരം നവോത്ഥാനം സംഭവിച്ചാലേ കാര്യമുള്ളൂ. അതിനുവേണ്ടിയുള്ള സൃഷ്ടിപരമായ യത്നങ്ങളാണ് ആവശ്യം. വികസിതമായ ചിന്തയുടേയും നവീനമായ ഭാവനയുടേയും ഇണക്കം ഉറപ്പിച്ചുകൊണ്ടേ ഭാഷയെ ഇപ്പറഞ്ഞ അന്തസ്സിലേക്കും ആത്മവിശ്വാസത്തിലേക്കും നയിക്കാനാവുകയുള്ളൂ എന്നാണ് സൂചിപ്പിക്കുന്നത്.

മലയാളം സർവ്വകലാശാല സർവ്വകലാശാലയായി പ്രവർത്തിക്കുമെങ്കിൽ അതിൽ പങ്കുവഹിക്കാൻ കഴിയും.

സൈബർയുഗത്തിലെ ഭാഷാപരമായ വിനിമയങ്ങൾക്കു വരെ ഈ ഭാഷയിൽ സുസാധ്യതയുണ്ടെന്നും ഈ ഭാഷ ചിന്തയുടെയും ഭാവ-ഭാവുകത്വനിർമ്മാണോദ്യുക്തമായ ഭാവനയുടേയും ഭാവവിനിമയങ്ങളുടേയും വാഹകമാണെന്നും അനുഭവപ്പെടുത്തുവാൻ കഴിയണം. അതിനു നേതൃത്വം നല്കാൻ കഴിയുന്ന വീക്ഷണചിന്താവികാസം സംഭവിച്ച മനുഷ്യർ മലയാളം സർവ്വകലാശാലയിൽ കടന്നുവരണം. സൃഷ്ടിക്കപ്പെടുകയും വേണം. അങ്ങനെ സംഭവിക്കുമെന്നു കരുതാമോ? എഴുത്തച്ഛനെഴുതിയ ഭാഷയുടെ പേരിൽ, വാല്മീകിമഹർഷിയുടെ ഭാവന പ്രസരിച്ച, അല്ലെങ്കിൽ, ശങ്കരാചാര്യരുടെ വേദാന്തചിന്ത പ്രവഹിച്ച ഭാഷയുടെ പേരിൽ നടന്നതിനപ്പുറമെന്തൊക്കെ നടക്കാനിരിക്കുന്നു? ആർക്കറിയാം.

(തുഞ്ചത്തെഴുത്തച്ഛൻ മലയാളസർവ്വകലാശാലാ വൈസ് ചാൻസലർ കെ. ജയകുമാർ നിർദ്ദേശിച്ചതനുസരിച്ച് 2013 ജൂൺ 8ന് തിരൂരിൽ നടത്തിയ 'സൈബർയുഗത്തിലെ മലയാളംസർവ്വകലാശാല' എന്ന സെമിനാറിൽ അവതരിപ്പിച്ച പ്രബന്ധം തിരുത്തുകളോടെ. 2013 ആഗസ്റ്റിൽ തർജ്ജനി വെബ്ബ് മാഗസിനിലും കരടുരൂപം പ്രസിദ്ധീകരിച്ചിരുന്നു.)

സൂചിക

www.ingramcontent.com/pod-product-compliance
Lightning Source LLC
LaVergne TN
LVHW040603051026
849519LV00004B/1432
* 9 7 8 9 3 9 0 5 3 5 0 7 1 *